NIỀM ĐAU
VỢ NGƯỜI TÙ CẢI TẠO

VƯƠNG THỤY - SƠN DZŨNG

NIỀM ĐAU
VỢ NGƯỜI TÙ CẢI TẠO

NGƯỜI VIỆT BOOKS, 2016

NIỀM ĐAU VỢ NGƯỜI TÙ CẢI TẠO
Tác giả Vương Thụy - Sơn Dzũng
Người Việt Books xuất bản lần thứ nhất tại Hoa Kỳ, 2016
Bìa và trình bày: Uyên Nguyên

ISBN: 978-1523637928

1

Sài Gòn, những ngày đầu tháng 6 năm 1975

Năm nay mùa mưa đến sớm, những cơn mưa thoáng đến rồi đi, như những chuyện tình chia ly của người lính miền Nam trình diện đi học tập!

Lời dặn dò cho nhau, cũng như bao yêu thương đợi chờ chỉ có 1 tháng thôi, nhưng ai ai cũng có một linh cảm không yên lòng. Những lần trước, người lính về chỉ được một vài ngày rồi trở lại chiến trường, có khi năm bảy tháng là chuyện thường.

Còn bây giờ hết chiến tranh rồi, chỉ có 1 tháng đi học tập để thấu hiểu thế nào là đường lối cách mạng xã hội chủ nghĩa của đảng Cộng Sản Việt Nam. Và cũng để biết thế nào là sự khoan hồng mà cách mạng dành cho những người lính và công nhân viên chính quyền Sài Gòn, sau ngày 30 chúng gọi là ngụy quân, ngụy quyền.

Từ ngày trở về đoàn tựu với gia đình trong tháng 5. Sao nó đi quá nhanh, cũng 24 giờ trong một ngày và đêm như những ngày tháng khác.

Cuộc chiến chấm dứt, cảnh chết chốc từng ngày đã không còn nữa. Một tháng yên vui đã qua, nhưng bắt đầu ngày vào tháng 6, mọi người lính VNCH và nhân viên hành chánh phải đi trình diện.

Chắc có lẽ cũng như bao người chồng khác, các ông không muốn cho thân nhân mình đưa tiễn, nước mắt sẽ làm lưu luyến bước người đi.

Sao buổi tiễn đưa hôm nay lại có quá nhiều bịn rịn, khác với những lần trước. Người vợ không biết được ngày chồng về, thế mà họ vẫn yên tâm hơn ít lo sợ hơn buổi đưa tiễn hôm nay. Hòa bình đã thành sự thực rồi mà!

Họ chỉ có đợi 1 tháng sau chồng mình sẽ về. Nhưng cái ám ảnh câu nói của Tổng Thống Nguyễn Văn Thiệu:

Đừng nghe những gì Cộng Sản nói
Hãy nhìn kỹ những gì Cộng Sản làm?!

Hai chị em Phượng và Thủy Tiên đợi hai người đi ra ngoài đường lớn đón xe đi trình diện. Hai chị em đã để sẵn xe Honda phía trước nhà. Họ vừa lên xe xích lô máy đi, Phượng liền đạp máy nổ, chở cô em chạy theo phía sau.

Xe đi về hướng Lê văn Duyệt, rẽ trái chạy đến bùng binh, cũng theo con đường ấy nối dài đi Hòa Hưng, để đến Quân Vụ Thị Trấn 3 là nơi trình diện.

Có hơn năm bảy bộ đội tay cầm súng AK đứng gác phía trước cổng. Một vài người bộ đội đến đuổi những người thân nhân đứng đợi phía trước. Họ mong để nghe ngóng tin tức, sẽ được đưa về đâu?

Từ xa hai chị em đã nhìn thấy cho nên Phượng đã ngừng xe lại. Nơi này không hẹn, họ gặp lại một số bạn bè cũng âm thầm lái xe gắn máy chạy theo sau như hai chị em nàng.

Đợi mãi hơn cả tiếng mà vẫn chưa thấy có chiếc xe hơi nào chạy ra. Có hơn hàng trăm, rồi đến hàng ngàn người đến trình diện. Mới đầu hai chị em ngừng xe, ngồi trên yên đợi, đợi mãi chỉ thấy người vào chớ chẳng thấy có ai đi ra.

Hai chị em tìm một quán cà phê vỉa hè, vừa uống nước đá chanh muối, vừa chờ đợi. Uống hết ly chanh muối rồi đến trà đá, con đường này, mới sáng sớm đã đông người hơn mọi ngày. Lính bộ đội tăng cường đông thêm để giữ gìn an ninh. Một số người đợi mãi không được, đành bỏ về nhiều vì họ bận công việc hay không còn hy vọng hoặc yên chí là chồng mình sẽ học tập ở đây.

Phượng lấy xe chạy ngang qua cổng trại, nhìn vào trong, nhưng chẳng thấy họ ở đâu mà chỉ thấy một số lính bộ đội đang cười giỡn. Nàng lái xe đi một vòng, rồi trở lại chỗ cũ, lấy trong túi nylon đưa cho Thủy Tiên một ổ bánh mì thịt. Hai chị em mỗi người một ổ, vừa ăn vừa cùng một ý nghĩ, dưới cái nắng nóng như thiêu đốt.

Mặt trời cũng buồn đã bắt đầu ngã màu vàng nhạt, người đợi hầu như về gần hết, có lẽ chỉ còn có hai chị em nàng. Thủy Tiên trả tiền nước uống, chị chủ quán vừa thối tiền lại và nói:

- Hai chị đừng lo âu nữa! Tôi sẽ để ý dùm cho, nếu họ có di chuyển đi, một vài hôm các chị trở lại tôi sẽ cho biết.

Nét mặt buồn, bỗng dưng nở nụ cười tươi, như thầm cám ơn rồi nói lời từ biệt. Trên đường về, hai chị em không nói nhau lời nào, một ngày buồn đến với hai chị em nàng, cũng như những người vợ lính đi học tập.

Người chiến binh trong thời chiến, mai ở làng này, mốt ở xóm kia, em là gái ở hậu phương mơn mởn đào tơ, ở lâu rồi cũng sinh tình. Một vùng trời kỷ niệm nào đó, một hoàn cảnh nào đó, một định mệnh đã khiến cho các ông có thêm một người tình. Thà rằng như vậy, còn hơn lần này, các bà vợ rất lo sợ ngày đi trình diện thì có mà ngày về thì không biết đến bao giờ?!

Các anh phải buông súng chỉ vì người bạn đồng minh đã bỏ rơi! Hay nói rõ hơn là giữa hai vị Tổng Thống Nguyễn Văn Thiệu và Nixon đều bị ông ngoại trưởng Kissinger đi đêm với Trung Quốc, Liên Xô và Lê Đức Thọ đã gạt họ. Ông người gốc dân Do Thái và cũng là lúc đất nước của ông cần sự giúp đỡ của Hoa Kỳ.

Kissinger là người lộng quyền, làm theo ý ông rồi sau đó mới tường trình lại cho Nixon, một con cáo già như ông, tưởng rằng mình khôn, nhưng lại bị thua dưới tay đàn em họ Hồ. Theo như cuộc triệt thóai quân đội Mỹ ra khỏi Việt Nam, thì bộ đội Bắc Việt cũng phải rút quân ra khỏi chiến trường miền Nam. Nó giống như cuộc rút quân ở Nam và Bắc Triều Tiên.

Nhưng đến lúc quân đội Hoa Kỳ không còn hiện diện ở chiến trường miền Nam nữa. Nhất là ở Khe Sanh thì quân Bắc Việt bắt đầu ồ ạt đưa quân thêm vào Nam và đánh chiếm những vùng Kontum, Pleiku, Buôn Mê Thuộc.

Nếu như vào trong những ngày tháng 4, có B52 yểm trợ cho VNCH hay viện trợ bom CBU, đạn dược hay các chiến cụ khác. Cộng quân Bắc Việt sẽ bị tan rã và cũng sẽ không có ngày đau buồn đó! Thế giới mới nhận biết rằng Hoa Kỳ là con cọp giấy!

Cuộc thua này quá đớn đau, khi mà người bạn không còn chịu nỗi sự mất mát về hàng tỷ bạc và hàng chục, hàng trăm, hàng ngàn người chết trên quê hương xa lạ.

Sứ mạng của quân nhân Mỹ là muốn đem đến hòa bình cho một dân tộc khác, để người dân có được sự tự do, như trên đất nước họ đang sống. Dù rằng họ không có cùng chung nòi giống, văn hóa, ngôn ngữ. Nhưng họ có cùng chung một lý tưởng Tự Do và lòng Nhân Ái. Vì thế họ được đưa đến để giúp chúng ta, nhưng chẳng may, họ sẽ không bao giờ quay về đoàn tựu với gia đình, người thân cùng chung một tổ quốc đa chủng tộc, đó là The United States of American.

Người dân miền Nam hiền hòa, lấy tình yêu thương gia đình làm gốc, chính vì vậy mà những gia đình có người đi tập kết ra Bắc. Họ luôn giữ tình thâm với họ, cũng chính vì thế mà Tuấn Anh, con gái của ông Thiệu, có người bạn là con gái của ông Trương như Tảng đã vào bưng, không ai nương tựa. Cô được bà Thiệu nuôi ăn học, việc làm của bà cũng như bao người khác đã làm, nuôi cách mạng, mãi cho đến sau ngày 30 tháng 4 năm 1975, những người đi tập kết trở về. Người thân trong gia đình mới biết rõ bộ mặt của họ là chỉ biết có Đảng, đảng mới thực sự cho cơm họ ăn, nhà cửa để ở, quyền lực để đàn áp người dân và sẽ có những cái gì họ muốn có.

Tại sao họ lại trở thành những người như vậy, chính vì Hồ Chí Minh cùng với người bạn Nguyễn Công Viên đã từng bán đứng cụ Phan Bội Châu cho Pháp. Hồ mời ông đến dự tiệc, và báo cho mật vụ Pháp đến bắt ông ở thành phố thuộc địa của họ ở bên Trung Quốc.

*

Hai chị em lái xe về đến nhà, vừa ngừng xe đến cửa thì các con Phượng chạy ra mừng mẹ và cô Út. Thủy Tiên cố cười vui với mấy cháu rồi cùng nhau vào nhà, bây giờ sao trở nên trống vắng quá.

Nàng đi thẳng vào phòng mình, rồi ngã mình nằm xuống giường. Hương ái ân đêm qua còn đọng lại trên gối, trên chăn, dư hương ấy thoang thoáng quanh đây.

Sao lần chia tay này buồn quá, đã lâu lắm rồi có mấy khi vợ chồng sống được trọn vẹn hạnh phúc như gần một tháng nay. Vài ngày về thăm vợ con, gia đình rồi lại trở ra chiến trường, có khi đến năm bảy tháng. Còn lần này về, tưởng rằng sẽ ở lại bên vợ con?!

Phượng còn bổn phận lo cho các con cơm nước, hôm nay nàng đâu có nấu gì cho các con, nên lúc trở về nhà. Hai chị em ghé vào xe bánh mì, mua cho mỗi đứa một ổ bánh mì thịt, ăn cho đỡ lòng.

Phượng lo cho các con lên giường ngủ xong, nàng trở về phòng nằm chung với bé Tường Vi. Các con nàng đã quá quen thuộc với những ngày thiếu vắng cha ở nhà, cái cô đơn ấy nó đã tập dần khi chúng hãy còn bé.

Hai mẹ con nằm bên nhau, nàng thường kể cho cô con gái út về những chuyện cổ tích dân gian, nào chuyện nàng Tấm

Cám, Bé Quàng Khăn Đỏ, nàng Công Chúa Lọ Lem, chuyện Lục Súc Tranh Công, nào heo, gà , bò, ngựa, dê, chó.

Rồi đến chuyện lịch sử như: Phù Đổng Thiên Vương đánh đuổi giặc Ân, chuyện hai bà Trưng, Triệu, Lê Lợi, Ngô Quyền v.v... Là những hành trang để cho các con nàng ý thức được những ước mơ của tuổi thơ khi bước vào đời sau này.

Chẳng được bao lâu hai mẹ con đã say giấc nồng tự bao giờ. Chợt nàng thức giấc, nhớ lại là từ lúc về nàng không thấy cô em chồng. Phượng dỡ nhẹ chiếc mền sợ làm bé thức, nàng rón rén bước ra khỏi phòng đi thẳng về phòng Thủy Tiên.

Ánh đèn vẫn còn sáng qua khe cửa khép hờ, Phượng đưa tay gõ, không có tiếng đáp. Nàng đẩy nhẹ cửa vào thì thấy Thủy Tiên nằm ngủ với bộ áo quần ban sáng. Nàng với tay lấy chiếc mền đắp nhẹ lên mình cô em chồng.

Thủy Tiên chợt thức giấc, nhìn chị dâu rồi hỏi:

- Chị chưa ngủ hè?

Phượng ngồi xuống giường bên cạnh cô em chồng:

- Chị cũng vừa thức giấc, đi xem hai đứa kia ngủ chưa, thấy phòng em đèn còn sáng, chị vào xem em ra sao?!

Thủy Tiên đưa tay nắm lấy tay chị dâu, âm hưởng giọng Huế nghe như xót xa:

- Chị Hai, em buồn quá chị ơi!

Phượng an ủi:

- Thực tình hoàn cảnh của chị còn bi đát hơn em nhiều! Anh Hòa không nói ra, nhưng chị biết anh ấy muốn chị và mấy đứa nhỏ đi. Hoặc giả cũng như em, để cho mấy đứa nhỏ đi trước với ông bà nội.

Nàng nói tiếp:

- Thực tình mà nói, hai đứa con em có tương lai hơn là ở lại đây. Em cứ nghĩ, mấy đứa con chị, rồi đây sẽ ra sao? Tương lai chúng mù mịt!

Phượng đổi sang chyện khác để em chồng mình đừng suy nghĩ gì nữa:

- Sao? Chuyện mang bầu có thật không?!

Nghe chị dâu nhắc đến chuyện có mang, Thủy Tiên sực nhớ là người mẹ không được buồn rầu lo lắng, nét mặt nàng bỗng dưng như tươi tắn lại. Nhìn được sự đổi thay nét mặt, Phượng trêu chọc cô em chồng bằng cách vừa nói vừa đưa tay sờ lấy bụng Thủy Tiên:

- Nào cho chị rờ là chị biết ngay em có bầu hay không?!

Phượng vừa đụng đến là cô em chồng vừa cười vừa la:

- Nhột quá chị ơi! Làm như chị là lang y Tàu trong phim vậy!

Phượng giả giọng ông thầy thuốc:

- Đúng! Ta là ngự y của vua Càng Long, chẳng may ta hốt lộn thuốc nên bị đuổi ra khỏi cung, túng cùng quá, nên ta đi xem mạch dạo để kiếm ăn độ nhựt. Nay ta xem mạch, biết được phu nhân có hỷ tin, mang thai Rồng, là thái tử.

Thủy Tiên ngồi dậy, giọng nói như mệnh phụ:

- Được rồi, nếu như ngự y chuẩn đúng, ta sẽ tâu với thánh thượng. Xá tội cho ngươi và thăng chức Tổng Quản ngự y.

Bà chị dâu chắp tay phía trước cung kính:

- Xin đa tạ hoàng hậu mắc dịch, đi tắm đi, thay đồ ngủ cho mát mẻ, em bé cũng mát. Để ngự y đi nấu cho hoàng hậu một tô mì ăn liền, có thêm cái trứng gà chiên ốp la cho hoàng hậu đỡ lòng.

Hai giọng cười khúc khích giữa đêm như làm vơi bớt niềm đau chung của những người vợ, người tình của những người lính giờ này đang đối diện với kẻ thắng trận.

Giờ này anh đang ở đâu? Anh đang làm gì?!

*

Vợ của những người sĩ quan đi học tập cải tạo cũng khá nhiều là giáo viên, giáo sư, công chức, họ không tin rằng chồng mình sẽ trở về sau 1 tháng đi học tập. Vì chính bản thân của họ đã học tập chính trị gần một tháng nay. Sau 30 tháng tư vài ngày mãi cho đến nay chẳng nghe người giảng dạy nói chừng nào chấm dứt?!

Học tập cải tạo tư tưởng để tiến nhanh, tiến mạnh, tiến vững chắc lên xã hội chủ nghĩa?!

Vợ người lính chiến nào mà không vui mừng khi chiến tranh đã chấm dứt, tiếng súng, bom đạn không còn tàn phá quê hương nữa. Chồng mình sẽ trở về với gia đình, không còn xa cách nhau, để đêm đêm không còn tưởng nhớ đến anh đang ở một nơi nào đó để gìn giữ yên lành cho hậu phương.

Không còn thấy cảnh những cụ bà, cụ ông râu tóc bạc phơ chống gậy chạy đi lánh nạn, hoặc có con cháu cõng dùm. Người mẹ vừa bế con nhỏ vừa dắt các đứa khác chạy loạn, miệng gào thét kêu gọi có ai đó giúp dùm khi chúng bị thương trên bước đường đi lánh nạn vì đạn pháo của Cộng quân.

Ngày trình diện học tập của các sĩ quan quân lực VNCH được đài truyền hình, truyền thanh và tờ báo duy nhất tại miền Nam là Sài Gòn Giải Phóng đăng tin:

Học tập tốt sẽ được cách mạng cho trở về sớm để đoàn tựu với gia đình?!

Hai tuần lễ, 14 ngày chậm chạp trôi qua, những người vợ có chồng đi học tập, họ tìm đến nhau hỏi thăm xem ai có tin tức gì không?!

Hầu như ai nấy cũng ngơ ngác không biết tin tức gì về chồng mình cả. Họ kể cho nhau nghe những tin đồn. Nào chuyện bộ đội đang truy tìm những ai không đi trình diện.

Đợi chờ hơn 1 tháng, một số người tìm đến nơi chồng mình trình diện để hỏi thăm tin tức. Hình như ở đây ủy ban quân quản đoán biết vợ sĩ quan sẽ kéo đến để hỏi về chồng của họ sau 1 tháng mà chưa thấy có ai về?!

Một tấm bảng đen cũng khá lớn, có viết sẵn dòng chữ bằng phấn trắng:

Những ngụy quân, ngụy quyền đã được đưa đi nơi khác để học tập cải tạo tư tưởng. Khi nào học tập tốt sẽ được cho về đoàn tựu với gia đình.

Ở phía trên, góc trái tấm bảng có dán tấm giấy đánh máy, thông báo của ủy ban có đóng dấu mộc đỏ và chữ ký.

Càng lúc họ tìm đến càng đông, cũng đến giữa trưa một người lính bộ đội đi ra cổng, theo sau là 6 người lính mang súng AK, hắn đứng bên trong lớn tiếng nói:

- Mọi người phải trở về, khi ngụy quân ngụy quyền học tập xong. Đảng sẽ cho trở về nhà. Mọi người hãy giải tán đi!

Nói xong, hắn vội vã đi vào trong, bỏ mặc cho bao nhiêu người kêu ơi ới, muốn biết chồng của họ đang ở nơi nào? Có đi thăm nuôi được không?!

Hai chi em Phượng và Thủy Tiên đã đi dò la tin tức từ mấy ngày trước. Những người ở gần khu đó chẳng biết gì cả. Họ thỉnh thoảng thấy vào lúc giữa đêm khuya có nhiều xe molotova của Liên xô, Trung Quốc như là loại xem GMC vào trong trại. Đến hai ba giờ sáng chạy ra, những tấm bố xanh rêu được bỏ xuống phủ kín mít. Họ không biết bên trong chở những gì và chạy đi đâu?

Vào những ngày đó, có một số đông vợ của người đi học tập, các chị em tập trung ở sau chợ Bến Thành, đường Lê Thánh Tôn, họ đi đến tòa Đô Chính Sài Gòn, nhưng bị chúng giải tán bằng lựu đạn cay và vòi rồng xịt nước.

Cán bộ, du kích hay những người lãnh đạo mặt trận giải phóng miền Nam sợ đảng Cộng Sản miền Bắc hay muốn làm vừa lòng chúng? Bằng cách nói theo những gì chúng nói, gọi

Sài Gòn là thành phố Hồ Chí Minh, và còn gọi Bác là vị cha già dân tộc.

Trong sử Việt Nam, chưa bao giờ có ghi vị vua nào bảo bầy tôi và thần dân gọi mình là Cha Già dân tộc?!

Hơn cả tháng sau, chiếc tàu đầu tiên từ miền Bắc đưa những người miền Nam tập kết ra Bắc năm 54, nay trở về Nam. Cập bến cảng Bạch Đằng sông Sài Gòn chở cả ngàn người về thăm gia đình và nhận những công tác mới do Đảng phân công.

Đứng trên boong tàu nhìn thành phố Sài Gòn, họ không hiểu, không biết có phải đây là Sài Gòn? Hay người thuyền trưởng đã đi vào thành phố nào ở Trung Quốc hay nước xã hội chủ nghĩa anh em nào?!

Hàng ngàn bà con thân nhân ra đón người đi tập kết trở về. Người từng người vai mang, tay xách, đầu đội những thùng quà mà họ được nhà nước miền Bắc ưu đãi, cho mua bánh kẹo, thuốc lá, trà, cà phê, đường sữa, chén dĩa thuộc loại thượng hảo hạng của nhà nước xã hội chủ nghĩa VN.

Thân nhân ít có người nhận được nhau, vì thế họ được đưa về nơi cư ngụ trong cơ quan, đó là những khách sạn, cao ốc của quân đội Mỹ. Đầy đủ tiện nghi, từ đó thân nhân đến tìm tên họ rồi mới nhận ra nhau.

Giọt nước mắt nào cho ông bà, cha mẹ, anh em, vợ con được gặp lại sau gần 20 năm cách biệt 1954 - 1975?!

Gặp nhau trong vui mừng, ngỡ ngàng, chua xót, trách móc, hờn dỗi, ăn năn?! Người đi tập kết, nay trở về sum họp, thì nay lại có hơn cả chục ngàn người đi học tập cải tạo ở tận nơi nào mà thân nhân không biết?!

Họ là cha, chú bác, cô dượng của những người học tập! Xa cách quá lâu, ngày đi tập kết con cháu hãy còn quá nhỏ hoặc chúng chưa chào đời, nay trở về thì chúng đã trưởng thành, có gia đình. Họ tìm kiếm, nhận diện được nhau, mừng mừng, tủi tủi rồi đưa nhau về nhà.

Thành phố Sài Gòn quá rộng phố xá đông đúc, xe cộ ngược xuôi, từ những căn nhà mái tôn, mái ngói cho đến những căn nhà cao 2, 3 hoặc cao ốc 5, 7 tầng lầu.

Nghèo nhất cũng có được một chiếc xe đạp, xe gắn máy Mobilete cho đến chiếc xe Honda dame, Honda đàn ông màu đen, đỏ.

Nào xe hơi nhà, xe hàng chở rau cải, cá tôm, xe đò đưa khách, xích lô đạp, xích lô máy, xe ba gác. Còn ở dưới sông, từ chiếc xuồng tam bản cho đến ghe lớn, ghe bầu như cái nhà nổi trên các sông ngòi miền Nam. Ghe đánh cá nhỏ, lớn đang neo ở bến hay ra khơi, khi trở về đầy ắp những cá tôm, cua, mực.

Đồng ruộng lúa vàng rực nặng oằn đầy những hạt, cò bay thẳng cánh, vườn cây ăn trái, nào chuối, bưởi, ổi, mận, cam, quýt, nhản, mãng cầu v.v...

Ngày người tập kết trở về thăm thân nhân, họ chỉ biết ngơ ngác trước một miền Nam phồn vinh. Họ đứng lặng người trên nền nhà mà ngày họ đi chỉ là một miếng đất với căn nhà lá. Nay đã là một ngôi nhà khang trang, mái ngói, chung quanh là vườn cây ăn trái, ao cá, gà vịt gọi đàn.

Bước vào trong nhà, nào bàn ghế gọn gàng, xe đạp, Honda, TV, tủ lạnh, quạt máy. Một căn nhà cho một người dân bình thường thì ai ai cũng đều có cả. Một bữa ăn, nào gà, vịt, thịt heo quay, thịt kho, tôm xào bông cải, đậu. Chừng bao nhiêu ấy, đã làm cho người tập kết mới về không dám ăn thật tình, cứ mãi ái ngại. Có lẽ đó là lần đầu tiên trong đời đi làm cách mạng mấy chục năm ở miền Bắc, họ mới được ăn, rồi hỏi nhỏ người thân trong gia đình:

- Bao lâu mới được ăn như thế này?!

Một câu hỏi khiến cho người thân phải kiềm chế lắm mới không bật thành tiếng cười! Họ biết đó là câu hỏi thật lòng, ngoài Bắc, họa may khi gà vịt chết gió, mới được ăn, phải ăn ở trong buồng ngủ, then cày cửa khóa.

Những món quà được nhà nước ưu đãi bán cho để đem về miền Nam biếu cho thân nhân. Nó quá vô phước được cất giấu mãi mãi trong những cái thùng giấy carton hoặc trong những cái bao bố để trong phòng ngủ ở cơ quan làm việc.

Đêm về, cứ trằn trọc mãi không ngủ được, nếu như có một người nào đó, nói đời sống người dân miền Nam, như chính mắt mình thấy, tai mình nghe. Có lẽ mình chẳng bao giờ tin được đó là thật. Cuộc sống hằng ngày của người dân miền Nam, khiến cho các đảng viên phải suy nghĩ lại. Mình về giải phóng cho ai đây?!

Hôm qua, đảng bộ chỉ định một trong hàng trăm số người tập kết vừa trở về để làm Giám Đốc, Tổng Cục Trưởng Phân Phối Thực Phẩm Miền Nam. Khi đi nhậm chức, đã có chiếc xe con hiệu Toyota Crown màu trắng xám đưa anh ta đến nơi. Nơi này anh được nhân viên của chế độ trước tiếp đãi ân cần và dạy cách điều hành.

Đầu óc anh ta không thể nghĩ nó quá vĩ đại như thế, không được dùng chữ vĩ đại, chữ ấy chỉ dùng cho bác Hồ thôi. Mình phải nói nó quá to hơn 4 hoặc 5 lần cái dinh thự của Thủ Tướng Phạm Văn Đồng.

Còn mỗi lần muốn nói chuyện với ai, thì quay số trên cái máy nghe là có thể nói chuyện với người mình muốn; chứ không cần phải quay cái cán que trên cái hộp, xin nói chuyện với người mình muốn.

Khi đến giờ ăn trưa, thì có tài xế riêng đưa về nhà riêng để ăn. Vào đến bên trong, nào bàn ghế ở phòng khách tiếp tân, 3, 4 cái phòng ngủ có đủ máy làm mát lạnh. Còn có cái quạt máy, chong chóng quay vù vù, cái tủ để đồ ăn lạnh, cái máy hát nhạc không cần có đĩa nhựa đen, khi cho nó hát như là có ban nhạc Tây đang đàn ca ở trong nhà.

Trong phòng ăn, có cái bàn dài ngồi hơn 10 người, có ghế bọc nệm cao su êm ru, chén đĩa, tô đũa như ốc xa cừ. Tất cả là nhà nước cho mình xài, có người nấu ăn, tài xế đưa đón, làm việc.

Bác Hồ ơi! Con kính yêu Bác! Quá xá cỡ! Đánh xong giặc Mỹ, ta có gấp trăm ngàn lần hơn! Sao Bác không sống để hưởng thành quả này! Mùa Xuân đại thắng, lần này là thật, chứ không như năm Mậu Thân đâu Bác ơi!

Bác vĩ đại quá! Lời Bác nói giống như trong kinh!?

2

Sài Gòn, tháng 9 1975

Đến nay đã gần 3 tháng rồi?!

Bây giờ anh đang ở đâu? Anh đang làm gì? Tháng nào anh mới được về?! Năm nào anh mới được về?!

Đó là câu hỏi chung của những người vợ có chồng đi trình diện học tập cải tạo. Không phải là họ không đoán biết trước những gì sẽ xảy cho chồng mình. Ngay lời kêu gọi đi trình diện, họ đã hoài nghi, hỏi chồng mình:

- Có phải anh chỉ đi học một tháng không?

Thương vợ, mấy khi các ông chịu nói thật cho vợ mình biết. Được vui vẻ ở bên nhau ngày nào thì hay ngày nấy. Có bao giờ chúng dễ dàng để cho những người lính VNCH học tập chỉ một tháng như thế đâu?!

Mỗi khi đã chọn con đường ở lại, thì phải chuẩn bị để đối diện với những kẻ may mắn hơn mình. May mắn là vì chúng được sự hỗ trợ hai đàn anh vĩ đại như Liên Xô và Trung Quốc. Còn miền Nam bị Kissinger ép ký vào hiệp định Paris để hắn giành lấy số tiền viện trợ cho quê hương hắn. Hơn thế nữa chuyện Watter Gate đã làm cho Nixon chẳng còn tâm trí đâu mà lo cho Việt Nam.

Tưởng rằng chuyện thả thủy lôi ở vịnh Bắc Việt đã làm cho miền Bắc bị đứt đường tiếp viện, nhưng còn con đường biên giới Liên Xô, Trung, Việt Nam khi Hoa Kỳ ngưng oanh tạc ở miền Bắc. Nixon từ chức, Ford thay thế vì thế Kissinger càng lộng quyền hơn, hạ viện và thương viện ở Hoa Kỳ chẳng biết chuyện gì hết.

Đến những ngày cuối cùng của miền Nam, bộ đội Bắc Việt tràn qua Đông Hà, Huế, Đà Nẵng, đông như kiến, chúng vi phạm hiệp định. Có nghĩa là Hoa Kỳ phải dùng đến B52 để chứng tỏ cho chúng biết. Những gì Nixon và Ford đã cam kết với Tổng Thống Thiệu đều bị Kissinger giấu hết không tường trình cho quốc hội Hoa Kỳ biết.

Đã nhiều lần báo chí chế nhạo Mỹ là con cọp giấy, tù binh Mỹ cũng đã được về nước. Nhưng có nhiều giả thuyết cho rằng Bắc Việt vẫn còn giam giữ một số tù binh ở một nơi nào đó như ở Liên Xô và Trung Quốc.

Điều này Hoa Kỳ biết rõ hơn ai hết, nhưng sao Mỹ lại làm ngơ, phải chăng chiếc ghế Tổng Thống đã làm cho họ không nghĩ đến nhiều về cả ngàn binh sĩ của họ đã bị mất tích trong cuộc chiến Việt Nam.

Nếu như chuyện đó xảy ra trên đất Do Thái thì Kissinger sẽ không bao giờ làm ngơ như thế.

Đàn anh chúng là những tay trùm đàn áp dân, giết người không gớm tay; khi đồng bào chúng hoặc các đảng viên chống đối, biểu tình, đòi hỏi chính phủ?

Nhất là Tàu Cộng, Phạm Văn Đồng thủ tướng cộng sản Việt Nam đã ký tên nhường đảo Hoàng Sa 1974, vì vậy chúng chẳng có một phản ứng gì hết? Thử hỏi ai là dân Việt, nghĩ chúng như loại thế nào?

*

Ngày đi trình diện, lời dặn dò đêm cuối cùng của chồng nói với vợ:

- Nếu lỡ như...

Bàn tay nhỏ bé của nàng để lên miệng chồng:

- Anh đừng nói gì hết, em biết em sẽ phải làm gì, em sẽ đợi ngày anh về và nuôi dưỡng con cái như bao lâu nay em đã từng làm.

Ngày xưa các cô dám lấy chồng lính đánh trận là các cô đã sẵn sàn chấp nhận làm người góa phụ nuôi con.

Ba năm qua em chợt thành thiếu phụ, ngồi ru con...

Người góa phụ đó chỉ có được 3 năm, còn em đã làm vợ anh hơn thời gian người góa phụ trong bài hát đó mà!

Từ khi chồng đi cải tạo, người vợ ở nhà phải đương đầu với những cái khó khăn trước mắt. Trong khi đó nhà nước đang tìm cách thực thi theo đường lối ở miền Bắc.

Mọi ngôn từ đều được thay đổi, cơ quan truyền thông, bây giờ cách mạng gọi là Báo Đài, là báo chí và các đài truyền thanh và truyền hình. Họ có thông báo và đăng tin kỳ thi tốt nghiệp phổ thông. Thi sớm hơn mọi năm.

Tất cả thầy cô giáo được gọi là giáo viên cấp 1, 2 và 3. Môn sinh ngữ Nga văn và Trung văn được xem là chính.

Hằng ngày đều có những tin tức được truyền miệng kể cho nhau nghe. Có tin đồn là sẽ có đổi tiền, những ai có tiền cũ nên đi đổi lấy tiền của Hà Nội, tiền cũ sẽ bị hủy bỏ. Ở những chợ trời như Huỳnh Thúc Kháng, và những nơi khác có đổi tiền Hà Nội.

Đường phố Sài Gòn và các cửa hiệu hầu như họ đóng cửa, chỉ còn những hiệu tiệm tạp hóa chỉ hé cửa buôn bán cho những người quen. Lính bộ đội Bắc Việt càng ngày càng nhiều, họ biết chạy xe gắn máy, Honda.

Các cán bộ tập kết trở về khá nhiều và đã được tiếp quản những công ty lớn, như những nhà máy dệt, khu kỹ nghệ xi măng Hà Tiên, nhà máy đường Hiệp Hòa, các công ty thực phẩm như mì gói v.v..

Nói nôm na là dân chúng đang đồn tin: Cách Mạng đang tịch thu tài sản của các công ty lớn nhỏ ở miền Nam. Ngày nào báo đài cũng có tin chủ tịch Nguyễn Hữu Thọ, Huỳnh Tấn Phát, Nguyễn Thị Bình, bà Định cùng mặt trận đi thăm các nơi đã được tiếp thu.

Các nhà hàng đều đổi thành công ty ăn uống, người dân vào ăn phải đứng sắp hàng đợi mua phiếu, trả tiền trước, lấy phiếu đưa cho khâu nấu ăn, mình phải đợi họ gọi đến mình, tự bưng thức ăn hoặc nước uống đến bàn ăn.

Văn minh theo kiểu Hà Nội, học từ Liên Xô, áp dụng cho thành phố Hồ. Hình thức này được triển khai cho toàn miền Nam, nơi nào cũng thế. Người dân miền Nam cảm thấy buồn cười, rồi họ cũng thử một lần cho biết.

Mọi con đường vào thành phố đều bị kiểm soát bởi cách mạng 30, có nghĩa là những đứa con của các du kích Cộng Sản. Mặc đồ thường, nhưng mang súng AK, đầu đội nón tai bèo, chân đi dép râu, có chiếc khăn rằn quấn ở cổ. Chúng chặn xe để kiểm soát, dân chúng đi đâu cũng phải có giấy phép địa phương chứng nhận.

Vô phước cho những ai ăn mặc theo mốt, trang điểm son phấn, đều bị chúng kêu xuống xe, bắt cắt móng tay dài, đưa dao bắt cạo lớp sơn móng tay. Cậu nào tóc dài thì chúng dùng kéo hoặc tông đơ hớt tóc tại chỗ.

Trước đó đã có tin đồn này, nhưng hôm nay đã xảy ra nhiều nơi làm cho lòng người dân hoang mang, lo sợ những gì mà họ nghe được, nay sẽ đến với họ.

Bộ giáo dục đã có lệnh không cho các cô giáo mặc áo dài đi dạy học. Các nữ sinh trung học không được mặc áo dài trắng đi học. Các trường như Gia Long đổi tên là Nguyễn Thị Minh Khai, Petrus Ký đổi lại là Lê Hồng Phong còn như Trưng Vương, Chu Văn An, đều có nam nữ sinh học chung, tóm lại trường nào cũng thế.

Học sinh muốn mặc quần áo nào cũng được, không cần phải mặc đồng phục. Học trò phải thuộc 5 điều bác Hồ dạy, phải học hát những bài hát tôn vinh Bác, như là:

Đêm qua em mơ gặp bác Hồ, Bác cùng chúng cháu hành quân, rồi nào lời hỏi thăm các cháu vui Tết Trung Thu . v. v...

Nền giáo dục của xã hội chủ nghĩa là thế, học sinh ở tiểu học, làm toán cộng trừ:

Anh bộ đội có 20 viên đạn, bắn giặc Mỹ mỗi tên giặc 1 viên. Bắn chết 6 tên, hỏi còn lại mấy viên đạn?!

Các học sinh tiểu học là phải thực hiện Kế Hoạch Nhỏ, mỗi em phải đóng góp cho các cô giáo chủ nhiệm một số vở cũ, giấy cũ, bao nylon rách. Kế hoạch này là, sẽ làm con tàu hỏa thống nhất chạy từ Hà Nội vào Sài Gòn?! Và từ thành Hồ chở các cháu ra thăm lăng Bác.

Còn các học sinh trung học, phải đi làm lao động vào các ngày nghỉ cùng với thầy cô giáo, có nghĩa là đi đắp đê, đào kinh, móc các ống cống. Cũng như người dân từ 18 tuổi trở lên đến 45, phải có nghĩa vụ 30 ngày công lao động cho chủ nghĩa xã hội?!

Công cuộc đổi mới, bắt đầu được thực hiện ở các cửa hàng hợp tác xã: bán gạo, muối, đường sữa, kem đánh răng, vải quần áo và các vật dụng khác. Mỗi người dân chỉ được mua theo quy định số lượng cho mỗi đầu người, mỗi 3 tháng một lần?!

Tội nhất là mấy bà Má, mấy bà Mẹ cách mạng đến cửa hàng để mua vài thước vải, vài ống kem súc miệng. Nhân viên bán hàng hỏi tem phiếu, má không hiểu là cái chi, má yêu cầu gặp mặt cái thằng Bảy Lùn, nhân viên không hiểu, má nói:

- Cái thằng Thủ Trưởng của bây!

Nhân viên bảo là, muốn gặp đồng chí ấy phải có sự đồng ý của ông, để tôi vào hỏi ý. Bà đứng ở đây đợi, tôi vào trong hỏi ý.

Má cách mạng quơ tay, nói lớn:

- Không cần vào hỏi nó. Tao vào gặp nó!

Hai ba nhân viên cản lại không cho vào, Má cách mạng biết mình không thể nào vào trong được. Má cách mạng chửi:

- Tụi bây là thứ ăn cháo đá bát! Chúng bây còn thua con chó, chó tao nuôi, tao không dám cho nó ăn no, tao cũng không dám ăn no. Tao để dành gạo nuôi tụi bây, tụi bây nói, chừng nữa cách mạng thành công, tụi con đền ơn cho má. Con chó ăn không đủ no, nó đi ăn cứt, nó còn biết tao là chủ nó; hằng đêm nó còn biết giữ nhà để cho chúng bây hội họp. Có lần quân bây về xin tao cho một tiểu đội ăn cơm. Tao không đủ gạo, tụi bây xin làm thịt con chó để ăn, tao cũng bằng lòng. Bây giờ cách mạng thành công, tao đến mua một vài cây kem súc miệng. Tụi bây hạch hỏi cái này, cái kia, tụi bây còn thua xa con chó.

Dân chúng đi đường đứng lại nghe mỗi lúc một đông. Một má cách mạng khác chửi thêm:

- Tao đã từng nuôi dưỡng chúng bây, mang cơm gạo, thuốc men vào tận mật khu cho chúng bây. Bây giờ tao đến mua, chúng bây đòi hỏi phải có giấy phiếu, phải đứng đợi cả ngày. Ngày trước tao đâu có quản ngại mưa bão, tao đem bánh, cơm gạo cho chúng bây ăn, khi chúng bây bị Mỹ Ngụy bao vây?! Tao đi, tao không đợi chờ như lũ bây bảo tao đợi chúng bây như bây giờ?! Nếu như tao đợi chờ thì chúng bây đã chết từ lâu rồi! Không có ngày cách mạng thành công như bây giờ đâu?!

Bởi vậy ông Thiệu nói: Đừng nghe những gì bây nói, mà nhìn kỹ những gì bây làm! Thật đúng như vậy đó!

Trời sẽ tru, đất sẽ diệt những thứ phản bội như chúng bây?!

Một lúc sau có bộ đội đến bắt đi. Miền Nam này đã có rất nhiều Má, nhiều nơi cũng đã từng chửi cách mạng như thế?

Bây giờ cả nước đang thi công, sản xuất gấp đôi để chào mừng những ngày kỷ niệm của Đảng, trong đó có cả ngành sản xuất lúa gạo, người nông dân phải vào hợp tác xã mới có đất để canh tác, tính theo đầu người, có làm mới có ăn.

Ngày về của những sĩ quan VNCH dường như bị bỏ quên trong quên lãng. Những người cha mẹ, vợ con trông đợi từng ngày, mong rằng họ sẽ về?!

Ngày về của những người đi tập kết là ngày phân ly của những gia đình có hai lý tưởng khác nhau. Cha, chú, bác trở về, con cháu ra đi học tập cải tạo. Những gia đình có thân nhân đi tập kết trở về, giữ những chức vụ quan trọng còn ngoảnh mặt làm ngơ, như không có tình thân tộc:

- *Để cho chúng đi học tập, để cho Đảng tẩy não, biến tư tưởng chúng trở thành người dân của XHCN...*

Thân nhân nghe họ nói như thế, ai cũng bủn rủn cả chân tay. Ý thức liên hệ với gia đình đã chết trong tim họ, nay chỉ còn là Đảng, có như thế họ mới chứng tỏ rằng Trung với Đảng. Đó là con đường duy nhất để tiến thân, họ không như người mình, lấy tình yêu thương gia đình làm nền tảng, họ còn ngoảnh mặt làm ngơ, như không có tình thân tộc.

Những gia đình có người đi học tập tìm đến nhau để chia sẻ những tin tức mà mình vừa nghe được. Nghe nói, mấy ổng đã đưa các ảnh đi làm lao động ở miền Trung, nhưng ở tỉnh nào, có ai mà biết được? Họ rù rì, chửi bới cho đỡ tức!

Từ ngày Tuấn và Hòa đi trình diện cho đến nay, Thủy Tiên và Phượng cũng chạy khắp mọi nơi như những người có thân nhân đi học tập. Nơi nào cũng hỏi thăm, mong tìm được nơi chồng mình ở, để bớt lo lắng.

Có người bảo, họ bị đưa đi vào các chiến khu của chúng để sửa chữa những hầm đã bị máy bay oanh tạc hư hại. Phòng khi quân đội Mỹ đổ bộ trở lại, hiệp cùng với quân đội VNCH ra đi hồi 30 tháng 4, để đánh chúng!!!

Lại còn có tin, quân đội Hoa Kỳ và quân lính mình đang ở Thái Lan sẽ đổ quân xuống miền Tây bằng trực thăng, hợp cùng những người lính cũ đã vào ẩn trong núi Thất Sơn, cầu không vận từ Thái Lan đến Cần Thơ!!!

Không biết những tin tức đó từ đâu đến, lòng người vợ đợi chồng trở về cũng nghe ấm áp đôi chút hy vọng!

Ngày qua ngày, Thủy Tiên biết mình mang thai, tự dưng nước mắt rưng rưng, là niềm hạnh phúc hay âu lo?! Hạnh phúc là trong bản thân nàng đang mang một hài nhi vừa tượng hình, những cơn buồn nôn, thân người rã rượi. Chồng đi học tập không biết ở nơi nào, các con không còn lẫn quẫn bên giường mẹ nữa.

Cũng may còn người chị dâu và các cháu nhỏ, chúng vừa trìu mến vừa lo sợ, đứng nhìn nàng mỗi khi cái thai hành hạ. Đứa đưa cái tô nhỏ cho nàng ói, đứa lấy khăn cho nàng lau mặt, đứa đắp khăn lạnh lên trán cho nàng đỡ bớt cơn đau. Chúng thay phiên nhau bóp tay chân cho nàng, đứa đút cháo, sữa cho nàng đỡ dạ, trong những lúc Phượng vắng mặt.

Hôm qua nhà trường cho cô cán bộ đến thăm và úy lạo vài kg gạo vài hộp sữa đậu nành như loại sữa bò đặc hiệu Sao Vàng. Cô ta không tiếc lời khen, những người miền Nam nhà nào cũng khá giả.

Chiến tranh đã giết bố và người anh tử trận trong Tết Mậu Thân, mẹ làm trong cửa hàng bách hóa ở Hà Nội. Cô là người con duy nhất may mắn được cho vào Nam công tác giáo dục. Cô tâm sự, chính mắt cô được thấy, tai được nghe cuộc sống ở đây, cô cứ ngỡ là mình đang ở trong một thiên đàng.

Có lẽ đến hôm nay, người dân miền Bắc biết được cuộc sống trong Nam, từ người buôn bán dạo cho đến người dân có mức sống trung bình, được tự do không lệ thuộc vào nhà nước.

Khi từ giã ra về, Thủy Tiên lấy một số quần áo cũ, đã lâu rồi nàng không mặc, gói lại cẩn thận trao cho người bạn mới quen, mà trong lời nói đã chất chứa những cay đắng sống trong một hoàn cảnh bất khả kháng. Cô từ chối, Thủy Tiên nói mãi cô mới nhận vì đôi bạn vừa mới quen đã tìm ở nhau một cái ấm áp tình người!

Khách về, nàng nằm miên man suy nghĩ về những lời người bạn kể chuyện ở Bắc mà lòng buồn rười rượi. Hồ tạo chi ra chiến tranh để cho bao gia đình người dân tan nát, bây giờ ai cũng biết đảng đã lừa dối nhân dân miền Bắc. Nhưng nhờ cái giàu của miền Nam mà dân chúng miền Bắc mong rằng cuộc sống họ đỡ bớt cái cơ cực mà họ đã chịu suốt trong những năm còn chiến tranh.

Bộ đội đã chết hơn phân nửa số quân đưa vào Nam, thương phế binh chẳng có bao nhiêu, vì họ bị bỏ lại chiến trường cho đến chết, rồi bị mục rữa chỉ còn lại bộ xương hoang.

Tiếng bước chân nhè nhẹ của chị dâu vào phòng, Thủy Tiên đang nhắm mắt nghỉ ngơi. Phượng đến gần kéo mền đắp kín hai tay cho cô em, nàng mở mắt nhìn chị.

Phượng hỏi:

- Chị làm em thức giấc à?

Thủy Tiên đáp:
- Không, em ngủ không được.
Nàng nhìn chị dâu rồi mỉm cười, Phượng hỏi:

- Hôm nay có gì vui lắm sao mà cười vậy?

Nàng lắc đầu nhỏ nhẹ đáp:

- Không, không có chuyện gì vui hết. Em đang nghĩ ngoài các anh của em, em còn có các chị dâu nữa, nhất là chị thương em nhiều nhất!

Phượng ngồi xuống cạnh giường, gần bên cô em chồng nói:

- Định nhờ chị chuyện gì, nói đi!

Thủy Tiên buồn buồn đáp:

- Không! Em nghĩ, phải chi ngày đó chúng mình đi cho rồi, thì ngày nay đâu có chuyện chạy đi tìm chồng khắp mọi nơi?

Phượng cười như để tự trách mình:

- Liệu chị em mình còn có nghị lực sống nổi hay không?! Một tháng sống trong hạnh phúc, sau ngày 30 tháng 4, không lẽ đó là những ngày vui cuối cùng?!

Thủy Tiên vừa cười vừa rờ bụng mình rồi nói mỉa mai:

- Nhờ ơn cách mạng! Bác và Đảng đã cho em có thêm một niềm vui!

Hai chị em cùng cười, ngoài kia đàn ong vỡ tổ bay về, đứa đập cửa, đứa thúc giục anh mình mở cửa cho mau. Tiếng chạy bành bạch từ ngoài vào nhà, tiếng gọi mẹ ơi, tiếng gọi cô Út ơi. Tiếng hỏi:

- Mẹ ơi! Có gì cho con ăn với, con đói bụng quá!

Vẫn những tiếng nói của các con hỏi mẹ như ngày nào. Với hơn 10 năm dành dụm tiền bạc của hai chị em, mới mấy tháng nay, mỗi ngày vơi đi từ từ. Từng chiếc nhẫn, từng sợi dây chuyền lần lượt rủ đi vào tiệm vàng di động ngoài khu chợ trời.

Buôn bán, trao đổi nhau một cách vội vã trong sự tín nhiệm lẫn nhau của những người cùng hoàn cảnh. Cái gì bán cũng được hết, từ những vật có giá trị cho đến nồi niêu, soong chảo, quần áo cũ, thỏi son, hộp phấn dùng dở dang còn bán được mà.

Lính bộ đội, có nhỡ như sinh Bắc tử Nam, gia đình được Đảng tặng cho cái bằng anh hùng liệt sĩ. Hôm nay giải phóng xong rồi, người bộ đội còn sống, họ được phép đội về cho gia đình những quà miền Nam. Xe đạp, cái đài 3 tầng - radio 3 band - cái đồng không người lái, 2 cửa sổ, mắt kiếng mát, vài tấm ảnh chụp ở chợ Bến Thành, tòa Đô Chánh, rạp Rex, Eden, nhà hàng khách sạn Majestic, Continental, phố xá Lê Lợi, Nguyễn Huệ, Đồng Khánh v.v...

Tất cả là bằng chứng miền Nam nghèo khổ, lính bộ đội đang lạc lõng trong thiên đàng mà có lẽ trong đời người lính bộ đội khi trở về Bắc thì khó có thể sẽ được trở lại miền Nam này nữa. Thân nhân họ nghĩ gì, hơn 20 triệu dân ngoài ấy nghĩ gì lời Hồ chủ tịch, lời của Đảng, miền Nam nghèo lắm, cần phải giải phóng?!

*

Hôm nay bữa cơm ngon được dọn lên bàn và cũng để mừng cho Thủy Tiên bớt bị thai nhi hành, dù rằng vẫn chưa được bình phục cho lắm. Dĩa thịt kho tàu, với năm ba miếng thịt ba rọi hôm qua được nhà trường bán với giá chính thức, 3 cái hột vịt và 5 miếng đậu hủ chiên, kho với nước mắm.

Phượng bây giờ là chủ gia đình, thiếu đủ gì là do nàng quản xuyến, cũng đã gần 2 tuần, hôm nay được ăn ngon. Một dĩa rau muống luộc xào với chút ít mỡ, cho thêm vài tép tỏi vàng thơm phức. Còn nước luộc rau, cho thêm tí chanh vào để làm canh. Nàng cắt trứng vịt ra làm bốn, màu vàng sậm của trứng vịt, kho chung với thịt, vị ngọt, mặn pha lẫn nhau với ớt đỏ, tỏi, nước dừa. Thế mà ai cũng nhường nhau, lâu lâu ăn một bữa cho ngon miệng.

Cả nhà, bây giờ chỉ còn có hai người lớn, ba đứa nhỏ, chúng vui vẻ cười vui khi có bữa cơm ngon. Ngày thường chỉ có khô cá hố loại nhỏ nướng với nước mắm, dưa leo hoặc tương hột xào ít tỏi và mỡ, cà chua, cà nâu nướng, xào mỡ.

Bắp tây luộc chấm chao, khá thêm chút nữa, cá nục kho, cá bạc má chiên. Cá lù đù bằng hai ngón tay chiên sả ớt giòn rụm, nào cá linh kho sả ớt. Cá mề gà kho tương hay bằm nhuyễn cho vào chút ít đường, tiêu, củ hành, gói lại bằng lá mướp, rồi đem um với nước cốt dừa khô.

Bây giờ, không những thầy cô giáo, các nhân viên văn phòng, cán bộ không có tiền lương, được trả công bằng gạo và vài thứ nhu yếu phẩm như đường, 2 tuần được vài trăm gram thịt. Còn ăn cơm là có phước rồi, chớ đừng nên mơ ước viễn vong?!

Bỗng dưng Thủy Tiên nhìn vào chén cơm có cái trứng vịt kho cắt đôi, dành cho mình mà nước mắt nàng như chực chờ chảy ra khóe. Phượng nhìn cô em chồng rồi giục:

- Ăn đi, cứ khóc mãi, không tốt cho thai nhi nha!

Tường Vi, đứa cháu gái 6 tuổi lấy đũa gắp rau muống, chấm nước thịt rồi để lên chén, bảo:

- Cô Út ăn đi, để em bé đói!

Thủy Tiên liếc nhìn cháu, mỉm cười nói:

- Cô Út không có khóc, nước mắt hạnh phúc mà, ai cũng thương cô hết! Hôm nay gia đình mình phải ăn hết dĩa thịt này!

Tiếng cười vui trong căn nhà này đã trở lại hồi sinh, sau hơn mấy tháng từ ngày hai người đàn ông đi học tập. Tiếp theo là những ngày Thủy Tiên bị cấn thai, nằm vùi trên giường, không ra khỏi phòng vì vậy mới có những bữa cơm buồn tênh.

Thực vậy, bữa cơm hôm nay chỉ còn có dư vài muỗng nước thịt kho. Đứa con trai lớn của Phượng đem những chén dĩa sang bên nơi rửa chén. Đứa em trai kế, Minh cũng phụ với anh lấy khăn ướt lau sạch bàn ăn và rót nước rễ tranh mía lau cho mẹ và cô. Bé móc trong túi áo mình ra bốn năm viên kẹo dừa, cho em mình và mời mẹ cùng cô ăn.

Những hình ảnh mấy đứa cháu làm nàng nhớ đến gia đình mình lúc mấy anh em còn bé, một tuổi thơ khó mà quên được.

Nàng kể lại cho chị dâu nghe về chuyện anh Hòa, người anh trưởng trong gia đình, mỗi lần ông bà nội từ Sài Gòn mang rất nhiều quà bánh ra Huế thăm bố mẹ và các anh em mình.

Anh Hòa lớn nhất, được ông bà nội cho nhiều tiền nhất, khi mẹ đi làm chưa về kịp nấu cơm. Anh thường hay gọi mấy o quảy gánh bán chè đậu đỏ, chè đậu xanh bột bán khổ tai, chè bắp, đãi cho các em ăn, đứa nào muốn ăn bao nhiêu cũng được.

Có lần ăn xong không có đủ tiền để trả, o bán chè cho thiếu vì là mối quen. Mấy anh em đùm bọc nhau cho đến khi nàng lớn học lớp 9, anh Bình xin người bạn đem về cho Thủy Tiên con chó bẹc-rê, loại chó lớn ai thấy cũng sợ.

Anh còn mua tấm bảng nhỏ có hình con chó treo ở cổng, anh ấy thường bảo em, khi đi ra khỏi nhà nên dắt con chó theo. Tụi bắt cóc con gái thấy con chó lớn, nó sợ không dám lại gần. Sau này nàng mới biết là anh ấy sợ tụi con trai chọc ghẹo em.

Phượng nghe kể chuyện về con chó, nàng cười ngắt nghẻo, rồi cũng kể những kỷ niệm ngày xưa. Khi là con gái vừa mới lớn lên, nàng cũng có người anh lớn hơn nàng 3 tuổi. Anh vào trường Võ Bị Quốc Gia Đà Lạt, cứ mỗi tuần về thăm nhà, mỗi khi có bạn bè anh ấy ghé chơi là anh ấy cấm nàng ra khỏi phòng, đợi khi bạn anh về thì mình mới được tự do.

Cuối cùng rồi nàng cũng có chồng lính, anh ấy là lính, không muốn em gái mình lấy chồng lính?!

Có lẽ bộ chiến y, mái tóc ngắn gọn, nước da sạm nắng, đôi giầy trận làm cho lòng mình xao xuyến, còn các anh nhà giáo, yểu điệu thục nữ không làm con tim mình rung động?!

Chị dâu em chồng nhìn nhau, rồi nhìn đám con đang vô tư cười đùa với nhau, đấy là hạnh phúc gia đình. Ngồi đây trông đợi chồng đi học tập chỉ có mỗi một tháng, nhưng mà tính đến nay đã gần 4 tháng?!

Thủy Tiên nhìn Hoàng, đứa cháu lớn của mình phụ giúp mẹ rửa chén dĩa, nàng bảo:

- Để đấy Út làm cho.

Nhưng bé vừa úp mấy chén dĩa vào cái rổ cho ráo nước vừa nói:

- Cô Út nghỉ đi, cô có em bé mà!

Nàng nhìn chị dâu, vừa cười vừa hỏi:

- Ai nói với Hoàng là Út có em bé?!

Bé Hoàng tỉnh bơ đáp:

- Con nghe mẹ nói với cô, em nằm nghỉ đi, cũng như hồi mẹ con có em bé Tường Vi, cô Út đến nhà con, cũng chăm sóc cho mẹ cũng như bây giờ vậy!

Thủy Tiên cố tình trêu đứa cháu mình, rồi giả vờ nói:

- Cô không nhớ, hồi mô?

Bé vừa nói một cách tự tin vừa lắc đầu, nói có vẻ như không quan trọng lắm:

- Lâu lắm rồi, hồi em gái con chưa sinh ra, cô thường ngủ lại đêm canh chừng cho mẹ con và đem thức ăn cho tụi con.

Thủy Tiên không ngờ cháu mình hiểu biết và nhớ những cái mà thời gian đã làm nàng quên đi vì công việc hàng ngày. Nào đi dạy học, chăm sóc con, nấu ăn v.v...

Cũng may là nàng có mẹ và bé Mai giúp đỡ những công việc khác, đáng lẽ ra nàng cũng phải làm. Nên Thủy Tiên có nhiều thì giờ rãnh rang hơn chị dâu mình, đó là điều may cho những ai còn mẹ.

Mấy tháng nay, bên nàng chẳng còn những người thân đó, Thủy Tiên cảm thấy như bị lạc lỏng, bơ vơ, nhất là hai đứa con không còn bên nàng nữa. Thủy Tiên ao ước được nghe tiếng gọi, mạ ơi, hay nghe tiếng chúng vui đùa, cãi vã. Đôi khi nàng cũng bực mình vì đứa con trai giành giựt đồ chơi của chị mình, Ngọc Lan chạy đến méc với nàng, hay tiếng la khóc của bé Quốc Bảo đòi lấy cái gì đó.

Bây giờ chỉ còn là cô đơn, cũng may bên nàng còn có các cháu, cũng đỡ bớt phần nào cái buồn tẻ đó. Từ ngày anh chị và các cháu về ở, nàng không để ý về cách phát âm của chúng. Dường như chúng nói giọng Nam nhiều hơn, cũng dễ hiểu thôi, mẹ là người Nam, mẹ thường ở bên chúng nhiều hơn. Nàng vừa nhìn chị dâu vừa hỏi để thử xem bé đáp như thế nào:

- Này Hoàng! Răng mà Út ít nghe cháu nói giọng Huế hỉ?!

Bé không đáp liền, nhìn mẹ và cô Út, rồi thư thả đáp:

- Út ơi! Giọng gì cháu nói cũng được hết!

Thủy Tiên nhìn chị dâu, như để muốn thử cháu mình, nhưng bé nói tiếp:

- Giọng của bố cháu nhé!

Bé đổi giọng Huế, có ít nhiều âm hưởng Bắc:

- Hoàng này! Con có muốn đi ăn kem với bố không hỉ?!

Thủy Tiên vừa nghe vừa cười, thì bé đổi sang giọng Bắc của ông nội:

- Hoàng này! Minh, Tường Vi, các cháu lại đây ông bảo nào! Năm mới, ông cho các cháu tiền lì xì, nhớ đưa cho mẹ giữ nhé! Đừng có mua kẹo, ăn nhiều sẽ hư răng hết nhé! Nhất là Tường Vi đấy! Con gái răng bị sâu, thì chẳng có xinh tí nào nhé!

Hai đứa em của bé Hoàng cũng đứng cạnh ở đó, nghe anh mình nhái giọng của ông nội. Chúng che miệng cười, làm cho nàng cười khanh khách, ngạc nhiên nhìn sang chị dâu mình.

Chính Phượng cũng không ngờ con mình lại quá hoắc như thế! Nàng không nói gì hết, bảo các con lo đi học bài cho ngày mai và gọi Hoàng đến gần bên, nói vừa đủ nghe:

- Con có thể nói giọng Nam, Bắc hay Huế cũng được. Nhưng mai mốt không được nhái lại lời ông nội nói, như vậy là con vô phép nghe chưa?

Bé biết lỗi đứng lặng yên, nhìn xuống và xin lỗi mẹ. Phượng kéo con lại gần, ôm vào lòng mình rồi giả lả nói:

- Con là con lớn nhất nhà! Giúp mẹ xem các em con, ngày mai xem em học bài nào?

Bé dạ, rồi đi lên phòng khách học bài cho ngày mai. Đợi cho cháu đi, Thủy Tiên trách khéo chị dâu mình, sao quở phạt cháu. Phượng cũng biết rằng, bé không cố tình nhái giọng để làm trò cười. Nhưng có lẽ bị ảnh hưởng ít nhiều về sự dạy dỗ nghiêm khắc của bà nội nàng.

Phượng đổi sang đề tài khác, nghe nói hôm tuần rồi, có một số nhà văn từ Hà Nội vào Sàgon, đi thăm trường đại học Văn Khoa, trong đó nhà văn Tố Hữu, Lưu Trọng Lư và vài ông văn sĩ khác. Có một em nữ sinh viên, đọc bài thơ Tiếng Thu:

Em không nghe mùa thu
Dưới trăng mờ thổ thức
Em không nghe rạo rực
Hình ảnh kẻ chinh phu
Trong lòng người cô phụ
Em không nghe mùa Thu
Lá thu kêu xào xạc
Con nai vàng ngơ ngác
Đạp trên lá vàng khô

Vừa dứt lời, cả hội trường vỗ tay vang động, lâu lắm mới dứt, ông đứng lên cám ơn mà dường như có dòng nước mắt vì cảm xúc. Có lẽ cũng lâu lắm rồi, hầu như bài thơ của ông không ai nhắc đến, ngay cả những nhà thơ trẻ ở Hà Nội cũng không biết bài thơ của ông.

Thế mà bài thơ của ông, nếu là học sinh ở miền Nam, em nào cũng thuộc nằm lòng, chứ đừng nói đến các nhà thơ khác. Rồi ngẫu hứng ông hỏi các sinh viên khác.

Các sinh viên thay phiên nhau nói:

- Không những chúng em học thơ của ông, mà chúng em còn học thơ của Xuân Diệu, Hữu Loan, Hoàng Cầm, Chế Lan Viên, Quang Dũng, Hàn Mặc Tử v.v.

Một em đứng dưới cuối phòng, nói lớn:

- Chúng em còn học văn của Khái Hưng, Nhất Linh, Hoàng Đạo, Nguyễn Công Hoan, Thạch Lam hay hát nhạc của Lưu Hữu Phước, Văn Cao, Đặng Thế Phong, nhiều lắm, nhiều lắm thầy ơi!

Hai tiếng thầy ơi! Làm cho nhóm nhà văn Hà Nội họ nhìn nhau, nhìn nhà Văn Tố Hữu, sao không nghe em sinh viên nào nhắc đến tên ông?!

Thủy Tiên nghe chị dâu kể chuyện, những chuyện vui buồn ở nhà trường, ngày xưa đi dạy học. Sáng vào trường gặp các học sinh tung tăng trong sân trường với bộ áo dài trắng nữ sinh. Năm ba đôi bạn ngồi bên nhau kể chuyện vui buồn ở tuổi ô mai, rồi cũng bắt gặp một vài em nhặt vài cánh hoa phượng rơi cuối mùa ép vào trang vở.

Nhớ những ngày trời mới sáng vẫn còn mưa, mưa từ chiều hôm qua, trước giờ tan học. Đàn bướm trắng vỡ tổ tung bay, túa ra sân trường với những cái nón lá trên đầu, chiếc áo mưa đủ màu, đủ sắc bay khắp các nẻo đường để trở về nhà, về mái ấm gia đình, nơi đó có ông bà, cha me, anh em.

Rồi có những cơn mưa bất chợt, mưa không thương học trò, mưa cứ mưa hoài. Có nhiều em không đem theo áo mưa, đành dầm mình đi bộ về nhà dọc theo mái hiên khu phố cho đỡ ướt áo, hay đạp chiếc xe trên đường phố đầy nước.

Xe gắn máy hay xe hơi, chạy nhanh qua làm tung tóe nước, văng vào mình người đi. Làm ướt áo các em!

Còn bây giờ, học sinh trai gái lẫn lộn, đồng phục nam sinh cũng không, chiếc áo dài trắng tha thướt ngày nào cũng không còn nữa. Ngay cả các cô giáo dạy học cũng không còn ai mặc áo dài. Một sự thay đổi đã làm mất đi cái duyên dáng, cũng như cái oai phong của tất cả các trường, dành riêng cho nam sinh!

Không những ngày đám cưới bây giờ còn bảo không được tổ chức nhiều người, cô dâu không được mặc áo dài cưới. Lễ cưới gọi là lễ Tuyên Bố, phải có mặt người của cán bộ.

Càng đơn giản càng tốt, để tiến lên xã hội chủ nghĩa. Vì vậy trên đài truyền hình chiếu cho dân xem. Các anh chủ tịch nước, bộ trưởng mặc áo sơ mi trắng, tay ngắn, không cần phải bỏ áo vào trong quần, chân mang dép, còn bà Bình, bà Định hoặc các bà phụ nữ khác, mặc cái quần đen láng mướt,

chiếc áo bà ba, thêm cái khăn rằn trắng đen mới tinh, vắt lên vai đi ục ịch đón các phái đoàn anh em nước ngoài, đồng chí Xô Viết, Trung Quốc, Cuba v.v...
Gặp nhau ôm, hôn, siết, người dân thành Hồ thấy, người dân trong nước thấy, các anh em đảng viên cũng bắt chước như các đàn anh vĩ đại.

Hai chị em kể chuyện nhau nghe, mới nghỉ ở nhà chưa đầy một tuần. Học trò đã chạy đến hỏi thăm, tưởng rằng nàng bị nhà trường cho nghỉ dạy vì là có chồng lính. Tin này cũng gần như đúng. Nhà giáo dạy môn văn, vào thời buổi này không còn có giá trị gì nữa. Chỉ có lao động chân tay, làm ra sản phẩm như công nông, để biến sỏi đá trở thành cơm, như đảng và nhà nước đã đề xướng?!

*

Ngày tháng lặng lẽ trôi qua, đã hơn 6 tháng rồi kể từ ngày 30 tháng 4, người dân ở khắp mọi nơi đã e dè về những người cách mạng. Mỗi ngày càng rõ ràng hơn về chuyện những bà mẹ đã từng nuôi dưỡng các cán bộ, nay họ công khai đứng trước các hợp tác xã bách hóa, chửi các cán bộ bán hàng. Nhân viên đòi hỏi phải có phiếu mua hàng, mới bán cho các bà mẹ nuôi, mẹ la lớn chẳng sợ ai:

- Tao đã từng nuôi dưỡng chúng bây, mang cơm gạo, thuốc men vào tận mật khu cho chúng bây. Bây giờ đến mua, chúng bây đòi hỏi phải có giấy phiếu, phải đứng đợi cả ngày.

- Ngày trước tao đâu có quản ngại mưa bão, tao đem bánh, cơm gạo cho chúng bây ăn, khi chúng bay bị Mỹ Ngụy bao vây?!

- Tao đi, tao không đợi chờ như lũ bây bảo tao đợi chúng bây như bây giờ?! Thì chúng bây đã chết từ lâu rồi! Không có ngày cách mạng thành công như bây giờ đâu?!

- Bởi vậy ông Thiệu nói: Đừng nghe những gì bây nói, mà nhìn kỹ những gì bây làm! Thật đúng như vậy đó!

- Trời sẽ tru, đất sẽ diệt những thứ phản bội như chúng bây?!

Dường như người ta đã chứng kiến cái cảnh trên rất nhiều. Những gia đình nào có ông bà, cha mẹ, anh em làm việc cho cách mạng, họ muốn mua cái gì cũng có hết.

Thực là một cuộc đổi đời, từ cán bộ cao cấp cho đến chủ tịch xã, huyện, có người chưa học hết tiểu học hoặc khá lắm là hết cấp 2. Xin một tờ đơn đi đến nơi khác để thăm thân nhân trong vài ngày, phải đi đến hai ba nơi chứng nhận.

Các cán bộ người Bắc được đưa vào Nam để thay thế họ và đưa những người ấy đi học bồi dưỡng, để rồi bị đào thải. Một cán bộ đi tập kết mới về, được nhận ngay chức vụ Tổng Cục Trưởng Thực Phẩm Miền Nam.

Một năm sau được đổi đi nhận nhiệm sở khác, chỉ còn là Giám Đốc Công Ty Đường Hiệp Hòa. Tình trạng này mỗi ngày được khá phổ biến khắp mọi nơi. Các viên chức của chế độ cũ cũng được thay thế dần, cho nghỉ việc khi đã dạy cho chúng biết cách điều hành trong một lãnh vực nào đó.

Ngay cả trong ngành y tế, từ ngày có những bác sĩ và y tá vào Nam, chúng cũng tìm đủ mọi cách vừa tỏ ra người thắng trận, vừa làm nhục các bác sĩ và nhân viên y tá của các bệnh viện ở miền Nam.

Chúng nắm quyền điều hành, còn bắt buộc các bác sĩ và các nhân viên đi làm vệ sinh ở nơi mình làm như lau cửa kính, cửa sổ, móc mương vào ngày Chúa Nhật. Những người y tá đó xuất thân từ người làm vệ sinh trong nhà thương, Còn y tá trở thành bác sĩ vì ở chiến trường cứu sống được một vài đồng đội. Bằng cách lấy nước trái dừa xiêm dùng làm nước biển chuyền vào máu cho thương binh.

Bệnh viện nào cũng có hàng chữ lớn trên vách tường ở cửa lớn ra vào:

Lương Y Như Từ Mẫu

Nhưng người dân đến khám bệnh thì ưu tiên cho những gia đình cách mạng trước rồi mới đến mình. Không chỉ riêng ở bệnh viện, mà dường như nơi nào cũng thế?!

Ngày tháng trôi dần, hầu hết người dân miền Nam đã nhận thức được cái mặt thật của cách mạng mà họ đã từng, không ít thì nhiều đã ủng hộ cho cuộc kháng chiến này. Ai cũng muốn hòa bình, họ cứ ngỡ là như những lần trước, thay đổi quyền hành chính trị ở miền Nam. Mỗi lần thay đổi, người dân được dễ chịu hơn.

3

Sài Gòn, tháng 11 năm 1975

Thủy Tiên trở lại trường, nhìn nét mừng vui rạng rỡ của mấy đứa học trò cũ làm cho nàng thêm yêu đời, yêu trường, yêu bạn bè.

Nhìn các em không còn tung tăng vui đùa như trước nữa, dường như các em cũng có cái buồn nào đó chất chứa nằm sâu thẳm trong tâm tư.

Phải chăng trong các em đã bị cách mạng giải phóng chiếc áo dài trắng, đã từng một thời thương yêu, khóac lên mình lần đầu khi bước vào trung học. Áo trắng trinh nguyên, suông đuột từ trên xuống dưới tà áo, chỉ có hai cái vạt áo bay phất phơ trong gió. Lúc đó còn chưa biết vén tà áo sau, khi ngồi làm cho nó không bị nhăn. Hay phải giữ làm sao cho nó không bay cao quá khi gặp những cơn gió lốc. Để giữ cho mình được kín đáo, duyên dáng của thời con gái.

Có lẽ từ đây chiếc áo dài học trò sẽ bị quên lãng, chôn vùi trong cái xã hội chủ nghĩa này!

Gặp lại các em học trò cũ cũng vui, nay lại có thêm nam sinh, nhưng trong cả các em nam và nữ như có cái gì lại chia ra làm hai thành phần. Những em nay là con cháu gia đình cách mạng, được cho vào đội khăn quàng đỏ, phấn đấu sẽ là đoàn viên.

Tạo ra một khoảng cách giữa những con em là gia đình chế độ cũ. Cha chú đi học tập cải tạo, sẽ không được tiếp tục học ở đại học. Như bác Hồ nói:

Vì lợi ích 10 năm trồng cây, 100 năm trồng người?!

Học đường bây giờ trở thành văn phòng Dịch Vụ Lao Động, và kho chứa đồ phế liệu. Những học sinh Cấp Một, mỗi một tháng phải nộp cho nhà trường, giấy báo cũ, hoặc nhôm, sắt vụn, ve chai, kiếng bể, bao nylon hay đồ vật bằng nhựa.

Học sinh Cấp Hai, phải đi lao động trong trường và phải đi làm Nghĩa Vụ Xã Hội Chũ Nghĩa cho nước đàn anh Liên Xô. Đầu niên học, một tuần lễ, sáng đi chiều về, mang theo thức ăn và nước uống.

Công việc nhẹ cho cấp 2, cả trai lẫn gái. Đi đến đó bằng Phượng tiện tự túc để quét dọn nhà cửa, bàn ghế, lau chùi những chiếc xe của các anh em như: Cu Ba, Ba Lan, Tiệp Khắc, Trung Quốc, Liên Xô.

Công việc cho cấp 3, tự đi đến hãng Ba Son -Hải Quân công xưởng - cả trai lẫn gái, mỗi đứa được phát cho một cái búa lớn. Nữ sinh cầm không muốn nổi, cũng phải dùng nó để đập những nơi sắt sét, làm cho nó tróc đi, trên những chiếc tàu lớn vượt đại dương, rồi sau đó sơn lại.

Nếu lỡ như làm rơi búa xuống sông thì phải đền tiền, công việc này rất nguy hiểm vì không có kiếng an toàn cho mắt và cũng không có dây đeo an toàn, nhiều học sinh đã rơi xuống sông, và mất tích.

Trong khi làm lao động, chúng luôn luôn đứng gần bên để kiểm soát, chúng chẳng bao giờ cười, và cấm họ sinh nói chuyện hoặc cười đùa trong khi làm việc?!

Thầy cô chủ nhiệm, trông chừng để đôn đốc hoàn thành công tác, em nào bệnh, bị xem như trốn lao động xã hội chũ nghĩa. Điểm này rất quan trọng trong học đường, rất có thể bị đuổi học.

Nghe nói, anh em xã hội chủ nghĩa có trả tiền công, nhưng nhà nước lấy để trừ nợ tiền viện trợ cho cuộc chiến.

Các cháu là trai gái trên 18 tuổi, thế hệ thứ 1, Đảng khoan dung để cho các cháu đi thanh niên xung phong, vào rừng khai phá để thành lập vùng kinh tế mới. Dân từ thành thị sẽ được đưa vào đấy để mà canh tác ruộng lúa, trồng trọt, sản xuất nhu yếu phẩm. Màu áo xanh của lá, nón tai bèo, đôi dép râu, cái túi ba lô. Vài ba năm, khi hoàn tất sẽ trở về với gia đình?!

Đôi dép râu dẫm nát đời son trẻ
Nón tai bèo che khuất nẻo tương lai
- thơ truyền miệng

Đảng thương yêu cho các con em gia đình liệt sĩ, có công với cách mạng, được Đảng và nhà nước tín nhiệm chọn cho đi lính bộ đội, nối tiếp truyền thống cha ông. Buổi tiễn đưa các em đi, có trống chiêng của đoàn lân, cờ xí rợp trời, cha mẹ đưa con đi mà không dám khóc, phải hồ hởi vui cười trước mặt đảng ủy làm lễ tiễn đưa.

Nghe nói sau khi huấn luyện xong, sẽ thay thế cho các bộ đội đi về Bắc và đưa sang chiến trường Cam-po-chia, đánh Khờ-me đỏ, Pon-Pot, Han-sơ-ri giết chết hàng triệu người. Làm nghĩa vụ quốc tế, giải phóng dùm người bạn anh em?!

Hết chiến tranh, những tưởng người dân sống trong yên lành, nào ngờ Đảng lại có tham vọng bảo hộ nước láng giềng. Hết Lào rồi nay sang xứ Chùa Tháp, chết chóc sẽ đổ lên đầu người dân mà cha ông họ một đời hưởng ứng cách mạng từ hồi chống Pháp, rồi đi tập kết ra Bắc, người nhà ở lại nuôi dưỡng cách mạng.

Trên tường còn treo những cái bằng liệt sĩ của cha ông, chắc rồi đây sẽ có thêm vài trăm, vài ngàn cái bằng liệt sĩ của con cháu họ. Người trở về bằng thân xác không trọn vẹn, cụt chân tay, mắt mù. Mai đây mốt nọ, ai đây nuôi dưỡng cho cha mẹ họ?!

Mặt Trận Miền Nam giải tán sau hơn một năm, màu cờ nửa xanh nửa đỏ sao vàng đã trở thành hoàn toàn màu đỏ sao vàng, màu cờ của cộng sản Bắc Việt. Ông Tôn Đức Thắng, công nhân hãng Ba Son, nay là chủ tịch nước. Huỳnh Tấn Phát, Nguyễn Hữu Thọ, Bình Định bị đổi ngôi, được cho vào bàn ngồi chơi xơi nước!

Ngày 2 tháng 9 năm 1975, tiền Việt Nam Cộng Hòa được đổi sang tiền miền Bắc, 500 đồng lấy 1 đồng, mỗi gia đình chỉ giữ cho mình được tối đa là 200 đồng. Một số người trắng tay, một số người nhảy lầu tự tử, kết liễu cuộc đời.

Nhân tâm người miền Nam đã giao động, không biết những gì sẽ đến với bản thân mình đây.

Tết Trung Thu năm nay cũng lại về, nào bánh, nào lồng đèn cá chép, thỏ, bươm bướm, máy bay, ngôi sao treo lủng lẳng trước cửa các hiệu tiệm bánh quen thuộc mà nay trở thành quốc doanh như Đồng Khánh, Tân Tân, Đông Hưng Viên v.v...

Người mua thì thờ ơ, chẳng ai còn tiền đâu mà mua. Nếu như cán bộ nào đó biết một ít thông minh. Phải biết làm lơ một chút, thì có được nhiều quà cáp từ những tiểu thương gia chưa bị nhà nước để ý đến mình.

Họ biếu xén quà, trong đó có những cái bao thơ chứa vàng miếng hiệu Kim Thành. Có như vậy mới tương xứng với công việc họ, chỉ cần xì ra đôi chút cái nghị quyết mà Đảng sắp sửa đem thi hành.

Noel lại đến, mùa Giáng Sinh buồn tênh và âu lo của những giáo dân từ các giáo xứ đã một lần bỏ đất Bắc di cư vào Nam từ hồi 54. Cử hành thánh lễ trong đêm mừng Chúa không được trọn vẹn niềm vui như những năm trước vì có những cán bộ cộng sản trà trộn trong giáo dân.

Thế rồi Tết cũng lại về trên miền Nam, lần đón giao thừa này có pháo nổ. Sau 7 năm từ Tết Mậu Thân 1968, ngày đó hầu hết các tỉnh thành miền Nam đều bị cộng sản tấn công. Ngày của máu lửa, chết chóc thê lương và về sau này cũng là ngày giỗ chung cho những ai là nạn nhân ngày năm đó.

Nhiều nhất là ở Huế, khi quân lực VNCH tái chiếm được thành phố, người ta mới tìm thấy hàng ngàn người bị Việt Cộng giết chết. Chúng bắt những nạn nhân tự đào chung một cái hố lớn và sâu. Sau đó chúng bắn chết hoặc đập đầu, xô xuống đáy rồi bảo người mà chúng chưa giết lấp đất lại. Nhóm người sau cùng cũng bị chúng giết luôn.

Một con đường trắng, một giải khăn sô cho Huế. Một thảm cảnh đau thương khi Tết về, là người dân xứ này thường nhớ đến thân nhân bị chúng giết. Bộ đội cụ Hồ đi giải phóng miền Nam là thế đó?!

Mỗi lần Xuân về, trong chúng ta ai cũng nghe:

Con biết bây giờ mẹ chờ tin con
khi thấy mai đào nở vàng bên nương...
Đàn trẻ thơ chờ mong, anh trai sẽ đem về cho tà áo mới
Ba ngày Xuân đi khoe phố phường

Hay như là:
Đồn anh đóng ven rừng mai
Nếu mai không nở?!
Thì anh cũng không biết Xuân về hay chưa?!

Nhưng năm nay được thay thế những bài hát của các mạng, như Mùa Xuân Trên Thành Phố HCM và vài bài hát khác ca tụng Đảng. Nhờ có cách mạng nên Tết năm nay trên đất Việt không còn chiến tranh, nhà nhà yên vui, đoàn tựu.

Pháo Tết đón nàng Xuân duyên dáng, thướt tha về trên một quê hương thanh bình. Mà trước đây đã bị chiến tranh làm chia lìa người thân. Kẻ ngoài đầu gió, ngày đêm chiến đấu gìn giữ an ninh cho mọi người vui chơi trong tiếng trống múa lân, hát hội đình làng.

Nào ngờ mang danh cách mạng, giải phóng miền Nam mà đưa hàng ngàn người đi học tập cải tạo chưa biết ngày nào về?!

Thông báo chỉ mang vật dụng cá nhân và thức ăn chỉ trong 1 tháng. Thế mà cho đến nay cũng gần 7 tháng rồi, vẫn chưa biết người đi học tập đang ở nơi nào?

Cũng còn có tin, những người đi cải tạo bị đưa đi mở rộng đường mòn Hồ Chí Minh. Lại cũng có tin, đã đưa họ ra Bắc để tái thiết lại những gì mà phi cơ B52 của Mỹ đã tàn phá.

Tin đồn vẫn là tin đồn, mãi cho đến nay vẫn chưa có một thông báo nào của nhà cầm quyền, cho dân chúng biết về số phận của họ?

Từ sau ngày 30 tháng 4, người dân chỉ có biết là nhà nước đang thi công sản xuất. Đưa dân đi vùng kinh tế mới, đi làm lao động ở những nông trường đào kinh, đắp đê, để tăng gia năng xuất chào mừng các ngày lễ. Có một lần đi đào kinh, mấy đứa thanh niên muốn hò cho vui, một cậu cao hứng hò rằng:

Gió đưa ông Thiệu đi rồi
Nhân dân ở lại chịu lời đắng cay!

Không ngờ cán bộ đi tuần tra đang đứng ở phía sau nghe thấy, mới bảo cậu lên rồi dẫn về ủy ban, cậu thanh niên nhắn với bạn mình là cậu bị bắt. Người bạn nói chữ OK, cán bộ đứng trên gọi bạn anh ta lên và dẫn cả hai về nhốt.

Và còn có chuyện lạ, là các nhà lãnh tụ đàn anh bị trúng gió chết. Những nơi công quyền ở Việt Nam phải treo cờ rũ để tang, chia buồn. Bằng cách không được vui chơi ở những nơi công cộng.

Ngày tháng đi qua, người dân miền Nam càng ngày càng thấy và hiểu thế nào là thiên đàng Cộng sản, mà người dân quê thường mơ ước như chúng đã tuyên truyền. Lấy tiền của người giàu đem chia cho người nghèo?

Bây giờ mua vài ký đinh để sửa nhà cũng phải làm đơn đăng ký trước mới mua được với giá chính thức do hợp tác xã bán. Người dân quê lắm khi bực tức nói:

Hồi thời ông Thiệu mua cái gì cũng có
Giải phóng rồi, mua lưới mua đinh cũng phải đi đăng ký!
Cha mẹ nội nó! Chúng chở hết về Bắc rồi, còn có cái gì mà mua!

Mỗi 3 tháng được nhà nước bán cho 1m vải, 1 ống kem súc miệng hiệu Hynos, thường gọi là anh Bảy Chà hay kem trắng chỉ hồng Leyna hay Perlon. Khi mở nút nặn ra chỉ là nước kem trắng lỏng lẻo.

Người dân miền Nam, họ thường may áo hay may quần hai màu khác nhau, ý của họ là chế nhạo chế độ xã hội chủ nghĩa. Ngày trước đâu có cần nhà nước lo, mà dân chúng đâu có ăn mặc như thế.

Mì gói ăn liền, đường cát, cũng chỉ được bán cho dân theo phiếu, vì thế một số nhân viên không bán cho dân, viện lý do là hết hàng để đem ra ngoài bán giá cao hơn.

Con đường tiến lên xã hội chủ nghĩa, đi ngược thời gian trở về những cái cuối thập niên 50 của người dân ở miền Nam. Một số ít đảng viên tập kết trở về, họ đã nhận ra điều này từ khi vừa về đến bến Bạch Đằng. Họ cứ ngờ là Hồng Kông hay thành phố nào của đàn anh Trung Quốc.

Đã bước lầm đường, thôi thì đành cắn răng bước theo con đường Bác, một bên chịu ảnh hưởng Liên Xô, một bên là môi hở răng lạnh với Trung Quốc. Bỏ mặc cho thân nhân nói lời nặng, lời nhẹ, miễn sao đảng viên được no cơm ấm áo là được rồi!

Đó là chuyện thật trong nhiều gia đình ở miền Nam, cũng như trong gia đình Phượng, nàng có người cậu là anh ruột của mẹ. Một chuyện nữa là chú của Thủy Tiên, cũng là em ruột của bố nàng. Một ông đi tập kết trở về, còn một ông không theo gia đình di cư vào Nam, mà ở lại Bắc tham gia xây dựng XHCN.

Cả hai cùng chung chí hướng, muốn giải phóng quê hương khỏi gông cùm của thục dân! Mãi gần 20 năm mới có dịp về thăm thân tộc!

Hai chị em không mời họ, nhưng hôm nay cả hai gia đình họ lại cùng đến thăm hai đứa cháu có chồng đi học tập không biết ngày về?!

Cả hai đứa cháu thân yêu đều không muốn tiếp, cùng một suy nghĩ là hai ông về đây, gia đình chúng tôi phải ly tán. Bố mẹ tôi và hai đứa con đã trốn chạy. Còn Phượng phải nuôi 3 đứa con, bài học hằng đêm của các con là chửi hoặc bắn chết bọn Mỹ Ngụy. Cách mạng còn đuổi gia đình ông bà, ba mẹ Phượng về căn nhà nhỏ, lấy nơi buôn bán của gia đình để làm cửa hàng hợp tác xã.

Thực tình mà nói, có ai muốn cho họ đến nhà mình, nhưng dù sao cũng còn một chút ít dòng máu ruột thịt. Hai chị em không hiểu tại sao, cả hai có hai bà vợ chính hiệu Bắc. Họ sống 20 năm XHCN, Đảng bảo miền Nam nghèo là đánh lừa dân. Họ biết từ khi chưa có ngày giải phóng miền Nam. Họ đã phải thú thật với hai đứa cháu là đã lén nghe đài phát thanh Sài Gòn, Quân Đội tiếng nói Dạ Lan hay chương trình Mẹ Việt Nam.

Ở ngoài ấy có cái đài, có làn sóng ngắn để lén nghe tin tức, những chương trình Đắc Lộ, ca nhạc, cải lương ở miền Nam. Nó là nguồn sống của giới trí thức yêu nước, là vượt qua bức màn sắt bên kia vĩ tuyến 17 để sống chung với niềm vui thực sự tự do của hơn 20 triệu dân miền Nam.

Từ ngày về, họ được biết bên chồng mình còn có những người thân. Cậu của Phượng trước khi đi tập kết, đã có vợ và một đứa con trai mới vừa 8 tuổi. Anh vẫn còn nhớ mang máng hình ảnh ngày tiễn đưa, ba mình ôm anh vào lòng. Dặn dò phải giúp đỡ mẹ, hai năm ba về. Đứa con tin lời ba mình nói, hai cái Tết đã qua rồi, mà ba mình chưa thấy về?!

Rồi những cái Tết kế tiếp, lời nói và hình ảnh người cha đã mờ dần trong tâm khảm. Ngày cha mình trở về, thân nhân đi tìm được ba, thì con đã đi học tập cải tạo. Với cấp bậc đại úy pháo binh. Với lý lịch cha đã bị chết trong một tai nạn đánh cá ngoài khơi, không tìm được xác.

Bà vợ lớn đã có một cửa tiệm buôn bán phân bón hóa học ở Cần Thơ, bây giờ đã bị lấy làm hợp tác xã nông nghiệp. Tình thâm không còn ở trong con người đảng viên nữa, họ không dám nhận vì sợ liên lụy. Nhưng người vợ Bắc thì khác hẳn, nhận lấy trách nhiệm, đến thăm và bắt chồng mình phải làm những gì cần làm.

Còn chú của Thủy Tiên vào Nam không lâm vào mặt tình cảm, nhưng ngày về thì người anh cả là sĩ quan VNCH đã đào thoát sau ngày 30 cùng với vợ con và hai cháu ngoại con của Thủy Tiên.

Hai cái tiệm phở của chị gái mình bị lấy làm cửa hàng ăn uống quốc doanh. Đứa cháu ruột và cháu rể cũng đi học tập, còn lại hai đứa cháu gái đang mang bầu và đứa cháu dâu có ba đứa con nhỏ.

Ngày về tình thâm lợt lạt, cũng còn được người vợ cũng là đảng viên, xuất thân từ bần cố nông. Con người khôn ngoan, nhìn xa, biết những gì mình cần phải làm. Vì vậy mới có buổi họp mặt hôm nay. Hàng chục ngàn người đi tập kết, hàng triệu người di cư vào Nam. Họ đều có những người thân ở hai miền đất nước, thân nhân họ ở lại, đều phải chấp nhận luật pháp của hai miền.

Phần đông đảng viên bao giờ cũng phải thi hành luật pháp tuyệt đối theo lãnh tụ Đảng đề ra. Mỗi khi bị sơ suất thì phải tự kiểm thảo, nhỡ khi bị khai trừ thì kể như chết còn sướng hơn sống?!

Chính vì vậy mà sau khi giải phóng, những đảng viên nào có liên hệ thân nhân với người miền Nam. Họ rất là vô tình với người thân của mình, vì sợ con đường tiến thân của họ bị mai một. Cho nên dù có đau lòng cũng phải dửng dưng với thân nhân mình!

Người đi học tập thì họ không biết ngày về, học tập phải tốt mới được về. Làm sao cân đo được cái tốt?!

Thân nhân người đi học tập, họ cũng không biết là đang học tập ở đâu?!

Có như thế thì người dân không dám đòi hỏi quyền lợi khi người thân của mình còn đang bị giam giữ. Nhà nước làm như thế là để cầm giữ mọi người dân miền Nam, khi mà Đảng chưa nắm vững cơ cấu hạ tầng.

Một số thành phần không đi trình diện học tập, thành lập đảng phái chống phá một vài nơi, họ đàn áp bắt bớ thẳng tay xử bắn để hù dọa nhân dân. Vụ lớn nhất, chúng có đưa cả quân đội bao vây ở nhà thờ Vinh Sơn, gần chợ Trần Quốc Toản Sài Gòn.

Phượng và Thủy Tiên không muốn liên hệ với họ vì những đớn đau trong lòng, khi phải đối diện với người mợ, người thím chưa từng quen. Nhưng sau vài lần trò chuyện, hai chị em tìm được ở trong con người họ vẫn có cái gì tình người. Không như người thân mình che giấu những sự thật về một chế độ, mà chỉ biết có Đảng. Nói dối một cách trơ trẽn!

Ngày bộ đội trở về Bắc, họ mua sắm những gì có thể mang về thì họ mua, dù phải vay mượn tiền từ Bắc gởi vào. Đảng vẫn im hơi lặng tiếng về cái nghèo của người dân miền Nam.

Bao nhiêu năm cam khổ vô Nam đánh giặc, nay còn sống, vinh quy bái tổ về làng làm rạng rỡ tông đường, xe gắn máy đủ loại, đủ hiệu như Honda, Mobilette, Gobel, Shass, Vespa, Yamaha v.v…

Bây giờ mới thật sự chạy đầy đường, cuộc sống khả quan hơn, đảng viên thi nhau xin cho được vào Nam công tác để được xem cái nghèo. Nếu không có ngày giải phóng thì làm sao người miền Bắc biết mình đã bị lừa dối bao nhiêu năm nay!

Bao nhiêu người trai từ giã gia đình vào Nam mong được đánh Mỹ Ngụy, giải phóng đồng bào mình, không ngờ sự giàu có văn minh của họ lại giải phóng mình?!

Còn một điều đau thương nữa là bao nhiêu gia đình có chồng con vượt đường mòn Hồ Chí Minh vào Nam, để rồi họ chờ đợi mãi cho đến ngày hôm nay chưa thấy về.

Gia đình họ sống không đủ no, trong khi bao cán bộ đều được giữ chức này, quyền nọ. Rồi đưa cả dòng họ vào làm việc trong các cơ quan, xí nghiệp mới lấy từ Nam đem về Bắc. Muốn được vào làm, phải biết biếu chút ít quà coi cho được so với cái vị trí của mình ngồi?!!!

Với bao năm gian khổ, sống trong rừng rú, cơm cháo muối dưa để giải phóng miền Nam. Bây giờ cách mạng thành công, có chút ít bơ sữa của dân nghèo miền Nam hay cái gì của bọn Mỹ Ngụy bỏ lại. Cái gì cũng còn xài được hết, cái gì cũng tốt hơn đồ của các anh em xã hội chủ nghĩa Liên Xô, Trung Quốc!!!

Phượng và Thủy Tiên đã nghe mợ và thím cùng các con của họ đã nói thực cái xã hội chủ nghĩa ở miền Bắc cho hai chị em nàng biết. Từ cái ngỡ ngàng ở buổi gặp ban đầu, nhưng dần dần trong cái tình thâm đó, họ tìm được những cái ấm áp của nhau trong thân tộc.

Về nông nghiệp, những cánh đồng ruộng miền Nam có thể nuôi dân cả nước, chúng cũng đưa vào hợp tác xã. Người dân bất mãn nhưng không dám nói ra, bằng cách chểnh mảng công việc trong kỹ thuật canh tác, như khai mương cho nước ra hoặc vào khi dư hoặc thiếu nước.

Nhất là trong những đêm mưa to hay những ngày hạn hán người nông dân phải tích cực trông nom. Bây giờ họ bỏ mặc vì người này nạnh người kia, mùa màng thất thu.

Người nông dân không còn có đủ lúa gạo để ăn, đành phải ăn độn với khoai bắp, nhất là dân ở miền Trung quanh năm chẳng đủ ăn, còn phải chịu cảnh bão tố, lụt lội liên miên vào những tháng mưa. Khiến cho súc vật và người chết, dân lâm vào cảnh màn trời chiếu đất.

Dân không dám nói vì sợ ghép vào tội phản động, chống phá cách mạng là một trọng tội. Có thể ngồi tù và không bao giờ được xét xử, cho nên dân chúng thường đùa. Họ biết người Hải Phòng nói chữ Lo thành âm No và chữ No thành âm Lo:

- Người dân sống dưới chế độ xã hội chủ nghĩa đừng có no - lo, hãy để nhà nước no - lo.

Nói như thế rồi cùng nhau cười, nụ cười bằng mười thang thuốc bổ, bổ để quên đi những cái đau cho mình, cho đời, cho những người vợ ngày đêm trông chồng về!

Những ngày đầu cách mạng được dân miền Nam hồ hởi hoan nghênh, họ tưởng đâu như những lần đảo chánh. Thay đổi người lãnh đạo, dân chúng có thêm được chút ít quyền tự do. Nhưng bây giờ họ đã ăn năn thì quá muộn màng, cuộc sống càng ngày càng lạc hậu.

Nước xã hội chủ nghĩa Việt Nam, đòi hỏi Hoa Kỳ tiền đền bồi chiến tranh. Lệnh cấm vận của Mỹ đã làm cho cuộc sống nhân dân miền Nam đi đến sự thiếu hụt thuốc men.

Muốn mua thuốc cho người bệnh phải ra nơi chợ trời, còn các nhà thuốc tây đều giao lại cho nhà nước, chúng cất giữ để trị bệnh cho cán bộ. Chúng bán thuốc dân tộc, bào chế từ thuốc Nam, trị bá bệnh.

Niềm đau này riêng dành cho người dân có liên hệ đến chế độ cũ, cha đi học tập, con ở nhà phải hát ca tụng bác Hồ. Cho đến khi vào trung học thì cũng không được vào đối tượng đoàn, để sau này vào đoàn viên, rồi đảng viên. Sống trong chế độ này, chỉ có con đường duy nhất đó để tiến thân mà thôi?!

Những lời ca tiếng hát ca ngợi Đảng và Bác là những nhát dao nhọn đâm vào tim người mẹ, người thân có chồng, có con cháu đi học tập, chẳng biết được ngày về?! Đêm đêm nghe con mình học bài, làm toán, môn học nào cũng ca ngợi cách mạng.

Ngày ngày, một thân vất vả lắm mới kiếm được chút tiền để mua từng ký gạo, loại rẻ tiền nhất, để cho gia đình tạm no lòng. Trong cái xã hội chủ nghĩa, khi mà người dân ăn không no, mặc không lành!

Có như thế mới trị được dân, ngày đêm để cho họ lo mưu sinh, không có thời giờ nghĩ đến chuyện làm phản động chống chế độ?

Một số người có quyền lực và tiền đã cao bay xa chạy trước vài tháng, ngày Sài Gòn mất. Một số người nữa đã may mắn bỏ chạy ngay sau ngày miền Nam mất. Con dân Việt, lênh đênh trên biển bằng những chiếc ghe, chiếc xuồng, chọn biển cả hay nằm trong lòng cá mập làm mồ chôn thân xác!

Ai cũng muốn bỏ quê mẹ, bỏ dòng sông, bỏ cả lũy tre làng để ra đi. Nhưng lại có hàng trăm người lại trở về trên chiếc tàu Việt Nam Thương Tín. Chấp nhận tù đày, để được sống với vợ con, cha mẹ, anh em bà con.

Với đồng bào làng xóm, với đồng ruộng, vườn cây, giàn mướp, đàn bướm, đàn ong. Với cánh cò ven sông, ao sen đình làng, với mái tranh, ngày hai buổi có khói lam nhà ai thổi lửa nấu cơm trong sương sớm.

Là nhân viên thuế vụ, mới sáng sớm tủa ra đi khắp mọi nơi để bươi móc, tìm tòi xem có ai bán những đồ quốc cấm như: gạo, đường, thịt. Chúng tịch thu, chở về cơ quan, rồi cho chuộc lại giá cao hơn số tiền vốn. Người bán hàng rong, vai gánh, tay bưng, khi nghe hiệu lệnh báo động chúng đến. Là chạy túa ra tìm đường trốn đỡ nơi nào đó, đợi cho chúng đi rồi trở lại chỗ cũ bán tiếp.

Người bán hàng sống dưới chế độ này phải biết xảo trá, qua lợi để gạt những anh bộ đội, cán bộ từ Bắc vào công tác hoặc thay thế cho nhân viên ngu dốt theo cách mạng. Chỉ biết ký tên, đọc chữ còn phải đánh vần, chưa chắc đọc trúng chữ. Cái khờ khạo của họ là tưởng khi cách mạng thành công rồi.

Họ có quyền thế, để trả thù cho những ai đã từng hiếp đáp họ cho hả lòng.

Đảng đã hiểu điều đó, cho nên sau ngày 30 Đảng duy trì họ để thanh toán những thành phần trong chế độ cũ. Bằng cách để cho họ xúi dân chúng, anh em, con cái đấu tố lẫn nhau trong những lần xử án trước tòa án nhân dân, như ở ngoài Bắc năm 54.

Nhưng Đảng đã hoàn toàn thất bại ngay từ lúc đầu, vì bản chất hiền hòa và tình yêu thương gia đình, hàng xóm, láng giềng của người dân miền Nam.

Bởi vậy, chính những người lãnh đạo như Lê Duẩn, Trường Chinh, Phạm Văn Đồng đã chế nhạo cả bọn lãnh đạo Mặt Trận Giải Phóng Miền Nam là:

Miền Nam đi trước về sau?!

Tại sao đi trước, về sau? Nhân dân nổi lên chống Pháp, Phan Thanh Giãn, Hoàng Diệu, tuẫn tiết theo thành, Trương Công Định với đám lá tối trời ở Gò Công, Thủ Khoa Quân đốt tàu Pháp v.v...

Thế mà chỉ có một trận Điện Biên Phủ ở miền Bắc là Pháp đầu hàng. Hiệp ước Paris chia đôi lãnh thổ. Chúng còn dụ thêm được trên dưới 30 ngàn người, có cả trẻ con mới lên 6, 7 tuổi. Với bầu nhiệt huyết yêu thương dân tộc, rời bỏ gia đình, tự do đi tập kết ra Bắc để gặp mặt bác Hồ. Người anh hùng đã giải phóng dân tộc Việt nam ra khỏi ách đô hộ của thực dân Pháp.

Trong khi đó gần một triệu người từ miền Bắc phải trốn ra tàu lớn hoặc đào thoát trong đêm tối trên những chiếc ghe nhỏ đầy người, bỏ mặc sống chết cho số trời để vào Nam hoặc đợi đêm tối vượt qua sông Bến Hải để tìm Tự Do.

Nhưng số mệnh lại khắc nghiệt, sau gần 20 năm thân tộc lại được gặp nhau, như trong bài ca Mùa Xuân trên thành phố Hồ Chí Minh, có câu:

Vui sao, nước mắt lại trào?!

Trong chúng ta, ai mà không biết khi ta có niềm vui quá to lớn, ngay cả chính mình cũng không thể ngờ được. Nước mắt thay cho tiếng cười, vì khi đó những cảm xúc từ tiếng nói, cảnh quang chung quanh. Gom góp lại tạo cho mình có cái xúc cảm, đọng lại thành những giọt lệ trào ra khóe mắt thay cho tiếng cười, là những hạnh phúc tuyệt vời!

Nhưng nước mắt trong bài ca này là chia ly, của những đứa con trong họ hàng bị đày đi học tập không biết ngày về! Họ đau lòng khi những người thân đi tập kết về làm mặt lạ quay đi, đành lòng làm ngơ?!

Vì quyền lợi cho bản thân hay vì Đảng?

Nhưng cuối cùng rồi cũng phải bị luật đào thải cho thế hệ khác. Sau ngày 30 tháng 4 năm 75, người đi tập kết trở về huy hoàng. Chẳng qua là để dọn dẹp rác rưởi cho sạch, để cán bộ miền Bắc vào an hưởng.

Ngày về hưu hay còn được gọi là phục viên, được Đảng cho mấy tấm giấy khen, đem về lộng kiến, treo trên vách để khoe với xóm giềng. Người miền Nam thường hay nói lái chữ, lộng kiếng là liệng cống. Ngay cả hình Cụ, còn bị họ căn dặn nói với nhau:

Bác Hồ là vị cha già dân tộc, nhà nhà phải đem hình Bác đi lộng kiếng. Còn chữ Vĩ Đại, người Nam nói chữ Vĩ không rõ ràng như người Bắc, phát âm chữ D và chữ V nghe hơi giống nhau. Hai chữ Vĩ Đại nói thành chữ Dạy Đĩ.

Sau 75 người dân còn sáng tác nhiều câu chuyện nói xâm xỉa nhà nước, rồi kể cho nhau nghe để vui cười, nhưng phải nhìn trước nhìn sau rồi mới dám kể?!

Nói cho nhau nghe mà đau lòng, nào Lê Lợi với 10 năm nằm gai nếm mật để đánh đuổi quân Minh, một Đinh Tiên Hoàng dẹp loạn 12 sứ quân, lên ngôi, Nguyễn Huệ đại phá quân Thanh thống nhất nước nhà.

Nhìn lại những trang sử hào hùng đó trong sử Việt, có bao giờ ta nghe nói những bậc tiền nhân đó để công thần gọi mình bằng Vị Cha Già Dân Tộc đâu?!

Người miền Nam gọi Hắn là thằng Cha Già Dịch!

Đó là điều có thật!

4

Sài Gòn 1976

Hơn một năm sau, chợt một tối gia đình hai chị em Phượng và Thủy Tiên đang ăn cơm. Bỗng có tiếng gõ cửa, đứa con trai lớn của Phượng, Hoàng chạy lên mở cửa, thấy một người đàn bà lạ mặt hỏi thăm tên mẹ và cô út.

Bé vội vã chạy xuống báo cho mẹ biết. Phượng buông đũa đi lên nhà trên, được biết người đó mang tin vui cho mình. Nàng vừa mừng vừa khóc khi nàng vừa thấy trên mảnh giấy viết vài dòng, nét chữ của chồng mình, còn miếng kia của Tuấn.

Thủy Tiên nghe tiếng cũng bế con chạy lên, chỉ vừa thoáng thấy ân nhân mình, chị ấy vội vã phải đi giao thư cho những người khác nữa.

Hai chị em chỉ còn biết nhìn nhau mà khóc, nước mắt là dòng nước hồi sinh niềm hy vọng khi được biết tin chồng.

Theo như lời chị nói, muốn gặp mặt thì đi đến đó thật sớm hoặc chiều tối, vì sáng những người học tập đi vào rừng làm lao động. Đoàn người băng ngang qua con đường trong khu xóm, chỉ có vài căn chòi của những người đi kiếm cây khô làm củi. Họ chất ở đó để bán cho mối lái. Và cũng chính họ phát giác ra những lá thư viết bằng đủ loại giấy, bỏ ở trên đường đi.

Họ nghèo quá, làm sao có tiền để đưa những thư đó đến từng gia đình của họ đang ngày đêm trông chờ tin tức. Họ nhặt những miếng giấy đó đưa cho những chủ vựa củi và nhờ họ đưa đến gia đình họ.

Không thân thuộc họ hàng, nhưng họ biết được những mảnh giấy này của những người đi học tập cải tạo. Họ vội vã không quản ngại ngày đêm, làm sao mang đến cho thân nhân càng sớm càng tốt.

Từ khi nhận được thư, hai chị em nàng mới biết được cái thương yêu của người dân miền Nam đã dành cho những người đi học cải tạo. Hai chị em bàn tính, làm những món ăn nào có thể để lâu được và có chất dinh dưỡng cao.

Thịt kho hơi mặn một chút, nhưng phải ngọt, thêm vào ớt và sả để cho hương vị thêm đậm đà. Còn nữa, cá khô, đường sữa, muối tiêu, thuốc ký ninh, cảm, tiêu chảy, thuốc trụ sinh.

Hai chị em hì hục làm cả ngày, gói ghém lại thành 2 gói lớn, mỗi gói chừng 10 kg. Khi làm xong rồi, hai chị em hỏi nhau, không biết họ có cho thân nhân gặp mặt và tiếp tế thức ăn không? Đây không phải là tin chính thức cho thăm nuôi?

Vừa 2 giờ sáng là hai chị em đã thức và sẵn sàng để đi thăm nuôi. Cũng may là còn có hai người, thím và mợ là con cháu cụ Hồ chính cống. Một người ở lại nhà trông nom các cháu và chăm sóc dùm con của Thủy Tiên mới được 3 tháng tuổi.

Trước đó vài đêm, Quốc Huy tên của bé trằn trọc ngủ không yên giấc. Với kinh nghiệm của những người lớn tuổi nói. Khi những cháu bé có những triệu chứng như thế, thì trong gia đình có tin vui?!

Đối với Thủy Tiên đó chỉ là sự trùng hợp thôi! Nàng đã có hai con, hồi đó bé Ngọc Lan, rồi đến Quốc Bảo cũng có những lúc con nàng ngủ không yên giấc, nửa đêm thức dậy nằm ứ é, cười đùa một mình.

Trưa hôm sau là bố chúng về, không tin cũng không được? Cháu bé giống bố lắm và giống như người anh 2 tuổi đã cùng chị lớn đi với ông bà nội ngoại. Từ ngày có bé Huy, dù rằng quá cực khổ đủ mọi chuyện với các con. Nhưng những tiếng cười, tiếng khóc của bé là niềm vui khôn tả được, đối với người mẹ trong thời chiến. Rồi đến hôm nay là những ngày đợi mong chồng về!

Ba người lặng lẽ tay ôm tay xách mấy cái túi đệm đựng đầy thức ăn ra đường lớn để đón xe, chiếc xích lô máy ầm ĩ dừng lại. Xe chở người đi mà còn giận hờn khạt ra mấy tiếng bần bần và nhả ra một đám khói đen phía sau xe.

Nó sang đây từ hồi Pháp thuộc, chất xăng pha chế quá nhiều dầu cặn của cái thiên đàng Cộng Sản.

Mọi thứ dân không cần no - lo, hãy để cho nhà nước no - lo.

Hai chị em có cùng một suy nghĩ, rồi đây có gặp được mặt chồng mình không?! Đã hơn một năm mấy tháng rồi, ngày đi bảo chỉ có 1 tháng thôi. Mà đợi mãi cho đến hôm nay, là những chuỗi ngày thê lương.

Nào vừa đi dạy học, nào thi đua làm nghĩa vụ lao động, thi đua sản xuất, cái gì cũng phải thi đua để chào mừng ngày sinh của Bác, dù rằng bác đã bị biệt giam trong ngục tù. Rồi nào ngày thành lập cái này, cái kia, cái nọ, là để cướp công lao động của công nhân, của mọi người dân để trả nợ tiền súng đạn trong thời chiến.

Ngày xưa Đảng còn lợi dụng cả trẻ con, nào bé Kim Đồng là đứa bé ở làng quê, thật thà để làm giao liên, Lê Văn Tám đi bán đậu phộng rang đốt kho xăng. Và đến sau này có cậu bé mới lớn ôm súng AK bắn máy bay lên thẳng, rồi đến anh thợ điện đặt mìn dưới cầu Công Lý. Nào ôm bom trong người, chạy ngang qua quăng vào chung cư Mỹ cho nổ, hoặc để mìn nổ chậm nằm trong túi đệm, để nơi công cộng.

Có lần chúng liệng lựu đạn vào chỗ triển lãm chiến lợi phẩm của VNCH trong chiến dịch Nguyễn Huệ, tháng 3 năm 1972. Người phi công Trần Thế Vinh, anh lái chiếc Skyraider mang bom và đã hủy diệt 20 chiến xa của địch trong thời tiết đầy mây mù và chằng chịt đạn phòng không và hỏa tiễn Sam của cộng quân Bắc Việt dưới bầu trời Trị Thiên.

Dân chúng đi xem thật đông, nhìn tấm ảnh thật lớn của anh treo trên cửa Tòa Đô Chính phía trước công viên rạp Rex, bên kia là thương xá Eden.

Chúng muốn giết người dân đi xem, cũng may có nhân viên an ninh đã kịp thời liều mình ngăn chặn, khiến cho dân thoát chết. Ngoài ra chúng còn để chất nổ trong xe taxi, chạy ngang qua các cư xá Mỹ, giả vờ xe chết máy để cho nổ giết lính Mỹ:

Thử hỏi được bao nhiêu người Mỹ chết, chỉ thấy người dân vô tội chết oan khi đi ngang qua đó.

Rồi có một thời chúng đặt những hỏa tiễn 120 ly trên những khúc tre hướng vào thành phố, dân chúng chết, hay pháo kích vào đồn lính. Nhưng rơi vào trường tiểu học Song Phú, trẻ con chết. Dân chết là thành quả chiến thắng của quân giải phóng miền Nam?

Phượng, Thủy Tiên và người mợ chen chút trong chiếc xe đò chật ních đầy người, phần đông là bạn hàng, họ buôn bán đủ thứ các loại hàng mà nhà nước giành bán với dân. Ngồi chung xe, nghe họ nói chuyện với nhau về cái may rủi, khi qua những trạm xét ở dọc đường. Năm bảy lần giuộc, không may chỉ một lần bị bắt là kể như trắng tay.

Nào còn phải chiều chuộng tài xế lơ xe, bằng cách cắn răng nhắm mắt qua đêm. Để họ giấu dùm mình những hàng hóa khan hiếm ở nơi này, nhưng ứ đọng nơi kia. Muốn được trót lọt, người bạn hàng còn phải cười cợt, lả lơi với những nhân viên kiểm soát. Thôi đành tới đâu thì tới, buông theo dòng đời để tìm cho các con mình được no cơm áo ấm, mặc cho số mệnh ra sao thì ra!

Thế rồi cuối cùng chiếc xe đò chạy bằng than ì ạch cũng đến nơi, hành khách trên xe xuống cũng nhiều. Hỏi ra họ là những người vợ, người mẹ của người đi học tập cải tạo, cũng đùm đề những gói thức ăn khô mang cho chồng, cho con.

Trời vừa lờ mờ sáng, sương đêm còn ướt đẫm trên cành cây ngọn cỏ, tiếng chim gọi bạn bay đi kiếm thức ăn cho một ngày mới. Từng cơn gió lạnh buốt thổi về từ vùng đất đã bị bỏ hoang trong thời chiến. Nay nhà nước đưa người học tập cải tạo về đây để mở mang canh tác. Người đi thăm chừng mươi người ngồi đợi bên con đường mòn.

Họ làm quen, hỏi nhau về chức vụ của chồng, rồi suy luận cái tội ác mà cách mạng đã từng lập đi lập lại, nói về họ ngay những ngày đầu. Rồi đến sau ngày họ đã đi học tập thì báo đài có nói là, chừng nào họ học tập tốt thì được trở về.

Có lẽ chừng vài ba năm hay nhiều hơn nữa, ngày đó vẫn còn xa quá. Nghe nói có một số người đã bị đưa ra Bắc để cải tạo tư tưởng. Thôi thì cá đã vào rọ rồi mặc cho số mệnh, cái đau chung của những người lính VNCH sau ngày 30 tháng 4. Như là thêm một trang sử nữa để lại cho thế hệ mai sau này!

Loáng thoáng như có tiếng chân người đi từ xa, thấp thoáng nhu nhú cái đỉnh đầu băng qua khu đồi bên kia. Họ đi mỗi lúc một gần hơn, mỗi người vác trên vai cái cuốc, xẻng, ky, họ lủi thủi đi từ khi họ được âm thầm đưa lên đây để canh tác vùng đất mới, trên những dải đồi cao.

Đi đầu là 4 bộ đội dẫn đường cho hàng trăm người tù cải tạo đi sau, bên ngoài hàng cũng hơn 20 người lính bộ đội khác. Tay cầm súng AK, lâm le chĩa vào đoàn người đứng dọc theo bên đường mòn, phần đông là phụ nữ.

Chừng hơn mươi người vợ đi thăm chồng, họ phập phồng lo sợ, không biết hôm nay có chồng mình đi trong số người đó hay không? Mình còn có nhận diện được hay không? Người bộ đội canh giữ có cho mình đôi phút để đưa thức ăn không? Tiếng xù xì lớn dần khi đoàn người tới gần, gần hơn nữa. Tiếng nói lao xao để tìm kiếm chồng mình có trong đoàn người đó chăng?

Một người đàn bà trong đám người ấy đưa hai tay lên cao như để đầu hàng, đi ra khỏi đám đông, chị nói giọng chính Bắc 75. Những người đi thăm chồng nhìn nhau, rồi nhìn theo chị, lớn tiếng chị nói:

- Tôi đây các đồng chí!

Như cố ý để cho họ nghe và cũng vừa đi đến người bộ đội dẫn đầu:

- Tôi là cán bộ đi công tác trong này, tôi có thân nhân bên chồng tôi đi học tập. Mong các đồng chí cho chúng tôi gởi chút ít thức ăn cho họ.

Chị đi đến càng gần họ hơn, rồi để tay xuống. Đoàn người dừng lại, có người lính bộ đội từ phía sau đi lên tiến đến bên chị, có lẽ là chỉ huy trong đoàn. Hai người nói chuyện vừa đủ nghe, một lúc có lệnh cho gọi những người vợ lính đi thăm đến để nói tên chồng mình.

Người bộ đội gọi lớn tên, truyền theo những người bộ đội sau gọi tên của họ và tên người đi thăm nuôi. Từng người một được gọi đến để nhận thức ăn.

Gần 200 người trong đoàn chỉ có hơn chục thân nhân đến thăm. Họ gặp nhau trong ngỡ ngàng, trong thân xác tiều tụy thiếu dinh dưỡng, bạo dạn ôm nhau mà nước mắt tuôn dòng.

Trong nghẹn ngào chua xót, trong cái bất chợt mà định mệnh là những mãnh giấy vội vã biên tên, địa chỉ bỏ bên vệ đường. May rủi có ai nhận được, làm phước mang đến nhà theo địa chỉ. Đôi khi họ đọc không rõ vì mưa nắng, không đúng ở đây, họ tìm nơi khác cho đến đúng nơi, họ mới yên lòng trở về nhà?!

Họ làm công quả để tích tựu công đức hay là lòng yêu thương những người lính Việt Nam Cộng Hòa đã buông súng, nay là tù binh trên mảnh đất mà đồng bào mình đang sinh sống, cùng chung một số phận như nhau.

Trên đường về, họ là vợ của những sĩ quan, họ kể cho nhau nghe những ngày vui hạnh phúc. Những đổ vỡ trong tình chồng vợ khi các ông còn đang tại chức. Nay cô này, mai cô khác, khi tuổi đời người vợ mình càng ngày càng thêm những vết chân chim trên gương mặt.

Các bà và các đàn em mình đánh ghen dùm, đôi khi không mang lại những ngày đầm ấm mà còn tan vỡ. Mỗi người có một cuộc sống mới, nàng nuôi dạy con thơ, rồi bây giờ cũng phải nuôi chồng vì còn nhau ở cái nghĩa!

Chuyến xe phải ngừng lại để cho khách xuống hoặc chở thêm, người lơ xe hối thúc hành khách bằng cách vỗ vào hông xe như một thông lệ của anh hằng ngày. Đến những trạm xét, anh nhanh nhẹn phóng xuống, vội vã chạy vào trạm trình giấy tờ gì đó mà không bao giờ quên kèm theo hình Bác, màu sắc và kích thước khác nhau.

Đôi khi xe còn phải ngừng lại những nơi có cái vũng nước. Anh lơ vội vã chạy xuống tay cầm cái thùng nhỏ, múc đầy nước rồi chạy nhanh ra trước đầu xe. Mở cái nắp nhỏ ra, hơi nước sôi ùn ụt. Đổ nước vào đó cho bớt nóng, tiếp tục con đường tiến lên xã hội chủ nghĩa?!

Hơn phân nửa hành khách trên chiếc xe đò chừng 50 người đang tựa vào nhau để ngủ vì cuộc hành trình quá dài. Xe chạy chậm vì có nhiều đoạn đường đầy lỗ to, bụi bay mù mịt, khiến cho chiếc xe lắc lư như đi trên sóng biển. Mợ của Phượng, mở trong bao vải ra, lấy cái túi nhỏ có mấy ổ bánh mì thịt chia nhau ăn cho đỡ lòng.

Hôm nay, mợ của nàng là ân nhân của hầu hết vài chục người đàn bà đi thăm chồng. Cách hành xử của bà, xuất phát từ một con người còn có một tình thương, giữa con người và con người.

Bà đã nhận thức được cái đau trong sự phân ly, trong yêu thương chồng vợ. Bà cũng là đảng viên, bà không giống như các đồng chí của bà, lấy cái dối trá để gạt gẫm, cầm tù đối tượng mà không cho biết ngày về?!

Trở về thành phố đã lên đèn, thím và mợ cũng từ biệt trở về nhà, hai chị em ngồi trên giường tâm sự, Thủy Tiên bế con trên tay cho con bú, bé vừa nút vú vừa lim dim đôi mắt, tay kia đang măng vú. Thỉnh thoảng bé mở mắt nhìn mẹ rồi cười.

Phượng nắm tay bé kéo ra không cho măng vú, rồi nói:

- *Mới có mấy tháng mà rành quá, không cho mi măng vú nữa!*

Bé ngưng bú nhìn Phượng rồi cười, rồi lại tiếp tục bú, cái bàn tay nhỏ xíu lại tiếp tục tìm núm vú mẹ mà măng. Phượng mắng yêu:

- *Sao con giống cái thằng bố mầy quá!*

Thủy Tiên vừa cười vừa nói:

- *Con giống mợ đó!*

Phượng cười nói giọng ám chỉ:

- *Nó giống bố Tuấn chớ sao lại giống chị!*

Thủy Tiên vỗ về cho bé ngủ sau một ngày vắng xa. Có những lúc ngực nàng đau vì quá căng, sữa chảy ra ngoài làm ướt áo. Bất chợt cơn đau của người mẹ nhớ đến con đang khát sữa bú tay. Dòng nước mắt như muốn trào, ráng đợi đi con, chiều mẹ sẽ về!

Phượng nhìn nét mặt cháu mình đang say ngủ, nét mặt rạng ngời, hồn nhiên, thỉnh thoảng núm ním miệng cười, nhưng đôi khi dường như mếu máo muốn khóc. Có lẽ trong giấc ngủ của bé sơ sinh là đang sống trong một thế giới khác. Bé được sự dạy dỗ của mụ bà, thể hiện niềm vui hay lười biếng khi cháu cười hay muốn khóc. Chúng trưởng thành theo ngày tháng, lớn dần khôn ngoan để nhận diện mẹ cha, anh em, ông bà, thân thuộc trong gia đình.

Bé là niềm vui trong những ngày tháng này, khi nàng đành lòng xa lìa hai đứa con thương yêu trong đời làm mẹ. Trời cũng còn thương cho Tuấn trở về, họ bên nhau vừa tròn một tháng trong hạnh phúc. Không biết rồi sau này, anh còn có được trở về hay không, còn tùy vào định mệnh may rủi của mình?!

Ngày tháng nào? Bao giờ anh được trở về?!
Đó là ẩn số của Phượng trình người tù cải tao?

Lừa dối những người lính còn ở lại đất mẹ Việt Nam, để đầy anh em đi tù cải tạo:

Chúng tôi có phải là người Việt Nam không?

Bao người Việt đào thoát khỏi Việt Nam. Lại được người khác chủng tộc, dang rộng vòng tay nhân ái đón nhận?!

Trong khi đó, chúng gọi chúng tôi là những đứa con phản quốc, vì chúng tôi đào thoát khỏi Việt Nam; còn như chúng tôi ở lại, chúng bảo chúng tôi là ngụy quân, ngụy quyền:

Chúng tôi là những đứa con bị từ chối?!

Một miền Nam trong thời chiến, người dân còn có cơm ăn mặc ấm, chỉ chưa đầy hai năm mà cuộc sống đổi thay quá nhiều. Lòng dân oán ghét, có tin truyền miệng rằng: Lý do gì, mà các kho đạn ở miền Nam lại nổ, nặng nhất là kho đạn ở Long Thành. Không nghe thấy báo chí hoặc đài truyền hình, truyền thanh nào nhắc đến cả. Dân chúng vui mừng, hồ hởi khi họ nói cho nhau nghe những tin tức thiệt hại về chúng.

Đảng chỉ thị 1, bọn cách mạng ngu dốt miền Nam làm 10, một mặt là để trả thù, một mặt là để chia chát với nhau, còn một phần nộp cho Đảng.

Có một số người không muốn sống trong đọa đày, họ nhảy lầu hoặc uống thuốc rầy tự tử cùng với vợ con.

Thời buổi nhiễu nhương là thế, màu cờ Mặt Trận Giải Phóng Miền Nam được thay thế cờ đỏ sao vàng.

Lại đổi tiền lần thứ hai, Nam Bắc cùng một loại tiền có hình Hồ. Tin đồn, nên dân đã biết, lần này dân chúng luôn đề phòng, nên không bao giờ họ để tiền mặt, hơn số tiền đã định như lần trước, họ lén lút mua vàng để cho dễ cất giấu. Nhà nước đã dối gạt dân chúng, dù chỉ một lần là không bao giờ họ lại để bị lừa lần thứ hai!

Cán bộ miền Bắc đã dần dần thay thế hầu hết các cán bộ miền Nam đi tập kết trở về đã giữ những chức vụ quan trọng. Từ ông tổng cục trưởng thực phẩm miền Nam, nay cho đi học bồi dưỡng. Viện lý do là không đủ tài quản lý, để đưa đất nước tiến nhanh tiến vững chắc lên xã hội chủ nghĩa. Sau khi học xong, trở về làm đảng viên, mỗi tháng đi họp một lần, ngồi nghe đàn anh đưa ra chủ trương cải cách kinh tế.

Họ về hưu an dưỡng, được nhà nước cho được một cái nhà mà dân chúng bỏ lại trước hoặc sau ngày 30 tháng 4 năm 75 do nhà nước chỉ định để an hưởng tuổi già.

Một đời đi làm cách mạng, ai còn chút ít quyền lực thì đưa con cháu mình vào làm trong các cơ quan nhà nước. Một trang cách mạng chống Mỹ cứu nước, nay được lật sang trang khác! Xây dựng xã hội chủ nghĩa?!

Người dân ở Sài Gòn được đưa đi vùng kinh tế mới hoặc trở về nguyên quán. Là làng quê của cha ông để cày cấy, trồng trọt làm ra sản phẩm lúa, bắp, khoai. Chăn nuôi gia súc, heo, gà, vịt. Còn có những nơi không đủ trâu, bò, ngựa giúp sức cho nông dân, con người kéo cày thay trâu, kéo xe thay bò, thay ngựa. Xăng dầu không đủ dùng, người ta chế lại xe hơi chạy bằng than.

Người bạn thân Liên Xô đến thăm, anh em Trung Quôc cũng qua chơi hay đòi nợ?!

Lúa gạo miền Nam không đủ nuôi dân, may mắn lắm nhà nước đem bán gạo mốc, ẩm, không biết từ đâu mà đem bán cho dân chúng?

Tin đồn rằng, gạo từ chiến khu giấu để nuôi quân, nay đem ra bán để tỏ lòng Đảng lo cho dân, vì đem nuôi heo, heo cũng chê không thèm ăn. Dân phải ăn độn với củ khoai mì, bắp, bo bo mà bọn cách mạng gọi là Cao Lương.

Nghe nói 1kg gạo đổi lấy 4kg bo bo, mới đầu người dân không biết nấu, sau này họ ngâm cả đêm, đem ra vo để lấy chất mủ ra như là cao su non. Người dân cũng phải ăn cho đỡ lòng.

Các cao ốc hay hotel nay là nhà ở tập thể cho cán bộ, quần áo phơi dọc rồi lại phơi ngang, phơi cả đồ lót đàn bà. Ai muốn nuôi heo, gà được thì nuôi. Cán bộ sống chung với thú vật, ỉa đái như anh em một nhà!

Người dân đưa đi vùng kinh tế mới sống không được, vì nơi đó là đất phèn, không có nước, phải đi ra suối mà lấy. Là một vùng đất hoang, có nơi lau sậy cao hơn người, thanh niên xung phong bị đưa đến đấy, vào rừng đốn cây cất nhà lập làng xã. Mỗi nhà 8x5 = 40 m vuông, chỉ có cái nóc bằng lá chầm, không có vách.

Mỗi khu chừng 40 cái chòi, trên dưới chừng vài trăm căn, mình phải tự cắt cỏ làm vách. Nhà nước cung cấp lương thực được vài tháng đầu, rồi tự kiếm sống, bệnh rét rừng trầm trọng khắp nơi.

Còn một điều ghê tởm khiến cho họ trốn về thành phố, là vì các cán bộ phụ trách, chúng tìm đến những nhà nào có con gái hoặc đàn bà mà chúng đã để ý. Đêm đến, chúng gọi lên nơi văn phòng của chúng để hiếp dâm. Nếu như ưng thuận, chúng cho vài ký gạo, còn như không đồng ý, chúng giam cầm, đưa đi cải tạo.

Trở về chốn cũ, nhà bị các cán bộ ở, đành tìm nơi nào trú thân, công viên, con hẻm ngắn, gầm cầu, nghĩa trang. Che một cái chòi nhỏ bằng vật liệu thùng carton, giấy nylon, chiếu đệm cho bản thân mình hay gia đình để ở qua ngày tháng.

Họ sống như một xóm ma, quây quần nhau bên những cây đèn cầy, hoặc bếp lửa kê bằng 3 cục đá, để nấu lại những miếng xương giành giựt nhau với chó. Mong rằng tìm được trong ấy có một chút ít gì chất bổ cho mình.

Nhưng họ vẫn không yên, bị bọn công an khu vực thường tìm đến đó để chia chác với những tên anh chị khi đã cướp giựt được một số vàng bạc.

Thường thì sáng sớm tìm nơi vác thuê, làm mướn mong có một ít tiền mua cái gì cũng được để ăn cho đỡ lòng. Một bà mẹ tay bồng con chưa đầy 5 tháng tuổi, ốm o, chỉ được manh áo che thân. Tay dắt đứa bé chưa đầy 3 tuổi, đứng chực chờ ở các quán ăn dọc đường, để mong người ăn bỏ lại chút ít thức ăn thừa, đôi chút nước lèo hủ tiếu, bún riêu. Khách vừa bỏ đôi đũa xuống, là chị bưng tô húp cho đỡ lòng để mong có chút ít sữa nuôi con.

Mới đầu người chủ bán hàng còn đuổi đi, đuổi người này thì người khác lại đến. Thôi thì làm lơ, để cho họ còn may mắn có được chút ít miếng ăn thừa?!

Công nhân viên nhà nước, mỗi một ngày thêm khá giả vì mua hàng từ trong cửa hàng đem ra bán giá cao cho những người chạy áp phe, đút lót cho các cán bộ ăn hối lộ, kiếm chát tiền cò.

Nhiều bài hát ca tụng Bác được sửa lời lại cho đúng với cái ý mà trẻ con không còn yêu mến nữa, như là:

Đêm qua nằm mơ, em gặp thằng Hồ
Râu nó dài, tóc nó bạc phơ
Nó rủ em chơi binh sập xám
Thừa lúc em không để ý, nó còn chơi lận...

Rồi đến bài ca:
Từ ngày giặc Mỹ vô đây
Ta mua cái nhà lầu
Ta mua chiếc xe hơi
Từ ngày Cộng sản vô đây
Ta bán chiếc xe hơi
Ta bán luôn cái Honda
Ta bán luôn cái nhà lầu
Từ ngày Cộng sản vô đây
Ta ăn bo bo dài dài

Người dân khổ cực quá, tìm kiếm những câu trong Sấm Trạng Trình để xoa dịu cái ước mơ, làm sao cho bọn Cộng Sản chết, để họ thoát ra cảnh nghèo khổ:

Bao giờ Hồ cạn Đồng khô
Chinh rơi Giáp rách cơ đồ mới yên...

Người dân bảo nhau, ông Hồ đã chết, không đem chôn, có nghĩa là nằn trên cạn, họ còn trù cho ông Phạm Văn Đồng chết khô, rồi mong ông Trường Chinh, ông Võ Văn Giáp đi bán muối cho sớm. Sớm ngày nào, tốt ngày ấy, để cho dân đỡ khổ!

Từ ngày học sinh biết được tin, những gia đình nào có thân nhân liên hệ đến chế độ cũ, sẽ không cho vào đại học. Học sinh đã bỏ trường nhiều dần vì lợi ích 100 năm trồng người, lời Hồ nói?!

Thôi thì ở nhà phụ giúp mẹ trông coi em út hoặc làm việc nhà hay đi theo để học việc mua bán cho mẹ đỡ phần vất vả, trong khi đó không biết đến lúc nào ba mới được trở về!

Thương thay cho những trẻ thơ mới vào trường mẫu giáo, giọng nói chưa rõ đã ê a những bài ca tụng Bác và Đảng. Còn những em lớn hơn, cố gắng hoàn thành lao động tốt để được bằng khen, mong ngày nào đó cán bộ phường khóm đề nghị cho cha mình được về sớm?!

Các cán bộ Bắc, chúng tìm đến những nhà nào có chị em gái hoặc vợ người đi học tập. Chúng giả vờ đánh tiếng, để chúng viết thư đề nghị với các cán bộ nơi người nhà đi học tập, cho họ về đoàn tựu sớm với gia đình. Dần dà về sau, chúng nói thẳng là phải làm vợ hắn, thì hắn mới giúp. Mới đầu họ làm lơ, nhưng về sau cũng có người bằng lòng nghe chúng, để mong cho người đi học tập mau trở về?!!!

Người đi học tập vẫn chưa thấy về, dân chúng thường nghe lén đài BBC hay đài VOA, để biết những tin tức từ bên ngoài. Nào những người đã ra đi ngày 30 tháng 4, đã được đưa đến đảo Guam của Mỹ, là một hòn đảo nhỏ nằm giữa biển Thái Bình Dương, gần Hawai, và sau đó đã được định cư ở

Hoa Kỳ. Cũng có một số người đưa sang Phi Luật Tân để học tiếng Anh, trước khi vào Mỹ.

Làn sóng người vượt biển tìm tự do, càng ngày càng gia tăng, vì họ nghe khi đào thoát ra khỏi hải phận quốc tế thì được hải quân Mỹ hoặc tàu buôn cứu vớt. Họ được đưa vào Hong Kong hoặc các trại tị nạn ở Mã Lai, Thái Lan, Galang ở Indonesia do Cao Ủy Liên Hiệp Quốc bảo trợ cho người Việt tạm cư. Số người đi càng nhiều, bị bắt, bị bắn, bị thương và chết cũng nhiều.

Rồi đến những cuộc vận động của hai người tị nạn trẻ tuổi ở Hoa Kỳ là Việt Dũng, anh có tật phải dùng cặp nạn để đi và Nguyệt Ánh. Họ đi đến các trại tị nạn ở Hong Kong, Thái Lan, Mã Lai, Nam Dương để thăm viếng đồng bào. Họ cũng đến Thuỵ Sĩ để vận động Cao Ủy Liên Hiệp Quốc giúp đỡ cho người vượt biển.

Lời hứa của Toàn ngày trước anh vẫn giữ đó, dù rằng hôm nay Tuấn và Hòa đang bị cải tạo. Anh thường ghé nhà thăm và mang biếu những hải sản khô cho gia đình và đợi ngày họ ra tù để cùng nhau lên đường.

Từ hôm hai chị em đi thăm về lòng cứ mãi ray rứt, phải chi ngày trước chúng mình theo gia đình ra đi thì hôm nay không có cảnh này. Hai anh em ốm đi nhiều, nhưng trong ánh mắt vẫn còn niềm tin để tiếp tục sống.

Những lúc buồn, hai chị em kể cho nhau nghe những ngày đầu khi hai người hò hẹn. Có những kỷ niệm ngọt ngào trong yêu thương, cũng có lúc hờn giận. Nó thoáng qua như cơn gió lốc rồi nhường cho yêu thương, nhớ nhung trong những lần về phép thăm vợ con.

Có những đêm Phượng thao thức mãi không ngủ được, nàng thường chạy sang phòng cô em chồng, khi nghe tiếng ru con ầu ơ theo điệu Huế, nghe sao mà não nuột. Thăm hỏi sao hôm nay bé khó ngủ? Thủy Tiên cũng chẳng biết nguyên nhân, bé vẫn bình thường, không nóng, em đã thoa tí dầu lên bụng:

- *Chắc là bố nó xem hình rồi nhớ đến con!*

Phượng nhìn bé rồi nói lớn:

- *Làm gì mà nó giống bố Tuấn như khuôn đúc vậy!*

Thủy tiên cười, nụ cười đầy thỏa mãn với những ngày hạnh phúc! Nàng nhìn chị dâu, như nhắn nhủ rằng hai đứa con trai của chị cũng thế thôi! Chúng là những hình ảnh của anh Hòa khi còn bé.

Rồi bổng dưng Phượng nhớ đến những chuyện mấy người đi thăm chồng hôm nọ, nên tâm sự với em chồng:

- *Không biết ngày xưa anh Hòa có thêm phòng nhì mà mình không biết?!*

Hôm đi thăm ngồi cùng chung xe, có người kể về tội danh của mấy ổng. Họ bảo đến khi mình biết được thì đã có một đứa con trai 2 tuổi, giống đứa con lớn của mình như cắt mặt để qua. Hôm đi thăm hai tình địch gặp nhau, ngỡ ngàng rồi cùng thăm hỏi. Tay nắm tay nhau, san sẻ niềm cô đơn làm thân con gái trong thời chiến.

Cũng từ những ngày tháng cô đơn mong đợi, Phượng còn kể cho cô em chồng nghe chuyện. Có lần gia đình nàng tưởng như sắp sửa cuốn theo chiều gió vì chuyện hiểu lầm, rằng Hòa có dan díu với cô chủ tiệm may áo dài nào đó ngoài Nha Trang.

Tin này nhận được do con bạn làm bên ngân hàng Sài Gòn Tín Dụng nghỉ phép ra ngoài ấy thăm chồng. Hôm ấy hai vợ chồng đi ăn phở, không ngờ chiếc xe jeep từ đâu chạy đến đậu trước cửa tiệm phở mà vợ chồng người bạn đang ăn.

Hòa lái xe chở cô bạn ấy khá đẹp cũng vào tiệm ăn phở, ngồi bên kia bàn đối diện. Họ vui cười nói líu lo như tình nhân, cô ấy còn lo lắng, săn sóc cho anh nữa như nhân tình. Họ ăn uống, nói cười những gì thì cô bạn bên bàn này chỉ nghe được loáng thoáng mấy chữ em, em gì đó. Hai vợ chồng cô bạn ăn xong, nhưng cô bạn kéo dài thời gian để xem hai người ăn xong sẽ đi về đâu.

Đúng như dự đoán, họ vừa ăn xong, nàng còn quậy quậy ly cà phê sữa nóng trước khi Hòa uống. Không tình nhân thì là gì? Hòa trả tiền, hai người ra xe rồi đi, cô bạn giục chồng ra xe Honda theo dõi, xem họ đi về đâu, họ còn đi mua bánh ngọt mới trở về nhà. Một tiệm may lớn trên phố chợ, người bạn về nhà gọi điện thoại về Sài Gòn, mãi tới chiều tối mới gặp Phượng.

Phượng nghe phone xong, nàng lặng lẽ nhớ về chồng mình, để ý xem có cái gì khả nghi không, về sự việc mà nàng vừa nghe người bạn kể lại. Buổi cơm tối nàng chỉ ăn qua loa, chờ cho các con ăn xong. Nàng định điện thoại cho Thủy Tiên để hỏi ý, nhưng sao lại thôi. Phượng nhờ chị giúp việc đêm nay ở lại, khuya mai nàng phải đi ra Nha Trang.

Thủy Tiên mỉm cười rồi để bé Huy nằm xuống giường, bé đã ngủ say sau khi đã bú sữa mẹ no bụng, nàng cũng hồi hộp nghe chị dâu mình kể chuyện đánh ghen!

Cả đêm hôm ấy Phượng thao thức mãi không ngủ, cứ hỏi lòng mình. Sao lại có chuyện như thế, ảnh mới đi công tác xa có hơn 2 tháng, mà không lẽ lại thay đổi nhanh như vậy? Nàng hỏi đi, hỏi lại mấy lần là cô bạn có nhầm lẫn ai hay không?

Người bạn xác nhận chắc chắn lắm:

- Tưởng ai mình còn lầm, anh Hòa làm sao mình nhầm lẫn được! Khi ảnh vào tiệm thì mình đang cúi xuống ăn nên ảnh không thấy, mình phải giả vờ ăn chậm lại và đợi ảnh đi rồi, mới nhờ ông xã chạy theo sau. Mình biết được nhà nên mới gọi cho bồ biết!

Mới 3 giờ sáng Phượng đã thức giấc, sửa soạn để ra bến xe đi chuyến xe tốc hành, là chiếc xe chở những thơ từ của bưu điện, từ Sài Gòn ra Nha Trang. Xe không ngừng rước khách dọc đường, cho nên chừng 9 giờ đã có mặt ở Nha Trang. Vừa xuống xe đã thấy người bạn mình túc trực ngay ở bến xe.

Hai người bạn mừng vui, riêng Phượng cảm thấy vừa bồn chồn vừa lo lắng, rồi họ cũng phải đến ngay tiệm may, mong rằng Hòa có ở đó.

Vừa vào trong thì gặp người chủ tiệm, Phượng giả vờ hỏi thăm, một lúc sau nói chuyện, họ nhận diện Phượng là chị em bạn dì bên bà ngoại mình, họ mừng rỡ. Phượng có nghe dì nói, mãi đến hôm nay mới biết, hỏi ra thì Hòa đã đi làm cách xa chừng 40km, chiều tối mới về ngủ lại đây.

Hồi mới ra anh cũng không biết, chồng của em làm chung công trình với anh Hòa, họ trò chuyện, hỏi ra mới biết là bà con nên mời anh về ở chung.

Hai chị em kể chuyện cho nhau nghe, Phượng ra đây là để thăm ảnh, sao hơn cả mấy tuần nay không thấy anh gọi điện thoại về. Còn việc vào đây, là khi đi ngang qua, thấy cửa hàng có mấy cái áo kiểu đẹp quá nên người bạn rủ vào xem.

Lan tên người em bạn dì còn kể chuyện anh Hòa thích ăn phở, tiệm nào mới mở cửa thì ảnh hay rủ cả nhà đi ăn.

Mới hôm qua, em giới thiệu gần nhà có cửa hiệu vừa khai trương hơn hai tuần, ảnh rủ vợ chồng em đi ăn. Ảnh không đi vì đã ăn cơm tấm vừa xong, nên hai anh em đi ăn, khi ăn em hỏi, dường như ảnh có một câu nói:

- Phở ăn cũng được! Không ngon bằng phở của ông nội dạy cho cô Út, tiệm ở đường Hiền Vương.

Phượng và người bạn nghe Lan kể chuyện về chồng mình, kết luận:

- Hòa ít nói, nghiêm nghị, chung tình, không bay bướm như các ông khác!

Bỗng ngoài cửa có tiếng xe hơi đậu lại, nhìn ra là chiếc xe jeep của Hòa chở chồng của Lan về, Quang xuống xe vào nhà rồi Hòa lái xe đi.

Anh chào hai người bạn đang ngồi nói chuyện với vợ mình, Lan hỏi chồng, có biết người này không? Quang có hơi bỡ ngỡ nhìn Phượng, nhưng anh không nhớ được, lắc đầu cười trừ. Lan giới thiệu là chị Phượng vợ anh Hòa và người bạn của nàng.

Mãi một lúc anh mới nhớ rằng ngày cưới, Phượng có về Nha Trang dự hôn lễ mình, cũng gần hai năm rồi. Như nhớ lại chuyện Hòa không cùng vào mà còn lái xe đi.

Quang cười, cho biết là ngày mai có người bạn của ảnh ở Trung Tâm huấn luyện Pilot, về Sài Gòn bằng máy bay, nên anh đi mua một số thức ăn cho gia đình, gửi cho họ mang về nhà cho chị.

Vừa nói xong thì xe của Hòa quay về đậu trước cửa, anh chạy nhanh vào nhà rồi chạy thẳng lên lầu thì thoáng nghe tiếng khách hàng đang nói chuyện giống như giọng vợ mình. Anh khựng lại ngỡ ngàng, chưa nhận định được có phải chính mắt mình đang thấy đúng hay say?

Phượng đứng lên cười hỏi chồng:

- *Có phải anh bỏ quên cái bóp tiền không?*

Hòa ngơ ngẩn không đáp mà có ý hỏi. Sao em lại ở đây?

Phượng cười, biết chồng mình đang nghĩ gì?:

- *Em nhớ anh!*

Chỉ có mấy tiếng làm cho cả nhà cùng cười. Anh cũng cười, chạy thẳng lên lầu. Phượng cười rồi kể cho mọi người nghe về cái bóp tiền, mỗi lần đi đâu nàng cũng phải nhắc dùm cái bóp tiền cho chồng!

Hòa trở xuống cùng rủ cả nhà đi ăn, vợ chồng Lan kiếm cớ từ chối, vợ chồng Hòa và cô bạn của Phượng yêu quý săn tin vịt, họ cùng đi.

Phượng ở lại đi tắm biển, ngày thứ 7 ở đây đông người. Hai vợ chồng nằm trên ghế bố, nhìn người tắm nô đùa trên sóng, tiếng nhạc và lời ca của người ca sĩ, hát về nét đẹp Nha Trang.

Hòa không biết chuyện vợ mình ra đây để bắt ghen vì cũng có nhiều lần anh đi công tác ở những nơi xa xôi. Nàng cũng lặn lội đến đấy mà thăm và còn mang theo những thức ăn khô do nàng làm để bữa ăn có thêm phần dinh dưỡng.

Anh vui cười vì bao giờ cũng có người vợ luôn luôn lo cho chồng, không quản đường xa ra thăm anh. Để đền cái tội gần hơn 2 tuần không điện thoại về gia đình thăm vợ con, vì công tác ngoài như đã dự định. Anh phải năn nỉ cả buổi nàng mới chịu ở lại khi biết anh sửa dùm cái cầu nó quá cũ, không có kinh phí sửa chửa để cho dân chúng và học sinh đi qua cái cầu duy nhất này.

Sáng hôm sau, anh đưa vợ vào sân bay của trung tâm huấn luyện không quân để về Sài Gòn với người bạn ra đây công tác. Phi cơ cất cánh, mang theo người vợ đã gần một đời thương yêu anh, dường như có cái gì ươn ướt trong đôi mắt khi đưa tiễn. Phượng cảm thấy bơ vơ lạc lõng khi xa chồng mà ảnh luôn luôn thương nhớ mình với đôi dòng lệ hoen mi:

Lòng chàng ý thiếp ai sầu hơn ai?!
- Chinh Phu Ngâm

Tình nghĩa vợ chồng còn có lúc nồng nàn, âm áp hơn lần đầu hẹn nhau cuối phố! Có lần nào đó họ vô tình đi trên con đường phố cũ, hai đứa nắm tay đi sát bên nhau, nói với nhau những lời ngọt ngào như buổi ban đầu. Rồi bỗng dưng họ cùng cười, nhìn nhau mà cười vì những lời nói ngày đó, sao bây giờ nó trở thành nhột nhạt và vô duyên đến thế nhỉ?!

Trong chúng ta, ai cũng đã có một lần xao xuyến tâm tư ở tuổi đời vừa đi vào thời trai gái vừa biết yêu, xin hãy giữ nó đi trong tiềm thức! Hãy để cho nó ngủ yên!

Là chuyện vợ chồng như chén úp chung trong cái rổ, đôi khi chuyện cãi cọ là thường! Rồi thì một trong hai, sao bây giờ lại vì một chuyện gì đó mà giận hờn, không nói chuyện với nhau, phải nhờ đến con cái chuyển lời hoặc nhắn nhủ cho nhau. Thôi thì mỗi người nhường nhau một bước, tình vợ chồng không phải là chuyện:

Cái thuở ban đầu lưu luyến ấy

Nghìn năm hồ dễ mấy ai quên?
- Hồ Dếnh

Ông nhà thơ đó, viết làm chi về cái chuyện yêu đương dang dở, nó còn đẹp mãi trong ký ức. Khiến cho vợ hoặc chồng, cứ mỗi lần có chuyện cãi cọ lại tiếc nuối mãi cái mối tình đầu ngang trái đó. Mà đôi khi quên cái hiện thực của mình.

*

Mỗi lần bạn bè của những người có chồng đi tù cải tạo gặp nhau chỉ có cùng câu hỏi:

- *Ổng về chưa?!*

Bây giờ họ thật sự ở lại bơ vơ trông chờ tin chồng đi học tập:

- *Chừng nào chồng mình được về?!*

Họ phải một mình chăm sóc, dạy dỗ, kiếm tiền từng bữa để cho con cái được no lòng, đôi khi còn phải lo cả cho cha mẹ chồng. Rồi một nắng hai sương khi mà bao nhiêu tiền của đã tần tiện, dành dụm bao lâu nay, lần lượt cạn dần, cạn dần. Nhiều lúc chị em gặp lại nhau để hỏi thăm, tìm kiếm có cái gì để kiếm sống trong cái xã hội chủ nghĩa này.

Năm ba đứa bạn cũ tâm sự, ngày xưa có ông con nhà khá giả nọ làm thầy giáo. Đi hỏi mình, mình chê? Cô bạn kia kể, mình còn thảm thương hơn, anh ta con nhà giàu, đẹp giai học giỏi, đang học năm thứ hai dược. Ngày nào cũng đậu xe Vespa đợi ở cổng trường suốt mấy tháng. Có lần gặp mình vừa đi ra, thì thấy ông thiếu úy Thủy Quân Lục Chiến đang đứng đợi mình đi.

Từ ngày đó, mình không còn gặp anh ấy nữa, sau này có người bạn kể lại rằng sau ngày anh ra trường, anh ở bên quân y. Mấy chị em kể cho nhau nghe những chuyện tình ngày xưa, rồi cùng cười với câu thơ của cô tác giả nào không biết, mà hầu như con gái trong thời chiến ở miền Nam đều biết:

Thà rằng chết giữa rừng mai
Còn hơn hạnh phúc trong tay cánh gà

Có phải đây là hai câu thơ oan nghiệt mà anh chàng trung sĩ nào đó, oán hận, trù yếm các cô, bây giờ dã trở thành bà úy, bà tá hay bà tướng. Ngày đêm chịu cô đơn, chiếc bóng, âm thầm chờ mong người về! Như nàng Tô Thị ở làng Đồng Đăng!

Còn trong khi đó, các anh hạ sĩ quan giờ này sống bên vợ, cùng đồng tâm cộng khổ, lăn lóc vào đời tìm kiếm sinh nhai cho gia đình. Hay đôi khi họ cũng đã tìm đường cứu nước như Bác rồi!

Cũng chưa hết về chuyện người con trai thời chiến, khi có 500 ngàn lính Mỹ sang tham chiến, lại cũng có một cô gái nào đó hăm dọa người yêu bằng câu:

Anh thi rớt, đi làm trung sĩ
Em ở nhà, lấy Mỹ nuôi con?!
Bao giờ xong việc nước non
Anh về, anh có Mỹ con anh bồng?!

Lời răn đe này có quá đáng không? Hay là người con gái này như nàng con gái ở làng Đình Bảng ngoài Bắc, đã từng nói với chồng:

Rằng chưa thi đỗ, thì chưa động phòng?!

Xã hội Việt Nam vốn là, trai phải đọc tứ thư, ngũ kinh, còn gái là công dung, ngôn hạnh. Đêm tân hôn, người con gái phải là trinh bạch, sau 3 ngày cưới, vợ chồng đưa nhau về nhà vợ. Nào đem biếu bên nhà gái quà bánh, rượu và một cặp vịt để làm lễ phản bái. Không như người Tàu, ngoài bánh rượu còn đem con heo quay trùm kín, khi cha mẹ vợ dỡ ra mà không thấy đủ hai cái lỗ tai heo là báo cho nhà vợ biết rằng con gái mình đã thất tiết!

Trong thời chiến ngày nay, một số người vẫn còn khinh khi người đàn bà có con lai. Vì vậy mà có nhiều bà mẹ đem đứa con mình, cho trại mồ côi như để bỏ đi một quá khứ đau buồn của một thời con gái. Và cũng xót xa thay cho một số trẻ con lai được hội bảo trợ quốc tế đưa chúng rời khỏi Việt Nam vào những ngày cuối tháng 4.

Nhưng chẳng may có một chiếc máy bay trong số ấy, chở vài trăm em bé lai ra khỏi Việt Nam đã lâm nạn khi vừa rời khỏi phi trường Tân Sơn Nhất, họ muốn cho chúng có được một cuộc sống tốt đẹp hơn:

Tại sao chúng phải ra đi?

Phải chăng trại cô nhi không có tiền để nuôi chúng? Hay Việt Cộng sẽ giết chúng, khi chúng có mang dòng máu Mỹ?

Nhưng chúng chưa kịp về đến quê cha, thì một định về quá oan nghiệt, đã đưa chúng về nước Thiên Đàng. Nơi đó không có hận thù, ghen ghét, khinh khi mà chỉ có tình yêu thương!

Tình thực, sau 75, những người có con cháu là con lai Mỹ thì được nhà nước tống cổ đi Hoa Kỳ cùng với thân nhân, bằng cách cho chúng đi về quê cha của chúng, để chứng minh cho thế giới biết rằng bọn Cộng Sản VN, bao giờ cũng nhân đạo.

5

Từ lúc đi thăm lần trước trở về, hai chị em cứ trông ngóng mãi mà chưa có tin tức gì thêm. Có người sống ở gần đó cho biết là đã dời những người cải tạo đi đâu rồi, không còn thấy họ đi làm lao động nữa.

Gần 2 năm rồi! Bên chú thím của Thủy Tiên hay cậu mợ của Phượng cũng đang dò la dùm tin tức, xem chồng của hai đứa cháu mình có bị đưa ra Bắc hay không?

Có một điều mà mợ của Phượng và thím của Thủy Tiên không biết về tin tức của hai đứa cháu, là vì không một đảng viên nào muốn dính líu vào chuyện người tù cải tạo cả. Thành thử thím và mợ đã nhờ bạn bè tìm hỏi dùm, nhưng họ chỉ hứa cho vừa lòng nhau thôi!

Bây giờ là lúc, đảng viên đạp lên đầu nhau mà tiến thân, giống như Bác đã từng làm, dùng tiền tuần lễ vàng của dân chúng đóng góp. Ông mua chuộc các tướng lãnh quốc dân đảng ở Trung Hoa, để họ không ủng hộ các đảng phái và những phong trào yêu nước của cụ Phan Bội Châu và Phan Chu Trinh. Ông Hồ dần dần tiêu diệt họ. Ngày 19 tháng 5 ông ra lệnh treo cờ Pháp để đón tướng Lơ-cờ-le và cờ đỏ sao vàng, vì ông nói láo, bảo đó là ngày sinh nhật ông?

Thành phố Hồ năm nay đón mùa Giáng Sinh, Noel năm nay lại càng vắng người mua bán hơn năm rồi! Một năm đầy biến động đến đời sống của người dân miền Nam, nào đánh đổ tư sản và đổi tiền, khiến cho người dân đã khổ càng thêm khổ hơn!

Những nơi bán cây thông thật hoặc thông giả, hang đá, đèn ngôi sao, quà Giáng Sinh. Nay chỉ còn le hoe vài nơi, dọc theo đường Hai Bà Trưng, trên lề đường vách tường nghĩa trang Mạc Đỉnh Chi gần nhà thờ Tân Định hay ở khu nhà thờ Huyện Sĩ, nhà thờ Ba Chuông. Bán để cho có bán chứ có được mấy người mua!

Thôi thời mình nghèo, chứ đừng để các con mình buồn, nên hai chị em nàng cũng đưa cho các con đi chơi một vòng cho biết. Đường phố cũng như ngày xưa, nhưng quang cảnh không còn rộn rã như ngày trước nữa. Người không còn đông và vui vẻ với cái nao nức đón Noel giữa lòng Sài Gòn đã chìm vào quên lãng.

Người có tiền dường như không còn hiện diện ở đây nữa, người ta đã đi trước hoặc sau ngày 30 tháng 4, số người còn lại bị tịch thu nhà cửa, đưa đi vùng kinh tế mới. Nếu có tiền người ta cũng đã nhờ ông Địa giữ dùm rồi! Không dám khoe khoang như ngày xưa nữa!

Trời về đêm, Sài Gòn cũng lạnh lạnh, người người thêm đông, họ hướng về Vương Cung Thánh Đường, tượng Đức Mẹ vẫn còn sừng sựng trên cao. Mới đây có tin Đức Mẹ khóc, cả Sài Gòn ai cũng đi xem, rồi lại có chuyện nhiệm màu từ tượng Mẹ.

Một người nghèo quá nghèo, quanh năm đạp xích lô vất vả mà chẳng có tiền dư. Nghe đồn tượng Mẹ linh thiêng, anh tắm rửa sạch sẽ, đến quỳ dưới tượng Mẹ. Anh cầu nguyện:

- Mẹ ơi! Con là lính trận bị thương nơi chân đang nằm ở quân y viện Cộng Hòa. Chúng vào đuổi con ra viện, may cũng nhờ có người thương đem về cho tá túc. Con đã khổ quá nhiều, trở về nơi cũ tìm lại vợ con. Người trong xóm bảo, ngày 30

tháng 4 đó ai cũng sợ mà chạy loạn rồi chẳng thấy trở lại nhà. Không biết chết sống ra sao? Cách mạng lấy nhà con cho cán bộ ở.

Mẹ hiển linh, xin cho con ít tiền để đi tìm họ.

Sau ngày có tin đồn Mẹ khóc, Việt cộng cho người canh chừng chung quanh tượng. Hắn thấy gã kia làm gì quỳ mãi không đứng lên như những người khác, chừng năm mười phút rồi họ đi. Hắn đến gần, lén nghe lời người ấy nguyện, hắn giận trong lòng, chửi thề trong bụng.

Đảng ta đem cơm no áo ấm cho dân mà không cám ơn, không xin Đảng, mà đi xin cái tượng vô tri vô giác. Hắn giận định đuổi đi, nhưng dường như có cái gì khác lạ trong lòng, hắn đưa tay vào túi, lấy ra miếng giấy trắng đã xếp đôi, bên trong có tiền. Hắn viết vài chữ rồi lén bỏ vào cái nón cũ, mà trước khi cầu nguyện anh ta đã lấy xuống để trước hai bàn tay đang chắp lại, mắt nhắm nghiền để nguyện. Xong rồi hắn bỏ đi và suy nghĩ, để ta coi Đảng cho ngươi, hay cái tượng cho ngươi.

Tâm trí để hết vào lời nguyện, chợt biết có cái gì đang đụng nhẹ vào cái nón, anh mở mắt ra, thấy có miếng giấy bên trong có tiền. Anh lật đật cầm lên đọc:

Anh phải nhớ ơn Đảng...

Anh vừa đọc đến chữ Đảng là liệng tờ giấy, lấy tiền bỏ vào túi, anh thầm cám ơn Mẹ và lầm bầm nói:

- Mẹ ơi! Mẹ cho con tiền mà Đảng còn bảo con nhớ ơn Đảng. Con xin 50 ngàn, mà nó ăn chận, đưa cho con chỉ có 40 ngàn thôi! Đúng là đồ chuyên cướp giựt!

Rồi anh bỏ đi!!!

Miếng giấy trắng đó do vợ anh viết: *"Anh nhớ mua đường, mua bánh cho em."* Viết xong, vợ anh xếp miếng giấy lại, để tiền vào giữa. Thế là mất toi 40 đồng, mà còn bị chúng chửi!

Là người dân Sài Gòn hay người dân cả miền Nam, hầu như ai cũng biết chuyện ấy, mỗi khi đi ngang qua nhà thờ Đức

Bà. Họ thường kể cho nhau nghe, để có niềm vui trong cái buổi chạy gạo từng ngày.

Thủy Tiên bế bé Huy một lúc nàng cảm thấy như nặng thêm. Hoàng đứa con lớn của Phượng hơn 12 tuổi rồi, phụ với cô để bé lên trên vai mình mà đi. Nàng đi phía sau, phụ giữ cho an toàn. Phượng để bé Minh đi trước và tay kia nàng nắm chặt tay bé Tường Vi, vì sợ con mình lạc.

Trẻ con đi một lúc là đói bụng, nên hai chị em đã chuẩn bị cả thức ăn và nước uống để trong túi xách. Họ tìm một góc phía trong trên lề đường, trải tấm nylon lớn cho chúng ngồi trên đó, vừa ăn vừa nhìn người đi xem lễ.

Những người bán rong, có cả trẻ con cũng nhiều, chúng mang một cái thùng nho nhỏ, hay bưng cái tràng ở phía trước, đôi mắt láo liên, miệng rao hàng. Nào nước ngọt, đậu phộng rang, kẹo, mía ghim, bánh mì thịt, xôi...

Sài Gòn người vẫn còn đông, nhà nước đưa họ đi vùng kinh tế mới, họ tìm cách trở về, đêm sống chui rút, trong góc phố nào đó. Sáng tìm cái gì đó buôn bán để sống qua ngày, cuộc đời như vô vọng. Nhưng cũng phải cố bám để sống, để mong có cuộc đổi đời?!

Chỉ tội cho trẻ con, không đủ chất dinh dưỡng, từ khi theo ba mẹ sống cuộc đời này đây mai đó. Chúng thường mang một mặc cảm, gục đầu khi gặp lại bạn bè cũ. Đau lòng cho những ai ở trong hoàn cảnh này!

Hai chị em đang lấy bánh cho các con ăn, không ngờ nhìn bên kia đường, cũng có nhiều gia đình cũng làm như mình. Chúng thích ăn bánh bông lan nướng trong có chút ít thịt bằm xào với hành lá, đường muối tiêu. Bánh nướng trên khuôn mỏng, cuốn lại thành cây lớn rồi xắt miếng dầy.

Không ngờ mấy đứa học trò nhận diện ra hai nàng, càng lúc càng nhiều, bây giờ hai cô giáo có cả những học trò nam, có đứa đứng cao hơn cả cô giáo. Chúng vui cười, rồi chia nhau những miếng bánh cuối cùng. Người cùng khổ, cha mẹ là chế độ cũ, chúng thường kết bạn với nhau để tương trợ khi có chuyện cần.

Chúng cùng theo phụ giúp cô mình, trông coi chừng dùm mấy đứa con nàng. Có đứa học trò nam vạm vỡ để bé Huy ngồi lên vai, hai tay bé nắm tóc, em vừa đi vừa chạy làm cho bé cười khanh khách.

Hình ảnh mùa Noel ngày nào, gia đình dẫn nhau ra đây cũng gặp mấy đứa học trò, đứa có đạo mặc áo dài màu xanh, hồng, đỏ, tím thướt tha đi xem lễ. Ngày ấy đất nước còn chiến tranh, nhưng mỗi khi có lễ Giáng Sinh hay Tết, hai bên ngưng chiến một vài ngày. Để không còn có cảnh chết chóc, để có yên bình cho người dân được sống trong vài ngày an vui.

Nhưng trận tổng tấn công của Việt cộng Tết năm Mậu Thân 68. Chúng vào thành phố, bắn giết, chôn hàng ngàn người dân xuống những mồ chôn tập thể ở Huế. Cho nên bây giờ, chuyện ngưng bắn không còn quan trọng, mà có khi là ngày Việt Cộng sẽ thảm sát người dân ở những nơi khác nữa!

Đêm cũng về khuya, hai chị em tạm biệt với những đứa học trò cùng hoàn cảnh. Cha đi học tập chưa về, các em giúp đỡ mẹ làm đủ mọi thứ, mong còn được ở trên ngôi nhà cũ đợi ba về?! Hai chị em đón xe lam trở về nhà, đứa con trai của Phượng xách mấy cái túi đệm trống trơn, vừa đi trước vừa liệng lên cao, rồi đưa hai tay chụp lấy, về đến nhà để mở cửa nhà.

Bé mở cửa cổng, thấy có hai cái bao thư ở trên sân, bé lượm lên thấy tên mẹ và tên cô út, không có dán tem và cũng không có địa chỉ người gửi. Hoàng định chạy trở lại đưa cho mẹ thì Phượng và Thủy Tiên cũng vừa tới, bé đưa thư cho mẹ và cô. Hai chị em hồi hộp, dường như có điều gì may, liền xé nhanh mở thư ra đọc dưới ánh đèn vàng hiu hắt. Không phải nét chữ của chồng mình, nhưng trông cũng rất quen, họ vẫn đọc:

Em và các con thương,

Anh vẫn mạnh, đang ở K 3 Vĩnh Phú, Hà Nội. Mấy lời thăm em và các con. Hai chị em vẫn vui vẻ chứ? Giữ gìn sức khỏe. Ăn uống cũng được lắm. Anh cố học tập tốt, mong sẽ về sớm đoàn tụ gia đình.

Hòa

Xem xong, Thủy Tiên liền đưa cho Phượng:

- Của Chị đây này!

Phượng cũng vừa đọc xong, liền đưa cho cô em chồng, nói:

- Thấy ghét! Ở tù cũng còn viết thư tình, nói chuyện yêu đương!

Hai chị em cùng mừng reo, vui cười trong nước mắt, cùng một miềm cảm xúc với mấy đứa con mình. Chúng nhìn nhau cười rồi chạy nhanh mở cửa vào nhà.

Thủy Tiên bồng con vào phòng, nàng để con trên chiếc chiếu đã trải sẵn dưới gạch. Nàng lấy mảnh giấy bao thuốc lá Điện Biên ra đọc. Bây giờ bé Huy biết phá lung tung, những vật gì để gần là chọp lấy đút vào miệng. Bé còn biết bò lại gần giường để cố tự đứng lên, tay vịn vào giường, như muốn đi vừa la vừa kêu vừa cười.

Mình thương,

Nhớ mình và con nhiều lắm, anh vẫn khỏe, anh đếm từng ngày, con mình chắc cũng đã gần một tuổi rồi phải không em?! Chắc đã gọi ba rồi phải không em, tiếng gọi đầu đời của con. Đã có lần em nói, công em mang nặng, đẻ đau mà gọi tên anh trước, em không công bằng chút nào?! Nói gì nói, anh biết em thương con nhiều lắm mà. Anh em cũ gặp lại mừng vui, đời sống trong trại là tương trợ và đùm bọc. K5 Vĩnh Phú, Hà Nội. Ba mẹ và các con vẫn khỏe chứ. Xa nghìn dặm, anh vẫn nhớ những gì em nói.

Cho anh thăm hỏi chị Phượng và các cháu, chúng bây giờ chắc lớn lắm! Có tin tức gì anh Hòa không?

Mùa này lạnh rồi, em nhớ mặc áo cho ấm.

Nhớ em, con và các cháu!

Tuấn

Vừa đọc thư vừa mỉm cười như vừa muốn khóc, Thủy Tiên tắm rửa cho con, thay quần áo rồi nàng để con nằm xuống giường, như một thói quen gần cả năm nay. Đêm nay không có điện, chiếc đèn dầu có cái ống khói cao tỏa ra ánh sáng vàng vọt. Một tay nàng thoa nhè nhẹ sau lưng, một tay cầm chiếc quạt phe phẩy cho mát, làm bé dễ ngủ hơn.

Giọng ru hời, nghe sao buồn thảm quá:
Ru con, con thét cho mùi
Để mẹ đi chợ mua vôi ăn trầu
Mua vôi chợ Quán chợ Cầu
Mua cau Nam Phổ mua trầu chợ Dinh
Chợ Dinh bán áo con trai...

Giọng trầm bổng như giúp cho bé mau ngủ hơn, người Huế không nói, con ơi con ngủ cho lâu. Tiếng ngáy của bé như bắt đầu để đi vào giấc ngủ. Một thế giới của bé, có trường học, có bạn bè vui chơi, có những lúc trả bài không thuộc, bị Mụ Bà rầy la, bé tức tưởi trong cơn ngủ, sau rèm mi khép kín là trường học để bé đi vào đời.

Con đã ngủ say, nàng đi tắm thay áo ngủ, mỗi bộ áo mới là một kỷ niệm đợi ngày chồng về. Đêm ái ân, lời nói như mật ngọt dìu nhau vào thiên thai, với những trái ngọt khó quên.

Nàng lên giường nằm bên con, lấy mảnh giấy đọc lại lần nữa. Người đem thư họ bỏ vào bao thư lộn, của anh Hòa lại để vào bao thư tên mình. Nàng nhớ lại, hai anh em không nhắc đến chuyện đi thăm nuôi, chỉ hỏi thăm gia đình.

Bên ngoài có tiếng chân, tiếng gõ cửa nho nhỏ, nàng chỉ nghe tiếng chân cũng biết chắc rằng là tiếng chân của chị dâu mình:

- Em còn thức đây!

Tiếng đẩy cửa bước vào, Phượng cũng cầm mảnh giấy, chắc có lẽ cũng là giấy bên trong bao thuốc lá mà khi nãy mình đã đọc. Chị dâu nàng đi đến giường, nhìn bé Huy đang ngủ say, Phượng ngồi xuống giường cạnh cô em chồng.

Hai chị em nhìn nhau như dò hỏi ý, rồi họ hoạch định cho chuyến đi sáng sớm hôm sau 23 âm lịch, đêm đưa ông Táo về Trời. Tất cả thầy cô giáo và học sinh được nghỉ đến mùng 6 Tết mới trở lại trường. Nhưng năm nay mùng 6 nhằm ngày thứ 7, cho nên được nghỉ luôn đến ngày mùng 9.

Ngày đi đã định, một điều quan trọng nhất là tiền để mua thức ăn. Trong nhà chẳng còn gì để bán, ngoài hai chiếc xe Honda và chiếc xe Vespa của Tuấn. Thủy Tiên quyết định bán xe Vespa trước, dù nó là kỷ niệm của hai người. Tuấn đã dùng nó đưa rước nàng đi chơi đó đây khi anh về thăm nàng và anh cũng đã dùng nó đưa nàng mua sắm đồ cần thiết cho ngày cưới.

Sau giờ nghỉ trưa, Thủy Tiên hẹn tới rước Phượng, hai chị em đi chung trên chiếc xe Vespa ra ngã sáu Sài Gòn, nơi có cái tượng hình Phù Đổng mặc áo giáp, tay cầm roi sắt, cỡi con ngựa sắt khè ra lửa rượt đánh giặc Ân.

Trên đường Gia Long cũ, các cửa hiệu bán xe gắn máy giờ đây đã đóng cửa không còn buôn bán nữa. Nhưng ở đây có một số người đứng dọc theo hai bên đường để đón khách mua hoặc bán xe cũ.

Hai chị em dò giá nhiều nơi, nhưng không được như giá mình muốn bán, thôi đành đem về. Giá tiền ngày trước nó mắc gấp ba bốn lần xe Honda, nhưng bây giờ chỉ có hơn chút ít. Đợi vài ngày, nếu không bán được như giá mình muốn, thì bán xe Honda của Thủy Tiên trước. Nhưng Phượng thì tỏ vẻ không muốn, nàng định bán chiếc nhẫn cưới có hột xoàn của nàng.

Sáng hôm sau, khi vừa đến trường, một số chị em cùng hoàn cảnh, nhỏ to với nhau rằng, có một vài chị em nhận được thư tay. Một vài người nhận thư bằng bưu điện, từ một địa chỉ xa mà họ chưa từng biết như Biên Hòa, Long An, Nha

Trang, Phan Thiết. Có người còn nhận được địa chỉ từ Hà Nội gởi vào. Nhưng nội dung cùng giống nhau.

Có người còn nói, họ nghe chị Yến người ở Gò Công, cùng quê bên chồng của Thủy Tiên. Chị là người dò la tin tức được biết chồng mình đang học tập cải tạo miền Bắc. Theo chị kể, cái ngày chồng chị đi trình diện ở Gò Công, nơi này không phải là quê của chồng chị, anh là người Bắc di cư vào Nam, chồng làm quân trưởng.

Ngày 30 tháng 4, sau khi có lệnh buông súng, tỉnh trưởng và toàn bộ tham mưu ra đi bằng ghe ở xã Vàn Láng cùng gia đình chị. Lúc ấy chị đang mang bầu gần đến ngày sinh, ngày đó trời đang mưa bão, biển động. Chiếc ghe chở gia đình chị và một số gia đình khác đang ở ngoài khơi. Vì sự an toàn của mọi người, đành phải quay trở về.

Cũng may khi chồng chị đi trình diện nơi này, chị được thăm nuôi và biết đưa về khám Chí Hòa. Lần cuối trong thư, chồng chị bảo nên đưa gia đình về quê nội, chữ nội viết lớn hơn một chút so với các chữ khác. Sau đó không có tin tức về những người tù cải tạo bị giam giữ ở đó nữa.

Một thời gian đợi chờ tin chồng, chị liều lĩnh ra Bắc tới bộ nội vụ để hỏi thăm. Nơi đó họ cho biết chồng chị đang học tập ở Vĩnh Phú. Chị đi mua đồ vật cần dùng và thức ăn lặn lội tìm đến nơi đó mà thăm.

Rồi chị cũng lượm được nhiều tấm giấy ghi địa chỉ liên lạc của những người khác đang cải tạo ở đó, họ bỏ trên đường họ đi làm lao động, chị đem về báo cho nhau. Thế là cuộc trường chinh của những người vợ nuôi chồng đi tù cải tạo bắt đầu. Trong lịch sử nhân loại trên thế giới chưa bao giờ có cuộc đi tìm chồng nào cả. Ngoại trừ cuộc tìm chồng đi xây Vạn Lý Trường Thành dưới thời Tần Thủy Hoàng.

Mới lần đầu, người vợ đi thăm nuôi phải biết nấu những thức ăn để lâu được, có ngọt, có mặn, có mỡ để bồi bổ nuôi dưỡng một cơ thể hầu như chỉ còn da bọc xương. Nếu nhỡ như không may bị ngã bệnh, loại sốt rét rừng, tiêu chảy, thuốc men chẳng có. Chỉ còn nhờ Trời, xuôi theo số mệnh, rồi từng người, từng người bỏ lại bạn bè, vợ con ra đi.

Một manh chiếu cũ cuốn tròn, cũng là manh chiếu hằng ngày sau những ngày đi làm lao động, phá rừng, đập đá. Bạn bè còn lại, khiêng ra triền núi được làm nghĩa trang, đào sâu ba tấc, vùi xác thân này, không một tấm bia, chỉ có cây cọc đóng xuống để làm dấu cho người thân.

Nếu như sau này có dịp để đem xác thân về quê mẹ, chỉ còn là mớ xương mà cha mẹ đã cho các con. Người con nước Việt đã quá khổ đau từ hồi dựng nước, chết cho quê hương để chống giặc Tàu, cái chết xem nhẹ tựa lông hồng. Còn ở đây là bị áp bức, đọa đày bởi những người đồng chủng tộc, màu da và cùng tiếng nói.

Ngày ra Bắc thăm chồng, chắc có lẽ không ai ngủ được, cứ nôn nao mãi trong lòng, mong sao cho được một lần gặp mặt, sau gần 2 năm trông đợi.

Đoạn đường dài chừng 1 ngàn 500 cây số là chừng ấy nỗi nhớ thương. Từng cây số trông đợi, là sự rút ngắn đoạn đường dài, mong được thấy chồng còn mạnh khỏe. Chớ đừng có như một số chị em, đùm đề đem thức ăn để thăm nuôi, ra tới thì được tin chồng mình đã về cõi vĩnh hằng, nơi đó không có hận thù!

Mỗi chuyến đi thăm, thức ăn để lâu không hư, thêm vào đó nào đường sữa hoặc bánh hay trái cây khô như chuối, kẹo có thể để lâu mà còn ăn được.

Bao nhiêu thức ăn là bấy nhiêu tình yêu, được nhân lên bằng số thập phân, đã ký gởi vào đấy. Mong cho chồng mình nhận được, để cố mà sống, mong sớm trở về cùng gia đình.

Nhưng cuộc đời này vốn đã có quá nhiều đớn đau, của những người con dâu phải chịu sự trông chừng của các bà mẹ chồng. Chị em nhà chồng không những không giúp đỡ mà còn vạch lá tìm sâu, khiến cho vợ người tù cải tạo thêm đau lòng, xót xa!

Chồng là lính đi đánh trận, thì làm sao có nhiều tiền để đi nuôi chồng, một năm chỉ được vài lần thôi. Không tiền, không có sự giúp đỡ từ cha mẹ anh em, bao nhiêu tiền dành dụm, bán hết những gì còn bán được trong nhà là bán, hoặc đi vay mượn để có tiền mua thức ăn mà đi thăm nuôi. Thế mà ngày về vẫn còn mờ mịt, xa tít! Bao giờ mới trở về để tìm cái gì đó làm, để có tiền hoàn trả lại cho chủ.

Cuộc sống gia đình càng ngày càng thêm túng quẫn, người vợ phải sớm hôm tần tảo đi mua đầu làng, đem sang cuối phố bán. Suốt một ngày chỉ kiếm được hai bữa cơm cho các con no, là may mắn lắm rồi. Đôi khi bị bọn kiểm soát tìm được, tịch thu hoặc phạt vạ, kể như công dã tràng.

Con vừa học hết lớp 9 là nghỉ học để tìm một cái gì đó làm, kiếm tiền phụ giúp cho mẹ, trông nôm đàn em. Lại còn có thêm một niềm đau mà vợ người tù cải tạo phải cắn răng chịu đựng, mẹ chồng, chị em chồng, ngày đêm nhìn ngó đến mình.

Những tưởng thương xót, vì cùng là thân phận đàn bà. Cũng là một thời làm dâu, bao sướng vui, đau khổ đều đã đi qua. Thế mà, nay đã là mẹ chồng vẫn tìm cách đay nghiến, khi con dâu làm không đúng ý mình. Một cái vòng lẩn quẩn, đã bao đời không thoát ra được, vết xe sau đi lên vết xe trước, để rồi xảy đến những thảm trạng đau lòng.

Năm ba viên thuốc an thần, một chút ít thuốc trừ sâu hay gieo mình xuống dòng sông để kết liễu cuộc đời bị quá nhiều bức bách, nghiệt ngã. Mong tìm về một nơi yên lành cho thể xác, nhưng linh hồn vẫn còn quanh quẩn bên đàn con chưa đến tuổi trưởng thành. Bà bắt cháu nội đem về, sống chung với chú bác, cô, mong để chuộc lại phần nào tội lỗi?!

Một ý nghĩ nông cạn, họ tưởng đem cháu của mình đến nơi yên lành. Nhưng không nào ngờ, đó chính là đem chúng vào con đường đau khổ khắc nghiệt hơn. Khi chúng phải sống chung đụng với con ruột của họ. Rất hiếm có trường hợp, họ thương cháu bằng những đứa con của mình.

Rồi một mai, người tù còn may phước được trở về, lại bịa thêm chuyện xấu về đức hạnh của mẹ chúng, để khỏa lấp tội lỗi của mình?!

Đi nhà thờ dâng hiến tiền của hoặc đi chùa bỏ vào hòm công đức khá khá một chút để mong xóa những tội lỗi mình làm?! Có một điều mà họ không biết, chính lương tri của họ đã phán xét giữa điều ác và thiện!

Từ ngày có tin truyền miệng nhau về thăm nuôi, hoặc có nơi cho người tù cải tạo gửi thư về nhà, cho biết nơi mình đang học tập. Nó giống như một cơn mưa giữa mùa nắng hạn. Nhà nước không thông báo trên đài hoặc báo chí gì hết. Họ đã quên lãng chuyện người đi học tập cải tạo, nhưng thực sự là đày ải kẻ thua trận về nơi đèo heo hút gió, hoang sơ nào đó để đàn áp người lính cũ với cái tên ngụy quân.

Thôi thì được biết nơi chốn người đi còn hơn ngày đêm hiu hắt chờ tin chồng ở nơi mô? Có người được may mắn, chồng học tập ở các trại ở miền Nam hay ở miền Trung. Nhà nước cho là tội ác với nhân dân quá nặng, cần phải đày ra Bắc, như Cao Bằng, Lạng Sơn, Vĩnh Phú, Hà Nam Bình, Hà Nam Ninh v.v..

Những nơi ấy là lò trui luyện, không những sĩ quan mà còn có cả công nhân viên cao cấp trong guồng máy của Việt Nam Cộng Hòa. Từ trưởng phòng cho đến bộ trưởng, luật sư, chánh án...Và cũng nhờ ở những trại tù đó mà ta mới được biết rõ bản chất con người. Phần đông họ chia sẻ cho nhau những miếng ăn khi người này được gia đình thăm nuôi trước hoặc sau. Cũng có khá nhiều người không được vợ đi thăm nuôi hoặc thăm nuôi ở những tháng năm đầu, rồi thưa dần và sau đó không còn tin tức gì nữa?!

*

Hai chị em Phượng được biết tin chồng đang học cải tạo ở Vĩnh Phú K3, một người ở K5. Có lẽ số mệnh đã đẩy đưa anh vợ, em rể ở chung một nơi, cho nên việc đi thăm nuôi đỡ phần vất vả hơn. Có kinh nghiệm lần đi thăm ở Long Khánh, thức ăn được làm có loại ăn liền và loại có thể để lâu. Điều quan trọng nữa là mặn ngọt cay và nhiều chất mỡ. Đường sữa, còn thêm những loại thuốc cảm, trụ sinh, tiêu chảy và B1, B6, B12.

Tất cả cho vào những bao nylon, để vào túi đệm lớn, may miệng lại sẵn sàng cho cuộc hành trình ra Bắc. Đáp tàu xuôi ở ga Bình Triệu, vượt Trường Sơn ra thăm lăng Bác kính yêu mà ngày nào Bác mơ ước được thấy những người vợ của lính chiến Việt Nam Cộng Hòa, hồ hởi, can trường, dũng cảm, đảm đang!

Cô tiểu thơ Huế ngày nào, đã một thời áo trắng trường Đồng Khách, vóc dáng nho nhỏ, nhưng lại có chiều cao khiêm nhượng gần 1m70, khiến cho bố mạ lo lắng khó mà lấy chồng.

Còn người chị dâu cũng là nữ sinh trường Bùi Thị Xuân áo trắng học trò và có thêm cái áo lạnh bên ngoài màu xanh dương đậm có pha thêm màu hơi tím, màu mực của tuổi học trò. Màu má đỏ môi hồng của vùng cao nguyên Lâm Viên. Đã có một thời con gái, làm cho con trai trường Trần Hưng Đạo.

Đến năm nàng lên lớp đệ Nhất, lại làm bao chàng trai sĩ quan trường võ Bị Quốc Gia Đà Lạt, trường Chiến Tranh Chánh Trị đã một thời đứng trước cổng trường mà nhìn mãi, rồi âm thầm bước theo để tìm biết nhà nàng ở đâu?!

Em tan trường về
Đường mưa nho nhỏ
Chim non giấu mỏ
Dưới cội hoa vàng
Bước em thênh thang
Áo tà nguyệt bạch
Ôm nghiêng cặp sách

Vai nhỏ tóc dài
Em tan trường về
Cuối đường mây đỏ

Anh tìm theo Ngọ
Dáng lau lách buồn

Em tan trường về
Đường mưa nho nhỏ
Trao vội chùm hoa
Ép vào cuốn vở

Thương ơi! Vạn thuở
Biết nói chi nguôi
Em mỉm môi cười
Anh mang nỗi nhớ
Hè sang phượng đỏ
Rồi chẳng gặp nhau
Ôi mối tình đầu
Như đi trên cát

Mười năm rồi Ngọ
Tình cờ qua đây
Cây xưa vẫn gầy
Phơi nghiêng dáng đỏ
Áo em ngày nọ
Phai nhạt mấy màu
- Phạm Thiên Thư

Cả hai không phải là sắc nước hương trời, mà họ có cái dáng dễ thương:

Mỗi người một vẻ mười phân vẹn mười

- Nguyễn Du truyện Kiều

Nhưng, các cô không để cho các anh thương một cách dễ dàng như các anh tưởng. Con gái Việt Nam mà:

Càng treo giá ngọc, càng nhiều thanh cao
- Nguyễn Du

Vì vậy bọn con trai đã từng cá độ với nhau. Rằng ai trong số họ, người nào rủ được nàng đi uống sinh tố, đi ciné, ăn uống hoặc tặng quà là các người khác phải trả chi phí.

Nay, cả hai chị em lại phải ra đi muôn dặm tìm chồng. Cũng may, nhờ còn mấy cái đầu máy xe lửa chạy bằng dầu Diesel của Việt Nam Cộng Hòa để lại. Chớ không, vượt đường xa thiên lý bằng con tàu hỏa chạy bằng than của Cộng Hòa Xã Hội Chủ Nghĩa, thì không biết chừng nào ra đến Bắc.

Khi đi, phải xin giấy thăm nuôi, phải chịu cảnh bị các ông bà cách mạng 30 mắng nhiếc đủ điều, như mình đi xin khất nợ vậy. Mai tới lấy, mai mình đến thì phải chứng kiến mấy con cắt ké đùa giỡn với trai cùng lứa. Chúng chẳng trả lời chi hết, bảo ngồi đợi. Một lớp cán bộ nhà nước mà chưa bao giờ mình thấy nơi công đường. Một lúc sau chúng nói, chưa xong! Ngậm đắng nuốt cay trở về, mai lại đến nữa.

Đành chịu thôi! Có người gọi chúng là Quỷ, vì chữ ủy ban, ủy viên, huyện ủy, tỉnh ủy. Phần đông người Nam họ đọc cùng âm, nhưng họ cố nói chữ Quỷ , để chỉ bọn cách mạng. Bây giờ mình sống chung với Quỷ. Có người còn nói khôi hài, Đảng viên là đầy tớ của nhân dân, đầy tớ nói, nhân dân phải dạ.

Xong việc xin giấy tờ đi thăm nuôi, rồi đến đi mua vé xe lại còn vất vả hơn nhiều. Nào chen lấn, nào năn nỉ, nào phải mua vé chợ đen để được đi liền, vì là ngày Tết, ai cũng muốn về quê ăn Tết, nhất là cán bộ miền Bắc. Họ mang đủ mọi thứ về ngoài ấy, từ quần áo, giầy dép cho đến xe đạp, quạt máy, truyền hình, nhiều nhất là cái đài có 3 tần số ngắn để nghe nhạc vàng khi còn ở mật khu. Nó là văn hóa đồi trụy bị cách mạng cấm nghe. Nhưng cán bộ được quyền nghe để nghiên cứu.

Mấy chị em giúp nhau chuyển từng giỏ xách đệm có viết trên mình trên đó để lên tàu hỏa không bị lẫn lộn. Nào dùng dây to bằng ngón út luồn vào những cái quai xách của những cái túi đệm vào nhau để khỏi bị những tên anh chị ở bến xe, trên tàu, xách cất dấu dùm.

Sân ga này đông khách lắm, có từ hồi còn Pháp thuộc, Sài Gòn cũng có một cái sân ga nữa, nằm ở trung tâm Sài Gòn, gần chợ Bến Thành. Nơi đó cũng là nơi tiễn đưa hay hội ngộ nhau của những chàng sinh viên sĩ quan Thủ Đức trong thời binh biến hay khách du lịch. Nơi mà đẫm đầy nước mắt chia ly cũng như hạnh ngộ.

Tiếng còi tàu hụ vang lên lần cuối, những người đưa tiễn nhau nước mắt hoen mi, đầm đìa làm ướt khăn tay, để cho nó khô lại, mà đếm những lần ly biệt.

Xe bắt đầu lăn bánh, kéo theo đoàn tàu dài mười mấy chiếc toa chật ních hành khách và hàng hóa. Hai chị em và vài ba người bạn vừa mới quen nhau khi giúp chuyền những túi xách thức ăn lên toa. Họ cùng ngồi chung toa với những người bạn hàng theo con tàu này đi bán sản phẩm quê nhà rồi mua một vài thứ hàng hóa đem về bán lại.

Đoàn tàu len lỏi qua những khu dân cư để đi ra ngoại ô, khi qua những con đường, tàu hụ còi. Có những nhân viên tàu đứng ở đó từ lâu để kéo hai cây tre thật dài có sơn khúc đỏ khúc trắng ở hai bên đường. Chặn tất cả các xe cộ và người đều phải dừng lại, cho đến khi đoàn tàu đã qua hết.

Thế mà cách đây vài tháng, tin đồn rằng có người đã nhảy vào giữa đường rầy khi xe sắp sửa chạy ngang qua. Mọi người có mặt ở đó hớt hãi kêu vang cầu cứu, nhưng làm sao cứu vãn tình thế cho được.

Đầu tàu kéo thắng rít trên đường sắt, nhưng tàu vẫn lướt tới đụng vào người ấy văng ra té ngã xuống. Những chiếc bánh xe sắt cán lên, kéo thân hình người ấy không còn nguyên vẹn thêm một đoạn khá xa, đoàn tàu mới dừng lại được.

Nạn nhân là vợ của người thương phế binh VNCH, sau 75 không còn được tiền cấp dưỡng, những cơn đau làm anh nhức nhói rên la. Vợ anh bán buôn tần tảo còn không đủ nuôi hai đứa con nhỏ, nhín nhút chút ít tiền mua vài viên thuốc đau nhức cho anh để giảm bớt cơn hành hạ.

Chị ra đi để lại hai đứa con thơ, một đứa con trai 12 tuổi một bé gái 8 tuổi cũng đã nghỉ học từ sau ngày giải phóng. Hằng ngày đứa lớn đi phụ bán thịt heo với người lối xóm, đứa nhỏ bưng thúng xôi đi theo gánh bánh canh để bán chung với chị.

Bán rẻ để có nhiều người mua, dù rằng lời ít để đủ trang trải cho gia đình, một ít thuốc men cho chồng. Cách đây chừng hai tuần, chị đang gánh hàng trên vai bị trượt té, vì đôi dép quá mòn, đi trên sân tráng xi măng còn ướt vì trời mưa. Nồi bánh canh đổ, chị bị trặc chân không đi bán được nữa.

Lại có một vài người bạn thân trong xóm kể rằng chị đã từng bán máu cho bệnh viện một vài lần, một phần nữa là vì ăn uống quá đạm bạc. Một phần cơm, hai, ba phần khoai trộn, cho nên sức khỏe của chị quá yếu.

Bây giờ chị đã ra đi vĩnh viễn về bên kia thế giới. Khi còn sống, chị là cô giáo tên Lan dạy trường tiểu học với hơn 15 năm, đã dạy các học sinh từ lúc mới biết đọc chữ còn đánh vần.

Tưởng rằng đám tang chẳng được bao nhiêu người đưa, thế mà có hàng trăm người đến tiễn chị, các em học sinh ngày xưa đã học nay đã lớn. Nghe tin người xấu số là cô mình, họ về đây tiễn chị đến nơi hỏa thiêu để thân xác trở về tro bụi!

Thế mà cái tờ bào duy nhất miền Nam, Sài Gòn Giải Phóng chẳng có một dòng chữ nhỏ nào để đưa tin hay chia buồn cùng với gia đình nạn nhân. Người dân rỉ tai nhau nói, đó là đỉnh cao trí tuệ. Chúng hay nói ngược chữ, bị chữ chơi ngược lại, Sài Gòn Giải Phóng cho ai? Có phải giải phóng cho bọn ngu cấp dưới, Đảng nói gì chúng cũng tin. Bây giờ hàng ngàn đảng viên Hà Nội vào đây để được người Sài Gòn giải phóng cho, để có gạo mà ăn, có xe Honda gắn máy chạy đầy đường như con cháu Bác nói:

Kem ăn không hết, còn phải đem phơi khô?!"

*

Đây là lần đầu tiên trong đời người, Thủy Tiên đi xe lửa, nàng ngồi, ngủ gục lên gục xuống, có khi lại bị đập đầu vào cạnh cửa sổ bằng sắt của toa tàu, vì đêm rồi nàng thao thức mãi; còn Phượng phải thức để canh chừng những túi đệm đựng thức ăn. Ngày cũng như đêm lắc lư trên toa tàu, ăn uống chỉ nuốt qua loa, thỉnh thoảng phải đếm lại những túi đệm còn có đủ hay không.

Qua những trạm nhỏ để rước hoặc cho khách xuống, tiếng còi hụ vang vang lòng mình chợt nhớ những bài ca nhạc của một thời mộng mơ. Tàu Đêm Năm Cũ hay Chuyến Tàu Hoàng Hôn là những bài ca viết cho lính, viết cho người thương tuổi còn mười tám, đôi mươi, đến sân ga tiễn đưa người trai ra chiến trận, mắt đẫm đầy những giọt lệ long lanh.

Rồi một ngày, nàng được thư người yêu, hẹn gặp nhau nơi sân ga ngày nào đưa tiễn. Nàng đợi mãi chẳng thấy anh đâu, gặp được người bạn anh từ chiến trường trở về, áo trận còn nực mùi bom đạn nói, mới biết tin anh chết trận.

Nhưng đôi khi, người trở về tìm người em nhỏ hậu phương, nhưng định mệnh quá cay nghiệt đã giết chết nàng trong một chuyến đi thăm anh. Xe cán lên mìn, hành khách, có người chết, có người bị thương.

Nhưng không chết người trai khói lửa
Mà chết người gái nhỏ hậu phương
- Hữu Loan

Hay còn đau lòng hơn, ngày anh về cũng là ngày người yêu bước lên xe hoa về nhà chồng, vì tuổi xuân thì của thời con gái chẳng có là bao. Xác pháo cưới nhà nàng còn đó, mà người thương về làm dâu xứ lạ:

Này em hỡi! Con đường em đi đó, con đường em theo đó?

Sẽ đưa em sang đâu?

Mưa bên chồng có làm em khóc, có làm em nhớ, những khi mình mặn nồng!

Người tình lại trách:

- Con đường em đi đó đúng sao em?

Rồi sau này Vũ Thành An lại viết:

- *Con đường em đi đó, đúng em ơi!*

Đúng hoàn toàn đúng! Vì nếu như ngày đó em lấy anh, thì bây giờ, em đi nuôi chồng mệt nghỉ, em ơi!

Một thoáng nhớ nhung của một thời hoa mộng, một thời áo trắng đến trường để làm cho đoạn đường đi thăm nuôi chồng bớt cô đơn. Bao nhớ nhung, mong được gặp chồng là niềm vui của những người vợ tuổi đời ở ngưỡng cửa ba mươi!

Tiếng còi tàu hụ để đến ga Phan Rang, vùng đất của người Chàm với những tháp màu gạch đỏ nung đứng sừng sững uy nghiêm tượng trưng cho một vương triều đã một thời lừng lẫy đem quân đi chinh phạt nước ta. Nay chỉ còn là những tháp rêu phong thi gan cùng tuế nguyệt. Làm ta chợt nhớ đến bài thơ hoài niệm về một dân tộc mà tác giả không phải là người Chàm, về sau có người viết thành nhạc, lời ca thống thiết, Hận Đồ Bàn:

Người xưa đâu?
Mà tháp thiêng cao đứng như buồn rầu
Lầu các đâu?
Nay thấy chăng rừng xanh xanh một màu
Đồ Bàn miền Trung đường về đây
máu nhuộm loang thấm chưa phai dấu
xương trắng sâu kín mối hờn căm khó tan

Một thời oanh liệt
Người dân nước Chiêm
Lừng ghi chiến công
vang khắp non sông
Mộng kia dẫu tan
cuốn theo thời gian
Nhưng hồn ngàn đời còn theo nước non

Một thời đại vàng son, nay chỉ còn những tháp màu gạch sừng sững thách đố với thời gian. Mình là người Việt, nghe mà còn cảm thấy đau lòng huống chi người Champa.

Phải chăng hồn thiêng sông núi của họ còn vất vưởng đâu đây với một lời nguyền của người Chàm, mà khiến cho dân Việt mình khốn đốn trong suốt 20 năm nội chiến và còn mãi sống dưới chế độ độc tài, tàn ác của Cộng Sản.

Nghe bài hát đó mà ta chạnh lòng nhớ đến ngày 30 tháng 4 năm 1975, Sài Gòn phải đổi tên.

Đoàn tàu đến ga Nha Trang vào một trưa trời nắng, tiếng gọi nhau để lên hoặc xuống của những người hành khách, bạn hàng. Tiếng rao hàng của những chị hay các em nhỏ bưng trên tay những thúng xôi đã gói sẵn, hay đội những cái tràng để đầy bánh mì, khoai mì, khoai lang đã nấu chín.

Lại còn có những em bé, tuổi chừng lên 7, kệ nệ xách trên tay một ấm nhôm lớn chứa nước trà, cổ đeo một cái sô nhỏ chứa nước lưng lưng, với năm ba cái ly nhựa đủ màu để bán trà đá. Thấy mà thương ở cái tuổi này, đáng lẽ các em phải cắp sách đến trường.

Nha Trang, bờ biển cát trắng với những rặng thùy dương, mỗi làn gió thổi tạo ra tiếng ru, nơi này là một thành phố du lịch trước 75. Nay chỉ còn là hoang vắng, tiêu xơ, những cái bar trên bãi cát ngày nào, nay là chỗ tạm trú cho một số người vô gia cư. Tiếng hát lời ca, nói về cái đẹp của Nha Trang, nay chỉ còn trong ký ức, một thời để nhớ, để thương, để hoài niệm về một thời vàng son của nó.

Tiếng còi hụ, bánh xe di chuyển cho một cuộc hành trình kế tiếp, đoàn tàu ra khỏi thành phố, qua những nơi chạy dài theo bờ biển, gió từng cơn luồn qua khung cửa làm dịu bớt cái nóng ở trong toa của đoàn tàu.

Bài trường ca Huế Sài Gòn Hà Nội, theo tiếng ru đều đều của những chiếc bánh xe bằng sắt, quay đều theo một vòng trên đoạn đường rầy này ráp nối với đoạn đường rầy khác, tiếp nối mãi cho đến Hà Nội.

Mỗi khi cái vòng bánh xe sắt lăn qua trên hai khúc sắt ráp nối đường rầy với nhau. Nó tạo ra một âm thanh vang lên tiếng "cụp" nho nhỏ, như để thay cho tiếng nhịp song lang của bài ca vọng cổ đang hát trên toa tàu từ cái máy casseste của anh bộ đội nào đó đem nó đi về Bắc.

Đoàn tàu xa dần thành phố để ra Quy Nhơn.

Thủy Tiên đi tàu hỏa cũng cảm thấy vui vì được ngắm cảnh đi xuyên qua rừng già, còn Phượng cũng đã nhiều lần từ Đà Lạt về Sài Gòn thăm bà con bên mẹ nàng và những lần sau này, khi nàng ở nhà bà dì đi học ở đại học Khoa Học Sài Gòn.

Thường khi Phượng trở về Đà Lạt, với một hai tháng để tìm lại cái hè của tuổi học trò năm xưa rong chơi với bạn bè hồi còn học ở trung học. Vui chơi đồi thông Hai Mộ, nào hồ Than Thở hoặc hẹn nhau đến nhà hàng Thủy Tạ, kể nhau chuyện, đứa này hay đứa kia bỏ cuộc chơi đi lấy chồng hoặc đang có bạn trai.

Để tiếc thương một thời một thời con gái khi nghe các bạn kể huyền thoại về ai đó là chứng nhân của một cuộc tình không trọn vẹn. Nàng gieo mình xuống hồ, để lại cho đời sau một chuyện tình đau thương!

Nếu như có lần nào du khách đến xứ hoa Đào:

Ai lên xứ hoa Đào
Đừng quên mang về một cành hoa
cho tôi bớt mơ mộng, chiều chiều nhìn mây trôi xa xa
Người về từ hôm nao, mà lòng còn thương vẫn thương
Bao nhiêu năm tháng cũ, mà hồn nào thôi vấn vương
Giờ này nhìn sương khói mà thầm mơ, màu hoa trên má ai?
- Hoàng Nguyên

Để cho má người mình yêu thêm một chút ửng hồng. Rồi nào rừng Ái Ân, thác Cam Ly, Prent, Gu Ga... Nơi này cũng là một thành phố có nhiều loài hoa, với những Lan rừng tuyệt đẹp.

Từ khi lập gia đình, lâu lâu nàng đưa các con về đây khi nghỉ hè, ngồi nhìn đàn con nô đùa trên thảm cỏ xanh với những tiếng thông reo, tiếng ve ca hát. Hoặc dẫn con tới ngôi trường đầu tiên mà ngày xưa mẹ dẫn nàng đi học với bộ áo quần đồng phục ở tiểu học hoặc sau này trường Bùi Thị Xuân, chỉ cho các con thấy những lớp học mà suốt thời gian nàng học ở đây.

Sân trường ở đây không có cây phượng như các trường ở miền Trung hoặc miền Nam. Trường nàng chỉ có cây tùng cũng khá cao và cây liễu với những chùm hoa liễu, bông nhỏ li ti đỏ như màu hoa phượng, chúng kết lại giống như cái lồng đèn giấy xếp nhỏ, ngắn chừng đôi mươi cen-ti-mét đẹp lắm!

Nói đến Hè là nhớ đến bài tập đọc ngày xưa, ve ca hát mãi cho đến hết mùa Thu. Đông về, cha con nhà ve tìm đến gõ cửa nhà Kiến, không những không nghĩ tình hàng xóm, cho mượn thức ăn, mà còn cho là lười biếng. Mắng nhiếc đủ điều, nào chỉ biết ca hát, vui chơi, để giờ này đi mượn thức ăn.

Gia đình nhà ve có chết không?!

Mà sao cứ đến mùa Hè, ta lại nghe những nhạc khúc ấy bất tận cho mãi đến bây giờ?!

Nếu như một ai đã đam mê âm nhạc, người đời ví như một kiếp tằm phải nhả tơ?!

Đoàn xe tiếp tục cuộc hành trình, có khi chạy sát theo bờ biển để cho ta nhìn biển xanh, thấp thoáng ngoài kia năm ba chiếc tàu đánh cá. Rồi lại đôi lúc đi vào rừng cây cao ngất với loài vượn, thỏ rừng, chim chóc để đến thành phố Quy Nhơn, có nhà thơ Hàn Mặc Tử.

Ai mua trăng, tôi bán trăng cho
Chẳng bán tình duyên ước hẹn hò

Một nhà thơ, một con người lãng mạn, một chuyện tình không đoạn cuối, một Mai Đình, một Mộng Cầm. Ai nhớ thương nhà thơ này cho đến hết cuối cuộc đời?!

Ông âm thầm lìa xa trần thế trong trại cùi với tuổi đời còn quá trẻ. Để lại cho người đời những vần thơ truyệt tác, mà trong đó có bài Về Chơi Thôn Vĩ:

Vườn ai mượt quá xanh như ngọc
Lá trúc che ngang, mặt chữ điền

Thuyền ai đậu bến sông Trăng đó?
Có chở trăng về kịp tối nay!

Tàu ra đến tỉnh Thừa Thiên Huế, trầm lặng của đất Thần Kinh, với dòng sông Hương lững lờ trôi, với hoàng cung của một thời vàng son của nhà Nguyễn, mà đã có lần bà Huyện Thanh Quan được dời về đây để dạy học. Bà hoài cổ về một kinh đô đã có từ đời vua Lý Thái Tổ năm 1010, nhưng nay nơi kinh đô này cũng chỉ còn:

Dấu xưa xe ngựa hồn thu thảo. Nền cũ lâu đài bóng tịch dương.
- Thăng Long Hoài Cổ

Huế bị tàn phá trong chiến tranh, nặng nhất hồi tết Mậu Thân 68 và mùa hè đỏ lửa 72. Tái chiếm Huế bởi những sư đoàn Dù, Thủy Quân Lục Chiến, Biệt Động Quân, Thiết vận Xa, sư đoàn 1, Địa phương Quân cùng với các dân quân chính khác. Họ phải giành với Cộng quân từng tấc đất, khu nhà, bờ tường để màu cờ vàng ba sọc đỏ VNCH, bay phất phơ trên cột kỳ đài cổ thành Huế.

Trận đánh La Vang, người sĩ quan cùng với các chiến hữu thiết vận xa M113 đã đền nợ nước, ở phía Bắc bên bờ sông Thạch Hãn ngày 27 tháng 4 năm 1972.

Người chiến sĩ mũ đen, liệm xác 3 lần, Nguyễn Ngọc Bích, mà Trần Thiện Thanh viết cho anh như một bài điếu văn để tưởng niệm người bạn cũ:

Một áo quan đóng vội
một chuyến cuối phiêu du
Có thấy dấu chiến xa
của người của hôm qua
Có thấy chiếc mũ đen
của người lạc trong đêm
Kia vòng Trời, Ngọc Bích đã thênh thang
Ôi lời mời gọi, anh bước chân sang
muôn năm như vì sao sáng đó
Hỡi người định mệnh là vì sao lẻ

Dậy đi Bắc Đẩu
dậy đi Bắc Đẩu
Bừng mắt dậy soi sáng Thiên Thu

Bắc Đẩu là danh hiệu truyền tin của ông

Với những ngày tháng là người tình, người vợ, dường như Tuấn, chồng Thủy Tiên, đã hầu như có mặt trên khắp cả chiến trường. Thủy Tiên đã khóc, đã cầu nguyện mỗi đêm cho anh. Nước mắt cho anh còn nhiều hơn nước mưa, mưa trên phố Huế.

Rồi nay lại khóc cho anh trong tù cải tạo, những tưởng hòa bình, với ước mơ, sau ngày hết chiến chinh. Chúng mình sẽ đưa nhau về đây, cất một căn nhà nho nhỏ bên bờ sông Hương, có tiếng cười thủy tinh của đàn con. Với những đêm trăng, nhìn thuyền ai lênh đênh trên dòng nước, văng vẳng đâu đây giọng hò mái đẩy.

Tuấn sẽ mở một cửa hàng nho nhỏ để bán và sửa đồ vật dụng bằng điện. Còn nàng sẽ về trường cũ Đồng Khánh, xin dạy học, mà nơi đó có quá nhiều kỷ niệm của một thời áo trắng.

Quê hương này chỉ mới có hòa bình, đến bao giờ mới được thanh bình?! Nơi nào cũng là đói khổ?! Trên chuyến tàu xuôi ra Bắc này, đã mang theo biết bao người vợ, người tình, người mẹ đi thăm nuôi. Họ ngồi tựa lưng vào nhau, ngủ gà ngủ gật, người thức để trông chừng những túi xách đã cột chặt vào nhau, chỉ cần vô ý một chút là không cánh mà bay?

Trên những toa tàu này, có rất nhiều người phạm tội cướp giựt mà công an đang truy lùng, chúng lẫn trốn và theo dõi hành khách, mong có dịp là ra tay cướp giựt. Đôi khi chúng còn dở trò cưỡng hiếp, vì vậy đôi ba người phải sẵn sàng để đối phó.

Chúng có bao giờ biết, những thức ăn này là mang cho những người tù ngoài ấy. Chiến hữu bên nhau, hôm nay cũng vẫn như thế. Ngẩn đầu lên cao để cho xứng đáng danh dự người lính VNCH. Họ là những người tù bất khuất, các anh xem hình phạt như để trui luyện thân anh trở thành sắt thép.

Con đường đi thăm nuôi này ắt hẳn còn lâu lắm, không biết được ngày nào chồng mình về. Con đường ta đang đi, từ Sài Gòn ra Bắc hơn 1 ngàn 5 trăm cây số. Nhưng con đường từ trại cải tạo về nhà nó dài thăm thẳm. Chị em mình không đếm được cây số và cũng không đếm được thời gian, 2, 3, 5, 7 năm gì đó, hay lâu hơn nữa?! Ai là người tù cải tạo sau cùng để được trở về họp mặt với gia đình?!

Tiếng còi tàu hụ lên từng hồi dài để kêu gọi với người dân xứ Huế. Tôi đã trở về đây, tôi qua bao con đường, bao phố cũ, tôi đến nhà ga này, rồi tôi chợt nhớ, có ông nhạc sĩ nào đó thầm trách người yêu mình:

Cuộc tình nào rồi cũng phôi pha [đi qua]
Một đường tàu biết mấy sân ga
Xin em xem anh như một ga nhỏ dọc đường
- Lời Đắng Cho Cuộc Tình

Huế, ga này đã có lâu lắm rồi, từ khi người ta làm con đường sắt xuyên Việt. Thủy Tiên bảo chị dâu ở lại trông chừng những túi xách đệm lớn. Người trên toa xôn xao, kẻ đứng người ngồi, Thủy Tiên đứng lên bước ra khỏi hàng ghế ngồi và tránh từng hành khách, từng người bán dạo mời mọc khách hàng; tiếng gọi nhau để tìm người thân. Bước từng bước xuống cái bục bên dưới cửa toa lên xuống.

Khi còn trên toa Thủy Tiên đã đảo mắt tìm anh chị Bình và mấy đứa cháu, nhưng không thấy. Như chợt nhớ ra điều gì, nàng đi vòng ra mấy cái sạp nhỏ bán bánh kẹo đặc sản Huế. Nàng lẻn người qua đám đông, đi đến cửa hàng của người bà con mà ngày xưa khi mấy anh em nàng còn bé, thường ra đấy để xin bánh kẹo.

Đã qua bao tháng năm, bây giờ trở về đây như để tìm lại một chút ít gì để nhớ, để thương. Anh chị Bình và các cháu đã có mặt, chúng lớn hơn nhiều, anh chị thì già hơn trước. Vẫn cái giọng Huế ngọt ngào, hỏi thăm gia đình, ba mẹ của chị dâu và hai đứa con chị Phượng.

Hai cô con gái của dì nàng cũng tháp tùng đi thăm cha và hai ông chồng. Dì nàng lớn tuổi không đi thăm chồng được, ở lại nhà trông chừng cháu. Nghĩ lại, bố mạ mình sung sướng hơn dì nhiều, nếu như ngày đó không đi, thì bây chừ chắc chắn nàng cũng phải vừa đi thăm chồng vừa đi nuôi bố.

Được gặp lại nhau mừng vui khôn xiết, vừa hàn huyên tâm sự vừa phụ giúp đem những bao và thùng giấy cứng chứa đầy thức ăn để thăm nuôi đưa lên toa tàu. Mừng rỡ trong tiếng ồn ào của toa chứa đầy khách. Gặp lại Phượng, mấy chị em thành một dòng họ đi thăm nuôi.

Người buồn nhất là dì, mẹ của hai chị Bích Đào và Trúc Đào, tuổi đời đã hơn 55, mà còn phải từng giờ từng phút mong chờ tin chồng đi học tập cải tạo. Khi biết được tin, chồng cũng bị đầy ra Bắc như hai đứa con rể, dù rằng trong cái rủi cũng còn được cái may, là cùng chung nơi với các con rể là chồng của Phượng và Thủy Tiên.

Đau lòng cho người ở lại, mong được gặp mặt chồng hơn hai năm trời xa cách. Tuổi đời đã lớn, những tưởng hết chiến tranh, hai vợ chồng già sống bên nhau, nhìn đàn cháu mỗi ngày một lớn, vui theo tiếng cười, buồn theo tiếng khóc của trẻ thơ!

Tiếng còi tàu hụ lên như báo giờ chia ly, họ nói nhau lời từ biệt. Dòng đời cũng như những áng mây hợp rồi tan, tao ngộ rồi lại chia ly, kẻ ở người đi, lòng người bịn rịn. Tàu chuyển bánh, những cánh tay vẫy chào thay lời giã từ xa dần, tàu mang người đi, mang cả một trời thương nhớ.

Nhìn Thủy Tiên là người vui vẻ nhất, vì ngày trước chồng nàng là cấp dưới của dượng, nên thường theo dượng về nhà. Lúc đó nàng đang học Văn Khoa ở Sài Gòn. Mỗi lần Tuấn về đó thì hai chị em nàng thường gọi điện thoại về Thủy Tiên để chọc phá nàng:

- Rằng mi có muốn chị em tôi trông chừng hắn có lén phén với cô nào không?

Thủy Tiên cũng không vừa, nàng vừa nói đùa vừa nói thật.

- Em không sợ các cô ngoài nớ mô, mà chỉ sợ các chị phỏng tay trên của em đấy!

Cô chị biết em mình nói xa nói gần, nên nói cho cô em ấm ức chơi:

- Ai mà thèm ưng lính như mi rứa! Nếu có thì chị mượn đi phố cho vui tí thôi!

Thủy Tiên nói nửa đùa nửa thực:

- Có mượn thì mượn, chứ đừng quyến rũ ảnh đấy!

Chuyện con gái, ai mà biết được khi miệng nói không thèm, nhưng trai anh hùng, gái thuyền uyên, một vài tuần rồi lại gặp. Thôi thì nàng báo động trước cho chắc ăn, hơn nữa Thủy Tiên còn mấy đứa bạn thân trong ban nhạc Ngũ Long vẫn còn ở ngoài nớ, mượn chúng theo dõi dùm, rồi báo cáo. Nhưng chuyện đời khó lường, chúng cũng thêm mắm dặm muối cho mình đau khổ, để chúng vui cười!

Những gì Thủy Tiên lo sợ không còn nữa vì đã có người đến dạm hỏi hai chị em nàng. Một người làm bên tòa án, còn người khác làm bên cảnh sát.

Vì vậy các chị nhắn với Thủy Tiên:

- Để cho mi chết giữa rừng mai đi.

Họ vừa thẹn thùng, vừa chúm chím cười. Mơ mộng đến ngày cưới để được sống với nhau những chuỗi ngày bình yên. Một đời cha là lính đánh trận cũng đủ để cho mẹ mình trông ngóng, thức trọn cả đêm, khi nghe cha mình đang hành quân trong trận nào đó.

Nhưng số mệnh vẫn nghiệt ngã, người công chức trong chính quyền cũng cho là ngụy quyền, vẫn phải đi học tập cải tạo. Thủy Tiên có dịp đi thăm chồng còn được thăm hai chị và các cháu mình. Dù rằng không được ghé sang căn nhà cũ, nơi đó có biết bao là kỷ niệm.

Ngay cả đến cái sân ga này, cũng có nhiều niềm vui của thời ở tuổi lên tám, lên mười. Cái tuổi mà trưa thường trốn ngủ, cùng bạn bè đi lang thang trên phố, ra đây để xin người bà con cho ăn bánh phu thê, chè sen, kẹo gương, mè xửng, bánh khóai, hay chia nhau từng viên kẹo cau. Hoặc rủ nhau đi lên chùa Từ Đàm, giả bộ đi theo người lớn để được ăn cơm chay ở chùa vào những ngày rằm. Còn chuyện đi học thì không đem theo áo đi mưa, đến lúc tan trường, mấy chị em thi nhau chạy về nhà, áo quần ướt đẫm. Rằng quên mang theo, để khỏi bị đòn.

Phượng ngồi nghe mấy chị em, mỗi người mang tên một loài hoa, hỏi thăm nhau bằng giọng rất Huế, dễ thương. Còn nàng, người con gái mang tên một loài hoa của chia ly.

Vào những ngày trời vừa bước sang hè, trong sân trường ai sớm nở một vài chùm hoa phượng, báo hiệu mùa bãi trường. Mùa của những ai muốn sau này tìm lại một chút dư hương của tuổi học trò.

Mới ngày nào còn cắp sách, bạn bè chuyền cho nhau cuốn lưu bút. Một tấm ảnh, một vài dòng cảm nghĩ, để sau này một trong đám bạn cũ có dịp đọc lại để nhớ để thương từng khuôn mặt, ngày còn cắp sách đến trường.

Phượng chào đời trong thành phố sương mù có lắm hoa Anh Đào và nhiều loài hoa vương giả. Ba nàng là một chàng trai miền đồng bằng sông Cửu, theo bước quân hành lên miền đất đỏ, phải lòng một cô hàng hoa. Anh đã để lại chiến trường một phần thân thể, người thương binh ở lại nơi này với thành phố vùng cao nguyên Lâm Viên.

Tưởng đâu đất nước thanh bình, thế rồi cuộc nội chiến tiếp diễn, nàng cũng như bao người con gái khác, có một kỷ niệm về tuổi thơ, tuổi học trò. Khi lớn lên, có đứa ở lại quê nhà, có đứa đi học ở xa rồi cũng quay về lập gia đình. Cũng có đứa như nàng đi vào Sài Gòn để học đại học, rồi một cơ duyên đưa nàng về làm dâu xứ Huế. Nay, những con cò lặn lội bờ sông của Trần tế Xương hội ngộ về đây, trên con tàu xuôi ra đất Bắc thăm nuôi chồng.

Tàu vẫn tiếp tục cuộc hành trình, nó không những chuyên chở hàng hóa, hành khách mà còn mang theo những tâm tư nhớ thương cho người đã đợi, đã chờ theo tháng năm. Tàu đến Đông Hà vùng đất đã một thời lửa đạn, dấu vết vẫn còn hằn lên đâu đấy, những chiến xa T54 của cộng quân bị gục ngã thành một đống sắt vụn bên đường, tiếng thét xua quân tái chiếm thành Quảng Trị năm nào còn văng vẳng bên tai.

Người phi công trẻ Trần Thế Vinh thuộc phi đoàn 518/SD3 không quân, đã lái chiếc phi cơ AD6 Skyraider mang bom. Anh đã tung hoành ngang dọc, nhào lộn trên vùng trời Đông Hà-Quảng Trị đầy mây đen và sương mù bao phủ để yểm trợ cho bộ binh bạn đang tác chiến với quân Bắc Việt. Người pilot này bất kể những họng súng phòng không cộng quân đang khạt lửa, kể cả hỏa tiễn SAM. Và chỉ trong 6 ngày anh cùng phi đội làm cho chúng bạt hồn mất ví, riêng anh với 20 chiến xa T54 và PT-76 của Liên Sô-Trung Quốc trở thành 20 con cua nướng cùng với hằng trăm cộng quân sinh Bắc tử Nam ra đi không ngày về.

Sáng ngày 9 tháng 4 năm 1972, phi vụ cuối cùng, anh đã ra đi vĩnh viễn không trở về nữa, trong bầu trời vẫn bao phủ đầy mây và sương mù cùng bom đạn, với thành tích tổng cộng 21 chiến xa nằm ngổn ngang trên vùng đất, ải địa đầu giới tuyến.

Còi hụ lên mấy hồi để qua cầu Hiền Lương, đây dòng sông Bến Hải, đã một thời chia đôi đất nước.

Qua bên kia bờ sông để vào vùng đất Bắc, từng cơn gió chiều ùa vào khung cửa, làm dịu đi cái nóng trong con tàu chứa người, hành lý và hàng hóa. Không hẹn mà gặp, họ nhìn nhau bằng cách ăn mặc, trang sức của người phụ nữ miền Nam. Họ biết rằng cùng mang một số phận đi thăm nuôi chồng. Từ cái nhìn buổi đầu còn bỡ ngỡ, qua một vài câu thăm hỏi cũng đủ kết nối thâm tình của người đồng cảnh ngộ.

Đủ mọi nơi, mọi thành phố hội ngộ về đây, vượt đường thiên lý đi thăm chồng. Qua cả ngày đường, trời bắt đầu tối, ánh sáng hiu hắt trong toa xe không đủ ấm, đêm nay trời lạnh. Phượng mở giỏ xách để lấy chiếc mền ra trùm lên người cô em chồng và nhỏ nhẹ nói:

- Trời đêm nay lạnh lắm, em vừa sanh, lấy nón len và khăn choàng mà quấn kín đầu đi, không được ỷ y mà mang bệnh. Đường còn xa lắm, mình còn phải trở về. Mấy đứa nhỏ đang trông chờ mình.

Lời dặn bảo của Phượng như một mệnh lệnh, một trách nhiệm lo cho em như có một hơi ấm truyền vào người Thủy Tiên. Một cảm xúc từ con tim, nàng nhìn người chị dâu mình bằng đôi mắt nhạt nhòa qua ngấn lệ.

Gặp lại nhau, nói cười vui vẻ như hồi nào chưa lập gia đình, mấy chị em xem Phượng như con chim đầu đàn, dù rằng họ trên dưới nhau vài tuổi. Họ nhìn nhau như đong đầy hạnh phúc, ánh mắt trìu mến gọi nhau yêu thương, đùm bọc.

Chị em Bích Đào lấy ra bốn cái chén cao su, mở cái thùng nhỏ, bên trong đựng bánh canh Nam Phổ. Múc ra từng chén lưng lưng, mùi tôm giã nhuyễn, xào với hành lá xanh xắt nhỏ, nào tiêu, ớt, một chút ít ruốc, nước mắm, hương vị đậm đà của xứ Huế. Thoáng một chút là Thủy Tiên ăn trước nhất:

- Còn nữa không hỉ? Cho em xin thêm một chén!

Giọng rất Huế, của hai chị em Bích Đào không mang chút âm hưởng nào cả, vì bố cũng là người Huế và sống ở đây:

- Hết rồi! Lâu nay không gặp mi, mi vẫn rí. Con gái chi mà ăn nhanh như rứa?

Thủy Tiên cố tình nói giọng Huế có pha thêm âm hưởng của vùng ngoài của Gio Linh, Đông Hà để nghe cho vui, thêm vào đó chút ít tiếng cười:

- Đó là chuyện ngày xưa, bây chừ là gái 3 con. Trông m.ò.n... con mắt.

Kéo dài chữ mòn, làm cả bọn cùng cười. Cô em Trúc Đào vừa nói, vừa cười vừa lấy chén múc bánh canh thêm cho nàng:

- Ta chịu mi hết nổi rồi!

Còn Phượng chưa ăn chưa hết nửa chén vì quá cay, cay đến nỗi nước mắt như muốn chảy ra, nàng phải nói giọng Huế cho hợp với họ:

- Cay quá hay!

Trúc Đào vừa cười vừa đáp:

- Cay như rứa mới ngon!

Phượng nói tiếp như để phân trần:

- Răng ở nhà, mạ nấu mô có cay như rứa!

Thủy Tiên nói để cho chị dâu mình hiểu:

- Mạ nấu như rứa là để cho bố, cho chị và anh Tuấn ăn được, còn mạ thì phải ăn thêm ớt và tiêu.

À! Thì ra mẹ chồng nàng dễ thương như thế, muốn cho cả nhà đều ăn được, vậy mà bấy lâu nay nàng không biết. Mỗi người ăn thêm, bánh canh đựng trong hộp có cách nhiệt, nên giữ được nóng.

Ăn vừa song, mấy chị em chồng mấy cái chén lại, cho vào bao nylon nhỏ rồi để vào cái thùng giấy cạt tông nhỏ. Tiện tay, Trúc Đào, lấy cái bình bằng nhựa, giống như cái bình thủy, nhưng lớn và ngắn hơn. Nàng lấy 4 cái chén nhựa khác nhỏ hơn, Trúc Đào mở nắp bình ra, hương vị chè Kê ngào ngạt, đã lâu lắm rồi nàng không được loại chè. Trúc Đào múc ra chén rồi đưa cho Thủy Tiên trước nhất, nàng mừng rỡ nói:

- Cám ơn chị cưng của em, đã lâu lắm rồi em chưa được ăn.

Bích Đào nói:

- Chị tưởng mi đã quên hết rồi chứ!

Thủy Tiên vừa múc chè lên, nàng để cái muỗng gần mũi để hương vị tỏa ra rồi nàng mới đưa vào miệng, để hương vị ấy thấm vào vị giác, nàng vừa ăn vừa thưởng thức cái ngòn ngọt của chất đường mía.

Hằng năm cứ đến ngày mùng 5 tháng 5 âm lịch, nhà nào cũng có nấu chè, chè đậu xanh còn hột màu vàng, nó sền sệt, người Nam gọi là chè tàu soạn, chè đậu đỏ, chè đậu xanh còn vỏ màu lục, chè đậu trắng, chè bắp; còn những nhà giàu họ nấu chè thịt quay, chè hột sen, chè đậu ngự, còn nhiều nữa!

Còn nàng dâu xứ Huế, đây là lần đầu Phượng được ăn, mùi vị rất đặc biệt, những hạt rất nhỏ, nhưng chè quá ngọt, nàng hỏi Bích Đào với giọng Huế, với bao năm chung sống với chồng, với mẹ chồng, với em chồng, giọng Huế của nàng cũng khó mà ai biết được nàng là người Nam:

- Chè ni răng mà quá ngọt rứa?

Bích Đào liền đáp:

- Chè thì phải ngọt chớ răng!

Bây giờ Phượng mới vỡ lẽ là người Huế, ăn quá cay và quá ngọt; bấy lâu nay nàng nấu cho chồng ăn theo khẩu vị của mình và đôi khi mang sang cho gia đình nhà chồng, nàng chẳng nghe nói chi hết. Thủy Tiên hiểu tâm trạng của chị dâu mình, nàng nói:

- Từ ngày em và anh Tuấn lấy nhau, rồi ở với chị, em và mẹ cũng bớt ăn quá cay và bớt ngọt thì cũng tốt, quá cay và quá ngọt cũng không tốt cho cơ thể, nhất là những ai bị bệnh tiểu đường và bao tử.

Những tưởng Thủy Tiên nói như vậy sẽ phiền lòng hai chị em Trúc Đào, nhưng không ngờ Bích Đào nói:

- Mạ bây chừ đã lớn tuổi rồi, mạ ít khi ăn quá cay hay quá ngọt và mặn nữa. Nhưng đôi khi mạ thèm, mới ăn, nhưng không ăn như ngày trước nữa!

Nàng nói chuyện về gia đình, miệng như chúm chím cười, cái cười của người đàn bà đã có gia đình, có con. Nó không còn khoe sắc thắm như nụ hồng vừa chớm nở, mà như khép kín để giữ gìn hương thơm cho chồng, cho con.

Gương mặt rạng ngời như ánh trăng ngày nào, nay chỉ tỏa sáng trong một mái ấm gia đình. Tất cả những thứ ấy, chỉ có ở những người đàn bà Việt Nam, như an phận thủ thường sau hôn nhân.

Thật hạnh phúc cho những ai còn mẹ, cứ mỗi năm vào mùa Vu Lan như có một cái gì buồn buồn trong lòng Phượng. Một bông hồng cài lên áo, một hơi hớm tuyệt vời như truyền qua cơ thể:

Một bông hồng cho em
Một bông hồng cho anh
Và một bông hồng cho những ai
Cho những ai đang còn mẹ
Đang còn mẹ để lòng vui sướng hơn
Rủi mai này mẹ hiền có mất đi
Như đóa hoa không mặt trời
Như trẻ thơ không nụ cười
Ngỡ đời mình không lớn khôn thêm
Như bầu trời thiếu ánh sao đêm
Mẹ, mẹ là dòng suối diệu hiền
Mẹ, mẹ là bài hát thần tiên
Là bóng mát trên cao
Là mắt sáng trăng sao
Là ánh đuốc trong đêm khi lạc lối

Hình ảnh người mẹ, sớm hôm tần tảo nuôi con, bao vất vả, bao mồ hôi và nước mắt, mẹ dành dụm chắt chiu nuôi đàn con khôn lớn. Không những thế, khi mẹ trở thành bà, mẹ còn che chở cho đàn cháu. Trong mỗi chúng ta, ai mà không có một thời được bà ôm vào lòng để ru ngủ hoặc nghe kể chuyện cổ tích rồi nằm ngủ bên bà.

Như có cái gì âm ấm rơi trên má của Phượng, mẹ nàng mất sớm từ khi nàng lên tám, người mẹ kế cũng là em ruột của mẹ, chồng của dì đã chết trận. Nàng có được thêm một em gái và một em trai, dù rằng như thế, nhưng bao tình thương của dì đã dồn hết cho nàng.

Từ khi lập gia đình, nàng có được một bà mẹ chồng thương yêu mình như con ruột, Thủy Tiên thường hay phân bì với nàng, yêu thương của mạ bây giờ phải chia cho Phượng.

Mạ thường bảo:

- Là con gái, lấy chồng là phải theo chồng, nơi bến ấy dù trong, dù đục vẫn phải chịu, vì mi đã chọn lựa hè. Chứ mi đừng nói, đục thì đem đi lóng phèn hỉ? Mạ chồng mi rất thương yêu mi, còn đòi hỏi cái chi mô?

Phân bì ở đây không có nghĩa là ghen ghét, mà là hơi buồn buồn khi thấy mạ mình yêu thương chị ấy. Bây giờ thì nàng và chị dâu, chẳng còn ai để mà nũng nịu nữa rồi!

Thế là bốn chị em đã ăn xong buổi chiều, đã lâu lắm rồi mấy chị em ít khi được gặp nhau như hôm nay; tiếng cười ấy không còn nở trên môi những người vợ có chồng đi cải tạo nữa. Chiến tranh cứ mãi kéo dài trên quê hương, có mấy ai được sum vầy, những tưởng hòa bình sẽ được đoàn tựu, nào ngờ lại phải biệt ly!

Đêm đã về khuya, mấy chị em tìm cho mình một thế nằm cho qua đêm nay, mọi người thay phiên nhau thức vài giờ để trông chừng những túi xách . Con đường phía trước hãy còn xa, mỗi người mang một mơ ước, nhưng chung quy cũng là:

Giờ này anh đang làm gì? Đêm nay có lạnh lắm không anh? Gần hai năm rồi em không gặp! Chắc những tháng năm trong trại cải tạo anh cũng mơ về em, về các con để cố mà sống. Nếu như ngày trước, các anh không nặng nợ thê nhi, thì bây giờ sẽ không có trại cải tạo, anh nhỉ?!

Anh cố mà sống, vì bên anh còn có em, còn có đồng bào miền Nam, họ đang ăn năn từng ngày, Ngày trước họ cứ ngỡ hòa bình, là không còn có chiến tranh nữa, các anh sẽ trở về với gia đình, bên vợ bên con. Thay vì họ phải xây thêm trường học cho con em mình học! Nhưng họ lại xây thêm nhà tù để nhốt những người dân miền Nam không thích chế độ cộng sản?

Đoàn tàu đến Hà Tĩnh cũng như ở những các ga khác, người lên kẻ xuống. Phượng và Thủy Tiên xuống ga này để tìm mua cái gì để ăn. Hai chị em Bích Đào và Trúc Đào ở lại trên tàu để giữ những túi đệm đựng thức ăn.

Hôm nay là 27 Tết, hai chị em đi mãi mà chẳng thấy có gì lạ, ngoài những thịt kho, đậu xào, canh cải, bánh mì và vài phong bánh kẹo địa phương làm bằng đường vàng. Chúng thi nhau đong đưa với năm ba nải chuối treo tòn ten trên khúc tre nhỏ gác ngang quày hàng.

Hai chị em mua cơm và một vài món ăn đựng trong mấy cái gào mên, còn nước trà nóng đựng trong hai cái bình thủy, rồi quay trở lại tàu hỏa, thì chợt nghe tiếng la thất thanh:

- *Giựt đồ tôi! Giựt đồ tôi!*

Giọng người miền Nam:

- *Làm ơn bắt dùm! Làm ơn bắt dùm!*

Một gả ôm cái túi xách, vừa chạy len lỏi, tay kia xô đẩy người phía trước, hắn vội phóng qua giữa hai toa tàu, biến sang bên kia đường. Để lại người đàn bà đuối sức, không còn chạy kịp theo nữa và tiếng gọi cũng thưa dần rồi ngồi nguỵ xuống, ôm mặt khóc nức nở.

Chắc có lẽ, đó là hành trang cuối cùng mà người ấy mang theo bên mình đã bị kẻ côn đồ cướp giựt. Tiếng khóc gào thét, nước mắt giàn giụa tuôn trào, mọi người bu quanh, giọng nói như đứt khoảng, chỉ còn tiếng thút thít.

Nhân viên bảo vệ đến lập biên bản. Biết người cùng đồng cảnh ngộ, vài chị em đến an ủi rồi dìu về toa tàu, cùng toa với hai chị em Phượng. À! Thì ra chị ngồi phía trước bên kia hàng ghế. Họ cũng có năm ba chị em cùng đi, chắc có lẽ cũng đi thăm chồng đi cải tạo.

Hỏi thăm nhau, cũng là người ở Sài Gòn, chồng đi cải tạo ở Hà Nam Ninh. Trong túi xách ấy chỉ có vài ba bộ quần áo, một số đồ dùng cá nhân, một chút ít tiền lẻ, chẳng đáng là bao vì chị cũng đã mua thức ăn rồi, còn tiền mang theo chị đã cất rất kỹ trong người. Nghe chị kể, vừa giận những loại người ăn bám vào của cướp giựt, vừa cười vì chúng đã tưởng cướp trúng đồ đáng giá, có thể sống phè phởn được vài tuần.

Rồi nghe chị tâm sự, khi bị tên côn đồ cướp giựt. Cái ý đầu tiên chợt thoáng qua trong đầu là bao của tài sản mình mang theo người đã bị hắn cướp mất. Biết nhờ ai, khi mình đang lưu lạc nơi xứ người. Chỉ còn là tuyệt vọng, chị kêu cứu để mong ai đó rượt theo bắt, để có vài bộ quần áo mà đổi thay.

Còi tàu lại hụ vang, báo cho mọi người biết tàu sẽ lăn bánh theo hành trình, chỉ mới có hơn nửa đoạn đường ra Bắc, cũng phải một đêm một ngày nữa. Sự mong chờ, niềm nhớ nhung hơn 2 năm rồi mà không có một tin tức gì hết. Nay biết được thì lại quá xa, thà rằng xa còn hơn là những tưởng không bao giờ biết được. Có bao trái tim người vợ đang trông tin chồng trên chuyến tàu này, mỗi một phút như được gần hơn, gần hơn, gần hơn nữa để mong gặp mặt sau nhiều tháng năm.

Những lá thư từ trong tù cải tạo được phép gởi về là bao người vợ, người thân sẽ lên đường đi thăm họ. Đổi đời, cưỡng bức đi về quê hoặc đưa đi vùng kinh tế mới. Bị bắt vì cho là tư sản mại bản, nhà nước cướp nhà. Họ tìm một nơi nào đó, trong công viên, vỉa hè hay dưới gầm cầu, ngủ qua đêm cho trọn giấc. Ngày mai đi kiếm cái gì đó để làm, hầu có được no lòng.

Nếu như người đi cải tạo, nằm trong hoàn cảnh này, thì làm sao thân nhân được thư để mà họ biết để đi thăm nuôi?!

Những người vợ đi thăm chồng trên chuyến tàu này đây, không phải ai cũng có đủ tiền đi ra tận Bắc để thăm nuôi. Họ phải đi vay mượn hoặc bán cái gì đó trong nhà. Được lần này, không biết có được lần sau hay không?! Và cho đến bao giờ chồng họ mới được trở về để đoàn tựu với người thân?!

Vạt nắng đã ngả sang màu vàng nhạt của ánh chiều tà, không rực sáng như lúc bình minh, nó nhạt dần, nhạt dần để hòa mình trong đêm tối. Nhiều đàn dơi bắt đầu rời tổ, bay từng đàn để đi tìm mồi như những chiếc skyraider của không quân Việt Nam đã một thời từng oanh tạc những căn cứ địa trọng yếu của Bắc Việt trong thời chiến. Và cũng có lần người phi công Phạm Phú Quốc đã ra đi và không trở về nữa!

Mãi về sau này máy bay Mỹ cũng rớt nhiều, kể cả B52 trên nền trời Hà Nội, có phải vì phi công Hoa Kỳ quá dở? Hay chỉ oanh kích ở những nơi có tính cách chiến lược, mà họ được chỉ định, chớ không phải là quân chết nhát, đụng đâu bỏ bom xuống đó.

Như Cộng quân đặt hỏa tiển 122 ly, bắn đại vào thành phố Sài Gòn và vùng phụ cận, chết ai ráng chịu. Có lần trúng vào đám cưới đang rước dâu về để hành lễ, chú rể cô dâu cùng thân bằng quyến thuộc chết và bị trọng thương, máu loang đổ cả nhà. Cũng như chúng bắn súng cối vào đồn lính, mà lại rơi vào trường tiểu học Song Phú, học sinh chết và bị thương, trẻ con từ 6 cho đến hơn 10 tuổi.

Chúng giết người, càng nhiều càng tốt, chứng tỏ cho người dân và thế giới biết rằng chúng có mặt khắp mọi nơi. Cái đài BBC phát thanh từ Luân Đôn không một lời bình luận về cái vô nhân đạo của Mặt Trận Giải Phóng miền Nam, núp dưới quân bộ đội Bắc Việt. Tại sao cái đài ấy làm như thế?

Đường về Bắc đêm nay càng lúc càng lạnh thêm, nếu không có tiếng tàu chạy thì khu rừng này yên tịnh lắm.

Bích Đào chợt nhớ mình còn một cây kẹo gừng lấy ra ăn cho ấm lòng đêm nay. Nàng tìm cái thùng cạc tông, lấy một túi giấy nho nhỏ, phát cho mỗi người một miếng bằng cái hộp quẹt diêm.

Thủy Tiên nhanh tay bóc lớp giấy màu hồng lợt bên ngoài, một lớp mỏng bột trắng khô được áo trên miếng kẹo. Mùi gừng thoang thoáng, trộn chung với đường, chuối, dừa xắt miếng mỏng, đậu phộng rang đâm bẻ nhỏ. Là một hương vị đặc biệt miền Nam mà bà ngoại học làm theo người bạn, rồi truyền lại cho con gái. Đến nay cô này đã trở thành bà ngoại của một đàn cháu có đủ cháu gái trai.

Mới đó mà Thủy Tiên đã ăn hết miếng kẹo, tủm tỉm cười:

- N.g.o.n. quá!

Giọng nói kéo dài như muốn:

- Cho em xin thêm mấy miếng n.ữ.a... đ.i...!

Nàng xòe bàn tay, để chờ đợi người chị cho thêm vài miếng nữa. Bích Đào mở mắt lớn nhìn nàng, giọng hỏi gằn:

- Mấy miếng?

Giọng như van xin:

- M.ấ.y...m.i.ế.n.g cũng được, càng nhiều càng tốt! Chắc chị không nhớ em vừa mới sinh... em... bé!

Nàng nói như để nhắc nhở cho chị mình biết. Em vừa sanh mới có mấy tháng mà!

Rồi nàng nhìn sang chị Phượng như để cứu viện:

- Chị h.a.i!?!

Phượng vừa ăn được nửa miếng, rồi đưa cho cô em chồng. Nàng lắc đầu chê ít, rồi xòe bàn tay, dùng mấy ngón tay ngóe lên, ngóe xuống, trước mặt Bích Đào như để thúc dục nàng cho. Vừa để miếng kẹo vào lòng bàn tay, thì Thủy Tiên đưa bàn tay khác để xin thêm.

Lại một lần nữa Bích Đào mở mắt thật to nhìn nàng, rồi nói:

- Thôi chứ hỉ! Làm răng mà mi ăn chi nhiều như rứa?

Thủy Tiên cười cười, nói:

- Không nhiều mô! Em xin, để dành cho chồng em!

Như chợt hiểu, Bích Đào lườm nàng rồi nói:

- À!... Ta hiểu mi rồi, đừng lo, mạ đã làm cho mỗi người một phần.

Thủy Tiên giả vờ, hờn giận trả miếng kẹo lại cho nàng, Bích Đào đưa tay định lấy, thì mấy ngón tay nàng nắm giữ miếng kẹo và giựt tay lại, rồi đưa tay khác để xin, và nói như năn nỉ:

- *Em mới sanh mà, không có mạ ở nhà như hai chị mô!*

Bích Đào đưa mắt nhìn em mình rồi nhìn Phượng, nàng nói:

- *Chị biết rồi, nên nói với mạ làm nhiều cho em, yên tâm đi, em ăn đến Hà Nội cũng chưa hết mô!*

Thật thoải mái, khi nhai miếng kẹo gừng vừa cay, vừa ngọt, vừa beo béo của dừa, thêm vị đậu phộng rang thơm phức. Hớp thêm ngụm chè tươi nong nóng làm ấm cả thân người. Thế là đêm nay sẽ mơ về anh, một giấc mơ chỉ để được gặp anh!

Phượng cầm cái gói báo Sài Gòn Giải Phóng, đứng lên đi qua bên kia hàng ghế đối diện. Nàng khẽ lay gọi Dung, người đàn bà ban trưa đã bị tên côn đồ giựt cái túi xách.

Chị em tâm sự, vài ba củ khoai ăn cho đỡ lòng đêm nay, vài bộ quần áo cũ để có cái thay, cái đổi. Đùm bọc nhau trong lúc hoạn nạn, lưu lạc nơi xứ người. Chồng Dung không là lính chiến, mà là trưởng phòng hành chánh tỉnh Biên Hòa, không biết lý do gì mà đi tù cải tạo ở Hà Nam Ninh. Cái bất chợt quen nhau cũng là định mệnh dung rủi, Dung cũng là cô giáo dạy toán, đệ nhất cấp.

Từ ngày chồng đi học tập, em chồng, mẹ chồng khó dễ, không sống nổi với họ, đành dọn ra khỏi nhà, căn nhà là tiền của hai vợ chồng mua. Dung mướn tạm một căn gác, sống với hai con, một trai 10 tuổi, con gái lên 8. Ngoài giờ học, phụ mẹ bán bánh bò nướng, khoai mì nướng, chuối chiên, xôi ngọt đậu xanh, nước cốt dừa.

Tối về quây quần nhau trong bữa cơm đạm bạc, thế mà vui, tiếng các con học bài, tiếng cười thay cho tiếng khóc năm nào. Cũng may, bà chủ nhà tốt bụng, trông chừng dùm hai đứa nhỏ, trong những ngày nàng đi thăm chồng.

Chuyện đời lại là vòng vay trả, có lần bà chủ nhà đau phải đưa vào bệnh viện, Dung đi thăm nuôi cho phải đạo, không ngờ người nằm kế bên giường bà chủ nhà, lại là mẹ chồng nàng. Hai người con gái bà bận việc ít vào thăm. Bà cảm thấy cô đơn, bà bị té mẻ xương đầu gối, đi đứng khó khăn.

Dung hằng ngày thăm bà chủ nhà, sẵn tay nàng nấu nhiều thêm thức ăn cho bà mẹ chồng. Giúp bà tắm rửa, chăm sóc, chuyện trò cho đỡ bớt cô đơn. Mới đầu bà còn từ chối vì cảm thấy mình nhỏ mọn, ích kỷ. Nên không dám nhận sự giúp đỡ ấy, vả lại nghe bà chủ nhà nói. Khi nàng đến mướn nhà, Dung cho biết vì ở chỗ cũ giá nhà quá cao.

Gần 2 năm chung sống, không nghe nàng nói chuyện gì ở bên chồng. Chỉ nghe nàng than thở, không biết đến bao giờ chồng nàng được trở về để đoàn tựu với gia đình.

Biết ăn năn, ân hận về việc mình làm, bà có ý bảo nàng dâu trở về, nhưng đã là niềm đau, là vết thương trong tâm linh, khó mà quên được. Nàng hứa sẽ thường xuyên đến thăm bà. Mong rằng dòng thời gian sẽ bôi xóa dần những cơn đau mà bao đời cứ xoay theo một cái vòng lẩn quẩn. Chuyện mẹ chồng, nàng dâu, từ đời này sang đến đời khác.

Sáng hôm nay, cũng như những buổi sáng trước, cũng ngần ấy người trên dưới chừng 50 hành khách chung toa. Kẻ ngồi ôm chặt cái túi xách trước ngực để ngủ, một gia sản cho những người đi xa. Người nằm co ro như con tôm trong góc toa tàu hay ngồi tựa lưng, tựa vai, tựa đầu vào nhau cho qua đêm.

Mấy chị em nhà Phượng, người ôm, người vựa, rồi quấn chung quanh bằng cái mền dầy cho ấm, chỉ chừa bốn cái đầu. Phần đông ai cũng mặc áo quần dầy cho ấm, nào áo len, nón len, áo nỉ, áo có lót bông gòn ở bên trong. Dân miền Nam sợ cái lạnh ngoài ấy khi trời về đêm, nhất là đang vào Đông.

Đã hơn hai ngày đường, trong toa này quanh đi quẩn lại dường như là vợ đi thăm chồng bị đưa đi cải tạo. Chẳng ai gọi ai, muốn ngủ đến bao giờ cũng được, cuộc hành trình hãy còn dài. Muốn tránh cái cảnh phải sắp hàng chờ, đợi đến phiên mình đi vệ sinh thì nên dậy sớm. Khi xong rồi quay lại mà tiếp tục mơ cho ngày mai, ngày đi gặp chồng.

Dường như những người vợ này, ai cũng đã hơn 2 năm, hai năm dài chờ đợi, trông ngóng từng ngày, từng tháng, rồi từng năm. Hôm nay, hội ngộ trong toa này, trên chuyến tàu này, đưa chúng ta đi gặp chồng, gặp anh em, gặp con mình, thôi thì có còn hơn không!

Nét mặt rạng ngời của người vợ đi thăm chồng, cũng đủ cho người đời biết rằng niềm yêu thương và lòng chung thủy vẫn còn như ngày nào.

Cuộc chiến đã tàn, những người thương binh, hẩm hiu với quãng đời vô vọng, niềm đau đã trở thành chai đá. Nhiều anh chỉ biết nương tựa vào người bạn đời, hy vọng ở đàn con. Những vết thương đau trong tâm hồn, nó đau hơn những vết thương trên thể xác, sau 75.

Đoàn tàu vẫn lăn bánh, dường như ánh nắng và sức nóng đã gọi hành khách tìm cái gì đó để đỡ lòng cho buổi trưa. Một vài ngụm nước cũng đủ để cho họ tươi tỉnh hơn để tiếp tục cuộc hành trình.

Với hơn 2 năm cũng đủ làm thay đổi cho hầu hết mọi người phải biết để thích ứng với mọi hoàn cảnh hiện thực. Tất cả những gì của ngày trước, nay chỉ còn là bóng mây, nó tan biến như hư ảo.

Dòng đời trôi nổi như những đám lục bình, nay ở dòng sông này, mai ở bến sông kia. Nó không giống như con tàu này, theo ngày tháng, cùng lăn bánh trên cùng một con đường sắt, nay ở ga này, mai ở ga khác. Tàu mang người đi, rồi cũng có lúc tàu đem người về.

Thủy Tiên, ngồi trong tàu trên chiếc băng bằng gỗ, nhìn ra khung cửa. Đã hòa bình rồi, sao mà người dân ở đây còn nghèo quá, xa, xa tít đằng kia mới có vài ba cái nhà nho nhỏ bằng tranh, trên mảnh đất khô cằn.

Đôi khi cũng có những cánh đồng lúa xanh rì, nhưng phía sau lại là những dải núi nhỏ của dải Trường Sơn. Nó cũng tạo được cho mình một màu xanh, cái đẹp của những vùng đồng bằng miền Trung. Cũng có những đàn cò trắng lững thững tìm mồi trong ánh nắng, tận đằng xa thấp thoáng mấy mái nhà tranh tỏa khói để thổi cơm.

Một mái ấm yêu thương, mấy đứa con đang đợi bố về. Một nồi cơm không độn ngô khoai là quý lắm rồi, vài ba con cá chiên của đứa con lớn vừa câu, một dĩa rau muống luộc, chấm với nước mắm tỏi ớt cũng đủ ấm lòng.

Phượng cầm khoanh bánh tét đưa cho cô em chồng, nhưng chẳng thấy nàng lấy, Phượng đụng đụng tay mình vào tay cô em chồng mấy cái mới thấy nàng quay lại để lấy. Chị em Trúc Đào cười khúc khích, rồi hỏi:

- Hồn mi đang ở nơi mô? Mi đang suy tư cái chi hỉ? Nhớ chồng, nhìn anh mà em đau lòng, anh ốm hơn xưa, em xót xa lắm! Có phải như rứa mô?!

Thủy Tiên bình thản, không trả lời, nàng hát nho nhỏ theo Bài Ca Kỷ Niệm từ cái máy radio cassette của anh bộ đội nào đó mở cho các bạn bè nghe, giọng nam Giang Tử và nữ Giáng Thu. Giọng ca Thủy Tiên mang âm hưởng Huế, nghe mà lòng buồn da diết:

Còn gì giờ đây em sao nhớ thương đầy vơi
Mộng tình còn trong tim hay chết theo ngày tháng?
Còn mãi nhớ hôm nào, lời trao nhau ban đầu
Ai nỡ quên tình nhau?

Bích Đào nghe cũng cảm thấy sao buồn quá, nên hát tiếp, âm điệu Huế:

Đời còn gì vui hơn trong phút giây được yêu
Đời còn gì đau thương khi lắng nghe tình vỡ
vì đã trót yêu rồi thì xin ghi đôi lời
dù xa cách phương trời

Giọng Phượng, mang âm điệu Bắc, buồn man mác như tâm trạng những người vợ đi thăm chồng:

Ôi bao năm đã cách biệt, anh ra đi vì đất Việt
Thì dù xa xôi, em nhớ rằng
Đừng tủi sầu, làng thôn êm ấm lúc anh về đẹp tình nhau

Rồi cả bốn chị em thả hồn theo lời ca điệu nhạc:

Vài lời gởi cho em, anh chép nên bài ca
Kỷ niệm một đêm mưa đêm cuối ba ngày phép
Ngồi thức suốt đêm dài
Thầm ghi câu sum vầy
Lòng thương nhớ vơi đầy!

Bốn chị em hát theo nhạc trong khi đó hai ca sĩ ngưng, họ đợi hát lại điệp khúc. Mấy chị em thay phiên nhau hát một câu, họ hát như chưa bao giờ được hát. Hát bằng cảm xúc nỗi lòng mất mát, nghe như dao cắt vào những nỗi niềm đau của họ.

Bốn vòng tay ôm nhau, họ vui cười mà nước mắt đoanh tròng, lời bài hát như làm diệu được niềm đau của họ. Rồi tiếng cười khúc khích bây giờ không phải là tiếng cười thủy tinh của ngày nào, mà là tiếng cười buồn cho đời, đớn đau kéo họ xuống sâu tận đáy vực của buồn khổ!

Phượng buồn, buồn như bao người có chồng đi học tập cải tạo, ngày nào chồng mình mới được về, rồi nàng lấy đòn bánh, cắt chia cho mấy chị em, mỗi người một khoanh. Nàng nói lảng sang chuyện khác:

- *Chị nghĩ chỉ có người Nam ăn bánh tét thôi chứ, không ngờ các em cũng thích ăn.*

Bích Đào vừa gỡ vòng lá chuối bên ngoài của miếng bánh tét, vừa nói giọng Huế như một chuyên gia ẩm thực:

- *Lớp nếp bên ngoài nó dẻo hơn, người ta còn trộn chung với đậu đen nè, ở nhân còn có nhân mỡ hoặc thịt ba chỉ, có người gọi ba rọi, còn có nhân chuối nữa. Bởi thế có người đi lấy chồng, lấy vợ người Nam.*

Thủy Tiên nhìn chị dâu, rồi nói:

- Răng mà ngày nớ, chị không bảo em kiếm cho chị người Nam! Họ thương yêu mình, không có chuyện hầu hạ chồng mô!

Phượng tiếp:

- Chị có nói đâu mà em biết để kiếm cho chị.

Bích Đào trách khéo:

- Mần răng mà nói được hè, không lẽ đi nói với mi là chị muốn chồng hè?

Rồi cùng cười, Thủy Tiên nói như trêu cợt:

- Hồi ấy chị bảo, chị không lấy chồng lính. Chồng của hai chị không phải là lính, răng lại cũng ra Bắc?

Phượng nói như giải nghĩa:

- Này! chồng lính là ngụy quân, còn chồng chị là ngụy quyền, ngụy quyền nặng hơn ngụy quân.

Rồi lại cùng cười, nhóm bạn của Dung nói vọng qua:

- Làm gì mà vui vậy?

Thủy Tiên nói lớn cho mọi người nghe:

- Nhớ chồng! Cười cho đỡ nhớ!

Một vài người bạn trong nhóm của Dung chạy sang hỏi:

- Ăn gì vậy? Bánh tét hả, cho em vài miếng.

Phượng lấy dao nhỏ, cắt hết đòn bánh còn lại, mỗi người lấy thêm một miếng, vừa ăn vừa khen. Dung và hai người bạn cũng chạy qua, mang một gói bắp nấu và mấy gói xôi. Phượng lấy tờ báo Sài Gòn Giải Phóng trải ra, họ ngồi chen chút nhau vừa ăn vừa kể chuyện vui buồn.

Phượng chợt hỏi:

- Mấy chị đi qua đây, ở bên đó không có ai trông, coi chừng có kẻ lấy cắp?!

Thu, người bạn trong nhóm, đưa bàn tay có cầm sợi dây ra, khiến mọi người cùng cười. Thủy Tiên cẩn thận hơn, nói:

- Chúng có thể cắt ở giữa, lấy đi mà mình không hay?!

Loan phụ họa theo, với lời dí dỏm, tự tin:

- Đừng có no, đã có bộ đội của lão Hồ no dùm rồi!

Mấy chị em Phượng nhìn nhau, Loan cắt nghĩa, rồi nháy giọng Hải Phòng:

- Có hai anh bộ đội kế bên trông chừng rồi, đừng có no.

Chị em Phượng, Bích Đào, Trúc Đào, Thủy Tiên nhìn nhau như không hiểu rõ. Mai vọt miệng cắt nghĩa cho dễ hiểu:

- Có hai anh bộ đội ngồi gần đó, em có gởi cho họ trông chừng rồi!

Nàng thêm vài chữ cho vui:
- Không nghe bác Hồ nói, bộ đội là đầy tớ của dân sao?!

Loan nói đùa, cái đùa của người đàn bà nó mạnh miệng hơn là lúc một thời còn con gái:

- Hay là chúng mình, mỗi người tìm một ông bộ đội để ở ngoài Bắc.

Nói đến đó nàng nói nhỏ lại, nhìn quanh sợ người ngoài nghe:

- Cho tụi nó nuôi chồng mình, chừng năm bảy tháng, mình ra thăm chồng một lần.

Phượng hỏi vặn lại:

- Phải không? Để chị tìm bà câm hỏi xem, em thăm ai? Chồng em đang học cải tạo mà! Sao? Hai ông bộ đội đó, xem có được không?

Dung đáp:

- Nhỏ hơn tụi mình nhiều, chừng 22 hà!

Phượng nói như chia sớt niềm cảm thông:

- Họ cũng đâu có muốn vào Nam để đánh giết. Nay còn sống trở về, tuổi đời còn trẻ, may là sinh Bắc, không tử ở Nam, về đoàn tựu với gia đình. Chắc có lẽ gia đình mừng lắm!

Tiếng còi tàu hụ đến ga Thanh Hóa, chiều nay cũng tấp nập, kẻ bán người mua, ồn ào như những ga khác. Người lên kẻ xuống, họ là những hành khách, bạn hàng chở sản phẩm địa phương đem sang tỉnh khác hoặc đưa về Hà Nội. Nhìn cách ăn mặc của một số người cũng biết họ là cán bộ, công nhân viên vào Sài Gòn mua hàng về ngoài này cho hợp tác xã.

Đoàn tàu chuyển bánh, tiếp tục cuộc hành trình. Màn đêm từ từ buông xuống, lại một đêm nữa cho chuyến ra Bắc. Bao người vợ đi thăm chồng trên chuyến xe này là bao nhớ thương. Họ mong sao cho mau đến nơi để mong được nhìn chồng mình.

Theo như một số chị em đã đi rồi, về cho biết những kinh nghiệm để người đi sau biết. Đường đi nước bước phải làm như thế nào, họ yêu thương như một đại gia đình như những lúc còn ở trại gia binh. Chia sẻ nhau những gì cần làm khi ở trên toa xe cũng như khi đến trại. Chẳng có báo đài nào loan tin, thế mà họ nhận được từ những tin truyền miệng trên một băng tầng số, người cùng khổ.

Trời đêm mang theo cái lạnh của núi rừng, lại một đêm mấy chị em, người nằm co ro, người tựa vào nhau cho đỡ lạnh. Người ngồi thức để trông coi có nào kẻ đánh cắp, họ thay phiên nhau, mỗi người vài tiếng.

Lại là tiếng còi tàu hụ lên trong giấc ngủ chập chờn, đến ga Nam Định, một số chị em xuống ga này. Họ bùi ngùi chia tay, nhắc nhở đến thăm nhau khi trở về Sài Gòn. Hơn sáu bảy chị em trong toa, xuống ga này, nói lời chia tay, lòng buồn rười rượi.

Họ là những người xa lạ, của bốn vùng chiến thuật gặp nhau trên bước đường cùng đi thăm nuôi chồng, chia sẻ nhau những ngọt bùi, đau khổ. Xuống ở ga này, người xuống ở ga kia. Họ hứa với nhau, nhưng khi trở về có còn gặp lại được nhau trên cùng toa tàu khi đi thăm chồng hay không?!

Trời về khuya càng lạnh, tiếng người rao hàng, mời mọc cũng buồn và lạnh, chỉ còn một vài người bán.

- Ai ăn bánh giò nóng hổi đây!

Tiếng rao hàng của người đàn ông chừng 40, ở ngoài này giọng nghe nặng, anh mặc chiếc áo bộ đội và cái nón cối. Chân đi hơi khập khiễng với đôi dép râu cũng quá mòn như chủ của nó đã bị thương tật. Anh phải đẩy chiếc xe đạp đàn ông, phía sau chở một giỏ xé chứa đầy bánh được để trong cái bao bố để giữ cho bánh được nóng. Phía trên, bên phải treo tòn ten cái đèn bảo, nó đong đưa khi anh đẩy chiếc xe.

- Bánh giò nóng hổi đây, bánh giò nóng đây!

- Bánh giò! bánh giò!

Anh nghe gọi, quay lại nhìn dáo dác để tìm người mua. Phượng thò đầu ra khung cửa toa, vẫy tay gọi, bánh giò. Anh đẩy chiếc xe đạp sát bên cạnh toa tàu.

- Anh bán cho tôi 10 cái.

Anh đưa bàn tay tìm miệng bao, cho tay vào lấy ra một xâu bánh được cột chung vào nhau. Anh đếm lại, rồi nhón người lên đưa xâu bánh cho nàng và lấy tiền.

Có vài người ở phía trong, nhờ Phượng mua dùm năm ba xâu, chuyền cho nhau, những xâu bánh còn nóng. Thôi thì đang nóng, bứt dây lấy một cái, nó lớn hơn cái bánh ít trong Nam. Bóc lớp vỏ lá gói bên ngoài, lớp bột còn nóng đã cho ta mùi thơm của bánh, nhân trộn chung gia vị, nào nấm mèo, tôm thịt, hành lá, một chút ít tiêu.

Hả miệng cắn một miếng rồi nhai, có phải vùng quê Nam Định cho ta cái hương vị đặc sản của nó, cũng như bánh tét, bánh chưng, thêm chút thịt, tôm bằm, nấm mèo, củ hành, họ gói lớn hơn bánh ít để trở thành chiếc bánh giò. Cứ mở lớp lá ra là ăn, không cần phải cắt ra miếng nhỏ.

Mấy chị em Bích Đào được gọi dậy, nhưng vẫn như mê ngủ. Chị em Phượng đưa hai chiếc bánh đụng mũi hai chị em nàng. Cái âm ấm của mùi bánh, hai chị em tỉnh giấc, tay vội lấy, mỗi người một cái. Bích Đào vừa bóc vỏ bánh vừa nói, giọng Huế như người vừa đi thăm chồng trở về:

- Em đang mơ, thấy ảnh ốm và đói lắm, ảnh là nhân viên hành chánh, mô mà có sức như những người lính. Em lo quá, nghe họ nói, có khi người nhà đến thăm, họ chỉ còn thoi thóp vì đói và bệnh. Bạn bè đem ra ngoài khu để chờ chết, họ đã đào hố định khi tắt thở để đem chôn.

Nhưng được người nhà đến kịp lúc, thấy hộp sữa bò họ khui lỗ rồi nút từ từ. Qua ngày hôm sau họ đỡ hơn nhiều, nhờ thế mà họ được sống. Những người học tập cải tạo ở đây thường gọi vợ đi thăm nuôi là nữ bác sĩ.

Hai tiếng gọi ấy, không những chứa chan một tình yêu nhân loại, họ là người mang đến sự sống cho bệnh nhân, mà ở đây còn hàm xúc một tình yêu vợ chồng, trăm năm vàng đá không phai, thủy chung một chữ đồng.

Tiếng hát Phượng Dung, một chiều hành quân qua đồi sim, nghe sao buồn quá. Như nhắc lại một thời binh chiến, người lính chiến đi hành quân qua những vùng đồi núi vào những mùa sim nở rộ một màu tim tím:

Những đồi hoa sim. Ôi! Những đồi hoa sim
tím chiều hoang biền biệt
Vào chuyện ngày xưa, nàng yêu hoa sim tím
khi còn tóc búi vai
Mấy lúc xông pha ngoài trận tuyến
Ai hẹn được ngày về, rồi một chiều mây bay
Từ nơi chiến trường Đông Bắc đó, lần ghé về thăm xóm
hoàng hôn tắt sau đồi
Những chiều hành quân! Ôi! Những chiều hành quân
tím chiều hoang biền biệt
Một chiều rừng mưa, được tin em gái mất
chiếc thuyền như vỡ đôi

Phút cuối, không được nghe em nói
không nhìn được một lần, dù một lần đơn sơ
Để không chết người trai khói lửa
mà chết người em nhỏ hậu phương tuổi xuân thì
Ôi! Ngày trở lại, nhìn đồi sim, nay vắng người em thơ
Ô! Đồi sim tím chạy xa tít tan dần trong bóng tối
Xưa, chưa nói gì bên em, một người đi chưa về
mà đành lỡ bước tơ duyên
nói, nói gì cho mây gió, một rừng đầy hoa sim
nên để chiều đi không hết
Tím cả chiều hoang, nay tím cả chiều hoang
đến ngồi bên mộ nàng
Từ dạo hợp hôn, nàng không may áo cưới
thoáng buồn trên nét mi
Khói thuốc bên hương tàn nghi ngút
trên mộ đầy cỏ vàng mà đường về thênh thang
Đồi sim vẫn còn trong lối cũ
giờ đây, thiếu người xưa ấy, đồi hoang vẫn tiêu điều

Nhạc sĩ Dũng Chinh lấy ý thơ Màu Tím Hoa Sim của Hữu Loan, ông viết nên ca khúc này. Cộng thêm với tiếng hát ngọt ngào của Phượng Dung, được mệnh danh là con Nhạn Trắng đất Gò Công. Quê cô ca sĩ này ở một thị trấn vùng ven biển Tân Thành.

Đã hơn hai năm rồi, không được nghe, vì bị cấm và có một thời bắt phải đem nộp. Tiếng hát được phát ra từ cái máy cassette, của bộ đội, chỉ có mấy anh mới nghe được nhạc vàng miền Nam thôi.

Món quà đánh đổi từng lớp trai từ Bắc vượt Trường Sơn để giải phóng miền Nam. Họ mua chiến lợi phẩm, đem vinh quang về cho Đảng, từ những cái đài có băng hát nhạc, đồng hồ có hai cái cửa sổ không người lái. Chiếc xe đạp, xe gắn máy, những thùng mì gói, những cái nồi ngồi trên cái cốc, quạt điện, tủ lạnh, TV. Còn nhiều nữa, mà các anh đã đem cả đời trai trẻ, cả những ước mơ, tình yêu để hiến dâng cho cái lừa dối, rằng miền Nam nghèo đói!

Hôm nay, anh được trở về, chắc gia đình vui lắm! Nếu như có người cùng xóm hỏi, thằng Tư, con Tám đâu rồi?! Nó đã chết trận từ khi mới vừa được vô Nam, từ hồi mùa hè đỏ lửa! Nó chết thê thảm lắm, tay nó bị xiềng lại với cây đại liên, bắn đến viên đạn cuối cùng. Thân xác bỏ lại chiến trường!

Cũng như những lần trước, tàu hụ còi, tàu đã đến ga Hàng Cỏ, trung tâm của thủ đô Hà Nội, nghìn năm văn vật với 4 cửa ô, 36 phố phường. Với bao danh lam thắng cảnh của bao triều đại, nào Văn Thánh Miếu, trường Giảng Võ, hồ Hoàn Kiếm, chùa Một Cột, Hồ Tây...

Mới ngày nào, vời áo tiểu thư của Huy Cận:

Vậy đó, bỗng nhiên mà họ lớn
Tuổi hai mươi đến có ai ngờ
Một hôm trận gió tình yêu lại
Đứng ngẩn trông vời áo tiểu thơ

Rồi đến Xuân Diệu, Nguyễn Bính, Thế Lữ, Quang Dũng, Hữu Loan, Lưu Trọng Lư hay nhạc sĩ Văn Cao, nay chẳng còn thấy cô tiểu thư nào hết. Còn có chăng là các cô mặc đồng phục của nhà máy, hay những kiểu cách của các cô cán bộ mà thôi. Hầu như đàn ông ở đây mặc áo bộ đội và đội nón cối, cái Hà Nội của văn học mà tôi được đọc trong sách, nay chỉ còn là hoài niệm của một thời xa xưa nào đó.

Mấy chị em Phượng và bốn người bạn mới, vừa lo gom xong những túi đệm, để chung một chỗ, hai chân tay dường như mệt rã rời, không còn có cảm giác gì hết. Nào kêu xe xích lô đạp để chuyển sang khu ga khác, cũng gần đó để đi về ga Ấm Thượng.

Xích lô ở đây nó lớn hơn ở Sài Gòn một chút, nhưng rất cũ kỹ. Cũng theo lời những người đã từng đi thăm nuôi trước, cho biết phải cẩn thận. Hãy nên trông chừng người lái xe, họ liệng túi xách của mình xuống đường cho người quen lượm hoặc để trẻ con đi theo sau xe mà dùng dao bén rọc túi đệm hoặc cắt đứt miệng túi mà lấy đồ bên trong.

Đến bên này ga, chị em mỗi nhóm chuyền những túi lên tàu ngược hay còn gọi là tàu chợ để lên ga Ấm Thượng. Phần đông họ cũng là bạn hàng đem những sản phẩm địa phương lên Hà Nội để bán và mua lại những hàng hóa ở đó đem về những tỉnh nhỏ để bán lại.

Chị em cùng chuyền những giỏ cần xé nhỏ hoặc túi đệm đựng thức ăn và những túi xách đựng quần áo lên toa tàu. Xong đâu đấy, chúng tôi chia nhau đi tìm mua thức ăn và nước uống, có người ở lại để giữ đồ.

Đảo một vòng để xem cái Tết của Hà Nội, cũng chẳng hơn ở những ga khác là bao, ngoài bánh của Rồng Vàng Bảo Hiên và một vài loại cốm, kẹo, chè hay trà gói đỏ treo lủng lẳng chung với những phong pháo. Có lẽ đây là nhà ga không có nhiều cửa hàng lớn, hai chị em mua thức ăn rồi vội vã trở lại tàu. Hẹn khi đi thăm nuôi xong rồi mấy chị em sẽ đi một vòng để cho biết thủ đô Hà Nội, họ chuẩn bị đón Tết như thế nào!

Vừa về đến ga thì thấy hai người cán bộ một nam và một nữ, đứng gần cửa lên xuống toa tàu vừa nhìn hai chị em nàng rồi nhìn vào tấm hình đang cầm trên tay. Hai chị em có hơi giao động, không lẽ mình nói gì đụng chạm đến cách mạng trên toa tàu. Nên đến đây bị cán bộ theo dõi, không lẽ đi đến đây mà không được đi thăm nuôi được?!

Hai chị em nắm tay nhau đi đến cửa và bước lên toa tàu thì bị người nữ cán bộ hỏi giọng Bắc:

- Xin lỗi hai chị, khoan lên tàu, cho chúng tôi hỏi thăm.

Hai chị em đứng tránh qua một bên để hành khách lên tàu, Phượng lên tiếng, hai chị em cũng đã quen cách nói chuyện với các cán bộ ở trường hoặc những văn phòng làm việc:

- Xin lỗi cán bộ, chúng tôi phải lên toa vì tàu sắp sửa chạy.

Người nam cán bộ nói:

- Hai chị không cần phải lo nhỡ tàu. Có phải tên của hai chị là Phượng và Thủy Tiên không ạ!

Trong lòng hai chị em cảm thấy có chuyện không ổn, nhưng vẫn cố bình tĩnh, Thủy Tiên nhanh miệng đáp giọng Bắc:

- *Vâng! Đúng rồi! Cán bộ có chuyện chi không ạ?*

Cả hai cán bộ cùng cười vui vẻ:

Em là Quang, còn đây là nhà em, Mai. Em cầm tấm ảnh này đi tìm hai chị. May nhờ những người trên toa bảo là hai chị đi mua thức ăn và sẽ trở lại. Bố mẹ có đánh điện nói cho chúng em biết để đón chị.

Thở phào, nhẹ nhỏm, mới biết là con của chú thím Út. Vừa mừng vui, không ngờ chú thím đã lo cho mình. Mai trao cho hai chị em một túi xách cũng nặng lắm, nói là quà gởi cho các anh. Quang lấy từ trong cái túi da mang bên hông hai lá thư đưa cho Phượng, dặn là đến trại đưa cho cán bộ ở đó.

Còi tàu hụ lên, Quang đưa thêm miếng giấy và căn dặn, khi trở về, theo địa chỉ này đến gặp chúng em. Mai đứng cạnh bên nói:

- *Hai chị lên tàu đi, hẹn vài hôm, chúng em đợi hai chị.*

Phượng và Thủy Tiên từ giã xách giỏ xách lên tàu, tàu kéo hồi còi dài để rời bến. Hai vợ chồng Quang đứng vẫy tay chào, đợi đoàn tàu lăn bánh mang theo cái cảm giác lần đầu vừa gặp mặt.

*

Có lẽ con tàu này lớn hơn tuổi của chúng tôi, chạy bằng than, than của Hòn Gai, Quảng Ninh. Tàu rời ga kéo theo năm ba cái toa cũng cùng sinh ra trước hoặc sau cái tuổi đời như cái đầu tàu hỏa này. Nó len lỏi qua những khu phố của Hà Thành ngàn năm văn vật, cái thành phố lớn nhất của xã hội chủ nghĩa. Người dân đi bằng xe đạp, loại xe mà chúng tôi thấy trong sách vở hay bảo tàng viện.

Với hai cái thắng, làm bằng cọng sắt to bằng ngón tay út, được dính liền vào tay cầm hay gọi là gi-đong, nó náy giống như kiểu xe hiệu Al-si-on của Pháp ở thế kỷ 18. Người ở đây gọi là cái phanh, khi họ nói. Anh thắng xe lại, thì nói là anh "phanh" nó lại.

Lẫn lộn trong dòng xe xuôi ngược, đôi ba chiếc xe Honda loại đàn ông màu đen hoặc dame màu xanh, đôi ba chiếc xe mobilette. Lâu lâu mới thấy chiếc xe hơi nhà, gọi là ô tô con, xe jeep và molotova, loại xe 10 bánh của Trung quốc như mình thấy ở miền Nam sau ngày 30 tháng 4 năm 75.

Hà Nội có cầu Long Biên, đã được sửa lại sau hơn 2 năm, vòm trời Hà Nội không còn có còi hụ báo máy bay Mỹ đến. Dân chúng sống trong kinh hoàng khi chiến đấu cơ bay liệng, B52 cũng từng trút xuống hàng tấn bom vào những vùng trọng yếu về quân sự.

Tuyệt đối không oanh kích khu dân cư hoặc đê sông Hồng Hà, cho nên có nhiều chiếc rụng cánh đại bàn, phi công Mỹ bị giam ở khách sạn hỏa lò Hilton.

Tàu đi ngược lên vùng cao, đoạn đường trên dưới 50 km phải đến 2 giờ mới đến ga Ấm Thượng. Một sân ga nhỏ, năm ba ngọn đèn đường hiu hắt, ánh sáng trong toa tàu cũng thế thôi.

Đã học hỏi kinh nghiệm của những người đi trước, chị em chúng tôi và một số chị em khác xuống ở ga này. Hai chị em Bích Đào và Trúc Đào xuống trước, lấy được những gì thì lấy, còn bao nhiêu túi xách nữa là hai chị em Phượng và Thủy Tiên liệng xuống dọc theo đường ray xe lửa. Hai chị em Bích Đào chạy theo tàu để lượm lại, vì ở ga này, đoàn tàu chỉ ngưng có 5 phút.

Từ nhỏ cho đến lớn chưa bao giờ hai chị em nàng và một số chị em khác đứng tòn ten, tay nắm cái móc cửa của toa xe tàu hỏa đang chạy với tốc độ trên 20km giờ mà nhảy xuống đường rây. Giống như những người trong phim cao-bồi, có một vài cô nữ diễn viên ăn mặc gọn gàng, họ là tình nhân đi theo, cũng nhảy xuống từ trên xe lửa sau khi đã cướp tiền hành khách.

Nếu như không nhảy liền, thì vận tốc tàu sẽ tăng nhanh thêm, bàn chân vừa chạm mặt đất thì bị những cục đá trên đường ray cào xước lên giầy, làm đau điếng những đầu ngón chân.

Khi chân vừa chạm đất là phải buông tay cho nhanh và nương theo đà phía trước, rồi cân bằng thân người cho đừng ngã. Nhưng mấy ai mà không chúi nhủi, không té là may lắm rồi, khi đó phải dùng bàn tay chống trên đường đầy đá cục, không bị đau thì cũng bị rướm máu.

Có rất nhiều chị em té lăn trên đường ray đầy đá nhọn, đầu và mình nhận lãnh những dấu ấn bầm tím đi thăm nuôi chồng. Bạn bè đỡ lên, rồi dìu nhau trở lại sân ga, nơi mấy chị em vừa lượm những túi đệm gôm lại.

Người bị té trầy, đau thì đã đau rồi, bạn bè nhìn nhau thăm hỏi. Nhưng đâu bằng cái đau trong tâm linh, từ lúc lớn lên chưa bao giờ bước vào gian khổ như hôm nay. Chị em nhìn nhau bằng nước mắt. Vỗ về cho nhau, rồi cũng tươi cười khuân, vác, ôm, xách, tìm nơi ở đỡ đêm nay.

Tất cả những gì đem theo đều để dưới gầm của những chiếc chõng tre. Mỗi người một chiếc, một cái mền, một cái mùng, nằm khít bên nhau, tâm sự. Vết đau của Bích Đào trên trán vì lãnh đủ cái túi đệm hơn 5kg do Thủy Tiên liệng xuống. Trúc Đào ở vai, vì chạy theo đường rầy để lượm, chân vấp phải đá té ngang, vai tím một bên. Thủy Tiên bị đau ở gót chân vì khi nhảy còn lưỡng lự, khi đến đất đạp phải đá nhô lên. Phượng, khi còn là cô gái đi học ở Sài Gòn, thường hay lo xa khi đi học về một mình trong đêm tối, đã ghi danh học võ, tốt nghiệp đệ nhị đẳng huyền đai judo.

Còn mấy chị em khác cùng đi chung, người than đau nơi này, người kêu đau nơi khác, tím bầm thân thể, thoa bóp cho nhau bằng chai dầu Nhị Thiên Đường, vừa nồng vừa cay, trị bá bệnh.

Trời đêm nay lạnh, cái rét cuối Đông đất Bắc làm sao người miền Nam chịu nổi, dù rằng người nào cũng mặc áo quần dầy để giữ ấm. Niềm tin ở ngày mai, sẽ được gặp mặt chồng, là tia nắng ấm bao trùm quanh họ, cho những người đàn bà đáng thương này có một giấc ngủ yên lành, ngày mai đi gặp chồng.

Đêm về khuya, tiếng ai ú ớ gọi chồng, anh ơi... anh ơi... làm cho họ thức giấc. Trời cũng gần sáng, ai nấy cũng thức giấc, đi tìm thuê một vài chiếc xe thồ để chở những túi đệm ra bến đò, xe thồ là những chiếc xe đạp loại đàn ông do Trung Quốc sản xuất. Việt cộng dùng nó để thồ súng đạn theo đường mòn HCM vào Nam, như mình thấy trong TV sau ngày thống nhất.

Những người đàn bà trạm trú ở đây đều là đi thăm chồng đang học tập cải tạo ở Vĩnh Phú. Họ giúp nhau, khệ nệ xách những giỏ, túi đệm chồng chất lên xe thồ. Cột thật chặt rồi cùng nhau phụ đẩy giúp người mặc chiếc áo bộ đội, đầu đội nón cối để đi ra bến ghe. Phụ nhau chuyền những túi thức ăn xuống những chiếc xuồng nhỏ như chiếc ghe tam bảng ở trong Nam.

Người chèo đò cũng ăn mặc giống như người đẩy xe thồ, có lẽ họ là thương binh đã giải ngũ. Nay làm người đưa đò chèo dọc theo con sông Thao này đến gần trại, nếu như gặp lúc nước cạn thì người chèo thuyền phải leo xuống để đẩy ghe đi. Có người mướn xe bò để chở đến trại.

Họ cám ơn chúng tôi, chúng tôi mang ơn họ dù rằng chúng tôi là người đi thăm chồng, chúng tôi không ưa thích người Cộng Sản. Nhưng không có họ làm sao chúng tôi mang thức ăn cho chồng chúng tôi đang đói khát từng giờ.

Bao oán hận đã tiêu tan khi thấy họ cố đem sức lao động, không quản ngại cực nhọc, oằn người cố đẩy chiếc xuồng mắc cạn trên đáy sông mà đôi chân ngâm trong nước sông lạnh buốt. Đôi khi họ phải lột đôi dép râu ra bỏ trên xuồng vì nó trơn trợt, phải bấm mười đầu ngón chân xuống đất, cát, đá. Khi ghe ra được đến dòng nước giữa sông, người chèo ghe bước lên xuồng, chân anh rướm đầy máu.

Đã 20 năm, người dân miền Bắc vẫn còn nghèo lắm, tưởng hết chiến tranh, bao của cải lấy từ trong Nam đem về Bắc để chia chát cho họ. Nhưng người bộ đội này phải đem sức lao động mình ra đổi lấy chén cơm, manh áo?!

*

Chừng hơn hai tiếng xuồng mới đến nơi, chuyền những túi đệm lên bờ. Có khi đường vào trại chỉ còn có một người, lại phải một mình xách những túi thăm nuôi ấy đi một đoạn, rồi quay trở lại xách thêm vài túi nữa.

Chị em Bích Đào cũng thế, mỗi người đi mỗi trại, rồi đến chị em Phượng và Thủy Tiên mỗi người chia tay nhau đi mỗi nơi, Thủy Tiên đi K5. Nhưng cũng may, có một chị đi thăm nuôi cùng trại. Giúp đỡ lẫn nhau, chuyền những túi đệm, giỏ xé lên xe thồ thêm một lần nữa để đến gần trại hơn. Xe phải dừng lại, không được đi đến trại.

Một người đàn bà yếu đuối, chưa từng bao giờ xách một túi đệm trên 5kg với một đoạn đường hơn 1km, mà hôm nay, hai tay phải xách 2 túi đựng đầy thức ăn trên 10kg, vừa đi, vừa chạy trên con đường đất nhỏ để vào trại giữa rừng tre, đìu hiu, heo hắt này.

Người đi thăm nuôi chẳng được bao nhiêu, họ tương trợ cho nhau, mệt quá, đuối sức, cũng không dám nghỉ lâu. Từng đoạn đường cho mỗi lần xách, hai cánh tay như rã rời, đôi chân bước đi như không còn vững nữa. Nhưng vẫn phải cố gắng, đem những thức ăn đến cho chồng mình, anh ấy phải cần có nó để mà thêm sức, đợi chờ ngày về!

Nhớ đến anh, mong muốn gặp được mặt anh, em phải cố gắng, dù làm không nổi em cũng phải làm. Anh là vì sao Bắc Đẩu, định hướng cho em đi, hơn 2 năm rồi chưa một lần gặp mặt. Anh không thể chết trong ngục tù, chiến trận Đắc Tô, Plêmê, Khe Sanh, Tống Lê Chân, Mậu Thân, Hạ Lào, An Lộc, La Vang, tái chiếm cổ thành Huế, anh đã không chết.

30 tháng 4 năm 1975 cuộc chiến chấm dứt, anh giã từ vũ khí, trở về với gia đình, với vợ con, mong sống với những ngày tháng bình yên. Hận thù nào mà đày ải chồng chúng tôi? Những người cán bộ ở đây họ cũng tốt, giúp đỡ chị em chúng tôi tá túc lại đêm, nấu ăn, để ngày mai gặp mặt thăm nuôi.

Đêm đến, trời lạnh như cắt da, gió thổi từng cơn, xào xạt qua rừng tre nứa, rừng rậm. Đâu đấy tiếng vạc kêu sương, môt vài con cú mèo kêu lanh lảnh rồi vụt bay đi, lần đầu nghe lạnh cả da. Nhắm mắt mơ tưởng về anh để mong ngủ được anh, rồi chợt nghĩ đến ngày mai. Anh có còn ở trại này hay đã đổi trại khác mà họ chưa cho mình biết? Đủ mọi ý nghĩ về anh, mong ngày mai được tốt đẹp!

Biết nói được gì đâu khi thấy bóng dáng anh thấp thoáng từ xa, người vợ lính chỉ khóc và khóc, nước mắt nào đong đầy cho nhớ thương. Nửa giờ thăm nuôi đã hết, từ giã nhau qua màn lệ, nức nở trong chia tay, một mình anh xách những túi đựng thức ăn, thui thủi một mình trở về trại, đợi anh đi khuất bóng sau nẻo đường:

Thấy xanh xanh chỉ mấy ngàn dâu
Ngàn dâu xanh ngắt một màu
Lòng chàng ý thiếp, ai sầu hơn ai?!

Đó là một tập thơ Chinh Phụ Ngâm của Đặng Trần Côn, ông viết để tặng cho bà Huyện Thanh Quan, khi chồng của bà đi trấn ải xa. Ngày xưa, bà từ chối khi ông tỏ tình, có lẽ cho ông là chàng thư sinh trói gà không chặt và thơ văn chẳng ra gì. Nó giống như những anh trồng cây Si thời nay, đứng trước các cửa trường nữ ngọng nghiệu tập làm thơ. Sau đó ông được biết, chồng bà làm quan đang trấn thủ lưu đồn ở miền xa.

Một huyền thoại lại nói về đôi trai tài gái sắc này. Như lời truyền thuyết, khi ông làm thơ tỏ tình, bà từ chối, mượn cớ rằng chưa muốn nói chuyện yêu đương. Tình thật là chê thơ văn ông không hay. Đặng Trần Côn hiểu ý về nhà học lại, vào lúc ấy, nhà vua có lệnh cấm đốt đèn sau 9 giờ tối vì sợ vô ý ngủ quên mà vừa xảy ra vụ cháy nhà ở kinh thành vừa rồi.

Ngày xưa người ta đổ dầu vào cái dĩa có chân cao chừng một tấc, trong đó có cái tiêm ló ra ngoài để đốt. Vì vậy rất dễ cháy nhà khi ta vô ý làm rớt cái dĩa hay mèo chuột chạy ngang qua, có thể làm ngã cái đèn. Nên ông phải đào hầm sâu dưới bộ ván để học, sau hai năm, ông cảm thấy văn chương của ông có thể hay hơn bà.

Ông và tiểu đồng khăn gối xuống thuyền chèo đến tận nhà bà, đến nơi ông cùng tiểu đồng leo lên định vào thăm người xưa. Nhưng trước cửa nhà bà treo lủng lẳng đầy đèn hoa, xác pháo hồng còn đầy rẫy ngoài sân. Hỏi chuyện, mới biết bà vừa mới vu quy, niềm đau nhói tận tim, khiến ông lặng lẽ xuống thuyền cùng tiểu đồng quay về.

Ông chôn chặt mối tình ấy, cho đến ngày ông được biết bà đang cô đơn, nhìn nửa vành trăng rồi chạnh lòng nghĩ đến chồng mình đang ở ngoài quan ải xa nghìn trùng.

Vành trăng ai sẻ làm đôi
Nửa in gối chiếc nửa soi dặm trường

Ông viết cuốn Chinh Phụ Ngâm bằng chữ Hán, gửi cho bà chinh phụ một mình, cô đơn, bà đọc từng trang sách. Nước mắt thương chồng, hoài vọng niềm kính mến người xưa. Nên bà đem dịch lại thành chữ Nôm, để lại hậu thế có một áng văn tuyệt tác, đính liền tên ông và tên bà. Có lẽ chiếc chiến bào oai dũng hơn cái áo của nho sinh:

Áo chàng tựa đỏ ráng pha
Ngựa chàng sắc trắng như là tuyết in.

Người con gái thời trước, rồi đến người con gái thời sau này cũng thường yêu thương những người mặc chiến y, gìn giữ quê hương.

*

Kết thúc cuộc chiến nào cũng thế, người thắng kẻ thua, một trong ba điều đó là Thiên Thời, Địa Lợi và Nhân Hòa.

Danh nghĩa mặt trận Giải Phóng Miền Nam được Cộng Sản miền Bắc ủng hộ, nhưng Liên Xô và Trung Quốc giúp ồ ạt súng đạn, chiến xa. Trong khi đó đồng minh Hoa Kỳ vừa giúp vũ khí vừa muốn giúp dân nghèo có cơ hội cải tiến cuộc sống, qua viện trợ nhân đạo. Nhưng lại gặp một số người chận lại một số, lấy làm của riêng.

Chúng ta hãy nhìn lại Đệ Nhất Cộng Hòa, dưới thời Tổng Thống Ngô Đình Diệm, ông muốn truất phế vua Bảo Đại. Trong những ngày trước phổ thông đầu phiếu, toàn dân miền Nam thấy tấm bích chương lớn, nhỏ có hình chiếc xe ngựa. Người cầm cương là thực dân Pháp, con ngựa kéo xe có cái đầu là đầu vua Bảo Đại. Thực dân ngồi trên xe cầm cây roi có treo hình cô gái đầm chỉ mặc cái áo sú-chiên và cái quần sì-líp treo trước mặt vua.

Đến ngày bầu cử, nhân viên phòng phiếu đưa cho cử tri hai tấm giấy nhỏ chừng 6x8 cm, có hình ông Ngô Đình Diệm và vua Bảo Đại. Nhân viên bảo cử tri:

- *Khi vào phòng kín, bỏ hình ông Bảo Đại vào giỏ rác, còn hình ông Ngô Đình Diệm vào bao thơ. Đi ra ngoài đưa lên cao cho những nhân viên thấy và bỏ bao thư vào thùng phiếu, rồi sang bàn gần hơn để được đóng dấu vào thẻ cử tri. Thế là làm tròn bổn phận người công dân lần đầu tiên được chọn người lãnh đạo quốc gia?!*

Làm như thế được gọi là nhân dân bất tín nhiệm vua Bảo Đại, có nghĩa là cựu hoàng Bảo Đại vĩnh viễn không được trở về nước. Mở đầu cho nền Đệ Nhất Cộng Hòa miền Nam, với bào đệ Ngô Đình Nhu làm cố vấn và bà Ngô Đình Nhu lãnh đạo phụ nữ miền Nam, nơi nào cũng có mặt bà. Dưới thời ông, sau khi chào quốc ca, còn có bài Suy Tôn Ngô Tổng Thống. Người dân miền Nam không muốn suy tôn ai cả, ngoài ông bà và cha mẹ mình!

Rồi đến chuyện đức tổng giám Ngô Đình Thục, cho treo cờ đạo Công Giáo như thế nào mà những nhà sư Việt cộng xúi dục phật tử xuống đường biểu tình. Và từ đó cái ngòi nổ bắt đầu biểu tình chống chế độ khắp mọi nơi.

Nào đến chuyện ông Ngô Đình Cẩn là lãnh chúa miền Trung, mọi việc đều nằm trong tay ông. Bộ trưởng kinh tế Trần Văn Mẹo và ông Phượng Bảo Toàn, chở gạo ra Bắc bán cho cộng sản. Chuyện này có dính liếu đến ông Cẩn và Nguyễn Văn Bửu.

Dưới thời Tổng Thống Diệm có đảng Cần Lao Nhân Vị, là tai mắt khắp mọi nơi. Trong 9 năm cầm quyền, có nhiều biến động về phật giáo ở miền Trung. Người ta đâu có biết Hoàng Kim Loan và đồng bọn chúng đã cài người vào hàng ngũ phật giáo. Chính các thượng tọa Thích Trí Quang, Thích Đôn Hậu, đích thật là Cộng Sản.

Rồi đến chuyện thượng tọa Thích Quảng Đức tự thiêu trước tòa đại sứ Cam-pốt ở góc đường Lê Văn Duyệt và Phan Đình Phùng và sau đó một số nhà sư khác được bắt thăm trước khi tự thiêu; tình thật trước khi thiêu nhà sư chẳng còn biết gì hết vì đã bị làm mê man, có người đổ xăng và châm lửa.

Việt cộng tung tin trước chợ Đông Ba, các thầy và một vài thượng tọa khác nữa bị giam ở Chín Hầm. Một số giáo sư ở Huế như Lê Văn Hảo, Tôn Thất Dương Tìm, Tôn Thất Dương Kỵ, Hoàng Văn Giàu, bác sĩ Lê Khắc Quyến, Đoàn Văn Toại, Trương Như Tảng, bà Thuần Chi hiệu trưởng trường Đồng Khánh Huế. Ngoài ra còn có Hoàng Phủ Ngọc Tường, Hoàng Phủ Ngọc Phan, Ngô Kha, bác sĩ Phạm Thị Xuân Quế, Nguyễn Đắc Xuân, Huỳnh Sơn Trà, Trần Bá Chữ và nhiều sinh viên khác như Thái Thị Kim Lang, Trần Bá Chữ, Văn Kha, Huỳnh Tấn Mẫm, Hoàng Phủ Ngọc Phan, Nguyễn Thi Doan Trinh... làm hậu thuẫn.

Không những thế còn có một số nhạc sĩ thân cộng như Tôn Thất Lập, Trần Long Ẩn, Trịnh Công Sơn, Phạm Duy. Dường như nhạc của ông chỉ có ca sĩ Khánh Ly, Thái Thanh quảng bá những lời lẽ thống thiết, nó là những khói sương ru ngủ thế hệ trẻ và làm nản lòng những người chiến sĩ đang ngày đêm giành giữ từng tấc đất với cộng quân Bắc Việt.

Những người lính trận đã không còn trở về với gia đình nữa hoặc bị thương tích, trở thành con người thương phế binh. Hằng ngày lê tấm thân tật quyền bán từng tấm vé số hoặc vá sửa xe Honda bên vệ đường để phụ giúp vợ con.

Trong khi đó, người ca sĩ, nhạc sĩ đó nhận bản quyền hàng trăm đồng, trăm ngàn, ăn ngon, mặc đẹp lả lơi trong những phòng trà, nhà hàng cao sang. Không những thế, lại còn có nhà thơ Miên Đức Thắng và một số nhà thơ khác nữa.

Họ đã bị Cộng Sản lợi dụng, và còn tự la lối cho mình là thành phần thứ 3, sau 30 tháng 4, chúng cho liếm láp chút ít lợi lộc rồi bỏ như cái nùi lau dơ, bỏ đi. Nghĩ lại còn thua chiếc áo rách, áo rách còn dùng là nùi dẻ, chớ những con người có tham vọng muốn làm người nổi tiếng, nhưng không có thực tài, chỉ làm tay sai thôi!

Bọn chúng đã hoàn tất nhiệm vụ mà cơ quan tình báo Hà Nội đã giao phó. Chúng đã giải vây cho các nhà sư Cộng Sản nằm vùng trên khỏi tù tội.

Những ai đã ngồi ghế ở phiên tòa trên để xử ông Phan Quang Đông bị tử hình tại sân vận động Tự Do ở Huế. Họ có biết hay làm lơ như không biết ông là điệp viên của miền Nam đưa ra Bắc hoạt động vụ nổi loạn ở Huỳnh Lưu, tỉnh Nghệ An năm 1956.

Rồi đến chuyện Phạm Phú Quốc và một phi công nữa bỏ bom dinh Độc Lập, vì muốn kết thúc chế độ. Sau cùng đến lần đảo chính ngày 1 tháng 11, ông và bào đệ bị đại úy Nhung giết trong chiếc thiết vận xa M113. Tượng đài Hai Bà Trưng ở bến Bạch Đằng bị dân chúng leo lên, cột dây thừng, dùng xe kéo sập, vì cho là tượng của hai chị em bà Nhu.

Cũng may là bà đã đi giải độc về chuyện của bà chuyên quyền và có rất nhiều chuyện thâm cung bí sử của bà?

Dân chúng như trút được cái gì gò bó mà họ đã sống trong những ngày tháng ấy. Rồi lại đến chuyện chỉnh lý bởi tướng Nguyễn Khánh và liên tiếp mấy lần sau, nền Đệ Nhị Cộng Hòa ra đời Tổng Thống Nguyễn Văn Thiệu, ông lại đi theo vết xe trước. Có Tài Mậu ở Quảng Ngãi và đại tá Nguyễn Văn Lợi bán gạo cho Việt Cộng ở Trà Bồng. Vụ độc quyền gạo ở Phan Rang, Cam Ranh, Nha Trang của bà Huyết cô ruột của ông Thiệu.

Lại đến chuyện độc quyền phân bón ở tỉnh Cửu Long của anh em cột chèo với ông Tổng Thống. Ngoài ra còn có nhiều vụ hối lộ để được làm Tỉnh Trưởng, năm 1974 Trung tá Trần Trung Nghĩa tỉnh trưởng tỉnh Gò Công có điều tra vụ tham nhũng của hai quận trưởng Hòa Tân và Hòa Bình. Nhưng sau đó trung tá Nguyễn Tấn Hưng được trung tướng Nguyễn Vĩnh Nghi vùng 4 chiến thuật cử đi làm tỉnh trưởng Kiên Giang và thị xã Rạch Giá.

Vào thời ấy, muốn làm tỉnh trưởng phải qua trung gian đại tá Chung Văn Bông tỉnh trưởng tỉnh Định Tường là cậu của tướng Nghi. Ở quân đoàn 4, muốn làm tỉnh trưởng phải chung từ 20 cho đến 25 triệu. Ông Thiệu không thể làm gì hơn khi chung quanh ông có nhiều người lộng quyền như Ngô Khắc Tỉnh, Hoàng Đức Nhã, Hoàng Đức Linh, cùng với các ông Đặng Văn Quang, Nguyễn Vĩnh Nghi, Trần Thiện Khiêm.

Một số tướng lãnh, tỉnh trưởng, quận trưởng, trưởng ty cảnh sát, kể cả một số nhân viên công lực nhận hối lộ, cả chục ngàn người làm lính kiểng. Chúng là con của những người giàu và nhất là người Hoa.

Vào những tháng cuối năm 74 sang 75, những người chống đối chính phủ thành lập thành phần thứ 3 để giữ miền Nam, nhưng Cộng Sản khôn hơn chúng nhiều. Chúng nhốt luôn những người ấy và Việt Cộng cho chúng đi học tập năm bảy tháng hoặc cả năm, xem như đã ban ân huệ cho những hạng người này rồi!

Với gần 20 năm chiến tranh ai cũng mỏi mệt, muốn hòa bình?! Người dân thấy hằng ngày, chồng mình, con em mình chết, họ đau lòng lắm!

Ba nguyên nhân trên đã đưa miền Nam này có tháng 4 đen năm 75!!!

Mấy chị em hẹn gặp lại nhau nơi nhà trọ, nước mắt họ vẫn còn đầm đìa chưa ráo lệ, để cùng trở về ga Hàng Cỏ Hà Nội. Mỗi người mang một tâm trạng, nhưng chung một niềm đau là họ không còn nhận diện được. Người đang đứng trước mặt mình là chồng mình!

Một chiến sĩ oai hùng năm nào, nay chỉ còn là một người ốm yếu, ánh mắt mất thần chỉ vì trông ngóng người thương. Bao gian khổ ngoài chiến trường, không chút sờn lòng quả cảm. Nay chỉ còn là những bộ xương, được bọc bên ngoài bộ áo quần như thâm kim biết di dộng.

Nếu như không nhận diện được giọng nói yêu thương bao năm chồng vợ, ánh mắt đắm đuối với những ngày hẹn ước mà họ đã cho nhau hơi hướm yêu thương. Người đó là anh! Anh yêu thương của em!

Bỗng dưng em nhớ lại, Hoài Hương là ai? Có phải, có lần chị đi thăm chồng trong trại tù cải tạo. Bài thơ của chị với những ngôn từ tuyệt đỉnh đau thương mà nó phát xuất từ những giọt máu cô động nằm trong đó, tự bao giờ. Nó ứa ra bài thơ đó. Hở chị?

Em và những người vợ của người tù bị đưa đi cải tạo thì không khóc! Cố nén những đau thương đó để biến thành sức mạnh tiếp sức cho các anh phải sống?

Sống cho con, cho em và cả nhân dân miền Nam nầy để chúng không thể cố tình đưa các anh vào con đường chết?

Một ngày nào đó! Các anh hiên ngang bước ra khỏi cõi địa ngục trần gian ấy! Anh nhé! Anh của em và những đồng đội của anh, ngẩng mặt nhìn chúng, nhìn chánh quyền Mỹ đã cuốn lá cờ Mỹ Quốc cùng những người đã chạy ra nước ngoài trước ngày 30 tháng 4 năm 1975.

Vết đau của người vợ khi thấy chồng mình đau bởi những vết thương còn hằn trên thân thể họ:

Vượt suối băng đèo, thăm Anh nơi rừng sâu nước độc,
Đường quanh co, lên dốc lại xuống ghềnh.
Thoảng bên tai, tiếng vượn hú buồn tênh.
Chân bước vội, tim dập dồn lo sợ.

Em sợ cả từng bụi cây, ngọn cỏ,
Hình như bao rắn rết đang rình mò.
Trái tim em dường thắt lại âu lo.
Khi đêm xuống, rừng rủi ro trăm nỗi.

Trên tay em.
vài cặp đường đen,
dăm ba lạng muối.
Ký tép khô,
Lon "Guigor" ruốc xả,
vài chục viên thuốc Tả, Sốt rét rừng.
là cả gia tài em buôn thúng bán bưng,
Nuôi cha mẹ, nuôi con,
Một năm chắt chiu dành dụm,
Tù Bắc, nhà Nam, đường xa thăm thẳm,

Cả năm trời mới xin được giấy thăm Anh.
Đâu dám đem theo bộ quần áo chiến xanh.
Màu cuả lính, một đời Anh ngang dọc.
Từ ngày Anh ra đi, em từng đêm ôm ấp,
Dù giường chiếu, soong nồi, đã bán hết để nuôi con.
Áo quần Anh, em bỏ gối, để từng đêm.
Rơi nước mắt nhớ thương người yêu dấu,
dù biết Anh, nơi thâm sơn cùng cốc,
rét lạnh buốt xương, đói khát, thân gầy.

Anh vào tù không án,
đoàn tụ biết có ngày?
Chỉ còn kỷ vật này
Dù đói chết, đến nay Em không nỡ bán.
Chỉ còn kỷ vật này, còn mùi thơm, hơi ấm.
Làm bạn cùng em năm tháng, đêm ngày

Ôm áo quần Anh, mắt lại lệ cay.

Thương Anh quá, những tháng ngày tù tội.
Đường núi rừng, mưa trơn như mỡ chảy.
Em bước thấp, bước cao,
chân xưng tấy, máu vấy bùn.
Lúc nắng, khi mưa.vất vả mấy hôm,
Mới đến lán, Anh đang chờ nơi cho gặp.

Anh đứng đó, cùng bạn bè đủ mặt,
Những người tù, da tái ngắt , tả tơi.
Ai cũng nón tời, áo bao bố rách thảm thương.
Mặt hốc hác, gầy trơ xương chân đất.
Vừa thấy Anh, lòng em quặn thắt,
Vừa thấy Anh, Em nước mắt rưng rưng,
Anh cúi mặt, che lệ mừng tuôn chảy.
Anh đó sao? Anh bây giờ như vậy?
Mắt dại khờ, hình chỉ thấy xương da.
Bàn tay gầy em nắm lại xót xa.
Anh lặng lẽ nghe chuyện nhà, chuyện Mẹ.

Biết bao điều mình không sao kể lể.
Cũng biết rằng đã dâu bể tang thương.
Mình còn gì khi chẳng có quê hương,
Anh tù tội gió sương, biết có ngày xum họp?
Em mới 30, tay mềm chân yếu,
Cũng long đong đơn chiếc gánh gồng,
Tất tả sớm khuya, đầu chợ, cuối sông
Chạy ngược chạy xuôi, nhín ăn nhịn mặc..

Em cũng như Anh, nón cời áo rách,
Cả hai đứa mình nào khác chi nhau.
Mà gặp nhau, đâu có được bao lâu,
Trăm vạn nỗi âu sầu sao dám ngỏ.
Nghe em nói, Ba Mẹ mình vẫn khoẻ,
Con vẫn ngoan, vẫn no đủ, học hành.
Anh mỉm cười, nhưng nước mắt lưng tròng,

Thân cá chậu chim lồng, vợ con sao sung sướng?
Chỉ là dối Anh, chỉ là cười gượng,
Nén nỗi đau lòng, dấu những tang thương.

Giờ thăm tàn,
Anh lại trở lên rừng, nuốt nước mắt.
Em xuống núi,
đau lòng, chân không vững,
muốn giữ chặt nhau, đành run rẩy xa nhau.
Chiều đã xuống, sương rừng thêm lạnh buốt,
Kẻ ở, người đi, mỗi bước mỗi lòng đau.
Bóng Anh xa, thỉnh thoảng vẫn ngoái đầu,
Rồi mất hút trong rừng sâu thăm thẳm.
Em đứng lặng , lòng bồi hồi, lệ đẫm,
Biết mai này còn sống sót để thăm nhau?
Giờ chia tay, muôn vạn giọt lệ sầu,
Xa một bước, lòng nghẹn ngào vạn bước
Xa một bước, là lệ rơi vạn bước.
Kẻ ở, người về, nước mắt tràn mi.

Em trở về, ôm gối thầm thì.
Tìm hơi ấm,
bộ chiến y đẫm lệ.

Bốn chị em Phượng theo địa chỉ của vợ chồng Quang và Mai tìm đến cơ quan, nơi họ làm việc. Không biết làm chức vụ gì mà nghe những người trong ấy gọi bằng thủ trưởng. Quang mời mấy chị em vào bên trong văn phòng của anh, Quang ngồi sau cái bàn viết lớn ở giữa, còn hai cái bàn viết nhỏ hai bên không có người ngồi.

*

Mấy chị em cảm thấy ngài ngại, được anh mời ngồi trên mấy cái ghế sát vào tường và có cái bàn cao để mấy cái ly. Có tiếng gõ cửa, cánh cửa mở ra, Mai bưng bình trà vào và theo sau có người bộ đội bưng đĩa bánh mứt, họ chào nhau, để trên bàn rồi người ấy đi ra ngoài.

Mai vui vẻ trò chuyện hỏi về cuộc đi thăm, nàng ngỏ ý mời mấy chị em của Phượng về nhà nghỉ. Thủy Tiên viện lẽ là có đi chung nhiều chị em khác để từ chối. Nhưng Mai hiểu được ý, nên nói rằng, bao nhiêu người nhà em cũng có chỗ ở hết, nhưng không được tươm tất cho lắm.

Người chị Bích Đào vội lên tiếng:

- Không mô chị Mai ạ, chị em tôi ngủ bụi quen rồi!

Mai cười nhưng có vẻ còn chưa hiểu rõ ý Bích Đào nói, nên Phượng nói khéo:

- Mấy ngày hôm nay chị em chúng tôi còn ngủ được trên tàu hỏa, huống chi nay có mái ấm họ hàng là quý lắm rồi. Chỉ sợ đông quá...

Mai cười, ý như là họ hàng sao lại còn khách sáo bèn nói:

- Nếu các chị còn nghĩ chúng mình là thân tộc thì hãy tự nhiên. Chúng em muốn đưa các chị về nhà tổ mà bố mẹ đã ở đấy trước khi gia đình di cư vào Nam.

Quang ngồi nghe mấy chị em trò chuyện, anh cười rồi pha trò:

- Ngày đấy chúng em chưa có, còn bố em chừng mười bảy mười tám không chịu theo nội, nên em là con của chủ nghĩa...

Quang ngưng lại rồi chuyển sang chuyện khác:

- Mời các chị xơi bánh mứt đi chứ, vài ngày nữa là Tết rồi, ước chi ngày nào đó chúng em vào Nam thăm ông bà nội và các chị!

Thủy Tiên cười và ngỏ lời mời với giọng Bắc:

- Quang và Mai cứ vào thăm ông bà, nếu được thế thì ông bà nội vui lắm. Có lần ông bà ước ao, nhưng chú Út nói hãy để ổn định rồi đưa ông bà về Bắc chơi. Trước ngày chị đi ông bà căn dặn là chị phải đi tìm em. Nhưng chưa chi các em đi tìm chị rồi!

Quang cười rồi nói:

- Chúng em chỉ sợ các chị không... Thôi bỏ đi! Vợ em đưa chị về nhà trước nghỉ ngơi, chiều nghỉ việc vợ chồng em đưa các chị đi xem phố Hà Nội đón Tết!

Mấy chị em ăn bánh mứt uống chè rồi từ giã Quang, Mai đưa mấy chị em đi ngang qua mấy dãy phố chợ. Đường xá không lớn có nhiều nơi còn lót gạch trên đường phố, không tráng nhựa. Nếu như hai chiếc xe hàng lớn chạy ngược chiều thì vừa khít, các cửa hàng đều là của nhà nước. Tên phố ở đây cùng tên với hàng hóa mà họ buôn bán như phố Hàng Chiếu, Hàng Thau, Hàng Dầu...

Hà Nôi còn mấy cái cổng để vào trong cũng như là thành nội ở Huế. Nghe đâu nhà nước đang huy hoạch nhiều khu phố mới, người dân đón Tết không rầm rộ như người miền Nam.

Họ đến nhà trẻ để rước con của Mai về. Bé trai đang chơi bỗng thấy mẹ đến, bé tuôn chạy đến ôm chân mẹ nói líu lo như chim, nhưng nghe chẳng rõ gì hết vì chỉ có hơn một tuổi.

Bé nhìn mấy người lạ mặt đi chung với mẹ, bé vói tay đòi mẹ bồng, Mai bế con lên rồi bảo con khoanh tay chào các dì. Bé e dè khoanh tay ạ để chào từng người, Thủy Tiên chợt nhớ đến con mình, lòng buồn rười rượi, nàng đưa tay để bồng, khiến bé né sang một bên để tránh.

Nàng hiểu ý, nên rút tay lại, Mai cười nói với bé như giới thiệu là người thân của mẹ, nàng đưa bé nghiêng về Thủy Tiên, nàng đưa tay bế, nhưng bé vẫn còn như e ngại không được bằng lòng lắm.

Cô giáo trông chừng các bé đến chào mọi người và Mai giới thiệu là các chị bà con từ Sài Gòn ra thăm. Họ chào nhau rồi từ giã, Mai đưa nhau về nhà phải đi ngang qua chợ Đồng Xuân, xem như là ở trung tâm Hà Nội.

Đi một vòng trong chợ, Mai thấy có mấy con cá Lăng còn tươi, nên nói:

- Hôm nay vợ chồng em thết các chị một xuất chả cá, đặc sản của Hà Nội đấy.

Hai chị em Bích Đào nghe, có vẻ như còn ngơ ngác không hiểu rõ Mai nói gì, Thủy Tiên vui cười nói giọng Bắc:

- Lâu lắm rồi em không được ăn, hơn nữa mẹ bảo chỉ có cá ở ngoài này làm chả cá mới ngon.

Người bán cá nhìn mấy người lạ đi chung với Mai, thì nàng giới thiệu là họ hàng nhà chồng ở Sài Gòn ra đây thăm. Người bán cá cười thay lời chào hỏi, vừa lựa con cá lớn nhất và nói:

- Các cô hên đấy, cá Lăng loại sông Hồng hiếm lắm! Tôi bán giá đặc biệt cho, về ăn không ngon không lấy tiền.

Mai cười, lấy trong ví mấy tấm tem phiếu thực phẩm đưa cho người bán cá và nói:

- Dì ơi! Cháu *tính ra hơn số tiền dì nói đấy.*
Người bán cá cám ơn:

- Tôi biết! Lần nào cô mua, cô cũng đưa dư cho tôi hết!

Chúng tôi từ giã người bán cá và đi vòng khu bên kia tìm mua rau thơm và gia vị khác. Phượng định hỏi sao mình trả bằng tem phiếu, nhưng Mai biết các chị thắc mắc, nên giải thích.

Ở đây, hầu như cái gì cũng phải dùng bằng tem phiếu, từ ăn một bát phở cho đến mua thịt, gạo, sữa, vải, quần áo cho đến những thứ khác. Mua tem phiếu ở trong cơ quan mình làm, khi mua hàng thì trả ở các cửa hàng.

Dù mình có tiền cũng không được mua nhiều, tiền ở đâu có nhiều để mua? Nếu muốn mua thì mua ở chợ đen, cái chợ thiết nhỏ cũng nằm trong khu chợ Đồng Xuân. Quen mặt mới mua được, như các chị ở trong Nam ra, họ biết nên mua dễ hơn người ở đây. Sau ngày thống nhất, việc mua bán ở đây được dễ dàng hơn trước nhiều.

Bỗng dưng Thủy Tiên cảm thấy cái túi xách mình hơi nằng nặng như có người muốn lấy. Nàng xoay người lại, bàn tay nắm gọn để đánh vào mặt đối phương, nhưng nàng kịp tay dừng lại, nhận diện bốn người bạn quen trên tàu.

Gặp nhau vui mừng nói cười ríu rít, rồi giới thiệu với Mai, họ hỏi thăm nhau có mướn được nơi trọ chưa. Người thì bảo đang đi tìm chỗ gần chợ, Mai nghe nói nên đưa lời mời về nhà, mấy người bạn nhìn nhau như dò hỏi. Phượng nói như lời huấn lệnh:

- Nếu chưa thì đến ở với tụi này, ngủ chung cho ấm.

Mai nói thêm:

- Đi chung với tụi này, tôi thết chả cá.

Ai cũng nhìn nhau, chưa quyết định thì Bích Đào nói đùa, giọng Huế:

- Chúng mình là hội viên cô đơn, nếu như ai đó từ chối thì đừng nhìn mặt nhau hè!

Mấy chị em mới gặp vội nói:

- Làm cái gì mà giận giữ vậy cô nương!

Như nhớ ra chuyện gì, Phượng lôi Thủy Tiên ra ngoài nói nhỏ nhau nghe rồi hai chị em vội đi trở lại nơi bán cá. Mai vừa trả tiền mua rau, nàng cũng vội vã định quay lại để mua thêm con cá nữa. Nhưng thấy hai chị em Phượng tay xách cái giỏ tre đi đến, Thủy Tiên cười nói giọng Bắc:

- Có người mời đi ăn cũng còn mắc cở, chậm tí nữa là cho các chị ăn mì gói, cho chừa cái tính làm điệu!

Mấy người bạn nhìn nhau, không biết mình có nghe lộn không, sao nàng nói giọng Bắc như người Bắc chính thống! Phượng nói:

- Nhìn nhìn cái gì nào?! Không chịu cùng đi để tí nữa lạc mất, chúng tôi phải nhờ ban quản lý chợ phóng loa gọi các chị, thì ê cả mặt đấy!

Mấy người bạn vừa đi theo họ vừa rù rì, nói nhỏ về chuyện Phượng và Thủy Tiên sao lại nói được giọng Bắc. Cả bọn cùng về nhà, mỗi người thay phiên bế bé một đoạn đường, có lẽ còn lạ nên bé ít cười nói.

Thủy Tiên thấy bé nhớ đến con, ngày đầu ở trên tàu, ngực nàng căng cứng đau nhức, sữa rỉ ra áo lót ngoài. Phải đợi đến đêm, nàng mới nặn bớt sữa ra ngoài và cũng không dám uống thuốc đau nhức vì sợ khi trở về đến nhà, sữa sẽ không còn có nhiều nữa.

Những giọt sữa bỏ đi là bao giọt lệ từ khóe mắt tuôn dòng, tim nàng như tan vỡ. Những ai đã từng cho con bú bằng chính dòng sữa mẹ sẽ hiểu được những cái đớn đau này. Nó quý lắm, được tinh chế bằng những thức ăn, nước uống cũng phải kiêng cữ để có những giọt sữa tốt cho con mình.

Đứa con gái đầu nàng cho bú bằng sữa mẹ, bé háo bú lắm, cứ đeo nút mãi một bên. Đôi khi nàng phải đổi để bé bú bên khác, bé la lớn, có khi bé còn cắn đầu vú, vì bé hơn 6 tháng, mấy cái răng vừa lú nhú ra, nàng vừa la vừa trào nước mắt. Thủy Tiên đổ quạo đánh mạnh vào đít, khiến bé khóc, giận hờn chẳng thèm bú nữa, hoặc nút vài cái rồi ngủ trong tức tửi. Khiến cho bên kia căng cứng và nhức, nhằm lúc chồng về, nàng phải nhờ Tuấn lấy sữa ra bên còn lại, để cho nàng không đau; và cũng là lúc nàng cảm thấy hạnh phúc nhất khi mình nuôi con bằng chính sữa của mình.

Nhân lúc chồng về, Thủy Tiên méc lại với chồng, mạ nàng nghe, bèn kể lại cái tính nết của nàng con út cho chồng nàng nghe:

Mẹ có 3 đứa trai, bố mẹ cũng muốn có đứa gái cho thêm hạnh phúc, nhưng đến lúc sinh hắn ra, hắn chẳng chịu ra mô. Thường thì từ 9 tháng thêm chừng 10 ngày thi đã sinh, nhưng hắn vẫn còn nằm trong bụng. Bà nội, bà ngoại hắn phải đi xin gạo hàng xóm, mỗi nhà một nhúm để về nấu cơm cho mạ ăn, để cho mau sanh. Hai bà nói, có lẽ lúc mạ mang bầu, vô ý đi bước ngang qua cái nọc để cột con trâu, nó nhỏ bằng ngón chân cái, dài chừng hai ba tấc, đóng sâu dưới đất, nên mạ mới sinh trễ.

Đến chừng mạ sinh hắn ra, hắn còn nằm trong cái bọc, gọi là bọc điều, không chịu khóc, khiến cho ai cũng lo sợ. Cô y tá nắm hai cái chân lên, lộn đầu hắn xuống, đánh vào đít hắn mấy cái, chừng đó hắn mới khóc. Hắn la lớn đến nỗi bố hắn ở ngoài biết hắn là con gái. Lần đó là lần đầu tiên bố hắn có mặt ở nhà để chứng kiến hắn chào đời. Đời lính đánh trận có mấy khi được ở bên vợ con.

Cô nữ hộ sinh tắm rửa xong, để nằm bên mạ, trông hắn dễ thương và tội nghiệp, đôi mắt nhắm nghiền, thỉnh thoảng mở lớn ra nhìn quanh, miệng hắn nhỏ xíu, khi cười có 2 cái đồng tiền, lâu lâu còn ngáp nữa. Cả nhà mừng hắn ra đời, 3 người anh của hắn thay phiên nhau trông chừng cho đến lớn.

Thủy Tiên vừa sung sướng nghe mạ nàng kể chuyện về mình, nàng cảm thấy mình quá hạnh phúc bên người thân và nhất là được chồng hôn lên đôi má khi đứa con gái đầu lòng làm nũng với nàng.

Nhưng về sau này, nàng có kinh nhiệm, khi bị chúng cắn, Thủy Tiên đè cái mặt nàng vào ngực nàng chừng vài giây, chúng liền nhả ra và tiếp tục bú. Mới đầu nàng sợ con mình sẽ bị chết ngộp, nhưng rồi được mạ nàng giảng dạy cách ấy, đôi khi chúng chẳng sợ mà còn cười mơn trớn nữa.

Tuấn càng thêm thương quý nàng, chưa kể những khi chúng sổ mũi, ấm đầu. Nàng ngồi ôm con, trông chừng suốt đêm, nàng chỉ được ngủ vài tiếng gục đầu bên con vì quá mỏi mệt. Sáng phải đi dạy, nhờ ai đó trông chừng, vừa giảng bài vừa nghĩ đến con, có khi phải chạy lên văn phòng gọi điện thoại về nhà để thăm hỏi bệnh tình chúng. Đôi lúc nhờ người bạn là bác sĩ chuyên về trẻ con đến nhà trị bệnh.

Những tưởng hết chiến tranh, Tuấn trở về sống yên bình bên vợ con, nàng vừa lẳng lặng bế cháu vừa nghĩ về tương lai mình, mãi khi về tới nhà Mai lúc nào mà cũng không hay biết. Phượng biết cô em chồng mình đang nhớ đến bé Huy, nàng đến bế bé và nói vừa đủ nghe:

- Nhớ bé Huy hở, ráng đi, sáng mai về rồi!

Thủy tiên chớp chớp đôi mắt để cố dấu đi niềm cảm xúc thương nhớ về con. Mọi người vừa vào nhà thì Quang cũng lái chiếc xe Mobilette màu xám, bấm kèn inh ỏi. Mọi người cùng cười, những người hàng xóm ở phố Hàng Bạc từ trong nhà cũng đi ra nhìn.

Nghe nói khu phố này là phố dành cho những người giàu có hồi xưa ở. Mai giới thiệu có mấy người chị từ Sài Gòn ra thăm, họ vui vẻ chào hỏi, có người nhìn trầm trồ nói:

- Ối Giời! Người Sài Gòn sao mà đẹp thế! Áo quần đẹp nhỉ?!

Thủy Tiên vui cười nói giọng Bắc:

- Cám ơn các bác các chị, có dịp nào rồi xin mời vào trong Sài Gòn chơi đi cùng với anh chị Quang ạ!

Anh xuống xe nói vài câu chào hỏi cho vui và đẩy xe vào trong rồi đóng cửa lại. Quang vui cười bảo:

- Lần đầu tiên nhà em đông khách như thế này, xin mời các chị ngồi chơi! Để em pha ấm chè uống cho ấm lòng.

Bé thấy bố về, chạy đến đòi bố bế, anh cúi xuống bế bé lên, bé vòng tay ôm hôn bố. Hai bố con hôn nhau rồi đi ra phía sau, mấy chị em ngồi trên ghế, người ngồi trên chiếc đi văng, nó lớn như cái giường, mặt trên làm hoàn toàn bằng gỗ.

Mấy bạn bè nhìn nhau, cùng chung ý nghĩ đi là xuống nhà sau, cùng phụ giúp mỗi người một tay cho bữa ăn chiều được nhanh hơn.

Mấy chị em thấy Quang đang làm cá, còn Mai đang rang lạc vừa xong, nàng đổ ra thau nhôm cho mau nguội. Nàng vừa cười vừa nói các chị em trở lên nhà trên ngồi chơi, nhưng các chị em Phượng và bạn bè mỗi người phụ giúp một tay. Vài ba người lặt, rửa rau, người làm tróc vỏ đậu phộng vừa vàng, mùi thơm hấp dẫn, người xắt dưa leo, ớt đỏ từng khoanh. Mai làm nước chấm mắm tôm, nước mắm, ai muốn ăn cái gì cũng có.

Mấy chị em Phượng, Bích Đào, Thủy Tiên lo dọn chén đĩa, đũa muỗng lên bàn ăn ở nhà trên. Mai đem cái rề sô đốt bằng dầu lửa, trước khi đốt phải đổ cồn vào cái vòng nhỏ xông cho nóng, rồi phải bơm hơi bởi cái ống bơm nhỏ nằm bên trong.

Năm ba phút sau, vặn cái nút nhỏ, nó cháy khè ra lửa xanh, nàng để chảo dầu lên.

Quang cũng đã ướp gia vị và nướng xong hai con cá, anh đang cắt cá ra từng miếng sắp đầy hai cái dĩa lớn mang lên. Mấy người bạn cũng bưng những dĩa rau, bún, đậu phộng, nước chấm và mươi cái ly có nước đá.

Anh chị em, bạn bè ngồi chung nhau cái bàn bằng gỗ hình chữ nhật, cái can bia hơi 4 lít được rót ra ly, họ vui mừng buổi họp mặt. Vợ chồng Quang vui cười ngồi kế bên bé đang ăn đậu phộng, anh cầm ly bia đưa lên, bạn bè Thủy Tiên cùng hưởng ứng, anh nói:

- Thưa các chị, hôm nay mình được hội ngộ ngồi nơi này, là nhờ công ơn của Đảng và nhân dân ta giải phóng miền Nam...

Người Sài Gòn đưa mắt nhìn nhau trước câu Quang nói còn bỏ dở, không phải lần đầu mà họ nghe. Nhưng hoàn cảnh ở đây là buổi ăn trong gia đình, không lẽ anh có ý mạ nhục trước mặt những người vợ lính miền Nam. Anh cười, đưa ly bia lên hớp một ngụm bia rồi tiếp:

- Giải phóng Miền Nam để em có được chiếc xe máy Mobilette của thằng thực dân Pháp. Cũng như các đồng chí thủ trưởng em được đi xe Honda, xe con mà đế quốc xâm lược Mỹ bỏ lại.

Anh lại đưa ly hớp một ngụm bia nữa:

- Ngụy quân ngụy quyền đi tù cải tạo, dân cả nước đã ăn mừng chiến dịch Mùa Xuân đại thắng. Đã hai năm rồi, dân miền Nam từ ăn cơm trắng, nay ăn cơm độn với bo bo, khoai ngô. TV nó chạy về đây đầy cả đường phố, Đảng và các đồng chí không còn gọi gia đình bố mẹ em là tiểu tư sản nữa?! Vì các ổng có ô tô con, có đủ thứ từ miền Nam đem ra. Nào các chị hãy uống với vợ chồng em!

Người Sài Gòn như đã hiểu được ý của Quang nói, họ vẫn còn e dè lời anh nói rồi cùng đưa ly lên uống.

Mai lên tiếng như để giải thích những gì chồng mình nói:

- Ba mẹ chồng em có căn nhà này của ông bà để lại, cũng là tiểu tư sản đấy! Cũng may ông bà nội và bố mẹ chồng di cư vào Nam, nếu không thì có lẽ giờ này không biết ra sao?! Con đấu tố ông bà cha mẹ, tá điền, người làm công tố khổ chủ, có như thế chúng mới cho chút ít lợi lộc. Còn không làm sẽ bị xử là đồng lõa?!

Quang vừa cười vừa mời khách:

- Các chị nhìn em làm thế nào, các chị làm thế ấy nhé! Để ăn chả cá cho ngon nhé.

Anh lấy cái giá lớn múc những miếng cá đã cắt ra cho vào chảo mỡ đang sôi. Cá sắp sửa chín vàng thì vớt ra dĩa lớn rồi cùng nhau gắp để vào bánh tráng, cuốn chung với bún, rau thơm, dưa leo, lạc ran đâm bể. Chấm vào nước mắm hoặc mắm tôm màu đỏ tím sậm có ớt đỏ cay, thế là đưa vào miệng nhai.

Không thua gì chả cá Lã Vọng nổi tiếng ở Hà Nội là bao vì nhà hàng nào mình đến ăn cũng thấy ngon, vì mình đang đói. Hơn nữa khi mình chiên, nấu, xào, nếm, bao hương vị đã giải bớt được cái đói của mình. Cho nên khi vào bàn, mình ăn không còn thấy ngon miệng.

Thế rồi bữa ăn cũng chẳng còn là bao, vì cùng ăn, cùng trò chuyện về con đường trị quốc bình thiên hạ từ hồi cha ông mình lập quốc, Quang nói:

Mình nói từ thời ông Đinh Bộ Lĩnh dẹp loạn 12 sứ quân, giống như Tần Thủy Hoàng thống nhất nước Tàu; và từ Đinh Tiên Hoàng, Lê, Lý, Trần, Hồ, Hậu Lê, Mạc, Tây Sơn, rồi sau cùng Nguyễn Phúc Ánh lập nên nhà Nguyễn. Triều đại cuối cùng ở nước ta.

Rồi cứ mỗi lần thay đổi một triều đại mới, người dân mình đánh giết với nhau, cảnh nồi da xáo thịt cứ mãi tiếp diễn cho đến hôm nay; không biết bao giờ hàng chục ngàn người tù cải tạo mới về với gia đình?!

Rồi Quang kể chuyện về Hà Nội sau năm 1954, sau khi hàng triệu người trốn vào Nam. Ông Hồ muốn tiêu diệt những người cầm bút, phong trào nhân dân giai phẩm ra đời, do Trường Chinh, Tố Hữu chỉnh đốn lại đảng, đưa các thành phần trí thức tiêu cực, gồm cả các nhà thơ, nhà văn, luật sư, giáo sư, linh mục, mục sư đi học tập cải tạo tư tưởng như người miền Nam sau ngày 30 tháng 4.

Ông Xuân Diệu chỉ có một việc làm là đi giảng dạy những cái cần kiệm của Bác, như đến các cơ quan thuyết trình về cục xà phòng. Khi mọi người dùng nó rửa tay, phải để nó vào nơi khô ráo, như vậy nó sẽ mau khô, xài được lâu.

Khi ông giảng dạy xong, ông xin thủ trưởng cho ông được ăn cơm nếp với thịt gà và uống bia. Những món ăn uống đó, chỉ dành cho những ông thủ trưởng trở lên mới được quyền mua một số giới hạng.

Tố Hữu làm thơ ca tụng Bác từ hồi còn nhỏ, nên được trọng dụng, những ai muốn có chút ít thịt thà thì phải phục tùng ông. Quang ngưng lại, mời mọi người cùng nhau nâng ly, anh ngẫm nghĩ một lúc rồi nói tiếp:

- Đi cải tạo, nói cho dễ hiểu là đi tù, càng nhiều càng tốt, không biết các chị có biết ông Nguyễn Chí Thiện, Lưu Trọng Lư, Hữu Loan, Văn Cao, Nhất Linh, Khái Hưng, Hoàng Đạo, Thạch Lam, Nguyễn Công Hoan hay không?
Phượng lên tiếng:

- Mấy ông đó cùng phe với Thủy Tiên đó anh Quang, là bạn văn chương.

Mấy chị em cùng cười, Quang vừa nói đùa vừa nói thật:

- May cho chị đấy, nếu như là ngày trước, chị bị đầy đi đập đá với nhà thơ Hữu Loan rồi! Còn đâu đi thăm nuôi chồng!

Mấy chị em được dịp cười, Quang tiếp lời như an ủi họ:

- Các chị thấy chưa? Không phải sau 75 họ mới đưa các anh ấy đi cải tạo, mà năm sau 54 họ đã làm thế cho đến bây giờ đã thống nhất rồi; họ vẫn không tin vào thành phần trí thức. Vì

những người ấy sống bằng con tim, khối óc và biết lắng nghe tiếng nói người khác. Các chị hiểu được thì đừng có buồn!

Thủy Tiên nhìn Quang rồi quay sang hỏi Mai:

- Mai có thể nói chuyện tình của hai đồng chí cho chúng tôi nghe được không?

Bạn bè cùng cười làm Mai ửng hồng đôi má, nàng nhìn chồng như để hỏi ý chồng, Quang cười, nàng bắt đầu kể:

- Bố của ảnh là thủ trưởng cơ khí, bố của em là công nhân trong ấy và cũng là bạn thân, có chuyện vui buồn gì cũng kể cho nhau nghe. Chúng em quen từ nhỏ, năm ấy ảnh được đi sang Liên Xô học 2 năm, chúng em chia tay, em làm kế toán trong hợp tác xã. Sau đó anh về, anh được làm thủ trưởng trông coi cơ xưởng sửa chữa các loại xe ô tô, máy cày, xe Mootova, xe T54 trước khi vào Nam. Nhờ vậy mà ảnh không đi B, chúng em chờ mãi cho đến năm 72 mới được công khai ở với nhau.

Có người bạn hỏi Mai:

- Chị nói đi B là đi đâu?
Quang cười nói:

- Là đi bộ vượt Trường Sơn vào Nam.

Quang nói tiếp giọng buồn buồn:

- Chiến tranh ngày xưa, mình chết, vì đánh với Tàu với Tây, còn chiến tranh bây giờ là nội chiến, anh em giết lẫn nhau. Bây giờ đã kết thúc, người miền Nam gia đình ly tán. Bao người trai trẻ miền Nam đã hy sinh, người thân họ còn được thấy mặt con mình, chồng mình. Nằm trong chiếc áo quan phủ lá cờ vàng ba sọc đỏ, đưa họ về nơi an nghỉ cuối cùng!

Quang bùi ngùi nói tiếp:

- Còn cái đau của người dân miền Bắc, cũng như những người trai miền Nam, nhưng họ bị bác Hồ và Đảng lừa gạt họ vào Nam để giải phóng cái giàu có, trù phú của đồng bào ruột thịt mình. Bộ đội bị thương kể như cũng là chết, vì họ bị bỏ lại

chiến trường, không có ai băng bó. Còn nếu như được đem về khu bệnh xá, họ bị bỏ cho chết vì không có thuốc, không được chăm sóc, không được chôn cất. Nếu như ai đó bắt gặp những cuốn nhật ký, những cái thư, tự mình phải viết dối, viết ngược lại về những cái mà mình đã thấy, đã suy nghĩ. May ra những cái thư ấy mới có thể về đến được tay thân nhân mình ngày đêm trông đợi. Để biết rằng mình còn đang sống, để cho gia đình được Đảng cho yên thân?!

Hôm nay, chị em bạn bè Phượng, Thủy Tiên, Bích Đào, được nghe cái đau buồn của những người miền Bắc. Nếu như không giải phóng được miền Nam thì mấy chị em cũng chẳng bao giờ được ngon miệng với món ăn lạ của người miền Nam chỉ nghe nói chớ chưa có dịp để ăn, hôm nay được ăn tại Hà Nội. Họ cùng phụ dọn dẹp, rửa chén xong thì vợ chồng Mai đã nấu xong mấy ấm nước sôi để cùng nhau pha nước để tắm rửa, thay quần áo. Họ được đưa lên từng gác trên để ngủ tạm đêm nay. Quang còn pha trò:

- Các đồng chí cứ yên lòng mà trò chuyện, tâm sự đi, em đã báo cáo với tổ trưởng khu phố xong cả rồi. Không cần phải sợ công an hỏi giấy tờ chi cả!

Cả bọn cùng cười, họ hiểu được cái ấp ủ trong lòng của vợ chồng Quang, bé Tuấn được mẹ bảo chào các dì để đi ngủ. Tên của bé trùng tên với tên chồng của Thủy Tiên.

Ngay từ lúc đầu Mai gọi tên con, khiến cho chị em Trúc Đào, Phượng cười toe toét, Thủy Tiên thì rất hãnh diện vì tên chồng mình ai cũng thích, vừa đẹp trai vừa tuấn tú.

Vợ chồng Mai và bé từ giã đi xuống chỉ còn lại những người Sài Gòn. Trên từng lầu này hay nói trên gác này cũng được, vì phía dưới sàn làm bằng gỗ. Tầng này cũng khá cao, có hai cái giường đã được giăng mùng và có đầy đủ mấy cái chăn bông cũng dầy lắm, làm bằng bông gòn bên trong, họ bắt cặp để nằm gần bên nhau trò chuyện.

Một người trong bọn nằm trên giường nói:

- Mình ở đây, nhà kín mít, trên giường có cả mền nệm gối dầy như thế này mà còn cảm thấy lạnh. Không biết trong trại có được như mình không?!

Người bạn nằm cách gần bên có lẽ hiểu biết nhiều hơn, buông tiếng cười lạt lẽo nói như trách móc:

- Thôi đi bà ơi!

Rồi ngưng lại, mấy tiếng vừa nói là để gọi những người bạn xem như quá thân thiết rồi tiếp:

- Không nghe vợ chồng anh Quang nói à, khá hơn bần cố nông là người khác cho mình là tiểu tư sản. Như tối hôm qua mình ngủ nhà trọ, người thì mặc mấy cái áo, mấy cái quần, chân mang cả giầy dớ, bao tay. Ngay trong nhà còn có cả cái bếp lửa để nấu ăn, nấu nước, mền đắp từ đầu cho đến chân mà còn lạnh chết được. Đến giữa khuya con Loan kêu la run lập cập, cả bọn phải thức dậy cho nó uống gừng nóng mới bớt lạnh.

Lại có người khác nói như hiểu biết hơn:

- Đã là tù cải tạo, đòi hỏi cái gì nào? Cơm ăn còn không no thì đừng nghĩ tới chuyện viễn vông nữa!

Người bạn khác pha trò cho đỡ buồn:

- Đã là tù thì cái gì cũng phải chung, làm lao động chung, ăn chung, nằm chung, ngủ chung. Trời lạnh quá thì ôm chung, cứ nghĩ là đang ôm vợ mình mà ngủ cho đỡ lạnh!

Cả bọn cùng cười, cười để quên đi những nhớ nhung, lo âu người bạn đời mình đang ở trong trại tù. Có người trong bọn lại nói:

- Chết rồi!

Người bạn khác lấy làm lạ hỏi:

- Làm gì nói chết rồi?

Cô bạn nói tiếp:

- Khổ cho tôi! Chừng nữa đến khi chồng tôi ra tù, ảnh có còn nhớ đến cái mùi quyến rủ của tôi không? Hay ảnh nhớ mùi

người tù nằm chung với ảnh bao tháng năm đây! Hu! Hu! Rồi ảnh còn có nhớ đến cái chuyện vợ chồng đó hay không?

Dường như ai cũng phải cười! Cười để quên đi cái lần gặp mặt hôm qua, họ khóc bằng cái khóc xót xa trong cô đơn. Chí nam nhi vẫy vùng ngang dọc, chết xem nhẹ tựa hồng mao, mỗi vết thương trên mình là mỗi chiến thương bội tinh, anh dũng bội tinh.

Buông súng vì không còn đạn, quên dành cho mình một viên cuối để kết thúc cuộc đời ngang dọc. Hơn là để sống, để nhìn các chiến hữu của mình gục ngã từng người, vì bọn Việt Cộng, chúng nấp lén nơi nào đó, chơi trò bắn lén khi chúng biết có lệnh ngưng chiến. Trong lúc mình đang tìm đường về để gặp vợ con. Tìm được nhau rồi, bây giờ cũng phải bị tù đầy trên chính quê hương mình.

Cuộc nội chiến này không giống như những cuộc nội chiến nào hết trong lịch sử Việt Nam. Khi một triều đại đã cáo chung, người chiến thắng còn chiêu dụ những người hiền tài ở lại để xây dựng triều đại mới. Mở kho lương cứu đói cho dân được ấm no.

Cuộc nội chiến Bắc Nam ở Hoa Kỳ, hai bên ngưng chiến, hai vị tướng gặp nhau, người thắng trận còn chia cơm sẻ áo cho người bại trận, không có tù binh, không có hận thù. Cả 200 năm sau, hai Đảng chia nhau, người nào giỏi được đảng đưa lên ứng cử, người dân chọn, đúng là Độc Lập Tự Do Hạnh Phúc!

Mấy chị em không nói lời nào nữa, có lẽ mỗi người đang nghĩ về chồng mình, các ảnh có ăn chưa? Cả mấy chục người cùng giam chung một nơi, không lẽ ảnh ăn một mình, còn bạn bè?! Cả trăm, cả ngàn người, sao chỉ có mấy người đi thăm?! Bỗng dưng có người bạn lớn tiếng hỏi:

- *Chị Phượng ơi! Sao giường bên ấy ngủ hay nhớ chồng mà không nghe lên tiếng vậy?*

Nàng đáp:

- Còn thức đây! Làm sao ngủ được!
Giường bên này có vài giọng cười khúc khích như muốn chọc ghẹo nàng, Thủy Tiên biết tính chị dâu ít khi để sự vui buồn hiện lên gương mặt. Nhưng từ khi đi thăm trở về chị ít nói hơn và dường như không vui gì mấy như những người khác.

Dù rằng trong lòng không vui khi thấy chồng mình không còn hoạt bát như trước, cho nên trên đoạn đường từ trại về ga Ấm Thượng ai cũng kể cho nhau nghe những đớn đau lòng mình. Họ chia sẻ những niềm đau cho những ai cảm thấy như mình tuyệt vọng không còn đủ tiền bạc cho chuyến đi sau nữa.

Không biết có chuyện gì xảy ra cho anh mình, Thủy Tiên định hỏi nhưng chưa có dịp. Bây giờ lại bị mấy chị em trong bọn kiếm chuyện hỏi nhau để cho đỡ buồn với cái lạnh và thương nhớ chồng. Thủy Tiên lên tiếng để đổi sang đề tài khác, nàng nói như để tiếc một chuyện mình muốn làm:

- Hồi chiều các chị có thấy, dường như có em gái chừng hơn hai mươi đi thăm nuôi không?
Có người nói:

- Có! Nghe nói anh của em đang bị cải tạo ở Lạng Sơn, Cao Bằng gì đó! Em đi chung với chị Oanh và mấy người bên ấy.

Tội nghiệp lắm, người chị dâu muốn cho chồng mình về sớm, tin vào lời ngon ngọt của thằng tập kết mới về làm công an khu vực, bằng lòng lấy hắn. Hắn sẽ can thiệp để cho chồng về sớm, nhưng đợi quá lâu mà chẳng có tin, một hôm người chị dâu biết hắn cũng đang dụ dỗ vài người khác nữa. Hắn nói, có nhiều tiền sẽ về nhanh hơn, người chị dâu đồng ý cầm căn nhà đang ở và hẹn chiều hắn đến nhà giao vàng. Hắn cùng 2 người bạn của hắn đến, người chị dâu làm món gỏi cho chúng nhậu trước.

Một cái dĩa vừa đủ cà rốt đo đỏ xắt nho nhỏ, trộn chung củ cải trắng nồng nồng, thêm rau thơm, ngò gai xắt nhỏ trộn chung với tôm lột chẻ đôi. Thịt ba rọi luộc vừa chín tới, cắt mỏng trộn chung với nước cốt chanh tươi, ớt đỏ xắt khoanh nhỏ, đường muối, trộn đều vừa thấm chua, ngọt, cay, đậu phộng rang vàng vàng, đâm bể rắc lên trên.

Khi uống chừng năm, sáu chung rượu hơi ngà ngà, chị đãi thêm món cà ri bánh mì rất hấp dẫn.

Gà nòi đá thua trận, họ bán rẻ rề, chị mua về nhổ lông sạch sẽ, đem thui cho da cháy xem xém. Mổ ra rửa sạch, chặt miếng vừa phải, ướp tỏi, sả bằm, chút ít gừng, đường, muối, cà ri.

Chừng vài tiếng cho thấm, đem xào với mỡ, tỏi vàng, cho gà vào xào cho đều, đến khi nó sắt lại, cho nước cốt dừa như màu sữa vào. Xào nữa cho vừa cạn, bỏ sả khúc vào, xào thêm cho đều. Thấy chúng gần cạn, cho nước dảo dừa khô vào, sau cùng là nước dừa khô vào nấu sôi lâm râm, thêm một chút ít bột ngọt, nêm nếm lại.

Thỉnh thoảng trộn đều và thấy gần cạn nước cho khoai lang trắng gọt vỏ, rửa sạch cắt khoanh để vào nồi. Thăm chừng và nêm nếm vừa ăn, ta thử gắp một miếng ra chấm vào muối đỏ ớt cay, có chút ít nước cốt canh, chua chua, để vào miệng nhai, nó vừa dai, da vừa giòn giòn, múc ra tô, dọn lên bàn.

Chị gọi 2 đứa con trai 7 và 5 tuổi vào cùng ăn, nhưng hắn bảo, sợ không đủ cho hắn và bạn bè ăn, nên hắn đuổi hai đứa nhỏ đi.

Anh ta một chén đầy, 2 người bạn hai chén, chị một chén, màu vàng đỏ của cà ri, cà rốt, khoai lang cũng đã thấm vàng vàng ngọt ngọt; vài miếng thịt ngon đáo để, chấm với bánh mì giòn rụm, nước thấm vào bánh ngọt lịm.

Chẳng bao lâu, nồi cà ri chỉ còn mấy khúc sả, bạn bè thi nhau cạp những cái giò gà, cổ gà, cánh gà. Bỗng bạn hắn gục xuống, hắn cười nói, cái thằng này, chưa gì đã rụt từng! Thêm một đứa nữa ôm bụng kêu đau, ngã lăn xuống đất. Hắn chợt biết, chống tay lên bàn, cố đứng lên để móc cây súng ra bắn chị, nhưng té xuống sàn nhà.

Chị cũng kiệt sức, ôm bụng ngã xuống bàn, chẳng có ai ở nhà, mãi tới tối, hai đứa con chị đói bụng, trở về nhà. Chúng lay gọi mẹ không được, bèn chạy sang nhà hàng xóm sang giúp, họ đi báo khóm trưởng rồi chở đi nhà thương.

Hai người bạn hắn chết, hắn còn ngáp ngáp, điên loạn đưa vào nhà thương điên Chợ Quán; còn chị đi về cõi vĩnh hằng, sau buổi ăn oan nghiệt đó. Chị định đem 2 đứa con cùng theo. Nhưng có lẽ, ông Trời còn muốn cho chúng được gặp cha mình!

Như lời kể của cô bé đi thăm nuôi anh, chị có đến gia đình chồng. Chị bảo, chị không xứng đáng đi thăm chồng, nhờ cô em chồng đi dùm, có đưa một số tiền và nữ trang ngày xưa bên chồng đi cưới chị.

Mấy chị em nghe xong câu chuyện, mọi người lặng thinh, họ liên tưởng rằng còn có bao nhiêu chuyện thương tâm nữa đây? Cho đến bao lâu nữa sẽ chấm dứt những niềm đau này?

Bất chợt một người nằm bên kia giường hỏi:

- Chị Tiên? Sao bồ lúc nói tiếng Bắc, lúc nói tiếng Huế, lúc nói tiếng Nam.

Rồi chị sửa giọng Huế để hỏi:

- Mình không biết bồ là người miền nào hỉ?

Cái giọng bắt chước giống người Huế nghe nó ra làm sao như bị ngọng, làm cả bọn cùng cười. Thủy Tiên đợi họ bớt cười rồi nói ba giọng nói của 3 miền:

- Bố là người Bắc, cậu Quang là con của chú Út, mạ là người Huế, là em của mạ hai chị Bích Đào và Trúc Đào nằm kế bên tôi đây. Còn chồng tôi và chị dâu tôi là người Nam chánh gốc. Nhà tôi có đủ món ăn ba miền, nào bánh xèo, bánh khóai, bì bún, nem nướng, nem chua, trạm, bún bò Huế, bún mọc, bún riêu, phở Bắc, bánh canh, bánh đúc, bánh bò, bánh...

Cả mấy chị em cùng cười, có người nói:

- Chị Tiên ơi! Là chị Tiên! Nghe chị kể tụi em đang chảy nước miếng đây. Cũng may là hồi chiều được chủ nhà cho mấy suất ăn, nếu không bây giờ nghe chị kể nào bánh này bánh kia. Chắc tụi em cột chị lại để cắt chị ra từng miếng làm thịt nướng quá!

Có chị nói:

- Em nghe nói ăn chả cá, em cứ tưởng chả cá giống như chả quế, chả chiên, chả bì, chả lụa, chả...

Chị nằm kế nói:

- Chị Thu ơi! Là chị Thu ơi! Đừng kể nữa! Cũng may hồi chiều tôi ăn no, bây giờ cũng hơi đói đói đó! Chị coi chừng tôi cắn cái mỏ, cái miệng, cái mồm của chị bây giờ!

Lại có một chị nói:

- Mấy ngày nay em đem theo cơm vắt cá kho mặn, em ăn khoai, ăn bắp, ăn bánh mì trừ cơm. Ăn bậy bạ cho đỡ đói, còn để dành tiền mua vé xe lửa, mua vài thứ cho tụi nhỏ. Tội nghiệp chúng, đứa con trai lớn đi học mang theo cơm để ăn rồi đi bán vé số, chiều về nhà trông em và làm bài, xem bài cho em. Đứa con gái kế, nấu cơm giặt quần áo, thế mà năm nào cũng được lãnh thưởng. Em đi bỏ mối thuốc tây dùm người ta, lấy tiền công! Tuổi đời hơn 30, cũng phải cười đưa đẩy, đẩy đưa với bác sĩ, y tá mới bán được thuốc, đêm về nằm, tự nhiên nước mắt rưng rưng chảy!

Chị em Bích Đào, từ nãy giờ không nói chi hết, nằm nghe họ nói để cười, để buồn cho số mệnh của con người, mỗi hoàn cảnh đau khổ khác nhau. Nhưng chung quy cũng buồn tênh, đau đớn, mong đợi chồng được về! Giọng Huế nghe buồn làm sao, nói như để chia sẻ niềm đau:

- Ba em lớn tuổi rồi, chồng em và chồng đứa em làm việc cảnh sát và tòa án cũng bị đưa ra đây. Em lo sợ cho ba em, nhưng khi gặp được, ba em tươi cười, không lộ vẻ gì buồn chán hết!

Cô em Trúc Đào nói sang chuyện khác, cũng là giọng Huế, nhưng nghe vui hơn vì là chuyện Tết:

- Ngày mai là 29, sáng đi một vòng xem chợ Tết Hà Nội, mua một vài món quà cho mạ và mấy đứa con tôi. Hơn 10 giờ mới khởi hành, về đến nhà là hết Tết rồi!

Có cô bạn cười nói:

- Ngày còn bé, sau đêm đưa ông Táo về Trời tôi trông đứng trông ngồi, đợi đến sáng sớm ngày mùng 1 Tết mặc áo quần mới, mừng tuổi ông bà cha mẹ là có tiền. Bạn bè rủ đi chơi, muốn ăn gì cũng được hết!

Phượng lên tiếng:

- Mình đừng nói chuyện Tết nữa, nó làm mình nuối tiếc một thời còn con gái, nói chuyện hiện tại đi. Chị em nào muốn ngủ ngon giấc thì nhắm mắt lại, tưởng tượng mình đang ngủ bên chồng con mình đi. Là ngủ cho đến sáng!

Người bạn nào bên giường bên, lên tiếng:

- Chồng con mình còn ôm được...

Vừa nói đến đó thì nghe tiếng người bạn nào đó nói:

- Ê! Bồ ôm tôi đi cho đỡ ghiền, chớ đừng có rờ rờ là tôi chặt tay đó nghe!

Người bạn đó nói chưa hết lời thì đã nghe:

- Ê! Ê! Nhột! Nhột!!!

Dường như ai cũng cười, tiếng cười im dần để đi vào giấc ngủ, có chồng có con có những ước mơ tươi đẹp! Một đêm hạnh ngộ có lẽ khó quên trong ký ức mọi người!

Sáng sớm hôm sau mấy chị em chợt thức giấc thì trời cũng vừa sáng, còn một vài người còn mê ngủ. Vì mấy ngày qua vừa ngủ vừa thức để trông chừng những túi đựng đồ ăn. Ai cũng lật đật lo đi vệ sinh, thay quần áo và chải lại mái tóc.

Có người nói đùa:

- Mấy chị trông lại mình xem, giống như những người Muôn Dặm Tìm Chồng trong thời Tần Thủy Hoàng không?

Người bạn khác lại bảo:

- Phải chi mình có trang phục phục nữ Tàu thì càng giống hơn, ở trong chúng mình chỉ có chị Thủy Tiên là giống nhất, giờ này ai cũng uốn tóc cả, chỉ có còn mỗi một chỉ thôi!

Chị bạn kia lại mơ mộng:

- Cứ mỗi lần nhìn thấy ai có mái tóc dài là mình nhớ đến mái tóc thề của mình ngày xưa, một thời áo trắng, nhớ những anh lính trận đứng đợi ai trước cổng trường, lòng mình...

Phượng lên tiếng:

- Quý vị xong chưa? Ở đó mơ với mộng, người nào người nấy cũng đã hai ba đứa con rồi còn nhí nhảnh! Phải chi ngày xưa lấy anh lính trận thì ngày nay đâu có đau buồn đau?

Người bạn khác lên tiếng:

- Đúng rồi! Ai cũng nhìn trên bâu áo xem có mấy cái bông mai vàng. Mùa Xuân đâu chẳng thấy được bao năm? Cho nên hôm nay mới...

Thủy Tiên giọng Huế lên tiếng tiếp lời đang nói dở dang:

- Nhạn Nam sầu én Bắc phải không hỉ!? Xong chưa! Đi xuống chào gia chủ để đi về! Không kịp bây chừ!

Hai chị em Bích Đào chồng lại những mùng mền gối cho ngay ngắn trước khi theo bạn bè xuống cầu thang. Vợ chồng Quang đã dọn sẵn buổi ăn sáng trên bàn.

Chỉ có một đêm thôi, căn nhà được trang trí với cành đào sắp sửa nở, cắm trong cái bình kha khá lớn. Năm ba chiếc hoa đào nở, màu đỏ hồng trông rất đẹp, có lẽ lần đầu họ nhìn được thấy hoa đào Hà Nội. Trên bàn thờ với những trái bưởi, cam quýt, bánh mứt, hương trầm làm lòng người nhớ Tết quê nhà đang chờ họ về.

Mọi người cảm thấy như áy náy trong lòng, Mai biết nên nắm đôi vai người bạn đẩy tới ghế ngồi. Hai dĩa thịt kho tàu với trứng vịt và đậu hủ để hai bên, hai dĩa rau muống luộc xào mỡ tỏi đang kêu gọi. Mấy chị em ngồi vào bàn cùng với vợ chồng Mai, Thủy Tiên nhìn không thấy bé Tuấn, nên hỏi:

- Bé còn ngủ hở chị Mai?

Quang nhanh miệng hơn:

- Chủ Nhật bé dậy trễ lắm chị, ngày thường dậy sớm đi nhà trẻ, tới chiều chúng em mới rước về. Cháu nghịch lắm!

Ai cũng biết, Thủy Tiên đang nhớ đến con nàng, nên ai cũng vừa ăn vừa nói sang chuyện Tết, vợ chồng Quang vừa ăn vừa nói chuyện vui về Tết ngoài này, nó không giống như Tết trong Nam có nắng ấm. Ở đây lạnh và có mưa phùn, năm nay mưa rất ít và lạnh cũng ít, có nhiều năm có giông lớn và nhiệt độ về đêm chỉ còn có 5 độ. Mấy chị em nhìn nhau, họ nghĩ ngay đến chồng mình đang ở tù cải tạo, họ cảm thấy xót xa. Có người bạn hỏi:

- Mấy năm trước có lạnh không anh?

Câu hỏi vừa rồi làm Quang chợt nhớ cái ý trong câu hỏi ấy:

- Mấy năm sau này trời ít lạnh và cũng không có mưa nhiều như những năm còn chiến tranh.

Mai đổi sang chuyện Tết:

- Em có đặc sản của Hà Nội, người Nam gọi cốm dẹp, em có gói lại cho các chị đem theo ăn. Bây giờ còn vui, tí nữa các chị về nhà em buồn tênh! Nếu có dịp các chị ra đây cứ đến đây mà ở, mình là người nhà cả, đừng ngại ngùng.

Phượng lên tiếng:

- Mai đừng lo! Đã biết nhau rồi, nếu ra thăm anh ấy chị sẽ ghé nhờ đến vợ chồng em.

Họ cùng cười, giờ giã từ cũng đến, họ chia tay nhau, lời nhắn nhủ thăm bé Tuấn, Mai ở lại nhà và đưa gói quà cho Thủy Tiên nhờ nàng trao lại cho bố mẹ chồng. Quang dẫn chiếc xe mô-bi-lết ra để đi theo đưa họ đến ga Hàng Cỏ.

Bốn chiếc xích lô đạp chở mấy chị em chạy theo Quang, anh lái chiếc xe gắn máy Mobilette qua hồ Hoàn Kiếm, có người còn gọi là Hồ Gươm. Cái đền thờ cao 3 tầng ở giữa hồ vẫn trầm tư theo ngày tháng, trơ gan cùng tuế nguyệt trong cái nắng sớm còn chưa đủ ấm để làm tan đi lớp sương mù của Hà Nội.

Cái lạnh sáng sớm của Hà Nội làm người Sài Gòn cảm thấy se buốt thêm về cái lạnh của đất Bắc. Đường phố nào cũng đông, hầu hết phương tiện đi xe đạp là nhiều nhất, những đường phố chính có xe điện đưa khách. Nó giống như chiếc xe bus nhỏ sơn màu trắng đỏ, phía trên có cái cây nhỏ dính trên sợi dây điện chạy theo đường rầy xe. Ban đêm đôi khi ta sẽ thấy nó xẹt ra lửa.

Với những tàng cây xanh cao và to có chừng hơn trăm tuổi, với những cành liễu buông mình theo cơn gió, chim chóc hót ca trong yên bình của đất Bắc.

Người ta hội tụ về đây để tập thể dục, cái trầm lặng của đất Hà Thành không còn có những ngày còi hụ khi oanh tạc Hoa Kỳ bay lượn để thả những trái bom xuống những cơ quan quân sự.

Chiến tranh kết thúc Đảng ta la lớn cứ mỗi một mét vuông đất Bắc là một tấn bom?! Xin lỗi!!!

Với mấy ngày đêm không lực Mỹ oanh tạc Hà Nội, sáng hôm sau Cộng Sản Bắc Việt ký hiệp ước ngưng bắn, trao trả tù binh ngay tức khắc. Nếu như bom rơi trên đê sông Hồng? Bom rơi trong thành phố Hà Nội, thì lăng của Bác cũng không còn, di tích 36 phố phường, chùa Một Cột, Văn Thánh Miếu và đền chùa Hà Nội còn hay sao?

Đảng ầm ĩ ca tụng cái chiến thắng đó?

Ai đã tàn phá Hoàng Cung Huế?
Ai đã bắn hỏa tiễn vào thành phố Sài Gòn?

Hà Nội vẫn còn nguyên với chiến tranh quy ước, ga Hàng Cỏ còn đây, Quang nói lời từ giã các chị, người Sài Gòn. Anh trở lại chợ ngoài để mua thịt với giá cao vì phần thịt nhà nước bán hôm qua đã đãi bạn bè hết rồi không còn gì để cúng rước ông bà.

Đoàn tàu đưa chúng tôi trở về Nam. Những người phụ nữ can cường, dũng cảm, đảm đang xứng đáng là cháu ngoan của bác Hồ, vượt Trường Sơn ra Bắc để thăm nuôi chồng bị tù Cải Tạo.

Giã từ Hà Nội, tàu về đến Huế trưa mùng 1 Tết, hai chị em Bích Đào xuống ga này, Thủy tiên vừa trông thấy dì, nàng chạy đến ôm mừng tuổi dì, rồi chợt nhớ đến mạ, và hai con nàng, giờ này đang ở nơi mô? Lòng nàng buồn rười rượi, cộng thêm cái nhớ bé Huy đang trông chờ mẹ về!

Mới đây mà tóc dì đã điểm sương, cũng vẫn nụ cười ấy, như ngày nào khi anh em nàng và các anh chị con của dì còn bé, thường đến nhà nhau chơi cho đến lúc lớn. Với tuổi học trò, một thời áo trắng họ bên nhau. Sau ngày bố đang quan sát chiến trường trên máy bay trực thăng, nó bị trúng đạn, nổ tung. Tưởng rằng bố đã chết trận, nàng và mạ về Sài Gòn ở, để quên đi những ngày đầy hạnh phúc nơi này. Trốn chạy những kỷ niệm trong căn nhà cũ, mãi cho đến hôm nay.

Phượng và Thủy Tiên cũng phải từ giã gia đình anh chị Bình và các cháu cùng dì và các anh chị. Đứa con trai út của dì năm nay đã hơn 15 tuổi, giống bố như đúc, đã thay cha mà chăm sóc gia đình. Đáng lẽ ở tuổi này còn phải đi học, nhưng gia đình là chế độ cũ, có tội với Đảng với nhân dân, nên không thể vào đại học. Cũng chưa được yên thân, nghe đâu đến 18 tuổi nhà nước còn định đưa đi Thanh Niên Xung Phong.

Mới về đến Huế, Thủy Tiên tưởng chừng như đã về đến Sài Gòn, còn hơn cả ngàn cây số nữa mới về đến nhà. Đứa con trai ở nhà, chắc khát sữa bú tay, nhớ vú mẹ chắc khóc nhiều lắm, mỗi lần căng sữa, ngực nàng đau nhói, sữa chảy ra ngoài làm thấm ướt áo ngực, lòng nàng quặn đau từng cơn.

Ngày đi, nàng định bồng bé theo để gặp cha, nhưng thím nàng nhất định không cho, đường thì quá xa, đủ mọi thứ vất vả. Thím đem bé về bên nhà trông nom, còn cho các con mình thay phiên nhau qua nhà chăm sóc các con của chị Phượng. Mợ của chị dâu nàng cũng thế, cũng thường ghé nhà thăm các cháu mình trong lúc Phượng vắng nhà.

Hai chế độ, hai màu cờ, hai sắc thái chính trị, nhưng họ có cùng chung một dòng máu thâm tình. Họ quên đi những gì dị biệt để tương trợ cho nhau trong lúc hoạn nạn. Theo như nàng được biết, bà thím của mình và bà mợ của chị dâu, là người Bắc chính tông, xuất thân từ giai cấp vô sản, cho nên hai người không sợ bị phê phán.

Còn hai ông, một còn có liên hệ với gia đình và người anh ruột di cư 54, sĩ quan đào thoát khỏi Việt Nam sau ngày 30 tháng 4. Còn cậu của Phượng đi tập kết, nhưng có đứa con vừa mới mấy tuổi, nay là sĩ quan chiến tranh chính trị chế độ cũ. Cả hai đều sợ tự kiểm trước Đảng.

Hai người này đâu biết rằng, những người đi tập kết hay những người trong đảng cộng sản ở miền Bắc đều có thân nhân ở miền Nam họ giữ những chức vụ quan trọng trong chính quyền Sài Gòn. Họ cố tình không giúp nhau là vì quyền lợi của họ?

Tàu vẫn chạy, tàu mang người đi để họ thăm chồng sau những tháng năm xa cách, tàu mang người về để đoàn tụ với các con. Phượng cũng nôn nóng để mong gặp lại chúng. Nàng chỉ mong được ngủ để quên đi những gì phiền não cuộc đời.

Nói đến miền Trung là đối diện với những trận mưa bão, từ Hà Tĩnh, Quảng Bình, Quảng Trị, Thừa Thiên, Quảng Nam, Quảng Tín, Quảng Ngãi, Bình Định đến Phú Yên làm người dân ở đây quanh năm đói khổ:

Quê em nghèo lắm ai ơi
Mùa đông thiếu áo hè thời thiếu ăn
Trời rằng, Trời hành cơn lụt mỗi năm?

Câu ca dao ám chỉ người dân miền này. Một định mệnh nghiệt ngã, một tai ương khó lường, tàn phá mùa màng. Mưa to, lụt lội cuốn đi bao nhân mạng, của cải, thuyền chài của ngư dân. Thê lương, thảm họa, đau buồn cứ mãi triền miên từ khi người dân theo chân chúa Nguyễn tiến về phương Nam.

Mùa khô thì đất cày lên sỏi đá, nắng triền miên, không trồng trọt được bao nhiêu, cơm trộn với khoai sắn, ngày no được hai bữa cũng hạnh phúc lắm rồi. Vì vậy con trai miền này thường tiến thân bằng khoa bảng, học để làm quan, chăn dân, trị nước, bình thiên hạ.

Nhìn qua chiều dầy của lịch sử, người miền này và miền Bắc có những vị anh hùng hào kiệt, văn nhân. Không những trai mà còn có những anh thư Trưng Triệu, Cô Giang cô Bắc. Công chúa Huyền Trân cũng vì muốn muôn dân không phải chịu cảnh chiến tranh, nên đành gạt lệ sang Chiêm Quốc. Để đổi lấy Châu Ô và Lý, từ Quảng Bình đến Quảng Ngãi. Lòng dân mến phục, tấm thân cành vàng lá ngọc mà người đời cứ mãi tiếc rẻ:

Tiếc thay cây quế giữa rừng
Để cho thằng Mán, thằng Mường nó leo.
Tiếc thay hạt gạo trắng ngần
Đã vo nước đục, lại vần lửa rơm

Hai chữ, nó leo, cũng đủ để cho ta hình dung, một nhục nhã và xót thương. Nàng về bên ấy làm vợ vua Chế để đem thanh bình đến muôn dân, mà còn bị người đời đưa vào bia miệng. Truyền qua bao thế hệ, cũng đủ chứng minh cái phẩm hạnh cao quý của người con gái ngày xưa như dường nào!

Nam nữ thọ thọ, bất tương thân

Chỉ có vô tình đụng bàn tay với nhau cũng đủ là vết nhơ trong cái trinh nguyên của đời người con gái. Rồi nào;

Xuất giá tùng phu
Phu tử tùng tử
Xuất giá theo chồng
Chồng chết, phải ở vậy nuôi dạy con

Lễ giáo quá khá khắc khe với người phụ nữ ngày xưa, sau 3 năm mới có thể tái giá, vì vậy phần đông người phụ nữ ở giá nuôi con cho đến lớn, rồi dựng vợ gả chồng. Họ được người đời vinh danh tiết phụ.

Từ hồi lập quốc, đất nước mình cứ mãi đánh đuổi quân ngoại xâm từ phương Bắc, trên dưới 1 ngàn năm nô lệ.

Chắc ta vẫn còn nhớ đến chuyện tình Trọng Thủy với nàng Mị Châu, anh ta ăn cắp cái nỏ thần, rồi báo tin đem quân sang đánh nước ta. Vua cha cùng công chúa lên đường trốn chạy. Mị Châu ngồi phía sau bứt lông ngỗng từ chiếc áo lạnh làm dấu cho chồng biết để đi tìm mình. Vua cha chạy đến đâu cũng bị quân giặc rượt theo, vua sinh nghi, quay lại nhìn thấy. Vua đang cầm gươm, liền giết đi con gái mình. Một chuyện tình quá đau thương!

Rồi mãi về sau, lại có những chuyện tình của những nàng công chúa cũng không kém phần hẩm hiu hơn. Các nàng công chúa còn bị gả về làm vợ cho các trưởng bộ lạc phía Bắc giáp với biên giới Tàu, như để các con rể đó không liên kết với nhau mà làm loạn và giữ gìn biên cương cho đất nước.

Chúng ta hãy nhìn xem, trên thế giới, có người phụ nữ nào dám cầm quân đánh đuổi quân ngoại xâm như bà Trưng trước Công Nguyên năm 111 để chống quân Hán, rồi sau này đến bà Triệu.

Bà tên thật là Triệu Thị Trinh, bà người huyện Yên Định tỉnh Thanh Hóa. Năm bà 19 tuổi, võ nghệ phi thương, có người dạm hỏi bà về làm vợ, bà đáp:

- Tôi chỉ muốn cưỡi cơn gió mạnh, đạp luồng sóng dữ, chém cá kình ở biển Đông. Đánh đuổi quân Ngô, giành lại giang sơn, cởi ách nô lệ, chứ không chịu khom lưng làm tỳ thiếp cho người ta.

Năm bà 20 tuổi, bà khởi binh cùng anh là Triệu Quốc Đạt vào năm Mậu Thìn 248, đánh với quân Đông Ngô. Lục Dận đem 8 ngàn quân sang đàn áp, vào lúc ấy anh bà bị bệnh mà mất. Một mình bà, mặc áo giáp vàng, cưỡi voi trắng 1 ngà đánh nhau trong 6 tháng với chúng. Bà tuẫn tiết trên núi Tùng xã Triệu Lộc, tỉnh Thanh Hóa, năm ấy bà 23 tuổi.

Về sau vua Lý Nam Đế cho người lập miếu thờ và phong:

Bậc chính anh liệt hùng tài trinh nhất phu nhân

Một đất nước, với hơn 4 ngàn năm dựng nước và giữ nước. Người trai nước Việt đã phải ra đi giữ gìn đất nước, để lại người vợ người tình, có người ôm con lên non đứng đợi chồng về. Đợi mãi, hóa thành đá, Hòn Vọng Phu.

Đồng Đăng có phố Kỳ Lừa
Có nàng Tô Thị, có chùa Tam Thanh

Thành phố Lạng Sơn

Bất chợt Phượng thức giấc vì bên vai trái nàng hơi đau, vì đầu của cô em chồng mượn bên vai nàng làm gối. Nàng xoay qua một bên, để đầu cô em chồng ngã sâu vào ngực nàng, Thủy Tiên vẫn ngủ say, ngủ để quên đi những niềm đau của người vợ lính chờ chồng đi học tập cải tạo trở về.

Lần gặp vừa rồi, có lẽ ai cũng khóc nhiều hơn thăm hỏi, vừa thấy mặt là đã khóc tự bao giờ. Thân hình tiều tụy vì thiếu ăn, thiếu ăn là phải, vì nhà nước phải trả nợ cho các đàn anh!

Đất nước hết chiến tranh, nông nghiệp miền Nam đưa vào hợp tác, người dân không muốn, nhưng sợ quyền lực, chỉ làm qua loa. Mùa màn bị hạn hán, thất thu, dân đói khắp nơi.

Dân chúng ân hận là vì nghe lời những tên đồ tể theo Trung Quốc, đổi thể chế miền Nam lấy xã hội chủ nghĩa. Một lý thuyết, người dân không có ai giàu hơn ai. Khi đã triệt tiêu xong những người tư sản.

Dân tình nghèo đói, chỉ có các cán bộ được ưu đãi mà thôi, vì thế có những bài hát ca tụng bác Hồ, trẻ con sửa lời lại để nhạo báng bọn chúng:

Đêm qua em mơ, gặp bác Hồ
Râu Bác dài, tóc Bác bạc phơ
Ông âu yếm, ông hôn đôi má
Vui bên em, ông ca múa hát
Bác mỉm cười, Bác khen em thơm

Bác gật đầu, Bác khen em thơm
Vui bên em, Bác ca múa hát
Hát bài Hồ Chí Minh dâm dâm!!!
Rồi đến bài:
Như có bác Hồ trong ngày vui đại náo
Lời Bác, nghe, nghe chán thấy bà
Ba mươi năm, giành giựt cái quần, cái quần
Việt Nam Hồ Chí Minh dâm dâm!!!
Việt Nam Hồ Chí Minh dâm dâm !!!

Cũng hai bài ca trên, có lời Bác rủ binh xập xám, Bác giựt tiền. Trẻ con miền Nam ghét Hồ Chí Minh, vì ông ta mà cha đi học tập cải tạo, vì ông mà hàng chục ngàn người bị lấy vàng vòng, nhà cửa, đưa họ đi vùng kinh tế mới. Hàng ngàn thương binh bệnh bị đuổi ra bệnh viện. Hàng trăm ngàn người bỏ nước ra đi, còn nhiều, nhiều nữa, làm sao kể cho hết được!

Từ miền Nam ra đến Huế, ta bất chợt nghe tiếng trẻ con ca hát, quay đầu để tìm ai hát, thì giọng ca ngưng ngay.

Thủy Tiên vừa chợt thức giấc, thấy mình đang tựa vào ngực Phượng, nàng ngồi lại, nhìn chị dâu.

- Răng mà chị không gọi em dậy?

Phượng cười:

- Thấy em đang say sưa, gọi em làm gì!

Thủy Tiên đưa tay lên xoa nhẹ bên vai, bóp nhè nhẹ vài cái, như để xoa đi cái đau nơi ấy. Phượng cũng choàng tay qua vai cô em chồng.

Từ hồi lúc được thấy chồng, không những hai chị em nàng mà còn bao chị em khác, đều mang chung một niềm đau. Là làm sao để cho chồng mình mau được về sớm, dù phải bán hết nhà cửa. Nhớ mãi cái giây phút chia tay, khi người cán bộ báo đã hết giờ thăm nuôi.

Anh liền đứng lên vui vẻ nói lời từ biệt, gởi lời thương nhớ đến con, người thân, rồi hai tay xách những túi thức ăn mà cán bộ đã kiểm xong. Anh đi trở về trại, anh biết vợ mình đang cố nhìn mình, anh không quay lại, để thấy làm gì những dòng nước mắt, nó làm đau lòng mình thêm.

Thủy Tiên chợt hỏi:

- Anh Hòa ra răng hở chị?

Nàng không vội trả lời, bèn hỏi lại:

- Chồng em như thế nào?

Nàng đáp như muốn khóc:

- Ảnh ốm lắm!

Phượng buồn, chẳng biết nói gì:

- Anh Hòa cũng vậy thôi!

Thủy Tiên hỏi Phượng:

- Chừng nào mình định đi thăm ảnh nữa hở chị?

Phượng thở dài, mới chỉ đi có một lần thôi mà bay luôn chiếc Honda của chồng rồi, cũng may là bà mợ mua lại cho ông cậu với giá cao hơn bên ngoài. Xem như là có lợi cho hai bên, một bên được tiền, còn bên kia bảo là con cháu nó cho mượn đi. Không cần phải sợ, đảng viên mới vào Nam đã có tài sản?!

Hai chị em cùng nghe được tiếng thì thầm từ thương yêu, đùm bọc từ nơi sâu thẳm tâm hồn của nhau:

- Phải chi mợ của chị mua chiếc xe Vespas của anh Tuấn, mình có được thêm ít tiền. Khi đi ảnh có nói, hôm ra thăm, ảnh còn nhắc lại chuyện bán chiếc xe đi. Em có đưa tấm ảnh của em chụp chung với bé Huy, ảnh mừng lắm! Ảnh còn bảo, thôi đừng ra thăm nữa, cuộc sống kể như cũng đã ổn rồi.

Phượng nói như để tống khứ cái ậm ực trong lòng:

- Ông anh của em cũng thế, cũng bảo đừng ra nữa, cực khổ lắm, thấy chị giận, nên không nói nữa. Đàn ông gì mà kỳ thế, chắc giống như nhau. Hồi ảnh đi công tác ở Nha Trang, bốn

tháng không về. Chị ra thăm, cũng nói giống như vậy, tối về hotel, chị bảo mai chị về, em biết ảnh nói sao không?

Bị chị dâu hỏi, Thủy Tiên giả vờ nói lời trêu chọc:

- Tối hai người rù rì cái chi, làm mô em biết!

Phượng như đổ quạu:

- Chị hỏi em, ảnh nói cái gì?! Chớ chị không có hỏi, ảnh làm cái gì, thưa cô giáo!

Biết bà chị dâu bực mình, nên đổi giọng Nam nói như để xoa dịu:

- Anh nhớ em nhiều lắm, sẵn dịp em ra, ở chơi với anh vài ba ngày, Tuấn cũng nói với em như thế!

Phượng nổi nóng, bất chợt hỏi:

- Em nói sao?

Thủy Tiên nói lại giọng Huế như hồi còn con gái, khi đi thăm người yêu:

- Mạ bảo em ra trông anh có khỏe không, rồi về liền, không được ở lại đêm.

Phượng vừa giận, vừa tức cười, rồi đùa với giọng Huế:

- Về nhà mạ hỏi, cái yếm đào con đâu?!

Hai chị em vừa nói vừa cười, nhóm bạn đêm qua ngồi bên kia hàng ghế, lớn tiếng chọc ghẹo vì thấy hai người đàn bà quá thân thiết, hỏi:

- Nói gì mà vui vậy? Hai chị em hay hai tình nhân?

Hai chị em nàng nhìn nhau, Phượng nhanh miệng vội đáp:

- Nghĩ sao cũng được!

Lan là một trong mấy người bạn đó bước sang chỗ hai chị em Phượng đang ngồi rồi nói:

- Buồn quá, ghẹo chọc cho đỡ buồn, đừng giận nhé! Những tưởng gặp ảnh để được vui, nào ngờ càng buồn thêm, tấm

thân bây giờ như cây sậy! Gặp nhau chỉ có khóc, chẳng biết nói gì!

Thủy Tiên nhìn chị dâu cười và thở dài nói:

- Ai cũng thế hỉ!? Lần sau cố gắng cười cho mấy ổng vui!

Lan thở dài, nói như than vãn:

- Không biết chừng nào mới đi thăm nữa đây, phải chi ảnh làm thiếu tá, trung tá thì không nói gì! Chỉ có trưởng phòng mà cũng bị đày ra Bắc!?

Phượng nói nho nhỏ vừa đủ cho mấy người bạn cùng nghe:

- Chỉ vì có tội ác với nhân dân.

Cả ba cùng cười! Bất chợt, tiếng còi hụ, mấy người hành khách ở phía trước và phía sau ghế của hai chị em nàng, họ sửa soạn xuống ga này. Tàu vừa ngừng, thì mấy người bạn mới cũng vừa đi qua ngồi ở chỗ mấy người hành khách mới vừa xuống tàu. Họ có vẻ như thoải mái khi được ngồi gần nhau để dễ bề nói chuyện cho đỡ buồn.

Sữa như đã quá căng đầy ở ngực làm cho Thủy Tiên đau như muốn bệnh. Mỗi lần như thế, nàng nhớ đến con đang khát sữa bú tay. Hơn tuần nay, cứ mỗi lần như thế, nàng đau tận tim gan. Có ai mà không đau lòng khi mình có sữa mà phải nặn bớt đem bỏ đi, để cho bớt đau. Nghĩ đến đó bỗng dưng đôi mắt rươm rướm lệ.

Yến người bạn mới quen ở ga Ấm Thượng, nghe nói chị là người đầu tiên ra Hà Nội tìm chồng, vì khi ông chồng còn bị giam ở trại Chí Hòa có viết thư về gia đình thăm hỏi, bảo vợ con đi về nội sống cho đỡ vất vả hơn. Nhưng chữ nội ông viết hơi to và đậm hơn một chút, cho nên chị biết sẽ đưa ra Hà Nội.

Khi ra đến ngoài ấy, chị đến Bộ Nội Vụ để hỏi thăm, họ cho biết giam ở tại Vĩnh Phú K5. Chị đến chợ Đồng Xuân mua vài thức ăn cần thiết, rồi tìm đường lên trên ấy. Một mình, cũng lên đến nơi, nhưng vất vả vô cùng, đường vào trại dường như toàn là rừng tre, xa lắm, chị xách, vác, khiêng trong đêm tối theo đường mòn.

Chị lã người, mệt thiếp đi trong đêm đen giá lạnh như cắt da của miền Bắc, không mền chiếu. Cũng may, có người dân ở đó đi ngang qua, mới đưa chị vào hợp tác xã bách hóa, cho ngủ đỡ qua đêm, đến sáng chị đi mướn người mang giúp chị những giỏ xách đựng thức ăn đi thăm nuôi vào trại.

Chị cũng phải tự gồng gánh để vào trại, đường vào trại cấm không cho người lạ đến trại. Ngủ lại trại một đêm, vừa lạnh, vừa sợ đủ mọi thứ có thể xảy đến cho mình.

Sáng sớm hôm sau, thức dậy sớm, chị mượn xoong, nồi, chảo để nấu ăn, nào cháo gà, cơm thịt rim, cải xào. Chừng 8 giờ sáng, cán bộ dẫn chồng ra, 15 phút để trò chuyện. Nhưng hầu như ai cũng khóc, cái khóc như trẻ con khi bị đi lạc, gặp lại cha mẹ, vui mừng quá, tưởng như ngàn đời không còn dịp thấy người thân, nước mắt giàn giụa, chị chẳng nói được gì.

Giờ thăm đã hết, lẳng lặng nhìn chồng một mình vai mang, tay xách bao nhiêu giỏ, bao nhiêu túi đệm, đi một đoạn đường, để xuống, quay lại xách thêm những giỏ còn lại, lủi thủi đi vào trại trong rừng sâu, rồi khuất bóng.

Người ở lại ai buồn hơn ai!?

Yến nhìn và thông cảm được niềm đau người mới đi thăm chồng lần đầu, rồi hỏi:

- Em nghĩ gì vậy, tương tư hở em?

Thủy Tiên nhìn Yến rồi cười, nụ cười không được trọn vẹn, cũng không phủ nhận rằng mình đang nhớ chồng, nhớ con. Một niềm nhớ có pha trộn yêu thương và hy sinh, thà rằng ở lại với vợ với con, chớ không đành lòng ra đi, khi không biết chắc rằng gia đình mình như thế nào?!

Nắng chiều vàng nhạt, xuyên qua khung cửa toa tàu, Phượng đem cái túi đệm của dì cho khi đến ga Huế. Mấy ngày đi rồi mấy ngày về, ngồi bên nhau cùng chung toa, hàn huyên cười đùa, hai người chị con của dì, giờ này đã về đến nhà, kể chuyện đi thăm cha, thăm chồng. Còn ở đây, chỉ còn hai chị em và mấy người bạn cùng hoàn cảnh, cười cười, nói nói, để vơi đi những niềm đau từ đáy lòng.

Ai cũng nghĩ đến, lần này đi thăm, rồi biết đến bao giờ đi nữa đây, bạn bè còn có gặp nhau nữa không, dù rằng ai cũng có cho nhau địa chỉ của mình. Thôi thì, ai có gì đem ra đãi nhau cho trọn tình, Phượng đem mấy gói xôi thịt ra cho mọi người cùng ăn.

Mỗi người một gói, mở lớp lá chuối bên ngoài ra, xôi mặn, có nghĩa là xôi trộn với hột vịt chiên cắt nhỏ, hành chấy, lạp xưởng và thịt ba chỉ, được đem đi rim với chút ít đường muối, cắt từng miếng mỏng. Khi ăn cho chút ít nước tương và tiêu xay và ớt đỏ. Xôi vẫn còn ấm, mùi thơm của nếp, hành, thịt, ngon tuyệt.

Phượng mở một gói đưa cho cô em chồng và an ủi:

- Ăn đi em, trưa mai mình về đến nhà rồi, không biết mấy đứa con của chị ra sao đây nữa!?

Lan, cô bạn mới chau mày nhìn nàng hỏi:

- Mấy đứa là mấy đứa?

Phượng nhìn bạn như dò hỏi, rồi nói:

- Ba đứa, hai trai, 11, 9 và gái út 6 tuổi. Sao, có chuyện gì à!?

Lan nhìn Phượng từ đầu đến chân, nói:

- Mình nghĩ chừng 2 con là nhiều! Chừng 26 là quá rồi!

Nàng cười:

- Biết yêu sớm mà em, mới 20 tuổi đã biết yêu rồi!

Yến nhìn sang Thủy Tiên hỏi:

- Còn vị công nương này!

Nàng ửng hồng đôi má, rồi đáp:

- Em hỉ, vừa đúng 28, vừa mới thêm 1 trai, tổng cộng là 3, 1 gái. 2 trai.

Bạn bè nhìn nhau, rồi nhìn nàng, ngạc nhiên hỏi:

- Mới 28, mà 3 đứa!

Một người giả giọng Huế nói:

- Thực ri?! Mi ăn cái chi mà trẻ thế?

Yến hỏi:

- Chồng cũng người Huế?

Thủy Tiên đáp:

- Không, chồng em người Nam, quê ở Gò Công.

Yến ngạc nhiên hỏi tiếp:

- Gò Công, nhà ở đâu?

Tiệm thuốc tây, ngay chợ nhìn qua.

- À! Chị biết rồi, có nghe con trai ổng cưới cô vợ Huế, em có 2 cô em chồng?

Thủy Tiên nói:

- Dạ! Nhưng bây giờ gia đình bên chồng đi hết rồi!

Lan hỏi như trách móc:

- Em bị bỏ lại à!?

- Không, em cho 2 đứa con đi với ông bà nội và bố mạ em!

Người bạn khác hỏi:

- Sao kỳ vậy!?

Phượng thấy em chồng mình bị bao vây, bèn nói:

- Không, tại tụi này không đi, đợi chồng về!

- À!... Thì ra thế!

Yến vừa ăn xôi vừa khen:

- Xôi thiệt là ngon há!

Một người bạn than:

- Hôm về đến Hà Nội, nghỉ lại nhà trọ, được họ cho ăn bún riêu, cũng ngon lắm!

Thêm một chị bạn, nãy giờ không nói gì hết, giọng nói như trách móc:

- Chỉ có chị em mình ngu thôi, tôi không biết chồng của mấy bạn ra sao? Chứ ông chồng của tôi, khi còn tại chức thì ăn nhậu, mai con này, mốt con khác. Chẳng lo gì hết, đến khi bị chuyện thì chỉ có con vợ này đi nuôi thôi!

Người bạn khác vừa tố khổ vừa tha thứ:

- Hồi còn con gái, thấy bộ đồ lính nó oai dũng, lời ngọt như mật, đến một hai đứa con thì bướm chán ong chường. Nói hoài cũng vậy, có lần tôi và các bạn trong cư xá sĩ quan, đón đường, đánh con nhỏ bán bar. Đánh cho cô ấy một trận dằn mặt, để sợ mà chừa. Rồi thì ổng lại có cô khác, thôi thì bỏ mặc! Bây giờ muốn bỏ, nhưng không đành!

Riêng chị em Phượng vừa ăn vừa nghe các chị em đi thăm nuôi kể những đắng cay một đời làm vợ lính. Người bạn khác, nói như yên phận, bây giờ là nuôi dạy con nên người. Mấy mẹ con sớm tối có nhau, là hạnh phúc rồi!

Ngoài kia trời cũng bắt đầu nhá nhem tối, lại một đêm nữa, người người đã xong bữa cơm chiều. Ăn cái gì cũng được, miễn sao no lòng để có sức lo cho ngày mai.

Còn trong trại cải tạo, người lính đếm ngày tháng cô đơn, chẳng thấy ai, ngoài bạn bè cùng chung số phận. Ba năm, 5 năm hay hơn nữa, dù sao đã vào đây rồi, bây giờ có lo lắng chỉ làm lòng mình thêm buồn, mất đi chí quật cường. Vợ con sẽ khổ thêm, hãy nhìn đến tương lai mà sống, là trai là phải đáp lời kêu gọi của núi sông.

Chết sống là số mệnh, bao trận đánh đã ghi danh người chiến sĩ VNCH vào quân sử, thì nay ngục tù cũng là nơi để mình trui luyện lòng sắt đá ấy, dựng lại màu cờ mà bao đời ông cha mình đã đổ máu xương để giữ nước.

Phá rừng, làm rẫy trồng khoai củ, rau cải để tự túc. Học tập tư tưởng Cộng Sản mà ông Hồ đã học từ Lenin để đưa đất nước giàu mạnh. Cán bộ nói chuyện về cuộc cách mạng thần thánh, đánh Pháp, rồi lại đánh Mỹ.

Chúng tưởng rằng chỉ có bọn chúng mới biết đánh giặc, chúng có bao giờ được học sử Việt đâu. Nào Hưng Đạo Vương ở trận Bạch Đằng giang, nào Nguyễn Huệ với Đống Đa vào ngày Tết, cho nên có trận Tết Mậu Thân, năm 1968 đã chôn vùi hằng ngàn bộ đội. Chúng bắt chước chiến dịch mùa Xuân năm ấy, chúng bị chết gần hết quân số đưa vào Nam. Điều này đã làm cho ông Hồ tức hộc máu rồi chết ngay ngày Quốc Khánh của nước XHCN.

Hàng ngàn linh hồn bộ đội đang đợi ông, để hỏi tội ông về cái tài nói láo, miền Nam nghèo, vào đấy mà giải phóng cho đồng bào ruột thịt mình. Nào ngờ vào đấy, thấy nhà cao cửa rộng, đường xá rộng lớn, xe hơi, xe Honda, TV nó chạy đầy đường.

Địt mẹ cái thằng bác Hồ! Tụi tui biết đường đâu mà chạy để ẩn núp; phải đột nhập vào nhà dân. Nhà nhà đang chuẩn bị ăn Tết, nào thịt kho, dưa giá, cà pháo, thịt đông, lạp xưởng, gà vịt heo, ê hề.

Dân sợ chết mẹ, nhờ vậy mới được ăn uống, no say trước khi chào mừng năm mới, nghe lời Bác tấn công. Nào ngờ họ gom quân, phản kích, chạy bỏ bu, nơi nào cũng có cửa sắt, làm sao chạy đâu cho thoát, đành ôm hận lìa đời. Nay nghe tin ông xuống, chỉ có cái hồn, còn cái xác thì bị đàn em nó nhốt vào cái lăng.

Có người nói, đó là cái hình nộm giả chở từ Liên Xô về, còn thân hình thật của ông đã cho vào máy xay, cho vào bao, đem ra vịnh Hạ Long, rải ra cho cá biển ăn. Nhưng cá chê vì bị hôi, hơn nữa còn thịt thà đâu mà ăn, thân thể chỉ còn da bọc xương.

Đàn em Đảng viên tính sai, phải chi đem thân ông ra làm phân bón cho đất thêm màu mỡ:

10 năm trồng cây, 100 năm trồng người của Cụ sáng tác.

Đêm nay, đêm cuối cùng trên toa tàu này, có lẽ trưa mai, ai cũng đã về đến nhà rồi, bỗng dưng Yến sực nhớ đến hộp chè đậu xanh mua hồi trưa ở sân ga, rồi nói:

- Khoan ngủ đi các chị, mình còn cái này lấy ra cho các chị em mình thanh toán nó mới được.

Lan nhanh miệng hỏi:

- Thanh toán cái chi vậy chị?

Yến bảo mọi người nhắm mắt lại, nhưng cả nhóm bạn hiếu kỳ vừa cười vừa chỉ nhắm có một mắt thôi! Yến lấy ra cái bình bằng nhựa lớn, từ từ mở nắp ra, mùi nước đường mía pha lẫn mùi đậu xanh, đậu phộng, táo đen, chút ít nước cốt dừa.
Có cô bạn hỏi:

- Ngon quá, làm sao ăn đây?

Người bạn bên này đáp:

- Muốn ăn hay không? Mình lấy cái ca uống nước của mình ra.

Chị bạn bên này đáp:

- À, há! Có như vậy cũng không biết!

Mỗi người cũng được hai ca, chè vẫn còn âm ấm, làm ấm lòng người cô phụ từ mọi miền đất nước ra Bắc thăm nuôi chồng. Một hình ảnh con cò quanh năm lặn lội ven sông của Trần Tế Xương, để nuôi chồng, nuôi con. Một hình ảnh của các cô gái Quan Họ Bắc Ninh, cũng quanh năm nuôi chồng đi học:

Sáng trăng, sáng cả vườn chè

Rằng anh chưa đỗ, thì chưa động phòng

Để mong có ngày nào đó, ngựa anh đi trước, võng nàng đi sau. Còn con cò của lính VNCH, lặn lội vượt đèo Ngang ra Thăng Long.

Khi đi qua đèo Ngang, bóng cũng đã xế tà, cỏ cây chẳng thấy, chỉ thấy sắn và ngô. Trộn chung với gạo đem đi nấu, cũng đủ nói lên cái xã hội chủ nghĩa này quá đớn đau. Vượt hàng ngàn cây số, gồng gánh, xách mang đồ ăn cho chồng.

Đâu có được như bà Huyện Thanh Quan được vua nhà Nguyễn, mời bà về kinh đô mới ở Phú Xuân, để dạy học cho các vị hoàng tử, công chúa và con các quan.

Bà đi vào Huế, khi đi ngang qua Đèo Ngang, thấy cảnh đẹp nên bà làm bài thơ, nhưng bà còn ẩn chứa cái lòng hoài cổ về nhà Lê ở Thăng Long:

Bước tới Đèo Ngang bóng xế tà
Cỏ cây chen đá, lá chen hoa
Lom khom dưới núi tiều vài chú
Lác đác bên sông rợ mấy nhà
Nhớ nước đau lòng con quốc quốc
Thương nhà mỏi miệng cái gia gia
Dừng chân đứng lại, trời non nước
Một mảnh tình riêng, ta với ta

Thay đổi một triều đại, bà vẫn còn được nhà vua trọng vọng, vời bà về để dạy học. Mong sao cái hay của bà truyền thụ cho thế hệ mai sau xây dựng một đất nước phồn vinh. Còn chị em chúng tôi cũng biết nhớ thương, vượt đường xa thiên lý đến thăm chồng, chỉ cho có đôi mươi phút, thời gian chưa tàn một điếu thuốc lá.

Một triều đại khôn ngoan, nhìn xa, biết rộng, biết trọng dụng nhân tài. Nếu như dân miền Nam mà đem so sánh hoặc hoài vọng về chế độ trước thì bị cộng sản còng tay cho vào nhà hộp, có người mang cơm hẩm cà thiu như truyện Lưu Bình, Dương Lễ ngày xưa!

Sau tháng 4 năm 75, cả một loại người chỉ biết, hận thù, đem giam giữ những người tài giỏi của chế độ trước. Hủy hoại cả một nền văn học, tù đày những người giỏi hơn mình, đưa đất nước từ phồn vinh đến bần cùng, biến dân thành nghèo đói. Đấy là thiên đàng xã hội chủ nghĩa, mà di chúc cụ Hồ đã dạy cho đàn em?!

Chia đôi đất nước, là để kiến tạo cho dân chúng ở mỗi miền có một đời sống tốt đẹp hạnh phúc. Rồi sau đó dân chúng thấy ở miền nào có tự do, hạnh phúc, giàu mạnh thì tự quyết định chọn thể chế bằng cách phổ thông đầu phiếu.

Chứ không phải cầu viện Trung Quốc, Liên Xô mua chịu vũ khí, đưa bộ đội miền Bắc qua đường mòn Hồ Chí Minh vào Nam. Lợi dụng sự tự do của dân chúng mà xúi dục biểu tình, phá rối trị an.

Tạo chiến tranh bằng mặt trận giải phóng miền Nam, muôn dân chết chóc, lầm than và đưa đến ngày 30 tháng 4. Gần hai năm sống dưới chế độ, hầu như người dân miền Nam vẫn còn tiếc thương một thời VNCH. Họ thường lập lại câu nói của ông:

Đừng nghe gì Cộng Sản nói

Hãy nhìn kỹ những gì Cộng Sản làm?

Một số người đi tập kết trở về và những thành phần cán bộ và du kích địa phương không có trình độ học vấn đã bị thay thế bởi cán bộ miền Bắc. Mới ngày nào, bắt nạt dân chúng, nay cho về vườn nuôi gà nuôi lợn. Gặp lại người quen, cúi đầu mà đi!

Gần 10 ngày nay ai nấy cũng đã thấm mệt vì đi thăm nuôi, một mình mang, xách, ôm hàng chục giỏ đựng thức ăn nặng trĩu, đi năm ba cây số, mong được gặp mặt chồng. Bây giờ chỉ cần một chỗ để ngủ, đoàn tàu chạy đều như đang ru người khách đường xa, làm cho họ dễ ngủ hơn.

Mấy chị em quây quần bên nhau, ai cũng đã thấm mệt, tựa vào nhau như để chuyền cho nhau hơi ấm khi trời cũng bắt đầu lạnh. Phượng lấy ra cái mền lớn, mấy chị em nào lạnh thì ngồi sát vào nhau, rồi quấn chúng lại để cho ấm.

Qua đêm rồi, một vài cơn mưa không lớn lắm đủ làm cho đoàn tàu sạch sẽ, tươi tắn hơn, hồi còi tàu hụ báo cho mọi người biết rằng tôi đã về đến ga Phan Thiết rồi. Nơi nổi tiếng về hải sản, nước mắm và cá khô. Mấy chị em đi thăm nuôi cũng xuống đi một vòng xem có cái gì mua về ăn hoặc biếu cho anh em. Năm ba kí khô vài chai nước mắm đủ để tình thêm thân ái. Một quãng đường nữa chừng 300km là về đến Sài Gòn.

Cũng tiếng còi hụ báo tàu sắp sửa rời bến, cũng có người đưa tiễn, những bàn tay vẫy chào, tàu xa dần, mang theo lời từ biệt ở ga này, nhưng lại là hội ngộ ở ga sau. Mấy chị em gặp lại, toa tàu này cũng trống nhiều, Thủy Tiên muốn biết thêm về quê chồng, nàng hỏi Yến với giọng Nam dù rằng không được chuẩn lắm:

- Quê chị ở đấy hay lấy chồng về đấy?

Nàng vui vẻ đáp:

- Quê chị ở đấy, ảnh người Bắc, đổi đến tỉnh chị, gặp nhau trong câu lạc bộ đánh tenis. Chị là huấn luyện viên thể dục.

Thủy Tiên vừa cười vừa nói:

- Chắc chị đánh hay lắm?

Yến thường hay cười, nụ cười nở trên môi khi nói chuyện, để tạo thiện cảm với người đối diện:

- Cũng có khi ăn, cũng có khi thua!

- Chắc là chị nhường!

Yến liếc nhìn nàng:

- Sao em nghĩ thế!?

- Tâm lý mà chị! Đôi khi mình cũng phải nhún nhường một chút, phải không nào!?

Yến chỉ cười rồi hỏi lại nàng:

- Còn em, chắc đi dạy học?

Thủy Tiên điềm đạm hỏi:

- Sao chị biết?

- Nhìn em nói chuyện, chị cũng đủ biết rồi! Em có thường về dưới không?

Thủy Tiên cười như để cho người nghe, thông cảm về mình:

- Mỗi năm chỉ có hai lần, Tết và hè!

Thủy Tiên chuyển sang chuyện khác, nói về nét đẹp của người con gái xứ chồng:

- Từ hồi lập nên triều Nguyễn, Gò Công có đến 17 người con gái được tiến cung, nhưng chỉ có được hai người con gái làm hoàng hậu. Bà Từ Dũ và Nam Phượng Hoàng Hậu. Có lẽ cái duyên dáng của họ, đã làm cho Nguyễn Phúc Ánh có cảm tình khi ông chạy về Nam tá túc, lúc bị quân Tây Sơn đuổi rượt. Để đáp lại cái nghĩa tình ấy, khi ông lên ngôi vua, Gia Long đã cho tiến cung những người con gái đầy đức hạnh đó.

Yến nghe người bạn vừa mới quen nói về cái vinh hạnh chung của cái ngôi cao tuyệt đỉnh quyền lực nhất nước, là mẫu nghi thiên hạ thời bấy giờ.Yến cũng cảm vui lây, một bà Từ Dũ, mẹ của vua Tự Đức, cũng là vị vua có hiếu nhất trong các vì vua.

Tương truyền rằng, có hôm ông đi săn, bị mưa lũ không về được, cho đến nửa khuya ông mới về đến cung, tự ông cầm roi đem đến cung bà, nằm cúi xuống đợi bà đánh.

Bà tha cho tội đánh đòn, chỉ hỏi:

- Hoàng Thượng có biết triều thần đã đi tìm kiếm và lo lắng cho Ngài không?

Vua ngồi dậy, cúi đầu lạy tạ bà và từ đấy không dám làm cho bà phật lòng nữa!

Bỗng dưng có người trong nhóm bạn hỏi:

- Chị dạy môn Sử hay sao mà rành thế?

Thủy Tiên đáp:

- Không, em dạy môn Văn.

Một người bạn nói:

- Hèn chi! Giáo sư Việt văn là đúng rồi! Ý quên, là giáo viên cấp 3.

Lại thêm một người bạn nữa, giả giọng Huế nói:

- Chắc chị dạy ở Trưng Vương phải không hỉ?

Mấy chị em cùng cười khi nghe chị bạn này nói giọng Huế, Thủy Tiên cũng cười:

- Em dạy ở Nguyễn Thị Minh Khai, còn Trưng Vương thì chị dâu em dạy ở đấy.

Lại thêm một chị bạn người Bắc nói:

- Cái trường nào tên Minh Khai, tôi chỉ có biết trường Gia Long thôi. Cả tuần nay ở trên tàu, đi vệ sinh khai bỏ bu, nghe nói đến Khai là tôi đã bịt mũi rồi!

Cả mấy chị em ôm bụng cười, cười ra nước mắt, vừa lúc ấy có chị bạn kế bên chỉ vào Phượng, nói:

- Chị ơi! Chị coi chừng cái trường của chị sẽ đổi tên thành trường Nguyễn Văn Chổi Chà đấy. Cái ông thợ điện chui dưới gầm cầu Công Lý, định giựt sập cầu, ám sát cái ông... À nhớ rồi! Ông Móc Mắt Má Ra Chơi, đấy mà!

Lại một trận cười nữa, ôm bụng mà cười, cười ra nước mắt, cười cho quên đi niềm đau. Nó là liều thuốc dinh dưỡng cho họ, có thêm sức sống để đương đầu với những bất hạnh có thể đến với họ bất cứ lúc nào!

Xe sắp sửa vào ga Bình Triệu, mọi người nhôn nhao, chiều Sài Gòn ngày mùng 2 Tết, vài tiếng pháo đì đùng nổ từ xa, cái nắng cũng dịu lại. Giờ này chưa đến nổi kẹt xe lắm, mấy chị em đi thăm chồng vừa mới quen trên chuyến về, nói lời từ biệt lần cuối. Ai nấy cũng hối hả tìm xe đi về nhà cho sớm, để mong gặp mặt con cái mình.

Hai chị em Phượng cũng gọi chiếc xe xích lô máy, vừa chở đồ nhiều vừa tránh được cảnh kẹt xe. Từ ngày có chủ nghĩa xã hội, thì các loại xe gắn máy càng ngày càng thêm nổ to hơn và nhả thêm khói đen từ cái "bô xẹt măn" ra cho dân chúng hưởng dụng. Có lẽ cũng còn phải liệt kê thêm mấy chiếc xe đưa hành khách, xe hàng cũng được đưa vào gara để cải tạo chạy bằng than.

Xe vừa ngừng trước cửa nhà, chưa kịp đem đồ xuống thì mấy đứa con của Phượng mở cửa tuôn ra để mừng mẹ về. Phượng vội đưa tiền xe cho ông chủ xe. Đứa con trai của Thủy Tiên, được con của thím ẵm trên tay cũng vừa vói tay, vừa cười hòa chung tiếng hét la, khóc mừng mẹ về.

Những dòng lệ mừng được thấy các con mình chạy đến ôm chầm lấy mẹ. Tiếng cười hay tiếng khóc tủi thân của chúng trong những ngày Tết không có ai thương yêu vỗ về. Nó là những chuỗi âm thanh của những nốt nhạc vui buồn của bài ca giao hưởng, riêng tặng cho mẹ đi thăm cha về.

Mấy đứa con phụ mẹ đem đồ vào nhà, Thủy Tiên đưa tay bế con, bé vừa cười vừa mếu, vừa mừng vui vừa hờn trách. Ôm con vào lòng, những cái hôn vội vã trên má, trên môi dính đầy nước miếng của bé, thêm mấy cái răng sữa ở hàm dưới vừa nhú lên thêm. Tiếng ú ớ buồn vui lẫn lộn trong âm thanh đó như nhắn nhủ, mẹ ơi đừng bỏ con nữa!

Nàng chưa kịp hỏi, Diệu con của chú thím, tuổi chừng mười sáu nói:

- Chị vừa đi hai ngày, em nóng sốt, mẹ em đưa vào bệnh viện Nhi Đồng, cũng may gặp bác sĩ Thúy. Cô ấy hỏi, mẹ cháu đâu, em nói đi Hà Nội thăm nuôi chồng học tập cải tạo. Hỏi em, nhà ở đâu rồi mới nói cô là học trò của chị Phượng. Bác sĩ chăm sóc tận tình lắm, cháu bị nóng sốt vì mọc răng sữa. Ở lại một đêm cho đến trưa hôm sau mới cho xuất viện. Chị ấy vừa đẹp vừa tử tế, bảo chị khi nào về thì báo cho chị ấy biết liền.

Nàng cám ơn Diệu, mọi người vào nhà, thay vì đi khoảng đường xa như thế, gần 10 ngày đêm. Hai chị em cũng phải thấy mệt mỏi chứ, nhưng mái ấm gia đình, những đứa con lăng xăng hỏi mẹ, hỏi cô, tiếng cười của chúng đã làm biến mất những nhọc nhằn của chuyến thăm nuôi.

Bất chợt có tiếng gõ cửa và gọi từ bên ngoài, thì ra mợ và thím đến thăm, nào mang theo 2 cái gào mên 4 ngăn. Vào trong nhà là đi thẳng xuống nhà sau, vừa hỏi thăm, vừa dọn những thức ăn lên bàn để cùng nhau ăn Tết.

Nào canh chua cá bông so đũa, đậu xào thịt, sườn rim mặn ngọt cay, hột vịt chiên, cải xào, khô chiên mặn ngọt gừng cay.

Mỗi món ăn, mỗi mùi vị khác nhau, hòa lẫn tạo cho người đang đói ngồi vào bàn, chỉ cần bới cơm ra chén là cả một nhà đều no bụng. Hai người đàn ông, một người gọi bằng Chú, một người gọi bằng Cậu, cũng đến thăm.
Bà thím kể cho Thủy Tiên nghe:

- Con vừa đi, cháu Huy nóng liền, chú chở thím bế cháu đưa vào bệnh viện cho chắc, cũng may là chỉ nóng mọc răng.

Người chú, cũng chung là dòng máu, mỗi người một chí hướng, cũng yêu nước, thương dân tộc bị Pháp đô hộ, muốn giải phóng quê hương. Lúc ấy chú còn trẻ, lòng yêu nước của những người trai mang bầu nhiệt huyết, phụng sự cho tổ quốc. Nên ở lại Hà Nội không theo bố vào Nam.

Một người Cậu, chứng kiến bao tan thương, lính Maroc da đen, cũng là thuộc địa của Pháp, bị đem sang đây đi hành quân diệt trừ Việt Minh, hãm hiếp đàn bà, con gái, đốt nhà dân.

Năm 1954, Điện Biên Phủ thất thủ, cách mạng thành công. Pháp thất trận rút quân về nước, đất nước chia đôi. Tuổi đời cậu còn nhỏ, đi tập kết ra Bắc để tiếp tục chiến đấu, mong giải phóng quê hương, để không còn chia đôi nữa.

Khi về đến miền Nam, họ mới biết, họ là nạn nhân, bị Đảng lừa dối đưa vào cuộc chiến để tiến chiếm miền Nam. Trong suốt gần 20 năm trời, dân chúng miền Bắc tưởng thật, đưa con mình vào Nam để chiến đấu, để rồi hy sinh cho cuộc chiến. Có người chồng đã hy sinh trong trận Điện Biên, nay người mẹ có 2 người con vào Nam để giải phóng. Mẹ mỏi mòn trông chờ ngày giải phóng để các con về. Nhưng số mệnh quá đau thương, từng đứa con bà không về nữa, đã hy sinh cho cuộc chiến!

Sau ngày giải phóng miền Nam, bà được vinh danh 3 cái bằng khen, má của anh hùng liệt sĩ. Người dân miền Bắc biết mình bị gạt, mà chẳng ai ghét bỏ Đảng, mà còn vui sướng, hồ hởi muốn vào cái thành phố Sài Gòn, nay được đổi tên Hồ. Một thành phố mua cái gì cũng có, chỉ sau ngày giải phóng, mua 1kg đinh để sửa nhà cũng phải đăng ký, cả tuần lễ sau đến mua, chưa chắc gì sẽ có?!

Lấy được miền Nam, từ Đảng cho đến cán bộ, ai cũng có lợi. Những gia đình có con em hy sinh trong cuộc chiến, bị bỏ quên dần theo tháng năm, lâu lâu hâm nóng, bố thí cho vài món quà, trà bánh, trong dịp Tết.

6

Niềm vui chung cho cả nhà là thấy những bước chân chập chững đầu tiên bước vào đời của bé Huy, đó là niềm vui nhất trong đời của người mẹ. Tiếng đầu đời bé gọi ba, đã làm cho mẹ Thủy Tiên đau thắt từng cơn, ba đi cải tạo vẫn chưa về. Bao lâu nữa hở con? Con yêu của mẹ! Nếu như ngày xưa, con gọi thế, thì bố con đã phải năn nỉ mẹ bao nhiêu lần, mẹ mới tạm tha cho bố.

Mạ quá ích kỹ phải không con?

Không! Con biết mạ muốn làm nũng, cho bố con năn nỉ mạ và thương mạ nhiều hơn. Mạ muốn cho bố biết, có được con, mạ đã phải trải qua những biến đổi từ tâm lý, cho đến thân thể. Bào thai con mỗi ngày một lớn, mạ càng thêm mang nặng hơn. Đến khi con chào đời, mạ phải trải qua một cơn đau thập tử nhất sanh. Bố con hiểu được, nên bố rất thương yêu mạ. Đợi bố con đi học tập trở về, con sẽ nói lại cho bố biết, bố sẽ đền ơn cho mạ, mạ đừng có lo!

Mạ hiểu, con là trái hạnh phúc thứ ba của bố và mạ, hãy chống lớn đi, rồi chúng mình đi tìm chị và anh của con. Đến nay đã bao năm rồi mà vẫn chưa có tin tức gì hết, đôi khi mạ cũng không dám nghĩ đến, nhớ đến là tim mạ đau nhói!

Từ khi bé Huy buông tay vịn ở nơi này để đi đến nơi khác, từng bước một, rồi cố chạy nhanh đến đôi tay mạ đang chờ bé. Bé ngã vào lòng mạ cười vang, mọi người cùng cười, bé được các anh chị, con của Phượng cưng nhất nhà.

Hôm nay là ngày mừng bé thôi nôi, mừng ngày sinh nhật bé vừa tròn một tuổi. Cũng như những đứa bé sinh ra sau ngày 30 tháng 4 năm 1975. Chúng không còn nghe đại bác ru đêm, gọi về thành phố, người phu quét đường dừng chổi để đứng nghe, như bài nhạc của Trịnh Công Sơn đã viết.

Ông còn có bài Hát Trên Những Xác Người, v. v. v. Qua nhạc của ông, có nhiều người cho là nhạc phản chiến, cũng có người cho là ông viết từ những cảm xúc đau thương?! Nhưng có một điều đáng nói là:
Ai gây nên cảnh nồi da xáo thịt này?

Sau ngày đó, ông đã nghĩ gì?

Đúng?! Hay Sai?!

Sau năm 75, ai mà còn tổ chức đám cưới thì cho là tư sản, chỉ làm lễ tuyên bố thôi, chứ đừng nói đến là sinh nhật?

Bánh đã được mẹ Thủy Tiên làm từ tối hôm qua rồi. Nếu như ngày xưa thì ông bà nội giành cái quyền đó, và đã về Sài Gòn chơi với cháu từ ngày hôm qua. Từ hai năm nay, cứ mỗi lần đến ngày sinh nhật của các con, nàng cũng làm cái bánh và vài món ăn các con nàng thích, để cùng cả nhà ăn mừng.

Các con của Phượng cũng thế, với những ngày dưa muối cháo rau, nhưng khi đến ngày sinh của chúng, nàng cũng có làm vài món ngon. Để khuyến khích chúng học giỏi hơn, đứa con trai lớn của Phượng, ăn chưa no, lo chưa tới, thế mà bé còn lo cho hai em, có lắm lúc trông nom bé Huy dùm cho cô út nữa. Những hình ảnh này khiến nàng nhớ đến anh Hòa ngày xưa, chăm sóc đàn em của mình.

Bé Huy được mẹ tắm rửa sạch sẽ, thay quần áo mới, các con Phượng đang đợi, sau khi dọn thức ăn lên để cúng Trời Phật, ông bà và Mụ Bà của bé. Bà này là người chịu trách nhiệm dạy dỗ về tâm linh của bé từ khi lọt lòng mẹ, bà dạy bé học cái gì đó cho đến khi bé lớn vài tuổi.

Theo lời các cụ bảo, con gái mà tính tình lí lắc như con trai, thì cho là Mụ Bà nắn lộn hoặc là thiếu đất, nên nắn làm con gái. Vả lại, khi bé ngủ, ta thường thấy bé cười là trong lúc bé học lật, trườn, bò, đi. Bé được mụ bà khen, thì bé cười hoặc khi bé khóc là lúc bé làm biếng, bị bà rầy la hoặc đánh, nên miệng mếu, tức tưởi khóc.

Được mẹ mặc cho quần áo mới, để bé ngồi trước một cái mâm nhỏ, trên đó nào có cái lược, cái kiếng soi mặt, cây viết, cây thước, cái kiềm, cái kéo, nắm xôi vò, có cả cái búa nhỏ.

Mọi người hồi hộp chờ đợi bé bắt cái gì, là sau này lớn lên bé làm nghề đó. Ví như cái búa, làm nghề lao động nặng nhọc như thợ máy, cái kéo làm thợ may, cây viết làm thư ký hay làm thầy giáo. Còn như bé bắt cái lược hoặc cái gương thì sau này bé lớn lên nhí nhảnh, xí xọn hết chỗ chê .v.v...

Bé ngồi trước cái mâm nhỏ, miệng ê a cười toe toét, nhìn mọi người chung quanh. Hoàng bảo bé lấy cái này, Minh bảo bé lấy cái kia. Bé nhìn mọi người vừa cười, vừa đưa tay định lấy cái kiềm, làm mọi người lo lắng cho bé; sau này bé kiếm ăn vất vả. Nhưng rút tay lại định lấy cuồn chỉ.

Để khỏi phụ lòng mẹ và mọi người, tay mặt bé bắt cây viết, tay trái lấy nắm xôi, mọi người chung quanh vui mừng. Cho rằng sau này bé là người làm việc bằng trí, và lại dư ăn dư mặc, không sợ đói?!

Có ai mà không mong muốn con mình được giàu sang!

Bữa ăn trong gia đình mọi người vui vẻ, cười nói cho quên đi những nhọc nhằn, cơ cực cứ vây quanh cuộc sống. Bé Tường Vi con gái út của Phượng năm nay lên 5 tuổi, đã tỏ ra mình là người chị rồi. Thường đi theo em và luôn nhắc chừng em đi, đừng có chạy, có cái gì ăn cũng chia cho em. Huy đi chưa rành lắm, nhưng hay chạy lại nơi nào đó, để vịn vào chân bàn hay ghế để cho khỏi té. Miệng luôn cười toe tét, đôi mắt to và tròn xoe, Phượng thường bảo, thằng bé này giống bố nó hơn thằng anh.

Thủy Tiên chỉ biết cười, cái cười thỏa mãn của bao người mẹ khi được ai đó khen đứa con trai giống bố hoặc đứa con gái giống mẹ. Lòng mãn nguyện với những lần ân ái, với hơn 9 tháng cưu mang để cho ra đời một trong những tác phẩm tuyệt tác, bằng xương, bằng thịt.

Đã là cha mẹ, ai mà không muốn cho con mình sau này thành danh, nhưng có một điều, hầu như số mệnh đã an bày cho mỗi người trong chúng ta một số phận. Nghèo hoặc giàu, có hạnh phúc hay bất hạnh, chúng ta phải cam chịu để đi cho hết cuộc đời!?

Trong mỗi chúng ta ai cũng có một quãng đời tuổi thơ, có khi nó đẹp như một giấc mơ, và cũng có những trẻ, cả tuổi thơ là cả những chuỗi ngày đau buồn và khổ nhọc trăm bề. Tủi thân mà khóc, lệ rơi nhiều hơn nước mưa, cũng có những bé tuổi thơ toàn là hoa mộng, rồi khi bước vào đời, là một quãng đời đầy đau thương?!

Có khi thành công trong sự nghiệp, lận đận trong tình duyên hoặc ngược lại, và cũng có khi cả đời đều bị lận đận cả. Trước 75, người vợ lính sống trong những ngày tháng phập phồng, lo sợ chiến tranh sẽ đem người chồng mình vĩnh viễn không quay về nữa, một mình nuôi dạy con thơ.

Sau 75, vợ người lính phải tự lo mọi việc, tần tảo kiếm tiền hằng ngày, tiền lính tính liền, còn đâu mà có dư. Hơn nữa vợ lính đâu nỡ lòng tiêu tiền lương chồng đưa, ở hậu phương, người nào cũng phải tìm một công việc gì đó để làm. Thường là đi dạy học, nhân viên hành chánh, thư ký, phóng viên báo chí, nữ tiếp viên hàng không, văn sĩ, nhân viên ngân hàng, luật sư nha sĩ, bác sĩ, y tá trong bệnh viện hoặc phòng mạch bác sĩ hay nhân viên bán hàng cho cửa hàng mỹ phẩm.

Thường họ là những cô gái mơn mởn đào xuân đã đi làm trước khi lập gia đình. Phụ nữ đã bước vào xã hội giao tế từ những thập niên 50, không còn quanh quẩn trong nhà như mẹ mình từ thời trước nữa. Họ không còn là các cô tiểu thư khuê các, học chữ cho biết viết và đọc, rồi học thêu thùa, nấu ăn, chờ người dạm hỏi. Ông bà cha mẹ, đặt đâu con ngồi đó, áo mặc sao qua khỏi đầu, duyên phận, khuê môn bất xuất, mười hai bến nước, môn đăng hộ đối.

Người con gái Việt Nam thời đó đã làm một cuộc cách mạng, như trong Đoạn Tuyệt của Nhất Linh là một trong những nhà văn trong Tự Lực Văn Đoàn. Là cơn gió lốc, và còn có cả phim ảnh của Âu Mỹ thổi vào thời bấy giờ. Họ còn làm cách mạng cả thời trang. Con gái mặc cả áo quần, giầy dép giống như con trai, nhưng được những người tạo mẫu sửa đổi lại cho phù hợp với nét duyên dáng và đoan trang của người phụ nữ.

Với những chiếc áo tắm bó sát người, còn chừa lại những chân tay, một phần ngực căng tròn, hay một số cô mặc bikini, che những nơi cần che của họ trên bãi biển, là những đường nét chấm phá tuyệt tác của tạo hóa tặng cho riêng phái nữ. Họ là những Hằng Nga, Dương Quý Phi, Bao Tự, Chiêu Quân, Tây Thi tái thế, để tạo cho đời càng có thêm nét đẹp.

Chiều nay, hai chị em Phượng, tan trường không về nhà, hẹn nhau đến thăm người bạn cùng quen trong thời còn là học sinh trung học ở Đà Lạt. Nàng vừa nhận được thư chồng từ trại cải tạo ở Sơn La.

Nàng rất vui mừng khi nghe tin ấy, gom góp những cái gì có thể bán được là bán, đi mua thịt thà về làm thức ăn cho chồng. Nàng đi ra Bắc thăm nuôi, trải qua bao nỗi nhọc nhằn, với bao đêm thức trắng, chờ đợi cho tàu hỏa ra đến Hà Nội. Tìm đường lên trại, đến nơi xin thăm nuôi thì được tin chồng chị vừa chết hơn một tuần vì bệnh sốt rét rừng.

Chị ngất xỉu tại trại, cũng may cán bộ ở đó còn có lòng nhân ái, cho tá túc và dẫn nàng ra thăm mộ chồng, nàng nấu một mâm cơm, cúng bái và hứa ngày nào đó trở ra đem chồng về quê an táng!

Trên đường về, niềm đau vô tận, với những xót xa của người còn ở lại với hai con. Hai người gặp nhau như một chuyện huyền thoại, trong một cuộc hành quân, bộ chỉ huy đơn vị đóng tại trường tiểu học, có cô giáo tên Hoàng Oanh, trùng với tên cô ca sĩ mà nhiều người mến mộ. Một giọng ca ngọt ngào truyền cảm, em hậu phương, còn anh nơi tiền tuyến.

Chúng mình gọi nhau bằng mình ơi! Hai người làm đám cưới theo lối nhà binh, cả hai không còn cha mẹ. Bước đường hành quân anh đi, em ở lại, hạnh phúc là những lần anh về phép. Hai bé chào đời, một trai 6 tuổi, một gái 4 tuổi được nhìn mặt cha trước khi anh đi học tập cải tạo. Đó là những ngày hạnh phúc nhất của mọi người vợ lính được chồng ở bên cạnh 1 tháng sau ngày 30 tháng 4.

Nhưng không ngờ sau một tháng đó, những người sĩ quan và viên chức của VNCH đã đi trình diện, nhưng mãi đến nay chưa biết được ngày nào mình được trở về với gia đình.

Các đảng phái âm thầm hoạt động, cứ vài hôm, sáng sớm thấy truyền đơn được rải đầy trên các đường phố Sài Gòn và các tỉnh. Thỉnh thoảng lại được nghe là đã bắt được một số đảng viên. Người dân nghe nói, lòng buồn lắm và cầu mong cho họ được bình an. Có lẽ ngày họ được trở về hãy còn xa lắc xa lơ!

Thủy Tiên đến trước, gia cảnh nàng cũng như những gia đình khác, chồng đi cải tạo, người vợ phải làm thêm một công việc gì khác. Số tiền lương lãnh được lại theo kiểu cách mạng thì làm sao sống với cái đất Sài Gòn này, mọi thứ đều tăng lên quá cao. Nhu yếu phẩm của nhà trường không đủ ăn, chúng kêu gọi nuôi gà vịt, heo tại nhà để tăng gia sản xuất. Nhà cửa ở thành phố không đủ ở, có nơi nào đâu mà nuôi, phân của chúng cũng đủ gây thêm bệnh, các phòng mạch các bác sĩ đều bị đóng cửa. Nhà thương chỉ nhận cán bộ và gia đình có công với cách mạng.

Phượng đến sau, biết nói gì đây ngoài năm bảy câu an ủi, hãy cố mà sống để nuôi dưỡng các con cho chúng nên người. Hai chị em mang hết phần thực phẩm của nhà trường cấp phát, trao cho bạn và một số áo quần cũ của mình, của các con nàng đã không còn vừa cho chúng nữa. Hai chị em hứa thỉnh thoảng ghé thăm rồi từ giã ra về, vừa ra đến cửa thì thấy có vài người bạn khác cũng đến thăm.

Đêm ở Sài Gòn bây giờ không còn có một bảng hiệu nào có đèn màu, không còn buôn bán như xưa, chỉ còn có chăng là những gánh hàng rong. Tiếng rao hàng, cháo huyết đây, bánh canh đây, tiếng lắc cắc của chiếc xe mì gõ, treo lắc lư ngọn đèn dầu le lói, đôi khi như chợt tắt. Đèn bùng cháy trở lại như cố gượng chống chọi với gió bão để làm bạn đồng hành với chủ mình trên mọi con đường, ngõ hẻm.

Hai chiếc xe đạp, hai chị em mới ngày nào còn mặc áo dài, chạy xe Honda dame đi dạy học. Nay chỉ còn một chiếc để dành nó ở nhà, khi có chuyện gì cần kiếp lắm mới chạy đến nó. Xã hội chủ nghĩa, trở lại thời kỳ đồ đá. Một tuần chỉ có ba bốn ngày có điện, học sinh phải biết để mà làm và học bài khi trở về nhà. Mấy tháng trời, mỗi gia đình chỉ được bán 1 lít dầu với giá chính thức. Các trạm xăng dầu dường như đóng cửa gần hết, chỉ còn có vài nơi cho mỗi quận. Những ngọn đèn đường cũng bị cắt xén, vài ba trụ mới có một cây còn có ánh đèn.

Thành phố Sài Gòn, được cạo, đục, trét, đổi tên là Hồ Chí Minh, nghe nói Hải Quân công_xưởng được gọi là hãng Ba Son. Bởi vậy bạn bè gặp, thường hỏi nhau:

- Anh có công việc gì làm, dẫn tôi đi làm với!

Người bạn nói nửa đùa nửa thật:

- Tôi đang làm ở hãng Ba Son!

Người bạn vui mừng hỏi:

- Làm công việc gì cũng được, miễn có làm để đỡ đói! Chừng nào đi làm được?

Người bạn nói tiếp để bạn mình yên lòng:

- Cơ quan này dễ làm lắm, sáng 1 son củ lang, trưa 1 son khoai mì, chiều 1 son bo bo. Như vậy là 3 son!

Người bạn chợt hiểu, nói như an ủi mình:

- Được như vậy mình còn được ăn, chớ 2 ngày rồi gia đình tôi ăn củ mỡ nấu lỏng để đỡ đói.

Câu lạc bộ Hải Quân được gọi là Bến Nhà Rồng, nơi ông Hồ bước xuống tàu để tìm đường cứu nước, nó được sơn phết lại mới, đèn sáng trưng uy nghi như gia tài của Bác để lại cho con cháu.

Nghe nói ông ấy làm phụ bếp trên tàu Tây, gọt củ khoai mà ông gọt không xong, khiến người đầu bếp bảo đem đi đổ. Nghe Đảng nói ông là thầy giáo dạy học, sao không nghe được tiếng Pháp hay sao?! Vậy mà khi sang đến bên ấy còn viết báo nữa. Ổng viết cho ai đọc?! Tiếng Việt ông viết còn sai, nhưng có lẽ ông viết tiếng Pháp đúng?

Hai chị em về đến nhà thì thấy xe Honda của hai chị em Bắc kỳ Trúc Linh, Trúc Lam để trong sân. Vừa bước vào nhà thì cô em chí chóe:

- Đi đâu mà lâu thế, tụi em đợi gần cả tiếng đồng hồ rồi, mẹ bảo chúng em mang thức ăn sang cho hai chị.

Phượng vội đổi sang giọng Bắc đáp:

- Ối! Giời ơi! Hai chị bận đi sang nhà người bạn, thăm họ, chồng chị ấy bị chết trong trại cải tạo ngoài Bắc, thành thử nên về trễ, em ạ!

Vừa nghe, cô em liền nhẹ tiếng như để xin lỗi:

- Em không biết, mẹ muốn chúng em bảo mang thức ăn còn nóng sang cho hai chị và các cháu dùng bữa mà!

Trúc Linh đang ẵm bé Dũng, thấy mẹ về bé trằn xuống đòi đi sang, vừa gọi mẹ vừa đưa tay đòi bế.

Thủy Tiên vừa bước tới gần thì bé chạy nhanh lại vói tay chụp lấy mẹ, như thích thú cười vang.

Mấy chị em cùng các con của Phượng đi xuống nhà sau, cơm đã được dọn sẵn trên bàn, cả nhà ngồi ăn. Mỗi tuần cô út thường bảo hai chị em nàng đem đến cho hai chị em Phượng và các cháu những món ăn ngon.

Cả nhà cùng ngồi quanh mâm cơm, tiếng nói cười giòn giã khi các con Phượng được ăn các món ngon. Nào cà tím nướng xào mỡ hành, cho thêm vài muỗng nước mắm ớt chanh đường. Nào thịt ba rọi cắt cục nhỏ bằng ngón tay kho tiêu mặn ngọt, màu vàng sậm. Nào cá phi to bằng bàn tay, chiên vàng với nước mắm tỏi ớt, vẽ ra một miếng nhỏ nhai giòn rụm. Có cả tô canh cải bẹ xanh nấu với ít lát thịt cắt mỏng, thêm tí tiêu. Một nồi cơm to thoáng qua đã gần hết!

Từ khi bố mạ nàng đi, cô út thường mang sang cho chị em nàng và các cháu thức ăn đã nấu sẵn. Cứ mỗi lần sang nhà cô dượng, hay cô dượng sang chơi, cô thường hỏi có tin tức gì của bố mẹ không? Cô trách móc chú ba, tưởng ở lại đi cách mạng, giải phóng miền Nam. Chỉ đem cái nghèo, cái tù tội cho nhân dân miền Nam, tạo chia ly chết chóc, khắp mọi nơi!

Ngày xưa dượng và cô quen nhau từ khi hai gia đình vào Nam, lúc ấy chỉ mười mấy tuổi ở trại tạm cư Hố Nai, nhà cũng ở gần nhau. Lớn lên cùng học một trường, dượng lớn hơn cô 3 tuổi, họ cùng ở Hà Nội, người ở phố Hàng Bạc, người ở phố Hàng Đào.

Tưởng rằng hòa bình ông bà nội vui, không ngờ lại buồn lắm, không nói gì. Ông bà cũng thương gia đình chú ba, gần 20 năm xa cách, không có một lá thư liên lạc. Sài Gòn Hà Nội xa chẳng là bao, nhưng đường nó xa hơn hàng trăm lần đường vòng trái đất, vì cảnh chia ly, người Nam kẻ Bắc.

Sau ngày 30, khi chiếc tàu đầu tiên chở người tập kết về Nam, ông có dò la để hỏi tin về người con trai còn ở lại Bắc. Được tin chú còn sống, ông bà mừng lắm và định sẽ ra Bắc thăm. Nhưng các cháu rể lại đi cải tạo rồi đến những cuộc đánh tư sản, ông không đi được, hơn mãi cả năm sau ông mới được gặp lại.

Nước mắt hạnh phúc bao giờ cũng thay lời nói vui mừng trong nghẹn ngào lẫn chua xót. Dù ông bà không nói gì, nhưng chú ba cũng đã hiểu những gì mình đã làm, vì vậy chú ít khi có mặt trong những bữa cơm họp mặt gia đình, chỉ có thím và các con.

30 tháng 4 năm nay, cũng như những năm trước, Đảng xem như là ngày quan trọng nhất, nên cho nghỉ lễ như đến đánh dấu cái ngày mà cụ Hồ, khi còn sống hằng mong muốn nhất trong đời cụ là giải phóng miền Nam.

Trước ngày lễ, toàn dân thi công, làm việc ngày đêm để đoạt thành tích sớm hơn hạn định, dâng lên Bác muôn vàn kính yêu.

Thôi thì được dịp nghỉ luôn ngày lễ lao động, thứ 5, 6, 7 và Chúa Nhật, bốn ngày liên tiếp. Hai chị em Phượng và Thủy Tiên quyết định cùng các con đi Vũng Tàu thăm bà nội đang ở với dượng cô bên chồng Thủy Tiên và luôn tiện cho chúng tắm biển. Nghèo giàu gì cũng nên bồi dưỡng cho thân thể được đôi chút thư thả.

Như đã dự định, sau giờ tan trường về, Thủy Tiên tạt ngang qua tiệm bánh mì Hà Nội đường Nguyễn Thiện Thuật để mua paté gan. Nhưng vừa mới đến ngã tư Hồng thập Tự thì nàng cảm thấy chiếc xe Honda dame của mình như là hơi đà lại, nàng lên ga thì xe như bị ai kéo lại. Lái xe vào sát lề, ngừng lại, nàng cúi nhìn bánh xe sau thấy nó xẹp đi. Thủy Tiên nhìn quanh đó đây để tìm chỗ vá xe, cũng may gần đó chừng mười thước có chỗ sửa và vá vỏ xe.

Thủy Tiên xuống xe và đẩy đến đó, đứa bé chừng 15 tuổi đang sửa chiếc xe Honda đỏ 72, bé ngồi đưa lưng ra ngoài, nàng phải gọi. Bé quay mặt lại thì cả hai đều bất chợt ngỡ ngàng vì đó là bé Hoàng con trai lớn của Phượng.

Nàng lấy lại bình tĩnh, không gọi tên cháu mình và nói chuyện tự nhiên, để cho cháu mình được yên tâm. Người đàn ông bị cụt cả hai chân cũng đang sửa một chiếc xe khác. Anh ngồi trên miếng ván nhỏ, thấp được đóng bằng miếng gỗ thông, bên dưới có 4 bánh xe nhỏ để dễ di chuyển qua lại.

Thủy Tiên nhìn cháu Hoàng làm việc, không nói gì hết, như hai người không quen biết. Nàng tự hỏi, sao cháu mình trốn đi ra đây sửa xe, được bao lâu rồi?

Hoàng không nghe cô Út nói gì hết, có lẽ cô đang giận mình?!

Người cụt chân sửa xe vừa xong, anh dùng bàn tay đẩy trên nền xi măng, anh di chuyển đến gần chiếc xe nàng để xem có cần gì anh giúp cho. Hoàng bơm bánh lên, bé lấy cái cán búa nhỏ, gõ vào vỏ xe mấy cái xem như đủ cứng rồi.

Thủy Tiên hỏi bao nhiêu để trả tiền, Hoàng đẩy chiếc xe xuống lề đường cho nàng. Bây giờ Thủy Tiên mới thấy cháu mình đã cao gần bằng mình rồi, bé nói nhỏ đủ hai người nghe:

- Xin cô đừng nói với mẹ con biết.

Thủy Tiên gật đầu, lên xe lái đi mà lòng đầy lo âu, tự hỏi. Cháu mình đã đến đó làm từ hồi nào, còn đi học hay đã trốn? Rồi thương xót cho người đàn ông cụt cả hai chân, chắc là thương phế binh VNCH? Xót xa cho thân phận của cháu mình và người ngồi trên miếng ván thông có bánh xe nhỏ.

Mới ngày nào, bé Hoàng hãy còn bé đứng dưới vai nàng, mà bây giờ bé đã cao gần bằng nàng rồi, còn ra vẻ thanh niên nữa. Hình dáng này làm nàng nhớ đến cái dáng vóc của anh Hòa ngày nào còn bé, bao giờ cũng yêu thương và che chở cho đàn em. Khi còn ở Huế, đi đâu chơi anh còn trông nom thêm 3 người con của dì, khi vào đến Sài Gòn, anh lại có thêm 3 đứa em, con của cô út nữa.

Đã chuẩn bị xong, sáng sớm hôm sau Phượng chở đứa con gái út và đứa anh kế, Thủy Tiên chở bé Huy ngồi cái yên nhỏ phía trước, phía sau là Hoàng con lớn của Phượng, nàng lái xe dẫn đầu. Ra khỏi nhà, theo đường Phan Thanh Giản, tới Cao Thắng quẹo trái qua Trần Quốc Toản, rẽ mặt đi về bùng binh rồi đến đường Hiền Vương để ghé nhà cô út, cùng hai chị em Trúc Linh và các con nàng đi. Lên đường hướng ra xa lộ Biên Hòa trực chỉ ngã ba Vũng Tàu.

Xa lộ này còn gọi là quốc lộ 1, sẽ đi đến thành phố Biên Hòa, rồi ra miền Trung, con đường này là lớn nhất. Ngồi phía sau, Hoàng dò hỏi xem cô mình có nói gì với mẹ chưa:

- Cô Út ơi! Mẹ con biết chưa cô?

Thủy Tiên đáp:

- Có lẽ chưa, vì con nói cô đừng cho mẹ biết.

Bé hỏi ý của nàng:

- Như vậy con phải làm sao hở cô?

Suy nghĩ một lúc nàng nói:

- Con phải đợi lúc cô nói chuyện với mẹ, khi thấy mẹ vui thì con hãy nói. Xin mẹ cho con đi học thêm nghề sửa xe Honda. À này! Sao người ấy chịu dạy cho con?

Hoàng kể lại chuyện người thầy dạy cháu sửa xe:

- Con thường ghé ở đấy mượn ống bơm bánh xe đạp, và con cũng hay mượn đồ nghề để sửa xe. Có lần con phụ giúp ông ấy sửa cho khách. Ổng hỏi con có thích học sửa máy xe Honda không? Con nói thích lắm!

Thủy Tiên hỏi rõ hơn:

- Con học được bao lâu?

Mới có 2 tuần.

Thủy Tiên hỏi:

- Con bỏ học rồi à?

Hoàng vội vàng đính chính:

- Không đâu cô út ơi! Con chỉ học ngày thứ 7 và Chúa Nhật thôi.

Thủy Tiên do dự nói:

- Để khi mẹ vui, cô nói với mẹ xem sao? Con hứa là phải đi học, không được nghỉ, cô sẽ nói giúp cho.

Như chợt nhớ điều gì, nàng hỏi tiếp:

- Mần răng con và các em con nói giọng Huế giỏi hỉ?

Bé Hoàng vui mừng:

- Con cám ơn cô út trước! Mẹ nói, khi có bố ở nhà, hoặc sang nhà cô để thăm ông bà nội, thì nên nói giọng Huế. Con chơi với bạn, giọng nào con cũng nói được hết! Chúng nó không biết con người miền nào cả!

Nàng cười và hiểu ý chị dâu mình hơn, thương chồng, thương con, nhưng vẫn còn muốn giữ cái riêng tư của mình. Nàng cảm thương người chị này nhiều lắm, rồi chuyển sang hỏi tiếp về người tật quyền:

- Hoàng này! Răng ông ấy bị cụt cả hai chân vậy?

Như để tỏ ra mình biết nhiều về ông thầy dạy nghề của mình, bé kể một hơi về đời ông:

- Chú ấy là trung sĩ lính Biệt Động Quân, chú bị thương tháng 3 năm 75, lúc 30 tháng 4. Việt cộng đuổi chú ra khỏi Tổng Y Viện Cộng Hòa, cũng may có người y tá để chú lên xe lăn, lén đẩy ra ngoài. Nhưng ra gần đến cửa sau, có người bộ đội chĩa súng và bảo anh bỏ chú xuống và lấy chiếc xe lăn lại, còn nói, đó là tài sản của quốc gia!?

Bé ngưng một lúc rồi lại kể tiếp:

- Khi vết thương lành, chú trở lại nghề cũ, không có tiền mở tiệm, nên chú sửa xe ở lề đường, nhà chú ở khu Bàn Cờ, gần nhà mình đó cô út ơi.

Quyền lực của kẻ thắng là thế, bao giờ cũng răn đe người thua trận để dễ cai trị, họ quên cả lương tri của con người.

Mấy chị em đến Long Thành, nơi này nổi tiếng về trái cây, chôm chôm, mít Tố Nữ, xoài, sầu riêng, khô nai ướp mật ong có rắc mè, thịt rừng v.v..

Một thành phố sung túc, nay cũng tiu đìu chẳng có bao du khách, hỏi thử ai có tiền đi chơi. Có lẽ hôm nay là ngày lễ, nên đông hơn mọi ngày, người ta đi Vũng Tàu cho nên tạt vào để nghỉ, ăn uống hủ tiếu, phở, bì bún thịt nướng, cà phê hay dừa xiêm ướp lạnh.

Đã bảo cho chúng bồi dưỡng mà, mấy chiếc xe dừng lại quán hủ tiếu mì mà cứ mỗi lần có dịp đi ra đây, vợ chồng nàng thường hay ghé vào ăn. Trẻ con mừng rỡ, lăng xăng, cười đùa hiện rõ trên những nét mặt hồn nhiên. Muốn ăn gì thì gọi, cháo lòng, mì, hoành thánh, bánh bao nhân thịt.

Được dịp tự do, chúng gọi món ăn mà mình thích, ăn uống, trò chuyện như người lớn, là thế hệ trẻ, chúng có được góp phần đưa đất nước này đến phồn vinh, giàu mạnh hay bị hất hủi trong nghèo đói?

Mọi người đều ăn xong, lái xe trực chỉ ra Vũng Tàu, xe Honda dame của Trúc Lam đạp mấy cái không nổ máy, mọi người nhìn nhau để tìm nơi nào gần đó để đẩy đi sửa. Hoàng đang ngồi phía sau yên xe với Thủy Tiên, cháu leo xuống đi đến xe của Trúc Lam, rồi hỏi:

- Trước đó, lúc đang chạy cô có thấy trục trặc gì không?

Trúc Lam cố nhớ lại, thì ra khi chạy đến ngã ba xa lộ Biên Hòa để rẽ về Long Thành thì chiếc xe đã có lúc chạy bị giựt, giựt mấy cái như ngừng rồi lại chạy tiếp:

- Có! Lúc gần đến đây xe chạy không được bình thường, hay bị tắt rồi chạy trở lại được.

Hoàng dẫn xe vào nơi mát, chống đứng xe lên, dở yên lên, mở nắp xem xăng còn có đủ không. Xăng còn nhiều, bé mở cái nắp hộp bên hông xe lấy đồ nghề ra để sửa. Mọi người ngạc nhiên nhìn nhau; làm sao bé Hoàng làm rành rẽ như người thợ máy chuyên nghiệp. Bé tháo cái bu-gi ra chùi và thử, lửa nhảy đều, mở bình xăng nhỏ ra, sút cho sạch cặn bên trong, rồi ráp lại như cũ.

Hoàng đạp vài cái thì xe nổ máy. Bao nhiêu cặp mắt nhìn nhau, bé vặn tay ga lên xuống vài lần, máy nổ lớn theo bàn tay điều khiển. Hoàng vặn chìa khóa xe cho tắt máy, rồi mở lại, đạp nhẹ một cái, máy nổ, bé cất đồ nghề trở lại cái nắp, thế là xong.

Mấy đứa em khen anh mình giỏi quá, kể cả mấy cô cũng khen, duy chỉ có Thủy Tiên, nàng giả vờ khen nhiều nhất. Phượng cũng đứng bên đó từ nãy giờ, xem con nàng sửa xe, nàng tự hỏi, rồi nghi ngờ có điều gì mà con mình giấu mình đây. Nàng không nói gì hết, cùng mấy chị em tiếp tục lái xe đi. Thủy Tiên hỏi Hoàng:

- *Con học bao lâu mới làm được như rứa?*

Trước khi đáp, bé lý luận:

- *Cái khó nhất là mình phải biết nguyên nhân từ đâu, chớ mở ra và ráp lại chỉ vài lần là quen. Một ngày cũng đủ rồi cô út ơi! Khó nhất là rả máy ra hết, thay piston, canh vít lửa, mới là khó. Chú Cảnh dạy con phải thực lòng, hư cái gì sửa cái nấy, đừng có gian dối, phải có đức độ mới được. Tiền của là vật ngoài thân, khi chết không mang theo được.*

Thủy Tiên nghe nói thế, cũng yên lòng phần nào, vì thời buổi bây giờ khó mà tìm được người tốt. Có nhiều nơi, người ta còn rải đinh nhỏ ra đường để vá xe hoặc thay ruột xe, rồi thừa cơ lấy giá mắc mấy lần.

Mấy chị em lái xe vào thị xã Bà Rịa, ngày lễ xe cộ từ các tỉnh gần bên họ cũng đổ dồn về đây để vui chơi, phần đông là xe Honda. Xe hơi chẳng thấy bao nhiêu, nhưng nay là của các cán bộ lớn mới được sử dụng.

Những chiếc xe đò nhỏ đưa khách chạy bằng than, thỉnh thoảng có những cục than rớt xuống mặt đường còn đỏ rực lăn theo trớn chiếc xe đang chạy, một lúc mới ngưng lại.

Từ phía sau có tiếng động cơ xe gầm thét chạy tới, vù vù vù, ba chiếc xe Honda đen, mỗi chiếc chở hai đứa trẻ chừng 17 tuổi gì đó. Chúng thi nhau đua, vượt qua những chiếc xe trước, kể cả những chiếc xe hơi. Hoàng ngồi phía sau nói với nàng:

- *Chúng chạy như vậy, có ngày chúng chết, còn gây ra tai nạn đụng chết người khác. Chúng là con của cán bộ đó cô út.*

Thủy Tiên giả vờ hỏi:

- *Mần răng con biết?*

Bé Hoàng giải nghĩa cho nàng nghe:

- Bây chừ không còn ai có tiền như ba mẹ chúng, bọn nó học dở lắm cô ơi!

Nàng không ngờ nay bé khôn lớn và hiểu đời như vậy. Trường học dạy con trẻ về kiến thức, còn trường đời đầy dẫy những cậm bẫy. Nó vô tình và tàn nhẫn, không nhân nhượng một ai khi đã đi sai con đường đạo lý.

Từ phía trước, người lái xe dừng lại đông lắm, những chiếc xe ngược chiều chạy ngang, họ nói. "Phía trước đụng xe, ba bốn người chết".

Mấy chị em nàng lái xe chạy từ từ, ngang qua chỗ tai nạn, bảo mấy đứa con quay mặt qua nơi khác, đừng nhìn vào nơi đó. Người ta nói: "Chúng nó đua nhau, qua mặt xe đò, gặp xe hơi đi ngược chiều, chúng tạt vào trong, vướng phải xe, rồi đâm vào nhau chết".

Hoàng nói:

- Mấy người hồi nãy đó cô út ơi.

Tình thật, có mấy ai dám nhìn vào người chết, nàng chỉ nói như ngầm răn dạy cháu mình:

- Con thấy không, chạy xe nhanh trên đường phố là tự mình giết chết mình, còn gây họa cho người khác!

Hoàng nói như để cho cô mình yên lòng:

- Con biết mà cô út! Bố chở con đi, bố dặn con hoài! Chạy nhanh, có khi không đến nơi được còn có khi gây ra tai nạn. À! Mà sao bố con và dượng út chưa về hở cô?

Bất chợt, bị bé Hoàng hỏi, nàng không biết trả lời sao với cháu mình đây. Nàng không muốn làm cho cháu mình nghĩ ngợi gì ở cái tuổi này, rồi nói:

- Chắc cũng gần về rồi con à, con phải cố học để bố về thấy con học giỏi, bố sẽ vui lòng.

Bé nói về tình trạng lớp mình đang học:

- Con biết, trong lớp chúng con học giỏi hơn bọn con cán bộ, chúng nó đần lắm cô ạ! Chẳng có thông minh tí nào cả, thế mà được ông hiệu trưởng Bắc kỳ 75 nâng đỡ.

Thủy Tiên nghe bé nói thế, nàng lo sợ chúng cấu kết nhau làm chuyện bậy, nàng giải nghĩa cho cháu nghe:

- Con không nên nghe và dính líu đến việc chống đối cách mạng, sẽ bị bắt và bố lâu về lắm đấy!

Như biết mình vừa làm cho cô mình thêm lo:

- Con biết, bạn con cũng nói như thế!

Nàng muốn cháu hiểu rõ hơn trách nhiệm của nó trong gia đình này:

- Con không nên làm bất cứ chuyện gì, ngoài việc học hành. Cả nhà chỉ trông vào con, năm nay con 15 rồi, con thay bố mà phụ với mẹ và cô, cố học là bố mẹ và cô vui lòng rồi. Chuyện con muốn đi học sửa xe, cô sẽ cố năn nỉ mẹ xin cho con.

Hoàng nói dạ, rồi bé đổi sang chuyện khác:

- Cô ơi! Con nghe người ta nói, trên đường đi, nếu cô thấy nơi nào có cái miếu nhỏ là nơi đó có người chết phải không cô?
Bây giờ nàng mới cảm nhận cháu mình thật sự trưởng thành, từ cách nói chuyện cho đến biết chuyển sang chuyện khác khi thấy không thích hợp để nói thêm nữa. Nàng muốn biết ai là người mà bé thường hay có sự mật thiết hiện giờ, nên hỏi:

- Ai nói với con vậy?

Chú Cảnh, chú nói thường là người gây ra tai nạn hay thân nhân người đó hoặc là những người sống ở gần đó. Họ làm như vậy là để cho nạn nhân được siêu thoát, không về gây hại cho người khác, phải không cô?

Qua chuyện kể, nàng hiểu rằng cháu mình không hoàn toàn tin vào người khác, mà bé còn hỏi lại những người trong gia đình. Thủy Tiên giải thích cho cháu mình có thêm kiến thức.

Đó là chuyện người ta nghĩ và làm, chớ có đúng hay không, cô không biết, nó thuộc về một thế giới vô hình khác với chúng ta. Thường thường con thấy ở những nơi có cua quẹo mặt hay quẹo trái, hoặc đường bị ổ gà, khi xe chạy bị tung lên tung xuống.

Người ta có để một bảng có dấu hiệu, chạy với bao nhiêu Km giờ và quẹo trái hay quẹo phải. Người lái xe phải để ý mà giảm tốc độ xe trước khi mình đến đó.

Người lái xe không chú ý, vẫn giữ tốc độ nhanh, khi thấy tình trạng đó thì đã muộn. Người lái xe không điều khiển được nữa, nên tự mình gây ra tai nạn cho chính mình hoặc cho người khác, có khi chết người. Cho nên bộ giao thông có quy luật, lái xe có động cơ trên 50 phân khối, phải trên 18 tuổi và có bằng lái xe.

Hoàng nói rõ hơn để chứng tỏ cho cô mình hiểu:

- Hồi bố còn ở nhà, bố chở con đi, bố thường chỉ con những dấu hiệu đó, nên con biết. Còn ở chỗ con sửa xe, chú Cảnh không cho con chạy thử xe.

Như chợt nhớ ra điều gì, bé nói trở lại chuyện đụng xe. Chỗ hồi nãy, con có thấy cái miếu bên đường, chắc trước đó có người chết hở cô út?

Cô nghe nói:

- Lâu lắm rồi, có 3 cô gái con nhà giàu lái xe hơi bị chết ở đó, nên đặt tên là Miếu Ba Cô!? Cô chỉ biết thế thôi!

Xe sắp sửa qua cầu Cỏ Mai, để vào thị xã Vũng Tàu, hai bên đường là những vườn nhãn và vườn điều, vườn mãng cầu nặng oằn những trái. Hương thơm từ những vườn cây ăn trái ấy đã làm nàng nhớ lại những lần Tuấn về phép, anh đưa nàng ra đây, nhà người cô của anh, là chị của bố anh. Ngày 30 tháng 4, các con của cô cũng đi hết, nhà bây giờ chỉ còn có hai cô dượng và bà nội.

Chuyến đi hôm nay, Thủy Tiên muốn đưa bé Huy mới hơn 2 tuổi về thăm bà cố. Mỗi lần về đây Tuấn chở cả gia đình nàng, nào ông bà bố vợ, gia đình anh chị Phượng, gia đình cô út cùng các con cháu. Trên dưới gần 20 người, bà nội và cô dượng, cùng các anh chị vui lắm, rủ nhau đi bắn vịt nước, le le, đem về nhổ lông, rồi đem thui. Quay chảo, có mùi ngũ vị hương, nước dừa xiêm. Chặt ra từng miếng nhỏ ăn với cơm nếp pha với chút ít đậu xanh nát có vỏ xanh. Trộn thêm hành lá xanh xào với thịt ba rọi cắt nhỏ xíu giòn rụm, kể như tuyệt vời trong những ngày vui.

Sau này Thủy Tiên trở về đây thăm nội, nhà chẳng còn ai hết, ngày tháng nhớ nhung những đứa con, đứa cháu ra đi biền biệt. Tuổi già càng ngày càng chồng chất. Chỉ biết đếm thời gian và cầu nguyện, để mong cho chúng được bình yên. Năm nay bà nội 90, vẫn còn khỏe mạnh, và vẫn tự lo cho mình, nhớ hồi nào hơn 10 năm về trước. Vừa mới về nhà chồng, bà nội hỏi:

- Con nói tiếng gì vậy? Nội nghe không được!

Mỗi lần nói chuyện với nội phải có Tuấn nói lại giọng Nam, nội mới nghe được. Nội rất thương cháu dâu, nội còn bảo:

- Chồng con, nó ăn hiếp con, nhớ nói lại cho bà biết.

Vì vậy chị Phượng hay trêu:

- Mi nói chi rứa ta nghe không được.

Có lẽ nội thương anh Tuấn, nên nội cũng thương cháu dâu. Nên lần này về đây Thủy Tiên làm lễ chúc thọ nội được 90, thường thì nội không cho sát sinh, giết gà hoặc heo. Mấy chị em nàng về chỉ làm cái bánh sinh nhật và vài món ăn chay. Như bì cuốn chay, khi cuốn xong chừng 5 cuốn rồi để dính vào nhau như bó đũa, cắt ra từng khúc chừng 5 phân. Ta thấy nào rau thơm, xà lách, tàu hủ cắt nhỏ xào chung với carot đỏ, củ sắn, đậu phộng rang vàng, đâm nhỏ để bên trong.

Rồi đến nấu kiểm chay, bí rợ đỏ, chuối, bột khoai, bột bán, nước cốt dừa, khi múc ra chén, nhớ để thêm một muỗng nhỏ mè và đậu phộng đâm nhỏ.

Còn cô dượng nấu nồi đồ bát, gồm 8 loại quả để ăn với bún, nào hạt sen, nấm rơm, táo tàu, bạch quả, tóc tiên, trái su, đậu hủ và cà rốt cắt thành hạt lựu. Khi ăn, múc ra tô, cho thêm tí ngò rí, màu xanh.

Năm nay con cháu không đông như những lần trước, nội vui lắm vì ít khi thấy được con cháu có dịp về đây thăm bà. Lần nào cũng thế, thường khi sai bảo làm điều gì, bà thường nói với chị Phượng, vì chị ấy là người Nam. Mỗi lần như thế, tụi này hay phân bì là bà thương chị ấy nhiều hơn. Nội tưởng thật, nên nói:

- Nội thương đều hết, Phượng nói dễ nghe hơn các cháu, nên nội thường nói với nó nhiều hơn. Không có thương đứa này nhiều hơn đứa kia cả.

Chị em nhìn nhau cười, những đường nét trên gương mặt bà dường như càng ngày càng in sâu hơn. Bà ít khi đeo kính, trừ lúc bà đọc sách hoặc xem truyền hình, người ta thường nói, ở tuổi già nào đó người già sẽ không cần đeo kính mà có thể xỏ chỉ qua lỗ kim.

Năm bảy người bạn thân quen của nội từ lúc bà còn trẻ cũng đến chung vui với bà. Người còn kẻ mất, lần lượt ra đi, bỏ lại bà mỗi ngày bạn bè một ít đi. Cái đau đớn nhất của bà là ngày người bạn đời từ giã bà ra đi, và vĩnh viễn không trở về nữa, ông đi lúc vừa mới sáu mươi lăm, bà ở tuổi sáu mươi.

Bốn mươi năm làm vợ, làm mẹ rồi làm bà, nay ở lại với đàn con cháu, lúc đó Tuấn vừa mới biết bò. Bà thường hay kể lại cho Thủy Tiên nghe về chuyện xấu, tốt của người cháu trai duy nhất của đại gia đình. Bà có 3 người con, cô hai là lớn nhất, kế đến là bác ba, bố chồng nàng là út.

Bác ba chưa có con trai, thành thử Tuấn là đứa cháu trai đầu tiên của bà. Đến khi Tuấn biết đi, rồi đi học trường tiểu học, trung học, Tuấn có cô bạn láng giềng xinh lắm, nhỏ hơn anh 5 tuổi.

Lớn lên trong chiến tranh, Tuấn xem cô bạn như người em gái mình vì cô bạn láng giềng ấy lại chơi thân với hai cô em gái của anh. Bao kỷ niệm của một thời còn thơ ấu, rồi đến tuổi học trò. Anh bỏ lại hết để bước vào con đường binh nghiệp, ít khi trở về thăm nội.

Đỗ Quyên, tên gọi người con gái, dáng xinh xinh, nét mặt dễ thương má lún đồng tiền, mắt biếc, tóc thề buông xõa quá bờ vai. Biết buồn ở tuổi 13, mỗi lần hè về, không thấy Tuấn cùng các em trở về thăm nội. Chiến tranh mỗi ngày một khốc liệt hơn, anh biền biệt ở nơi địa đầu vùng hỏa tuyến. Lắm lúc Đỗ Quyên cũng muốn viết cho anh một trang thư để hỏi thăm người mình thương đang ở phương nào?!

Nếu như ngày đó, nàng viết cho Tuấn thì hôm nay, có đâu buồn đau?! Nhà nàng không cách nhà anh bằng cái dậu mồng tơi xanh rì như Cô Láng Giềng, nhà nàng đối diện nhau bên kia đường. Ngày được tin Tuấn lập gia đình, nàng cũng đi ra Huế để rước dâu. Khi họ hàng nhà trai đến, ai ai cũng trầm trồ người con gái dễ thương, quá dịu dàng này.

Bốn người bạn gái, trong ngũ long công chúa của Thủy Tiên đều ganh tị, muốn điều tra xem cái con nhỏ mặc áo dài hồng, quần trắng kia là ai hỉ? Sao mà đẹp, không chê chỗ nào được!

Đứa bạn khác như tự tin nói:

- Tớ nghĩ, chỉ có năm cô nương mình là đẹp nhất nước, phải chi triều Nguyễn còn sẽ chọn năm đứa mình. Không, nay chỉ còn 4 đứa, chúng mình sẽ vào hoàng cung hết. Không ngờ có cái con nhỏ nớ làm lu mờ các đại tiểu thư nhà mình hết.

Lại có một, trong bốn đứa, còn nói mạnh bạo hơn:

- Răng con bé nớ có biết bốn chị em mình, là tứ đại mỹ nhân của đất thần kinh này không hỉ?!... Mà nó dám ra đây hỉ!?

Rồi mỗi đứa lần lượt tự xưng tên mình là Bao Tự, Tây Thi,

Dương Quý Phi, Chiêu Quân.

Con bạn khác nói dùm cho Thủy Tiên:

- Còn con Điêu Thuyền, nó đang chuẩn bị bước lên xe hoa, lấy chồng xứ lạ ở tận mãi đất Gò Công.

Một người bạn khác nói như để an phận:

- Thôi! Cho mình xin đi, các tiểu thư nhà mình! Rằng mi có biết đất linh thiêng trong nớ đã có hai người làm Hoàng Hậu không?!

Thực vậy, đã bao lần Thủy Tiên nghĩ, nếu như Đỗ Quyên viết thư thăm hỏi Tuấn thì nàng đã là con dâu của nội rồi. Một nét đẹp đài trang, từ cốt cách cho đến lời nói, và có cùng chung một thời thơ ấu với ảnh.

Lại thêm một năm nữa đợi chờ sau ngày Tuấn lập gia đình, nàng mới đành lòng đi lấy chồng nơi xứ lạ. Một bác sĩ quân y làm việc ở Tổng y viện Cộng Hòa, mãi 2 năm sau nàng mới sinh đứa con gái đầu lòng và đứa kế tiếp là trai.

Với những ngày tháng hè trước 30 tháng 4 năm 1975, Thủy Tiên thường đưa hai con về đây thăm nội và để hứng gió biển, thay đổi không khí đầy bụi bặm ở thành phố. Đỗ Quyên cũng thế, thường đưa con về nhà cha mẹ. Thủy Tiên và nàng thường nói chuyện, tâm sự, kể chuyện ngày ấu thơ.

Thường khi nói chuyện, Đỗ Quyên còn gọi chồng Thủy Tiên, anh Tuấn một cách yêu thương, lời nói không ẩn chứa điều gì trêu chọc, chỉ biết nuối tiếc và xuôi theo dòng định mệnh. Đẹp nhất là đôi mắt, bao giờ cũng như ươn ướt lệ. Người xưa thường nói, người con gái nào có đôi mắt ấy thường hay khổ vì tình.

Thủy Tiên và Đỗ Quyên xem nhau như tri kỷ, chuyện gì cũng kể cho nhau nghe. Sau 75 chồng nàng không đi học tập cải tạo mà còn được trọng dụng, thường đi ra Bắc để dạy cho những bác sĩ ở ngoài đó.

Nghe Đỗ Quyên kể lại, có ông lớn nào trong Đảng bị bệnh tim, thập tử nhất sinh, định đưa đi Nga hoặc Trung Quốc chữa bệnh, nhưng không còn kịp nữa. Chúng nhờ chồng nàng chữa bệnh, bệnh nhân phải mổ gấp. Nghe nói ca mổ đó rất nguy hiểm, nhưng sau đó được thành công mỹ mãn ngoài dự định, các đồng chí ngoài ấy cám ơn rối rít.

Sáng nay, cũng như mọi hôm, trước 10 giờ, mấy chị em đưa các con ra bãi biển chơi, chúng thích lắm, vui cười nô đùa trên bãi cát phẳng lì. Đêm qua nước lớn vào sát bên trong, nước ròng xuống xóa đi những dấu chân đi.

Những con dã tràng đang xe những viên cát tròn nho nhỏ dính vào nhau. Nó biết có người đến thì vội vàng thụt xuống hang, hay chúng đang tù tì với nhau thì tìm đường chạy trốn. Các con nàng rượt theo chúng để bắt, nhưng chúng quá nhanh đã chung xuống lỗ, khó mà bắt được. Hai đứa con trai lớn của Phượng bị các em thi nhau gọi đến để nhờ bắt dùm chúng, để vào những cái hộp quẹt diêm. Chúng lượm những hộp không ấy trên cát.

Mấy chị em nằm trên những cái ghế bằng nylon xanh đỏ vàng, vừa nói chuyện vừa trông chừng chúng. Tiếng sóng, gió hòa nhau như một nhạc khúc vô tận, tiếng chim bìm bịp kêu để báo nước lớn. Những con chim từ đâu bay đến tìm mồi, đôi lúc từng đàn, mấy mươi con thi nhau săn bắt mồi, tranh giành, rượt mổ nhau.

Bé Huy không bắt được con dã tràng nào cả, chợt thấy đàn chim, bé chạy đến để bắt, đàn chim vụt bay đi nơi khác. Cứ như thế bé lại rượt theo, nhưng bị Hoàng chạy đến nhấc bổng lên khiến bé vùng vẫy, miệng la lối om xòm.

Phượng nhìn đứa con trai lớn, mới ngày nào Hòa còn ở nhà, bé cao chưa đến vai nàng, nhưng đến hôm nay thì cao gần bằng mẹ rồi. Vô tư đùa giỡn cùng các em, rồi nay biết sửa xe dùm cho Trúc Lam, rành rẽ như một người thợ chuyên nghiệp. Ai đã dạy, học ở đâu và vào lúc nào?

Phượng hoàn toàn không biết, cái tuổi này là cái tuổi không muốn theo ba mẹ như hồi còn bé. Là sự biến đổi tâm lý của hầu hết trẻ con, chúng không còn trẻ nít như hồi nào nữa. Từ xa trên hai bàn tay Thủy Tiên đang bợ 4 trái dừa xiêm ướp lạnh đã gọt vỏ rồi, nàng đang đi đến nơi mấy chị em nàng, có lẽ vì nặng nên Thủy Tiên đi hối hả và gọi mấy chị em đến giúp. Chị em Trúc Linh thấy vậy vội vã chạy đến để tiếp lấy, Thủy Tiên đưa cho Phượng một trái. Nàng đón lấy rồi hút một hơi, nước lạnh và ngọt, hương vị đậm đà, loại giải khát bình dân. Nhưng ở đây giá hơi mắc một chút, vì là nơi du lịch. Thủy Tiên, cũng ngồi xuống chiếc ghế sát bên, dùng ống hút, nút nước dừa thì bé Hoàng cũng vừa rinh bé Huy để gần nàng và cho biết bé chạy đi bắt chim. Bé thấy mẹ chạy đến xin nút, nàng sờ tay lên trán bé rồi mới cho con hút.

Phượng đợi con đi và không có hai chị em Trúc Linh mới hỏi Thủy Tiên như để dò xét có biết gì về chuyện bé Hoàng biết sửa xe Honda.

Thủy Tiên vừa cười vừa nói:

- Thực tình em vừa mới biết ngày hôm qua, khi em ghé vào một chỗ sửa xe dọc đường để vá vỏ xe. Tình cờ hai cô cháu gặp nhau, em giả đò như không quen, em sợ hỏi thì người chủ nghĩ không tốt cho cháu. Nhưng khi em trả tiền, Hoàng nói nhỏ với em là khoan nói cho chị biết.

Thủy Tiên nói tiếp như để khuyên chị dâu mình:

- Hôm nay, hai cô cháu ngồi gần mới có dịp nói chuyện, mới biết rằng Hoàng học nghề được 2 tuần, không bỏ học, vì thế mới về trễ. Bé nhờ em xin dùm chị cho cháu được học thêm nghề này, bé thích lắm.

Thủy Tiên nói để cho Phượng yên lòng:

- Chị không cần phải lo, em đã dạy, mọi chuyện gì cũng phải nói cho bố mạ biết trước tiên, chớ đừng có giấu giếm. Bố mạ là người thương con nhất, không có người nào thương con hơn bố mạ đâu, kể cả cô nữa.

Phượng vẫn không nói gì, nét mặt buồn buồn, Thủy Tiên pha trò để cho Phượng vui:

- Em nói như rứa? Chị có biết, em đau lòng lắm không hỉ?!
Phượng liếc mắt, lườm một cái như mỉa mai cái ý tốt đó, rồi nói giọng Huế:

- Cám ơn lòng tốt của mi hỉ?!

Cả hai cùng cười, chị em Trúc Linh từ ngoài bãi biển đang đi vào thấy hai chị em Phượng đang cười, giọng Bắc hỏi:

- Nói gì mà vui cười thế?

Thủy Tiên đổi lại giọng Bắc để chọc hai em:

- Chúng tớ đang nói lén hai cô đấy, cô nào trông cũng còn xinh như gái hồi xuân.

Cô em thản nhiên vừa đi vừa xoay một vòng rồi nói:

- Lâu lắm rồi, không nghe ai khen mình đẹp, cám ơn nhé, nào muốn ăn gì cứ gọi, để tiền lại em giả dùm cho!

Thủy Tiên đổi giọng Bắc:

- Dạ, cám ơn chị, chúng em ăn, chúng em biết giả tiền ạ!

Cô chị vừa vào tới, kéo cái ghế nylon lại gần nhau, ngồi chung quanh bàn. Trúc Lam hỏi Phượng:

- Làm chi hôm nay chị không được vui vậy?

Nàng nhìn cô em họ rồi nói:

- Thì chuyện của bé Hoàng lén chị đi học sửa xe Honda.

Như nhớ ra chuyện mình định hỏi:

- Ồ! Em định hỏi chị, sao bé Hoàng biết sửa xe Honda quá rành như thợ sửa lâu năm vậy? Học được bao lâu?

Nàng đáp có vẻ còn buồn:

- Hai tuần, tình cờ bánh xe Honda của Thủy Tiên bị xẹp nên ghé lại vá, thì mới phát giác ra bé Hoàng đang sửa xe cho người khác. Khi gọi để nhờ vá, bé quay lại, hai cô cháu mới nhận diện nhau, và còn năn nỉ đừng có méc với mẹ.

Trúc Linh giả vờ chọc Thủy Tiên bằng giọng Hải Phòng, nên nói:

- Phải rồi, bảo đừng méc, chị cũng méc, chẳng giữ nời chi hết!

Nàng xuống giọng nói thêm, sợ Thủy Tiên buồn:

- Em nói chơi cho vui chứ, không nói lại cho chị Phượng biết là không được.

Trúc Linh nói như an ủi chị:

- Như chị cũng biết đấy, trong chúng mình có mấy ai mà không dấu bố mẹ.

Nàng nói tiếp như để chọc ghẹo Thủy Tiên:

- Nhà em có hai con kỳ đà, mỗi lần em giấu chuyện gì thì bị kỳ đà chị hăm dọa. Còn có thêm con kỳ đà đực,- ý nói đứa em trai-, còn bảo đưa tiền và hứa sẽ kín miệng.

Thủy Tiên nói như để cho cô em hiểu:

- Chị hứa, không méc cho mẹ biết, nhưng chị bảo phải nói cho mẹ biết, càng sớm, càng tốt. Con phải học giỏi như bấy lâu nay, không thì mẹ sẽ không cho con tiếp tục học nghề.

Trúc Lam đổi sang đề tài khác cho vui:

- À này, khi nào hai chị định đi thăm hai anh, mẹ bảo em hỏi hai chị đó?

Không ngờ đổi sang chuyện khác lại còn buồn hơn. Hai chị em Phượng nhìn nhau, rồi cười như để tự an ủi mình.

Thủy Tiên không trả lời mà hỏi lại:

- Còn hai đứa em?

Cô chị đáp:

- Chắc cũng như mấy lần trước, vào dịp Tết và hè cho chúng đi thăm bố nó. Chúng nó hỏi. Bố học dở lắm sao mà cứ ở trong đó học hoài vậy?

Mấy chị em nghe kể mà không cười không được, Thủy Tiên nhìn chị dâu rồi nói:

- Có thể đến lúc hè, vào tháng 6. Tết thì nghỉ được 2 tuần, còn hè được nghỉ lâu hơn, nhưng cũng phải đi học bồi dưỡng chính trị, chỉ còn được 1 tháng. Chán quá, đôi khi muốn xin

nghỉ dạy cho rồi, tiền lương lãnh ra không mua được 2 cái vỏ xe Honda. Nhu yếu phẩm cũng không đủ ăn.

Phượng cười rồi góp ý:

- Chị và Thủy Tiên định lấy thuốc tây rồi bán lại cho bác sĩ và y tá, mấy đứa bạn chị bảo, có muốn làm thì nói, nó giới thiệu cho.

Trúc Lam lên tiếng khuyên:

- Lời chẳng thấy bao nhiêu, nếu lỡ bị bắt, trắng tay mà còn bị tù nữa!

Thủy Tiên tiếp lời:

- Chị cũng nghĩ thế, nên không định làm. Hai chị em định mua vài cái bàn nhỏ và ghế để trước sân nhà, bán da ua, kem chuối, chè bà ba, đậu đỏ. Nhưng khổ nổi là điện cứ bị cúp hoài. Thôi đành chờ hai ông được về, rồi sẽ tính.

Bé Huy từ ngoài bãi biển chạy vào, đưa hai tay đầy cát ướt, khoe với mẹ bắt được 2 con dã tràng, một con thì chết ngoeo. Còn con kia, bé vừa buông mấy ngón tay ra, nó lanh lẹ chạy khỏi bàn tay, rớt xuống cát, kiếm không được. Bé nói:

- Mất tiêu rồi! Mất tiêu rồi!

Thủy Tiên vội ôm con vào lòng, vừa hôn vừa nói:

- Răng con để chúng chạy mô? Cho mạ hôn vài cái, mạ nhớ con quá hè!

Bé để yên cho mẹ hôn, nàng vừa buông tay thì bé vội vã chạy trở ra bãi biển để chơi với các anh chị.

Chợt Trúc Linh vọt miệng nói:

- Cho mạ hôn để đỡ nhớ bố!

Nàng nói:

- Cái con quỷ ni! Ta nhớ thế, còn mi thì răng? Khóc thầm hỉ?

Mấy chị em cùng cười, Phượng bảo:

- Chị em mình đi thay đồ tắm, để tý nữa họ tắm đông lắm. Chiều về Sài Gòn, ngày mai nghỉ cho khỏe để ngày mốt đi dạy rồi.

Mấy chị em vui đùa trong nước biển, từng cơn sóng lớn đánh vào người, nước văng tung tóe, rồi tấp vào bãi. Nước đang lớn, tiếng chim bìm bịp kêu, hòa với tiếng sóng, tiếng gió, tiếng cười của những đứa con trai, con gái tung tăng trong sóng biển.

Nhìn chúng cười nói vô tư trong ngày lễ hội, mong rằng quê hương sẽ được an bình, thế hệ mai sau này đừng có ai nhắc đến chiến tranh ở thế hệ trước nữa. Hãy quên nó đi mà lo kiến tạo quê hương. Nhưng đất nước này đến bao giờ mới được thanh bình đây?!

7

Thủy Tiên vừa dừng xe Honda trước nhà, là nghe tiếng đùa giỡn của bé Huy cùng với các anh chị con của Phượng. Nàng chưa kịp dẫn xe vào nhà thì cánh cửa đã mở tung, chúng chạy ùa ra mừng, chúng quấn quít bên nàng như ngày nào mỗi khi nàng vừa về đến cổng thì Ngọc Lan và bé Quốc Bảo cũng chạy ra phụ mẹ đẩy xe vào nhà.

Bao nhọc nhằn, lo âu đều biến tan ngay, nhường cho niềm hạnh phúc gia đình. Ngày đó còn có bố có mạ, là ông bà nội, ngoại của đàn cháu, khi có con của anh Hòa, chị Phượng chở sang chơi.

Những ngày tháng đó đã qua mất rồi, chỉ còn trong ký ức, ví như một trang vở đã lật sang trang khác để viết tiếp những vui buồn trong cuộc đời.

Bé Huy cũng gần 3 tuổi rồi, là kết quả của một tháng bên nhau sau ngày 30 tháng 4. Rồi từ ngày đó, cũng như bao đứa trẻ khác chưa bao giờ được nhìn bố, nhưng vẫn bập bẹ gọi ba ba.

Bữa cơm chiều đã nấu xong chỉ còn có dọn ra ăn, hôm nay Phượng được về sớm là vì buổi họp ở nhà trường chấm dứt sớm. Mùi vị canh chua và cá kho cũng đủ làm nàng vội vã dọn bữa ăn. Múc tô canh có bạc hà, rau om, ngò gai, giá, cà chua thêm một muỗng tốp mỡ chấy với tỏi vàng thơm. Dĩa cá kho màu vàng sậm với mùi tiêu, nước mắm làm tăng thêm đậm đà hương vị, chợt nàng hỏi Phượng:

- Chị hai, ở bên Mỹ có những món ăn như bên mình không chị?

Phượng trố mắt nhìn cô em chồng:

- Em hỏi chị, chị biết hỏi ai bây giờ!

Phượng nhìn nàng từ đầu đến chân rồi cười, Thủy Tiên lấy làm lạ, áy náy hỏi:

- Răng mà nhìn em như ri?

Mỗi khi Phượng muốn ghẹo chọc, nàng thường nói giọng Huế:

- Tôi nhìn xem cô ở bên ni hay cô ở bên nớ!

Thủy Tiên vừa nói như vừa trách:

- N*ếu mà em biết, em không hỏi chị mô!*

Phượng chợt thấy thương cô em chồng mình:

- Chị cũng như em, có đi sang bên nớ mô mà biết!

Như nhớ ra điều gì, rồi tiếp:

- À! Có lần anh Hòa nói, hồi đi tu nghiệp ở bên Texas một năm, bạn bè có mua giò heo về nấu với bún Ý, còn gọi là... là cái chi... À! Nhớ rồi spaghetti "spa-gét-đi". Ăn cũng ngon như bánh canh của mình, có cả hành lá xắt nhỏ, ớt, tiêu xay nữa. Nhưng nó màu vàng nhạt, không trắng và lớn như bánh canh của mình.

Phượng ngừng lại, nhìn cô em chồng rồi hỏi tiếp giọng Nam:

- À! Sao hôm nay em hỏi chuyện này!

Thủy Tiên vừa bới cơm ra chén cho các cháu vừa buồn buồn nói:

- Mấy hôm nay em có nghe đứa bạn nói, có người bà con, nhận được tin gia đình đang ở bên Mỹ. Họ gửi thư sang Pháp, rồi nhờ bà con ở Pháp báo tin với người thân.

Phượng tìm lời an ủi nàng:

- Em à! Mai mốt em cũng biết tin tức, không chừng em còn được xem hình gia đình mình nữa! Thôi ăn cơm đi để mấy đứa nhỏ đang chờ cơm.

Bữa cơm chiều nay có canh có cá nên mấy đứa nhỏ ăn đến hết cả nồi cơm. Thủy Tiên vừa ăn vừa đút cơm cho bé Huy, nàng nói:

- Huy này, ráng ăn cho chóng lớn, mai mốt bố về, bố dẫn con đi chơi hỉ!

Bé vừa gật đầu vừa ăn nhanh hơn, bé chưa bao giờ thấy mặt cha hay nghe bố nói chuyện hoặc bé được ẵm bồng. Một thứ tình thân trong huyết nhục được tạo nên là như vậy đó. Nhìn con lòng nàng đau như dao cắt, bé chỉ biết nghe từ khi còn nằm trong bụng mẹ. Với những đêm bé cử động mạnh làm nàng thức giấc, Thủy Tiên thường lấy tay xoa nơi đau và nói với con:

- Nằm yên đi con, để cho mạ ngủ, sáng mai mạ còn phải đi dạy học nữa.

Có những buồn vui gì nàng cũng đều nói cho bé nghe. Rồi cho đến lúc sinh ra, lại sinh ra ngược chiều và lại làm băng huyết. Cũng may có người bạn thân Đỗ Quyên cùng loại máu tiếp cứu kịp thời, nếu không thì giờ này không biết số phận nàng ra sao rồi.

Người bạn chí thân này lại là người con gái bạn thân với chồng nàng khi cả hai còn nhỏ. Đỗ Quyên không muốn Thủy Tiên tiếp máu của người khác vì nàng e rằng có một vài điều gì không tốt cho bạn mình sau này.

Khi lớn lên, chồng nàng xem như người em gái, nhưng cô bạn này lại thương yêu chồng nàng. Thương nhớ mãi trong luyến tiếc!

Biết người mình yêu đi lập gia đình, một năm sau nàng cũng đi lấy chồng, người ấy là bác sĩ quân y. Sau 75 không bị đưa đi học tập, anh là bác sĩ rất giỏi, chuyên khoa về tim, được chế độ trọng dụng. Tình bạn giữa Thủy Tiên và người con gái ấy càng ngày thêm khắn khít, có gì cũng nói cho nhau nghe, nhất là lúc chồng Thủy Tiên đi tù cải tạo, có lần chị dâu nàng nói:

- Tự cổ chí kim, chưa có hai tình địch nào thân như tụi em.

Cả hai nhìn nhau rồi cười, Đỗ Quyên nói:

- Vợ chồng là duyên nợ, là nột nửa của nhau có phải không chị?!

Phượng chỉ biết cười trừ, thấy cô em chồng mình đang nhớ về một mái ấm gia đình ngày xưa, vì nơi này còn giữ quá nhiều kỷ niệm, nào chồng con ngồi đây, bố mạ ngồi đấy. Dù rằng bây giờ có sự hiện diện của mình và các con chỉ làm cho nàng đỡ bớt cô đơn.

Cũng may, nàng sang ở chung với cô em chồng, bao nhớ thương của Thủy Tiên chỉ trở về trong đêm. Một vòng tay, một nụ hôn, một lần ân ái làm sao nàng quên được với những lần về phép đôi ba ngày. Tuy ngắn ngủi nhưng nó cũng là một chu kỳ của tháng năm mà dường như người vợ lính nào mà không trông đợi.

Bỗng dưng đứa con lớn của Phượng đang ngồi ăn, đứng lên chạy lên nhà trên, rồi chạy trở xuống đưa cho Thủy Tiên tấm giấy của bưu điện, giấy báo rằng nàng đến bưu điện để nhận thư.

Nàng vội chụp lấy, đọc rồi hỏi bé Hoàng:

- Họ đưa cho con vào lúc mô?

Bé e dè đáp:

- Không có đưa cho con, khi đi học về con mở cửa thì thấy nó nằm dưới đất. Con quên không đưa cho cô Út liền. Con xin lỗi cô!

- Nàng cười xoa đầu bé, như để nhắn nhủ rằng con không có lỗi gì cả, rồi nhìn đồng hồ tay nói:

- Con có đưa cho cô sớm hơn nữa thì cũng phải đợi đến sáng mai.

Phượng nhìn nàng như để hỏi thư của ai, nét mặt rạng rỡ cũng đủ nói lên là niềm vui như thế nào rồi. Thủy Tiên vừa cười vừa đưa tấm giấy báo của bưu điện cho chị dâu xem. Phượng đọc rồi nhìn cô em chồng, cũng cùng một niềm vui, có lẽ ông Trời ban ơn phước cho chúng mình.

Sau bữa cơm, nàng đọc đi rồi đọc lại đã, mỗi lần đọc cũng những câu ấy, như nó có thêm nhiều ý nghĩ khác nữa. Thấy cô em chồng cứ đọc đi, đọc lại mãi tấm giấy bưu điện nên Phượng hỏi:

- Có phải của bố mạ không?!

Vẫn nét vui vui ấy, cô em chồng nói trong niềm tin mà mình đang nghĩ:

- Chị nghĩ đi! Ngoài bố mạ thì còn ai mô?! Không lẽ anh

Tuấn và anh Hòa lại được quyền gửi thư cho em hỉ!

Thấy cô em chồng đang mong ước một niềm vui mà bấy lâu nay, cũng gần 4 năm rồi. Ngày cũng như đêm, nàng thường cầu nguyện để mơ ước mình trở thành hiện thực. Một ước mong không vượt quá tầm tay, nhưng nó hãy còn quá xa vời. Đêm đêm hai chị em nghe lén đài VOA rồi BBC, chương trình Việt ngữ thông báo rất chi tiết về người tị nạn.

Thuyền nhân hay Boat People được nhắc đi nhắc lại về việc định cư cho những người Việt đầu tiên khi đến đất Mỹ, rồi nào các nước như Canada, Úc, Đan Mạch, Thụy Điển, Na Uy, Nhật, Đức. Kể cả những tàu buôn, họ cũng cứu vớt người vượt biển. Họ mở rộng vòng tay đón nhận các thuyền nhân. Có cả những nhân vật trong chính quyền cũ hay văn nghệ sĩ cũng được loan tin.

Nghe lén, rồi nằm mơ, có lắm lúc hai chị em hậm hực, về chuyến vượt biển bị bọn công an biên phòng đón chặn, rượt bắn, bị chúng bắt ngồi tù. Phượng vừa la ú ớ, vừa sợ hãi khi bị chúng phát giác mình đang trốn trại. Nghĩ đến mấy đứa con, chồng đi học tập, rồi đây ai nuôi nấng, thì chợt thức giấc, vừa hoàn hồn thì cũng vừa biết mình đang nằm mơ?

Sáng sớm hai chị em kể cho nhau nghe về chuyện vượt biển đêm vừa rồi! Không phải một vài lần, mà hầu như nhiều lần, có lần vừa đến gần tàu lớn thì lại giựt mình thức giấc vì cái đồng hồ nó reng reng. Nuối tiếc cho một cuộc vượt biên bị gián đoạn, rất may không bị chúng phát giác, xém chút nữa là được lên tàu lớn.

Cũng có lần Thủy Tiên vượt trốn thoát trên ghe nhỏ, được ra đến ghe lớn, ghe ra đến hải phận quốc tế, được tàu buôn vớt lên. Nhưng nàng chợt nhớ đến đứa con trai 3 tuổi còn ở nhà với Phượng. Nàng khóc gào thảm thiết, rồi chợt tỉnh giấc mà miệng vẫn còn nức nở gọi con. Biết mình nằm mơ, vội day sang ôm chầm bé Huy đang say sưa trong giấc ngủ.

Có lắm lúc hai chị em nghĩ, hạnh phúc là đây, là những cái gì mà mình có được, còn ngoài tầm tay đều là hư ảo. Hiện thực, hai chị em đang sống với con, các cháu, đầy tình yêu thương. Họ đồng cảnh ngộ, cùng mong đợi ngày chồng về.

Mỗi lần ra Bắc thăm nuôi chồng, họ nói bóng nói gió là hãy tìm đường về ở bên ngoại trước, khi nào mãn tù về rồi sẽ đi sau, đừng có đợi chờ. Nhưng cả hai chị em làm sao ra đi khi mà chồng mình cần phải có người đi thăm nuôi.

Ngay cả cán bộ trông nom ngục tù, họ còn không có đủ ăn, mỗi lần đi, người ta còn phải cho chút ít lương khô như: lạp xưởng, khô cá thiều, khô bò, mà có lẽ không có những người từ Nam ra Bắc thăm chồng thì suốt đời những cán bộ đó không bao giờ biết các món ăn đó.

Mỗi năm hai chị em Phượng đi thăm 2 lần, mỗi lần là phải bán đi những thứ trong nhà, chỉ còn có chiếc Honda của nàng và chiếc Vespa của Tuấn cũng sắp sửa rủ nhau ra đi, và cứ mỗi lần lại thấy vắng một vài chị em, có khi không có tiền để đi thăm nuôi. Cũng có khi nghe bạn bè nói vì một lý do nào đó hoặc bước đường cùng cũng đành phải phụ tình quân, tìm cho các con còn thơ dại một nơi nương tựa, để cho chúng được no lòng và ấm thân.

Một cuộc đổi đời, từ giàu có trở thành trắng tay, trong xã hội lại phát sinh một lớp người mới. Họ chuyên lo móc nối với các cửa hàng, thay vì bán nhu yếu phẩm cho dân, họ chỉ bán một phần, phần còn lại đó đem ra ngoài bán. Hoặc chạy chọt với những viên chức có quyền hành sinh sát, để lấy tiền cò.

Từ ngày giải phóng, các cán bộ từ vô sản đã bắt đầu có tài sản riêng, người khôn thì họ che giấu, để xứng đáng là vô sản chuyên chính.

Qua một đêm ngủ không yên giấc vì tấm giấy bưu điện, sáng sớm hai chị em lo cho các con ăn sáng, đưa chúng đến trường, nhà trẻ. Cả hai chị em hẹn gặp nhau ở bưu điện Sài Gòn sau giờ dạy, được nghỉ trưa, họ tìm chỗ gửi xe.

Cũng nơi này, một thời đi học ai mà không hò hẹn bạn bè đến đây ăn bánh mì thịt, bò bía, uống nước mía, kem, cóc ổi me xoài ngâm cam thảo, ô mai miếng với những chiếc xe đẩy hay những gánh hàng rong đi bán dạo. Những tà áo trắng của một thời mộng mơ, bây giờ không còn tìm thấy đâu nữa. Cái đồng hồ thật to treo trên chiếc cổng ra vào vẫn còn đấy, nhưng bây giờ cái màu sắc thâm trầm không còn như ngày trước nữa! Nó giống như một cơ quan công quyền của xã hội chủ nghĩa.

Hai chị em đi vòng vòng để tìm nơi người có trách nhiệm giữ thư từ nước ngoài gửi về. Họ không phát thẳng cho mình mà chỉ qua một văn phòng khác. Hai chị em được ngồi đối diện với nữ viên chức phát thư. Xuất trình thẻ chứng minh nhân dân, ngày trước được gọi là thẻ căn cước. Giọng Bắc kỳ 75 the thé hỏi, cách hỏi như hỏi cung với một phạm nhân. Xong thủ tục, cô kéo học bàn ra, lấy một xấp thư, tìm tên họ từng cái, rút lá thư ra để trên bàn, trước mặt người nhận, rồi hỏi Thủy Tiên:

- Chị có biết người gửi tên gì không?

Nàng bình tĩnh đáp:

- Không, tôi không biết.

Như có mối hận thù truyền kiếp, mụ mỉm cười:

- Sao người đó biết tên và địa chỉ của chị?

Nàng cũng không vừa:

- Chuyện bình thường thôi, ngày đó tôi còn nhỏ, tôi có nhiều thân nhân ở nước ngoài, tôi không biết họ, nhưng họ nhớ tôi.

Mụ lấy mấy ngón tay ở giữa, đẩy cái thư có viền chung quanh ba màu, xanh dương, trắng, đỏ đến trước mặt nàng, rồi nói:

Thư này chưa có bóc ra để kiểm duyệt, chị đọc đi. Tôi ra ngoài chừng 15 phút, tôi sẽ trở lại để kiểm thư, trước khi chị đem về nhà.

Vừa nói xong, mụ đứng lên rồi đi ra ngoài để cho hai chị em nàng được tự do đọc thư. Cầm là thư trên tay, hình như tay nàng run run. Tên người gửi là tên của mạ nàng, nhưng nét chữ không giống, thư từ Pháp. Chợt nàng hiểu, nét mặt rạng ngời, nhìn chị dâu, nàng nói nhỏ vừa đủ nghe:

- Mạ gửi chị ơi! Mạ gửi!

Tay nàng vừa run vừa xé nhanh để lấy lá thư ra xem, một tấm ảnh khổ 6x9 nằm giữa. Vừa liếc nhanh tấm ảnh, dường như có dòng nước mắt mang theo niềm vui đó, ảnh cả gia đình. Phượng chợt nhìn thấy, lấy chân đá mấy cái mạnh vào chân cô em chồng, như có ý bảo Thủy Tiên đọc nhanh lên, miệng hối thúc em chồng đọc thư.

Thủy Tiên mở thư ra, chợt rơi ra 1 tấm giấy bạc Canada đã xếp lại thật nhỏ, Phượng vội vã lấy kẹp vào lòng bàn tay. Thư không viết nhiều lắm, chỉ hơn một mặt giấy, lời lẽ như người thân, xa nhà lâu lắm, nay viết thư để hỏi thăm gia đình có được bình yên không; thư không đề cập tới số tiền đó. Nàng đưa thư cho chị dâu và lấy lại tấm ảnh để xem, thì mụ phát thư cũng vừa trở lại. Ngồi xuống với giọng không có chút ít gì thiện cảm, nhưng âm sắc có phần nhẹ nhàng hơn:

- Chị biết ai đã gửi cho chị chớ?

- Tôi biết, đã lâu lắm rồi, dì dượng viết thư hỏi thăm về cuộc sống chúng tôi.

Vừa nói, nàng vừa để lá thư trước mặt cho mụ đọc:

- Chúng tôi kiểm duyệt là để tránh những phần tử phản động từ nước ngoài phá hoại nền dân chủ của nước ta, vậy thôi!

Phượng bực mình, hỏi:

- Khi chúng tôi viết, có cần mang tới để kiểm duyệt không?

Mụ thản nhiên đáp:

- Có chứ, chúng tôi tránh những phần tử nói xấu cách mạng, cho thân nhân ở nước ngoài biết chứ! Hai chị có thể về rồi, khi viết xong, các chị không được dán thư lại, trước khi chúng tôi đọc. Khi đó chúng tôi cân lá thư và cho biết chị sẽ trả bao nhiêu tiền!

Hai chị em vội vã đứng lên chẳng thèm chào để ra về, ra đến cửa tạt vào chiếc xe bánh mì thịt trước bưu điện. Mỗi người một ổ nhỏ nào thịt, chả, patê, thịt giò nguội, dưa leo, củ cải trắng, cà rốt, cà chua, vài ba lát ớt đỏ, một chút muối tiêu, tương ớt, để cho no lòng rồi trở về trường dạy tiếp buổi chiều.

Hai chị em tìm một cái băng đá, vừa ăn vừa nói chuyện, Phượng liếc nhanh chung quanh, xem có ai theo dõi mình không. Nàng trao lại tờ giấy 100 đồng cho Thủy Tiên, nhưng Thủy Tiên không lấy, thầm bảo nàng cất đi, Phượng mở cái ví nhỏ nhét vào trong. Niềm vui của người mẹ đã ngỡ như không còn thấy lại được hình ảnh của hai đứa con thương yêu trong một đêm đưa tiễn; mà Thủy Tiên theo dõi từng bước con đi, trong ánh mắt đó dường như kêu gọi:

- Mạ ơi đừng bỏ con!

Cái vẫy tay chào dần khuất theo đoàn người vội vã lên chiếc ghe đang nổ máy. Tiếng máy nổ ầm vang đẩy chiếc ghe lướt sóng để đem những người thân nàng ra đi, không biết bao giờ được gặp lại?!

Từ ngày đó, cho đến bây giờ đã hơn 4 năm, mà nó vẫn còn giữ nguyên vẹn trong ký ức của một đêm đưa tiễn. Giờ này, có lẽ chúng đã thích nghi được hoàn cảnh mới, trong cái đầy đủ về vật chất qua tấm ảnh màu mà nàng vừa nhận được với nét vui cười. Chúng đã lớn hơn nhiều so với ngày trước, có được như thế, chắc có lẽ bố mẹ nàng, ông bà nội, cậu chú đã phải tốn bao nhiêu công sức để lo cho chúng thích nghi với đời sống mới.

Nàng nhìn thật lâu qua nét vui cười của hai con, như có một cái gì để nhắn nhủ với nàng. Nơi quê người con được thương yêu của mọi người. Con hiểu mạ ở lại là để chăm sóc cho bố, bố đã cho con một nửa, mạ cũng đã cho một nửa để tạo ra chúng con. Hình hài này phải được khôn lớn để cho bố mạ vui lòng. Một ngày nào đó mình gặp lại, phải không mạ?! Những dòng nước mắt giàn giụa tràn ra khóe mắt, Phượng hiểu những gì đang dấy động trong tâm tư mà những kỷ niệm tác động trong ký ức tạo thành những dòng nước mắt. Nó bôi xóa niềm đau mà nàng đã mang trong bao năm tháng, rồi sẽ vơi đi theo thời gian.

Phượng mở chiếc ví tay đưa cho cô em chồng cái khăn tay. Thủy Tiên với tay lấy, lau đi những giọt còn động trong rèm mắt. Nàng đưa cho Phượng tấm hình màu chụp chung cả gia đình, được ghi chú rằng hình chụp trước cửa nhà ngập đầy tuyết ở Canada. Mọi người trong ảnh đều cười vui như để nhắn gởi người thân, hãy vững niềm tin, rồi sẽ có một ngày cả nhà mình sẽ đoàn tựu.

Hai ổ bánh mì thịt cũng vừa hết, thêm bịch nylon nước mía, có pha thêm chút hương vị trái dâu tây, trái tắc hoặc trái thơm làm cho nước mía có thêm hương vị đậm đà.

Hai chị em lên xe, Phượng lái chiếc xe Honda dame trở về trường, Thủy Tiên lái xe Vespa, một người về Trưng Vương, một người về Nguyễn Thị Minh Khai có cùng chung một niềm vui.

Từ ngày đó Thủy Tiên vui hơn, những cơn đau buồn về con cái cũng bớt nhiều, nàng biết chúng được những người thân thay nàng lo cho chúng. Nhưng hai chị em lại lo lắng về cuộc sống trong gia đình này mỗi ngày một thêm thiếu thốn đủ mọi thứ.

Số tiền lương cả tháng lãnh ra chỉ đủ một cái vỏ xe Honda thì làm sao tiếp tục đi thăm nuôi chồng nữa. Cái truyền hình bán trước tiên vì chẳng có gì để xem, mỗi lần bấm cái công tắc điện thì nghe thấy cách mạng nói mừng ngày sinh của Bác. Công nhân thi đua để đạt thành tích hoặc ca hát, giọng ca cao vút, lảnh lót như nhạc Tàu.

Cái máy hát băng lớn và cặp thùng loa cũng ra ngoài chợ trời, cái tủ đựng chén đĩa ly và các đồ kiểu cũng theo chân mà đi. Nào máy xay sinh tố, nồi cơm điện và các thứ khác cũng lần lượt đi chẳng hẹn ngày về.

Chiếc xe Honda và Vespas cũng đã cầm cho người ta cho mấy chuyến đi thăm kế tiếp; nhưng họ không dám mang về nhà; họ sợ công an phường biết mình có tiền, nên có việc cần thì lấy đi. Nay chỉ còn có mấy chiếc xe đạp để đi dạy học cho đỡ chân. Mỗi lần một món đồ từ giã ra đi, là hai chị em ngồi nhắc lại từng kỷ niệm từ đâu mà có, có tự bao giờ, trong ký ức đó có người còn đang ở trong tù cải tạo, mà ngày về hãy còn mịt mù.

Chiều hôm nay, không ai hẹn ai mà hai chị em mỗi người mua một món ăn mà các con nàng, chồng mình thích. Vừa ăn vừa vui cười, trong thâm tâm mỗi người mang một niềm vui khi nhớ đến những cử chỉ, lời nói mà mỗi người có một khung trời ấm cúng gia đình. Kể cho nhau nghe những hờn dỗi khi đã là vợ chồng, những lời tình tứ không còn nói như ngày xưa nữa, mà nhường lại cho sự chăm sóc hằng ngày cho con cái.

Bây giờ nó đã xa, xa rồi trong những năm đợi mong dài đăng đẳng trong những đêm cô đơn. Trở giấc, rồi bỗng nhớ một đêm nào ân ái, nằm bên nhau trong vòng tay hạnh phúc. Trong thời chiến, biết là hiện thực đêm nay, ngày mai là nghìn trùng xa cách. Ngoài kia là chiến trường, bom rơi, đạn nổ, chết chóc, có khi không còn có dịp trở về, trong thời binh biến.

Còn bây giờ, hết chiến tranh, nhưng hiểm họa chết chóc vẫn còn đeo mang trong tù cải tạo. Nó âm thầm đốt chết niềm vui, khi đói khát, lạnh lẽo bào mòn da thịt con người, của những người thua trận.

Tháng năm dần trôi, thỉnh thoảng gia đình nhận được thư từ Canada gửi thẳng về nhà, không còn phải đến bưu điện lấy thư nữa. Mấy đứa con của Phượng, người chị dâu thương yêu nàng, lúc nào cũng lo lắng cho nàng. Chúng lại thấy được hình ảnh của Ngọc Lan, Quốc Dũng. Dường như trong ký ức chúng chỉ nhớ khi còn bé. Hôm nay chúng thấy thêm sự đổi khác mà chúng chỉ nhớ mang máng cái hình ảnh ngày xưa.

Bé Hoàng bây giờ gần 13 tuổi, nhìn tấm ảnh gởi về, nói như kiểu người lớn. Bé Ngọc Lan nay đã 9 tuổi rồi, cao lớn, mang nét giống cô Út. Còn em Quốc Bảo mới ngày nào có chút xíu, mỗi lần gọi đi tắm còn ở truồng chạy vòng vòng. Nay khá đẹp trai, mặt mày cũng có giống con đôi chút. Chắc mấy đứa em con nói tiếng Canada giỏi lắm. Mấy anh em cùng cười, niềm vui làm ấm áp căn nhà đã từ lâu rồi thiếu vắng âm vang vui cười.

Chúng cầm tấm ảnh chụp chung gia đình, chúng chỉ từng người, rồi đố với nhau, người này là ai, người kia là ai. Mỗi lần thấy người trên ảnh, hầu như ai cũng có thay đổi, người lớn dường như không thấy sự đổi thay gì nhiều, mà còn thấy họ trẻ hơn ngày trước. Với những dòng chữ thăm hỏi thông thường trong thư, nhưng hai chị em đã hiểu họ lo cho mình nhiều lắm.

Sáng hôm nay, hầu như trên đài truyền thanh, truyền hình và một vài tờ báo của nhà nước đã loan tin trận chiến Việt

Nam và người anh em Trung Quốc đã khai chiến. Theo như đài BBC và VOA thì quân lính đàn anh tràn qua biên giới Việt như chỗ không người.

Sau bao năm, từ 75 cho đến nay, tưởng chừng chiến tranh sẽ ngủ yên. Nhưng thằng em miền Bắc đã tranh giành, đem quân sang giải phóng Campuchia, mà không bẩm báo với đàn anh mình. Cho nên hôm nay, đàn anh dạy cho đàn em biết thế nào là lễ độ.

Quân của thằng anh vĩ đại đi đến đâu là nơi đó trở thành bình địa, hang Bắc Bó của Hồ cũng phải tiêu tan, tội nhất là cái tượng có lẽ làm bằng bạch ngọc của ông đã bị chúng tàn sát đến nỗi cái đầu lìa xa cái cổ, nằm lăn lóc dưới đất, suối Lê Nin cũng đành theo chung số phận. Bộ đội phải bỏ chạy, lui về để giữ thủ đô Hà Nội vì quân lính đàn anh đông như kiến, chỉ cần chúng đi tiểu là dòng sông Hồng của chúng ta sẽ bị ô nhiễm. Chúng đóng quân cách Hà Nội chừng hơn 10 km thôi.

Nhân dân cả nước không nghe loan tin bộ đội chết và bị thương bao nhiêu người, mà chỉ nghe binh lính Trung Quốc không dám tiến quân thêm nữa. Máu lửa, chết chóc, dân chúng bồng bế nhau chạy đi lánh nạn. Con gái, đàn bà bị chúng hãm hiếp, chúng còn mổ bụng người mang thai, giết chết trẻ thơ. Mới hôm nào bài hát, ca tụng đàn anh vĩ đại, môi hở răng lạnh, vẫn còn như văng vẳng bên tai, mà nay đã tàn sát đàn em mình.

Một ngàn năm bị giặc Tàu đô hộ, bao trận chiến của Bạch Đằng giang nhuộm máu quân Thanh như còn vang dội, nào đại hội Diên Hồng quyết chiến, nào Trần Khánh Dư thà làm quỷ nước Nam hơn làm Vương đất Bắc, nào Nguyễn Huệ còn sáng ngời trong sách sử.

Thế mà hôm nay, cuộc chiến này không làm cho người dân miền Nam sôi sục căm thù, mà chỉ thấy âu lo cho những người tù cải tạo còn đang ở miền Bắc giờ này họ ra sao? Sống chết như thế nào, có tin đồn, chúng đưa những người ấy làm lao công chiến trường?

Niềm vui của hai chị em Phượng và Thủy Tiên chưa trọn, thì nay lại như ngồi trên đống lửa, nôn nóng không biết là họ ra sao? Người này tìm đến người kia, người kia tìm đến người nọ để hỏi thăm, thăm hỏi xem có biết tin gì nói cho nhau nghe.

Những tháng ngày đất nước còn chiến tranh, cũng có những đêm chợt thức giấc, không ngủ lại được, thì viết thư cho chồng. Lời nhớ, lời thương, lời dặn dò cũng làm vơi đi những nỗi buồn, cô đơn.

Đã qua rồi những ngày tháng chiến tranh, những mong được đoàn viên, được sống bên chồng mình. Đời sống vật chất không mấy khả quan lắm, nhưng trong yêu thương được trọn vẹn, con còn có cha, một mái ấm gia đình.

Bây giờ người dân ngoài ấy đang chạy loạn, chết chóc lan tràn trong thôn xóm, cha mất con dại, vợ mất chồng, thương binh đang quằn quại chờ tải thương. Rồi đây họ có bao nhiêu ngàn người tử trận, bao nhiêu ngàn người vợ để tang chồng.

Bao nhiêu trẻ thơ mới hôm qua còn cất tiếng ca bác Hồ ơi! Hòa Bình ơi! Hôm nay đầu quấn khăn sô cho cha mình mà kẻ thù đó, còn gọi nhau là tình đồng chí.

Một ngàn năm bị đô hộ chưa đủ sao mà hôm nay còn đem quân xâm lấn. Rồi đây, bao nhiêu hồn thiêng sông núi về hỏi tội Đảng. Rồi đây có bao nhiêu ngàn bằng khen gia đình liệt sĩ, ngày xưa thì gọi là diệt Mỹ cứu nước, còn hôm nay thì gọi bằng gì?

Liệu rằng Đảng dám để bộ máy tuyên truyền nhà nước chửi bới bọn Đặng Tiểu Bình, là quân phản bạn, không? Nhục ơi là nhục!!!

Mẹ Việt Nam ơi! Sinh ra làm chi những người lãnh đạo u mê đó?!

Hồn bác Hồ ơi! Về đây mà xem người anh em vĩ đại của Bác đánh chó mà không kiêng chủ nhà?!

Sao Bác vẫn còn nằm trong lăng mà không lên tiếng?!

8

Từ khi bé Hoàng xin Phượng học thêm nghề sửa xe Honda, nàng phân vân mãi không biết có cho hay không. Hai chị em bàn tính và quyết định để cho bé học sửa xe gắn máy.

Nhưng phải hứa học có điểm cao để vào được các trường đại học. Sau bao năm chúng cấm, không cho những học sinh nào có gia đình liên hệ với chế độ cũ sẽ không được vào đại học. Còn con của những gia đình có công với cách mạng, dù có học dở như thế nào cũng được vào học. Chúng được nâng đỡ tối đa về mọi hình thức. Đó là cách tuyển chọn sinh viên của cách mạng, của chế độ xã hội chủ nghĩa.

Cũng như khi ra trường, con của cách mạng được ưu tiên làm giám đốc, trưởng phòng. Còn con của của người dân đen thì suốt đời phải nghe những thằng ngu dốt.

Đã chấp nhận cho bé Hoàng bước vào trường đời, sáng nay hai chị em đến nơi sửa xe mà bé đang làm. Là một thương phế binh và cũng là nhân chứng bị bộ đội cộng sản Bắc Việt, núp dưới danh nghĩa giải phóng quân miền Nam. Trên dưới cả trăm bộ đội cộng quân Bắc Việt được xe Molotova chở đến, tay cầm súng AK chĩa vào thương binh, bác sĩ, y tá, đang có mặt tại Tổng Y Viện Cộng Hòa. Chúng bảo nhân viên trong bệnh viện đuổi hết những bệnh nhân ra khỏi

bệnh viện.
Ai bất tuân lệnh sẽ bị bắn bỏ tại chỗ. Người nào vừa lành bệnh thì cố mà đi, lết, còn nặng như bị mổ ở ruột, gan, phổi thì được cho khiêng ra ngoài, nằm trên vỉa hè phố gần đó. Hơn cả mấy trăm thương bệnh binh kêu la thống khổ, hàng ngàn người dân quanh vùng đó căm thù, chỉ biết cưu mang bằng cách giúp đỡ tùy theo khả năng của mình.

Anh ra khỏi bệnh viện, không được một cặp nạn hay một chiếc xe lăn. Cũng may là tiếng đồn quá nhanh, gia đình người bạn đến đón anh về tạm trú trong căn nhà nhỏ ở ngoại ô vùng Gò Vấp. Cũng chính nơi đó đã phát sinh một mối tình với cô em trong gia đình đó và là vợ của anh, người lính Biệt Động quân.

Dù mất cả hai bàn chân, anh được người thợ mộc cùng xóm đẽo cho anh được cặp chân giả để đi. Khi sửa xe thì anh ngồi trên miếng ván gỗ có 4 bánh xe lăn nhỏ để di chuyển cho được dễ dàng.

Qua cách nói năng, anh là con người đáng tín nhiệm, để cho hai chị em nàng yên tâm gởi bé Hoàng học nghề. Anh không đòi tiền thù lao, anh thương bé Hoàng chỉ vì anh có người em út cỡ tuổi bé. Đã mất tích trong ngày 30 tháng 4 cùng với vài bạn bè cùng chung lứa tuổi. Có người trong xóm thấy chúng đã lên tàu lớn đào thoát, bao năm nay không nhận được tin tức chi hết.

Hai chị em cám ơn và từ giã Thắng, tên người thầy của bé Hoàng, lòng cũng đỡ lo được phần nào khi để cho con mình bước ra trường đời. Ở đây không có bài học về giáo lý, chỉ có cạm bẫy để gạt gẫm con người sa vào tội lỗi. Ai có sự khôn ngoan, không có lòng ham muốn thì có thể tránh được.

Phượng nhớ ngày nào khi còn cắp sách đi học, rất hồn nhiên, vui đùa bạn bè, ngày tháng rong chơi trong những tháng hè, rảnh rỗi đọc lại những dòng lưu bút với những hình ảnh, với những cánh hoa học trò màu đỏ thắm ép trong ấy. Dù rằng nơi tiền tuyến vẫn còn bom đạn, người trai đất Việt đã hy sinh cho một lý tưởng, mong ngày nao đất nước được yên bình!

Nay thì đất nước đã bình yên, nhưng hàng vạn người vẫn còn trong lao lý, phân chia rõ ràng giữa hai giai cấp Đảng và dân miền Nam bị trị. Nhà tù còn nhiều hơn trường học, oán than nhiều hơn tiếng cười. Một đất nước sản xuất lúa gạo đứng nhất nhì trên thế giới, thế mà nay người dân làm ra lúa gạo thế mà còn phải đi ăn độn với khoai?!

Trẻ con, người già đi ăn xin nhiều như kiến, có người giành dụm được một số tiền nho nhỏ. Nhờ những người sửa chữa máy radio, ráp cho mình cái âm ly có cái loa sắt để đi ca hát và bán vé số. Những bài ca chuyện tình Lan và Điệp, Lâu Đài Tình Ái, Ai Nói Với Em Đêm Nay, Bài Thánh Ca Buồn hoặc một vài bài ca vọng cổ Võ Đông Sơ Bạch Thu Hà, Tình Anh Bán Chiếu với chiếc đàn guitar cũ kỹ, để kiếm sống cho qua ngày.

Họ ca hát dạo, có đứa bé dẫn đường, tay cầm những tấm vé số trên tay. Họ đi từng khu phố, mang thần tài đến cho những ai có chút ít lòng thương, mua dùm cho vài tờ. Nay ở tỉnh này, mai đi tỉnh khác, gạo chợ nước sông. Tối ngủ trên những cái sạp trong chợ hoặc vỉa hè để chờ cho hết một kiếp người.

Để thay thế lớp người mới có trình độ văn hóa hơn, vì làm chủ tịch huyện, chủ tịch tỉnh, đọc chữ quốc ngữ không chạy. Đảng cho họ đi học bổ túc văn hóa mà cách mạng gọi là đi học lớp "bồi dưỡng", rồi sau đó cho họ về vườn chăn gà, nuôi vịt, vài ba con heo để tăng gia sản xuất. Chúng thường là thành phần tá điền hay người làm công cho chủ, bị oan ức điều gì đó nên đi du kích. Đêm đêm mò về làng, bắt người mà chúng ghét, dẫn đi chặt đầu bằng mã tấu thả trôi sông.

Mỗi ngày cán bộ miền Bắc vào thay thế cho những người đi tập kết về, họ phải nhường lại những dinh thự, nhà lớn đầy đủ tiện nghi, mà khi mới vừa giải phóng họ đã ở.

Thật tội nghiệp cho cái u mê của ai đó, đi đâu cũng đội cái nón cối màu xanh cứt ngựa, càng cũ càng có giá trị, trên nón có cái quốc huy nền đỏ sao vàng. Trông giống như con ba ba lội biển. Phải chi giống được con rùa cũng đỡ, vì rùa còn có một huyền thoại về thần Kim Quy đem tặng cho Lê Lợi cây kiếm quý để diệt giặc. Ba ba chỉ là loài biết tìm kiếm thức ăn cho mau chóng lớn, khi bắt được chúng, người ta lấy cái mai để làm đồ trang sức, gọi là đồi mồi.

Xã hội chủ nghĩa bắt đầu kinh doanh, tư bản đỏ đang xâm nhập Việt Nam. Ánh đèn xanh đỏ của các nhà hàng hạng sang quốc danh ra đời, đi kèm theo những cô chiêu đãi viên đẹp mà chỉ có các cán bộ lớn và người nước ngoài mới vào được. Mấy ông lớn uống bia Heineken, thuốc lá có cán ba con số 555.

Người cán bộ bây giờ biết ăn của đút lót, họ sợ cấp trên biết, nên thường dùng chiêu thức mua lại vé số trúng, rồi la lối trúng số độc đắc, cặp năm, cặp sáu để mà che mắt thiên hạ. Quen với nếp sống trước 75, người dân bán ở những khu chợ Trời, khinh rẻ người Liên Xô và những nước xã hội chủ nghĩa anh em. Họ đem bơ, bánh kẹo, đồ lót đàn bà mang ra đó bán, kỳ kèo bớt một thêm hai, không như người Mỹ trước năm 75. Dưới thời Đỗ Mười là thời kỳ bi thảm nhất, hắn ta triệt tiêu thành phần có tiền, do lệnh Phạm Hùng, Mai Chí Thọ và một nhóm đảng viên khác. Sau đó chúng triệt tiêu đến trí thức miền Nam đã từng chống đối chính phủ VNCH, như bác sĩ Dương Huỳnh Hoa là điển hình. Chúng vứt bỏ như cái nùi lau đã xài rồi.

Đói khát khắp mọi nơi ở miền Nam!?

Người trốn đi vượt biển, bỏ lại rất nhiều căn nhà ngoài mặt tiền, chúng chia cho cán bộ cao cấp. Chúng cho người khác mướn lại để mở cửa hàng, càng ngày càng nhiều.

Có tin sẽ cho người Hoa ra đi chính thức, sau cuộc chiến với người anh em khổng lồ Trung Quốc. Không có báo chí hoặc cơ quan truyền thông nào của nhà nước loan tin. Chỉ có tin trên hầm bà lằn sóng miệng rất chính xác, từ việc đổi tiền cho đến việc này, đều trúng cả.

Chuyện ấy đã thành sự thật, nhà cầm quyền tỉnh Tiền Giang hay gọi là thành phố Mỹ Tho đảm nhận. Từ 5,7 cho đến 10 cây vàng cho mỗi đầu người, thay vì gọi 1 lượng thì gọi là 1 cây.

Phần đông chủ tàu là người Hoa, tự do đóng tàu lớn từ 25m trở lên, trọng tải chở chừng vài ba trăm người. Cán bộ địa phương thâu thêm những ai muốn đi, sửa lại giấy tờ tùy thân cho đúng họ người Tàu. Mấy ông đảng ủy thâu thêm từ 50 cho đến 100 người nữa, không báo trước với chủ tàu.

Đến lúc đi, họ đưa người lên chung với số người đăng ký đi. Công an biên phòng hộ tống đưa ra cửa biển, muốn đi đâu tùy chủ tàu. Lênh đênh trên biển, trọng lượng quá tải, gặp giông bão, tàu chìm, người chết trôi dạt, tấp vào các bãi biển. Già, trẻ, bé, lớn đều có, lòng nhân những người dân địa Phượng, bó chiếu lại, rồi tìm nơi nào đó an táng cho họ.

May phước cũng có số người đến Thái Lan, Mã Lai, Indonesia, còn miền Bắc cũng thế, họ đến Hong Kong. Hoặc được tàu hàng của Đức, Na Uy, Pháp cứu vớt và cho định cư ở quốc gia họ. Các ca nhạc sĩ cũng theo đoàn người tìm Tự Do ra đi, Hùng Cường, Trầm Tử Thiêng và rất nhiều người khác.

Báo chí, thông tấn xã ngoại quốc VOA, BBC đăng tải những hình ảnh đau thương của những người đến bờ biển Mã Lai bị tàu hải quân quốc gia ấy, cột dây kéo ra biển. Tàu chìm, người chết trôi dạt lênh đênh và cũng là miếng ăn cho loài cá, mồ chôn là biển cả. Có một câu mà có lẽ người tị nạn còn sống đến hôm nay vẫn không quên:

Con đi là để nuôi má, nếu không may thì má nuôi con, còn không may nữa thì con nuôi cá.

Tuyệt vọng quá, đành chấp nhận một định mệnh nghiệt ngã cho mình. Càng ngày người đi càng nhiều sau vụ đi chính thức kết thúc. Trại tị nạn ở Thái Lan, Mã Lai, Galang ở Indonesia, Hong Kong mở cửa đón nhận họ. Nạn hải tặc cướp bóc tài sản người vượt biển, hãm hiếp, giết chết những ai chống lại. Chúng còn bắt đi con gái, đàn bà bán cho động điếm.

Sống hay chết, ở đâu không một ai biết được, thế mà người đi vẫn cứ tìm cách đi, dù rằng chiếc ghe nhỏ trên dưới 10m, họ cũng âm thầm chôn giấu dầu để ra khơi. Hành trình chỉ là cái địa bàn của hướng đạo để định vị trí và tấm bản đồ Đông Nam Á trong sách địa lý xé ra dùng để nhắm hướng mà đi. Chết sống đặt vào số mệnh, rồi họ cũng đến nơi hoặc bặt vô âm tín. Thế mà lớp này đi, rồi kế tiếp lớp sau, cứ như thế mà tiếp diễn ngày đêm.

Ở quê nhà, người dân nghe lén đài VOA, BBC, có lần nghe nghệ sĩ Hùng Cường nói một câu:

Ai cũng muốn đi vượt biên hết, thậm chí cho đến cây cột đèn, đi được, nó cũng vượt biển.

Thực vậy, người dân như bị một cơn dịch ghiền, hút phải áp phiện vượt biên. Biết chết và bị tù, nhưng sáng nào, đi đến tiệm cà phê, cà phê vỉa hè là nghe hết mọi tin tức trong nước, không cần phải mua báo để đọc.

Nếu như có mua thì chẳng có gì để đọc, nếu như có cho người dân tờ báo Sài Gòn Giải Phóng, họ còn chê. Chê vì khi gói đồ thì chữ in dính vào thức ăn hoặc làm dơ thêm món hàng, còn dùng để đi cầu xí thì sợ bị bệnh nhiễm chất chì.

Chỉ còn có đem cân ký bán hoặc cho mấy đứa nhỏ đem nạp cho nhà trường để đỡ cho các em đi lượm đồ sắt vụng, mà có lần gặp lựu đạn nổ tung, khiến cho năm ba đứa học sinh chết và bị thương. Chúng đóng góp vào kế hoạch nhỏ, làm nên con tàu hỏa thống nhất. Nếu như nói về chế độ xã hội chủ nghĩa thì ta có thể nói từ năm này sang đến năm khác vẫn còn có chuyện để nói!

Sau 5 năm kể từ ngày thống nhất, nhà nước bắt đầu làm thương mại. Mở đầu bằng những cơ quan bao cấp do đảng viên thực hiện theo đường lối Trung Quốc. Vì vậy có thêm nghề cò nhà, cò đất, cò giấy tờ xin mở cửa tiệm, ra đời. Ban đêm những quán cà phê đèn màu, quán ăn có người chiêu đãi viên xinh đẹp ngồi kế bên để cho khách tâm sự. Gọi là bia ôm, cà phê ôm ra, kế tiếp tiệm cắt tóc đàn ông cũng do các cô cắt tóc, massage, ôm trong phòng kín.

Những tiệm ăn mà nhà nước ép buộc họ làm quốc danh để ăn chia, nay được trả lại để cho chủ kinh doanh, chỉ vì mỗi một ngày một lỗ vốn. Khách vào ăn không còn phải mua vé, nhưng chủ phải đóng thuế cao. Họ bằng lòng ngay, không muốn sống chung đụng với bọn chúng, tránh càng xa càng tốt. Cộng sản cứ đòi Mỹ bồi thường chiến tranh!? Không những không lấy được một xu, mà còn bị Hoa Kỳ ban hành lệnh cấm vận. Ngu và dốt chẳng biết đó là lệnh gì, cơ quan truyền thông vẫn la lối, ca ngợi thành tích đánh cho Mỹ cúp, Ngụy nhào.

Sau 5 năm mới bắt đầu thấm thía, biết đó là lệnh gì rồi, thì bắt đầu kêu gọi lòng nhân đạo về sự giúp đỡ kinh tế từ Hoa Kỳ. Cuộc chiến với Trung Quốc đã làm cho dân miền Nam cười hả hê về cái ngu của Đảng, bao giờ cũng nghĩ:

Môi hở răng lạnh

Chúng dạy cho một bài học nhớ đời!

Muốn xin tiền đô của Mỹ thì phải biết điều, lãnh đạo Đảng xin ban giao với Hoa Kỳ, để người dân có thể nhận thư, và hình ảnh từ Mỹ gửi thẳng về cho thân nhân.

Những thùng quà và tiền gởi về cho thân nhân. Người nhận phải chịu đóng thuế, và được nhà nước trao lại cho thân nhân bằng tiền Việt Nam.

Mới đầu chính quyền hạn chế, mỗi người chỉ nhận được một số nào đó thôi, rồi lệnh lại được bãi bỏ, không bị giới hạn. Những hình ảnh khoe khoang từ nước ngoài gởi về cho thân nhân đã làm cho Đảng thức tỉnh.

Đời sống ấm no, nhà cửa, xe hơi sang trọng từ đâu mà họ có? Chỉ cần vượt biển đến nơi, sau 2 năm đi làm, là đã có tiền gởi về cho thân nhân. Họ quên đi, vượt biển đã bị ghép vào tội Phản Quốc, công an biên phòng có thể bắn vào những ghe không nghe lệnh chúng gọi lại để kiểm soát.

Người vượt biển được định cư, họ kiếm tiền bằng mồ hôi, nước mắt, giành dụm từng đồng gởi về là để giúp đỡ cho gia đình tránh được những cơn đói, thân nhân bệnh hoạn không có tiền nằm nhà thương. Nhưng những thân nhân xài cho xả láng, ăn ngon, mặc đẹp.

Không những thế, họ còn gửi thư sang thân nhân ở nước ngoài, bảo cha mẹ, ông bà đang đau nặng, cần một số tiền để đem người thân vào bệnh viện. Ở bên này vay mượn bằng cách, dùng thẻ tín dụng lấy tiền mặt với phân lời cao. Người thân còn không thương mình, thì ai thương mình đây?!

Từ ngày đó, Sài Gòn đầy dẫy những quán bia, cà phê trá hình bán dâm cho cán bộ và người có tiền từ thân nhân ở nước ngoài gởi về. Chính quyền địa phương bao che cho chủ nhân kinh doanh, để được chia tiền lời. Hình thức, cơ quan kinh doanh ở mỗi tỉnh khác nhau, mạnh ai bỏ túi nấy. Nhờ vậy mà người dân cũng kiếm được chút cháo.

Đảng đã thấy đồng đô la mạnh vạn năng, họ chủ trương thâu đô la từ những thân nhân gởi về không bị hạn chế nữa. Thực vậy tiền đô đã cứu sống Đảng, một số người Việt từ Pháp về thăm quê nhà, được nhà nước đón mừng và được chính quyền gọi là Việt kiều, một từ ngữ hoa mỹ.

Người Pháp sinh sống ở Việt Nam, gọi là Pháp kiều, người Ấn, người Hoa được gọi là Ấn kiều, Hoa kiều. Người Việt sinh đẻ ở VN đi ra nước ngoài sống một thời gian, nay trở về thăm, được nhà nước Việt Nam Dân Chủ Cộng Hòa vinh danh gọi là Việt kiều.

Sung sướng quá, nhắm mắt, hả mồm gật đầu lia lịa. Họ có bao giờ nghĩ rằng Đảng đang chửi những ai không hiểu ý nghĩa. Sao không gọi là kiều bào Pháp, kiều bào Mỹ, kiều bào Canada, kiều bào Úc?!

Nếu như có ai hiểu được ý nghĩ ấy, đều đau đớn gục đầu. Một trăm người đến được bờ bến tự do, có hơn 70 người là những thành phần lao động chân tay. Họ đến xứ người rất dễ hòa mình trong những nhà máy, xí nghiệp, kiếm được nhiều tiền, họ ăn cần ở kiệm.

Con cái của họ lớn lên, ý thức được cái gì mình cần phải tiến thân nơi xứ người, là học cho giỏi, để trở thành dược sĩ, bác sĩ, kỹ sư, luật sư như người bản xứ. Để đền đáp lại công cha mẹ, họ được nở mặt đẹp mày. Con cái nâng mình lên giai cấp được người người quý trọng.

Rồi khi họ trở về Việt Nam, nơi mình ở, gọi là bái tổ về làng, được bà con đón tiếp niềm nở. Có một số người, họ quên đi quá khứ, rằng mình viết một câu tiếng Việt chưa đúng chính tả. Họ kiêu ngạo, tự đắc xổ một câu tiếng Anh, khiến cho bà con ngẩn ngơ, nhìn nhau, chẳng biết hắn nói cái gì?! Lại có một vài người nói chuyện với thân nhân phải cần có thông dịch viên, hắn nói sai âm, chữ viết cũng sai.

Chỉ có trời mới biết hắn muốn nói gì!?

Bà con, xóm giềng đau lòng âm thầm trở về nhà, buồn cho số phận?!

Còn lại 30 phần trăm số người trí thức, những khả năng mình có, nhưng lại không phù hợp với công việc bên này. Đành cũng phải chui vào nhà máy như những người khác, để kiếm tiền nuôi gia đình, hầu mong con cái mình được tiếp tục học hành.

Đau lòng hơn thế nữa, một số ít người lớn tuổi, khi còn ở Việt Nam là nhân viên cao cấp trong chính quyền, nay phải xin làm vệ sinh trong những khu buôn bán. Gặp người quen đành lẩn trốn, có lần tình cờ đứa con bắt gặp, con ôm cha mình mà khóc!

Tháng năm dần trôi, vợ người tù cải tạo âm thầm đợi chờ, bỗng một hôm Phượng và Thủy Tiên nhận được thư chồng, báo tin là cả hai cùng được chuyển về cùng trại Hàm Tân. Theo sự dò hỏi, đây là trại cuối và sẽ được trả tự do. Trại nằm cũng xa Sài Gòn vài ba trăm cây số, nằm trên quốc lộ 1, xã

Hàm Tân, tỉnh Bình Thuận, còn gọi là trại tù Z-30. Trước đây là căn cứ 6 của VNCH.

Hai chị em vui cười như hai đứa bé, con cái được biết bố sẽ được về, bao người đi cải tạo ở Bắc đều về đây, trước khi họ được trả tự do.

Không có gì quý hơn Độc Lập Tự Do?!

Lời Hồ chủ tịch nói, y như kinh, bản tuyên ngôn độc lập mà ông đọc tại quảng trường Ba Đình sau ngày đánh thắng Pháp tại Điện Biên Phủ, dường như giống gần hết bài diễn văn của Abraham Lincoln, vị tổng thống giải phóng dân da đen bị bán sang đấy làm nô lệ ở Hoa Kỳ.

Ông Hồ đang đọc bản copy của Mỹ, dân chúng không để ý đến lời ông nói, cứ mãi vui cười nói chuyện. Ông giận lắm thét lớn trong máy vi âm:

Tôi nói, đồng bào có nghe rõ không?

Cả chủ tọa đoàn vỗ tay, dân chúng vỗ tay theo, vì vậy, sau này khi cán bộ nói chuyện, thỉnh thoảng ngừng lại vỗ tay trước, có ý bảo người nghe phải vỗ tay theo?!

Những ai được chuyển về đó, cũng có nghĩa sắp sửa được về, hai chị em cũng sắp sửa đi thăm nuôi. Nghĩ đến số tiền mua thức ăn để đi thăm nuôi, ngoài số tiền dành dụm và đã cầm luôn mấy chiếc xe hết rồi. Với bao năm đi nuôi chồng, mỗi lần như thế là phải bán đi những gì có thể bán được. Chưa kể những lần đi thăm nuôi, cô dượng út đã gởi rất nhiều thức ăn đã làm sẵn cho chồng mình và vài lần tiền từ Canada gởi về.

Hai chị em cứ mãi giằng co về chuyện bán chiếc xe Vespas của Tuấn. Phượng không muốn bán vì đó là của chồng Thủy Tiên, hơn nữa đã bán chiếc xe của nàng rồi. Phượng muốn bán luôn chiếc xe Honda của mình để có tiền đi thăm nuôi. Dù rằng có bán được cả hai chiếc cũng chẳng còn được bao nhiêu tiền!

Kết cuộc là cả hai đều đồng ý chọn rút thăm, trong hai tấm giấy, người nào có chữ bán xe, là sẽ bán chiếc xe đó. Thực tình mà nói, cả hai chiếc xe đó đã cầm cho người bà con rồi, họ không lấy lời. Nếu có chuyện cần thì đến mượn đi, khi xong việc mang đến trả lại.

Nửa tờ giấy học trò được xé đôi, một nửa có viết chữ "bán" và một nửa là giấy trắng, được xếp nhỏ lại cùng kích thước và bỏ vào trong cái hộp nhỏ. Lắc vài lần trước khi mỗi người cho tay vào để lấy tấm giấy. Nó quyết định thay cho ý định của hai chị em nàng, ai cũng hồi hộp chờ khi mở miếng giấy ra.

Thủy Tiên nhảy lên nhảy xuống reo mừng khi thấy có chữ trong miếng giấy nhỏ. Phượng nhìn cô em chồng cười vui mà lòng nàng quặn thắt từng cơn. Bỗng dưng nước mắt từ trong khóe ứa ra, phải chăng nó là niềm yêu thương?!

Đành rằng, chồng của nàng là anh ruột của Thủy Tiên. Từ ngày nàng dọn về ở chung với cô em chồng, bạn bè thường khuyên can. Ở xa mỏi chân, ở gần mỏi miệng. Chuyện chị dâu em chồng có bao giờ thuận thảo đâu?! Thậm chí chị em ruột với nhau còn buồn vui.

Mà chuyện ở đây là sự thật, không phải giữa hai chị em nàng không có chuyện bất hòa. Nhưng chính ở chỗ hòa thuận được là vì biết nhường nhịn, dẹp bỏ tính ích kỷ, lần này chị nhường cho em, lần sau em nhường cho chị.

Cãi vã nhau cũng là chuyện thường, hờn giận trong chốc lát rồi lại làm quen. Chăm sóc cho nhau như thay lời xin lỗi, rồi cùng bật lên tiếng cười. Họ biết kiềm chế để không nói những lời khó nghe trong lúc nóng giận. Rồi sau đó mới kể cho nhau nghe, để quên đi như cơn gió lốc, không ở mãi trong tâm trí.

Có lần Phượng đưa các con đến thăm, mấy mẹ con rủ nhau đi chợ, bà con mua con cá chẽm, không biết nên chiên hay hấp. Thủy Tiên thích hấp với chút ít cọng gừng, hành lá xanh cắt dài, thêm chút ít tương hột đen, dầu mè và dầu hào, ít tiêu xay, ớt đỏ vài khoanh nhỏ, một ít bún tàu, nấm rơm. Phượng thích đem chiên vàng thêm vài tép tỏi cho thơm, ăn với nước mắm chanh đường ớt, chấm với rau muống xào mỡ.

Món nào cũng ngon cả, bà cắt đôi, chia cho hai người bảo làm món ăn mình thích. Mỗi người trổ tài, cùng dọn lên mâm cơm, cả nhà cùng ăn, hai chị em cũng thử tài nấu ăn, khen ngon, hai dĩa cá đều hết. Hai chị em cười, một niềm vui đến với 3 người, mẹ chồng, nàng dâu, em chồng, hạnh phúc là đây!

Từ ngày bố mẹ và hai con nàng ra đi, căn nhà này như hoang vắng, nếu như không có gia đình Phượng về đây ở chung. Tiếng cười nói trẻ thơ là thang thuốc nhiệm màu làm cho Thủy Tiên vui lây với mái ấm gia đình này. Bé Hoàng, cậu bé ấy nay đã cao bằng mẹ và cô út, không những thế mà bé Minh, Tường Vi cũng lớn. Niềm vui là đang trông đợi bố và dượng út cùng về là vui nhất.

Từ ngày chồng Phượng và Thủy Tiên chuyển về Hàm Tân, ở đây đỡ nhọc nhằn hơn. Cán bộ còn có nơi dành riêng biệt cho vợ, nếu như muốn ở lại với chồng mình để tâm sự một đêm. Mới nghe qua là má đã đỏ hồng, cái mắc cỡ, e lệ, thẹn thùng đã tưởng chừng như nó đã chết từ ngày chồng mình đi học tập cải tạo.

Cũng hơn 5 năm rồi, một thời gian chờ đợi cũng quá dài của cả hai vợ chồng. Mới đầu còn trông đợi từng tháng, từng năm, rồi hầu như tuyệt vọng. Tháng năm cằn cỗi trong mong chờ, có những lần nằm mơ, gọi nhau trong yêu đương, thương nhớ dày vò trong tâm não, đọa đày trong niềm nhớ thương.

Con người chớ phải đâu là tượng đá, mà tượng đá còn biết cô đơn đứng ôm con trông chờ người đi ngoài vạn lý. Hòn Vọng Phu đứng trên núi chơ vơ chờ chồng ngàn năm cùng tuế nguyệt. Một huyền thoại trong dân gian:

Lệnh vua hành quân, trống kêu dồn.

Quan với quân lên đường, đoàn ngựa xe cuối cùng vừa đuổi theo lối sông.

Phía cảnh quan xa trường, quan với quân lên đường, hàng cờ theo trống dồn
Ngoài sườn non cuối thôn, phất phới ngậm ngùi bay...

Lê Thương, người nhạc sĩ quá cố đã để lại cho đời những ấn tượng hào hùng, đánh quân ngoại xâm. Nàng ôm con lên non đứng chờ chồng về, rồi hóa thành đá!?

Còn Việt Cộng, xã hội chủ nghĩa đã để lại cho chị em chúng ta những chia lìa, đớn đau, trong một bi thương trường ca:

Chờ chồng từ những trại cải tạo miền Bắc

Xa ngàn dặm, nào Lào Kai, Sơn La, Yên Bái, Vĩnh Phú, Hà Nam Ninh...

Tay họ bế con, vai quảy gánh, đem ra chợ bán từng gánh rau cải. Đau lòng, mẹ kiếm tiền không đủ cơm ngày hai bữa. Chị đành lòng, nhìn thấy đứa con lớn nghỉ học, ngày ngày đội cái thúng trên đầu chất đầy bánh mì vừa mới ra lò, miệng rao vang vang trên các con đường, ngõ hẻm trong khu xóm.

Rồi đến đứa con kế, tay ôm cái hộp cây, chứa chừng hơn 10 gói thuốc hút đủ loại và vài xấp giấy số để bán lẻ, lê la theo từng góc phố, quán nước. May ra kiếm được chút ít lời về đưa cho mẹ để mua thuốc cho đứa em kế đang bệnh nằm ở nhà. Những đứa con nhỏ bị Đảng gạt, để biết ca tụng bác Hồ và Đảng từ hồi 2 tuổi.

Đêm qua em mơ gặp bác Hồ?

Tới nay đã là 7 tuổi mà vẫn chưa thấy cha về?!

Một vài chị em đành liều, năm bảy cũng liều, còn một chút ít nhan sắc, tô thêm phấn son, xin làm chiêu đãi viên nhà hàng, tay cầm chai rượu, rót từng ly, mời từng người, dưới ánh đèn màu trong những nhà hàng quốc doanh hạng dành cho người nước ngoài.

Cắn răng, chịu đựng cho người mua vui, va chạm vào thân thể. Sau bữa tiệc, được một chút ít tiền lẻ, thức ăn con thừa, xin đem về để nuôi các con.

Cái xót xa của người mẹ là khi thấy con đang hôn mê trong vòng tay mình, không có tiền, con mình sẽ chết. Bệnh sốt xuất huyết, không kịp thời chữa trị sẽ khó mà sống sót. Mẹ chịu nhục để cho con mình được sống, mong ngày cha đi học tập về.

Ngày cha đi, con mới vừa gọi bập bẹ "ba ba" và mới chập chững bước từng bước đi. Bài ca con hát mừng Bác, bài học ở trường, Hồ Chí Minh vĩ đại, sao đến bây giờ ba con chưa thấy về:

Cách mạng bảo ba con có tội gì với nhân dân?!
Nhưng có người dân nào hỏi tội ba con đâu?!

Mới hôm qua, nghe tin đồn có 10 người cán bộ cao cấp phải chở vào bệnh viện cứu cấp, chỉ vì ngộ độc thực phẩm. Hơn phân nửa người chết, số người còn lại đang đối diện với thần chết. Còn nghe kể rằng những người đầu độc họ đã cao bay xa chạy rồi. Báo đài chẳng có loan tin, tin truyền miệng từ trong bệnh viện đưa ra ngoài.

Đảng quyết định đưa miền Nam tiến lên con đường xã hội chủ nghĩa như miền Bắc, với 20 năm ngoài ấy, thế mà hằng triệu người dân miền Bắc tìm đủ mọi cách trốn vào Nam. Nhiều nhất họ định cư ở các tỉnh cao nguyên Buôn Mê Thuộc, Lâm Đồng, rồi đến Bạc Liêu, Cà Mau. Cái mơ ước của họ là tìm cho mình một nơi để canh tác, để mong hai bữa cơm không còn độn với ngô khoai nữa.

Chính quyền địa phương chẳng dám hỏi hoặc dám làm gì họ, có một câu mà người dân miền Nam hay nói đùa để diễu cợt các anh bộ đội hay cán bộ:

- Tự nhiên như người Hà Nội đi anh, có nghĩa là ăn một cách tự nhiên, lấy đồ người khác xài như của mình.

Giọng nói Bắc chính hiệu từ Điện Biên, Lào Cai, Lạng Sơn, Cao Bằng, Hà Nam Ninh là giấy thông hành của con cháu Bác, không giả mạo được chữ ký như giấy phép di trú. Họ định cư ở đây vĩnh viễn, người đi tìm đất hứa như người miền Nam đi vượt biển tìm Tự Do.

Đêm qua có chiếc ghe vượt biên bị chặn lại, khi ghe của công an biên phòng vừa cập sát vào thì bị người vượt biên tấn công lại bằng súng và lựu đạn cay. Một vài người trong bọn chúng chết và bị thương được họ băng bó lại, đưa qua ghe của họ, cho đủ dầu để trở về đất liền. Tạm mượn tàu lớn để ra đi, theo như lời Bác dạy, tìm đường cứu nước.

Ngày xưa, Bác đi, đi chánh thức tại bến Nhà Rồng ở Sài Gòn, dưới tên người khác, làm phụ bếp trên chiếc tàu lớn bằng sắt vượt đại dương.

Bác đi dễ dàng quá mà! Bác có bao giờ trốn chui trốn nhủi như chúng ta đâu!

Trong miền Nam, chỗ nào cũng thấy hình Bác tươi cười đưa bàn tay 5 ngón lên cao. Có người nói rằng:

Tháng này mỗi gia đình chỉ có 5 kg gạo thôi!

Cháu đi học tập cải tạo hơn 2 năm, cũng may là học ở trong Nam. Nhà nước thương xót cho đi đạp xích lô cũng kiếm sống qua ngày.

Khi anh đi ngang qua nhà thờ, thấy hình Đức Mẹ nhân từ đứng trên bục cao, anh ghé vào cầu nguyện. Mẹ bảo:

- Con đi gặp Đức Trần Hưng Đạo.

Ông đứng trên đài cao, tay chỉ ra biển. Anh đạp xe xuống đó, Đức Trần bảo, con đi theo con đường Hồ dạy:

Tìm đường cứu nước đi con!

Bác chết mà chưa được yên thân, bị đàn em nhốt trong lồng kiếng. Người dân nào muốn vào xem cái mặt gian ác và thân xác khô cằn đó, thì phải xếp hàng. Khi đến gần để xem thì phải có cử chỉ cung kính, không được chấp tay sau đít hoặc chống nạnh. Nếu không thì bị công an đến chỉnh sửa cách đứng, có người chửi rủa Bác không tiếc lời.

Bác để lại một lũ vong nô, đứa theo Tàu, đứa theo Liên Xô.

Cứ mỗi lần đến ngày 30 tháng 4, mọi gia đình có chồng con đi học tập, họ đều trông ngóng những người thân yêu của mình có được nhà nước ân xá trong dịp này hay không?

Hay phải đợi đến ngày 2 tháng 9, rồi đến Tết Nguyên Đán, họ âm thầm chờ đợi . Thông báo cho người đi học tập chỉ có 1 tháng, rồi cho đến cả năm, 2 năm, 3 năm. Một số ít người được cho trở về, sau vài năm cải tạo.

Được cho về sớm, là vì có một người, ngày trước làm tay sai cho chúng, nay được cách mạng khoan hồng. Chúng cho rằng có ít tội với nhân dân, còn ở lâu là vì có tội nhiều với quần chúng. Sau ngày giải phóng, chúng lập nhiều tòa án nhân dân, kêu gọi dân chúng đấu tố họ. Nhưng chẳng có bao người hưởng ứng cả!

Từ sau ngày đó, ở miền Nam chỉ có một tờ báo Sài Gòn Giải Phóng, có người nói:

Đúng rồi, Sài Gòn giải phóng miền Bắc là phải rồi!

Có nghĩa là, người dân Sài Gòn đã giải phóng cho cả nhân dân miền Bắc, gồm luôn cả các cán bộ cao cấp.

Từ Bác cho đến Lê Duẫn, Trường Chinh, Phạm Văn Đồng, Võ Nguyên Giáp đều biết rằng người miền Nam giàu có. Từ hạt gạo cho đến gói mì ăn liền, cho đến chiếc xe đạp, Honda, bàn ủi điện, máy may, xe hơi và tất cả các thứ đều là từ miền Nam được bộ đội, đội về Bắc hết. Thậm chí cho đến ống kem súc miệng hiệu anh Bảy Chà Hynos hay kem trắng chỉ hồng Leyna, Perlon hoặc cuộn giấy chùi đít hiệu KISS ME cũng của nhân dân miền Nam kính biếu cho chủ tịch nước Việt Nam Dân Chủ, Độc Lập Tự Do Hạnh Phúc.

Còn có chuyện này nữa, không biết đến bây giờ, chủ nhiệm của tờ báo Sài Gòn Giải Phóng đó và nhà nước có nghe tin này chưa?

Dân ở trong Nam thường nói, bảo đảm, thì cán bộ nói, đảm bảo. Khai triển thì nói triển khai. Thì hôm nay có cái tờ báo

Sài Gòn giải phóng, chứ đâu phải Hà Nội giải phóng Sài Gòn đâu???

Có nghĩa là Sài Gòn giải phóng miền Bắc thoát khỏi cái cảnh nghèo đói, để có cơm ăn, có xe Honda, xe hơi, tủ lạnh, TV chạy đầy đường đấy!

Nhìn vào cách dùng từ, cũng biết rằng từ chủ tịch nước cho đến đảng viên đều nghèo, nghèo đến nỗi chỉ có một từ "cụ thể".

Đồng chí có thể nào kể câu chuyện đó cụ thể được không? *Có nghĩa là, đồng chí nói rõ hơn hoặc chi tiết hơn được không?*

Còn có một điều nữa, người dân ở Hà Nội không bao giờ gọi Sài Gòn là thành phố HCM. Họ không phải sợ hãi hay là a dua, ngu đần như bọn giải phóng miền Nam, gọi là thành phố Hồ Chí Minh. Người dân miền Nam thấy nhà người nào có ảnh Hồ dán trên tường mà không có khuôn hình. Họ chế giễu hết sức tế nhị:

Sao anh không đem hình Bác mà "lộng kiến"?

Đọc lái lại là "liệng cống".

Từ ngày Giải Phóng, người dân còn ấn hành bằng miệng nhiều chuyện vui, như chuyện đi rước mấy ông chủ tịch Liên Xô, Trung Quốc ở sân bay. Trên đường đưa mấy ông khách quý về dinh. Đoàn xe đang chạy, bị một đàn bò chừng năm bảy con đứng trên đường nhìn mấy chiếc xe con - miền Nam gọi là xe nhà - đang thúc còi để cho đàn bò tránh qua một bên. Chúng không những không tránh mà còn đứng nhìn và từ từ tiến tới mấy chiếc xe, mấy cái mũi của chúng, hỉnh hỉnh để đánh mùi. Chiếc xe đi đầu dẫn đường dừng lại, mấy người lính la quát và còn bắn chỉ thiên để dọa. Nhưng chúng vẫn không sợ.

Hai ông chủ tịch nước vĩ đại giận quá, mở cửa đi đến đàn bò. Đánh vào đít nó mấy cái thật mạnh, chúng cũng không đi mà còn kênh lại nữa. Mấy người hộ vệ của hai ông trùm, giận lắm, nhưng không biết phải làm sao?.

Người tài xế mở cửa bước xuống, đi đến con đầu đàn chỉ tay mà nói.:

- Chúng bây có tránh đường cho tao đi không nào? Tao đưa chúng bây đi vùng kinh tế mới hết bây giờ!

Tội cho chúng, khi nghe đến, "*đưa đi kinh tế mới*" là chúng hết hồn, phóng đi như bay. Hai ông chủ tịch nước vĩ đại nhìn nhau, đợi anh tài xế trở lại, vào xe mới hỏi:

- What did you say?

- I said, I'll take all of them to new economic zone.

- Really?

- Yes, big brothers. They are scaring when they hear that!

- OK. I'll tell my people!

Người miền Nam đã tỉnh ngộ và nhận thức con đường mà họ phải đi, người nông thì chểnh mảng công việc khi bị ép buộc vào hợp tác xã. Công nhân thì lảng công bằng cách cà kê công việc bằng cách này hay cách khác. Họ sợ nhất vào những ngày lễ, phải thi công làm gấp đôi để chào mừng ngày kỷ niệm nào đó.

Người học tập cải tạo được cho về, không lâu rồi họ cũng ra đi, hên thì trót lọt, còn xui thì trở vào ngồi đếm lịch.

Chiếc xe ôm đưa người đàn ông đến khu phố tối om. Đứng trước cửa, trong nhà tối đen và yên lặng quá, không nghe tiếng nô đùa của trẻ con. Anh ta hồi hộp đưa tay gõ cửa, ba tiếng rồi đứng đợi, thấy hơi lâu mà không có nghe tiếng chân người. Anh đưa tay gõ thêm ba tiếng mạnh hơn, rồi cũng đứng đợi, bên trong vẫn không nghe tiếng chân người.

Có lẽ người nhà đi vắng hoặc đã ngủ, anh định đưa tay gõ cửa mạnh hơn, nhưng nghe có tiếng người con trai lớn tiếng hỏi:

- Ai đó?

- Tôi đây!

Rồi có ánh đèn mờ mờ theo tiếng chân người đi lên. Tiếng mở khóa cửa bên trong. Cánh cửa mở ra, ánh sáng mờ mờ từ cái đèn dầu nhỏ để trên bàn gần cửa. Đứa con trai cao lớn nhíu đôi mày nhìn người đàn ông lạ như đã có lần trong tìm thức đã thấy, đứa con trai la thật lớn:

- Bố ơi!!! Bố về rồi!!! Mẹ ơi!!!

Bố con ôm nhau, tiếng reo vui rồi sau đó nó trở thành tiếng nức nở hòa chung là những dòng nước mắt!

Cả nhà đang ăn cơm, họ nghe tiếng, buông đũa chạy lên nhà trên, Phượng không tin trước mắt mình là sự thật. Mấy vòng tay ôm Hòa, họ quấn quýt nhau trong những vòng tay yêu thương!

Nước mắt hạnh ngộ là minh chứng tình yêu thương, giờ đây sẽ không còn chia cách nữa. Thủy Tiên quay lại nhìn bé Huy đang đứng nhìn người đàn ông xa lạ kia, là ai mà cả nhà mừng rỡ? Nàng đẩy con mình đến gần Hòa hơn, ngày anh đi không có bé, trong trại anh có nghe Phượng nói về bé, bé vòng tay thưa.

Hòa đưa tay bế, bé nghiêng về bên mẹ, tay kia vòng sau lưng ôm vai nàng. Thủy Tiên nói:

- Đây là cậu Hai, là anh của mạ, là bố của anh Hoàng anh Minh chị Tường Vi.

Hòa đưa tay bế bé Huy rồi nói nho nhỏ bên tai, bé gật đầu cười, cả nhà vui trong hạnh phúc đoàn viên.

Ngày anh đi các con còn nhỏ, bé Hoàng ngày nào chưa đứng đến vai anh, nay còn cao hơn anh đôi chút. Minh đứa con trai kế, cũng đã xấp xỉ gần bằng anh. Bé gái Tường Vi, chỉ mới 10 tuổi mà đã cao đến vai mẹ rồi.

Ngày đi có hai anh em, ngày về chỉ có mình anh, Tuấn còn ở lại. Ánh mắt long lanh của cô em gái mới ngày nào còn cắp sách tung tăng đến trường với bộ áo dài trắng tha thướt nữ sinh. Cũng đôi mắt ấy, nay chỉ còn là chứa chan từng giọt lệ. Vui để mà gượng sống với những chuỗi ngày buồn trông đợi. Nay bé Huy gần 5 tuổi, thấy có cậu về cứ quấn quýt làm quen, rồi chạy trở về mẹ, nói nho nhỏ chuyện gì đó, rồi cười toe toét.

Trong những tháng năm sau này, ba mẹ Phượng thường vào Sài Gòn thăm cháu, chơi năm bảy ngày, mang cây nhà lá vườn và cung cấp tài chánh cho gia đình đỡ bớt phần vất vả. Thủy Tiên nhìn thấy mẹ của Phượng, nàng nhớ đến mạ mình, nhớ đến các con.

Bỗng dưng hôm nay, hai chị em nhận được thư báo có thùng quà gởi về, còn có cả tấm ảnh nữa, Ngọc Lan cũng gần 12 tuổi cao hơn bà ngoại. Còn Quốc Bảo, được người anh kế ẵm trên tay, mà bây giờ đã hơn 7 tuổi rồi, cũng cao lớn. Cậu thay cha dạy dỗ các con nàng, trong ảnh, anh ấy nhìn như trẻ hơn khi còn ở bên này. Họ đã có quốc tịch Canada.

Chính quyền hiện tại đã hủy bỏ công dân Việt, cho là đồ phản quốc, là đứa con vô thừa nhận, khi họ đào thoát ra khỏi đất nước này.

Họ là những đứa con bị từ chối, nhưng họ không bao giờ bỏ quê hương và quên người thân. Những thùng quà đầu tiên từ nước ngoài gửi về cho thân nhân là bao tiết kiệm từng đồng dành dụm:
Em gửi về cho anh dăm bao thuốc lá
Anh đốt cuộc đời cháy mòn trên tay
Gởi về cho mẹ dăm chiếc kim may
Mẹ may hộ con, tim gan quá đọa đầy
Gởi về cho chị dăm ba xấp vải
Chị may áo cưới hay may áo tang
Gởi về cho em kẹo bánh thênh thang
Em ăn cho ngọt vì đời nhiều cay đắng
Con gửi về cho cha một manh áo trắng
Cha mặc một lần khi ra pháp trường phơi thây
Gởi về Việt Nam nước mắt đong đầy

Mơ ước một ngày quê hương sẽ thanh bình
Gởi về cho anh một cây bút máy
Anh vẽ cuộc đời như ước vọng mong manh
Gởi về cho mẹ dăm ba gói chè xanh
Pha hộ con nước mắt đã khô cằn
Gởi về cho chị hộp diêm nhóm lửa
Chị đốt cuộc đời trong hoang lạnh mù sương
Gởi cho em chiếc nhẫn yêu thương
Em ban cho đời tìm đường vượt biên
Con gởi về cho cha vài viên thuốc ngủ
Cha chôn cuộc đời trong xứ tù chung thân
Gởi về Việt Nam khúc hát ân cần
Mơ ước yên lành trong giấc ngủ da vàng

Gởi về cho cha, cho mẹ, cho anh, cho chị, cho em, ai ai cũng có quà, nhưng gởi cho mỗi một người có một ý riêng. Chiếc nhẫn, xấp vải, bút máy, bánh kẹo, gói trà, thuốc lá, kim may, thuốc ngủ, manh áo trắng. Cho cha chôn cuộc đời trong tù hay ra pháp trường, cũng có một bộ áo quần lành lặn để được ấm áp với người ta, ở bên kia cõi vĩnh hằng!

Từng ý ấy Việt Dũng đã viết, để gói ghém cái đau thương của con người với con người trong xã hội Cộng Sản!

Hàng trăm ngàn người đã chết cho cuộc chiến, họ vẫn cười, họ vẫn hiên ngang tiến lên phía trước.

Ai cũng biết thân xác này là của mẹ cha, tình yêu này dành cho vợ con nương nhờ. Trách nhiệm dành đất nước, chiến đấu cho đến viên đạn cuối cùng, dành cho ta, một:

Trần Văn Hai, Lê Nguyên Vĩ, Lê Văn Hưng, Phạm Văn Phú, Nguyễn Khoa Nam

và còn biết bao các anh hùng khác nữa, họ là những vì sao sáng chói. Đã dành cho mình một viên đạn đồng đen để giã từ các chiến hữu, gia đình về bên kia thế giới không có chiến tranh và hận thù, như bao vì sao khác của trời Nam đã rụng rơi trong thời chiến!

Những con người bất tử đã đi vào quân sử hào hùng này mà trên thế giới có được bao nhiêu người? Tự sát, có phải là một hành động trốn tránh trước sự phán đoán của người đời hay không?

Một Phan Thanh Giản, một Hoàng Diệu không giao thành cho giặc Pháp. Một ông uống độc dược, một ông thắt cổ tự tử khi thành đã mất. Hai ông không muốn nhìn thấy cảnh bàn giao mảnh đất này cho giặc!

Còn hơn làm chủ tịch Giải Phóng, bán đứng miền Nam cho Việt Cộng là đàn em của Cộng Sản Tàu.

Bao người góa phụ ấy, từ ngàn xưa đã nhận xác con, xác chồng khi trở về cố hương với chiếc quan tài. Vào thời Đệ Nhất Việt Nam Cộng Hòa được phủ lá quốc kỳ vàng 3 sọc đỏ.

Vào năm 1970, có một nhà thơ Lê Thị Ý, tuổi còn rất trẻ, sống ở cái thành phố, đi dăm ba phút cũng trở về phố cũ, Pleiku thành phố của sương mù. Nhà cô cũng không xa lắm nhà quàn những người lính bị chết trận. Cô đã chứng kiến những người vợ lính đến đó để thấy mặt chồng trong những chiếc pông-sô. Cô cảm xúc như chính bản thân mình:

Ngày mai đi nhận xác chồng
Say đi để thấy mình không là mình
Ngày mai đi nhận xác anh
Cuồng si thuở ấy, hiển linh bây giờ
Cao nguyên hoang lạnh ơ hờ
Như môi góa phụ nhạt mờ vết son
Tình ta không thể vuông tròn
Say đi mà tưởng như còn người yêu
Phi cơ đáp xuống một chiều
Khung mây bàn bạc mang nhiều xót xa
Dài hơi hát khúc thương ca
Thân côi khép kín trong tà áo đen
Chao ơi! Thèm nụ hôn quen
Chong đèn hẹn sẽ đêm đêm đợi chờ
Chiếc quan tài phủ cờ màu
Hằn lên ba vạch đỏ au phũ phàng

Em không thấy được xác chàng
Ai thêm lon giữa hàng nến trong
Mùi hương cứ tưởng hơi chồng
Nghĩa trang mà ngỡ như phòng riêng ai

- Được Phạm Duy phổ thành nhạc
Đó là bài thơ: Tưởng Như Còn Người Yêu
là bài Thương Ca 1, trong 10 bài

Chiếc khăn tang quấn trên đầu những người vợ, người con, tóc cha, người mẹ bạc đầu cùng bạn bè tiễn đưa đến nơi an nghỉ cuối cùng. Người đi học tập cải tạo là để muốn cho gia đình mình được đoàn tựu. Chiến tranh đã gần 20 năm rồi, từ năm 54, ngày Pháp thua trận Điện Biên Phủ. Bao nhiêu người ông, người cha miền Bắc đã chết cho trận chiến ấy?

Còn bây giờ đã có bao nhiêu người trai miền Bắc vượt Trường Sơn, sinh Bắc tử Nam? Họ chưa vào đến Nam thì đã chết dọc trên đường mòn HCM? Nhiều gia đình có mấy người con, ngày đi thì có, ngày về thì không?

Ông bà trông ngóng mãi rồi buồn đau, qua đời trong nhớ nhung!

Người về, cũng như bao người bạn đã trở về từ trong những trại tù cải tạo khác. Đêm nay Phượng nằm trong vòng tay chồng, vẫn là hương xưa ngày cũ, nét phong trần hiện rõ trên mặt, trong mắt. Nàng nhìn được cái xúc cảm trong mắt chồng, anh thầm cám ơn cái chịu đựng của người bạn đời. Tần tảo nuôi chồng, dại con, chăm sóc từng miếng ăn, tấm áo cho chúng được lành lặn là cả một phương trình không đơn giản, một đáp số vô vàn khó khăn.

Từ chiếc xe Honda, máy giặt, truyền hình, bếp gas, quần áo, giầy dép đắt tiền không còn thấy hiện diện trong nhà nữa. Chỉ còn có 2 chiếc xe đạp cũng tần tảo theo thời gian để hai chị em đi dạy học. Lọc cọc ngày hai buổi đến trường, ngoài ra còn làm bánh cho đến khuya. Vừa mới tờ mờ sáng, hai chị em vội vã đi giao bánh bò nướng hay hấp, bánh giò, bánh ít, khoai mì nướng cho những quán ăn bình dân.

Về được mấy ngày rồi, ngoài việc đi trình diện để địa phương quản chế. Hằng ngày anh đi chợ mua vật liệu như bột, đường, đậu, khoai mì, dừa khô, lá chuối, dây lát để cột bánh.

Đem về ngâm nếp, đậu xanh, nạo vắt nước cốt dừa để sẵn cho vợ và đứa em tiểu thơ, mới ngày nào chỉ biết đi học, tung tăng, đùa giỡn trong sân trường. Lớn lên đi dạy học, mà nay lại phải lăn lóc, bương chải với cuộc sống để nuôi chồng, nuôi con cho khôn lớn.

Hòa vừa đạp xe để đi mua các thứ ấy mà dường như không cảm thấy đổ mồ hôi, nhưng sao nước mắt cứ rươm rướm hoài. Đưa tay gạt đi, nhưng rồi những dòng nước mắt khác lại trào tuôn. Khóc chăng? Hay lòng đang đau cho cái tình nghĩa vợ chồng mà bao nhiêu năm nay một mình nàng đảm đan hết mọi việc.

Khi còn ở trong trại, cũng có nhiều người bạn tù được vợ đi thăm nuôi một vài lần, năm ba lần rồi không còn đi thăm nuôi nữa. Có nhiều bạn bè vô tình hoặc cố ý như một số người ngu ngốc, rù rì nói nhỏ với nhau một cách vô ý thức:

- Vợ nó đã bỏ đi lấy thằng khác rồi!?

Người bạn buồn, gục đầu để giấu đi những dòng nước mắt. Nhưng vài tháng sau thì chẳng thấy ai đi thăm, hắn chửi bới cho đỡ mắc cỡ.

Có mấy ai thấu hiểu được niềm đau của người vợ mình không?!

Ngày ra trại tưởng rằng hai anh em cùng được về, nhưng mọi việc không đúng như mình mơ ước. Đã hơn 3 tháng rồi mà chẳng tìm được công việc gì khả dĩ có thể làm được để giúp đỡ cho gia đình. Qua những ngày đi giao hàng, chỉ mới có hơn 8 giờ thì đã giao xong những nơi bán sỉ đã đặt mua.

Hòa đạp xe đến nơi con mình sửa xe, đem cho thầy xâu bánh giò, đến nơi thì chỉ có một mình Hoàng đang sửa chiếc xe Honda đen 68 đàn ông. Trông cũng còn tốt, với thời gian đã hơn 12 năm rồi mà người ta vẫn còn xài.

Bình xăng lớn bị rỉ nên phải mở ra đem đi hàn. Với gần 2 năm, Hoàng rành rẽ mọi việc về sửa chữa, rả máy ra hết thay những phần hư. Nhờ vậy mà thầy dạy đỡ cực hơn, bao nhiêu bí quyết đem truyền lại cho bé, và xem như đứa cháu của mình.

Vừa lúc ấy, Thắng lái chiếc xe Honda đàn ông được gắn thêm một chiếc sít-đơ-ca, giống như chiếc xe hơi nhỏ của trẻ con. Nhưng chỉ có một cái bánh xe lớn bằng bánh xe Honda, như vậy có 3 bánh, xe không ngã được. Anh đi bằng hai chân giả, do người bạn làm thợ mộc làm cho, nhưng không có bàn chân.

Gặp nhau anh luôn miệng khen Hoàng dễ dạy, biết thương người nghèo, chỉ lấy chút ít tiền công khi sửa những chiếc xe ba gác hoặc xích lô máy. Chiếc xe Honda 3 bánh của anh cũng chính do Hoàng làm, bé học cách cấu trúc từ các giáo sư của trường kỹ thuật Cao Thắng, em vẽ kiểu và làm cho anh.

Hòa rủ anh đi uống cà phê, vừa đi vừa nghe Thắng kể chuyện về đứa con trai mình, ngày đi Hoàng chỉ có 12 tuổi, ở tuổi đó chẳng biết gì, chỉ biết vui chơi. Với hơn 5 năm tù cải tạo, anh trở về. Các con hầu như trưởng thành hết trong cái nghèo khổ, thiếu thốn đủ mọi thứ. Cũng như bao trẻ thơ khác trên cái con đường tiến lên xã hội chủ nghĩa.

Hai người đi đến góc phố gần đó có quán cà phê vỉa hè, gọi hai cà phê đá để vừa nói chuyện vừa ngồi nghe ngóng có cái gì để làm không. Quán bình dân có đủ hạng người, từ cò mối lái cho đến dân lao động đạp xích lô, vác mướn, làm thuê ngồi tán dóc, cười đùa, văng tục.

Tìm một chỗ phía trong, ngồi nhìn ra ngoài, Hòa đưa tay quậy ly cà phê đá rồi uống vài ngụm. Nhìn ra ngoài, tiếng động cơ của dòng xe vẫn chạy, lẫn lộn vài chiếc xe ba gác có gắn máy và xe xích lô máy chở đầy hàng, nó phun ra từng cơn khói đem khi phải lên ga để vượt qua những chiếc xe khác.

Thắng chợt hỏi:

- Anh Hòa! Đã trở về rồi, anh định làm gì?

Bất chợt bị Thắng hỏi, Hòa hỏi lại anh:

- Anh nghĩ, tôi làm gì bây giờ?

- Tôi nghe Hoàng nói, bố học ngành kiến trúc, rồi đi quân đội, anh đã đi sang Mỹ tu nghiệp, ngành của anh bây giờ chúng đang cần.

Hòa vừa cười vừa nói:

- Nhưng mình với chúng không cùng con đường, tôi đợi đứa em rể ra rồi sẽ tính. Chừng đó 3 anh em mình sẽ làm ăn, anh biết sửa đủ loại máy mà. À này, tôi thấy anh có treo bảng giấy carton sửa máy dầu cặn Diesel. Như vậy, đồ phụ tùng anh mua ở đâu?

Thắng cười, rồi đáp:

- Chợ trời, chợ trời có đủ thứ hết, đồ tốt cũng có, đồ Chợ Lớn cũng có, trong nghề nhìn là biết ngay.

Anh ngừng lại một chút, rồi nói như có vẻ khoe khoang:

- À này, còn một điều mà gia đình anh chưa biết. Tháng rồi, tôi để một mình Hoàng, em sửa toàn bộ một cái máy dầu, 2 block đầu bạc, chạy rất tốt. Một tuần sau, chủ ghe đem cho thầy trò tôi mấy ký tôm khô, cá khô nữa!

Hòa đợi cho Thắng uống xong hớp cà phê, anh nói:

- Tình thật tôi có nghe nhà tôi nói về anh khi tôi còn trong trại cải tạo, nay về để cám ơn những gì anh đã dạy dỗ cho con chúng tôi nên người...

Thắng cắt ngang:

- Mình là những người cùng khổ mà! Lời bác Hồ dạy đấy!

Cả hai cùng cười, họ từ giã nhau, Thắng giành trả tiền, anh bảo với Hòa, anh tự đi về được, Hòa đi mua những vật liệu làm bánh cho ngày mai. Anh đạp đến đầu đường Trần Bình

Trọng và Nguyễn Hoàng thì thấy trước sân nhà có dựng chiếc xe gắn máy mobilette màu xanh. Loại bình xăng dài, có treo bảng bán, anh tấp vào nhìn xem, thì người đàn bà từ trong nhà đi ra đến cửa rồi dừng lại, nhìn Hòa, hỏi:

- Ông có định mua không?

Anh cười, thay cho lời chào hỏi, đáp:

- Dạ! Cũng định mua, xe chạy tốt không bà?

Vừa nói, người chủ nhà bước ra đến chỗ dựng chiếc xe và nói:

- Ông có thể đi thử, để tôi mở khóa cho ông đi.

Hòa cười và nói:

- Bà không sợ tôi đi luôn à!

Người chủ vừa cười vừa lấy xâu chìa khóa cầm trong tay, lựa lấy chiếc chìa rồi đút vào ống khóa để mở dây xích và nói:

- Sợ chứ! Nhưng đối với ông thì không. Tôi giữ chiếc xe đạp để làm bằng!

Hòa vừa cười vừa nghĩ, anh biết người chủ nói chơi cho vui, anh nói:

- Chiếc xe đạp của tôi, nó chẳng đáng bao nhiêu tiền!

Người chủ vui vẻ tiếp:

- Thành thử tôi mới giữ nó!

Hòa lấy bàn chân hất bàn đạp lên cao, rồi đạp mạnh xuống, tay lên ga, động cơ nổ máy, vòng bánh xe cũng chạy theo tiếng máy nổ. Anh lên xuống tay ga vài cái, tiếng máy nổ cũng theo đó mà làm cho vòng bánh xe chạy nhanh hơn hoặc chậm lại.

Hòa thắng cho bánh xe đứng lại, chỉ để động cơ nổ nho nhỏ, máy chạy đều, chứng tỏ động cơ xe vẫn còn tốt. Anh cho tay vào túi, lấy tấm giấy bọc nhựa được trả tự do sau học tập cải tạo, đưa cho người chủ và nói:

- Tôi vừa ra trại học tập cải tạo chừng 3 tháng, nên không có giấy căn cước.

Hòa chợt biết mình nói sai, anh cười vì nói không đúng:

- Tôi không có giấy chứng minh nhân dân. Bà nên cầm để làm bằng chứng.

Người chủ xe chẳng thèm nhìn, lấy tay xua đi, cười và nói:
- Tôi đã nói không sợ ông đi luôn mà, cứ việc lấy chạy thử đi.

Hòa vừa cười vừa cẩn thận xếp lại cho vào túi, rồi đẩy tới cho cây chống sụp xuống. Anh choàng chân qua, ngồi lên yên, tay lên ga cho xe chạy tới. Tiếng động cơ nổ lớn hơn và đẩy xe đi.

Những tháng năm dài trong tù vừa trở về, cái gì cũng thay đổi, Sài Gòn người vẫn đông, nghèo thêm, xe hơi ngày xưa chẳng còn bao nhiêu. Những chuyến xe lam 3 bánh chở khách lớn tiếng phun khói. Thi đua với xe ba gác có gắn máy và xích lô máy, xe đò đưa khách chạy than, thỉnh thoảng rớt vài ba cục than đang đỏ rực xuống mặt đường.

Sài Gòn bây giờ người ta đi xe đạp nhiều nhất, không khéo giữ, khóa lại cẩn thận có thể bị người khác mượn mà không có ngày trả lại, huống chi là xe gắn máy. Chạy thử một vòng quanh, xe chạy rất tốt. Hòa dừng lại trước nhà, thì người chủ bước ra ngoài, tươi cười hỏi:

- Sao? Anh thấy như thế nào?

Hòa nghe người chủ gọi mình bằng anh, nhìn sắc diện thì lớn hơn anh chừng vài ba tuổi, anh cũng sửa cách xưng hô với nhau:

- Xin chị cho tôi biết bao nhiêu tiền?

Người chủ xe cười, rồi hỏi:

- Theo anh nghĩ, chừng bao nhiêu tiền?!

Anh cũng cười theo, rồi nói;

- Cũng như chị biết, tôi vừa mới về, tôi không biết giá bao nhiêu, chị là người bán, xin nói giá cho tôi biết.

Người chủ xe lại cười, đi vào trong, kể chuyện với chồng. Lúc sau bà trở ra và nói:

- Nhà tôi bảo, tặng cho anh. Chân ông ấy yếu không tiện đi ra ngoài này, vì vậy mới bán nó. Chúng ta cùng chung hoàn cảnh, nhà tôi cũng đi cải tạo gần 3 năm. Con cái lần lượt trốn đi vượt biển hết rồi, chúng đã đến nơi, hiện sống ở Mỹ.

Hòa mỉm cười, do dự không biết nói sao, rồi xin phép vào trong để cám ơn. Anh đi theo người chủ nhà vào trong phòng khách. Ông ấy đang ngồi trên ghế salon, thấy anh đi vào, cố đứng lên để chào hỏi, đưa tay bắt và mời anh ngồi. Lần đầu quen biết, như đã biết nhau từ lâu, ngồi kể cho nhau nghe ngày đau buồn, rồi bị gạt đưa đi học tập cải tạo. Với tháng năm lao động là vinh quang, bị trượt té khi vác cây rừng về trại, chân bị gãy. Nên được cho về sớm hơn, tuổi đời lớn hơn anh chừng năm ba tuổi.

Người chủ xe nói như cố tình để cho anh đừng ngại. Ông nói như để tạ ơn, mình đi cải tạo được trở về là ơn phước ông Trời ban cho chúng ta. Mấy đứa con tôi hàng tháng gởi về cũng đủ sống rồi, chúng đang bảo lãnh cho vợ chồng tôi. Anh cứ lấy mà đi cho đỡ phải đạp xe. Đừng ngại ngùng chi hết! Đồng chí ạ! Nói xong hai chữ ấy, hai người đều cười, anh biết rằng người bạn mới quen, thực lòng muốn cho anh. Hòa đứng lên xin kiếu từ ông bà chủ nhà ra về, và xin gởi lại chiếc xe đạp ngày mai trở lại. Hòa đi vòng xuống chợ Cầu Ông Lãnh mua nếp, đậu, đường, vài trăm gờ-ram thịt, cá rau cải cho bữa cơm gia đình được khá hơn.

Những ngày tháng anh còn trong trại cải tạo, bữa cơm gia đình chỉ đạm bạc với rau, tương chao, ít khi được ăn cá thịt. Từ khi anh về, số bánh được làm thêm nhiều, vì anh chịu khó đi tìm thêm nhiều nơi khác nữa và anh đi bán dạo theo từng khu lao động. Với xâu bánh, nếu đem so ra thì rẻ hơn những thức ăn khác, vừa no lâu hơn những loại bánh khác.

9

Từ ngày Hòa về, trong nhà lại có thêm tiếng cười, làm cho cô em gái Thủy Tiên cũng vui lây. Dù rằng nàng cố giấu những niềm đau mong đợi chồng về ở tận đáy lòng, nhưng vợ chồng Phượng cũng thấy được điều đó.

Trên đường được trở về nhà Hòa hằng mong khi mở cửa, anh phải thấy Tuấn ở nhà. Anh vẫn biết chắc rằng điều đó sẽ không bao giờ có được, bản thân anh là sĩ quan công binh mà còn mang một bản án hơn 5 năm tù.

Trong những năm tù, Hòa biết có nhiều chuyện rất ư là oan uổng, mà khi mình nói ra với một người chỉ học đến lớp 3, có nghĩa là vừa biết đọc thôi, họ cũng hiểu. Nhưng với bọn cộng sản, chúng chỉ biết kết tội, từ cán bộ tép riu cho đến đảng viên cao cấp, họ luận tội đều giống nhau. Như chuyện người bạn cùng phòng, trước đó anh là giáo sư dạy đệ nhị cấp; khi tổng động viên, anh phải vào quân trường, qua thời gian thi hành xong quân sự.

Anh được trở về dạy học, sau 30 tháng 4, chúng bảo mọi giáo viên từ cấp 1 cho đến cấp 3 phải làm tờ liên hệ gia đình. Chúng đưa anh đi cải tạo tận miền Bắc vì lãnh lương 2 đầu, đi lính cho Mỹ và được trở về dạy học là tuyên truyền giáo điều chống phá cách mạng.

Còn Tuấn, vừa mới thêm một bông mai bạc nữa, thì làm sao về sớm được. Hôm anh về, anh đã thấy niềm tuyệt vọng của cô em bé ngày xưa hòa lẫn với những dòng nước mắt trong niềm vui khi thấy anh mình về.

Cái cô đơn đó như chiếc bóng bên đường đứng chơ vơ chờ đợi ngày chồng về từ ngày này sang tháng khác. Dù rằng mỗi một ngày niềm đợi mong đó nó lụn dần theo thời gian, là người anh cả thương yêu nàng và cùng chia sẻ những niềm vui hay đau buồn khi còn bé.

Giờ đây chỉ còn lại một mình anh phải gánh vác cái đại gia đình này, trong khi bố mạ và đứa em trai ở tận bên kia nửa vòng trái đất. Thương cho đứa em gái út, và một gia đình nữa ở xa tận ngoài Huế.

Từ ngày Hòa trở về, thấy em mình và vợ con quá khổ cực, ngoài đi dạy học, khi trở về nhà, hai chị em và các con anh còn phải gói bánh tét, bánh ít, sáng sớm đem đi bỏ mối cho người ta. Gia đình có thêm tiền thu nhập cũng gần 2 năm rồi, cũng nhờ nó mà gia đình có thêm đồng vào. Ăn uống cũng đỡ phần kham khổ, tiền bố mẹ gởi về lo đi thăm nuôi, mấy đứa nhỏ có thêm một vài bộ quần áo mới để đi học, hoặc phòng khi bệnh hoạn.

Cứ mỗi lần có ngày lễ, hoặc Tết là gia đình thấp thỏm chờ mong Tuấn về, nhưng đợi mãi chẳng thấy anh về. Thủy Tiên hoài vọng gần như tuyệt vọng trong những lần thăm nuôi về. Vợ chồng Hòa chỉ còn biết nhìn em mình mà đớn đau trong lòng, Phượng tìm cách châm chọc để cho nàng tức giận gây hấn, nhưng không làm cho cô em chồng hậm hực mà còn bị chọc quê:

- Xưa lắm rồi Diễm à! Mụ đừng tưởng ta không biết mi răng?

Rồi đến chuyện không đúng chu kỳ như những lần trước, Phượng hết sức lo lắng, đem chuyện kể cho cô em chồng nghe. Thủy Tiên thường hay chọc phá chị dâu để cho vơi đi cái niềm đau đó:

- Khi nào chị mới có thêm em bé nữa cho vui nhà vui cửa.

Ba đứa con Phượng đã lớn, cô con gái út Tường Vi gần 12 tuổi rồi, cũng may chỉ là trễ năm ba ngày. Cái sợ nhất của người đàn bà là mang thai ngoài ý muốn, không phải là cái sợ như hồi còn con gái 18 hay 20 gì đó. Thương nhau chỉ lỡ để người yêu nắm tay một lần, khi về đến nhà mà còn sợ mang bầu, đừng nói gì hôn nhau như bây giờ.

Sau 75, hiện tượng chung đụng của các cán bộ nam nữ ở luôn trong cơ quan, là một hình thức khuyến khích lớp trẻ thoát ly gia đình. Chúng lợi dụng tâm lý ở cái tuổi, trai gái phần đông muốn tách rời cha mẹ. Chúng muốn có cái không gian riêng biệt, không còn muốn đi chung với cha mẹ nữa, như ở cái tuổi lên mười, lên chín gì đó.

Nếu như ai cần đến việc gì đến cơ quan, nơi chúng làm việc, ta sẽ thấy lớp trẻ trai gái trững giỡn nhau hơn là làm việc. Chúng biến nơi đình chùa là nơi ăn chốn ở cho gái trai ở tuổi mới lớn. Chúng còn khuyến khích trẻ con phải để ý cả cha mẹ, láng giềng làm ăn như thế nào, rồi khai báo để lập công mà gia nhập đoàn viên, đảng viên?

Vì thế, bệnh viện Từ Dũ, có một thời người ta đồn rằng, chúng đã đổi tên phòng hộ sản là xưởng đẻ. Nơi đó sẵn sàng phá thai cho những ai không muốn giữ những đứa bé ngoài ý muốn; cũng chính là nơi đã phát sinh ra những chị em nhà Cò, luôn luôn túc trực trước bệnh viện, để dẫn dắt những ai muốn giải quyết thai nhi, để người trong gia đình chẳng hề biết.

Đã có bao người mẹ chưa đến 18 tuổi đời, họ là nữ cán bộ có nhiều tham vọng, muốn được đề bạt lên cấp, đã mất mạng khi đã ủng hộ đồng chí một vài đêm vui. Cũng vì thế đã có bao gia đình, người tóc bạc tiễn đưa người tóc xanh.

Một chế độ dân làm chủ, nhà nước quản lý, Đảng lãnh đạo? Nghe đâu có ông đảng viên bự nào đó, yêu thích một nữ tài danh, nhưng không được thỏa lòng. Bèn cho người bắn chết cả hai vợ chồng, rồi phao tin vì hát những vở tuồng chống

Tàu xâm lược, cho nên bị bắn giữa đêm khuya trên đường về nhà?!

Tại sao những nữ diễn viên khác cũng hát vở tuồng chống Trung Quốc mà chẳng có sao trời nào rơi trúng?!

Có một điều, chúng ta nên lưu ý, Đổng Lân là chồng của cô, ông dã từng nuôi đám cách mạng cải lương trong nhà. Ông chẳng có một ngày đi học tập.

Cả năm sau đó, nghe công an bắt được thủ phạm là trong giới cờ bạc?

An ninh quốc gia ở đâu? Súng đạn của ai?

Đừng tin gì Cộng Sản nói
Hãy nhìn kỹ những gì Cộng Sản làm?

Xin lỗi, tác giả khi phải nhắc đến câu chuyện này!

Chắc người miền Nam, không ai mà không biết hai câu này, được người dân lập đi, lập lại nhiều lần khi đã hoài nghi những gì nhà nước nói. Đã có thành phố Hồ rồi, lại còn có con đường Nguyễn Tất Thành? Còn cái tên Nguyễn Sinh Cung do cha mẹ đã bao đêm lựa chọn để đặt tên cho con mình?

Sao chẳng nghe thấy Đảng, nhà nước nhắc đến? Chúng đem cái tên Hồ, quảng cáo như người Sơn Đông mãi võ bán thuốc dán hiệu con Bìm Bịp!

Chỉ một tháng mang đủ vật dụng và thức ăn cho người đi trình diện, nhưng mãi đến hôm nay Tuấn được gọi lên để cám ơn Bác và Đảng đã cho anh được trở về với gia đình sau hơn 7 năm trong trại cải tạo từ Nam ra Bắc, rồi từ Bắc vào Nam.

Về đến thành phố Bác, đường phố đã lên đèn, có khu có điện, có khu mịt mờ như trong đêm tối 30. Tuấn ngồi phía sau chiếc xe ôm, người lái xe luôn miệng vui cười hỏi thăm anh như người thân đã lâu rồi không gặp lại. Đưa Tuấn về khu cư xá Đô Thành, tên đường Phan Thanh Giãn đã bị đổi tên, cùng với rất nhiều tên đường Tự Do, Công Lý, Phan Đình Phùng, Trần Quốc Toản v.v...

Tuấn hỏi bao nhiêu tiền? Nhưng người xe ôm cười rồi vọt xe đi ngay, không kịp để cho anh nói được một lời cám ơn. Đứng trước cửa nhà, bên trong vọng ra tiếng nô đùa trẻ thơ, anh định đưa tay gõ cửa thì lại nghe tiếng chân người đi ra, Tuấn biết là vợ mình đi ra, dù là hơn 7 năm cách biệt, tiếng mở cửa.

Ánh đèn từ trong nhà hắt ra, Thủy Tiên nhận diện ngay chồng trở về, đang đứng trước mặt mình. Họ nhìn nhau, còn tưởng là trong giấc mơ, hai vòng tay ôm nhau. Cái gào mên bằng nhôm trong tay nàng rơi xuống đất! Nàng định đi ra ngoài đầu đường mua cháo huyết cho bé Huy.

Mình ơi! Mình ơi! Gọi nhau tiếng yêu thương mà ngày về tưởng như còn là trong giấc chiêm bao!

Tiếng vang khô khan của cái gào mên lăn lóc trên nền gạch như bảo mấy đứa cháu đang cười vui, bỗng dưng nín thinh, nhìn nhau. Đứa lớn nhận diện được dượng Út, vừa gọi bố mẹ vừa chạy xuống nhà sau tìm kiếm.

Vợ chồng Hòa vừa nghe con gọi là bỏ ngay việc đang dọn cơm. Vừa nói, đâu đâu, vừa chạy thẳng lên nhà trên. Những dòng nước mắt, những lời hỏi thăm trong nghẹn ngào hòa lẫn tiếng cười vui của những đứa cháu.

Bây giờ chúng đã lớn, bé Hoàng cao gần bằng anh, bé Minh thấp hơn một chút, cô bé Tường Vi, mới ngày nào bốn năm tuổi gì đó, nay đã cao gần bằng mẹ Phượng. Bé Huy, ngày anh đi chỉ mới tượng hình trong bụng mẹ, giờ đây đang đứng nhìn mẹ mình đang ôm bố, mà có một lần mẹ dẫn bé ra Hàm Tân thăm.

Qua đêm bố vừa về, bé Quốc Huy đã vui chơi với anh như đã sống với bố Tuấn từ khi mới chào đời, gần 6 tuổi là gần 7 năm Thủy Tiên xa cách chồng. Với những nét đau buồn chất chồng theo tháng năm, và cũng chỉ một đêm thôi mà sắc vóc nàng vui tươi như ngày nào.

Phải chăng là sự huyền diệu, tình yêu thương và lòng hoài vọng trông đợi, sẽ có một ngày anh phải về với em với các con.

Không lẽ định mệnh lại không thương chúng mình, khiến cho anh vĩnh viễn không về với vợ với con nữa. Thân xác anh được bạn bè chôn cất, một nơi nào đó trong rừng sâu hoặc trên một triền núi gần trại cải tạo như những người bạn không mai ấy!

Sáng nay, bữa ăn sáng cho ngày họp mặt sau gần 7 năm, vợ chồng con cái anh chị Phượng ngồi bên nhau, cười vui hớn hở. Nồi cháo trắng có hơi đặc một chút, được múc ra từng chén để trên bàn ăn. Một đĩa củ cải trắng xắt bằng ngón tay út, ngâm nước mắm đường đã trở thành màu vàng sậm cùng với vài tép tỏi được đập dập, với vài khoanh ớt đỏ được ngâm chung với củ cải từ khi làm.

Với vài ba trứng vịt đập ra cho vào chén, thêm ít muối và tiêu đâm, cho ít mỡ vào chảo, đợi nóng bỏ vào vài ba tép tỏi đập dập, bằm nhỏ, đợi vàng rồi cho hột vịt vào quậy đều cho đến khi vừa đặc lại, xúc ra đĩa.

Bữa ăn sáng hôm nay là do Hoàng và Minh, hai đứa con anh chị Hòa Phượng đảm nhiệm, mới ngày nào chúng còn nhỏ chỉ phụ dọn dẹp, lau chùi bàn ăn, rửa chén, mà nay đã rành việc nấu ăn.

Lo cho gia đình vì bố mẹ và cô út đã phải gói và nấu bánh giò, bánh tét, làm củ mì nướng, hấp bánh bò từ chiều hôm qua. Khi dạy học về, vừa đến nhà, ăn cơm rồi làm công việc ấy cho đến khuya, mười một mười hai giờ đêm mới xong. Sáng sớm, sau khi ăn sáng, hai anh em còn phải đi bỏ mối bánh cho khách hàng, sau đó mới đến trường.

Nhưng từ ngày bố về, bố đi bỏ bánh và mua vật liệu thì hai anh em được thảnh thơi để chuyên lo học bài vỡ. Con cái của những gia đình có cha mẹ là ngụy quân, ngụy quyền phải học thật giỏi, họa may mới được cho học ở các trường đại học.

Con của cách mạng, dù có ngu dốt như cha mẹ chúng, chỉ biết cầm viết để ký tên hoặc ấn dấu ngón tay cũng được vào đại học. Bởi thế sau 75, học sinh và sinh viên đã có 80% là sinh viên ngu, tốt nghiệp ra giáo sư, dược sĩ, bác sĩ, kỹ sư.

Một tầng lớp đần độn ra đời dưới một đất nước xã hội chủ nghĩa, người lao công, quét dọn bệnh viện còn có thể trở thành bác sĩ được mà, thì trong chế độ này cái gì cũng có thể xảy ra được hết!

Nhớ hồi những ngày đầu tháng 4, bọn bộ đội miền Bắc, dưới danh nghĩa mặt trận Giải Phóng Miền Nam thường hay tự kiêu, khi có người hỏi:

- *Ở ngoài đó anh làm gì?*

Mười người được hỏi thì đã có 8 người trả lời là, tôi đang học kỹ sư, bác sĩ. Còn những người bộ đội hơi lớn tuổi, đáp. Tôi đang học đại học, phải đi vào Nam để giải phóng Mỹ Ngụy.

Còn loại choai choai, chúng thường lân la đến những nhà nào có con gái, các cô hay hỏi để xem đời sống ngoài đấy có bằng miền Nam không, nên hỏi rằng:

- *Ngoài đấy các anh có TV không?*

Chúng tự tin, rồi nói:

- *Chúng chạy đầy đường đấy!*

Các cô không kịp lấy tay để bụm miệng cười, cười ngắt nga ngắt nghẻo. Được dịp, các cô thay nhau hỏi:

- *Ngoài ấy các anh có ăn kem không?*

Thật tội nghiệp cho các cháu của Bác, phần đông chúng ở miền quê, mới mười mấy tuổi đã đưa đi học cầm súng, rồi đưa vào Nam. Cả làng, cả xóm chỉ được có vài chiếc xe đạp loại đàn ông của Trung quốc, nó cũ kỹ như lúc hồi thời Bác còn để chỏm, ở truồng tắm mưa.

Thế mà chúng trả lời một cách anh dũng như người bộ đội bị cho uống thuốc điên loạn, hăng say khi nghe tiếng xung phong là chạy tới phía trước. Ngã gục trước súng đạn, cũng phải xung phong, chúng đáp:

- Ngoài đấy nhiều lắm, ăn không hết còn phải đem phơi khô đấy!

Các cô cười đến nỗi nước mắt, nước mũi chảy ra một lượt. Cười không phải để nhạo báng, chế giễu. Mà thương, thương cái khờ của những anh bộ đội, không biết gì hết!

Đảng dạy, người miền Nam hỏi cái gì, các đồng chí phải nói, là ngoài Bắc có gấp năm bảy lần, để dân trong ấy không khinh khi chúng ta?!

Miền Nam nghèo, trẻ con đi lượm rác để mà sống, rác đó là từ trong căn cứ Mỹ. Những đồ ăn đựng trong hộp, gần đến hết ngày sử dụng, còn nhiều quá, phải đem đi bỏ, không thể bán cho quân đội Mỹ được. Họ phải nhờ đến nhà thầu rác Việt Nam, lãnh chở đem đi bỏ nơi chứa rác.

Tình cờ người đổ rác thấy những thùng đồ ăn như thịt hộp, bánh hộp, mứt dâu, mứt thơm và còn nhiều thứ khác nữa. Họ lượm đem về ăn, ăn không hết rồi đem bán. Sự thật đến ngày hoặc đã quá một vài ngày vẫn còn ăn được. Đó là quy luật của người giàu!

Tin đồn ra ngoài, khi xe rác chạy đến nơi để đổ, ngoài thân nhân người đổ rác, còn có những người nghèo đến đó để lượm đem về ăn, hoặc bán lại cho người khác. Vì vậy Đảng mới chụp những tấm ảnh đó, mang về Bắc tuyên truyền rằng, dân miền Nam nghèo, người lớn, trẻ con phải đi lượm rác để mà ăn.

Để chế giễu những anh bộ đội có cái miệng ba hoa, hay khoe khoang. Cho nên các cô ở chợ bán rau, cà chua, cà tím, ớt, hành lá, lại hay ỡm ờ chọc ghẹo lại khi có bộ đội đến mua:
- Lầy cô bé kia ơi! Ớt lầy có cay nắm không lào?

(ý nói cô có biết ghen không)

Các cô cũng chẳng vừa, nhái lại giọng Bắc:

- Dạ thưa, ớt lầy cay dữ nắm ạ! Anh muốn mua bao nhiêu ký?

(ý nói em dữ lắm không hiền như anh nghĩ đâu)

Anh chàng lại hỏi sang chuyện khác:

- Lầy cô bé ơi! Chanh chua em bán bao nhiêu một ký?

(ý nói cô bán hàng chanh chua)

Vẫn cái giọng nói nhái tiếng:

- Dạ thưa, lăm đồng một ký, anh có muốn mua không?

(ý nói, anh muốn mua thì mua, còn không thì nên đi chỗ khác chơi)

Anh bộ đội cũng chẳng chưa mua, mà lại hỏi sang cà chua, cà tím, cô bán hàng ung dung nói:

- Anh bộ đội đẹp giai ơi! Cái gì anh cũng hỏi mà chẳng chịu mua, em có loại cà này, vừa bán vừa tặng!

Nghe cô bán hàng nói thế, anh ta liền hỏi:

- Lào! Em lói thử đi, cà gì anh cũng có ăn cả, hồi còn ngoài ấy, anh thường theo mẹ đi chợ, cho lên anh biết hết!

Cô bán hàng chanh chua nói, vẫn nói cái giọng Bắc:

- Anh có biết cà chớn không?!

Anh bộ đội láo khóet vừa cười vừa nói:

- Ối!... Giời ơi! Tưởng cà gì, chớ cà chớn à! Cả gia đình anh đều có ăn hết, từ bà cho đến cha mẹ, bà con anh, kể cả Bác Hồ cũng biết ăn cà chớn nữa!

Cả khu bán hàng trong chợ, nghe anh bộ đội nói thế, họ cùng cười rộ lên, khiến anh bộ đội luống cuống lên, rồi bỏ đi một mạch không dám quay đầu nhìn lại.

Sài Gòn chết ngay trong ngày 30 tháng 4 năm 1975, khi bọn chúng đã đổi cái tên Sài Gòn đã có gần 300 năm, thay vào đó cái tên Hồ Chí Minh, và cũng từ ngày đó thành một thành phố đói nghèo, ánh đèn màu hoa lệ không còn nữa.

Hàng chục ngàn người lìa bỏ quê hương ngay trong ngày đó, gia đình ly tán, trẻ con và người lớn tật nguyền đi theo hè phố để nhặt những bao nylon, ve chai hoặc đi ăn xin, đứng chờ khách ăn còn dư chút ít gì đó trong đĩa tô, rồi bưng lấy mà ăn một cách ngon lành.

Đôi khi còn phải giành nhau để được một chút no lòng hay trút thức ăn còn dư đó vào một cái lon. Rồi chạy đến một góc đường nào đó, mà cha mẹ, ông bà già yếu, tàn tật đang ngồi đợi mong. Người còn ở lại đi học tập cải tạo, vào tù, đi kinh tế mới, đi làm nghĩa vụ lao động 30 ngày cho một năm, sống trong đói khát.

Người về từ ngục tù cải tạo, có khi tìm được niềm vui từ người vợ đã bao năm mòn mỏi đợi chờ theo tháng năm. Nét mặt người hiền phụ nào mà không có niềm vui hiện rõ yêu thương, cái tình tứ trong đôi mắt, trong lời nói, gọi nhau bằng mình ơi!

Nhưng cũng có lắm những cái bất hạnh, khi người tù trở về phải chứng kiến bao cảnh đau lòng, trước những cảnh tang thương, bi đát. Những đứa con, mà ngày anh ra đi, chúng chỉ có năm, bảy tuổi.

Bây giờ chúng đã lớn, đã tự kiếm sống bằng cách đi đánh giày, vác mướn, làm phụ hồ, bán bánh dạo, vá sửa xe ở dọc đường. Đứa con gái nhỏ bé ngày nào, nay ở tuổi 17, 18, phải bỏ học. Bước chân vào đời với nghề bán cà phê ôm, mong có nhiều tiền lo cho gia đình. Chúng mang chút ít tiền về lo cho mẹ đang bệnh, nằm trên giường. Nuôi dạy mấy đứa em, chúng còn nhỏ để cho em mình tiếp tục đi đến trường, để biết đọc, biết viết.

Trong khi đó văn học ở trường chỉ là những bài học chửi bới ông cha chúng. Chế độ cộng sản không bao giờ dạy đạo đức, chỉ dạy những thù ghét, thượng tôn hạ đạp, để có thành tích bước chân vào đảng viên.

Hình ảnh người cha thương yêu ngày nao, giờ này chỉ còn là trong ký ức, phôi pha đi theo ngày tháng. Có những hàng ngàn đứa bé mở mắt chào đời cho đến khi biết đi, biết nói mà chẳng bao giờ thấy mặt người cha mình, như đứa con của Tuấn và Thủy Tiên. Mẹ vừa mang bầu khi cha mình phải đi học cải tạo, cha chỉ thấy mặt con qua hình ảnh, mà mẹ nhờ người chụp ảnh, rồi đem theo cho bố thấy khi có dịp đi thăm.

Chiều hôm nay Thủy Tiên đi dạy học về, nét vui hiện rõ trên gương mặt nàng hơn hẳn mọi ngày. Vừa dẫn chiếc xe đạp vào nhà là nàng chạy thẳng ra nhà sau tìm Tuấn, mà quên ôm hôn bé Huy, bé vừa gọi mẹ vừa chạy theo. Nàng chợt nhớ lại quên hôn bé Huy như mọi khi nàng về.

Bé lớn theo ngày tháng thương nhớ chồng, là niềm vui mà Tuấn để lại sau một tháng yêu thương, trước khi đi cải tạo. Niềm vui duy nhất đã thay thế khi hai đứa con nàng đi theo ông bà nội ngoại. Nếu không có bé thì nàng phải sống trong những ngày tháng cô đơn, liệu nàng còn có thể sống yên vui đợi đến ngày chồng về không?!

Thủy Tiên vừa đến nhà sau thì thấy vợ chồng Phượng đang nấu cơm, còn Tuấn đang dọn thức ăn trên bàn, Phượng lớn tiếng giọng Huế hỏi Thủy Tiên:

- Mần răng mà vui rứa?! Có bầu nữa hỉ?!

Thủy Tiên nói lại giọng Nam:

- Chẳng răng rứa chi hết, chuyện này có liên hệ đến vợ chồng anh chị đấy. Ở đấy mà răng với rứa!

Phượng vẫn cái điệu trêu chọc, giả vờ âu yếm nói với chồng:

- Mình ơi! Em có em bé!

Thủy Tiên cũng giả giọng ỡm ờ nói với chồng với giọng Nam, đặc sản miền Cần Thơ, vì ba của Phượng quê ở đấy, vừa âu yếm vừa như sợ hãi:

- Mình ơi! Em có chuyện này vui lắm!

Tuấn và Hòa nhìn nhau cười, giọng nói nhái đã nghe từ lâu rồi, khi hai chị em nói xiên nói xỏ nhau về chuyện gì đó. Đã 7 năm rồi trong trại tù cải tạo không được nghe giữa cô em chồng và chị dâu này.

Mùi thức ăn đã làm cho Thủy Tiên đói bụng, nàng không nói chuyện vui mà nàng định nói với vợ chồng Phượng, Thủy Tiên như muốn trêu chị dâu tức:

- Tối em nói cho anh nghe, không thèm nói với chị nữa, ăn cái đã! Lúc trưa em ở lại trường để chấm bài kiểm, thành thử chỉ ăn có khúc bánh mì thịt!

Tô canh chua cá lóc, nào giá, cà chua xắt miếng, khóm, bạc hà, với mùi ngò gai, rau tần dầy lá, ớt cắt khoanh, đang bốc khói, mà Tuấn vừa múc ra đem để giữa bàn, anh lấy chén bới cơm cho cả nhà. Vợ chồng con cái ngồi ăn vui vẻ, chỉ vắng mặt bé Hoàng, Phượng nói với chồng:

- Anh có để ý không? Lúc này em ít thấy nó về đúng giờ cơm, đến tối mới về. Tuổi trẻ bây giờ ghê lắm đó, nhỡ nó chơi chung với bọn xì ke, khi mình biết được thì trễ rồi đó!

Thủy Tiên nói như tự tin, cháu mình là người tốt:

- Chị không cần phải lo chi cho mệt. Em tin cháu em không bị gì đâu. Ăn đi, bàn chuyện đó sẽ không ngon.

Nghe cô em chồng nói thế, linh tính người mẹ đã nhận ra được điều gì đang xảy ra với con mình, nên nhìn nàng rồi hỏi:

- Hoàng có chuyện gì hở em? Chị lo lắm đó!

Thủy Tiên đổi giọng nghiêm nghị để nói:

- Nó cũng là cháu em, sao em không lo khi biết những chuyện không tốt, mà không nói với anh chị sao?

Thủy Tiên giục:

- Ăn cơm đi!

Thủy Tiên gắp một miếng cá kho tộ có tiêu, ớt, chút ít gừng cay để vào chén cơm Phượng, rồi bảo:

- Ăn đi, không khéo em ăn hết bây chừ!

Mấy đứa cháu vừa ăn vừa nhìn cô út, rồi nhìn dượng út vừa ăn vừa đút cơm cho bé Huy, chúng nhìn nhau rồi cười. Một bữa ăn ai nấy cũng vui vẻ, duy chỉ có Phượng cảm thấy như có điều gì làm cho nàng lo lắng về chuyện của Hoàng, mà lời nói của cô em chồng có chất chứa một điều gì còn giấu giếm?

Hơn ba tháng nay, từ ngày Tuấn trở về, căn nhà này thêm vui vẻ, ấm áp. Hai anh em Hòa lãnh mọi công việc nặng nhọc mà trước đây vợ anh cùng cô em ruột và mấy đứa con của anh phải làm hết.

Từ đi mua vật liệu, đem về ngâm rồi gói bánh và hấp hoặc nấu, nay thì đã có hai người tù cải tạo trở về làm hết, cho nên hai chị em được thảnh thơi đôi chút. Tuấn và ông anh vợ đã làm xong mọi công việc cũng gần đến khuya.

Tuấn đi về phòng mình, mở cửa thì thấy Thủy Tiên đang ngồi bên chiếc giường nhỏ của bé Huy, con đang ngáy ngủ. Nàng đang xếp những bộ quần áo của bé, cái giường hai tầng này là của bé Ngọc Lan và Quốc Bảo.

Nàng nhìn chồng, cười rồi nói, vẫn với cái giọng yêu thương ngày nào:

- Anh mệt lắm hỉ?! Em nhủ anh tắm đi cho khỏe! Em đã soạn đồ ngủ cho anh rồi đấy!

Anh chàng này không đi tắm mà đến bên vợ trách vu vơ:

- Răng không đợi anh tắm chung cho vui?

Nàng không nói gì hết mà lườm chồng với ánh mắt yêu thương, vì anh vẫn không bỏ được cái tật tắm chung sau gần 7 năm đi cải tạo, nàng trách:

- Em muốn lắm! Nhưng tắm chung với anh chắc là trời sáng cũng chưa xong. Nhiều chuyện quá đi thôi! Đi tắm nhanh đi, 11 giờ rồi!

Nàng đứng lên, ôm chồng rồi đẩy anh ta chạy vào nhà tắm gần bên, đóng cửa lại, nàng lấy hai bàn tay chịu cánh cửa, sợ anh đẩy ra. Đã nhiều lần, nàng vừa quay lưng đi thì bị chồng nhè nhẹ mở cửa, rón rén đi theo sau và bế nàng lên vào phòng tắm.

Học được kinh nghiệm lần đó, sau này nàng đợi nghe tiếng nước chảy trong bồn tắm. Một lúc sau mới nhè nhẹ bước đi.

Thật tình mà nói, người vợ nào mà không muốn được hưởng những giờ phút tuyệt vời đó. Kỳ cọ, thoa bóp cho nhau trong nước ấm, nằm ôm nhau ngâm mình trong bồn tắm. Nghe những bài ca tình tứ theo tiếng nhạc réo rắc của chiếc vĩ cầm, tiếng tiêu và chiếc đàn tranh, với những những ngón tay lướt trên phím hòa cùng nhau thành những âm thanh nước chảy róc rách, chim ca, sóng vỗ mạn thuyền. Trong ánh đèn lung linh và hương thơm của mùi hoa dạ hương từ ánh bạch lạp.

Âm giọng nam trầm, của danh ca Sĩ Phú:

Tiếng ai hát chiều nay vang lừng trên sóng
Nhớ Lưu Nguyễn ngày xưa... lạc tới Đào Nguyên
Kìa đường lên tiên, kìa nguồn hương duyên
Theo gió... tiếng đàn... xao xuyến
Phiếm tơ... lưu luyến... mấy cung u huyền
Mấy cung triều mến... như nước reo mạn thuyền
Âm ba... thoáng rung... cánh đào rơi
Nao nao... bầu sương... khói phủ... quanh trời
Lênh đênh... dưới hoa chiếc thuyền lan
Quê hương... dần xa lấp núi ngàn
Bâng khuâng... chèo khua nước Ngọc Tuyền
Ai hát trên bờ... Đào Nguyên?
Thiên Thai... chốn đây Hoa Xuân… chưa gặp Bướm... trần gian
Có một mùa đào dòng ngày tháng chưa tàn qua... một lần
Thiên Tiên... chúng em... xin dâng hai chàng trái... đào thơm
Khúc nghê thường này... đều cùng múa vui bầy tiên theo đàn

Đèn soi trăng êm nhạc lắng nghe tiếng quyên... đây đó nỗi lòng mong nhớ
Này khúc... bồng lai... là cả một thiên thu trong tiếng đàn chơi vơi
Đàn xui ai quên đời dương thế
Đàn non tiên đàn khao khát khúc tình duyên
Nhớ quê chiều nào xa khơi
Chắc không đường về Tiên nữ ơi
Đào Nguyên trước... Lưu Nguyễn khi trở về
Tìm Đào Nguyên, Đào Nguyên nơi nao?
Những khi chiều tà trăng lên
Tiếng... ca còn rền... trên cõi tiên

Tiếng hát người ca sĩ, anh diễn đạt đến mức điêu luyện, dường như anh đang là Lưu Nguyễn đang sống trên đấy với những ngày tháng tiêu dao với những nàng tiên ca hát những khúc nghê thường.

Nhưng đã là con người, dù có một lần lạc lối lên trên ấy, hai chàng cũng chạnh lòng nhớ lại trần gian còn có gia đình và bạn bè. Hai ông tìm về lối cũ, thì hỡi ơi, cảnh vật đã đổi thay, hỏi thăm chẳng ai còn sống, chỉ nghe cháu chắt họ kể rằng:

Ngày xửa ngày xưa, cách đây mấy trăm năm, có hai người tên là Lưu Thần và Nguyễn Triệu tìm đường lên Thiên Thai, con cháu đợi mãi mà chẳng thấy trở về!

Tuấn tắm xong, trở ra thì thấy vợ nằm trên giường, có lẽ đã ngủ. Cũng bộ áo ngủ màu hồng này năm xưa đã phai màu theo thời gian. Cũng mái tóc dài trải xòe ra trên chiếc gối trắng, nét mặt vẫn dễ thương như ngày nào, nay đã nhuốm quá nhiều cơ cực lẫn đôi nét đường nhăn của tháng năm đợi chờ.

Ngoài kia, từng cơn mưa cuối mùa bất chợt kéo về, tháng mười hai, trời còn mưa muộn, càng thêm lạnh, cái lạnh của miền Nam không bằng một nửa cái lạnh rét ngoài Bắc, một số bạn bè vẫn còn ngoài ấy, chưa về!?

Anh với tay lấy cái mền định đắp cho vợ, nàng với tay ôm cổ chồng, nở nụ cười thương yêu:

- Mần răng anh tắm nhanh rứa?

- Nhớ em, làm răng anh tắm lâu cho được!

Nàng kề mặt định hôn chồng, nhưng rồi nàng cười một mình, Tuấn hỏi:

- Răng không hôn anh mà lại cười rứa?

Thủy Tiên vừa cười vừa nói:

- Em cười là vì nhớ chuyện hồi chiều này, em bất chợt gặp Hoàng, con anh hai đến trường em để đón cô bé học ở đấy. Tóc để dài, dáng người mảnh khảnh, gương mặt ngây thơ, chừng 15, 16 gì đó, trông dễ thương lắm! Em không biết học lớp mấy, sáng mai em hỏi học trò em là biết ngay. Thường thường thầy cô về sau học sinh, nên Hoàng không ngờ chiều này em cho học sinh em thi đệ nhất lục cá nguyệt. Chúng làm xong, nên về sớm chừng 15 phút.

Tuấn vừa nghe vừa nằm xuống ôm vợ hôn làm cho nàng không nói được nữa, Tuấn chọc phá nói:

- Có phải cháu em là con trai, nên em không đuổi theo phải không?

Nàng chưa kịp nói, bị chồng ôm chặt hôn không cho nàng kịp thở, đôi bàn tay nhỏ cố xô chồng ra. Nhưng chẳng làm gì được, nên đành buông xuôi cho đến lúc anh buông ra, nàng chỉ còn biết thở hổn hển.

Nàng chưa kịp nói lời nào thì bị anh vòng tay qua, với lấy cái mền, rồi đắp cho cả hai, hương thơm từ tóc, từ da thịt. Vẫn như ngày nào, với gần mười lăm năm chung sống. Với hương thơm đầu tiên từ trong chiếc áo ấm mà nàng đã gởi ra cho anh ngoài tiền tuyến từ hồi mới quen nhau.

Mới đây mà gần 18 năm rồi! Hồi ấy Thủy Tiên đang học lớp đệ nhất Đồng Khánh Huế. Nàng học đan, đan cho người tình cái áo lạnh, khi đan xong nàng mặc mấy đêm, thử xem có ấm không? Nàng gói lại bằng bao nylon, để vào hộp, đến bưu điện gởi ra cho anh. Đến hồi anh đi tù cải tạo, nhờ có chiếc áo ấy mà hằng đêm anh vẫn sống trong hạnh phúc!

Nàng chưa kịp phản ứng đánh anh mấy cái để cho chừa cái tật hay ôm lén rồi hôn nàng không thở được, thì lại nghe:

- Em nghĩ xem, bé Hoàng dám hôn cô bé ấy như hồi anh hôn em lần đầu không?

Nhắc lại chuyện xưa, nàng vẫn còn ấm ức:

- Anh gạt em để hôn lén, chớ em có cho mô?!

Anh cố tình hỏi để nhớ lại một thời để nhớ để thương:
- Giữa cái hôn lén lên má em và cái mà em bằng lòng để cho anh hôn. Nó khác nhau như thế nào?!

Thủy Tiên không trả lời ngay, sẵn dịp anh đang nằm trên, nàng đưa hai bàn tay bấu mạnh vào đôi má chồng mình. Lắc cái đầu anh qua bên này, rồi lại lắc sang bên kia mấy lần mới ngưng lại, hai bàn tay nhỏ vẫn còn bấu trên má chồng và phân tích:

- Anh hôn lén, anh có cảm giác, anh làm em giựt mình, em chẳng có cảm giác chi mô?! Còn em bằng lòng để cho anh hôn em, đương nhiên em có khóai cảm... hơi đê mê một chút!

Tuấn như nuối tiếc cái hôn lần đầu đó:

- Mười tám năm rồi, em vẫn còn nhớ kỹ quá ha! Nhưng nếu anh có hỏi xin thì con gái có bao giờ cho mô? Buông hai tay ra đi chứ, anh đau lắm rồi!

Thủy Tiên nghe chồng nói, nàng buông tay ra, hai bàn tay xoa lên đôi má chồng và nói tiếp:

- Xin lỗi, em quên! Anh hỏi con gái, xin hôn một lần không được, thì xin lần thứ 2, 3, 5, cho đến thứ 100 cũng phải cho thôi!

Tuấn chọc tức, nói khích:

- Bởi vậy anh mới hôn lén, hôn lén hoài, rồi thế nào cũng cho! Em chưa trả lời anh, bé Hoàng nhà ta, có dám hôn con bé đó không?!

Nàng biết chồng nói là để chọc tức mình, rồi ám chỉ chồng:

- Ai mà biết được? Cũng dám lắm, con trai mà, có lỗ lã chi mô! Con trai bây chừ ghê lắm!

Anh ỡm ờ hỏi:

- Hiền như anh không?

- Anh thành quỷ chớ hiền! Bày vẻ đủ trò yêu đương, tưởng chừng 7 năm cải tạo, anh quên rồi! Ai ngờ còn dữ hơn ngày trước!

- Có phải dữ như vầy không?

Vừa hỏi vừa đưa nàng vào vùng trời hạnh phúc. Tiếng yêu thương lịm dần theo hơi thở, đưa nhau về đỉnh tuyệt vời!

Tiếng nước chảy trong phòng tắm làm anh thức giấc, chiếc khăn tắm quấn quanh thân hình nàng, chỉ còn chừa đôi chân. Bước tới gần bên giường, rồi ngồi xuống ghế trước bàn phấn, đôi tay thương yêu trang điểm đôi chút phấn son. Nàng nhìn sang giường, thấy chồng nhìn theo từng cử động của mình, nàng cười rồi hỏi:

- Làm răng nhìn em dữ vậy? Nhìn sang bên nớ cho em mặc quần áo!

Tuấn giả vờ như không nghe, anh vẫn nhìn vợ, nàng nói lại một lần nữa, chàng mới nói:

- Em cứ mặc đi, anh không nhìn mô!

Thủy Tiên đi lại tủ áo gần bên, rồi lại nói:

- Nhìn sang bên nớ đi cho em mặc đồ để trễ giờ, nhanh lên đi!

Tuấn biết, anh phải nhìn sang bên kia, dù rằng đã là vợ chồng, nhưng vợ anh không thích khi nàng thay hoặc mặc quần áo trước mặt chồng. Một thói quen mà nàng thấy không được tự nhiên lắm.

Xong rồi, chiếc áo sơ mi màu xanh đọt chuối lợt, tay dài, được bỏ vào trong. Cái quần tây màu trắng sữa, mái tóc dài được bới lên gọn như ngày nào.

Ngày trước 75 là cái áo dài màu hồng, xanh nhạt hay màu hoàng yến, màu tím hoa cà hay màu sim rừng. Chiếc quần trắng, e ấp nét gợi cảm, để lộ mơ hồ đường nét đôi chân, ẩn hiện phất phơ màu trắng đậm hơn của chiếc mini khi tà áo bay bay.

Đã qua rồi, một thời các cô giáo mặc áo dài đi dạy học, học trò nữ tung tăng bộ áo dài trắng trong nắng ban mai đến trường như những nàng bướm bay vờn theo tà áo tiểu thơ:

- Anh ơi! Nhớ đem túi bánh em để trên bàn cho Đỗ Quyên nha anh, em đi đây!

Nàng vừa bước đi bị anh nắm tay kéo lại:

- Lại có chuyện chi rứa, em trễ giờ bây chừ!

- Cho anh hôn thêm một cái nữa đi!

Nàng nghiêng mình tới để cho chồng hôn và nói:

- Này hôn đi! Nhanh lên! Em trễ giờ! Nhớ đem cho Đỗ Quyên!

Bóng dáng nàng vừa khuất sau cánh cửa, anh xếp mền gối lại cho ngay ngắn lại rồi đi tắm. Tiếp tục cho một ngày mới. Từ lúc Tuấn về, ngoài công việc giúp gia đình, anh còn đưa rước bé Huy đi học. Bé rất vui mừng không còn gục đầu, lẫn tránh bạn bè cùng lớp khi thấy bố của chúng đến trường đưa rước. Bé buồn, về nói với mẹ, Thủy Tiên đớn đau, những giọt nước mắt âm thầm rưng rưng xúc cảm cho những đứa con có cha, đi tù cải tạo chưa về!

Có lắm lúc hai cha con cũng thường núp sau mấy hàng cây to trước cổng trường mẹ dạy, khi thấy mẹ dẫn xe đạp ra khỏi cổng, lên xe đạp về nhà. Hai bố con chạy xe đạp theo phía sau.

Lần đầu tiên, Thủy Tiên đâu có ngờ hai bố con đến trường tìm mình. Bố con cười khúc khích, khiến cho nàng nghe văng vẳng tiếng ai như quen quen. Quay đầu ngang qua nhìn, gặp cả hai bố con đang cười đùa!

Họ tấp vào một tiệm bán sinh tố bịch nhỏ đông đá, mua về cả chục bịch, đem về cho mỗi người một cái. Bé Huy rành lắm, lựa ngay cái góc bịch sinh tố cắn và nút, nhìn bố mẹ vui cười. Sinh tố mãng cầu, mít, xoài, dâu tây, đậu xanh, đậu đen hoặc chuối sứ chín, ép cho dẹp, nhúng vào nước cốt dừa sền sệt, bên ngoài có rắc đậu phộng rang đâm nhỏ, lấy giấy trắng gói lại, cho vào ngăn đá.

Sinh tố bình dân, thay cho cà rem cây của hãng Foremost trước 75. Người có chút tiền, mua cái tủ đông đá nội địa, chế biến từ cái máy lạnh của Mỹ bỏ lại. Cứ năm bảy căn nhà, có một nhà trở thành hãng kem, nước đá cục, cũng lấy nước cho vào bao nylon nhỏ, để đông lại. Bán cho lối xóm cũng kiếm được chút ít tiền, trang trải cho tiền điện, nước.

Sáng sớm Tuấn đẩy chiếc xe đạp, phía sau trên cái ba ga có cái giỏ cần xé ra, bên trong chứa đầy bánh tét, bánh ít, mỗi người sẽ đi một hướng. Hòa muốn anh đi xe đạp còn Tuấn nên lấy xe mobilette mà đi. Tuấn cười nói:

- Được rồi! Lao động là vinh quang, lang thang là chết đói! Em đi xe đạp là vinh quang!

Cả hai cùng cười, vừa lúc ấy bé Hoàng cũng đẩy xe đạp theo sau để đi học, cậu bé nay đã là một thanh niên cao ráo tràn đầy nhựa sống, là sinh viên năm thứ nhất trường đại học Bách Khoa. Ngày xưa là trường đại học Phú Thọ, Hoàng vừa ngồi lên yên định đạp đi, chợt nghe tiếng Tuấn nói lớn:

- Hoàng! Chờ dượng út đi với.

Phía sau xe đạp của Tuấn chở cái giỏ cần xé lớn, anh đạp theo xe Hoàng. Hai dượng cháu chạy song song:

- Có chuyện chi vậy dượng Út?

Tuấn hỏi thẳng vào đề:

- Chuyện cô bé tóc dài mà con đến trường đón đó!

Hoàng nhìn Tuấn có vẻ ngạc nhiên lắm:

- Sao dượng biết, chắc cô Út thấy, cái gì con làm, cô Út cũng đều biết hết! Hay thật!

Tuấn hỏi một hơi, làm cháu mình không kịp trả lời:

- Này! Con cái nhà ai? Cha mẹ làm gì? Ở đâu? Bắc, Trung hay Nam! Bao nhiêu tuổi?

Hoàng cười:

- Con lại bị dượng điều tra nữa rồi! Bố mẹ là người Bắc, bố đi học tập về được gần hai năm, 15 tuổi, nhà ở gần tiệm thạch Hiển Khánh. Con đi học đây để trễ! Nhớ đừng nói cho bố mẹ con biết đấy!

Vừa nói xong là Hoàng vẫy tay chào rồi rẽ xe đạp đi về đường khác để đến trường. Tuấn lẩm bẩm một mình:

- Ngay cả đến cái tên trường cũng đổi. Cái đồ ngu!

Nghe nói, mới đây có cho một số con em chế độ cũ vào đại học. Có lẽ trường không có học sinh, nên mới cho con của dân vào học. Cũng khôn được chút ít, nếu không thì đất nước này sẽ cán bộ ngu hết!

Anh vừa cười vừa đắc ý câu mình nói, nhớ đến lời giới thiệu của bé Hoàng, cũng ghê lắm đây! Cô Bắc kỳ nho nhỏ, tóc thề chớ không phải là demi garcon, như Duy Quang thường hát! Anh chợt nhớ đến một kỷ niệm nào đó, hát nho nhỏ:

Em tan trường về
anh theo Ngọ về...

Tuấn hát để nhớ về một thời áo trắng của vợ mình còn cắp sách đến trường!

Tuấn đạp nhanh để giao bánh cho khách hàng đang đợi. Anh đi một vòng, giao bánh theo địa chỉ đã quen thuộc, đảo thêm mấy vòng theo mấy con phố để bán lẻ, cũng hơn 11 giờ rồi.

Trước sau gì cũng phải đến nhà Đỗ Quyên, chừng 15 phút Tuấn đến trước cổng nhà, anh đưa tay bấm chuông, nhưng không nghe tiếng chuông từ bên trong, lại bị cúp điện nữa rồi. Khu Nguyễn Thông, Hiền Vương, nhà thờ Kỳ Đồng đầy bóng mát từ những cây sao cao ngất, chắc có hơn cả trăm năm nay, bóng mát làm dễ chịu hơn với buổi trưa đầy nắng nóng của cái đất Sài Gòn này.

Anh gọi tên nàng vài lần, nhưng chẳng nghe tiếng ai đáp lại. Anh lấy cái nón vải kaki đang đội trên đầu xuống để lau mồ hôi trên mặt, rồi phe phẩy quạt cho đỡ nóng. Nhóng lên, nhóng xuống để xem có ai không, gọi tên nàng vài lần nữa, chẳng nghe thấy gì hết. Tuấn định đi về, nhưng chợt nghĩ, bên trong nhà nhỡ có chuyện gì không?

Chợt nhà bên, có người lái xe Honda dame chạy ra, nhìn anh, anh hỏi thăm mới biết giờ này nàng đi rước đứa con gái. Tuấn an tâm, ngồi lên xe đạp, dựa vào cổng cửa để chờ. Gió hiu hiu mát của đầu tháng 12.

Cái nón kaki có vành rộng phủ lên mặt, cái áo sơ mi cũ ca rô xanh trắng, cái quần tây màu xám đậm bạt màu. Bóng mát tàng cây chập chờn đưa anh về trại cải tạo mà anh chưa quên hẳn, vẫn còn trong giấc ngủ, anh đang thu hoạch mùa bắp. Tuấn giựt mình vì nghe tiếng động cơ xe gắn máy đánh thức. Anh kéo cái nón ra khỏi mặt, để nhận diện người trước mặt mình?!

- Đỗ Quyên em!

Nụ cười và nét mặt xinh xinh như ngày nào nhận diện được anh:

- Anh Tuấn! Sao anh ở đây? Xin lỗi, em đi rước con về!

Hoàng Oanh từ yên sau xe nhảy xuống, nắm tay anh mừng rỡ:

- Thưa cậu Tuấn! Cậu Tuấn! Đến thăm con phải không? Có đem bánh cho con không?

Anh với tay, lấy cái bao nylon treo trên tay cầm xe đạp đưa cho bé. Đỗ Quyên mở cửa cổng xong, định quay lại đẩy xe Honda dame vào, thì Tuấn đến đẩy vào sân trong. Anh quay ra định lấy xe đạp để đi thì bị bé Oanh nắm tay kéo vào nhà. Anh chỉ biết theo hai mẹ con nàng vào trong:

- Anh ăn cơm với mẹ con em nha anh, hai cậu cháu nói chuyện với nhau đi, em đi dọn cơm đây!

Tuấn định từ chối, nhưng bé Oanh lại reo mừng. Tiếng cười trong như pha lê, hồn nhiên, như có ẩn chứa một nét buồn đã mất đi tình yêu thương cha mình. Bé nắm tay lôi anh chạy theo mẹ xuống phòng ăn.

Từ hơn hai năm nay, cái nhà to lớn cất theo kiểu villa từ năm 70, có đủ mọi tiện nghi, từ hồ bơi, sân chơi tenis, vườn hoa, cây trái mỗi loại vài cây. Nó không còn ấm cúng, trở nên hoang vắng, từ ngày chồng nàng bất chợt qua đời trong tù, vì một việc đã có sắp đặt trước.

Một ông đảng viên cao cấp ở Hà Nội bị ung thư ruột, các bác sĩ giỏi nhất ở ngoài ấy đã bó tay. Nhưng gia đình cho rằng bác sĩ Sài Gòn hay hơn, nên ra lệnh chồng Đỗ Quyên phải lên máy bay ra ngoài đó để giải phẫu. Đến nơi, anh cũng đồng ý cùng với các đồng nghiệp. Mổ có thể chết ngay, chết sớm hơn như đã dự đoán chỉ còn một vài tuần nữa sẽ qua đời.

Nhưng gia đình quyết định, chết sống gì cũng bắt buộc anh phải giải phẫu. Sức đã yếu, không chịu nổi, nên đã chết trên bàn mỗ. Cả ê kiếp bị bắt tội vì không quyết tâm thực thi tốt, với lương y như từ mẫu, như lời Bác dạy. Gia đình nạn nhân bắt buộc riêng anh phải đền 100 cây vàng, để đổi lấy Tự Do.

Nghe tin đó nàng ra Hà Nội thăm chồng, các bác sĩ ngoài ấy mới vỡ lẽ ra là một âm mưu của gia đình nạn nhân muốn lấy vàng. Họ cho rằng các bác sĩ cũ của Sài Gòn đều giàu có. Nàng quay trở về, bán căn nhà, chỉ có cán bộ mới mua được thôi, chưa đủ, nàng về xin gia đình, thân nhân, để cho đủ số vàng, chồng nàng sẽ được trở về!

Nhưng số trời không chiều lòng người, chồng nàng qua đời trong tù vì cơn bệnh suyễn, chợt tái phát khi anh bị cảm. Chúng không biết, cho anh là bị cảm ho, cơn suyễn sẽ đến, không có thuốc phòng hờ, anh nghẹt thở mà chết.

Căn nhà còn đây, người chồng thương yêu với những năm chung sống. Giờ đây chỉ còn có ba mẹ con, với bao kỷ niệm, từ hình ảnh, dáng đi, trên bàn ăn, phòng ngủ, đâu đâu cũng còn có sự hiện diện của anh.

Bé Oanh kéo Tuấn đến bàn ăn. Cậu ngồi đây, mẹ con ngồi ở đây, còn con ngồi ở bên này. Vừa nói xong là bé chạy đi rửa tay, mà còn tiếc, quay đầu lại nói:

- Đợi con đến mới được ăn nha!

Cử chỉ, dáng điệu này giống như ngày nào chồng nàng về ăn trưa, bé Oanh đã từng làm từ hồi còn bé.

- Anh uống nước chanh đường không, em đi lấy?

Tuấn cười:

- Được rồi em! Anh uống nước lạnh này cũng tốt mà!

Nàng như hối tiếc nói:

- Không biết anh đến, em sẽ nấu cho anh...

Nhìn Đỗ Quyên do dự, anh biết nàng định muốn nói gì rồi:

- Được rồi em, đời lính và gần 7 năm trong tù, anh đã quen!

Nghe anh nói, nàng cười, vẫn là người anh như thuở nào chỉ biết lo cho mấy đứa em mình. Trong ánh mắt ấy, nàng đọc được những gì anh đang nghĩ, là yêu thương và chăm sóc mẹ con nàng. Tuấn không ngờ định mệnh quá khắc nghiệt đến với người góa phụ chưa quá tuổi xuân thì.

Chiếc áo sơ mi tay dài và chiếc quần jean cùng màu trắng, ôm trọn từng đường nét thân hình Đỗ Quyên, đôi bàn chân nho nho, thon dài theo từng ngón tay. Cái băng đô trắng trên tóc, giúp giữ cho mái tóc dài đừng rũ xuống, và cũng chính là áo tang phục mà nàng thường mặc suốt cả mấy năm qua.

- Mình ăn đi anh! Bé Oanh xong rồi kìa!

Tô canh xương non hầm với củ dền đỏ còn bốc khói, đôi chút ngò rí xanh, cái dĩa cá lóc kho hơi mặn với chút ít củ hành lá, tiêu đâm vẫn còn nóng. Tuấn lấy cái muỗng dài, xắn miếng cá không xương, để vào chén cơm cho cháu Oanh:

- Con ăn cẩn thận, coi chừng xương đấy.
Ánh mắt bé nhìn cậu như thầm cám ơn:
- Dạ!

Đỗ Quyên ngồi bên kia ghế đối diện với anh, nàng đang nhìn từng cử chỉ anh đang làm. Hình ảnh người chồng yêu thương của nàng năm nào dường như đang ngồi đối diện. Một miếng củ dền đỏ tím, một miếng xương sụn non, nàng múc để vào chén Tuấn:

- Anh ăn thử xem có vừa không?

Đưa vào miệng nhai:

- Ngon lắm!

Cũng cái muỗng ấy, anh xắn miếng cá không xương, để vào chén cơm nàng:

- Em ăn đi!

Tuấn không thấy bé trai, anh hỏi:
- Còn cháu Trung đâu em.

Đỗ Quyên đáp:
- Hôm qua, Quân có vào thăm em, anh còn nhớ nó không? Cậu đã rủ bé về ngoài ấy chơi rồi!

Nghe Đỗ Quyên nhắc đến đứa em của nàng, Tuấn cười nói:

- Quân, nó nghe anh đi cưới vợ, nó giận anh cả năm trời, cậu ấy chẳng thèm nói chuyện với anh!

Bé Oanh nghe nói, nhìn mẹ, rồi lại nhìn Tuấn, bé cười khúc khích. Niềm vui, niềm hạnh phúc, dù rằng bé đã vay mượn một người bạn thân của mẹ từ hồi thời con gái. Mẹ đã từng thương yêu ở cái tuổi học trò, một thời áo trắng của mẹ, từ tuổi 15, đến chừng mẹ biết, cậu đã lập gia đình. Mẹ khóc trong âm thầm, mà cậu chẳng có hay biết. Ngày đó, mẹ quyết định phải đi ra đến Huế để rước dâu.

Hương sắc của mẹ đã làm cho các cô họ nhà gái phải nhún nhường. Những kỷ niệm của mẹ và cậu. Mẹ là cô em gái dễ thương của cậu trong những ngày tháng hè, cậu về quê cùng với các em gái của cậu để thăm nội. Chiến chinh làm cho cậu ra đi và gặp người yêu của cậu ngoài ấy. Một kỷ niệm buồn của một thời con gái, sẽ phôi pha theo tháng ngày. Mẹ cũng đi lấy chồng!

Bữa cơm trưa hôm nay, đã đem đến cho ngôi nhà này có tiếng cười, có niềm yêu thương trong thương yêu giữa con người và con người đã xem nhau như ruột thịt!

Ăn cơm xong, nàng dọn dẹp chén đĩa, bé Oanh phụ mẹ đem đĩa cam đã xắt ra từng miếng đến cho Tuấn, bé đứng vào lòng anh, lấy miếng cam lột lớp vỏ bên ngoài rồi đút cho anh ăn. Tuấn cười:

- Con ăn đi, cậu tự ăn được mà!

Bé nũng nịu:

- Con đút cho cậu ăn!

Có phải đó là thói quen của bé đã thường làm cho bố mình ăn chăng? Đỗ Quyên quay lại, định rầy con, nhưng thấy bé quá vô tư, làm giống những gì mà bé đã làm với bố mình. Hơn mấy năm rồi, hôm nay bé lại làm cho Tuấn như người bố mình đang ngồi đó.

Anh hả miệng để cho bé Oanh đút cho anh ăn, cũng đã hơn 7 năm, cái cảm giác này bây giờ lại đang đến với anh. Tuấn nhớ đến đứa con gái mình, Ngọc Lan, ngày đó cũng bằng tuổi bé Oanh, cũng đã từng làm giống như thế này đây.

Bây giờ, qua hình ảnh bé lớn và cao lắm, 13 tuổi rồi, dáng vóc như mẹ Thủy Tiên ngày xưa trong những tấm ảnh khi nàng còn nhỏ. Tóc dài phủ xuống quá bờ vai, tuổi bước vào thời con gái.

Đỗ Quyên bước đến, cầm cái bình, rót thêm nước vào ly cho anh. Bé Oanh biết, sau khi ăn xong là bé phải đi ngủ trưa, đó là thói quen của ba mẹ bắt buộc con cái mình phải có giấc nghỉ ngơi. Bé khoanh tay thưa anh, thưa mẹ rồi đi lên lầu để về phòng mình. Bé đi mà vẫn còn quay lại nhìn Tuấn như tiếc nuối không được chơi với anh lâu hơn.

Chỉ còn hai người, Tuấn nhìn nàng, họ nhìn nhau, những nét buồn của cuộc đời nàng đã hằn in sâu trong đôi mắt, anh khẽ hỏi:

- Em định sẽ về Vũng Tàu ở luôn à!

Nàng khẽ lắc đầu:

- Không! Em sẽ đi đi về về.

Tuấn nói với nàng về chuyến sắp đi của mình:

- Em có định đi với gia đình anh không?

Đỗ Quyên vẫn chưa quyết định nói:

- Sau ngày chồng em mất Thủy Tiên có nói với em, đợi anh về sẽ cùng với gia đình anh Hòa đi. Em không biết có nên đi hay không? Suy nghĩ một lúc, Tuấn nhìn nàng và nói:

- Sau 30 tháng 4, vài ba ngày gì đó, gia đình anh và anh Hòa có đi chung với gia đình người chủ ghe. Ra gần đến nơi thì bị công an biên phòng đang rượt bắn một chiếc ghe vượt biên khác, ghe trúng đạn, phát cháy, nổ tung. Tụi này đành quay trở về, người chủ ghe là bạn thân và cũng là lính của anh, họ còn đợi, khi anh ra tù là sẽ đi.

Nàng hỏi tiếp:

- Chừng nào anh đi?

Tuấn xác định để nàng có thể sắp xếp công việc:

- Có lẽ sau Tết Nguyên Đán, chừng tháng 4.

Rồi như chợt nhớ ra chuyện gì, anh nhìn nàng, hơi do dự một chút:

- À!... Đỗ Quyên này! Anh... cám ơn chồng em và em đã giúp đỡ cho vợ anh khi sanh bé Huy. Nghe vợ anh kể, khi sinh ra bé lại bị ngược, không như những lần trước, còn bị băng huyết, em lại còn cho máu của em nữa.

Tuấn ngưng lại, vừa cười vừa nói:

- Sao lại có chuyện trùng hợp cùng loại máu. Nghe nói chồng em phải nhờ đến bà bác sĩ nào đó, đỡ đẻ cho vợ anh.

Anh chắc lưỡi như để thương tiếc cho bạn:

- Anh chưa kịp nói lời cám ơn, thì...
Vẫn nụ cười như ngày nào, bao dung và yêu quý anh:

- Anh Tuấn này! Anh học những lời nói khiêm tốn đó từ lúc nào, trong trại cải tạo ư?! Em còn nhớ rõ, có lần anh về Vũng Tàu thăm nội, ở chơi hè. Có mấy đứa con trai ở xóm Cầu Đá đón đường chọc ghẹo em. Hôm sau chúng đi học, đứa bị sưng mặt, sưng miệng!

Tuấn nghe rồi chợt mỉm cười, cái tuổi đời mới lên 15, 16, là con đại bàn tung cánh khắp đó đây, dẫn dắt hai cô em gái và nàng đi tắm biển, đi hái trộm nhãn, trái điều, mận, xoài.

Đỗ Quyên mỉm cười, nói tiếp:

- Còn có những chuyện anh chưa biết đâu! Từ ngày hai anh đi học cải tạo, Thủy Tiên, chị Phượng và em thân nhau lắm, có cái gì cũng kể cho nhau nghe. Có chuyện gì cũng giúp nhau hết. Hôm chồng em bị bắt, Thủy Tiên cũng đi ra tận ngoài Hà Nội với em. Nào ngờ vợ chồng con thím út ngoài đấy, cả chị Phượng cũng nhờ đến cậu mợ chị ấy, họ là dân Hà Nội từ nhỏ, biết rành về luật pháp ngoài ấy. Đến lúc ảnh mất, mọi việc cũng do hai người ấy lo cho em.

Nàng ngưng một chút, như để chuyển chuyện vui hơn:

- Rồi có lần đi buôn thuốc tây lậu, hai người bị công an rượt bắt chung với bốn năm người đồng nghiệp ở chợ trời. Tình cờ em đi ngang qua thấy, em chạy sát vào, bảo bỏ túi thuốc vào giỏ xe Honda ở phía trước xe. Em chạy đi luôn, chúng không có

bằng chứng, đành phải thả hai người. Tụi em về ăn mừng, rồi từ bỏ luôn nghề buôn lậu thuốc tây.

Như chợt nhớ, nàng hỏi anh:

- Bà nội vẫn khỏe hở anh? Lâu lắm rồi em không về thăm nhà, nên không biết nội còn khỏe không?!

Tuấn nói:

- Nội 95 tuổi rồi, còn khỏe, nhưng ít khi đi chợ, nghe nói có lần nội đi vấp chân, té ngoài đó, nên ít khi đi nữa. Mỗi lần anh về thăm, là nội hỏi có ghé sang thăm em hay không?

Đỗ Quyên mỉm cười nhớ lời bà nói, mỗi lần nàng về thăm nhà, ghé sang thăm bà, bà gõ đầu nàng mà mắng yêu:

- Cái con nhỏ này ngu quá, để người khác giật thằng Tuấn.

Nàng chỉ biết cười, cái cười đành chiều theo duyên số, mà định mệnh đã an bài.

Tuấn đứng lên để từ giã về và nói:

- Em suy nghĩ đi, rồi cho anh biết. Thôi anh về đây, nói với bé Oanh, mai mốt anh đến thăm hai mẹ con.

Đỗ Quyên cũng đứng lên, anh nhìn thẳng vào đôi mắt nàng, nhìn thật sâu vào đôi mắt u buồn chất chứa cả một tấm lòng yêu thương, yêu thương ngay cả đến người đã lấy người mình yêu. Anh lập lại về cái tình mà vợ chồng anh đã nợ với nàng:

- Thủy Tiên nói với anh, lần sinh đó, vợ anh mất rất nhiều máu, bệnh viện không có máu lưu trữ. Em sợ máu người khác không tốt, nên em chuyền máu cho vợ anh.

Vừa nói xong, Tuấn vội nói lời từ biệt:

- Anh về đây!

Nàng theo anh đi lên phòng khách, rồi ra sân mở cổng.

Nàng chợt nhớ, nói:

- Anh lấy xe Honda em mà đi, em có nói với Thủy Tiên nhiều lần rồi. Chồng em mất, chiếc xe của ảnh để cả năm nay rồi, không ai đi. Em sẽ đi chiếc xe của ảnh, hồi trước chúng em mua hai chiếc, cùng loại xe dame.

Tuấn cười:

- Được rồi! Hôm nào anh và Thủy Tiên sang chơi và lấy luôn thể. Anh về đây!

Nàng đợi anh đẩy xe đạp ra ngoài, Tuấn ngồi lên yên xe:

- Anh về, em vào đi, trời nắng nóng lắm!

Đợi anh đi khuất rồi, Đỗ Quyên mới khép cánh cửa lại và kéo cây sắt ngang, đi vào nhà. Nàng vào, với tâm tư như đi theo anh, từng vòng quay của đôi bánh xe đạp, quay từng vòng, từng vòng, như nàng đã từng theo anh hồi còn là cô bé mới biết buồn.

Buồn trông đợi anh về Vũng Tàu để thăm bà nội và gặp mình. Ngần ấy, bao nhiêu lần nghỉ hè, cái Tết, anh mới về. Cứ như thế mà đợi, mà chờ, rồi anh ít khi anh về nữa, chiến tranh mỗi ngày một thêm khốc liệt hơn.

Anh vào quân ngũ, làm lính đi giữ quê hương, giành từng tấc đất, đi ra đến ngoài Quảng Trị, ngoài ấy có cầu Hiền Lương, có dòng sông Bến Hải, có lằn ranh vĩ tuyến 17, ngăn đôi bờ đất nước, có Giơ Linh, Cam Lộ, Đông Hà.

Có tỉnh Thừa Thiên, có Huế, có cung vua, có thành nội, có cô gái Huế trường Đồng Khánh. Anh phải lòng vì giọng nói hay vì cái dáng kiêu sa, đài cát, cái bộ áo dài trắng học trò, cái nón bài thơ, tan học em đi về qua cầu Trường Tiền. Giọng hò mái đẩy, trên sông Hương vào những đêm trăng, có bài thơ Về Chơi Thôn Vĩ của Hàn Mặc Tử:

Sao anh không về chơi thôn Vỹ?
Nhìn nắng hàng cau, nắng mới lên

Áo em trắng quá nhìn không ra

Ở đây sương khói mờ nhân ảnh
Ai biết tình ai có đậm đà?

Tuấn đã quên đường về, Đỗ Quyên ngày đêm trông chờ anh, cho đến một ngày, nghe tin anh lấy vợ. Nàng theo nhà trai, ra tận ngoài ấy để rước dâu về. Nàng mới thấy lòng mình đau, một năm đợi chờ trong tuyệt vọng. Nàng bước lên xe hoa, về nhà chồng, chôn giấu một tình yêu, một niềm đau đầu đời, dìm nó xuống thật sâu tận đáy lòng. Vĩnh viễn để quên anh! Vĩnh biệt! Buồn ơi! Xin chào mi?!

Mỗi sáng, Hòa có nhiệm vụ đưa vợ đến trường dạy học bằng chiếc xe mobilette, Trưng Vương cũng may trường không bị đổi tên. Trên đường đi anh còn đèo thêm cái tụng đựng bánh ở phía trước bình xăng, để bỏ mối cho khách hàng.

Tuấn cũng thế, chở vợ con đến trường, trước xe Honda dame cũng có một cái tụng lớn chứa đầy bánh cho khách hàng.

Đó là 2 chuyến giao bánh cuối, chứ thực ra hai anh phải thức giấc giao hàng lúc 5 giờ sáng. Hai anh trở về để ăn sáng với gia đình và đưa hai cô giáo đến trường, khi mua vật liệu vừa xong thì đến trường rước về ăn trưa, rồi đưa trở lại trường; đến chiều 6 giờ trở lại trường rước 2 nàng về dinh. Nó giống như cái vòng kim đồng hồ, mang theo những hạnh phúc cho nhau để bù đắp lại một phần nào mà người vợ đã phải đảm đang nuôi chồng, nuôi con trong những tháng năm dài hai anh đi cải tạo.

Bỏ mối xong, hai anh em hẹn nhau đến đường Hồng Bàng, từ bùng binh Tổng Đốc Phương trở vào gần đến đại học Y Khoa. Có thêm một khu chợ trời mới bán đồ điện tử, mới có, cũ cũng có.

Nào quạt máy, TV màu, radio từ loại nhỏ như bao thuốc lá cho đến lớn như cái thùng mì gói. Nào đĩa nhạc 45 tour cho đến cải lương 33 tour, nhạc vàng Việt Nam trước 75, nhạc rock ngoại quốc, có cả băng cassette, băng lớn và có cả máy, thùng loa lớn, amply hoặc cây đàn ọt-gân, khi đàn, nó giống như có cả ban nhạc đang trình tấu trong nhà, nào máy quay và chiếu phim 8 và 16 ly, đàn điện, cái gì cũng có.

Hàng mới từ nước ngoài gởi về, từ những người đi sau 30 tháng 4 năm 75, rồi sau đó là người vượt biên. Họ có thể gởi về bất cứ lúc nào, bao nhiêu cũng được, tự do. Hai tiếng ấy, bây giờ nó có tầm vóc lớn lao và vĩ đại như lời Bác nói:

Đánh xong giặc Mỹ, ta có của cải nhiều gấp 10 lần bây giờ?!

Sau 75, Đảng đã dùng lính bộ đội, đội được cái gì là đội về Bắc hết rồi! Bây giờ, dân miền Nam nghèo hết rồi! Con đường để có ngoại tệ, đô la Mỹ, vì Đảng ta đánh hơi được sức mạnh của đô la Mỹ trên thế giới, nó mạnh hơn hai trái bom nguyên tử mà Mỹ đã thả xuống hai thành phố Herosima và Kawasaki ở Nhật. Thế là chấm dứt thế chiến thứ 2.

Vị tướng Võ Nguyên Giáp đã thí hàng chục vạn bộ đội chết trên chiến trường Điện Biên. Để đổi lấy cái lòng chảo chỉ có một vị tướng, ban tham mưu và vài trăm lính Pháp?!

Hiệp ước Paris được ký, vĩ tuyến 17 chia đôi đất nước, nhưng ông Hồ muốn ăn luôn miền Nam, nên thành lập Mặt Trận Giải Phóng Miền Nam. Chúng là quân bộ đội Bắc, chết khắp cả chiến trường miền Nam.

Nixon đi Trung Quốc, giao miền Nam chúng, tháng giêng năm 73, gần 500 ngàn lính Mỹ, Úc, Đại Hàn trở về nước của họ. Mỹ cúp mọi viện trợ quân sự cho Việt Nam, có nghĩa là tự túc cho số phận mình. Mãi đến ngày 30 tháng 4 năm 1975 ngày đau thương đó, chiếc trực thăng Mỹ cuối cùng chở toàn thể nhân viên tòa đại sứ, cuốn theo lá cờ Mỹ, đã bao năm bay phất phới trên cột cờ, giữa lòng thủ đô Sài Gòn.

Mỹ cấm vận Việt Nam, có nghĩa là trong khối tư bản, không ai được giúp Việt Nam. Hà Nội ca bài con cá, đòi tiền đền bù chiến tranh. Mãi cho đến 7 năm sau, chẳng có ai cho 1 đồng, mà còn phải trả nợ cho Liên Xô, Trung Quốc anh em.

Lại còn bị lão Đặng Tiểu Bình dạy cho một bài học, không biết người trên kẻ dưới, năm 1979.

Nếu như ta đem so sánh, Mỹ không viện trợ cho miền Nam và cái tên Đặng tiểu chó má đó đem quân đánh miền Bắc nước ta. Bao nhiêu ngàn bộ đội chết thảm thương bởi súng đạn của đồng chí đã từng là anh em. Chúng hãm hiếp con gái, đàn bà, mổ bụng người mang thai, giết trẻ con. Thế mà cộng sản Việt Nam sang triều cống và xin lỗi chúng:

Ai nhục hơn ai?

Từ ngày giải phóng miền Nam, chính quyền Việt Nam, nhận được biết ăn ngon, mặc đẹp là sung sướng. Mỗi trăm đồng, ngàn đồng, rồi đến chục ngàn, trăm ngàn, một triệu, mười triệu, trăm triệu đô la màu xanh, mang chữ The United State Of America. Đã khiến cái địa bàn định hướng, có cây kim xanh đỏ chỉ Bắc Nam. Nay lại chỉ sang phương Đông, bên kia bờ Thái Bình Dương. Có hàng triệu người đã lần lượt bước chân lên tàu rời bỏ quê hương sau ngày đó và còn đang tiếp nối bước người đi trước.

Cái vú to tổ bố của Mỹ, chứa đầy bơ, sữa, do máu và nước mắt có khi đánh đổi cả sinh mạng mình. Của hàng triệu người ra đi đã tạo nó thành dòng sữa để nuôi thân nhân họ còn kẹt ở lại ở quê nhà:

Nó ngon chết mẹ!

Đảng Cộng Sản ngu dại gì mà không chịu bú, mới đầu còn mại hơi, để tỏ ra là Đảng chuyên chính, vô sản. Nhưng chẳng bao lâu, từ Chủ Tịch Nước cho đến những Đảng viên tép riêu cũng tranh nhau, nào vú Mỹ, vú Pháp, vú Úc, vú Anh, vú Hòa Lan, vú Na Uy, vú Phần Lan, vú Nhật, vú Đức. Trông chúng giành bú như đàn heo con tranh nhau bú vú heo nái!?

Xin lỗi có giống như vậy không?

Chúng còn lý luận, không bao giờ chơi với chính quyền Mỹ, nó gian ngoa lắm. Chỉ có nhân dân Mỹ là tốt, là cương quyết biểu tình, đòi chính phủ rút quân về.

Và cho đến nay, những thùng quà, những đô la từ các nước, mà họ có lòng nhân cho người Việt định cư; dân mình chắt mót từng xu, từng đồng, để gởi về quê mẹ. Mà chính nơi đó họ đã từng bị chúng đánh đập, bỏ tù, thậm chí bắn bỏ trôi sông, cho là:

Đồ phản quốc?

Nay chúng lại dễ dàng, bỏ bớt những thủ tục, để cho thân nhân được lãnh hết những gì mà họ đã gởi về.

Xin lỗi, bây giờ ai có tiền để mà mua những thứ ấy?

Chỉ có bọn chúng mới có điều kiện để mua những thứ ấy thôi!

Hai anh em đi vòng các chợ trời, nơi nào có là họ đi để tìm mua thêm những gì cần cho chuyến đi. Mỗi ngày một ít để chuyển đến chủ ghe, các vật dụng cần thiết cho cuộc hành trình sắp đến.

Về đến nhà, cửa cổng không đóng lại, Hòa chạy vào sân, dựng xe lên rồi đi vào mở cửa. Hòa bước vào trong thì thấy hai chị em, Phượng và em ruột mình. Họ chống nạnh một tay, một tay kia cầm ngược cây chổi lông gà và chỉ thẳng vào mặt chồng mình. Nét mặt hầm hầm miệng la lớn trước mặt mấy đứa con nhỏ:

Phượng:

- Anh đi đâu?

Thủy Tiên:

- Anh đi đâu?

Điệu bộ mà gần 20 năm sống chung, các anh chưa bao giờ thấy, vợ lớn tiếng như thế,

Phượng hỏi:

- Anh đi với cô nào?

Thủy Tiên:

- Anh đi với cô nào?

Cả hai còn ngơ ngác, không tin vào mắt mình, rồi nhìn các con đang bụm miệng nhìn mình cười, Phượng:

- Đi đâu? Chừng này anh mới về?

Thủy Tiên:

- Đi đâu? Chừng này anh mới về?

Đến câu này thì cả hai chị em nín cười không được nữa, cười đến nỗi ôm bụng mà cười, cười ra nước mắt. Hai anh cũng phì cười chung với mấy đứa con, họ đã được tập dợt sẵn từ lúc các anh chưa về. Ở nhà họ cũng đã cười khi tập, nhưng không cười bằng khi nhìn thấy cái vừa ngạc nhiên, vừa ngơ ngác của hai người, trông nó ra làm sao đâu?!

Hòa vừa cười vừa nói:

- Trông em như con khỉ mắc phong!

Tuấn lại nói:

- Trông em như con đười ươi ăn ớt!

Cả hai bị vợ mình vừa nhảy tới đánh yêu túi bụi vào người, tiếng trách chồng mình, tiếng hờn dỗi, tiếng cười thơ ngây của các con. Nó là nhạc khúc, là bài hòa ca hạnh phúc của những ai đã được trở về từ những trại tù cải tạo! Nhưng cũng ẩn chứa trong ấy, những hoài nghi sợ chồng mình ra ngoài đi tìm hương lạ?!

Đó cũng là cái ghen bóng, ghen gió của những người vợ đã cảm thấy mình già đi trước tuổi, ở cái tuổi 40. Vừa vất vả vừa quán xuyến mọi thứ trong gia đình. Bước chân ra đời, phải kiềm chế mọi cám dỗ để tìm được đồng tiền chính đáng mong nuôi chồng, dạy con cho nên người.

Khi chồng trở về, còn phải là người bạn thân, thương yêu hơn và khuyên giải, để chồng mình vượt qua những cái mặc cảm, không lo được cho vợ, cho con, mà còn phải ăn bám.

Sắc hương tàn phai, héo úa theo tháng năm, vẫn tiếp tục một nắng, hai sương. Bán lưng cho trời, bán mặt cho đất, chắt chiu từng đồng để có thêm miếng ăn, viên thuốc cho chồng còn bị quản chế, chưa đi làm được.

Sĩ quan, có bao nhiêu người có được nghề chuyên môn, để tìm cho mình một nghề khả dĩ để nuôi chính cái bản thân mình. Không nghề nghiệp, một số người còn tiếc nuối một thời đã qua, chán nản, tìm đến bạn bè cũ, rồi say xỉn, làm buồn lòng vợ con.

Hai người vợ, hai ông chồng này cũng có chút ít đào hoa, Thủy Tiên, cô giáo dạy văn, có cái ghen hay nói thẳng, không vòng vo, không nhập đề luân khởi. Thường hay gạn hỏi chồng mình.

Phượng, người chị dâu, là cô giáo dạy lý hóa, nàng nhìn tình yêu trong nghĩa vợ chồng giống như một phương trình toán, nó bao giờ cũng có ẩn số. Hay như một bản biến thiên, lúc lên cao hoặc xuống thấp.

Cái ghen của cô thuộc vào loại Hoạn Thư thứ thiệt, để ý chồng, rồi dụ cô em chồng, cô này chẳng biết là chị dâu mình đang ghen, âm thầm theo dõi. Dùng đủ mọi chiến lược, từ điệu hổ ly sơn, đến bát quái trận đồ. Đến khi tìm không phải, âm thầm rút lui, chẳng ai biết?!

Nàng lầm, đừng tưởng rằng chồng mình không biết, anh giả vờ đấy thôi, là vì anh thương yêu vợ mình, yêu thương từ cái tuổi còn là sinh viên. Lén hẹn nhau cuối phố ít người qua, thương yêu nụ hôn đầu, thương yêu ngày cưới nhau chẳng có nhiều sính lễ.

Thương yêu những ngày tháng đợi chờ, tần tảo sớm khuya, thương yêu những năm dài nuôi dạy con nên người. Anh giả vờ như không biết, tự hứa sẽ không làm gì sai để cho trọn vẹn tình yêu vợ chồng, trăm năm, bạc đầu. Rồi sau này, một trong hai người đi, kẻ ở lại mà khóc người xưa!

Cái hạnh phúc đó đến với người được về, nhưng giờ đây, vẫn còn nhiều người mà chúng cho là có tội rất nhiều với nhân dân, cải tạo chưa tốt. Một điều mà chúng sai lầm, học càng lâu, căm thù càng nhiều. Lời nói trên trót lưỡi, đầu môi của những người bị đày đi cải tạo không là lời chân thật trong đáy lòng.

Họ biết, chống đối với chúng chỉ làm cho vợ con họ phải thêm vất vả, chúng thông báo về địa phương để làm áp lực, ép chế gia đình, kể cả cưỡng bức vợ và con gái mình về tình dục. Chính vì thế mà người tù cải tạo không nổi loạn, để mong có được ngày về đoàn tụ với gia đình. Ngoài trận chiến, cái chết còn xem nhẹ tựa như hồng mao.

Hết chiến tranh, bên nào thắng, bên nào thua cũng được, miễn là đưa người dân có một đời sống sung túc, thanh bình an vui khắp mọi nơi. Là cảm hóa người thua trận, để cùng nhau đưa đất nước đến giàu mạnh. Người dân phú cường, tranh đua với các nước trên thế giới.

Đó là cái khôn ngoan của người lãnh đạo để trị dân.

Nghe đâu từ ngày ông Nguyễn Văn Linh, người miền Nam, làm thành ủy Sài Gòn Gia Định, người dân có thể buôn bán nho nhỏ, hoặc làm ăn dưới hình thức hợp tác xã. Ta cứ thử nghĩ:

Trên dưới một triệu người ra đi, cứ ba tháng gởi về cho thân nhân 100 đô la, thì được: 100đx1.000.000= 100.000.000 đô.

Một năm được 4 lần: 100 triệu x 4 = 400 triệu đô la.

Với số tiền lớn như vậy, Việt Nam xã hội chủ nghĩa đào đâu mà có, chỉ có đem đấu giá cái lăng của Bác cho nhà khảo cổ mới có số tiền đó. Nhưng lăng Bác mới xây, ai mà mua!

Các nước tư bản, in tiền thì trong ngân hàng phải có vàng để bảo chứng, còn Việt Cộng chỉ có đôi tay:

Sức lao động biến sỏi đá cũng thành cơm

Để bảo chứng giá trị tiền của mình. Chúng bắt dân cắm đầu cắm cổ làm ra sản phẩm để bán sang các nước chủ nghĩa anh em. Tiền đó cũng chẳng ai xài, cũng phải đổi ra đô la Mỹ thôi.

Ở Liên Xô, có ông Gọt Bắp Chuối cũng đổi mới đất nước, chơi với Mỹ, Đặng Tiểu Bình cũng bắt tay với Hoa Kỳ để kiếm tiền đô. Cộng sản Việt Nam có phước hơn các đàn anh, 400 triệu đô la do những thằng con phản quốc gởi về. Đảng ta họp liên miên để tìm ra phương pháp nào đó để số tiền đó tăng thêm.

Lòng yêu thương thân nhân còn ở quê nhà, đã vô tình chung, chúng ta trở thành làm vật cống hiến cho chúng, ngồi mát ăn bát vàng. Tiền gởi về mỗi ngày mỗi tăng, 5 trăm triệu, 1 tỷ, rồi sẽ 2, 3, 4 tỷ... Rồi không chừng sau này sẽ lên đến cả chục tỷ!?

Nhà nước sửa đổi khẩu hiệu, Dân Giàu Nước Mạnh, một số ít người trong nước được cho ra đi đoàn tựu với thân nhân ở Pháp, Na Uy, Đan Mạch, Hòa Lan, Canada và Úc. Với điều kiện, ra đi với hai cái va ly đựng áo quần và đồ dùng cá nhân.

Nhà đất giao cho nhà nước. Không được mang theo tư trang bằng vàng và hột xoàn, cẩm thạch. Nếu giấu đút mà nhân viên hải quan tìm được, thì kể như vĩnh viễn ở lại. Thời gian xét đơn từ 1 hoặc 2 năm gì đó, không biết được?!

Nghe đâu ông Nguyễn Xuân Oánh ở lại làm việc với chúng ngay từ giờ phút đầu khi Sài Gòn mất vì cha của ông là người có liên hệ với Việt Cộng. Thẩm Thúy Hằng cũng là người của cách mạng vì bố của cô và Tôn Đức Thắng là bạn thân. Phó thủ tướng Nguyễn Văn Hảo giữ lại 16 tấn vàng và là một trong những người thúc đẩy Dương Văn Minh đầu hàng và đưa Nguyễn Văn Diệp, đảng viên cộng sản làm bộ trưởng kinh tế. Vũ Văn Huyền, Lý Quý Chung, đã gây rối chính trị miền Nam. Ngô Công Đức đã cùng chúng tịch thu nhà in Nhuyễn Bá Tòng, Phạm Hoàng Hộ chứng minh 3kg rau muống bằng 1kg thịt bò và nhiều nhân vật khác là tay sai của cộng sản!

Nhưng sau đó chúng cho những người trên về vườn đuổi gà!

Niềm đau những bà mẹ liệt sĩ, thương phế binh của chúng cũng bị đào thảy ra khỏi vòng danh lợi. Bộ đội phục viên, càng ngày càng nhiều vì chẳng có tài năng, kiến thức để lãnh đạo. Nuốt cay đắng về vườn chăn heo, gà cho qua ngày!

Bảy năm trong trại cải tạo, khi được ra cũng vẫn thấy tờ báo Xuân của Sài Gòn Giải Phóng làm vua đọc giả, nay được có thêm vài tờ báo khác đi theo hướng khoa học, nông nghiệp, hải sản.

Người vượt biên vẫn tiếp tục ra đi, nghe có chiếc vừa đi lọt, mai lại nghe có chiếc bị bắt. Tù vượt biên không còn chỗ để mà nhốt, cho đi làm lao động, nếu như có tiền thì đút lót được cho về sớm. Sợ nhất là người tổ chức, chủ ghe, hai người này rất là quan trọng để chúng moi móc vàng, chỉ có thế thôi!

Trẻ con, dù nghèo hay giàu, chúng vẫn tính từng ngày, đến nay còn 7 ngày nữa. Nếu như nghèo, chúng mong những ngày đó là những ngày chúng có thể bán được nhiều hơn vì ai ai cũng có tiền; họ xài rộng rãi hơn. Còn các trẻ khác vừa vui chơi, vừa trông đợi được mặc quần áo mới vào ngày mùng một Tết, để mừng tuổi ông bà, cha mẹ, bà con, hàng xóm. Với những cái bao giấy đỏ, nho nhỏ, bên trong có tiền. Khi nhận được thì lật đật mở cái miếng giấy gấp lại ở miệng bao, đưa ngón tay trỏ vào trong, khều từ từ để lu lú ra màu gì, mình có thể biết được cho bao nhiêu. Chúm chím cười và cẩn thận cất vào túi quần tây, gài nút lại cẩn thận.

Có chút ít tiền trong túi, chia tiền lì xì ra, cất vào nhiều túi khác nhau, nếu lỡ có bị bọn móc túi thì cũng còn có tiền cất ở nơi khác. Có đứa mừng tuổi được bao nhiêu là gửi cho mẹ cất dùm, muốn mua sắm hoặc ăn uống gì thì lấy lại.

Ngày cuối của năm cũng đến, mới trưa 30 tháng Chạp mà nhà ai đã rước ông bà về rồi, tiếng pháo nổ giòn, đì đùng đó đây. Mấy đứa lớn con của Phượng lo dọn những món ăn đặc trưng cho ngày Tết lên bàn để rước ông bà về.

Nhà không có bàn thờ tổ tiên, chỉ mượn đỡ cái tủ cao để làm nơi cúng bái trong những ngày Tết. Bàn thờ gia tộc còn ở ngoài Huế, nhà anh chị Bình đang ở. Tết này, vợ chồng Hòa Phượng và Tuấn Thủy Tiên cùng con cái ra ngoài ấy thăm vợ chồng anh chị ấy và các cháu lần cuối trước khi đi.

Ngày trước còn chiến tranh, cứ mỗi lần Xuân về, những người tình, người chồng lính không được ở bên nhau. Đài phát thanh Sài Gòn và đài Quân Đội, có những người làm chương trình mừng Xuân, họ gởi đến lính những bài hát về Xuân.

Tiền đồng heo hút, nếu mai không nở thì anh không biết Xuân về hay chưa?

Rồi đến Cánh Thiệp Đầu Xuân, Thiệp Hồng Em Viết Tên Anh...

Còn nhiều, nhiều nữa, như tiếng nói của cô Dạ Lan, chất chứa hương yêu, gửi ra tiền tuyến cho các anh lính trận, lời nói như mật ngọt của người tình, người vợ ở hậu phương.

Nào ca sĩ Thanh Tuyền, Thanh Thúy, Thanh Lan, Phương Hồng Quế, Phương Hồng Hạnh, Phượng Hồng Ngọc, Trang Thanh Lan, Nhật Trường, Tam Ca Sao Băng, Chế Linh, Giang Tử - Giáng Thu, Hùng Cường - Mai lệ Huyền...

Còn bên tân cổ nhạc có Út Trà Ôn, Thành Được - Út bạch Lan, Minh Cảnh, Minh Vương, Minh Phụng, Lệ Thủy, Phượng Liên, Thanh Nga, Ngọc Giàu. Còn bên Hồ Quảng lại có Thanh Tòng, Bửu Truyện, Bạch Mai, Thanh Mai...

Lời ca của họ cũng gởi gắm tâm tình người ở hậu phương cho binh sĩ VNCH vào những ngày Xuân mà họ còn đang ở ngoài tiền tuyến, ngày đêm gìn giữ cho hậu phương vui Tết.

Cũng nhờ đó, mà hàng triệu người dân miền Bắc, cho đến các cán bộ từ phía bên kia biên giới nghe lén được từ những cái đài nhỏ. Mong ngóng cho hết chiến tranh, những người vợ, người cha, người mẹ, người tình hằng đêm âm thầm cầu nguyện cho họ mau trở về.

Tung cánh chim bay về tổ ấm.

Chương trình Chiêu Hồi đã được rất nhiều các anh em từ bên kia trở về bên chúng ta, có cả những đảng viên cấp lớn. Họ thấy đây là thiên đàng của Tự Do, không cần phải lúc nào cũng ca ngợi Đảng, khen bác Hồ như đọc lời cầu nguyện trước bữa ăn. Người về với chúng ta mỗi lúc một nhiều hơn. Mặc dù chúng ta vẫn biết có một số người ra chiêu hồi là để nằm vùng.

Nói đến Tết là nói đến câu:

Thịt cá dưa hành, câu đối đỏ.

Mới vừa chiều, sau khi cơm nước vừa xong với những món ăn mà ngày thường ít khi được thấy trên bàn ăn. Đứa nào, đứa nấy con của Phượng và thêm thằng cu Tý con của Thủy Tiên, đó là biệt danh của Huy. Chúng ăn xong, đứa nào cũng lấy tay xoa trên bụng mình, nhìn nhau cười nói vui vẻ. Như nhớ lại điều gì chúng lật đật gom chén dĩa trên bàn chia nhau đem rửa, làm cho cha mẹ chúng lấy làm lạ hơn mọi ngày. Sau đó là đi tắm rửa để được mặc áo quần mới, nói là mới chớ là đồ cũ của năm trước.

Con nhà bình dân mà, bộ áo này là để có dịp đi xa mới được mặc. Con của Hòa Phượng, đứa nào cũng lớn hết rồi, cái lớn là ở chỗ đứa nào cũng cao gần bằng bố mẹ. Duy chỉ đứa con trai út của Tuấn Thủy Tiên mới được 6 tuổi, có nghĩa là bố có 7 năm tù cải tạo.

Bảy năm, hay hơn thế nữa, cũng phải có lúc phải được sum họp nhau thôi. Chiến tranh đã hết, thần chết cũng bị thất nghiệp dài dài, không còn nhiều việc làm như lúc trước nữa. Vui lắm, vui lắm, tiếng pháo đón giao thừa nổ vang rền, không ai đợi cái truyền hình trắng đen có phát chương trình đánh chiêng để đón mừng năm mới. Nhóm xướng ngôn viên trẻ, ăn mặc áo dài màu đẹp lắm, rất tiếc phần đông dân chúng chỉ thấy trắng và đen, chỉ có một số ít nhà dân có thân nhân vượt biên, còn lại là các cán bộ to to một chút mới được xem truyền hình màu. Các ông kẹ đang đọc lời chúc Tết.

Cái vui ở đây, họ mong đuổi cái nghèo cái khổ cứ mãi theo họ từ ngày 30 tháng 4 năm 1975 cho đến nay. Họ cầu mong chế độ Cộng Sản cáo chung, để người thân họ được về. Đốt pháo là để tống đi cái cũ năm rồi, rước cái tốt đẹp hơn:

Tống cựu nghinh tân

Nhớ đến những năm ở trong tù cải tạo cũng được đón giao thừa, mỗi khẩu phần ăn được thêm một vài miếng thịt heo kho nhỏ bằng ngón tay và thêm một mớ rau muống mà chính họ đã nuôi và trồng. Các chiến hữu cầm chén cơm lên, nhìn nhau mà rươm rướm ngấn lệ, mơ về mái ấm gia đình.

Còn ở quê nhà, những người thân họ cũng chẳng có vui vẻ gì đâu?! Đón giao thừa xong, người vợ trở về buồng cũ chiếu chăn, thương nhớ chồng, giờ này anh ở nơi mô?! Nước mắt len lén theo nhớ thương mà rơi trên gối chiếc, trông chờ chồng được trở về mà thiếp đi trong giấc ngủ cô đơn!

Bé Huy, miệng vui cười toe tét, chạy ra sân để ôm lấy bố, Tuấn đang máng phong pháo lên cây đinh trước cửa cổng, xen kẽ bằng những viên pháo đại. Nghe tiếng pháo nổ gần nhà kế bên, bé quay đầu chạy trở lại ôm mẹ, pháo hết nổ lại chạy trở ra.

Thủy Tiên nhìn điệu bộ của bé mà tức cười vừa chờ đợi Tuấn đốt pháo. Tay cầm cái quẹt ga nhỏ bằng ngón tay cái, một tay anh cầm phong pháo có cái tim để đốt, ngón tay cái bên kia xẹt, tia chớp làm quẹt cháy, châm vào tim pháo.

Tia lửa bùng cháy, túa ra, pháo nổ tung tóe khắp nơi, khiến anh phải chạy lùi lại Thủy Tiên, lôi vợ con đi xa hơn một chút.

Đùng... đùng..., tiếng pháo đại nổ lớn hơn, chát chúa, khiến cho vợ con anh phải lấy tay bịt tai lại. Pháo nổ tan xác, đỏ tung tóe trên sân nhà, đầy mùi pháo và khói.

Rồi chợt nhớ năm nào, hồi ấy Tuấn vừa mới quen Thủy Tiên, cô bé người Huế theo mẹ vào Sài Gòn, học ở Văn Khoa, năm thứ nhất. Năm ấy, anh xin được phép từ ngoài vùng đất Giơ Linh, Cam Lộ, Đông Hà, nơi ải địa đầu giới tuyến, phân chia Nam Bắc.

Anh về thăm nàng, vừa đến bến xe gần đường Petrus Ký là nghe tiếng súng hòa chung tiếng pháo. Anh nghĩ, có lẽ đơn vị nào đó bắn để đón mừng giao thừa. Nhưng không, người lính chiến nào mà không biết đó là tiếng nổ súng AK của Cộng quân. M16 đã bắn trả, người dân thành phố, mở cửa ùa ra đường để xem, anh và hai người bạn, móc cây colt 12 đem theo trong mình, lên đạn. Họ cùng nhau hét lớn:

Vào nhà hết đi, Việt Cộng tấn công thành phố Sài Gòn!

Tiếng của hai anh vang lên như một mệnh lệnh, khiến cho người dân chạy vào nhà.

Không những tiếng của anh mà còn có những chiến hữu của các binh chủng khác được phép về thăm gia đình. Họ chia nhau lẫn vào mái hiên nhà, lần mò theo khu phố, để dò la chúng đang núp nơi nào?

Chúng uy hiếp nhiều chùa, nhà dân, ở khắp mọi nơi, ẩn núp trong đó từ nhiều ngày trước, đợi đêm giao thừa năm Mậu Thân 1968. Chúng khai hỏa mong là đánh từ trong lòng địch, bên ngoài đánh vào. Chắc chắn là hoàn thành chiến dịch:

Hồ chí Minh, mùa Xuân đại thắng.

Nhưng chúng đã lầm, bao xác Cộng Quân phơi thây trên đường phố, có những đứa em tuổi chưa tròn 18. Chiếc nón cối, bộ áo quần bộ đội, đôi dép râu còn bê bết đất rừng núi Trường Sơn.

Các em chết vì tự hào đi giải phóng miền Nam. Trong túi áo các em có những lá thư chưa kịp gửi đi, viết cho cha mẹ. Thư được bỏ vào cái bao nylon, cùng với vài viên thuốc màu đỏ. Có lẽ các em không uống, dấu lại, vì đã có một lần uống trước khi đánh trận, khiến cho con người mình như hăng say, không kiềm hãm được, khi tiếng lệnh xung phong. Các em đã chết trong ngõ hẻm, ngoài đường, công viên, khắp mọi nơi trong thành phố. Các em chết không bao giờ có giấy khen anh hùng liệt sĩ gởi về nhà!

Nếu như các em đưa thư mình cho ban quân thư, thì chắc chắn sẽ không bao giờ những lá thư đó tới tay người nhận. Chúng sẽ bị hủy diệt tại chỗ, khi các em vừa quay bước đi?!

Sáng mùng 1 Tết, tiếng chim ca hót líu lo trên cành quanh quẩn bên nhà, gió Xuân như thoáng qua mành bên cửa sổ, có pha thêm hương thơm của hoa mai, vạn thọ, cúc, hoa đào, cùng nhiều loài hoa quý khác từ khắp mọi nhà trong xóm.

Thủy Tiên, còn vùi sâu trong giấc ngủ, đêm qua cho anh cả hương sắc, vị ngọt ngào còn đọng lại trên môi. Hương yêu quyến rũ của người vợ, ta đưa nhau đến đỉnh tuyệt vời, bải hoải, rã rời, theo từng nhịp thở.

Mái tóc dài rối bời xuống tận eo như còn quấn quít bên anh từ tối đêm qua, người vợ được nuôi dưỡng bằng những hạt ngọc trời và tình yêu thương của gia đình. Hương yêu nồng nàn còn đọng trong từng hơi thở, vẫn còn nằm yên trong chăn gối đêm qua.

Đêm tuyệt vời! Đêm hạnh phúc! Ngoài kia không còn tiếng súng từ các chiến trường vọng về. Ngày thanh bình chắc còn xa lắm! Còn bao nhiêu người tù đang ở trong tù cải tạo? Còn hàng triệu triệu người thiếu ăn, hàng ngàn người quanh quẩn ở Sài Gòn đang đói khát. Sống lang thang theo từng con phố, công viên, nay ở đầu đường mai về xó chợ!

Tuấn không dám nghĩ đến nữa, nằm yên mà đợi, chỉ cần một cái trở mình của vợ là anh có thể ngồi dậy đi nấu ấm nước, châm trà. Nhà vẫn im lìm, chẳng nghe tiếng cười nói như hằng ngày. Vợ chồng con cái anh Hòa đã đi về Đà Lạt rồi để thăm gia đình Phượng từ hôm 25 âm lịch.

Đã 7 năm rồi, cái đêm từ biệt, anh đi trình diện ở mãi cho đến ngày trở về. Sáng mùng 1 Tết này là lần đầu được nằm bên vợ trong những ngày Xuân. Từ ngày được về, mỗi ngày 5 giờ sáng lo chở bánh đi giao cho các mối bán lẻ, khi về đến nhà phải lo ngâm đậu, nạo dừa, pha bột. Chiều gói bánh, hấp bánh, công việc bận rộn suốt ngày.

Thế mà hai người đàn bà và mấy đứa con lớn nhỏ đều phải phụ với nhau, mong được có những bữa cơm dưa muối. Tằn tiện để có dư chút ít tiền, dành dụm mà đi nuôi chồng. Mãi đến hơn 5 năm sau, mới có chút ít tiền từ gia đình ở Canada gởi về.

Nước mắt từ đâu lại chảy thành dòng trong khóe mắt mình, dọc theo má mà rơi trên gối. Nó cũng giống như nước mắt đợi chờ, đêm từng đêm, tháng từng tháng, năm từng năm đợi chờ ngày chồng mình. Rồi cũng là nước mắt yêu thương, hạnh phúc khi anh bất chợt trở về.

Như nàng không còn say ngủ nữa, Tuấn lật đật nhắm nghiền đôi mắt lại, thở và ngáy đều như say ngủ. Nàng ôm anh chặt hơn thêm, một tác động tự nhiên, sau cái ngủ say sưa trong ấn ái.

Thủy Tiên nhìn chồng, với kinh nghiệm lâu nay, nàng biết chồng mình giả vờ ngủ, nằm yên để cho nàng ngon giấc. Nàng kề sát vào tai chồng, nho nhỏ giọng Huế, lời tình tứ:

- Mình ơi! Dậy đi mình! Giả vờ ngủ mà chi, mí mắt cứ rung rinh, rung rinh, mình ơi! Mình ơi!

Anh vẫn nằm yên, nàng đưa miệng lên môi chồng để cắn thì anh giả vờ như thức giấc, cái chiêu cắn vành tai, cắn môi mà nàng đã từng làm bao lần rồi. Lời tình tứ:

- Răng mà không gọi em dậy, mần chi nằm yên cho em ngủ yên giấc hỉ?!

Lời nồng nàn, như hơi ấm thân nhiệt tỏa ra của hai vợ chồng cùng chung một tấm chăn. Nàng hỏi tiếp:

- Mấy giờ mình về Vũng Tàu thăm nội hỉ?

- Chừng 9 giờ.

- Phải rồi, mình ăn uống xong cũng đến giờ nớ.

Tuấn ôm nàng và hôn vợ thật lâu, khiến cho nàng thở không được, phải lắc cái đầu sang một bên để thở. Rồi trách móc:

- Lần nào hôn em cũng như rứa, em muốn tắt thở ni!

Tuấn ôm vợ vào lòng, giọng Huế như để riêng cho nàng nghe:

- Tại vì anh quá thương em hè! Hôn như rứa mới đủ phê! Chứ hôn nhẹ nhàng như ri thì làm răng cho đã thèm hỉ?!

Nàng chui rút vào trong vòng tay chồng, hạnh phúc đến với người chồng lính chiến, nó mong manh như lớp sương khuya còn sót lại ở buổi sáng sớm, và biến tan khi nắng lên. Chiến tranh đã chấm dứt từ lâu rồi, mà mãi đến bây giờ nàng mới có được những ngày hạnh phúc như trong mơ.

Với hơn 7 năm đợi chờ, với 7 năm mà trong giấc ngủ vẫn còn chập chờn thấy anh về, một thoáng đói rét, rồi mất đi. Những đêm như vậy, nàng cứ thao thức hoài, không biết giờ này chồng mình có sao không? Chỉ biết nguyện cầu, cầu nguyện cho chồng mình được bình yên.

Thấy vợ mình nằm yên, anh hỏi:

- Em nghĩ cái chi hỉ?

Nàng nói tránh đi, sợ chồng mình nhớ lại những ngày đau buồn đó, nàng cười, cái cười mang trọn vẹn hạnh phúc:

- Em đang nghĩ ngày nào đó, vợ chồng con cái mình được đoàn tựu. Ngọc Lan bây chừ cao lớn gần bằng em rồi, ngày đi mới có 6 tuổi, còn Quốc Bảo chỉ có 2 tuổi. Đó là hình ảnh cuối cùng em nhìn theo các con và bố mạ, lần cuối trong đêm ra đi. Anh Bách bế bé Bảo, con quay lại nhìn em, còn Ngọc Lan cũng được cô ba cõng trên vai, đầu quay lại nhìn em rưng rưng nước mắt, chúng vẫy tay mà đi theo người thân lên ghe. Con gái mình còn nói và viết được chút ít tiếng Việt, còn Bảo...

Nàng vừa nói vừa cười:

- Nói tiếng Việt như đứa ngọng!

Tuấn yên lặng, ôm vợ, để nàng nói cho vơi đi những niềm đau bao lâu nay đã chất chứa trong lòng, những dòng nước mắt lại rơi trên ngực anh. Tuấn vừa cười vừa an ủi:

- Tại em nghe trong băng ghi âm thôi, một đứa bé phải học nói hai ngôn ngữ cùng một lúc, khó mà tiếp nhận hết được. Khi chúng lớn, chúng sẽ phát âm chuẩn giọng hơn. Em đừng lo điều đó!

Anh nói để cho vợ mình yên lòng, chứ anh cũng hiểu rằng điều đó cũng khó cho các con mình sửa cho đúng âm được. Đó là những việc cho sau này, anh an ủi vợ:

- Em để con đi, em ở lại, lo cho anh với những ngày tháng trong tù, còn sanh bé Huy, nuôi dạy con thơ, đợi chờ anh theo tháng năm cơ cực. Anh chẳng biết nói gì hơn, chỉ biết thương yêu em cho đến cuối cuộc đời. Anh tin rằng các con mình sẽ hiểu và thương yêu em.

Tuấn đổi sang chuyện khác để vợ mình nghe vui hơn. Mới ngày nào mình còn dùng máy quay film, quay xong đem đi tráng, mới chiếu ra hình được. Còn bây giờ, ở bên đó, nhà nào cũng có máy quay hình bằng băng nhựa, quay xong là đem vào VCR xem ngay trên TV, màu sắc đẹp, nghe được tiếng nói và thấy hình.

Hôm anh và anh Hòa đi lãnh thùng quà từ Canada gởi về, văn phòng nằm trên con đường Cô Bắc là nơi cho lãnh tiền và quà nước ngoài gởi về. Họ không biết là máy gì, có thể làm hại đến an ninh quốc phòng. Họ bảo anh phải mở ra tại chỗ, chiếu cho họ xem.

Chúng làm như vậy là muốn có chút ít thủ tục đầu tiên, tiền đâu?! Chúng mới cho đem về. Khi chúng kiểm, những món nào thích, chúng lấy xem rồi bỏ vào học tủ, chẳng ai dám hó hé, miệng còn phải giả vờ cười, để được cho lãnh sớm đem về. Khi ra đến bên ngoài, miệng ai cũng lầm bầm chửi rủa thậm tệ?!

Thủy Tiên ôm sát vào chồng mình, cười khúc khích, khi nhớ lại chuyện hôm đem máy VCR recorder, anh quay lén cảnh nàng đang ngủ. Lúc thức dậy, đem chiếu cho cả nhà xem, ai cũng ôm bụng cười. Không riêng gì Thủy Tiên, anh còn quay lén cảnh vợ chồng anh Hòa đang âu yếm ở thác Cam Ly khi cả hai gia đình về thăm gia đình chị Phượng.

Chính vì những tiền đô, thùng quà, hình ảnh, chụp lại những cảnh rất bình thường trong cái chung cư mướn, trả tiền hàng tháng, những siêu thị bình dân cho người dân đi mua sắm.

Những hôm nắng ấm, nướng barbecues sau nhà, ngoài park công cộng, bãi biển, với những miếng thịt sườn giá bình dân chừng năm, ba đô, nướng trên cái lò than hồng. Ăn hamburger, cười vui, rượu bia, áo thun có in hình, quần short, quần jean, mà cả nước mình cho là sang và quý hiếm.

Đối với những người đã từng đi sang Hoa Kỳ để tu nghiệp, họ đã từng sống bên đó một thời gian, họ đã hiểu được đời sống dân sinh cao, người ghèo và giàu không quá cách biệt như ở bên ta. Một người giàu ăn thịt, đi xe mới, nhà đẹp, thì người nghèo vẫn được ăn thịt, đi xe hơi mới, nhà đẹp.

Một công nhân, lương thấp nhất cho trong 1 giờ đi làm, đủ mua 2kg thịt heo, 3kg thịt gà, 1kg5 thịt bò hoặc cá và 1kg tôm. Muốn mua xe hơi mới, phải trả 5 năm, chừng 1 phần tư tiền lương trong tháng.

Nhưng điều cần yếu là chúng ta phải có việc làm, khi thất nghiệp được tiền trợ cấp. Người vô gia cư, ngủ theo công viên, vỉa hè, chẳng qua là họ tự chọn con đường ấy mà thôi! Nhà nước vẫn trợ cấp cho họ, có tiền họ mua rượu, thuốc hút, là những thứ chính phủ đánh thuế cao.

Chính vì những hình ảnh giàu sang đó, mỗi ngày ai cũng nghe, cũng thấy người hàng xóm mình, mới hôm qua còn, rồi bỗng dưng chẳng ai thấy họ nữa? Người nhà phải lên văn phòng công an phường để trả lời về cái tội vắng mặt gần tuần nay.

Người nhà thường trả lời là không biết! Nhưng chừng vài tháng sau lại có tin đang ở trại tị nạn. Hỏi cho có lệ, chứ làm gì công an không biết là họ đã đi vượt biên! Công an không còn làm khó dễ người còn ở lại như trước kia nữa. Cho nên họ đã đổ xô đi theo con đường Bác, mong tìm cho mình có một cuộc sống như những hình ảnh gởi về.

Họ đã phải đánh đổi một giá rất nguy hiểm, có khi bằng mạng sống của mình?!

Tuấn đang nghĩ, con đường ấy chính mình và cả gia đình đang sắp sửa dấn thân vào. May rủi tại Trời, đời anh thì sống ra sao cũng được, chỉ thương cho vợ con! Bất chợt bằng giọng nàng âu yếm nói bên tai chồng:

- Tắm chung hỉ?

Tuấn nghe vợ hỏi thì bằng lòng gật đầu ngay, nhưng bị vợ hỏi tiếp:

- Anh định làm cái ri?!

Không đợi chồng nói, nàng nói dùm cho anh:

- Đừng nói với em là bù trừ cho anh trong những năm còn ở trong trại tù cải tạo hỉ?! Em đã nghe nhiều, và cũng đã bù đắp cho anh nhiều rồi, phải không hỉ?! Không có chuyện chi mới rứa?! Nó cũ như ri!

Nói đến đây, như chợt nhớ đến cái chuyện mà nàng đã nói với chồng nhiều lần rồi:

- A! Chị Đỗ Quyên bây chừ ở một mình, em đem sính lễ đến rước chị ấy về ở chung. Chúng em nằm hai bên, anh nằm chính giữa, hôn em một cái, hôn chị ấy một cái. Hú hí với chị ấy năm phút, thì hú hí với em năm phút. Ý! Quên! 10 phút!

Tuấn châm chọc, nói với vợ:

- Nếu như lúc nớ anh mê nàng, bỏ quên em thì răng?!

Vừa nói xong, thì anh cảm thấy bị đau nhói một cách ác liệt, la cũng không được, toàn thân như bị bủn rủn. Anh bị vợ đánh chiêu hắc cốt chão, mà anh đã dạy cho vợ để phòng thân khi bị mấy ông có máu 35 tấn công, rồi nàng vụt đứng lên giường, túm hết cả cái chăn đang đắp chung. Quấn quanh mình, phóng xuống đất, chạy thẳng vào nhà tắm, bỏ lại cái chăn bên ngoài, đóng cửa lại.

Tuấn chới với còn nằm trên giường không có gì để che thân. Anh vội quơ cái quần ngắn mặc vào, đi đến lượm cái chăn xếp lại để lên giường. Tiếng nước rơi từ trên cái bông sen, cửa không khóa. Tiếng cười của nàng, của anh, của hạnh phúc tuyệt vời! Ngày sáng sớm đầu năm!

Con đường xa lộ Biên Hòa đầy đủ các loại xe, nào xe hàng, xe đò lớn nhỏ, xe lam 3 bánh, xe ba gác gắn máy, xe Honda. Ngày đêm nối tiếp nhau qua lại trên con đường này, mỗi một bên có 2 đường xe lớn và một dành riêng cho xe gắn máy. Còn chừng một đoạn hơn mười mấy cây số đi đến Biên Hòa có một ngã rẽ mặt đi về Vũng Tàu. Ở đây có một dãy tiệm nằm bên đường bao giờ cũng đông đúc khách hàng trong những quán ăn, vừa là nhà ở, chỗ trọ cho khách lỡ đường.

Một chiếc ghế bố xếp, một chiếc mùng, ngủ đỡ qua đêm cho những ai đã lỡ chuyến xe, rồi sáng mai đi tiếp. Quán nào cũng bày bán, với những cây bánh in, phong pháo gói giấy đỏ, trà hộp, treo lủng lẳng trên những sợi dây, thi nhau đung đưa theo gió. Rồi nào những chai rượu, chai sirô đủ màu vàng cho mùi cam, đỏ cho dâu tây, tím cho nho, xanh cho mùi vị bạc hà. Nào bánh hộp, mứt hạt sen, mứt dừa, hột dưa đựng trong những cái ve keo bày bán trên cái kệ lớn.

Tuấn ghé xe Honda lại để cho vợ con vào quán, ngồi nghỉ và tìm một cái gì đó ăn cho đỡ lòng. Ở đây bán đủ thứ, xe nước mía, sinh tố, xe bánh mì thịt, hủ tíu, mì, hoành thánh, phở, bún bì, nem chua, thịt nướng, nem nướng. Họ xỏ từng cây, để trên cái bếp than hồng rực đỏ, khói bay xa lan tỏa mời mọc khách hàng.

Từ xa đã nghe mùi thơm của thịt, xả, tỏi, ớt, đường, chút ít nước mắm. Ai đi ngang qua khó mà từ chối được. Nào bưởi Biên Hòa, họ chất thành hình nón rất đẹp. Nếu đã có dịp từng qua đây mà không ghé vào để ăn uống một chút gì đó, thì là điều thiếu sót cho cuộc sống này.

Dù rằng nó không có những món ăn nổi tiếng, nhưng ở đây họ bán những đặc sản nổi danh, như nem nướng, nem chua Biên Hòa, bánh đậu xanh rồng vàng Bảo Hiên, đường mạch nha ở Quảng Ngãi, kẹo dẻo mè xửng Huế, kẹo chuối, kẹo dừa Bến Tre. Chuối khô ép từng miếng mỏng hoặc chuối nhỏ nguyên trái và còn nhiều loại khác nữa.

Nơi này sẽ là một kỷ niệm khó quên! Cho những ai tiếp tục đi ra Trung, ra Bắc hay rẽ mặt đi Bà Rịa, Vũng Tàu. Nếu như ra miền biển, xin ghé qua Long Thành.

Khi đi ra hay đi về, làm sao ta có thể không dừng lại những cái quán ở hai bên đường, có đủ loại trái cây, mít, chôm chôm, nhãn, sầu riêng, mận, ổi, mãng cầu xiêm, màng cầu ta, sa pô chê, trái bơ, trái dứa giống như trái thơm, nhưng to hơn. Đặc biệt là khô nai ướp mật và mè, họ có lò nướng cho mình ăn liền tại chỗ hay đem về để biếu cho thân nhân cũng được.

Còn nữa, nào heo rừng, thỏ rừng, chồn mướp, gà rừng, đã làm sẵn mua về ướp chút gia vị, đem nướng, rồi nhâm nhi vài chung nước mát quê hương. Có lẽ sẽ quên đi ít nhiều niềm đau cho thân phận mình?!

Hôm nay là sáng mùng 1 Tết, ngày đầu năm, ai cũng mặc áo quần mới hết, đủ màu đủ sắc hết, từ trẻ con cho đến người lớn. Rồi chợt nhớ đến bài hát, Duy Khánh ca, nhưng bây giờ không còn cho anh hát nữa:

Nếu Xuân này, con không về, chắc mẹ buồn lắm!

Đàn em thơ, chờ mong anh về, mang tà áo mới đi khoe xóm giềng...

Giọng hát của anh, mang âm hưởng vừa trầm, vừa cao vút đã ru vào lòng người như một chất nhựa, để tiếp tục sống, mong ngày hòa bình, đất nước không còn cảnh điêu linh, tang tóc nữa. Bây giờ đất nước đã hòa bình thực sự rồi, cái Tết này nữa là năm thứ 8, nhưng thanh bình chưa có. Người dân còn phải làm việc quần quật suốt ngày, may ra mới có được chén cơm, manh áo lành!

Ngày đó, cũng là ngày Tết năm nào, được tin chồng mình vừa mới giã từ cuộc chiến, bỏ đồng đội mà ra đi. Vành khăn tang trắng quấn vội lên đầu, cho mình, cho đứa con thơ, nói còn ngọng nghịu, theo sau quan tài được phủ lá cờ vàng ba sọc đỏ, đi vào nghĩa trang Quân Đội.

Nơi có người lính bằng đồng lớn như người thật, đang ngồi nghỉ trên cái bục cao. Ngồi nghỉ chân trên chiếc ba lô, đầu đội nón sắt, mắt hướng về nơi xa xăm. Mong một ngày nào đó, đất nước được thanh bình, súng trường anh để ngang trên hai đầu gối.

Hôm nay, hòa bình rồi, cũng trong những cái radio đó lại nghe ông ca sĩ cách mạng hát:

Mùa Xuân trên thành phố Hồ Chí Minh quang vinh...
Vui, sao nước mắt lại trào?!

Không biết ai đã sáng tác bài hát này? Xuân về, ai mà không vui, ngay đến cả cỏ cây, hoa lá, chim én mà còn bay liệng từng đàn trong nắng Xuân ấm áp.

Có phải chăng, cái gì đó mà mình mơ ước đã lâu lắm rồi, trông đợi mãi, dường như đã bị quên lãng. Như bao người vợ trông chờ chồng mình đã đi cải tạo, thời hạn chỉ có 1 tháng sẽ được về. Nhưng đã 1, rồi 2, rồi 3, rồi 5 năm, bất chợt nhận diện nhìn thấy chồng mình trở về, đang đứng trước mặt mình. Họ vui mừng, chẳng biết nói gì, chỉ biết ôm nhau mà khóc!

Đó là nước mắt hạnh phúc!

Người tập kết ra đi, không tin tức, còn sống hay đã chết? Hay những người bộ đội vào Nam khi vừa lên 16, 17 cũng không có tin tức. Sau chiến tranh họ còn sống sót trở về, gia đình gặp lại, họ khóc, trong niềm vui ấy chẳng nói được thành lời!
Đó cũng là nước mắt hạnh phúc!

Còn nước mắt trong bài Mùa Xuân Trên Thành Phố HCM là nước mắt của các ông các bà Mặt Trận Giải Phóng Miền

Nam. Cái cờ nửa đỏ nửa xanh, sao vàng ở giữa, mà nhân dân miền Nam thấy, nay đã là cờ đỏ sao vàng. Các anh cứ ngồi chơi xơi nước, hãy để chúng tôi tề gia, trị quốc, bình thiên hạ dùm cho!

Ha! Ha! Ha!

Mước mắt các đồng chí miền Nam khóc vì bị gạt! Chúng tôi cười vì đã đổi tên thành phố Sài Gòn, ra thành Hồ Chí Minh kính yêu mà các anh đã từng mơ ước!

Ha! Ha! Ha! Bọn tập kết, chúng bây đều ngu hết!

Tuấn chạy xe qua thị xã Bà Rịa, ngoài những vùng lúa chín vàng, nay chỉ còn trơ gốc rạ, đàn vịt hàng trăm con của hợp tác xã nào đó đang tranh nhau giành mồi. Xa xa ngoài kia là hàng trăm mẫu ruộng muối đang thu hoạch chất thành những đống hình nón của công ty cách mạng nào đó!?

Cái nắng đầu Xuân có pha chút ít gió Xuân của biển đưa về đất liền, mang theo những hương vị ngọt lịm bởi những vườn nhãn, vườn trái điều, vườn mãng cầu. Thủy Tiên ngồi phía sau chồng, nàng phải vòng hai tay ra phía trước để nắm áo bé Huy và nhắc chừng. Đừng có ngủ gục khi nàng không nghe tiếng con nói líu lo như chim. Hỏi cái này, chỉ cái kia, để bố hoặc mẹ nói cho nghe.

Qua cầu Cỏ Mai, bên kia là chiếc cầu đã bị sụp gãy mấy nhịp trong thời chiến, bé đã hỏi và đã nói, mỗi lần vợ chồng anh về thăm bà nội:

- Nó cũ, nó hư, nên nó sụp đó bố!

Hãy để chiến tranh ngủ yên, như một đứa bé ngủ, nó thức giấc, nó sẽ phá phách. Rồi cho đến lúc nào đó, con cháu chúng ta lớn, chúng muốn biết, thì chúng ta sẽ nói cho chúng nghe! Tuấn lái xe vừa về gần đến ngã năm Vũng Tàu, ngừng lại ở cổng, Thủy Tiên thấy dáng ai quen thuộc lắm, tóc uốn từng lọn lớn buông xuống lưng chừng vai, mặc chiếc áo dài nhung màu bordaux vừa mới mở cổng đi vào.

Nghe tiếng xe ngừng lại phía sau mình, nàng quay lại, vui cười, rồi quay trở ra mở cổng. Thủy Tiên cũng vừa thấy, ngồi phía sau, sẵn tay với nhéo vào hông chồng, rồi cũng vội vàng bước xuống, cửa cổng cũng vừa mở, hai nàng ôm nhau mừng rỡ. Tiếng cười, tiếng khen nhau đẹp quá, đẹp quá như tiếng pháo nhà ai nổ vang trong ngày đầu Xuân.

Bé Huy cũng leo xuống xe, chạy đến ôm mẹ và Đỗ Quyên, họ còn đang hỏi thăm, trách nhau, sao lâu rồi không đến thăm. Một chút ít phấn son, tạo thêm cho mỗi người một vẻ, mười phân vẹn mười, như lời cụ Nguyễn Du tiên sinh đã viết.

Thủy Tiên áo sơ mi tay dài màu hồng phấn, tóc búi cao, chiếc quần jean nhung ngọc thạch, đôi giày cao cùng màu sậm hơn một chút. Đỗ Quyên, chiếc áo dài nhung màu tím, tươi như hương rượu vang. Phất phơ tà áo trong gió, như khoe cái màu lụa trắng, ẩn hiện đôi chân, đôi giày cao gót tím sậm hơn.

Con gái cao quá khó kiếm chồng? Lời các cụ, lời cha mẹ nói với con. Nhưng cả hai đã có gia đình, một người vừa mất chồng, một người đi nuôi chồng trong trại tù cải tạo, đã tạo cho họ thương mến nhau hơn.

Tin... tin..., tiếng kèn xe Honda dame. Tin... tin..., cả hai cùng quay lại cười, nhưng không ai trở ra mở cổng cho xe vào sân, rồi bỏ đi vào trong cùng với bé Huy.

Trong ánh mắt đó, Thủy Tiên nói, "đáng đời cho anh, tự lo lấy". Còn trong ánh mắt Đỗ Quyên, "thương anh lắm, nhưng em không làm gì được cho anh!"

Bà nội đã hơn 96 tuổi, tai vẫn còn nghe rõ, mắt vẫn còn sáng, vẫn còn tự chăm sóc cho mình được. Cũng may cô dượng không muốn đi, ở lại chăm sóc mẹ già, trong 6 người con đi, có hai đứa cháu chưa lập gia đình, một đứa trai hơn 20, đã bị công an biên phòng rượt theo bắn chết ngoài biển khơi, không tìm được xác. Còn đứa cháu cô con gái út, cũng vượt biên cùng với con người bác, bị cướp Thái Lan bắt đem đi, không biết bây giờ sống chết như thế nào?!

Cô dượng buồn lắm, chỉ biết nguyện cầu, mong một ngày nào đó được biết tin về đứa con có quá nhiều bất hạnh! Hằng năm, cô dượng lấy ngày con đi mà cầu siêu cho con mình!

Ngày xưa, còn chiến tranh con cháu về họp mặt ngày Tết không đông đủ hết, nhưng cũng trên dưới 30 người. Đến hôm nay nhà vắng chẳng còn ai, con cháu đã từ bỏ quê hương, chỉ còn có cô dượng ở lại chăm sóc cho bà. Rồi mai mốt đây, gia đình anh, gia đình anh Hòa cũng phải ra đi. Năm nay, gia đình Hòa, vợ chồng con cái về bên chị Phượng ở Đà Lạt để thăm gia đình lần cuối.

Nếu như không ra đi, phải đợi đến bao giờ mới có sự thay đổi đây? Ai mà muốn bỏ quê cha đất tổ mà đi! Có lần anh nghe ca sĩ Bảo Yến hát:

Quê hương là chùm khế ngọt
Cho con trèo hái mỗi ngày

Nghe sao đau lòng quá, lời hát trong thơ Bài Học Cho Con của Đỗ Trung Quân, sáng tác sau những năm 75, được nhạc sĩ Giáp Văn Thạch phổ nhạc, bài thơ ấy còn có:

Quê hương là gì hở mẹ?
Ai đi xa cũng nhớ thương nhiều
Quê hương là đường con đi học
Con về rợp bướm vàng bay
Quê hương là vàng hoa bí
Là hồng tím giậu mồng tơi

Thực tình bài thơ trên, anh làm là để tặng cho con một người bạn, nhân ngày sinh nhật bé được 1 tuổi. Sau năm 75 anh là thanh niên xung phong, là một trong những đứa con ghẻ của thời đó, không được đi bộ đội, chắc không phải là con của liệt sĩ rồi. Cũng may, chứ không thì có lẽ anh là anh hùng của chiến trường Campuchia, đi giải phóng dùm họ thoát khỏi cảnh diệt chủng?!

Còn ai đó đã giết và chôn chung cả ngàn người ở Huế, gọi là diệt tay sai đế quốc Mỹ ư?!

Đã 8 năm rồi, miền Nam đã phải chi viện mọi thứ cho ngoài Bắc, mà người dân ngoài ấy vẫn còn ăn độn với ngô khoai.

Lần đầu đi thăm chồng, ai cũng sợ cán bộ trong trại như những cán bộ trong Nam, nhưng họ nhã nhặn, không hóng hách như cán bộ nằm vùng địa phương. Một vài lần sau, mang thêm chút ít thức ăn làm quà biếu, họ từ chối vì mặc cảm:

Ai là người thắng cuộc?

Nhưng rồi họ cũng hiểu đó là chút ít lòng thành giữa con người và con người. Họ biết, những gì Đảng nói đều là sai, nhưng không là đảng viên, thì họ rất thê thảm trong cái Xã Hội Chủ Nghĩa ấy.

Tuấn trở về đây, nhớ lại những ngày Tết ở tuổi thơ, qua quá nhanh với những ngày mình còn bé, và nó cũng theo đó mà đi. Bao kỷ niệm buồn vui, giờ đây chỉ còn có anh và Đỗ Quyên, chốn cũ còn đó. Đứng bên nhà này, nhìn sang bên kia đường là nhà nàng, đứa này đứng bên này trông ngóng, chẳng thấy đứa kia là chạy sang nhà tìm nhau.

Đến khi tuổi biết buồn, e thẹn trông chờ nhau, chỉ nhìn nhau là vui cả ngày. Mỗi dịp hè, có cả hai đứa em gái anh cùng về, Đỗ Quyên rủ cả mấy đứa em của anh và của nàng ra biển tắm. Lần đầu tiên, Tuấn đối diện với nàng trong chiếc áo tắm mai-dô, nàng e thẹn lấy cái khăn tắm lớn choàng bên ngoài.

Cả bảy đứa tung tăng trong sóng biển với hàng trăm đứa gái trai, đàn ông đàn bà, trẻ con nô đùa. Có lần ra hơi xa, cơn sóng lớn bất chợt đánh vào làm Đỗ Quyên té trong nước, chới với kêu la, Tuấn phóng tới ôm nàng dìu lên bãi. Từ đó về sau nàng không dám ra xa nữa và cũng là lần đầu hai đứa ôm nhau trong cảm giác da thịt va chạm nhau ở tuổi gái trai mới vừa lớn.

Nó chỉ mang một cảm giác bâng khuâng trong ánh mắt chớ không mang lại niềm đam mê đối với Tuấn. Người con trai ở tuổi mười bốn, mười lăm, phần đông nhìn thấy cái đẹp trọn vẹn ở các chị lớn hơn mình. Mười bảy, mười tám trở lên, vì ở lứa tuổi đó, thân hình người con gái nó mới phát triển hết những đường nét chấm phá trên thân thể mà tạo hóa đã ban cho.

Còn ở lứa tuổi như Đỗ Quyên, chỉ là thơ ngây, một chút ít đài trang. Còn là khung trời tuổi học trò, khi nhìn thấy hoa phượng rơi trên sân trường. Rồi chợt lòng nhớ đến người mình thương.

Nhặt cánh phượng rơi chợt thấy buồn
Đem về em ép trong trang sách
Ướp cả tình em tuổi học trò
Mong ngày gặp lại em trao tặng
Trao cả tình em buổi hẹn hò
Đợi mãi ngày về, anh vắng bóng
Như xa rồi, anh vuột khỏi tầm tay
Chuyện tình này giữ mãi trong trang sách
Giữ mãi trong tim một bóng người!

Rồi cũng vì chiến tranh, anh giã từ áo thư sinh, lên đường theo tiếng gọi của núi sông để gìn giữ quê hương mà quên đi người em nhỏ dễ thương ngày đêm trông chờ.

Đã qua rồi một thời con gái, đứa nào cũng lớn hết cả, mỗi người có một mái ấm gia đình. Ngày đó Đỗ Quyên có ba đứa em, người em trai kế là trung úy Hải Quân và đứa em gái út, đã ra đi trong tháng Tư buồn, còn lại đứa em trai, nay là thầy giáo dạy toán cấp 3.

Nhìn lại dòng thời gian qua quá nhanh với mọi người. Hôm nay, quay trở về mái ấm gia đình này sau 7 năm trong tù cải tạo, không có được ngày nào vui như hôm nay.

Mới hơn 10 giờ sáng, ngày mùng 1 Tết, đầu năm các con cháu về đây mừng tuổi ông bà. Vợ chồng Tuấn và bé Huy, anh đốt nén hương trầm cắm vào lư hương bằng thau sáng ngời cùng với bộ lư trên bàn thờ tổ tiên. Anh lăm răm khấn nguyện ơn trên, tổ tiên cho bà nội sống lâu, gia đình được bình yên.

Cả nhà ai cũng mừng tuổi bà nội và cô dượng, trẻ con được bao lì xì màu đỏ, chúng biết có tiền trong đó, nhờ mẹ giữ dùm. Huy cầm phong pháo nhỏ rủ hai chị em Hoàng Oanh và Trung, con của Đỗ Quyên đi ra ngoài để đốt, viên pháo chuột lớn hơn cây que diêm, nhưng nổ cũng khá lớn.

Từ xa tiếng trống múa lân họ đi mừng tuổi từng nhà cũng gần đâu đây. Phía nhà đằng kia, có mấy đứa lớn hơn, lấy cái lon sữa bò, úp lên viên pháo tiểu, miệng lon gác lên viên pháo, lấy cây nhang châm vào tim pháo, cả bọn chạy ra xa.

Đùng, một tiếng, lon sữa bò bay cao lên trời. Mấy cô gái, thướt tha trong bộ áo dài mới, đủ màu sắc, vừa trông thấy đã vội tránh xa, sợ cái lon rớt trúng đầu, sẽ bị xui cả năm.

Xa xa ở cuối phố, có mấy đứa lớn hơn chơi pháo ống tre, dùng một ống tre chừng hơn một thước, đục những mắt tre bên trong cho thông. Phía dưới ống khoan một lỗ nhỏ bằng đầu đũa. Cho một chút ít nước vào ống, bỏ cục khí đá chừng bằng trái banh bong, lắc cho đều rồi trút viên đá ra. Tư thế đưa miệng ống tre xéo xéo lên trời, bật cái hộp quẹt máy, châm vào lỗ.

Đùng! Một tiếng như súng đại bác nổ, trò chơi này phải có ít nhất là hai hoặc ba người chơi mới vui. Nhất là đêm giao thừa, mỗi lần chơi như vậy, lửa sáng cả vùng theo tiếng nổ khạc ra trên đầu ống tre.

Ở vào lứa tuổi này, bọn con trai còn nhiều trò chơi nghịch ngợm về đốt pháo nữa! Không thể tưởng được, chắc chắn sẽ bị chửi hoặc bị người ta đến nhà để mắng vốn. Bị cha mẹ rầy la, đôi khi có thể bị đòn, dù là ngày Tết!

Năm ba đứa hùn tiền để mua phong pháo tiểu, tháo ra từng viên, chia nhau đốt. Có đứa dám mua pháo trung hoặc pháo đại, mỗi đứa cầm cây nhang, hoặc điếu thuốc lá. Đứng đợi các chị lớn đi ngang qua, cầm viên pháo trên tay, châm vào lửa rồi liệng đại vào người. Các cô sợ, lật đật lo chạy, vừa sợ pháo, vừa sợ cháy áo mới, thì xui cả năm. Đến khi hoàn hồn, đứng chửi một hơi, rồi hăm sẽ đến nhà méc cha mẹ!

Còn một kiểu đốt pháo nữa, vừa nguy hiểm vừa ngu dại, mà trong mỗi chúng ta đã có một số rất ít người dám chơi. Bắt con chó hoặc con mèo nhà mình, lấy phong pháo cột vào đuôi chúng, châm lửa đốt. Pháo nổ, con chó hoảng sợ phóng đại ra đường để chạy, tông vào xe đạp hoặc xe gắn máy, làm cho người lái xe bị té! Còn như con mèo thì phóng lên nóc nhà hoặc chui vào nơi nào đó, nếu là nhà lá, thì xảy ra hỏa hoạn như chơi!

Ngày Tết, nghèo giàu gì cũng có nấu vài món ăn, trước là để cúng ông bà, sau là đãi anh em quy tựu về. Ngồi vào bàn ăn, nào là bì cuốn, chả giò chiên, bún xào, bánh hỏi thịt quay, cà ri gà, gỏi ngó sen, thịt kho tàu, gà quay chảo, dưa hấu. Mỗi món, mỗi mùi vị đậm đà, gắp cho nhau một miếng gà hay thịt, cà ri hay chả giò chiên, để thương quý nhau. Cũng có nhiều gia đình nấu món chay, khi ăn mới biết là thức ăn chay, cũng là tuyệt chiêu của bà nội lưu truyền cho con cháu.

Cả nhà ngồi quanh bàn, ăn những món chay và mặn. Bất chợt, bà nội hỏi, bên mình ăn Tết, cha mẹ các con có biết ngày hôm nay là trưa mùng 1 Tết không?!

Tuấn đáp:

- Dạ! Bên đó ba mẹ con biết, ai cũng biết hết nội ơi!

Tuấn kể cho nội nghe, trưa mùng 1 Tết ở bên này, là đêm giao thừa bên ấy, bây giờ còn là mùa Đông ở Canada. Thành phố Toronto, là một trong những thành phố thương mại lớn nhất.

Mới vào tháng 2 dương lịch, trời bên ấy vẫn còn lạnh lắm, trung bình từ -10 đến -15 độ bách phân. Người Tàu họ đến đấy tự bao giờ rồi, họ có những tiệm tạp hóa, bán gạo và các thứ khác, xuất xứ từ Hong kong, Thái Lan. Các tiệm ăn nhỏ giống như ở Cholon, họ không nói được tiếng Việt. Bên ấy gọi là phố Tàu, vì người Tàu họ sống đã lâu ở đó.

Đào thoát từ những ngày sau 30 tháng 4 năm 75, gia đình anh đến đảo Guam, ba mẹ Thủy Tiên không muốn định cư ở Mỹ, họ muốn theo gia đình ba mẹ Tuấn đến đấy. Có lẽ cũng như một số người, họ không muốn định cư ở Mỹ, một mặc cảm không muốn, lại một lần nữa phải chịu ơn người bạn đồng minh.

Hai gia đình ở cùng một chung cư. Ai cũng phải tìm việc làm, thức giấc từ 5 giờ sáng, ăn vội vã chén cơm, chén cháo hay miếng bánh mì cho ấm lòng rồi ra trạm xe bus để đi đến nơi làm.

Mùa Đông bắt đầu lạnh, những con vịt trời màu xam xám, có những chấm bông như chim cút, nhưng lớn hơn con vịt xiêm, cổ cũng dài hơn. Chúng vượt đường xa bay về phương Nam, qua phần lãnh thổ của Hoa Kỳ. Nơi đó ấm hơn, chúng xin tị nạn cùng với các loài chim muông khác, xin tá túc vài ba tháng. Đợi Xuân về, chúng sẽ tìm về quê mẹ, để cùng với én bay liệng dưới những cơn tuyết cuối mùa!

Chim trời còn có tổ, huống chi là con người, cũng như nhà thơ họ Đỗ mở đầu:

Quê hương là gì hở mẹ?
Mà cô giáo dạy phải yêu!

Vào mùa Đông mặt trời cũng đi ngủ sớm, chừng 4, 5 giờ chiều đã tối rồi, đường phố cũng như các cửa hàng đã lên đèn từ lâu rồi, trong khi đó ở Việt Nam là 5 giờ sáng hôm sau. Ngày ngắn hơn đêm, người mình thường nói, "tháng 10 chưa cười mà tối". Trời đã lạnh và có những cơn tuyết đầu mùa rơi xuống, cùng những cơn gió mạnh. Thành phố toàn là màu trắng, lạnh từ -10 độ cho đến -15, rồi -20, làm cho lạnh càng lạnh thêm.

Bây giờ bên ấy vẫn còn là mùa Đông. Những ngày đón Tết bên ấy lạnh lắm, vì vào tháng 2 dương lịch, cái lạnh nhất của mùa Đông từ đầu tháng 1 cho đến cuối tháng 3. Cũng nhờ có người Tàu nên biết được Tết ở bên mình. Rồi nào đến Trung Thu, họ bày bán bánh kẹo ở hai khu phố Tàu lớn như thành phố Vancouver và Toronto như ở đường Đồng Khánh, Cholon.

Vì vậy cộng đồng người Hoa ở đấy lớn lắm, nghe nói họ đã có mặt hơn cả trăm năm, từ hồi làm con đường rầy xe lửa từ thành phố Halifax của Nova Scotia, nằm phía Đông của Canada sang Tây là thành Phồ Vancouver của British Columbia. Nếu như ta đi xe lửa theo con đường xuyên qua đấy phải mất cả tuần.

Rồi người Việt đến Canada cũng nhiều, một số du học sinh miền Nam đi trước năm 75, sau đó xin tị nạn và từ đấy có thêm cộng đồng người Việt.

Vào mùa Hè từ tháng 6 cho đến đầu tháng 9 trời nắng ấm như Đà Lạt. Có những ngày nóng đến 28 độ, trời vẫn có những cơn mưa lớn và có sấm sét, hơn 9 giờ đêm mặt trời vẫn còn có ánh nắng chiều. Nhưng vào Thu, đến giữa tháng 9, mưa hơi nhiều và trời bắt đầu lạnh lại, lá cũng đổi sang vàng và lẫn lộn màu đỏ, rồi rơi rụng theo từng cơn gió mạnh. Nhiệt độ xuống dần, 10 rồi đến 5, đem theo những cơn gió lạnh buốt từ phương Bắc xuống.

Tết xa quê là vậy đó, còn ở quê nhà, ngày nay một số đảng viên biết ăn đồ Mỹ gởi về, chúng muốn thư giãn một chút. Nên sửa đổi chút ít chính sách để dụ người Việt ở hải ngoại về. Có ông gộc nào đó gọi người vượt biên, là "khúc ruột ngàn dặm", không còn gọi họ là đứa con "phản quốc nữa". Thực tình mà nói, chỉ có ông Hồ mới tin thôi!

Dù rằng là thế, cứ mỗi lần Xuân về làm ta nhớ về tuổi thơ. Ngày mùng 1 Tết qua quá nhanh, rồi mùng 2, mùng 3, thế là kiếu ông bà. Tết nhà ai cũng cúng bánh tét, cắt ra từng khoanh cho mỗi dĩa. Bánh chay, chỉ có nếp và đậu đen hoặc nhân chuối, bánh tét nhân mỡ đậu xanh, có cả bánh chưng. Một miếng giấy hồng đơn nho nhỏ, dán trên những món đồ lớn trong nhà như bàn, tủ, giường..., rồi mới đến hạ cái cây tre cao vun vút trước sân nhà. Thế là phải chờ 365 ngày mong đợi nữa!

Cu kêu ba tiếng cu kêu
Cho mau đến Tết dựng niêu ăn chè
- Cao dao

Trên chót vót ngọn, người ta còn để cành lá tre và cột một miếng bùa niêu màu đỏ trên đó. Người ta gọi đó là cây niêu mà sau ngày đưa ông Táo về Trời họ đã dựng lên. Nếu những ai có dịp về làng quê sẽ thấy nó trước sân đình làng và vài nhà còn muốn giữ lại cho con cháu mình biết về cái Tết từ xa xưa.Rồi hết những ngày Tết, học trò đi học lại, mọi người cũng phải đi làm lại công việc hằng ngày để kiếm miếng cơm, manh áo. Ngày nay không còn mấy ai còn đổi lời, vì là 30 ngày lao động xã hội chũ nghĩa:

Tháng Giêng là tháng ăn chơi
Tháng Hai cờ bạc tháng Ba rượu chè
Tháng Tư là tháng lè phè
Tháng Năm, tháng Sáu hội hè vui chơi
Tháng Bảy là tháng nghỉ ngơi
Tháng Tám, tháng Chín xả hơi bạn bè
Tháng Mười, Mười Một xôi chè
Tháng Chạp cá mè vớt lên
Ông Táo díu trễn mình ên
Ra Giêng, ta lại rập rền vui chơi
- Ca dao

Có nghĩa là ăn chơi 12 tháng?

Không làm một ngày nào hết!

Gia đình Hòa trở về chiều mùng 4 Tết, đem về đủ cả những đặc sản của xứ hoa Anh Đào, Thủy Tiên chọc ghẹo chị dâu mình:

- Răng không nhớ mang về cho em một cành hoa?!

- Nhớ chớ! Nhưng hoa đã tàn theo đường đi, chị đã vứt bên đường rồi!

Âm điệu Huế:

- Tiếc hỉ!

Giọng miền Nam đặc sệt Cần Thơ:

- Tiếc! Tiếc! Cái con khỉ khô! Xe cộ gì chạy một hồi phải kiếm trạm để đổ nước, chớ không thấy đổ xăng!

Thực vậy, sau này ai đi xe đò lớn nhỏ gì cũng vậy, chiếc xe nào cũng thế, trên mui xe, phía trước có cái thùng phi để đựng nước, bên trái cửa tài xế có cái vòi nhỏ để nước chảy xuống đường.

Phượng nói như thúc giục cô em chồng:

- Sao không phụ với chị soạn đồ ăn ra, Dì cho em đủ thứ mứt hết.

Nghe nói đến mứt ở Đà Lạt là nàng vui vẻ ngay, lăng xăng đem đi cất và ăn thử, khen ngon. Thủy Tiên nói:

- Em phải viết thư gửi cho Dì, để cám ơn.

Thủy Tiên gọi:

- Hoàng à! Hoàng! Phụ với cô đi Hoàng!

Phượng không vui đáp:

- Không cần gọi nữa, mất công vô ích! Nó đi rồi!

Thủy Tiên làm lạ hỏi:

- Hắn đi mô?!

Có vẻ như Phượng giận:

- Thực tình là em không biết nó đi đâu à?!

Thủy Tiên thực tình đáp:

- Không!

Phượng đáp cộc lóc:

- Đi thăm người tình! Mới vắng chỉ có một tuần, về đến nhà là đi rồi!

Thủy Tiên chợt hiểu rồi cười và nhìn chung quanh như để xem có ai không, rồi kề gần tai chị dâu nói vừa đủ nghe, giọng Huế:

- Hắn giống anh Hòa như ngày xưa! Ảnh về phép thăm gia đình, nhìn qua nhìn lại thì không thấy ảnh đâu. Mẹ hỏi em,

"hắn đi mô?", em nói, "có lẽ ảnh đi thăm bạn bè", nhưng em biết chắc là ảnh đi thăm chị. Phải như rứa hỉ?!

Một thoáng thẹn thùng, một thời yêu nhau, rồi pha chút ít ghen tuông:

- Không biết! Có phải đến thăm tôi không? Hay là cô nào?!

Như để bênh cho anh mình:

- Chị à! Nói thực lòng mình đi! Ngoài Phượng Lạc Đà, quên, em xin lỗi Phượng Đà Lạt thì còn ai hỉ? Má đỏ môi hồng, anh xách cây dù đi xuống đi lên. May mà có em...

Nghe cô em chồng nói giống như bài ca. Em Pléku, hai chị em cười khúc khích, một thứ hạnh phúc có lẽ ít gia đình nào có được, giận hờn cũng nhiều, rồi làm hòa bằng tiếng cười.

Không cần phải nói tiếng xin lỗi, mà là lo cho nhau nhiều hơn ngày thường, cử chỉ quá vụng về, rồi bật lên tiếng cười. Gần 20 năm, chị dâu em chồng, những năm vui sướng, cũng như lúc cơ cực, bao giờ cũng có bên nhau, một tình thương khó ai có được.

Hai chị em vừa dọn dẹp những quà cáp mà vợ chồng anh đem về, thì ngoài trước có tiếng xe Honda dừng lại, tiếng mở cửa bước vào, Anh Thư đi xuống nhà sau, đưa hai tay lên ngực để thưa, giọng Bắc:

- Thưa Bác, thưa cô Út ạ!

Thủy Tiên cười vui vẻ:

- À! Con mới đến à!

Rồi Anh Thư day qua hỏi thăm Phượng:

- Thưa Bác! Đi đường xa, hai bác và các em có khỏe không ạ?

Phượng cười:

- Cám ơn con! Hai Bác khỏe! Sao, bố mẹ và các em con cũng khỏe chứ? Ăn Tết có vui không con?

Anh Thư đáp lời:

- Vui ạ! Bố mẹ con có chút quà, xin đem biếu hai bác và cô dượng út ạ! Đáng lẽ con phải đem đến trước Tết. Nhưng...

Vừa cười vừa nói, Phượng vỗ nhẹ lên vai bé Anh Thư nói:

- Được rồi con gái, xin cho hai bác gởi lời cám ơn bố mẹ con bên nhà. Hôm nào, hai bác và cô dượng xin sang nhà ba mẹ con chơi, có được không?

Một thoáng e thẹn ở tuổi vừa tròn trăng, như làm hồng thêm đôi má, như để giấu đi cái "tình trong như đã, mặt ngoài còn e" của Nguyễn Du tiên sinh. Bé khẽ cúi đầu để tránh cái ánh mắt của cô út đang nhìn nàng.

Một thoáng Anh Thư nghĩ, chắc chắn năm tới mình sẽ gặp cô út khi lên lớp 10, cũng may, nếu như mình học ở Trưng Vương là chết chắc, mẹ chồng tương lai, khó mà an toàn khi học lý hóa. Thôi thì còn câu cuối cùng nói luôn cho nhanh:

- Năm mới, bố mẹ cháu xin gởi chúc mừng hai bác và gia đình cô út được vạn sự như ý ạ!

Tưởng đâu được yên thân, nào dè bị Phượng hỏi về chiếc áo dài mà bé đang mặc:

- Áo dài con mặc, mẹ may ở đâu vậy?

Một chút ấp úng, rồi đáp:

- Dạ! Của mẹ con, ngày còn bé!

Có vẻ như ngại ngùng vì câu hỏi của mình, Phượng cười nói thực lòng khi thấy Anh Thư mặc chiếc áo ấy đẹp thật:

- Nếu như gặp con ngoài đường, Bác không nhận ra con đâu! Con có biết, chính cái áo này làm cho con đẹp hơn ngày thường không?!

Câu nói vừa rồi càng làm cho đôi má bé Anh Thư càng thêm hồng, đã là con gái, một thoáng mông lung của một cơn gió thoảng, một tiếng xạc xào của lá khô hay tiếng chim tự tình, rỉa lông cho nhau cũng đủ để cho bé ửng hồng đôi má.

Huống chi nghe những lời vừa rồi cũng đủ để cho bé thêm bối rối.

Thực ra, màu xanh rêu lợt, như màu xanh của mạ non, vương vấn một chút ít hương sắc của cô bé trăng tròn, nét mặt dễ thương, mái tóc dài mượt ôm lấy cả bờ vai.
Giọng nói Bắc, pha lẫn âm điệu miền Nam, của những đứa con sinh trưởng trong này, chỉ có hai mùa mưa nắng. Ăn giá nhiều hơn rau muống, nên nghe dễ thương hơn. Tuổi còn nhìn đời bằng lăng kính màu hồng.

Bố cũng đi tù cải tạo hơn 5 năm, ở tuổi vừa mới lên mười, ở trường cũng phải hát ca suy tôn Bác, để mong cho cha sớm được về. Bài ca, như lời kinh nhật tụng, mãi 5 năm cha mới được về, một chân bị gãy, cũng may còn đi được.

Bữa ăn đầu năm của gia đình là bún bò Huế, nó cũng là hương vị đặc thù của đất Thần Kinh. Cũng như các món ăn khác, phở, theo chân người di cư vào Nam, nó được pha chế thêm, nào có giá, ngò gai, rau quế, ớt trái lớn cắt khoanh, tương đen và tương ớt. Thế rồi phở đã chiếm một ngôi vị xứng đáng của nó, người miền Nam ai mà không một vài hay nhiều lần đã thưởng thức.

Cả nhà, con cái vợ chồng Hòa Tuấn, nay lại có thêm bạn gái của Hoàng đang vui cười và chờ ăn, Phượng đang cầm trên tay cái bao nylon trắng từ trong phòng ngủ đi ra đưa cho Anh Thư và bảo:

- Anh Thư, bác biếu con cái này! Đó là quà của ông bà nội của Hoàng gởi về cho con. Vào phòng bác mà thay bộ áo quần này đi, rồi ra ăn, nó tiện hơn.

Bé đưa hai tay cầm lấy, nét mặt rạng ngời niềm vui, mừng vui ở đây không có nghĩa là ở món quà đầu năm, mà là cái hạnh phúc đầu đời được ba mẹ và cả nhà Hoàng thương yêu. Bé bẽn lẽn cám ơn rồi vội vã bước đi.

Chung quanh bàn ăn, mỗi người một tô, khói bay nghi ngút, mùi thịt giò heo vài miếng, có đủ mỡ da gân xương, vài ba miếng thịt bắp chuối bò, vừa mềm vừa dai thêm với mùi xả ớt xào chung với hột điều màu vừa đỏ, màu xanh của hành lá, một chút mắm ruốc, nước mắm. Pha lẫn vị ngọt của xương bò, giò heo, gừng củ hành, tô nào tô nấy đậm đà xứ Huế, hương quê của bánh bèo Ngự Bình, bánh canh Nam Phổ.

Đang vui mừng chờ đợi ăn, bé Anh Thư xuất hiện, chiếc áo thun ngắn tay màu vàng anh ôm lấy thân, cổ áo khóet dài xuống như để khoe màu da trắng hồng no tròn của nét đẹp tuổi tròn trăng. Cái quần jean xanh nước biển lợt, ống túm ôm lấy đôi chân như người mẫu quảng cáo áo quần cho sản phẩm của mình.

Mọi người hướng nhìn, bé bước đi không được tự nhiên, may nhờ có cô út đến kéo bé đi nhanh về bàn ăn đang chờ. Bất chợt Phượng hỏi:

- Anh Thư! Con ở đây, còn Hoàng ở đâu, nãy giờ bác không thấy nó?!

Bé nhỏ nhẹ đáp, lời nói như để phân bua là anh ấy đang sửa dùm xe cô dượng út, vì khi nãy Hoàng mượn xe đến nhà rước bé, máy chạy không được bình thường. Cũng vừa lúc Hoàng đã sửa xong, vào nhà đang đi xuống đến nhà sau, Tuấn đứng bên kia bếp, nói với cháu:

- Xong rồi hở Hoàng? Mấy hôm nay xe của dượng chạy nhanh không được tốt lắm. Sao vậy hở cháu?

Hoàng cắt nghĩa:

- Mấy lúc gần đây, những nơi bán xăng dọc đường, họ pha nhiều dầu diesel vào trong xăng, nên bugi bị đóng chấu dượng ơi! Con đã mở ra và chùi rồi. Chạy ngọt lắm!

Tuấn nói giỡn:

- Bao nhiêu tiền công vậy con?

Hoàng cười cười, nhìn cô út, rồi nói:

- Ăn rẻ thôi! Một tô bún Huế có nhiều giò heo. Năm tới cô Út, chấm thi văn nhẹ tay cho Anh Thư được nhờ, là tụi con vui rồi!

Cả nhà cùng cười, bỗng dưng Phượng nói:

- Anh Thư này! Con đừng lo! Năm tới bác xin cho con đổi sang trường bác dạy!

Thủy Tiên lên tiếng bênh vực:
- Con đổi trường, là con chết! Con giống như cá bị nằm trên thớt hỉ?!

Phượng cũng lên tiếng tấn công:

- Nếu như con không đổi trường là kể như cuốn theo chiều gió nha con. Có được bao nhiêu người trên điểm trung bình khi làm luận văn!

Tuấn và Hòa biết chắc sẽ có chiến tranh nên hai anh tìm cách làm đứt ngang chuyện sắp sửa vào cuộc chiến, Hòa hỏi vợ mình có cần ăn cái gì thêm không? Tuấn vừa bưng tô bún bò như lời yêu cầu của cháu mình vừa hối Hoàng ngồi vào ghế kế bên Anh Thư đang ngồi ăn. Hòa lớn tiếng hỏi xem ai còn ăn thêm nữa không?

Tiếng ơi ới xin thêm, Thủy Tiên nói với chồng, cho em thêm một tô nữa, ít ít thôi, các cháu khác nói, con cũng vậy. Âm thanh ấy hòa lẫn với tiếng cười vào ngày Tết làm tan biến đi những lo âu hằng ngày để kiếm được miếng cơm manh áo. Hòa và Tuấn thay phiên nhau phục vụ, người lấy thêm thịt, người lấy thêm rau, thêm ớt. Cả nhà cười nói, con no quá, con cũng no, Phượng nhõng nhẽo:

- Em đi không nổi, anh ơi!

Tiếng cười của trẻ thơ khi nhìn mẹ của chúng làm nũng với bố, chúng cười là phải, ở cái tuổi làm mẹ, mà nũng nịu chỉ làm trò cười cho con cái. Những câu đó không còn nghe dễ thương như ở cái tuổi trăng tròn hay tròn trăng nữa!

Của một thời con gái, theo thời gian, nó bị biến đổi và cằn cỗi hơn. Nó chỉ còn để nói nhau nghe trong phòng kín, có như vậy mới giữ được phong nhụy như ngày xưa.

Mới ngày nào, ngày bố đi tù cải tạo, bé chỉ có hơn 10 tuổi, trông nhớ cha từng ngày từng tháng, rồi từng năm. Ngày bố về, anh không nhận được đó là những đứa con mình, nếu không có những lần đi thăm nuôi, mẹ đem theo ảnh của các con lớn theo những tháng năm chờ đợi bố về.

Mỗi ngày con cái cao lớn thêm, dường như người lớn đang dậm chân một chỗ, không cao lớn hơn thêm, mà lại già dần theo tuổi tác. Bé Minh đã cao bằng mẹ Phượng rồi, hay vui tính, một chút ít tiếu lâm, lớn hơn chị dâu tương lai mình một tuổi, bé chưa biết yêu thương là gì. Còn bé Tường Vi mới hơn 10 tuổi, còn làm nũng với mẹ, thương mến Anh Thư lắm.

Những ngày tháng tới, phận làm cha mẹ, vợ chồng Hòa còn phải cáng đáng thêm nhiều trách nhiệm nữa, hướng dẫn chúng ý thức được con đường mình sẽ phải đi, để sau này có được một mái ấm gia đình.

Cái chặng đường mà vợ chồng anh đang đi là con đường mà bố mẹ của họ đã đi. Con cái mỗi một ngày chúng một lớn, sau này chúng sẽ tách riêng một con đường khác. Nhưng chung quy rồi cũng bắt đầu có vợ, có chồng, có con. Dạy dỗ chúng như bố mẹ mình từng đã làm, có khác biệt một cái, đó là số mệnh mà Trời đã định sẵn cho mỗi con người trong chúng ta.

Đứa giàu, đứa đủ ăn, đứa thì phải làm lụng cực nhọc quanh năm, chạy từng bữa cơm. Còn về hạnh phúc, có đứa được vẹn toàn như mình mơ ước, lại có đứa lận đận trong cuộc đời đến lúc xế chiều, ngồi buồn đếm lá Thu rơi từng chiếc, cô đơn đến bạc trắng mái đầu?!

10

Sau những ngày vui chơi trong những ngày Tết, học sinh đã ôm cặp trở lại trường, chúng gặp nhau hỏi thăm đã làm gì? Phần đông là phải theo mẹ, theo cha đi làm hoặc phụ giúp gia đình, kiếm thêm chút ít tiền để cho buổi cơm cúng ông bà có thêm hương vị ngày Xuân.

Sau rằm tháng Giêng, mọi người đã trở lại công việc hằng ngày, dư hương ngày Tết cũng dần dà phôi pha theo từng ngày tháng.

Hoa mai, hoa đào cũng tàn dần theo những tờ lịch, từng tờ, từng tờ theo ngày tháng. Hoàng bây giờ đã rành về nghề sửa xe gắn máy, máy bơm nước Koler, máy dầu cặn diesel Yanmar và các loại máy khác nữa.

Người thầy thương binh dạy nghề, cụt hai chân muốn Hoàng tìm một nơi khác để sửa riêng được nhiều tiền hơn. Nhưng em cứ dạ vâng cho qua chuyện, từ ngày có đứa học trò này, tiền kiếm được nhiều gấp mấy lần trước đó. Hoàng cứ viện lý do, bận đi học, nên không có thời giờ tìm chỗ. Đó là cái cớ mà cháu không muốn bỏ người thầy đã cho mình một cái nghề có thể kiếm ra tiền, ở cái buổi khó khăn này. Người nghèo, không tiền mua cái mới, cứ sửa đi, sửa lại, máy còn chạy được, xe còn đạp được là ổn rồi.

Bao năm, với số lương dạy học dưới mái trường xã hội chủ nghĩa không ăn độn với khoai sắn là may lắm. Đã bao lần hai chị em Phượng và Thủy Tiên cũng định bỏ nghề, và cũng đã thử hết các nghề đi buôn khác. Như mua dược phẩm của những người có thân nhân nước ngoài gởi về, đem đi bỏ mối cho người bán lẻ. Khi đến lấy tiền, họ cứ hẹn mãi, rồi mất hết vốn. Đôi khi còn bị công an theo dõi, cũng may là không bị bắt, rồi cũng giải nghệ luôn.

Hai chị em chuyển sang nghề gói bánh, từ bánh ít, bánh tét đủ loại, bánh giò, lớn nhỏ đều có, bánh bò hấp và nướng, bánh da lợn, bánh củ mì nướng, bánh lá. Mới đầu quá cực, thức khuya dậy sớm, nhưng rồi cũng quen dần, có đồng dư để đi nuôi chồng.

Rồi bỗng dưng được quà từ bố mẹ, anh em gởi về. Hai chị em vẫn không bỏ nghề gói bánh, để gia đình có những bữa ăn có cá, có thịt, chớ rau cải, tương chao, đậu hũ hoài cũng tội cho mấy đứa con. Nghe con nói chỉ có một miếng cá khô bằng ngón tay cái mà ăn sao ngon quá hở mẹ?!

Nước mắt người làm mẹ vui đến nỗi cười nghẹn ngào, nuốt niềm hạnh phúc theo từng miếng cơm. Sao mà nó ngon làm sao, ngon hơn cả những sơn hào, hải vị của hoàng cung. Và cũng vì thế, như thêm sức cho mọi chị em, vợ người tù cải tạo, có thêm nghị lực, nuôi chồng, dạy con nên người.

Ba năm, bảy năm hay mười năm, hay dù có nhiều hơn nữa, thương con, yêu chồng, là đức tính nghìn năm, ôm con chờ chồng, rồi hóa đá. Vọng Phu một huyền sử nêu cao danh tiết người phụ nữ Việt Nam, mà trên năm châu, chưa từng nghe ai kể lại chuyện, giống như nàng Tô Thị.

Hai ông chồng, từ ngục tù cải tạo về, phải gánh vác hết mọi nhọc nhằn cho hai bà vợ đã héo úa dung nhan. Tay đã chai vì phải nạo dừa khô, gói và cột những đòn bánh bằng dây lát, dây chuối. Thức thâu đêm để hấp bánh, mấy đứa con vừa đủ lớn phải phụ với mẹ đi bỏ mối cho người bán lẻ, để kịp giờ cho mẹ đi dạy học.

Chỉ cần một vài ngày là hai ông chồng đã rành rẽ công việc, nhờ thế mà dung nhan hai vị phu nhân đã phảng phất chút ít hương xưa. Tiếng cười trẻ thơ, tiếng trêu chọc nhau của Thủy Tiên hỏi Phượng:

Bao lâu nữa lên chức bà nội, rồi cùng nhau cười.

Rồi có những tháng chu kỳ không đúng, hai chị em lo sợ sẽ mang thêm một đứa con ngoài ý muốn. Hạnh phúc đối với người đàn bà, nhất là vợ người tù cải tạo được trở về. Họ sợ nhất là cái mặc cảm của chồng, là để cho vợ nuôi, từ miếng cơm manh áo cho đến điếu thuốc lá, lo cho chồng bằng tình thương yêu như buổi ban đầu.

Họ cố tránh những cử chỉ vụng về của mình mà vô tình người chồng chưa làm được gì để phụ giúp vợ, khi còn bị quản chế bởi công an khu vực. Cũng may, chồng của họ, biết rằng mình có ngày trở về đây là do tình yêu thương chồng.

Con cò này đã vượt Trường Sơn ra Bắc, có mặt trên khắp các trại cải tạo. Chứ không còn là con cò của Trần Tế Xương, quanh năm chỉ biết quanh quẩn ven sông hay như là một vài con sáo sổ lồng, con sáo bay xa.

Qua những ngày tháng chồng được trở về, họ vẫn còn có những giấc mơ chồng mình còn đang ở trong tù cải tạo. Hay những người về từ trại cải tạo rồi mà lâu lâu còn thấy mình đang ở trong đọa đày, với những tháng năm lao động là vinh quang.

Cơm ăn độn với ngô sắn mà không còn đủ no, có người đã gục ngã, nằm xuống dưới nấm mồ được bạn bè chôn cất nơi nào đó dưới triền đồi gần nơi làm lao động. Nào rét rừng, áo không đủ ấm trong những ngày tháng trời vào Đông, cái rét buốt lạnh tận xương của miền rừng núi gần giáp với Trung Quốc.

Với tình nghĩa đó, người tù cải tạo phải cố học tập tốt, tốt ở đây có nghĩa là cứ yên lặng là được rồi. Còn lao động tốt để mong có thu hoạch nhiều để đỡ đói, sớm được trở về với gia đình. Vì vợ con họ phải vất vả lắm, dành dụm, vay mượn mới có tiền để đi thăm nuôi chồng.

Cho anh xin cảm ơn em, người vợ yêu quý của anh, không có em, khó mà anh còn mạng trở về. Em là niềm tin yêu và là ánh sáng lập lòe trong đêm tối, để anh nương theo đó mà đi, đi với em đến suốt cuộc đời

Anh luôn mong, ngày nào đó, tóc mình bạc trắng, rồi anh và em sẽ về bên kia. Một nơi không có khổ đau, phân ly và tử biệt. Có tiếng chim ca, có những bài tình ca muôn thuở. Ngày đó anh sẽ quấn cho em một vành khăn tang, theo sau là đàn con cháu, chúng thương tiếc em, gọi em bà nội, bà ngoại, bà cố, bà sơ. Mồ mã em đẹp lắm, trên một cái đồi, bên dòng sông Hương, phía trước có núi Ngự Bình, rồi anh cũng có một cái giống như em.

Anh trù em chết trước à! Chết trước! Chết trước! Vừa nói, vừa cầm cái gối đánh Tuấn. Anh vừa che tay để đỡ, vừa né tránh, vừa nghe tiếng gọi của vợ, giựt mình, thì ra là mơ! Giấc ngủ muộn đêm hôm qua đầy hạnh phúc!

Thủy Tiên giựt cái mền anh đang đắp để xếp lại thì bị anh nắm tay kéo xuống nằm trên mình anh, vòng tay ôm trọn thân nàng, kéo xuống hôn lên má. Mái tóc dài là những sợi tơ tình đen huyền phủ lấy mặt họ, tiếng thổn thức từ hơi thở, vị ngọt ngào mềm nhũn từ trong đôi môi quấn quýt. Cái hôn kéo dài xuống cổ, xuống vùng đồi đào nguyên, đôi vòng tay như siết chặt nhau hơn.

- Mạ ơi! Mạ ơi! Con không có giấy báo cũ, mạ cho con tiền để đóng góp Kế Hoạch Nhỏ, làm con tàu Thống Nhất, khi nào xong, chúng con ra thăm Lăng Bác.

Tiếng nói bất chợt của bé Huy từ chiếc giường nhỏ hai tầng của Ngọc Lan và Quốc Bảo nằm khi trước, cách nhau bằng một tấm màn kéo. Vợ chồng không thể tình tứ thêm được nữa rồi, đành nhìn nhau cười nho nhỏ:

- Mạ nghe rồi!

Vừa mới nói xong, thì bé Huy đã nhảy xuống giường của bé, rồi phóng lên nằm giữa hai vợ chồng, cười khúc khích làm cho họ cũng cười theo. Thủy Tiên hỏi:

- Con cười cái chi hỉ?!

Bé không chịu trả lời mà còn nhìn Tuấn, nhìn mẹ rồi mỉm cười, nói nho nhỏ:

- Bố mạ hôn phải không?!

Thủy Tiên nhướn mắt lớn hơn nhìn con, dịu dàng hỏi:

- Con có thấy bố mạ hôn nhau không?

Bé Huy nhìn mẹ rồi thủng thỉnh lắc đầu đáp:

- Không!

Nàng nói như chất vấn:

- Không thấy?! Răng con nói bố mẹ hôn?

Bé giải đáp:

- Con nghe bố mạ cười!

Nàng hỏi tiếp để tìm hiểu sao con mình lại suy nghĩ vẩn vơ:

- Bố mạ cười là hôn nhau răng?!

Huy gật đầu, như để minh định mình nói đúng. Nàng cố nín cười, nhìn chồng như để cầu cứu chồng nói một vài lời cho con bỏ cái ý nghĩ không tốt đó. Nhưng bé nói tiếp làm nàng chới với như từ cung trăng rớt xuống đất:

- Con thấy cậu Hai hôn mợ, rồi cả hai cùng cười như ri!

Tuấn, nãy giờ chỉ nghe, không nói lời nào, khi chợt nghe con nói, anh nín cười không được. Bé nằm ở giữa cho nên hai vợ chồng bèn ôm con vào để giấu cái cười của họ, anh muốn xác minh ở trong trường hợp nào mà con mình thấy, anh hỏi:

- Con thấy ở mô?

Bé Huy vừa nói vừa chỉ ra ngoài:

- Ở nhà sau, cậu mợ đang nấu ăn, cậu hai nói. "Em ăn thử xem, anh nấu có ngon không?". Mợ hai ăn và khen ngon. Thưởng cho anh đi. Mợ hai đưa cái mặt cho cậu hôn. Rồi cả hai cùng cười.

Vợ chồng Tuấn lầm bầm rủa hai ông bà này, sao vô ý thế, để con cháu thấy. Nàng nhỏ nhẹ hỏi con:

- Con nhìn lén phải không hè?

Huy đáp liền:

- Không mô!

Thủy Tiên nghiêm giọng hỏi:

- Làm răng con thấy như rứa?!

Huy đáp, nho nhỏ như sợ ai nghe, vợ chồng anh nhìn cái điệu bộ của con cũng muốn cười rồi:

- Con đi lấy nước uống trong tủ lạnh, con nghe cậu mợ Hai cười, còn nhìn, nên con mới thấy như ri!

À thì ra thế, vô tình mà bé thấy, rồi sáng nay Huy nghe vợ chồng nàng cười, mới nghĩ rằng bố mẹ mình hôn. Bởi thế, từ cái ngày cách mạng, ai cũng thấy một hoạt cảnh trông rất buồn cười. Các đồng chí xã hội chủ nghĩa đến Việt Nam, họ ôm nhau, hôn nhau trên má, bà Bình, bà Định cũng ôm nhau túi bụi trên cái kênh số 9, của đài truyền hình nước ta.

Nhớ cái hồi sau 30 tháng 4, có treo mấy cái loa sắt ở trong khóm, ngày nào cũng phát loa bảo dân chúng đi họp. Có anh cán bộ của phường, giảng nghĩa trước mặt dân về cái văn minh của nước xã hội chủ nghĩa. Anh bước đến chỗ có cái công tắt đèn, đưa tay mở rồi lại tắt, anh chỉ và nói, đó là văn minh. Mọi người dân, ngơ ngáo nhìn nhau, không biết anh cán bộ muốn nói cái gì?!

Có lẽ anh muốn nói về cái:

Đèn không đốt mà cháy?
Xe không có ngựa mà chạy?

Cái thời, lúc ông Nguyễn Trường Tộ đi sang Pháp để nghị hòa, khi ông trở về làm bản tường trình về 10 điều nên cải cách trong nước. Nên bang giao với các nước phương Tây để theo kịp nền văn minh của họ. Không nên bế môn tỏa cảng như từ trước đến nay triều đình đã làm.

Cũng theo ngày tháng, cho mãi đến hôm nay, cái gì mà trước ngày đó họ cấm, thì nay hầu như họ làm theo gần hết cả rồi. Chắc chừng 5 năm nữa sẽ trở lại như xưa. Điển hình nhất là việc cưới hỏi, có thấy ông cán bộ nào làm lễ tuyên bố như ở chiến khu hoặc như hồi mới tiếp thu đâu. Đám cưới của họ còn có cả ban nhạc sống tới chúc mừng.

Còn đám cưới của dân thì phải để riêng một vài bàn dành riêng cho cán bộ địa phương. Nếu như mời nhau bằng những điếu thuốc lá của hãng Basto hay Mic của nhà nước tiếp thu rồi sản xuất. Cán bộ không chê trước mặt, viện lý do bỏ thuốc, nhưng nếu mời những loại nhập như 555 hay tệ lắm, thuốc có cán, tức là đầu lọc thì không từ chối.

Trên đời không ai ngu dại gì, thịt gà, heo quay mà không ăn, lại đi ăn những món ăn mà hồi còn ở trong bưn, ăn dưa tương chao là quý lắm:

Hết rau rồi,
anh có lấy măng không

Có như vậy, mới gọi là đổi đời chứ?! Ăn quen rồi, mà nhịn không quen, đó là chiến lược của người dân miền Nam, cố dụ cho chúng mầy ăn, rồi chúng bây cũng sẽ hiện nguyên hình con Cáo. Con đường Cô Giang, Cô Bắc, là con đường nhỏ, đi song song với đường Trần Hưng Đạo, ít người biết đến.

Đó là tên hai cô vợ của ông Hoàng Hoa Thám, là nhà kháng chiến chống Pháp. Nhưng bây giờ, đường Cô Giang là nơi giao những thùng quà từ nước ngoài gởi về cho những thân nhân còn ở lại quê nhà. Và cũng là cục bơ cho các cán bộ làm ở đấy thay phiên nhau tha hồ mà liếm. Con đường tiến lên thiên đàng XHCN mà không có đô la thì không thể nào tồn tại.

Để xem chúng bây giành giựt nhau!

Từ sau những ngày Tết, gia đình Hòa và Tuấn không còn thức khuya dậy sớm nữa, hai anh em đã chuyển sang nghề tài xế xe lam 3 bánh, để cho hai bà vợ được dưỡng sức, với hơn những 7 năm dài nuôi chồng, dạy con như những vợ người tù cải tạo. Đó là trách nhiệm của người chồng từ cõi chết trở về. Một ít tiền để đổi lại cái bằng lái xe hơi trước năm 75, rồi cũng nhờ thầy dạy sửa xe gắn máy của Hoàng, quen biết nhiều bạn bè trong nghề sửa xe cho các anh lái xe ba gác có gắn máy, xích lô máy, xe lam 3 bánh. Nhờ họ tìm mua lại xe cũ mà lâu nay họ đã lái, người thì già, bao năm lăn lóc với nghề. Nay muốn đổi nghề khác đỡ phần vất vả hơn vì con đã lớn, chúng có việc làm. Số tiền lời có khi còn không đủ tiền để sửa xe, vì vậy phải đi vay mượn sửa chữa lại để tiếp tục chạy để kiếm cơm.

Sau gần hai tuần lễ Hoàng làm máy thay những bộ phận quan trọng mới cho chắc ăn, như vít lửa, mô-bin điện, piston, sơn phết lại. Chiếc xe trở nên đẹp và tiếng máy nổ nhỏ hơn, không còn có khói đen nữa.

Ngày khai trương, hai anh em thay phiên nhau lái, người từ sáng sớm cho đến trưa về nghỉ, người từ trưa cho đến chiều, rồi từ chiều cho đến khuya thì cho người khác mướn. Sau khi trừ tiền xăng nhớt, bến bãi, cộng thêm tiền lời vay vốn, cũng kiếm hơn gấp đôi gấp ba lần nghề gói bánh.

Tiền mua chiếc xe, mình đi vay những người chuyên cho vay, nếu không có tiền đóng hàng tháng, sau 3 tháng thì họ sẽ xiết chiếc xe của mình. Điều kiện là phải có giấy nhà, hoặc có một phần ba số tiền trị giá chiếc xe. Tiền lời từ 3 đến 5 phần trăm một tháng.

Ngoài công việc đi kiếm tiền, còn phải làm công việc nhà, để xem đàn ông có giỏi bằng đàn bà không?! Câu nói này thường nghe hai ông anh vợ và em rể thường tuyên bố khi có chuyện vui. Còn chị dâu và cô em chồng thì chỉ cười mỉm chi thôi, nói nho nhỏ chỉ để cho chồng mình nghe. Tối em thưởng cho?!

Thực tình mà nói, mấy ông muốn cho vợ của mình được ngơi nghỉ, nhưng các bà cũng sợ mấy ông quen thói bay bướm như khi còn là sĩ quan, khi các bà cũng đã có tuổi rồi. Thời gian và công việc hằng ngày đã tàn phá dung nhan của họ rất nhiều, vì vậy mà mấy bà canh thật kỹ với các ông. Bất chợt đi tuần tra xem có gì đáng nghi không?

Hôm nay đến ca Tuấn lái xe sớm, súc miệng rửa mặt, uống vài hớp trà nóng cho tỉnh táo. Mở cửa, đẩy chiếc xe mobilette của Hòa ra khỏi cửa, vài cơn gió sáng sớm, mùa mưa đang bắt đầu. Đèn đường còn cháy, ánh đèn chiếc xe gắn máy rọi dài trên mặt đường, một buổi sáng cho người lao động. Ra đến bến, bạn bè đã ngồi đầy trong quán bà Năm, người ăn kẻ uống cà phê, nói cười giòn giã.

Gần tháng nay cũng đã quen cuộc sống mới này rồi, mới đầu vợ anh và anh Hòa cũng lo lắng, khi hằng ngày phải sống chung với một số người tài xế thường hay chửi thề khi họ không bằng lòng chuyện gì đó.

Nhưng đã chung sống với họ rồi, mình mới biết họ có một cái sống thực lòng, ít khi giả dối, hay thường giúp cho nhau khi xe bị hư dọc đường. Tuấn vào quán còn đang tìm chỗ trống, thì đằng kia có ai gọi tên anh, Tuấn nhìn và đi về bàn ấy rồi ngồi xuống. Bạn bè ngày nào cũng gặp nhau, vẫn có chuyện để nói. Cách thức cũng khác hẳn những bạn bè khác, không hỏi nhau mạnh khỏe không? Vào đề ngay:

Uống cái gì? Ăn cái gì?

Hôm nay anh trả, ngày mai tôi trả, hay ghi sổ vài ngày trả một lần.

Ăn uống, vui cười, chia sẻ khi có chiếc xe trong đoàn gặp tai nạn, bàn bè mỗi người góp nhau một ít để phụ giúp sửa xe, dù rằng xe nào cũng có bảo hiểm, để tiếp tục đưa khách từ bến Bình Tây ra đến chợ Bến Thành.

Buổi sáng nay Tuấn đưa khách đến 11 giờ, anh về nhà, xe nằm bến có người khác chạy dùm đến 1 giờ. Rồi đến Hòa chạy cho đến chiều. Buổi tối có khi Hoàng, đứa con trai lớn của Hòa và Phượng, muốn kiếm tiền thì lái cho đến 10 giờ đêm, còn hôm nào bận học bài vở nhiều thì có người khác mướn xe, họ lái cho đến khuya.

Cuộc sống gia đình của Hòa và Tuấn bình yên như cái kim đồng hồ, quay đều và quay đều. Mỗi tối, cả gia đình ngồi học Anh văn chung quanh chiếc bàn ăn cơm, từ cái máy vừa radio và hát đĩa 33 tour. Let's Learn English gồm có 2 đĩa, mà Tuấn đã mua hồi còn ở trung học trong tiệm sách Khai Trí, và những cuốn sách của Hội Việt Mỹ. Mỗi đêm họ nghe và đọc theo những câu đàm thoại thông thường, mà hằng ngày người ta sử dụng.

Dĩ nhiên có cả Anh Thư nữa, chỉ tội nghiệp cho bé Huy, mới 7 tuổi cũng phải ngồi nghe, không được chạy phá. Bé sợ nhất là hình phạt quỳ gối cho đến tàn hết một cây nhang. Mẹ Thủy Tiên học theo cách bà ngoại của bé, phạt nàng khi còn bé. Lắm lúc, nàng phạt các con, rồi chợt nhớ đến lúc mình còn nhỏ, nàng cũng bị phạt, nhưng được cưng nhiều vì là con út, bị phạt nhẹ hơn các anh, rồi tự mỉm cười cho một thời tuổi ấu thơ.

Nàng thường bị mẹ hứ huýt về chuyện này rất nhiều, vì hình phạt nặng hơn bà dành cho nàng lúc còn bé. Nàng lo sợ vì ở mỗi thế hệ trẻ con khôn hơn thế hệ trước, chúng bắt chước theo sách báo, phim ảnh của Mỹ, của Pháp. Đó cũng là mối lo ngại chung của những bậc làm ông bà, cha mẹ cho mỗi thế hệ sau mình.

Giấy bảo lãnh cũng được làm xong và đã nộp, nhưng chuyện được cứu xét, cho đi hay không còn nhiều thủ tục rườm rà. Một số người khác, cũng như gia đình hai anh em nàng, bị cán bộ lên lớp gần cả tiếng đồng hồ về chuyện bỏ nước ra đi. Hai chữ:

Phản Quốc?!

Được nhắc đi nhắc lại rất nhiều lần trong bài giảng với người dân muốn đi theo diện đoàn tựu dưới thời kỳ xã hội chủ nghĩa.

Đó là ở Sài Gòn, còn ở Huế, gia đình anh Bình không dám nộp đơn, sợ bị đuổi không cho đi dạy học nữa. Hai vợ chồng đều là thầy cô giáo, tiền lương cả tháng chỉ mua được vài cái vỏ xe Honda thôi, nhưng được một cái không sợ đói vì trường có cung cấp nhu yếu phẩm với giá rẻ. Hơn nữa còn bị chính quyền địa phương kỳ thị, nếu có sơ suất điều chi, bị bỏ tù như chơi.

Từ ngày dân miền Nam biết tìm đường cứu nước như Bác, thì người dân miền Trung cũng ra đi nhiều lắm. Với một bờ biển quá dài, chúng không kiểm soát được hết, nên cư dân ở đây đi dễ dàng hơn. Khi lỡ bị bắt, thì đi làm lao động, nếu có tiền lo lót, thì mau được trả tự do, thế thôi. Còn chuyện mua bãi để ra đi được dễ dàng, là chuyện bình thường xảy ra hằng ngày.

Nếu như công an địa phương bắt, công an biên phòng bắt, đều đưa lên trại giam để đưa đi làm lao động. Chỉ trong một thời gian ngắn là được trả tự do, vì lao động tốt, chứ thực ra là đút lót vàng. Sau này, chúng ý thức được điều đó, kẻ ngồi mát, ăn bát vàng, nên chúng bắt được người vượt biên, ai đưa cho họ vàng thì được thả liền tại chỗ, như vậy mới công bằng. Với kinh nghiệm, bọn chúng còn biết vàng giả hay thật, kể cả tiền đô của Mỹ, có như thế mới yêu tổ quốc yêu đồng bào chứ?!

Đêm 30 tháng 4 năm 1984, thừa lúc ngày lễ, du khách đến Vũng Tàu rất đông, lại có thêm một chiếc thuyền mang bảng số TG-Tiền Giang, ra khơi tìm tự do. Ghe này là do sự móc nối của Toàn, anh bán chiếc ghe của anh, mua lại chiếc ghe nhỏ để đưa bạn hàng chở hàng hóa từ Vũng Tàu đi lên Sài Gòn bán và mua hàng chở về để bỏ mối. Có như thế mới dùng làm taxi đưa người mình đi.

Chủ ghe là người ở Bến Chùa, có chồng về Vàm Láng, cả hai nơi cũng thuộc Gò Công, gồm 4 tài công là các con và rể của chủ tàu, 2 hoa tiêu của hải quân, cùng một số bạn bè là người chế độ cũ. Họ đã từng chia cơm sẻ áo với Tuấn và Hòa trong những ngày khổ cực nhất, khi còn đang trong tù cải tạo.

Và thêm năm ba người bạn khác trong nhóm người cùng khổ ra đi.

Gần 3 giờ sáng mới khởi hành, bãi Đá là nơi tiễn biệt biết bao người đã lìa bỏ quê hương. Thuyền theo từng đoàn ghe thuyền đi ra vào cửa biển để đánh bắt cá và những chiếc đò đưa khách từ các xã khác đến đây để bán và mua hàng hóa. Tụ họp được hoàn hảo là nhờ những người chuyên môn đưa taxi đến điểm hẹn một cách an toàn.

Họ rất muốn đi, nhưng đi thì không đành, phải bỏ lại vợ con, cha mẹ, thôi thì chọn nghề đưa người đi để kiếm chút ít tiền, hơn là làm quần quật cả ngày chỉ được no hai bữa cơm, còn như bệnh hoạn nặng thì dành chịu.

Chuyện đời không có cái gì gọi là trót lọt, nhỡ khi bị phát giác đang đưa khách thì chuyện sống chết không ngờ trước được. Lỡ khi bị bắt, đánh đập để lòi ra vàng, khi nhận đưa khách chỉ được vài ba chỉ, nhưng bị chịu hàm oan là mấy cây vàng.

Bị bắt đi tù, gia đình vợ con nheo nhóc, bữa no bữa đói, khi được thả ra, lại tiếp tục đưa người đi vượt biên. Thế rồi công an họ cũng biết, họ cần bắt người tổ chức để có được nhiều vàng. Sau này chúng bắt được để lấy vàng, làm lơ cho họ đi, mình còn được tiếng nhân đức, con cái sau này được nhờ?!
Chiếc ghe ra khơi được an toàn là nhờ tài công quá rành ở vùng này, họ biết rất rõ lịch trình của những chiếc ghe đánh cá quốc doanh của công an biên phòng. Trên ghe của chúng có đủ vũ khí từ súng đại liên cho đến súng cá nhân, chúng chặn bắt ghe vượt biên. Trên ghe họ chừng năm sáu người, loại ghe lớn, máy tốt, chuyện bắn chết người cũng bớt xảy ra. Khi lấy được vàng, chúng chia nhau, được một cây vàng bằng cả mấy năm tiền lương bộ đội.

Vừng hồng chưa lên mà biển đã sáng rồi, ánh đèn hải đăng Vũng Tàu còn quét những vệt sáng theo vòng tròn ở phía sau. Ghe dài chừng 14m, mũi ghe khá cao đang lướt sóng ra khơi. Ánh nắng ban mai, mùi gió biển tươi mát, tầm nhìn xa thấy rõ lắm, Tuấn ngồi trên cabin, nhìn vào ống dòm để quan sát vùng biển chung quanh với Hòa và người chủ ghe trên năm mươi tuổi. Vẻ mặt vui cười, ông lấy điếu thuốc từ trong cái bao thuốc lá Basto xanh. Đưa lên môi, rồi bật cái ống quẹt jupo, đưa lên đốt, đầu thuốc lá đỏ rực. Rồi một vùng khói trắng từ miệng ông bay ra, tan trong gió.

Cuộc đời ông dường như đã gắn liền với biển, theo cha đi đánh cá từ hồi 10 tuổi vào những ngày nghỉ, học chưa hết cấp trung học. Ở nhà theo cha đi đánh cá, rồi lập gia đình, có sáu người con, cũng theo lớp người từ bỏ quê hương mà đi. Lần này là lần cuối, cùng với gia đình đứa con cả ra đi. Chiếc ghe là ghe cào, vừa mới tu sửa hồi mùa biển động.

Ông nói với Tuấn:

- Ra đến đây cũng ổn rồi, chỉ còn sợ ghe quốc doanh, nó đi đánh cá rất xa, sợ khi về, nó gặp mình thôi.

Ông cũng nói cho anh em Hòa yên lòng, nếu mình đi hướng Đông thì ít khi gặp lắm, nếu như có gặp thì nó chỉ lấy vàng thôi, có bao nhiêu cũng được. Nghe nói, nó lấy rồi còn cho mình thức ăn, nước uống, và cả dầu chạy máy, còn chỉ cho mình hướng đi để tránh cướp biển và chúc mình thượng lộ bình an nữa. Họ không ngu dại gì mà bắt mình về, chẳng được bao nhiêu tiền, mà còn bị làm tờ tường trình.

Chợt hai bên hông ghe, có đàn cá chừng 5, 7 con cá màu xanh đậm đen, to dài hơn cả thước đang phóng lên mặt nước, chú Tư, tên ông chủ ghe, gọi là cá Nược. Yên trí đi, mình sẽ gặp may, có mấy con cá chào mừng đây. Họ nhìn theo cười vui vẻ, vì đây là lần đầu được thấy. Tuấn cũng nghe bà nội kể về chuyện, vào ngày cúng Lăng của cá. Khi cả đoàn ghe đem theo heo quay, bánh trái, đi ra thật xa bờ để cúng bái.

Có khi gặp cá ông phun vòi nước ở trước đầu, họ mới quay về, cho là năm đó sẽ được mùa cá, nào Ong sẽ đỡ chiếc ghe và người khi bị bão tố. Người nào gặp Ong chết đầu tiên, tấp vào bãi, phải đứng ra chịu tang, chôn cất đàng hoàng ở nghĩa trang dành riêng cho cá. Người dân làng chài còn lập cả đình để thờ, hàng năm họ đến cúng bái linh đình một lần. Có rước đoàn hát về hát cho dân làng đến xem.

Tuấn trao ống dòm cho Hòa, để anh ấy quan sát, rồi leo xuống sàn ghe và đi xuống hầm. Vừa đến miệng hầm, mùi hôi từ dưới hầm xông lên, anh bước xuống để kiếm vợ con anh. Phần đông họ đã bị say sóng, nằm ngã nghiêng, anh tìm được vợ con, chị dâu và các cháu. Vội lay họ dậy, anh bảo mấy đứa lớn lên trên sàn ghe trước, rồi đưa vợ con lên sau.

Một số người khác cũng được anh gọi, ai muốn lên để nhìn cá Nược rượt theo ghe đang lướt sóng ra khơi. Trong số người đó, có cả Thắng là thầy dạy Hoàng sửa xe Honda và các loại máy khác.

Sau khi Tuấn đưa mọi người lên trên sàn tàu xong, anh trở xuống hầm, bảo Hoàng lên trước, ngồi trên miệng hầm để kéo Thắng lên. Còn Tuấn và Minh vừa ôm vừa bợ dưới đít đẩy anh lên, Hoàng chỉ cần nắm đôi bàn tay của Thắng kéo lên trên sàn, Tuấn xách theo lên miếng ván có 4 cái bánh xe nhỏ để cho anh ngồi lên đó mà di chuyển dễ dàng trên sàn ghe.

Thắng nói lời cám ơn với mọi người, Tuấn cười không nói gì hết, rồi day sang qua đưa cho vợ của Thắng cái túi xách. Đó là sản nghiệp duy nhất của những người ra đi, Hoàng đẩy đôi vai giúp thầy mình di chuyển đến giữa ghe cùng với 2 đứa con trai sinh đôi tuổi chừng 5, 6, nét mặt giống hệt như bố. Trong chuyến đi này có đến 2 người bị mất chân, đáng lẽ Thắng phải đi chung với Toàn, cũng là người thương binh chỉ mất một bàn chân, nhưng anh đã quen đi biển đánh cá. Toàn định dấu Thắng phía trong hầm nước đá trong vòng nửa tiếng khi ghe ra trạm kiểm soát. Nhưng lại có tin tình báo, sao bỗng dưng hôm nay chúng xét rất kỹ. Thành thử đợi đến giờ chót, mới quyết định đưa Thắng đi chung với đoàn người ở bên khu chòi nuôi vịt đẻ. Vì vậy, tối đêm qua Thắng tập trận vượt qua vùng sình lầy.

Gió biển lồng lộng, ghe lướt trên sóng, lên cao xuống thấp, lắc lư theo triền sóng mà đi.

Tuấn nói lớn tiếng, kêu gọi anh chị em và các cháu nên cẩn thận, không được đứng gần phía ngoài, nên ngồi ở phía trong. Nếu như có người té xuống biển, chúng tôi không thể vớt lên được, mình đã đi đến đây rồi, đừng nên làm mồi cho cá.

Mọi người cùng cười, cái cười của người đi tìm tự do. Anh cũng bảo mọi người nên để ý trông chừng các trẻ con của mình. Bỗng dưng đàn cá từ đâu kéo đến đua với ghe nữa. Ai cũng bảo là lần đầu tiên được thấy, thực vậy, có bao giờ được đi ghe lớn ra khơi như vậy đâu. Mấy đứa nhỏ la ầm, khi thấy chúng phóng lên khỏi mặt nước, như cố đua để thắng cho bằng được.

Hòa ngồi từ trên nóc cabin nhìn mọi người đang cười nói vui vẻ, rồi anh nghĩ, chúng mình sẽ tìm được bến bờ Tự Do. Anh tiếp tục quan sát, tìm kiếm có chiếc ghe nào đi về hướng mình không.

Tuấn ôm con, nhìn vợ, bây giờ thì nàng có phần tươi tắn hơn, Thủy Tiên nhìn chồng tươi cười như hoa mới nở, thực sự lúc nãy khi còn ở dưới hầm nàng giống như dung nhan mùa Hạ. Mùi hôi ở dưới đã làm héo úa những bông hoa thiếu nước, ở tuổi đời bước vào ngưỡng cửa hơn ba mươi. Ở tuổi này, hoa vẫn đẹp mặn mà hơn bao giờ hết, nhưng cũng dễ héo hon khi chuyện buồn phiền quá nhiều trong những bảy năm tần tảo, chắt mót nuôi chồng, dạy con như bao người vợ tù cải tạo khác.

Tuấn bảo con. Ngồi đây ôm mẹ, té xuống biển là chết queo đó! Nghe bố hù, Huy nhìn mẹ, nàng cố nín cười, rồi ngồi im ru trong vòng tay mẹ, không dám nhúc nhích, nhưng cái đầu nhìn bên này tìm bên kia để kiếm đàn cá:

- Cá đi mô rứa hết rồi mạ hỉ?

- Nó mệt rồi, nên không còn muốn đua nữa!

Anh rót cho vợ chút ít nước trà nóng từ cái bình thủy, đưa cái ly bằng nhựa cho nàng, cho chị Phượng, rồi chuyền cho nhau cái bình cùng uống. Tuấn trở lên cabin cầm theo bình cà phê đen và mấy cái ly nhựa. Anh lên thay cho anh Hòa, còn nói lớn tiếng mấy lời vu vơ, không khéo có người trách tôi. Phượng hứ một tiếng, rồi hỏi Thủy Tiên:

- *Răng lúc này hắn nhiều chuyện thế?*

Cả hai cùng cười, Thủy Tiên biết chồng mình đang có chuyện gì đó khó nghĩ, nên Tuấn thường hay chọc ghẹo người khác, nên nàng nói:

- *Tài xế xe lam mà!*

Phượng chẳng hiểu ý của Thủy Tiên nên nói:

- *Phải đó, anh Hòa cũng vậy!*

Thủy Tiên nghe chị dâu mình nói thế, nên cũng cười cho vui, nhưng trong đầu đang suy nghĩ. Chuyện gì đây mà chồng mình đang giấu không muốn cho ai biết.

Trong cabin, người hoa tiêu đang nhìn hải đồ, Tuấn rót cà phê ra ly nhựa đưa cho anh và người tài công. Uống chút ít đi để cho tỉnh táo. Anh trèo lên trên cabin, thay cho Hòa. Ánh nắng mặt trời như sưởi ấm lòng người.

Cám ơn Trời, chuyến ra đi không có gì trắc trở, vì cả nhóm người điều nghiên để đưa người đi không bị lộ, với hơn 30 người, giả bộ như người đi mua hàng, đi thăm bà con, người đem hàng hóa đi bán. Họ xuống chiếc đò nhỏ để ra đến điểm hẹn.

Người chủ ghe phải biết giờ giấc gần sáng nào mà chúng mệt mỏi, nên cho ghe đến trạm, đậu lại để cho công an biên phòng xuống kiểm tra hành khách và lục soát. Thức đêm đói bụng, gặp hai con vịt quay còn nóng hổi trong bao giấy dầu. Người lính công an biên phòng hỏi xin một con, còn có cả mấy ổ bánh mì mới ra lò giòn rụm. Chú Tư giả vờ do dự rồi gật đầu, thế là không còn xét nữa! Đó cũng là kế hoạch dụ địch!

Điểm hẹn được hoàn tất theo kế hoạch đã định như là lúc phi thuyền con Apolo 11 đáp xuống mặt trăng để cắm lá cờ Hoa Kỳ trên ấy mà chưa có quốc gia nào trên thế giới làm được chuyện đó. Họ làm công tác lấy đá và vài chuyện khác rồi quay trở về phi thuyền mẹ. Đó là giây phút mà toàn thể giáo đường cũng như nhân dân Hoa Kỳ đều cầu nguyện để cho phi thuyền con nổ máy được, bay lên và ráp nối với phi thuyền mẹ đang bay vòng vòng chờ đợi.

Ghe đã đổi hướng Đông Nam để đi về hướng quần đảo Indonesia, dù rằng có xa, nhưng để giữ sự an toàn cướp biển Thái Lan. Thực ra chúng chỉ là ngư dân đánh cá, có máu cướp giựt, thừa lúc những tàu vượt biên đi chính thức, họ giấu đút vàng, hột xoàn, đô la. Tàu bị trục trặc trên hải trình, gặp bọn chúng, họ đem vàng bạc cho chúng, để nhờ giúp đỡ, rồi sinh ra lòng tham. Chúng cướp giựt bằng dao, mác, búa mà chúng đem theo để sử dụng khi cần thiết.

Người vượt biên sợ hãi, đem đưa cho chúng, rồi sau này, chúng có một vài cây súng săn. Chúng trở thành hải tặc thật sự, cướp của, giết người, bắt phụ nữ hãm hiếp, rồi đem đi bán ở những ổ động điếm. Hàng trăm, hàng ngàn chuyến bị cướp, trên ghe phần đông là đàn ông, thanh niên. Nhưng chưa bao giờ nghe họ đoàn kết để đánh giết lại chúng?

Một bài học đau thương ngày 30 tháng 4 năm 1975, chưa đủ thấm nhuần vào tâm trí người miền Nam về tình đoàn kết! Bài tập đọc trong sách giáo khoa thư, chuyện người cha già, không biết mình còn sống được bao lâu nữa, bèn gọi mấy đứa con lại. Đưa cho mỗi người con một chiếc đũa, bảo họ bẻ gãy, ai cũng làm được. Kế tiếp, ông lần lượt đưa cho mỗi người con một nắm đũa, bảo họ bẻ, chẳng ai làm được, họ nhìn nhau, rồi nhìn cha, ông nói:

- Các con không đứa nào bẻ gãy được, là vì một nắm đũa, tượng trưng cho sự đoàn kết.

Trên ghe vượt biên có bao nhiêu trai tráng, mà để cho chúng chỉ có năm bảy người, với vài cây súng, dao mác, chúng hoành hành trên biển Đông.

Xin cúi đầu tưởng niệm những người không may đó!

Mong những ai đó, xin đoàn kết lại để không còn xảy ra nữa những chuyện đau lòng như thế!

Hãy dũng cảm lên, trước cũng chết, sau cũng chết, mỗi người có một số mệnh. Sao mình không đoàn kết, để cứu được bao nhiêu người khác!? Họ bị bắt, sống trong đọa đày trong tủi nhục. Nhớ mẹ, nhớ cha, nhớ anh em, nhớ từng con phố, nhớ những ngày tuổi ấu thơ. Nhớ tuổi học trò, nhớ một thời con gái với nụ hôn đầu đời. Dân đi biển, cứ sáng sớm là phải có một bữa ăn, nồi cơm lớn, một xon thịt kho với trứng vịt, một thao dưa leo xắt miếng, cải chua được dọn ra trên giữa sàn ghe. Nhưng chẳng có bao nhiêu người ăn vì họ chưa quen với chuyện đi biển. Gia đình chủ ghe, mỗi người một tô, vì họ đã quen với sóng gió, Tuấn, Hòa và một số người vừa ăn vừa xem chuyến đi này như một chuyến đi du ngoạn bằng thuyền, vui cười hả hê.

Ai muốn ăn thì tự làm lấy, mỗi người một tô bằng nhựa, muỗng nhựa. Khi ăn xong, được bỏ vào một túi lưới, cột lại liệng xuống biển để rửa, rồi được kéo lên, treo lên cao cho ráo nước.

Còn có cà phê sữa, trà và nước đun sôi, bánh kẹo. Giống như chuyến đi du thuyền, mọi người ai cũng vui, ý nghĩ đầu tiên là được tự do, không còn phải nghe những lời mà 9 năm nay, ngày nào cũng phải nghe:

Thi đua lao động, tăng gia sản xuất để mừng:

Bác bị trúng Thượng Mã Phong?!

Đại hội Đảng, là hình thức cướp giựt công sức của công nhân noi theo tấm gương Đạo Đức và làm theo di chúc bác Hồ?!

Người dân đã mỏi mệt sống trong xã hội chủ nghĩa, nay được đào thoát ra khỏi ngục tù, ai mà không hớn hở, mặc kệ phía trước có yên bình hay dẫy đầy sóng gió, nguy hiểm cũng mặc. Nghe đâu ca sĩ Hùng Cường vượt biên đến nơi, nói:

- Ngay cả cây cột đèn đường, nếu như đi được, nó cũng đi nữa, chớ đừng nói đến người dân.

Chưa hết đâu, còn anh Thành Được, người có giọng ca thiên phú, nổi danh với vở Khi Hoa Anh Đào Nở, Tiếng Hạt Trong Trăng và các vở tuồng khác. Thừa lúc được nhà nước đưa đi sang Pháp trình diễn cho người Việt thưởng thức 6 câu vọng cổ. Và cũng là lúc anh nói Aurevoir! Sans retour!

Cộng Sản ơi! Xin giã từ mi! Không hẹn ngày gặp lại!
Bác Hồ ơi! Cháu làm theo lời di chúc của Bác!

Người vượt biên hôm nay, họ đâu có biết đã hơn tháng nay, người tổ chức đã tốn bao nhiêu công sức, để cho chuyến đi được an toàn. Họ biết, nếu như sơ suất điều gì là đi tù không hẹn ngày về, vợ con tiếp tục thăm nuôi.

Có tàu tới!

Tiếng kêu thất thanh của Toàn từ trên cabin, Phong đang ăn, bỏ tô cơm xuống sàn ghe, nhanh như cắt, anh đã phóng lên trên nóc cabin, mọi người yên lặng, Tuấn đưa tô cơm cho vợ, anh Hòa ở lại trông chừng mọi người, rồi cũng phóng lên trên ấy.

Phong nhìn về hướng có tàu, chỉ là một chấm thật nhỏ ở cuối tầm nhìn, với gần 15 năm trong hải quân, người hoa tiêu đầy kinh nghiệm, đã có lần đánh trận với Trung Quốc trong trận hải chiến Hoàng Sa. Một chiếc tàu chở dầu, có lẽ đến giàn khoan của Liên Xô ở gần Côn Sơn để lấy dầu. Thêm một hồi tiếp tục theo dõi, anh bảo:

Yên tâm đi, chắc chắn là tàu dầu.

Cái ống dòm anh đang dùng, đã theo anh trên bước đường hải hành, dấu lại để làm kỷ niệm, nay lại theo anh đi tìm tự do.

Mọi người thở dài như trút được cái ám ảnh của người vượt biên là khi bị bắt lại, bị đưa đi tù, làm lao động vài cuốn lịch là thường. Ghe vẫn lướt sóng, mọi người như thấm mệt vì trời nắng nóng và đêm qua chẳng có ai dám ngủ cả, vì phải đối diện với lo sợ, gông cùm, tù đày và chết chóc. Gió biển không đủ mát, chú Tư đi ra phía trước mũi ghe, mở nắp hầm lấy xấp bố màu sậm, cầm xuống đưa cho Hòa, bảo anh giăng lên cho đỡ nắng. Nó cũng lớn lắm, ba bốn người đàn ông xúm lại căng lên làm cái tăn che mát trên sàn ghe, đàn bà con nít vui mừng ra mặt.

Bờ bến thì chẳng thấy, ai cũng muốn tìm cho mình một cách nghỉ ngơi sao cho dễ coi một chút. Không lẽ thân đàn bà, con gái mà nằm trên sàn ghe, cũng vừa lúc ấy có người đổi phiên cho Hòa và Tuấn từ trên cabin đi xuống. Tuấn nhìn sắc mặt vợ và các người khác thì đã biết họ muốn làm gì rồi. Anh nói lớn cho mọi người cùng nghe:

- Cuộc hành trình này cũng phải mất ít nhất là 4, 5 ngày đêm. Các anh chị cứ việc nằm mà nghỉ, ngủ cũng được, đến giờ ăn uống chúng tôi sẽ gọi cho. Tiền phục vụ sẽ là 10 cây vàng cho mỗi đầu người, khi đi đến Mỹ, Úc, Canada sẽ trả sau. Ai bằng lòng thì làm giấy nợ, còn không làm buộc lòng tôi phải thẩy người đó xuống biển. Tôi nhân danh cướp biển ký tên và đóng dấu!

Nói vừa dứt lời thì bị cô em của hai chị em cô Bắc kỳ,Trúc Lam và Trúc Linh con của dượng Út có tiệm phở ở đường Hiền Vương lên tiếng:

- Này anh Tuấn nó ơi!

- Vâng! Có anh đây!

Cô em Trúc Linh đanh đá tiếp:

- Mới cách đây chỉ có 2 ngày thôi, 2 ngày thôi nhé! Ai đến cửa hàng tôi ăn phở. Ăn uống xong còn mang 2 cái cà mên, mỗi cái 3 ngăn, như thế là 6 tô phở, có đủ giá sống, ngò gai, rau thơm, tương, ớt. Ai đem em về nhà! Ai nhỉ?

Tuấn mỉm cười, cố ý nói:

- Anh! Em nói đúng! Nhưng người mang về không phải là anh, mà là anh Hòa. Hơn nữa tại em mời chúng tôi đấy ạ! Em còn nói, mai mốt mình đi rồi, làm sao ăn được!

Biết mình tranh luận không hơn với hắn, nên ấm ức:

- Em biết anh như thế, em chẳng nấu cho anh ăn đâu!

Tuấn chọc ghẹo thêm, anh chợt nhớ mình còn một số tiền trong túi, lấy ra đem đến gần nói:

- Một tô là 2 ngàn, 8 tô là 16 ngàn! Đây tiền đây! Anh có đến 50 ngàn, xin biếu luôn.

Trúc Linh vừa hứ vừa nói:

- Cám ơn anh, anh cất đi, đem ra nước ngoài mà xài!

Ai có mặt trên ghe cũng đều cười, cười là vì tiền Việt nam chẳng có gì để bảo đảm. Ngân hàng nhà nước thường nói:

Sức lao động là tiền rừng bạc biển, lao động là vinh quang, đủ để đảm bảo đồng tiền. Ai không làm, đi lang thang là chết đói!

Hòa từ dưới hầm ghe xách lên ấm nước bằng nhôm đã nhuộm màu khói than, nó tươm nước ra ngoài vì là trà đá. Ai thấy cũng thèm, tay bên kia là năm ba cái ly bằng ni lon chồng lại đủ màu, Hòa vừa rót ra ly vừa mời mọi người. Anh đưa cho vợ chồng Thắng, anh đang ngồi trên miếng ván nệm có 4 cái bánh xe nhỏ để di chuyển.

Cũng sẵn dịp này, Thắng nói lời cám ơn với mọi người bằng những dòng nước mắt. Từ lúc lên được chiếc xuồng để đi ra biển, rồi được anh em cõng lên ghe lớn. Thắng cứ tưởng như mình đang nằm mơ. Mọi người bạn mà từ trước đến giờ anh chưa bao giờ được gặp mặt, người khiêng kẻ kéo anh trên đất bùn lún đến đầu gối vì băng qua những con rạch cạn nước.

Đến bây giờ thì lớp bùn đêm qua mà anh đã tẩm lên toàn thân, nó khô đi và rớt ra hết, sạch sẽ như mọi người. Tuấn đến gần anh, cúi người xuống, vỗ vai anh và đưa miếng kẹo đậu phộng:

- Chúng mình là người lính thắng trận! Đừng nghĩ gì nữa, huynh đệ chi binh mà! Chiến thắng ắt về ta!

Vừa nghe xong mọi người cùng cười, cười vì họ là người thắng cuộc, đã đào thoát khỏi chế độ Cộng Sản. Và họ cười vì câu nói Chiến Thắng Ắt Về Ta là câu mà xướng ngôn viên đài phát thanh Hà Nội thường nói để động viên nhân dân và các bộ đội sinh Bắc tử Nam!

Nắng càng lúc càng thêm nóng, hai anh em Hòa, căng thêm tấm vải bố nữa cho đỡ nóng, vợ con anh và hầu như mọi người đã thấm mệt. Thủy Tiên ôm bé Huy đang ngủ say, hai chị em dựa lưng vào nhau, Phượng nhìn đứa con gái Tường Vi, rồi nhìn Minh, nhìn Hoàng. Anh Thư cũng đang ngồi ôm mẹ, con gái lớn rồi, có bạn trai mà vẫn còn nũng nịu. Còn bao người khác nằm co ro trên sàn ghe mà ngủ, gió biển lồng lộng làm giảm bớt cái nóng.

Anh chị Bình không đi, có gởi hai đứa con trai đi theo, nay chúng đã lớn mười sáu, mười bốn tuổi rồi, cô con gái út còn ở với bố mạ. Anh chị sợ nay mai, khi lớn lên chúng bị gọi đi thanh niên xung phong. Gia đình hai chị em Bắc kỳ Trúc Linh và Trúc Lam, xém chút nữa bị lọt ở lại.

Đứa con trai út và hai chị Bích Đào, Trúc Đào và con rể của dì ở Huế cũng đi, chỉ còn dì ở lại trông chờ chồng, không biết bao giờ được thả về. Thà rằng cha mẹ ở lại, chớ không bao giờ để con mình, sống như chết, trong cái xã hội ấy!

Bây giờ chúng phát giác gia đình nào có người đã trốn đi, chỉ cần vài ba chỉ vàng là chúng làm ngơ, không cần phải gọi người thân đến làm tờ tự kiểm nhiều lần, sau đó xóa tên trong hộ khẩu là xong. Chúng nghĩ, rồi mai kia mốt nọ, họ cũng gởi về cho thân nhân còn ở lại ít nhiều tiền đô, quà biếu, mình cũng kiếm được chút ít cháo, mà là cháo gà, cháo vịt, cháo lòng.

Ôi! Tuyệt cú mèo, miếng bơ, miếng bánh Tây, một vài chung rượu ngoại, nhâm nhi để biết mùi vị, chứ nước mắt quê hương, quen quá rồi, không được an toàn, vì có một vài giọt Mitox, thuốc trừ sâu, có hại cho sức khỏe chung của cán bộ, còn ai đâu làm đầy tớ cho nhân dân nữa?!

Chuyến hành trình ra đi đến đây kể như là được an toàn hơn phân nửa rồi, ba người tài công họ chia nhau để lái cả ngày lẫn đêm. Nói như vậy chớ, ai cũng có thể thay phiên nhau để quan sát và lái. Nhưng đến lúc giông bão, thì mới cần đến những người tài công ấy, họ là những người đầy kinh nghiệm với mưa bão, không cần hải bàn, hải đồ mà họ có thể đưa ghe về nhà an toàn.

Chú Tư là chủ ghe, con đường từ Côn Đảo trở về nhà, chú quá rành, lỡ khi gặp giông tố ở giữa đường về, chú còn biết tìm những đảo nhỏ để ẩn náu chờ cho hết rồi mới đi. Như theo hành trình đã định, nếu như thuận buồm xuôi gió, thì phải ít nhất là 4 ngày, 4 đêm mới có thể đến vùng biển đảo nhỏ của Indonesia.

Điều quan trọng nhất là nước uống, số lượng nước đem theo thì chỉ vừa đủ, cho nên ngay từ bây giờ, người lớn uống bằng nước đá để tan. Trẻ con uống bằng nước đun sôi, để tránh bị bệnh tiêu chảy, mặc dù có đem theo đủ loại thuốc kể cả cảm cúm và cả thuốc trụ sinh.

Mọi việc đã được sắp xếp thật chu đáo, nhưng mọi người vẫn còn cầu nguyện ơn trên ban phước cho họ. Niềm tin vào đấng cao nhất, luôn luôn là điều cần thiết ở tâm linh của mọi người, làm cho họ được yên tâm hơn.

Gần 3 giờ chiều, người quan sát trên cabin đã nhận ra giàn dầu khoan của Liên Xô, gần Côn Đảo. Có hai con đường phải chọn, một là đi vào giữa giàn khoan và đảo, rất nguy hiểm, có thể bị chúng chặn lại. Hai là tránh, đi vòng cách xa giàn khoan, sẽ mất chừng 6 giờ, nhưng rất an toàn, phải mất thêm từ 40 lít cho đến 60 lít dầu.

Một sự việc không thể ngờ được, ngoài sự dự tính, chọn con dường đi vòng thì vừa đủ số dầu dư mà những người hoạch định đã ước đoán. Như ai cũng biết, đem dầu theo quá nhiều để phòng bất trắc, thì dễ bị phát giác. Mua dầu cũng là khó, đem dầu lên ghe lại còn khó hơn, chắt mót từng lít, cho vào can, đem chôn trong ao rạch để dễ lấy, nhưng đem ra ghe lớn là điều nguy hiểm.

Bàn tán xong, quyết định nếu như không đủ dầu thì tấp vào Mã Lai cũng được, ghe đổi hướng để đi vòng. Càng ra xa sóng càng lớn, chúng nối dài chạy thành những dải trắng dài theo ngược hướng đi. Còn một điều rất là nguy hiểm nữa là người quan sát vừa thấy một cây súc thật lớn dài trên 10m, đường chu vi có lẽ bằng hai ba vòng ôm nối tay nhau.

Nó đang trôi lềnh bềnh trên biển, năm bảy con hải âu lạc đàn đang đậu trên đó. Nhỡ như đêm, không thấy để tránh, thì nó đâm vào chiếc ghe nhỏ này, sẽ vỡ nát như chơi. Họ gọi nhau chỉ cho các con trẻ thấy, chúng vui mừng vì thấy mấy con chim lớn. Mãi đến giờ này, chúng cũng chưa hiểu rõ chuyến đi ghe ra biển để làm gì, đi về đâu?!

Người lớn ai cũng tiếc, nếu như kéo khúc cây đó vào bờ, đem bán sẽ làm giàu, vượt biên, đã bỏ nước ra đi mà còn định quay lại để đem bán. Có người nói, vừa mới kéo vào đến bến, thì bị công an còng tay rồi, cho là ăn cắp của sở kiểm lâm, ngồi gỡ vài ba cuốn lịch là chuyện thường tình.

Hơn 4 giờ chiều, cái giàn khoan quái ác đã mờ dần xa khỏi tầm mắt. Ánh nắng cũng dịu dần, cơm chiều đã dọn lên trên sàn ghe. Mọi người được gọi nhau để ăn, giờ này mới thấy hai ông chồng của hai bà vợ và bốn đứa nhỏ con của Dì ở Huế mới xuất hiện. Từ dưới hầm chun lên, hai cô trông bơ phờ, đầu tóc rối tung. Hai chị em không dám đứng lên để đi mà ngồi lết từ từ trên sàn ghe.

Tuấn đùa:

- Hoàng thượng và hoàng hậu giá lâm.

Cô em Trúc Đào người Huế hứ một tiếng rồi tiếp tục lết trên sàn ghe. Hai ông chồng cũng không khá hơn vợ mình bao nhiêu. Họ còn đứng lên đi được, hai tay nắm tay hai đứa con nhỏ trên dưới ở tuổi 10. Người chị có được 2 trai, còn cô em cũng được 1 gái 1 trai. Họ cũng đều là người Huế, dòng dõi Tôn Thất, tính tình hiền lành, thành thử Hòa và Tuấn thường hay chọc ghẹo hai người chị đôi khi quá đáng. Thế mà hai anh em bạn rể không để bụng, còn cười theo, nhất là anh Quang, chồng cô em hay la lối Tuấn và Hòa.

Dù là anh vợ em rể, nhưng sao hai anh lại ưa chọc phá cô em. Tuấn thân với hai anh hơn là Hòa vì anh là lính Dù thiên thần mũ đỏ của dượng thường ở Huế và cũng là cấp dưới của dượng. Nếu như anh không quen với Thủy Tiên thì có lẽ Tuấn sẽ là con rể của dượng từ hồi 1965, lúc đó Tuấn mới là thiếu úy.

Tuấn được dượng để ý chẳng qua là một chuyện tình cờ trong lúc chiếc trực thăng chở dượng về họp khẩn với quân đoàn 1 bộ binh. Người tùy viên của dượng bị đau bụng đang đi tiêu, không thể đi được. Nhân lúc ấy Tuấn đang đi trong trại, Dượng thấy liền gọi lên đi về Huế, sẵn dịp đó, sau khi họp xong Tuấn xin dượng cho phép ghé tạt nhà Thủy Tiên. Cũng là lần đầu tiên anh và nàng gặp mặt, họ quen nhau qua món quà Người Em Hậu phương gởi cho người lính ngoài Tiền Tuyến trong dịp Xuân về.

Nàng là nữ sinh lớp 12 trường Đồng Khánh quen với người lính mũ Đỏ, một chuyện tình hi hủ trong những chuyện tình Trong Thời Binh Biến. Giữa những chàng trai hào hùng chỉ biết đánh Cộng quân giữ gìn yên bình cho người dân ở hậu tuyến.

Tuấn đang ngồi từ trên cao nóc cabin nhìn xuống, muốn chọc ghẹo các chị, anh nói bằng giọng rất Huế.

- Răng không biết đi mà chị lại lết lết như rứa?

Cô em Bích Đào hung hăng nói:

- Cái thằng quỷ sứ, mi muốn nói chi thì xuống đây mà nói, xem ta có dám cắt cái lưỡi của mi hay không?! Thủy Tiên, mi dạy ông chồng mi đừng có phạm thượng như ri hỉ?

Thủy Tiên đổi giọng Nam, nàng đáp:

- Em hổng dám đâu!

Cô em hỏi:

- Răng mi sợ hắn như rứa? Có ta đây! Ta cho hắn một chưởng là từ trên cao rớt xuống biển!

Thủy Tiên vẫn nói giọng Nam để ghẹo chơi cho vui:

- Thôi thôi đi cô nương, cho em xin đi! Ảnh té xuống biển thì làm răng mình đến được! Vả lại không có ảnh thì hồi khuya ai bế cô nương lên ghe lớn hỉ? Ảnh nói với em, cô nương nhỏ bé như ri, ăn cái chi mà nặng như rứa, đỡ lên không muốn nổi!

Mọi người cùng cười làm cho cô em mắc cỡ! Nhắc đến chuyện đưa người từ ghe nhỏ lên ghe lớn thật là nguy hiểm, nếu như bị té xuống biển thì chắc phải bỏ luôn. Nếu như không biết bơi để giữ cho mình nổi lên, để có người khác vớt lên.

Như đã chuẩn bị, hai người đàn ông lên trước, mấy người đàn ông khác ở lại dưới, để giữ cho chiếc ghe không chòng chềnh rồi đưa trẻ con lên trước và đỡ đàn bà lên sau. Vừa sợ ghe công an biên phòng phát giác vì có một vài chiếc ghe taxi không người, nó trôi lềnh bền trên biển.

Sau một ngày lênh đênh trên biển, ai ấy đều mỏi mệt, kẻ nằm người ngủ trên sàn ghe. Vầng thái dương đi về phương tây, bây giờ to lắm, đã trở thành màu vàng cam đang từ từ lặn xuống đường chân trời trên mặt biển. Mọi người cảm nhận được, đêm từ từ trùm phủ đại dương, chiếc ghe vẫn theo hướng đã định mà lướt sóng. Bóng đèn điện trên cái cây cột cao và cái đèn nê-ong trong cabin cũng đã cháy sáng.

Gió biển bắt đầu lành lạnh, đêm đầu tiên trên biển, ánh trăng lưỡi liềm chênh chếch cùng với hàng vạn ánh sao tinh tú nhấp nháy trên trời cao. Ánh sao Bắc đẩu định vị trí cho người đi, sao Hôm chơm chớp, mỉm cười! Em về đây, anh ơi! Nào dải Ngân Hà, kể cho ta nghe chuyện tình Ngưu Lang Chức Nữ và muôn vì sao là đêm hoa đăng tiễn bước người đi.

Nhóm người ở trên sàn ghe, người nằm kẻ ngồi lại sát vào nhau, trẻ con trong vòng tay mẹ. Có thêm một tấm bố lớn nữa làm cái mền chung cho mọi người, tiếng chuyện trò cũng thưa dần. Nhóm người trong cabin cũng không còn vừa ăn kẹo đậu phộng vừa kể chuyện về những ngày đi biển cho những người bạn mới nghe. Hòa đi đổi ca, đem cái bình thủy cà phê lên trên nóc cabin ngồi uống với anh Phúc, là sui gia tương lai.

Cái đèn pha sáng như đèn xe hơi ở trên chót trụ cột cao, Hòa ngồi trên ấy, bàn tay nắm cây trụ đó xoay qua quét lại, rọi trên mặt biển tìm xem có cái vật gì để báo cho tài công ngồi phía dưới biết.

Tuấn đi xuống tìm chỗ vợ con mình nằm, nàng còn thao thức, anh bưng 2 cái chén đến chỗ nàng, vừa lúc ấy Thủy Tiên cũng ngồi dậy, anh nói:

- Anh có đem cho em và chị Phượng cháo sữa đây, ngồi dậy ăn đi em, họ mới vừa nấu đấy.

Hai chị em ngồi dậy, tóc Thủy Tiên dài rối bù, nàng vén tóc qua một bên để húp nước cháo lỏng pha sữa, cháo nóng làm ấm lòng người. Cũng mái tóc này, đã mấy lần nàng định cắt, uốn như tóc chị Phượng, nhưng Thủy Tiên nhớ đến những lời chồng mình nói về cái quyến rủ của nó khi nàng nằm trong vòng tay chồng.

Hương yêu từ trong suối tóc ấy đã làm anh nhớ lại cái lần đầu tiên anh bế nàng từ trên cành cao của cây mận hồng đào phía sau nhà nàng, vào một trưa hè khi anh bất chợt về thăm Thủy Tiên khi còn ở Huế. Lúc đấy nhà chẳng có ai hết, chỉ có con chó berger màu vàng sậm như da bò. Con chó không còn đi theo anh gầm gừ khi Tuấn đến gần nàng nữa. Bây giờ nó còn biết dẫn anh di tìm nàng; nó đã chết trong trận Tết Mậu Thân, nó vào phòng ngủ của Thủy Tiên, nằm đợi mãi, không thấy nàng về!

Trời cũng gần sáng, Tuấn nói lớn tiếng, để cho những ai thức, nghe mà đến phía sau lấy cháo. Anh đi xuống hầm ghe, báo cho họ biết, rồi trở lên, ngồi sát bên vợ. Đứa con trai, nằm ôm chân mẹ ngủ say, Thủy Tiên hỏi anh:

- Chừng nào mình mới đến nơi, anh hỉ?

Tuấn ngẫm nghĩ rồi nói:

- Có thể đến ngày mốt, nếu như mình vào Mã Lai. Hồi chiều mình tránh cái giàn khoan, nên phải ra quá xa, có thể gần đến đường hàng hải quốc tế.

Bỗng dưng từ xa có những đốm đèn nho nhỏ nhấp nháy trong sương đêm, anh đưa tay chỉ cho vợ thấy:

- Có lẽ là đèn của tàu hàng?

Mới đó mà có cả chùm ánh đèn đang di chuyển đến ghe. Có người còn thức chợt thấy, lần đầu tiên họ thấy những đốm sáng đó. Người nói cái này, người đoán cái khác, lại còn có ý tưởng tượng về chuyện trinh thám vào thập niên 50 của nhà văn Phi Long, giống như phim điệp viên 007 của màn bạc Holywood.

Nhưng chẳng bao lâu, họ được giải đáp, đó là những ánh đèn trên ngọn trụ cao có treo lá cờ của quốc gia đó. Chiếc tàu lớn lắm, đèn cháy sáng trưng, chạy ngược chiều, chẳng mấy chốc nó đến gần. Mọi người trên ghe vui mừng gọi vang và đưa hai tay kêu gọi, người lấy áo quơ quơ lên cao để cho chúng thấy mà vớt.

Nhưng có người phát giác đó là tàu hàng của Trung Quốc mọi người tự động im ru, có người nói lớn cho đã giận:

- Cám ơn ngươi! Nếu như ngươi dừng lại để cứu vớt, thà rằng ta làm mồi cho cá mập cũng không lên tàu các ngươi.

Mọi người cùng cười, cái cười mang theo tâm trạng đã chán chê một chế độ, nói một đàng, làm một nẻo!

Nếu đem so sánh thì chiếc ghe mình giống như cái thùng phi để kế bên căn nhà lầu 5 tầng. Trên tàu ấy chất đầy những container hình khối chữ nhật lớn lắm, đủ màu xanh dương, lá cây, cam, vàng, trắng. Rồi chẳng bao lâu lại thấy chiếc tàu hàng khác, chạy gần đến thì đèn pha trên mui cabin chớp tắc theo tín hiệu SOS xin cứu giúp. Tàu mang cờ Nhật, nó chẳng trả lời gì hết, dường như còn chạy nhanh hơn lúc nãy, có lẽ nó sợ phải cưu mang thêm người vượt biên.

Cứ mỗi lần gặp tàu hàng thì họ kêu để cứu vớt, nhưng rồi tàu chạy nhanh hơn, để lại những cơn sóng lớn hơn. Ghe mình nhỏ, phải chịu lên thật cao, xuống thật thấp bởi những cơn sóng lớn dồn dập đến vì những cái chân vịt tàu xoay mạnh hơn để đẩy tàu đi nhanh hơn.

Thôi thì tiếp tục chuyến hành trình cho xong, rồi chừng hơn 30 phút, lại có những ánh đèn giống như khi nãy nữa. Cũng như lần trước, tàu cũng chạy đi, cứ mỗi lần gặp tàu hàng, người trên cabin cũng chớp đèn như những lần trước. Dường như tình yêu thương người vượt biên không còn như những năm trước nữa?!

Có lẽ lòng thương đã nguôi dần rồi, bây giờ chỉ còn là đi đến các đảo, sẽ được lên đất liền, chính quyền nơi ấy không còn dùng tàu hải quân kéo trở ra biển khơi nữa. Hai chiếc tàu sắt lớn là Jean Charcot và Cap Anamur II, do nhóm người Việt giàu lòng thương ở Pháp, họ mướn để đi vớt người tị nạn lúc này cũng không có mặt trên biển Đông.

Mới hai ngày nay, đài VOA và BBC có loan tin, ghe đánh cá Mã Lai vớt được một người vượt biên trôi lênh đênh trên biển. Anh ta nằm giữa hai cái can không có dầu cột vào nhau, anh thả ngửa theo dòng định mệnh, khi được vớt lên ghe, chỉ còn thở thoi thóp. Họ săn sóc và đưa anh vào nhà thương, anh kể trên tàu có trên bốn mươi người, trẻ con đàn bà và đàn ông, bị cướp biển Thái Lan!

Trên đường đi, gặp hải tặc, cướp của, hiếp dâm phụ nữ, còn đàn ông chúng dùng búa chém vào đầu, xô xuống biển. Một số người nhảy xuống biển để trốn, chúng dùng ghe quần bên trên, tay nắm cáng búa, vói tay chẻ lên đầu những người đang lội dưới biển cho đến lúc họ chết rồi mới bỏ đi. Chúng mang theo phụ nữ và con gái.

Đớn đau cho thân phận người vượt biên, đánh lừa được bọn công an địa Phượng, trốn thoát khỏi công an biên phòng là chuyện khó khăn lắm rồi, ra đến biển lại gặp bọn chúng. Một đời điêu linh nơi xứ người, trẻ con bị đánh đập cho tàn phế, cầm cái lon, lê lết ngoài đường để xin ăn, đem tiền về cho chúng. Cơm không được no, đêm lạnh chẳng có một cái mền đủ ấm. Chẳng có ai hiểu, chỉ mình hiểu mình, một đời lưu vong, âm thầm chịu đựng. Còn đớn đau hơn nữa cho số phận những maseur, ni cô khi biết mình mang thai với bọn chúng?! Xót xa lắm, đau đớn lắm, đem thân quý yêu của cha mẹ, làm cuộc chơi cho khách, mới có được miếng ăn. Sao không tìm con đường chết, để thoát ra khỏi cái địa ngục trần gian này?! Sống thì tủi nhục, nhưng chết lại càng khó hơn, chúng canh giữ cho đến lúc tàn phai, bệnh hoạn từng ngày kéo đến hành hạ mà chúng còn chưa từ bỏ, la lết đi xin đem tiền về cho chúng.

Không dễ gì trốn thoát khi bị bọn chúng canh giữ, con người không còn là con người nữa, đem từng đêm nhớ về quê nhà, nhớ chồng con, cha mẹ, anh em, bạn bè. Nhớ để có thêm nghị lực mà sống, mong một ngày nào đó có thể tìm lại gia đình, nhưng lại bỏ xác nơi xứ người!

Gần 5 giờ sáng, ngày thứ 2 trên biển, Tuấn chợt thức giấc, gọi vợ và gia đình mình đi vệ sinh, ở phía sau ghe chỉ có một chỗ duy nhất. Nhưng rất nguy hiểm, khi đi phải có người trông chừng, phải đi sớm vì lúc trời sáng sẽ có nhiều người.

Hòa vừa mới đổi ca, hãy để cho anh ấy ngủ. Sương đêm xuống nhiều làm ướt cả sàn ghe và lạnh, người người chui rút vào nhau để giữ ấm. Hai anh em Hoàng và Minh cũng nằm gần bên, còn phía bên kia là gia đình của Anh Thư. Góc bên kia là gia đình Thắng, phía trước là gia đình của chị em Bắc và Huế. Phong và 2 đứa con trai chừng 13 tuổi và một gái 10, nằm gần cabin ghe, còn một số người khác sợ lạnh thì quay xuống hầm ghe cho ấm hơn.

Mới đó mà mặt trời thật to đã ló dạng ở cuối đường chân trời trên biển, ánh hồng lên làm ấm mọi người. Qua đêm ngủ bụi, có lẽ ít có vợ con ai đã từng sống như thế này, chỉ trừ vợ những người tù cải tạo, khi đi thăm nuôi chồng sau bao năm bị đày ải. Đêm nay trở lại cái cảnh này, vợ chồng con cái cùng nhau ngủ bụi, họ vừa thương vừa vui khi thấy đây chỉ là một trong những cái giá phải trả trên bước đường đi tìm tự do.

Sáng hôm nay có cháo trắng nấu đặc, ăn với thịt ba rọi, kho mặn ngọt với tiêu đâm, muốn ăn thì tự lấy. Ai muốn ăn cơm thì cũng có cơm, những người bị say sóng, bây giờ đã đỡ nhiều. Buổi ăn sáng vui vẻ, rồi họ bắt đầu kể chuyện giả làm người đi mua hàng, đi thăm bà con để xuống đò, cứ gặp công an là tự nhiên run, đi không được. Có người còn đi lộn ghe mà người tổ chức chỉ định, là vợ chồng hai cô em Bắc kỳ, không nhờ Hoàng chạy theo kéo lại thì giờ này không biết đi về đâu?! Chắc có lẽ về đồn công an ngồi uống nước trà!

Còn Minh lại kể chuyện hai chị em con dì ở Huế, chồng con không đi chung cùng chuyến ghe vì sợ mấy đứa nhỏ làm hỏng chuyện, nên cho đi chung với Minh. Cô em thấy người lạ nhìn mình là mắc đi tiểu, nên hỏi cháu:

- Mình đi ở đâu?

Minh nói:

- Cô cứ tiểu đại trong quần đi, trời tối không ai thấy đâu!

Tuấn ngồi bên vợ nói thêm:

- Hèn chi, khi anh đỡ hai chị lên, có thấy một người ướt ướt.

Mọi người cùng cười rộ lên, khiến cho hai chị em đỏ mặt.

Cô em nói một hơi giọng Huế:

- Này Thủy Tiên! Mi dạy chồng mi lại đi, hắn nói bậy nói bạ như rứa! Đến nơi, ta đánh cho mi biết hỉ!

Hòa đứng gần bên, giả vờ năn nỉ, rồi nói:

- Tuấn nói kỳ quá, có hay không, thì chị biết hỉ!?

Sẵn đấy, Trúc Đào day sang Hòa:

- Còn mi nữa, ta biết mi nói như rứa, ta không gửi thức ăn, cho mi chết luôn!

Tuấn muốn làm hòa, cho nên đến gần cô em:

- Cho em xin lỗi, em nói chơi cho vui, em biết hai chị thương em nhiều nhất, hơn cả anh Hòa nữa. Chị ăn nữa không em lấy cho, nếu có gặp tàu vớt, em đỡ chị lên trước nhất.

- Mi nói như rứa ta nghe còn được!

Nói cười cho vui chứ con đường đến được bến bờ còn xa thăm thẳm. Nếu như được tàu chở hàng vớt thì tránh được cái nguy hiểm khi mình vào đất liền của một đảo nào đó.

Theo lời bạn bè kể cho nhau, nếu đến đảo lớn, có cảnh sát, quân đội thì dân chúng địa phương không làm khó dễ mình. Còn như vào đảo nhỏ thì dân ở đó ra dấu bảo mình đưa vàng bạc, quần áo, nói tóm lại họ lấy tất cả mọi thứ trên ghe, kể cả gạo, nồi chảo, dầu ăn. Sau đó họ mới thông báo với chính quyền để tường trình với nhân viên cao ủy. Nếu đã như vậy, thôi thời đành phải chịu thôi!

Trên nóc cabin, Phong cũng phát giác được mấy chiếc tàu chiến, có lẽ của Hoa Kỳ, đệ thất hạm đội của Mỹ chăng?! Chúng không đi về hướng mình, chỉ thoáng thấy thôi, rồi mất hút trong tầm nhìn.

Nắng ấm dần, ghe vẫn theo hướng mà đi, vẫn gặp nhiều tàu hàng của những quốc gia khác, nhưng họ không có ý định vớt hoặc tiếp tế cái gì cho mình, làm ngơ mà đi. Lại thấy cây súc lớn như lần đầu gặp trôi lềnh bềnh trên mặt biển và chẳng thấy mấy con hải âu lạc đàn nữa. Nước biển trở nên xanh đậm như màu đen, trong nước có nhiều loại tảo, hình thù giống như trái chôm chôm, nhưng nhỏ và mềm hơn.

Ngày thứ 3, cũng như những ngày trước, mọi người trên ghe hầu như mỏi mệt vì ngồi một chỗ, cái nóng trên biển đã thấm vào người, chuyện vui không còn hấp dẫn nữa. Trẻ con cũng không nô đùa nữa, yên lặng, lặng yên làm người như mỏi mệt thêm. Tuấn đề nghị với chú Tư và các con của chú, thôi mình quăng giàn lưới câu xuống biển xem sao, có con nào xấu số mắc câu không?

Chú đang buồn vì thấy những chiếu tàu hàng không chịu cứu vớt mình, nhưng chú không dám nói ra. Cuộc hành trình đã không nghĩ rằng mình sẽ được vớt, đã bảy năm rồi, chuyện vượt biên không còn là thời sự nóng bỏng nữa, nó đã làm cho lòng nhân con người đã mỏi mệt lắm rồi.

Chú còn lưỡng lự thì mấy người ngồi trên cabin cũng không còn có gì để quan sát nữa vì đã ra đến hải phận quốc tế rồi. Cũng chẳng còn chiếc ghe nào của công an biên phòng hoặc ghe đánh cá quốc danh ra đến đây đâu.

Vài người đang ngồi ở trên cabin, nghe Tuấn nói thế thì họ nhảy xuống để đốc thúc chú bỏ câu xuống xem sao. Nếu như câu được cá ở đây là "hết xẩy chú mù ơi" đó chú, nghe nói như vậy chú gọi mấy đứa con đem cái phao hình ống dài. Phía dưới có chừng mươi cái sợi dây có lưỡi câu, móc mồi vào đó rồi quăng xuống biển. Chú cũng bảo tắt máy ghe cho nó nghỉ, vì mấy ngày rồi cứ chạy mãi.

Có mấy người đang nằm trên sàn ghe, nghe nói cũng ngồi dậy ngóng chừng chuyện câu cá ở biển ra sao. Năm phút, rồi mười, chờ đợi chẳng có chuyện gì lạ, mỗi phút đi qua như lâu lắm, bỗng dưng cái phao bị ghị xuống nước, rồi trở lại bình thường chập chờn theo lớp sóng. Dường như có cái phao chao đao bị ghì xuống mặt nước, mọi người cười lên vì mừng, tin chắc có cá cắn câu, kêu kéo lên, kéo lên. Với kinh nghiệm nghề làm biển, họ biết đến lúc nào cần kéo lên, thì họ kéo. Tuấn nói như thật, mình là người hiểu chuyện lắm:

- Xin đừng có nói chuyện, người lớn nín thở đi, mình thở mạnh, cá cũng nghe, nó khôn lắm, không chịu cắn mồi đâu!

Phượng nhìn Thủy Tiên, rồi mấy chị em người Bắc và Huế cũng nhìn nàng, Thủy Tiên làm liều, gật gật đầu như mình đang nín thở.

Thực vậy, một lúc sau, hai người con của chú kéo cái phao lên là thấy hai, ba, năm con cá to và dài chừng cả thước theo lên, chúng đang cố tình dãy dụa. Chúng nằm gọn gàng trên sàn ghe, mọi người vây quanh hò vui vì lần đầu được thấy câu cá ở biển khơi. Người nói là loại cá này, kẻ nói loại cá kia, ai cũng bảo mình trúng. Chỉ có trẻ con là vui lắm, cười nói, chỉ chỏ, bé Huy đứng giữa tay thì nắm tay mạ còn tay kia vòng ôm chân bố, miệng cười toe toét.

Tuấn định hỏi chú, thì con lớn của chú chỉ từng con nói, con này là cá thu, còn con kia là cá chẽm, cá ngừ. Có con cá thu lớn nhất trên 10kg, họ gỡ móc câu ra từng con rồi cho xuống hầm chứa, giữ lại hai con lớn nhất để định nấu cái gì ăn.

Hơn một tiếng sau, nồi canh chua lớn, nồi cơm để giữa sàn ghe, mọi người tự lo liệu. Từng khứa cá chẽm lớn được cắt ra, nấu với bắp cải, cà chua, hành lá, ớt xắt ra, nước canh chua mùi me non ngọt lịm với chút ít đường, nước mắm, rau thơm ngò gai, lá quế, rau tần dầy lá, ngò om. Ghe đi biển đánh cá đều có sẵn mọi thứ trên ghe, như đó là cái nhà thứ 2 của mình.

Có những lúc gặp bão tố ghe đang ở ngoài khơi, họ phải tấp vào một hòn đảo nhỏ nào đó để tránh. Đôi khi chỉ có một chiếc, lắm lúc cũng gặp ghe bạn, họ có sẵn để nấu ăn, có khi một buổi, cũng có lúc vài ngày. Thân nhân, vợ con của họ ở nhà cầu xin ơn trên ban phước cho họ được bình yên để trở về! Đôi khi Trời chẳng chiều lòng người, bão tố đã cuốn trôi người đi, đi mãi không về nữa! Ít có ai còn sống nhờ được một sự huyền diệu nào đó được tàu buôn hoặc ghe đánh cá của ai đó cứu vớt họ, họ được quay về gia đình như một giấc mơ! Rồi sau đó họ cũng phải trở lại với biển cả để nuôi người thân!

Thế mà từ khi sau ngày đó, người lãnh đạo mặt trận giải phóng miền Nam, dâng hai tay miền Nam cho Cộng Sản Bắc Việt. Người dân đánh cá phải bán hải sản của mình ra khơi bắt được bán cho họ với giá rẻ để đổi lấy dầu. Cho nên ghe lớn, ghe nhỏ họ đã giã từ biển mẹ mà đi, đi tìm cho gia đình mình một vùng đất mới để xin nhận nơi đó làm quê hương thứ 2.

Cái hương vị quê hương của quê mình trên biển Đông, ai cũng mê tới, gắp một miếng cá to còn nóng chấm vào dĩa nước mắm có cả miếng ớt đỏ cay, cho vào miệng để nhai. Ta mới thấy cái ngọt của cá tươi từ dưới biển kéo lên, nấu trong cái vị của canh chua. Một miếng cà chua, bắp cải còn giòn, cái cay của ớt, là cả một trời quê mẹ. Mặc tình cho chiếc ghe lênh đênh theo triền sóng, nổi trôi theo dòng đời định mệnh!

Người người cũng đã no nê, khỏe khoắn, ghe cũng đã nghỉ sau khi được thay nhớt, tiếng máy chạy đều đều để tiếp tục cuộc hành trình. Tàu hàng vẫn đi qua, mọi người trên ghe vẫn dửng dưng không còn kêu gọi, vẫy tay. Thậm chí giả vờ như mệt lã nằm dài trên sàn ghe nữa, nhưng không một ai cứu vớt. Họ giận hờn làm lơ! Chẳng thèm kêu réo!

Tuấn, Hòa và những bạn bè nói lớn với nhau, cốt là cho mọi người nghe là chuyến đi này từ 5 cho đến 6 ngày, nhưng nay chỉ mới có 3 ngày thôi. Tàu vớt thì tốt, còn không vớt thì chúng tôi cũng không sao.

Rồi Tuấn chợt nhắc mọi người, lời như hăm dọa:

- Nếu như ai cảm thấy bệnh, nên hỏi thuốc cảm có đem theo cho mọi người để mà uống. Nhỡ ai mắc bệnh mà chết thì quăng xuống biển để cho cá mập ăn! Bên hải quân gọi là thủy táng!

Nhưng không may, Trúc Linh ho có mấy tiếng thì Tuấn hăm dọa hỏi:

- Em bị cảm ho đấy, nếu nhỡ như, thì anh...

Nhưng Trúc Linh không chịu uống, nàng nói:

- Chỉ mới có tằng hắng vài tiếng thôi, không sao đâu, nếu như em có chết, em về bóp cổ anh, cho anh chết luôn!

Trúc Linh ngưng lại rồi nói tiếp:

- Em mà biết anh nói như vậy, hồi anh đi học tập, em không có đi chùa cầu siêu cho anh đâu! Ý quên! Cầu nguyện cho anh đâu?

Tuấn như ân hận đến nàng nói như vỗ về:

- Anh chỉ nói chơi thôi mà!

Tuấn bị cô em trù ếm, làm cho mọi người cùng cười. Tiếng cười trong lúc này làm cho mọi người được nhẹ nhàng đi một chút ít buồn lo.

Đến lúc đổi người trong cabin để giữ hướng đi, Tuấn đi ra tìm nơi vợ con mình. Mấy anh chị em ngồi chung nhau, người ngồi, kẻ nằm đang bàn tán về chuyện họ vượt biên. Hai chị em người Huế, từ khi lấy chồng, người về Quy Nhơn, chồng cô chị làm dự thẩm bên tòa án, còn chồng cô em làm trưởng phòng hành chánh. Sau 75, chồng đi học tập, họ mới trở về Huế ở với cha mẹ. Còn hai chị em cô Bắc kỳ, người chị có chồng về Biên Hòa, người em về Cần Thơ, tưởng hai người chồng không đi lính, không đi học tập. Ai có ngờ đâu, cũng đi cải tạo trong Nam, cũng gần ba cuốn lịch mới được về.

Chuyến đi được trót lọt và bình yên là nhờ mọi người, làm theo đúng những gì đã phân công. Giờ thì chỉ mong đi đúng theo hướng như đã định. Phượng và Thủy Tiên biết chắc rằng ban giám hiệu chưa phát giác được, vì đã có xin phép trước về sự vắng mặt của họ thêm hai ngày nghỉ nữa để về Huế thăm người chị dâu đang bệnh nặng ở nhà thương vì ngoài ấy có đánh điện tín cho biết về tình trạng của vợ anh Bình.

Bây giờ hai chị em nhớ trường, nhớ học trò, nhớ từng khuôn mặt của chúng, đã hơn 10 năm rồi, biết bao là kỷ niệm. Nhớ ngày đầu đi dạy với bao lo âu vì những cô học trò tinh nghịch, nhưng rồi thầy trò quyến luyến nhau khi chia tay mỗi lần hè về, phượng rơi đầy sân trường.

Rồi sau ngày 30 tháng 4 năm 1975, với thêm những học trò nam sinh; nam hay nữ, bây giờ chúng còn ở lại trên quê hương. Chúng là những mầm non của đất nước, sau này là những rường cột của quốc gia, nhưng trong chế độ ngu dốt chỉ nâng đỡ cho con của đảng viên. Một đảng chỉ có biết hận thù, tìm mọi cách đê tiện để hạ những người giỏi hơn mình, như ông Hồ, thì làm sao đưa dân tộc mình thoát khỏi cảnh nô lệ của Tàu.

Một Nguyễn Sinh Cung, do cha mẹ đặt tên đâu chẳng thấy? Mà chỉ thấy nào Nguyễn Ái Quốc, Hồ Chí Minh hay cái tên anh

Ba gì đó, chuyên thừa cơ cướp giựt cái quần lãnh của đàn bà. Làm thơ thì đạo văn, đọc tuyên ngôn dân quyền thì đi ăn cắp từ bên Mỹ, bên Anh. Nói là vì cách mạng, không có vợ, thì 4 người đàn bà, như:

1 - Lý Thụy cũng là hắn, kết hôn với nữ cộng sản Trung Quốc là Tăng Tuyết Minh vào ngày 18 tháng 10 năm 1926 tại nhà hàng Thái Bình ở thành phố Quảng Châu. Có sự hiện diện của bà Đặng Dĩnh Siêu - vợ của Chu Ân Lai- và nhiều nhân vật khác.

2 - Nguyễn Thị Minh Khai tên thật là Nguyễn Thị Vịnh và cũng là chị vợ đầu của Võ Nguyên Giáp, tên là Nguyễn Thị Quang Thái. Tại Moscow, cô khai có chồng là Lin, chính là tên của ông Hồ, hai người sống nhau như vợ chồng, bí danh của cô là Phan Lan. Năm 1940 cô bị Pháp bắt và bị án tử hình tại Hóc Môn. Nhưng theo đảng cộng sản Việt Nam cô là vợ của Lê Hồng Phong tức là Lê Duy Doãn và có đứa con gái tên là Lê Thị Hồng Minh. Lê Hồng Phong bị Pháp bắt năm 1940 tại Phan Thiết và bị đày ra Côn Đảo rồi mất năm 1942.

3 - Đỗ Thị Lạc là người đầu ấp tay gối với Hồ ở Pắc Bó và cũng có đứa con gái với Hồ và sau đó ông Hồ cũng làm cho cơ quan Tình Báo Hoa Kỳ có tên là Office of Strategic Services, bí danh là Lucius.

4 - Nông Thị Xuân là cô gái Nùng, cũng là người đàn bà xấu số khi có với ông một đứa con trai tên là Nguyễn Đức Trung. Sau đó cô muốn chính thức hóa chuyện hôn nhân này, nhưng một định mệnh đã đưa cô đến cái chết thật bi thảm. Cô bị đàn em của ông Hồ là Trần Tấn Hoàn là trùm công an, hắn trùm bao bố, dùng búa đập vào đầu bể sọ, rồi liệng ra đường, cho là xe đụng. Trước khi hắn làm chuyện trên, hắn đã hiếp dâm cô cả tuần. Theo bản xác nghiệm của bác sĩ ở bệnh viện Phủ Doãn.

Ngoài bốn người vợ trên, ông còn có thêm một người tình người Tày nữa, tên là Nông Thị Ngát, và bà có con tên là Nông Đức Mạnh. Vào tháng 4 năm 2001, ông là Tổng Bí Thư Đảng Cộng Sản Việt Nam.

Ngoài ra ông Hồ còn có cô Marie Bière ở Pháp và cô Vera Vasiliere lúc ông ở 2 năm tại Moscow.

Vào ngày 29 tháng 7 năm 1983, người tình của cô Vàng là thương binh, cô là em ruột của nạn nhân, cũng bị giết, khi cô biết chuyện trên. Anh đã đệ đơn lên Nguyễn Hữu Thọ trước khi ông lìa đời. Nhưng sự việc chẳng đi đến đâu, vì ông Hồ vẫn là người lãnh đạo của Đảng.

Ngày đi, Tuấn và Hòa có cho thím biết về chuyến đi của gia đình để thím có muốn gởi đứa con gái mà anh nhờ đến trông chừng nhà. Thím bảo để suy nghĩ lại và cho đến lúc đi, thím có nói. Đi thì đi hết cả nhà, chú thím còn người con lớn đang ở Hà Nội. Thím chúc lên đường bình an, gởi lời thăm bố mẹ Thủy Tiên. Thím giấu đi những dòng nước mắt sau cái cười và ôm Tuấn vào lòng, rồi từ biệt!

Hai chị em bắt đầu nhớ trường, nhớ lớp, nhớ từng khuôn mặt các em học sinh mình dạy chúng. Hòa nằm gối đầu lên đùi vợ mình, nàng lấy tay vạch tìm tóc bạc, rồi chỉ cho Thủy Tiên thấy. Nàng cười, ý nói anh Tuấn cũng vậy thôi!

Tuấn ngồi xuống bên vợ con, anh đưa tay lên rờ trán con xem có bị nóng sốt không. Chiếc ghe vẫn lướt trên sóng theo tiếng nổ đều của động cơ, thỉnh thoảng phía xa vẫn máy chiếc tàu buôn chất đầy những container hình khối chữ nhựt lớn lắm đủ màu. Chúng vẫn xuôi ngược theo hành trình, ghe mình vẫn cứ theo phương hướng mà đi. Hoàng ngồi gần bên cô bạn gái, nhỏ to chuyện gì không biết, mà thỉnh thoảng hai đứa cười, còn Minh cùng đám bạn mới quen trên ghe, tán dóc chuyện gì đó mà cả bọn cùng cười lớn, cười đến híp cả mắt.

Trời cũng bớt nóng, cũng nhờ có tấm bố lớn che bên trên, nên mọi người cũng đỡ mệt. Mặt trời đã nghiêng về hướng Tây rồi, ánh nắng vàng nhạt trải dài trên mặt biển. Bất chợt từ xa có những dải dài màu bạc, cao hơn mặt biển, phản chiếu sáng lấp lánh kéo đến ghe, rồi lại rơi xuống biển.

Một dải khác lại xuất hiện, hỏi con chú Tư mới biết là cá mòi lớn bằng cả bàn tay lớn xòe ra, chúng đi từng đàn hàng mấy chục ngàn con theo nhau từng đàn di chuyển trên biển. Chúng chẳng sợ ghe mà còn tiến gần và bay lên rồi rơi xuống nước như những đàn én bay liệng trên trời. Lần đầu mới thấy rõ ràng từng con cá, kết thành từng dải màu bạc lấp lánh dưới ánh nắng di chuyển mà đi.

Đang yên lặng, mỗi người một đang nghĩ về tương lai và số phận mình, ra đi với đôi bàn tay trắng, như bao nhiêu người đi trước, giờ đây họ được hoàn toàn tự do. Tai không còn nghe gọi đi làm lao động không công, đến công trường còn phải nghe thêm bài học, làm theo lời Bác dạy. Bỗng dưng nghe Tuấn gọi mọi người, ai nấy cũng đứng lên nhìn, vui cười theo đàn cá bay đi rồi mất dần trong sóng biển.

Chiều nay biển vẫn là từng lớp sóng, không lớn lắm. Mấy ngày nay, cơm canh trên thuyền là do các con chú Tư nấu bằng lò so dầu, có bơm hơi, dù thời tiết có mưa gió cũng chẳng sao. Chiều nay có canh cá vò viên, nấu mẳn với cà chua, hành lá, thêm miếng tóp mỡ giòn trên nồi canh.

Cũng nồi cơm gạo mới trắng, cũng mạnh ai nấy lo, nói như vậy chớ, mấy bà vợ được chồng mình phục vụ, họ ăn chẳng được bao nhiêu. Người làm biển vài ba tô lớn chẳng nhằm nhò gì, vừa ăn vừa kể chuyện vui, ai cũng cười. Cơm nước xong thì trời cũng tối dần, ánh trăng mấy đêm nay soi sáng trên biển, như thắp đèn trời cho người đi, giã từ Việt Nam, hướng về phương Bắc, phía sau ghe là quê hương ta đó!

Trời về khuya, sương đêm lành lạnh rơi trên biển, tầm nhìn xa bị giới hạn, người người trên sàn ghe dường như ngủ hết. Cũng như mọi đêm, mấy đứa con của chú Tư cũng có nấu nồi cháo, hôm nay là cháo cá thu, nào hành lá, vài muỗng tóp mỡ vàng cháy hòa với gạo thơm, cá vò viên, thêm chút tiêu, nước mắm. Chỉ phảng phất qua mũi thôi, ai cũng phải thèm, tìm một tô cho ấm lòng người bỏ xứ ra đi trong đêm khuya. Tuấn luôn luôn ưu tiên cho hai người ngồi trong cabin, nào cà phê, bánh kẹo, chắc cũng ít có chuyến vượt biên nào được vui vẻ như chuyến này. Anh cũng đi xuống hầm kêu gọi những ai đói bụng thì lên ăn.

Mấy đứa nhỏ con anh Hòa đang nằm co ro quấn chung mền, nằm sát vào nhau cho đỡ lạnh. Anh gọi chúng dậy và bưng hai tô cháo cho vợ và Phượng, mấy ông chồng của mấy chị và em bà con còn thao thức, Tuấn cũng gọi dậy để ăn.

Hòa gọi Tuấn lên cabin, rồi chỉ một vùng sáng lờ mờ ở xa tít ở phía trước ghe. Phong người hoa tiêu đang tìm kiếm trên hải đồ xem là gì. Nhưng rất tiếc đã bảy tám năm nay rồi, làm sao anh nhớ hết. Tấm hải đồ này là bảng copy lại, anh là phó thuyền trưởng hải quân, không phải là ở bên hàng hải, lái tàu hàng đi Singapore, Hong Kong, Mã Lai hay Indonosia, Thái Lan.

Theo kinh nghiệm, Phong cho đó là ánh sáng của một thành phố lớn trên đảo, Indonesia có hàng chục ngàn đảo lớn nhỏ, nằm rải rác trên vùng biển phía Đông Nam của Thái Bình Dương. Nhưng trong hải đồ không có, Phong lấy lại hướng đi về phía đảo ấy, Tuấn trở xuống nói nhỏ cho vợ biết rồi trở lại để thay cho Hòa.

Sau một hồi ước tính anh cho biết, nếu thời tiết tốt thì chiều mai sẽ đến. Cà phê, bánh kẹo, thuốc lá bao giờ cũng có đầy đủ cho người lái đêm, Phong lấy điếu thuốc lá, bật quẹt đốt, hít một hơi cho đã cơn ghiền, anh không vội phà khói mà hả miệng cho khói từ từ đi theo mũi mà ra. Anh nhắm nghiền đôi mắt, thư thả nói.

Giọng người Nam thành phố Mỹ Tho, anh tâm sự:

- Tôi là đại úy, chúng ghép tội tôi chỉ huy giang tốc đỉnh, đi lùng soát quân du kích, cho tôi gần 5 năm trong tù cải tạo.

Anh vừa nói, nước mắt vừa chảy, anh lấy từ trong bóp tấm ảnh đưa cho tôi xem. Chị ấy đẹp lắm, ảnh chụp trong ngày cưới ở nhà thờ, cùng với các maseur và bạn bè là cô nhi. Phong tiếp:

- Tôi thương vợ tôi lắm! Mới sinh ra đã vào cô nhi viện, một đời cô đơn cho đến khi lìa đời cũng đơn côi. Không nhìn được mặt chồng lần cuối!

Anh kể, theo như người nhà nói lại:

- Ngay trong ngày 30 tháng 4, vợ tôi có viết thư để lại cho ba má tôi, rồi đi ra Nha Trang tìm tôi. Nhưng tôi lại không đi chung với anh em, tôi trở về Sài Gòn, đến nhà mới biết vợ tôi đi ra ngoài ấy để tìm tôi. Tôi trở lại Nha Trang đi tìm mấy ngày mà không thấy, bạn bè ở đó bảo rằng có gặp vợ tôi. Anh biết ngày đó người ta chết nhiều lắm, dân địa phương họ chôn dùm, chẳng biết, ai là ai. Tôi trở về Sài Gòn, rồi đi cải tạo.

Tuấn an ủi bạn, rồi cũng kể chuyện gia đình mình, như để an ủi bạn:

- Vợ con tôi và vợ anh Hòa cũng thế, đáng lẽ đi sau ngày đó với gia đình tôi. Nhưng hai người ở lại chờ chồng về, rồi gần 7 năm, đi nuôi chồng từ Bắc về Nam, cũng làm vất vả lắm mới có miếng ăn.

Tuấn nói tiếp để đổi chuyện khác:

- Anh có nghe những người vượt biển như mình, viết thư kể rằng. Họ đang đi trên biển trong đêm khuya, nghe tiếng người kêu cầu cứu, hoặc nghe văng vẳng tiếng ai ca vọng cổ. Nhiều đêm nay, tôi cố lắng nghe mà chẳng nghe gì cả?!

Phong bật cười:

- Nếu mình có nghe thì đốt cho họ ba nén nhang, anh có thấy đêm nào chú Tư cũng đốt mấy nén nhang trước đầu ghe sao?!

Rồi anh tiếp:

- Có lẽ chiều mai mình đến, anh nhớ khi mình phát giác ra đảo thì nên bảo mọi người xuống hầm, vì tôi có nghe radio đài BBC hay VOA. Có chiếc ghe, họ phát giác được đảo, mọi người đổ xô đứng lên một bên để nhìn. Ghe mất thăng bằng, sóng đánh ngang, ghe nghiêng lật úp chìm, làm chết gần hết sáu bảy mươi người trên thuyền.

Những người còn lại, dở sống dở chết khi vào đến trại tị nạn, có người ngớ ngẩn như người mất trí, niềm đau này vẫn còn triền miên, không biết bao giờ chấm dứt được?!

Trời dần dần sáng, vùng sáng đó cũng mất dần đi theo ánh bình minh. Ngày thứ 4 trên biển, cũng như mọi buổi sáng. Hôm nay đổi món ăn, nồi nước lèo nấu bằng cá đã được cho hành lá, ớt xắt khoanh sẵn rồi, cũng để ở giữa sàn. Mỗi người cho mì gói vào nồi, rồi múc mì và nước lèo ra tô, cũng gia đình ai nấy lo. Ăn uống cười vui, Tuấn đứng trước mũi ghe, nhìn mọi người đang đứng, đang ngồi trên sàn ghe, anh lớn tiếng nói, như một huấn lệnh của người chỉ huy trưởng:

- Tôi xin thông báo cho mọi người được biết, chuyến đi của mình.

Đến đây anh tỏ vẻ như đau buồn, rồi nói tiếp:

- Mình đã đi lạc hướng rồi!

Mọi người trên ghe đang ăn vui cười bỗng dưng kêu lên những tiếng đau đớn như sắp chết.

Mình phải trở vào Thái Lan hay Mã Lai gì đó, đàn bà con gái chuẩn bị gặp hải tặc. Họ nhốn nháo như ong vỡ tổ, cô em Trúc Linh Bắc kỳ mắng nhiếc Tuấn, rồi đến cô em Trúc Đào, Huế bình tĩnh hơn, nói lớn:

- Tuấn!

Tiếng kêu lảnh lót như dao cắt:

- Mi nói răng? Ta mà có chuyện chi hỉ, ta xé xác mi làm trăm mảnh như rứa?!

Vừa nói vừa ra dấu như đang cầm cái gì ở trên tay mà xé. Tuấn cũng lớn tiếng nói lại:

- Mạnh ai nấy lo!

Vừa nói xong, hai người ấy nhảy đến chỗ anh đang đứng, người nhéo lỗ tai, người nắm áo, kẻ đánh vào hông, Tuấn giơ tay đầu hàng, lớn tiếng:

- Im đi! Im đi! Nghe tôi nói đây, mấy người bị, vợ tôi không bị sao? Tôi nói là để cho mấy người giả trai trước, dùng lọ nghẹ bôi vào mặt, làm cho mình càng xấu càng tốt. Tóc quăn thì dùng dao kéo cắt như đàn ông, quần áo càng dơ càng tốt,

có thể dùng cả nước tiểu rưới lên quần áo, con người mình càng hôi càng tốt.

Tuấn vừa nói dứt lời, anh đưa ra hai cái lon sữa bò đã hết để trên sàn ghe, anh tiếp:

- Đây là nước đái và dầu nhớt cũ của máy xe, mọi người nên làm đi để không kịp.

Mọi người trên ghe ai cũng nhăn mặt, anh vừa nói xong là chạy tới chỗ vợ mình, rồi giả vờ hối thúc nàng và Phượng làm nhanh lên đi. Anh vừa nói vừa lăng xăng như phụ giúp cho vợ mình, khiến cho hai người nín cười không được.

Hai cô Trúc Linh và Trúc Đào chạy đến nơi anh đang đứng để đánh, nhưng anh đã lẫn trong đám người còn ngơ ngác đứng nhìn. Không biết có thật hay không? Thoáng một cái anh đã đứng trước mũi ghe đang lướt sóng, khiến cho hai cô không ai dám đi đến đấy. Rồi họ quay lại Thủy Tiên và Phượng định đánh cho bỏ ghét.

Tuấn đoán biết được ý của họ, nên Tuấn chạy xuống nói lớn để họ nghe mà quay lại:

- Này hai chị!

Vừa nói đến đây thì họ đã đến rồi, anh đưa hai tay lên xin hàng, rồi tiếp:

- Tuấn thấy mấy chị là người đẹp nhất trong ghe này, nên lo lắng, nếu không bằng lòng thì thôi!

Rồi như ăn năn lắm, giọng nói buồn xo:

- Muốn đánh thì đánh đi!

Họ nghe anh nói thế thì thôi không đánh nữa, người chị Bích Đào, giọng Huế nhỏ nhẹ nói với anh:

- Răng Tuấn không đem hai cái lon bỏ đi, để ở nớ làm chi rứa?

Anh đến lấy hai cái lon đem đi liệng xuống biển, nhưng giả vờ bị trợt chân đổ nước trong lon ra sàn ghe gần nơi hai cô ấy đang đứng, làm cho họ lật đật lấy tay bịt mũi, chạy đi nơi khác, khiến cho mọi người cười vui. Anh lượm hai cái lon quăng xuống biển rồi đi ra phía sau ghe, Thủy Tiên và Phượng cũng không biết có phải có thật hay không?!

Có lẽ trên ghe ít ai biết vì sao có lúc Tuấn đùa giỡn như trẻ con, anh là người trầm tĩnh, nhưng hoạt bát. Nếu như ai đó tiếp xúc với anh chỉ một lần, sau đó sẽ có thiện cảm ngay. Cũng chính vì vậy mà Thủy Tiên cũng hơi lo, sợ anh chia sẻ tình yêu cho một người con gái khác, khi đơn vị anh dừng chân một nơi nào đó vài ba tuần.

Chuyện anh đùa vui với họ, có lẽ chuyến đi này sắp sửa có chuyện gì không may sẽ xảy đến để mọi người có thể chuẩn bị tinh thần. Chính điều này làm Phượng cũng hỏi nhỏ Thủy Tiên, có biết chuyện gì không? Phượng và Hòa cũng biết rõ tính tình Tuấn từ lâu, lại càng rõ hơn từ khi gia đình dọn về ở chung, và sau ngày anh đi cải tạo trở về. Tính tình ít nói, nhưng hay đùa giỡn khi có gặp chuyện gì lo lắng mà chưa được giải quyết.

Mặt trời cũng lên khá cao, ánh nắng làm ấm lòng người ra đi tìm tự do, nhờ Trời mà chuyến đi được bình yên. Nhưng cả đêm rồi đã theo hướng có vùng sáng đó, mà chưa nhận được vùng sáng đó là gì?! Thôi thì cứ theo hướng đó mà đi, chờ cho đến khi trời tối, có thể sẽ dễ nhận hơn, đó là thành phố hay cái gì?

Hôm nay là ngày thứ 4 trên biển cả, bốn ngày với nắng nóng mà chưa có ai bị nóng cảm cũng là điều may rồi. Bốn ngày không tắm gội đối với những người lính, người tù cải tạo, với bọn con trai cũng không sao. Nhưng đối với con nít và phụ nữ thì là điều đáng ngại, mồ hôi ướt đẫm cả quần áo, rồi lại khô, rồi lại ướt. Khô ướt cả mấy ngày trời rồi làm cho ai nấy cũng mỏi mệt cả, ngoại trừ mấy người con chú Tư, và những người từ ngục tù trở về là chịu đựng được thôi.

Tuấn xách sô nước để trên sàn ghe gần nơi mọi người đang nằm, đang ngồi, nói lớn:

- Nước đá chanh đường đây, ai muốn uống thì uống.

Anh quay qua hỏi mấy chị em Huế và Bắc:

- Các chị đưa ca đây em múc cho.

Người chị Huế, Bích Đào đưa ca mình cho anh, nhưng còn lưỡng lự, thì Tuấn vội lấy, múc nước vừa có đá đập nhỏ, vừa có miếng chanh. Như cung kính đưa lại và nói với cô em Trúc Đào:

- Chị đưa đây em múc cho.

Anh đưa trở lại cũng đàng hoàng lắm, cả hai chị em cô Trúc Lam, Trúc Linh nữa. Rồi nhìn sang mấy ông chồng của họ, nói như lời dạy với giọng Bắc:

- Này nhé! Các anh phải chăm sóc vợ như tôi đấy, thỉnh thoảng cũng hôn vợ để cho vui nhà vui cửa nữa nhé.

Vừa nói anh vừa day qua, có cử chỉ định ôm thì bị cô em Huế, Trúc Đào đưa cái ca nước chanh vào miệng anh. Tuấn lỡ bộ nên đứng lên, vừa đi vừa nói:

- Em chỉ thí dụ thôi, chớ đâu có muốn hôn đâu.

Người em Trúc Đào nói giọng Huế:

- Ngày trước, hắn theo ba về nhà, trông hiền lắm, chứ không phải dữ dằng như rứa mô! Thủy Tiên, mi nên dạy hắn đấy, đừng để hắn như rứa!

Tuấn đi về phía bên vợ và Phượng Hòa đang ngồi gần đó, anh nói nho nhỏ vừa đủ để nghe:

- Có lẽ ngày đó, chỉ để ý đến anh đó em!

Anh vừa nói xong khiến cho họ phải cố nín cười. Cô em nghe không rõ, nên hỏi:

- Mi nói chi rứa?

Tuấn nói nho nhỏ, rặc giọng Nam:

- Bây giờ xấu hoắc như ma! Ai mà...!

Ai nghe được Tuấn nói, đều cố nín cười! Trong khi đó các con của những người cùng đi, chúng cũng nói hết chuyện này, kể sang chuyện kia cũng vui lắm, cười luôn miệng. Nhìn chúng, làm cha mẹ ai cũng vui lây, rồi đây, vùng trời tự do nơi xứ người, mặc tình cho chúng vùng vẫy. Có lẽ mai sau này, trong chúng, còn có được bao nhiêu đứa nói rành tiếng Việt và thương quá Việt Nam, như con của Thủy Tiên và Tuấn.

Mới ngày nào, khi Ngọc Lan ra đi được 6 tuổi, nói và hiểu cũng tạm được, đến bây giờ đã gần 14 tuổi, dáng vóc là con gái rồi, cao cũng gần bằng mẹ, nói tiếng Anh giỏi hơn tiếng mẹ đẻ. Còn đứa con trai, ngày rời khỏi vòng tay mẹ chỉ mới có 2 tuổi, bây giờ là 9 tuổi, không còn nói tiếng Việt được bao nhiêu chữ. Trong gia đình ông bà nội ngoại, chú, cậu bảo chúng nói tiếng Việt, nhưng không có họ, chúng lại nói tiếng Anh.

Đang chuyện trò vui vẻ, chú Tư ở trong cabin gọi Tuấn vào bảo, anh nói với mọi người, chuẩn bị xuống hầm đi vì trời sẽ có giông bão tới. Vừa nói, chú vừa đưa tay chỉ cho anh thấy đám mây đen nhỏ xíu đang ở xa tít. Tuấn không nghĩ nó sẽ đem giông tố tới, nhưng anh vẫn bảo mọi người xuống hầm và sửa soạn nghênh chiến với chúng. Anh cũng muốn xem thử một lần cho biết, chứ mưa bão miền Trung, rừng Trường Sơn giáp với hạ Lào thì anh đã biết quá nhiều rồi.

Bão biển chỉ đọc trong sách vở hoặc xem trong phim ảnh chớ chưa bao giờ thử lửa với nó. Mọi người trên sàn ghe xôn xao, đàn ông đưa vợ con mình xuống hầm. Trai tráng lo mở tấm bố lớn đã che nắng mấy ngày hôm nay và gom góp mọi thứ trên ghe, đem cho chúng xuống dưới hầm. Vừa xong thì đám mây đen nhỏ ấy đã thành một vùng đen lớn bao phủ cả trời, giông gió ào ào thổi, làm cho biển dậy sóng to. Bây giờ mới thấy chiếc ghe mình đang đi cũng khá lớn khi còn nằm trong bến ghe. Bây giờ trở thành bé xíu như xếp chiếc thuyền giấy thả trên mặt nước sông Bao Ngược.

Nhìn quanh, những dải sóng cao trắng xóa, thấy chiếc ghe lên thật cao rồi liệng xuống, cứ như thế mà đùa giỡn. Trên sàn ghe chỉ còn có chú Tư đang chỉ huy, người con trưởng của chú đang lái cùng với mấy người tài công khác, anh Phong hoa tiêu và Hòa.

Tuấn không ngờ rằng khủng khiếp như thế, ai cũng phải cột sợi dây vào eo bụng, còn đầu kia phải cột vào những cái khoen móc dính với thành ghe, nhỡ khi bị rơi xuống biển còn có người kéo lên.

Gần cả giờ đồng hồ rồi mà còn phải đương đầu với những cơn sóng bạc đầu phủ lên mũi ghe. Gió lại đổi hướng, sóng tạt vào ngang hông ghe, chú Tư và các con thay phiên nhau giữ tay lái, rồi lại phải đổi hướng Tây Nam để trở vào đất liền, không thể đi theo hướng đã định, ghe sẽ lật ngang, vỡ ra và chìm.

Những cơn sóng cao đập vào sau ghe, nước tràn lên sàn, rồi chảy xuống biển. Nhờ thế mà ghe ít nguy hiểm hơn, thật ngoài ý tưởng tượng của anh, bây giờ mới thấy cái chết kề bên. Hòa hí mở nắp hầm xem sao mà những người dưới hầm kêu la, té lăn, trẻ con la khóc. Một cảnh tượng kinh hoàng, họ không biết chuyện gì đang xảy ra và chưa bao giờ thấy như thế.

Trên sàn ghe, áo quần ai nấy đều ướt hết, Tuấn phải cởi bỏ chỉ còn cái quần đùi và cái áo thung ba lỗ để đi đứng dễ dàng hơn, anh đi chúi người về phía trước để lấy cân bằng với sức gió thổi, bàn chân bấm trên sàn, bước từng bước đến Hòa đang đứng nửa trên nửa dưới ngay miệng hầm, bảo Hòa mặc giống như anh rồi hãy lên. Gió vẫn ào ào kêu gọi, thách thức sóng ầm ầm tung chiếc ghe lên và nhấn chìm xuống.

Đó là cái giá các ngươi phải trả. Tại sao rời bỏ quê hương đi tìm nơi an lành, bỏ đồng bào nghèo khổ, không có tiền, không có phương tiện vượt biên. Họ sống trong kiếp đọa đầy do bọn vừa ngu dốt, u mê, tàn bạo cai trị.

Họ là người can đảm, dũng mãnh không sợ bạo lực, luôn luôn đấu tranh để đòi Tự Do, không như các anh đi tìm Tự Do? Xin cúi đầu tạ tội với những người còn ở lại, với những linh hồn đã dám chết cho Quê Hương. Họ dám lấy nước mắt, máu mà trộn chung thành hồ để xây những bức tường thành kiên cố bằng những xác người chồng chất lên nhau, để chống lại bạo quyền.

Nói thì nói vậy, chúc các anh may mắn đến được bến bờ Tự Do.

Hãy trở về thăm Quê Mẹ, mồ mả tổ tiên. Đừng vung tiền qua những cuộc vui phòng trà, gái đẹp mà bọn Việt Cộng bắt đầu khai thác. Chúng đang bán trinh tiết, nước mắt và máu những linh hồn thơ dại, xem như chúng cởi mở gọng kiềm mà chiêu dụ Kiều bào về ăn chơi! Để kiếm Tiền Đô!

Chúng còn dám làm, ngay cả chuyện thảm sát 5 ngàn 3 trăm 2 mươi 7 người tại Huế hồi Tết Mậu Thân. Thì đừng nói, trên đời này chẳng có cái gì mà Đảng Cộng Sản Việt Nam không dám làm! Một Hồ Chí Minh mà sau 1975, các con cháu của những người tù cải tạo luôn luôn ca hát về Bác nhiều, để Ba được về sớm?!

Đêm qua em mơ gặp bác Hồ
Râu Bác dài, tóc Bác bạc phơ...

Là hình ảnh một Tiên Ông trong chuyện thần thoại mà ông bà cha mẹ, thường kể cho cháu nghe. Muốn xin điều chi, khi được gặp ông Tiên! Thế mà Đảng lại gạt trẻ thơ, gạt người lính VNCH đi học 1 tháng được trở về! Thế mà đôi mắt những người vợ, những con trẻ thơ dại, cứ gặp được Bác tưởng như gặp được ông Tiên mà đợi chờ mãi từng tháng, từng năm, mà những người cha ấy chẳng thấy họ trở về?!

Gió bớt thịnh nộ, biển cũng bớt hung dữ, Tuấn mở dây ở eo ra, biển trời mênh mong, biết đâu là bờ bến. Tuấn cho Hòa biết ghe đang đi vào bờ, có lẽ sẽ vào đất Mã Lai.

Đối chọi với cơn mưa bão cũng gần 2 giờ đồng hồ, bầu trời chỉ còn màu xám, những cơn gió cũng dịu dần chỉ còn mưa thôi. Anh nói với Hòa gì đó, rồi mở nắp hầm chui nhanh xuống, Thủy Tiên đang ôm con trong lòng, thấy chồng mình mẩy ướt hết, lo sợ lăng xăng hỏi, anh vừa vuốt nước trên mặt vừa cười, nói chẳng có gì. Mọi người trong hầm nửa tỉnh nửa mê, ai còn sức thì có ý hỏi. Sao ghe lăn tròn vậy, anh nghe mà cười trong bụng, ghe lăn thì nãy giờ làm mồi cho cá rồi.

Anh rủ vợ lên tắm mưa, nàng lắc đầu lia lịa, nhưng Huy nghe bố nói liền vùng khỏi tay mẹ đòi đi tắm mưa. Anh cho biết là hết nguy hiểm rồi, mấy ngày nay không tắm, em tắm sẽ thấy khỏe hơn, vui lắm. Thủy Tiên còn do dự nhìn sang Phượng, nàng hỏi chồng mình đâu, anh ấy đang tắm. Phượng hưởng ứng liền, còn rủ mấy chị em khác đi nữa.

Tuấn căn dặn, nếu muốn đi tắm thì phải có chồng đi theo, chỉ được ngồi chớ không được đi, vì sàn ghe trơn lắm, phải cột dây vào eo, sóng cũng còn lớn lắm. Nghe anh nói thế, mấy chị em Huế và Bắc còn e dè, chưa dám đi. Chỉ có mấy người lên, Tuấn mở nắp hầm đỡ Phượng lên trước, và căn dặn mấy đứa cháu lớn trông chừng nhau, anh đưa vợ lên sau cùng và đứa con.

Mưa vẫn còn lớn, nhưng sóng gió bớt đi nhiều, họ ngồi trên sàn ghe để tắm, mưa không lạnh, làm mát cả người rất thoải mái. Một lúc sau, mấy anh chị em con của cô dì cũng bò lên tắm cùng với mấy người khác. Họ để cả quần áo mấy hôm nay mà tắm, nhìn nhau cười chí chóe. Một niềm vui trong cuộc hành trình tìm tự do.

Mây đen đã tan đi, bầu trời trong dần, cơn mưa cũng dứt hẳn, ánh nắng chiều cũng hiện ra. Mặt biển không còn sóng, êm như nước trong ao hồ, lần đầu mọi người mới được thấy. Từ xa có những dải màu trắng bạc chạy trên mặt biển, đó là những đàn cá mòi như mấy ngày nay họ đã thấy.

Chúng dần dần tiến về hướng ghe đang đi, hai người con trai lớn chú Tư vội chọp lấy hai mảnh lưới nhỏ để trên ghe, thủ thế đứng chờ sẵn trước mũi ở hai bên thành ghe. Nếu chúng tới là hai anh quăng lưới ra thật xa, để mong có con cá nào có đường sinh mệnh vắn số dính vào lưới.

Mọi người đang vui đùa, bỗng nhe tiếng Tuấn bảo:

- Im đi! Im đi! Đừng có cười, nằm im xuống, hãy lặng thinh đi. Cá nó nghe, nó đi tránh nơi khác, mình không có bắt được cá.

Họ lặng thinh, làm theo lời anh nói. Phượng nhìn Tuấn, rồi lại nhìn Thủy Tiên, nàng mủm mỉm cười chẳng nói gì!

Thật như đã định, chúng lao đầu vào, nghe được tiếng chúng đụng vào mạn ghe, người tài công lái ghe nghiêng qua bên mặt. Lưới bên trái tung lên cao, một vòng tròn lớn thật lớn trùm lấy chúng và chìm xuống biển, người em bên này bỏ lưới mình xuống sàn. Tiếng máy nhỏ dần, hai anh em cùng kéo lưới lên khỏi mặt biển, bỏ lên trên sàn ghe.

Được một số cá, chúng cố vùng vẫy, cá to lắm. Họ cho rằng, khi nãy anh bảo mọi người im, là đúng, nhưng chuyện bắt được cá chỉ là chuyện, chó ngáp phải ruồi. Thủy Tiên nhìn chị dâu, có ý hỏi, không biết chồng mình học ở đâu mà biết cá biết nghe!

Nắng chiều làm ấm mọi người trên sàn ghe, cá được gỡ ra khỏi lưới, hơn 20 con, cho xuống hầm đá để giữ cho tươi. Ghe vẫn giữ hướng Tây Nam để chạy vào bờ sau khi đã bàn bạc với nhau, vì đã mất hướng ánh sáng đêm qua.

Mọi người trên ghe đã thay áo quần sau một trận tắm mưa chưa từng có trong đời mình, nếu như không đi vượt biên. Họ vui vẻ như mở hội, nhưng con đường đến bến bờ còn mù tịt, chẳng biết mình sẽ đến hòn đảo nào, nơi đó có an toàn tánh mạng cho mọi người không?! Một tấm hải đồ, chớ thực ra nó là tấm bản đồ được ai đó copy ở đâu rồi đem bán, trên đó có những đảo lớn xa tít chứ không có đảo nhỏ ở gần nơi mình muốn đến.

Đã 4 ngày rồi, có hàng chục chiếc tàu hàng, họ không vớt, không cho hỏi thăm con đường nào để đi đến đảo nào gần nhất. Trên ghe chỉ có Phong hoa tiêu, Hòa, Tuấn và mấy đứa con của chú Tư biết rõ chuyện phải đổi hướng đi vào đất liền. Họ biết chắc chắn là đang vào hải phận Mã Lai, nơi đó có chính quyền ở hay không, hay chỉ là đảo rừng hoang dã, chỉ cầu mong gặp được hải quân để dẫn dắt vào đất liền. Đến hết đêm nay, mọi người con gái và đàn bà phải dùng chiêu cấm kỵ nhất của họ, rồi quần áo phải làm dơ bẩn, hôi hám để tránh cái nhìn của đảo dân.

Theo một số người vượt biên, viết thư về cho bạn bè là khi vào đến bờ thì gặp những người dân địa phương. Họ lấy tất cả những gì có trên ghe, nồi ơ, gạo thức ăn kể cả quần áo, chớ đừng nói đến nữ trang, vàng bạc. Mình chỉ còn bộ quần áo mặc trên người, vàng, tiền đô phải dấu mới mong còn sót lại để phòng thân.

Người dân ở đây nghèo lắm, cũng nhà tranh vách đất, có những nơi giống như người Thượng ở Việt Nam sống trong buông, nghèo xơ xác, quanh năm chỉ có chiếc khố hoặc quần ngắn, ở trần. Họ sống theo từng bộ lạc, săn thú đem về, rồi chia nhau hoặc làm thịt con vật, nấu ăn chung với nhau, và cũng không thích người lạ vào nơi mà họ sinh sống.

Buổi ăn chiều hôm nay là cá mòi chiên, cá để nguyên vải chiên vàng thơm ngát hòa chung với mùi tỏi vàng. Một thau cá chiên chừng hơn hai mươi con, mạnh ai nấy lo cho gia đình mình, tiếng cười nói xôn xao. Tuấn lo cho chị Phượng và vợ con mình xong, anh xắn cái đầu cá, còn phần sau để cho vợ. Anh chấm vào nước mắm ớt cay chanh đường, đưa vào miệng nhai, nó thơm, giòn ngọt làm sao. Nhai luôn cả xương và vải, hòa lẫn với vị ngọt của cá quá tươi mới vừa từ biển kéo lên.

Anh bưng thêm một tô, ít cơm và nguyên cả hai con cá vừa mới chiên vàng lên trên cabin cho Hòa và Phong, ba anh em vừa ăn vừa bàn chuyện khi vào đến hải phận Mã Lai. Bất chợt anh trông thấy một vài cái can đã hết dầu, ba bốn chiếc dép Thái, mấy cái thau nhựa trôi lềnh bềnh trên biển, gần ghe.

Anh chỉ cho họ thấy, ai cũng nghĩ, có lẽ trong trận mưa giông vừa rồi đã làm chìm chiếc ghe nào đó. Tuấn đợi cho mọi người ăn uống vui vẻ xong đâu đấy, anh đứng từ trên cabin nói lớn:

- Các anh chị, có lẽ sáng sớm ngày mai mình vào hải phận Mã Lai. Nếu gặp hải quân của họ thì may mắn lắm rồi, còn như gặp một số thuyền đánh cá hoặc cư dân trong xóm lưới xa nơi công quyền. Chắn chắn là có chuyện không hay, anh giải nghĩa cho mọi người hiểu rõ ràng, về cái khó khăn là cả dân làng chứ đâu phải như năm ba thằng cướp biển mà mình có thể đánh hoặc giết chúng ở ngoài biển khơi được.

Vừa mới ăn uống vui cười đó, bây giờ lại nghe cái điều mà mọi người không muốn nghe, ai cũng lo sợ nhốn nháo. Anh chỉ một bao bố mà con chú Tư vừa mới lôi lên để trên sàn ghe. Anh chỉ cái bao và nói:

- Trong đó là quần áo cũ và rách được may vá lại rồi, các chị em nên lấy mặc bên ngoài để phòng khi bất trắc. Chị em càng xấu, càng dơ bẩn, hôi, càng tốt!

Vừa nói xong, anh đi xuống lấy vài bộ đưa cho vợ con mình, chị Phượng và cả Tường Vi. Họ lẳng lặng mặc vào và hiểu rằng, đây là giờ phút quan trọng để định đoạt số mệnh mình. Anh lấy thêm cái nón đội lên đầu Thủy tiên, trông nàng như dân đi bụi. Mọi người đã mặc xong, họ nhìn nhau, không nói năng gì, cái không khí nặng nề này không biết bao giờ mới hết căng thẳng.

Người xuống hầm, kẻ ở lại ngồi tụ tập lại thành từng nhóm như mấy hôm nay để cầu nguyện, người nằm, kẻ ngồi yên lặng để chờ những gì xảy ra đến số mệnh mình.

Tội nghiệp cho Tường Vi và những đứa bé gái khác cùng lứa tuổi mười hai mười ba, chúng chẳng hiểu chi, nhưng thấy mẹ mình buồn rồi cũng buồn theo. Còn những đứa lớn hơn như Anh Thư thì ngồi theo bạn trai mình, để mong nếu có chuyện gì thì các anh là anh hùng cứu mỹ nhân.

Công việc xong xuôi, Tuấn trở lên trên cabin với Hòa và Phong đang nhìn ống dòm theo hướng ghe đi. Vầng mặt trời đỏ dần, rồi từ từ lặng xuống biển, ánh sáng cũng tối dần, tối dần. Mặt trăng chưa tròn, tỏa sáng nhạt nhòa cũng chênh chếch xuất hiện. Hòa dùng hai cái cùi chỏ thúc vào vai Tuấn và Phong, giọng nói vui cười:

- Hai người xem, cái vùng sáng đêm qua mình thấy trên biển, bây giờ nó xuất hiện ở ngang hông ghe của mình kìa!

Hai người lật đật nhìn theo hướng tay của Hòa chỉ, đúng là vùng sáng đó, nhưng không sáng rực như đêm qua, có lẽ vì trời mới vừa tối. Họ quyết định xoay về hướng đó, mỗi lúc vùng sáng đó sáng rực hơn thêm, hơn cả đêm qua mình thấy, một thành phố lớn chăng? Nếu đúng như thế thì nơi đó có tàu hải quân của chúng tuần tra, có chính quyền thì mình đỡ lo cho số phận con người đi tìm tự do.

Tự do chưa thấy thì đã thấy cái tủi nhục của mình khi xâm phạm vào hải phận của một đất nước khác, khác cả về ngôn ngữ, tôn giáo, xã hội mà mình chưa bao giờ biết đến. Thôi thì hãy để cái may hay bất hạnh đến với mình, hơn bốn mươi người, từ già cho đến trẻ con. Như anh em đã tính, nếu như gặp cướp biển, cùng lắm là giết chúng để thoát thân với hơn chục trái lựu đạn mini mà anh đã mua và dấu trong cabin. Đó là con đường cùng, không cho chúng bắt đi vợ con mình. Gần mười lăm người đàn ông lực lưỡng, sợ gì cái bọn cướp giựt đó.

Trời về khuya, mặt biển vẫn yên không có sóng, hơn nửa vầng trăng cũng đủ sáng cho anh đứng trên cabin nhìn xuống sàn ghe. Người ngồi để lo lắng cho cái không may cho mình, cho thân nhân, người nằm co ro ngủ, để quên chuyện đời. Hai đôi vợ chồng chị Huế, cô em Bắc, ngồi bên nhau với mấy đứa con nhỏ, quấn nhau chiếc bố lớn, khi ngủ, khi giật mình thức giấc. Vùng sáng mỗi lúc càng gần, có nghĩa là ánh bình minh đi tìm tự do cũng gần đến.

Tuấn đi xuống tìm vợ con mình và luôn thể đem hai tô cháo cá vò viên cho vợ và chị Phượng, có thể là đêm không ngủ để đối diện với số mệnh. Thủy Tiên và chị dâu ngồi dựa vào nhau, mặc áo quần người dân lam lũ, đội thêm cái nón kết, trông cũng còn đẹp lắm. Cái hình ảnh hai chị em rù rì để chia sẻ nỗi buồn lo, anh thường thấy hoài, nhất là lúc anh và anh Hòa sắp đi học tập. Mẹ đi rồi, chị dâu em chồng nương tựa nhau, rồi nay trên bước đường đi vượt biên, hai chị em dường như thương nhau nhiều hơn.

Tuấn đi gần đến bên, hai chị em thức giấc, anh ngồi xuống, đưa cho mỗi người một tô và nói:

- Chừng ba bốn giờ nữa, ghe mình đến nơi, có lẽ tình trạng không xấu như mình dự đoán. Nhưng phòng ngừa vẫn hơn, anh Hòa bảo em xuống nói cho chị và vợ em yên tâm. Theo như anh Phong dự đoán là một giàn khoan nào đó, chớ không chắc là một thành phố lớn.

Hai chị em bưng hai tô cháo rồi ăn, anh đi gọi xem ai có muốn ăn thì ăn, mấy vợ chồng chị em bạn dì, cô dượng cũng thức giấc. Vội vàng hỏi thăm tin tức, họ cũng bụi đời lắm, quần áo cũ, vài ba miếng vá, trông cũng khá nghèo khổ. Tuấn hít hít mạnh mũi mấy cái, không thấy hôi hám gì cả, rồi nói:

- Sao không nghe mùi hôi mà vẫn thấy thơm thơm.

Người chị Bích Đào với tay đánh anh một cái:

- Bao giờ mi cũng đùa như rứa, có chuyện chi rứa?

Tuấn nói như lo cho họ:

- Lo ăn cháo cho no đi, sáng ngày mai đói đấy, em không để chúng dám đụng đến mấy chị đâu. Đùng! Một cái là chúng chết ngay, chúng mình nhảy xuống biển lội về Việt Nam.

Cô em Bắc kỳ nói:

- Anh luôn luôn đùa giỡn hoài!

Tuấn đứng lên nói:

- Mấy anh lo đi lấy cháo cho vợ con ăn no đi, không có chuyện gì đâu!

Rồi Tuấn đi xuống hầm để gọi họ lên ăn cháo, lần nào Hoàng, hoặc anh hay Hòa cũng đem đến cho vợ chồng và các con Thắng, người thầy dạy của cháu với những thức ăn, nước uống cả. Tuấn đi trở lại cabin cùng với chú Tư, Toàn và mấy người con của chú vừa ăn vừa coi lái. Họ vui cười làm anh cũng vui lấy, 4 ngày đêm trên biển, đi mãi mà chẳng thấy đâu là bờ bến, có lẽ họ cũng nản lòng.

Theo như dự định ít nhất là 6 ngày, nhưng nay chỉ có 4 ngày 5 đêm nên ai cũng vui mừng. Tuấn trèo lên vừa đến nóc cabin thì Hòa nói, giàn khoan dầu, nhưng không biết của ai. Phong nói mỉa mai:

- Của ai cũng được, nhưng đừng của Liên Xô là cám ơn Trời rồi!

Tuấn đùa:

- Nếu như của đồng chí vĩ đại thì đồng chí nghĩ sao ạ?!

Phong văng tục một câu với giọng Bắc kỳ 75:

- Mẹ kiếp nó! Thì cán bộ xin vọt nhanh ạ!

Họ cùng cười hả hê! Cùng là người Việt, có ba giọng nói chính, khi nói chuyện với nhau, họ biết anh ở đâu? Sông Hồng, cung đình Huế hay miền đất phù sa sông Cửu, chiếc ghe đưa người tìm tự do, có đủ ba miền đất nước, như gia đình anh, các con cháu là hội tựu tinh anh giống giòng Việt.

Phong nhìn qua ống dòm chính gốc của Hải Quân đã nhận dạng được cái đuốc cháy của giàn khoan, nhưng không biết của Mã Lai hay của Indonesia. Thôi thì của ai cũng được, mình cố gắng thuyết phục để họ cứu mình là được rồi. Ghe chạy mỗi giờ mỗi đến gần hơn, mọi người trên ghe đã thấy tận mắt thế nào là giàn khoan dầu thật sự trước mắt mình như thế nào rồi.

Nó giống như một tòa nhà cao chừng 3 tầng, hình hơi vuông, làm toàn bằng sắt, trống rỗng chỉ có một phần ở tầng trên họ có một căn nhà cũng bằng tôn. Trên đó họ có gắn hàng mấy trăm ngọn đèn sáng ở giữa biển, có cái đuốc lớn lửa cháy sáng rực hoài.

Bây giờ chiếc ghe nhỏ bé này giống như chiếc cái thùng dầu lửa để bên nhà, mọi người trên ghe không hò reo vui mừng vì tìm được sự sống trong cái chết. Họ chỉ biết, người đứng kẻ ngồi yên lặng nhìn cái giàn khoan dầu.

Trời! Ngộ quá ha, nghe nói, mãi đến bây giờ mới được thấy. Họ chỉ lo nói về cái giàn khoan, chớ chưa nghe ai nói về cái may mắn về sự sống còn của mình.

Một lúc bàn bạc với nhau, Phong, Hòa và Tuấn đồng ý đợi đến sáng mới lên xin họ cứu vớt. Đêm đã quá khuya, e rằng mình đánh thức giấc, họ sẽ không có thiện cảm với mình.

Con trai lớn chú Tư đã bỏ neo, nhưng không tới đáy biển vì nơi này quá sâu. Họ chia nhau, hai người canh chừng, nếu chiếc ghe trôi xa giàn khoan thì báo cho họ biết. Đêm nay biển vẫn yên, không có sóng, mọi người vui cười vì biết mình tìm được sự sống.

Trời vẫn trong, hơn nửa vầng trăng hôm nay đầy thêm một chút, như muốn cười chia sẻ niềm vui cùng với mọi người tìm được bến bờ tự do. Rồi mai kia mốt nọ, mỗi người ở một nơi, Mỹ, Úc, Canada, Pháp, Hòa Lan hay một quốc gia nào đó, kể cho bạn bè của họ nghe về cái giàn khoan dầu này có ngọn đuốc Tự Do, cho những ai tìm đường cứu nước?!

Bây giờ là 2 giờ 47 phút rạng sáng ngày thứ 6 trên biển, mọi người như mỏi mệt dần dần như ngủ gần hết, ngoại trừ một số người có nhiệm vụ canh chừng xem ghe có trôi xa giàn khoan hay không.

Tuấn tìm về chỗ gia đình mình ngồi, mấy chị em chưa ngủ, còn nói chuyện vui cười, anh ngồi xuống bên vợ, vòng tay phía sau lưng vợ và hôn lên má, khiến Thủy Tiên thẹn thùng:

- Anh nhớ em quá hè!

Cả bọn cùng cười, Phượng nhìn họ rồi nói:

- Cái câu này dường như nghe hơi quen quen!

Cả bọn được dịp cười thêm, anh hôn lên má vợ thật lâu, anh nói:

- Đúng rồi! Ảnh ăn cắp của em đó chị và chỉ có anh Hòa mới dám nói với chị thôi, nếu như có ai mà dám nói! Ảnh mà nghe ai nói với chị thì chị nghe cái "đùng" liền!

Mọi người lại cười, Phượng cũng cười, cái cười thỏa mãn được chồng thương yêu. Tình thật, trong nghĩa vợ chồng, từ ngày cưới nhau, sau đó một thời gian, ít có người nào còn nói với vợ hoặc chồng mình, rằng "*anh hoặc em nhớ anh hoặc em quá!*"

Không phải, họ không còn yêu thương nữa, mà nó đã rẽ sang con đường khác rồi. Hằng ngày ở bên nhau, ngoại trừ khi đi làm kiếm tiền để nuôi gia đình. Con cái mỗi ngày một lớn, rồi phải dạy dỗ chúng, thời gian còn lại chỉ còn có lúc lên giường để ngủ. Vài ba đêm, ôm nhớ thương, ái ân, rồi ngủ vùi cho đến sáng.

Thức giấc, bao chuyện đang chờ, cứ như thế, ngày này sang ngày khác, tháng năm này sang tháng năm khác, rồi mờ dần trong tư tưởng những lời nói yêu thương như ngày xưa nữa. Nó không còn màu hồng nữa, rồi ngại ngùng ít khi nói những lời tình tứ như buổi ban đầu đó. Một căn bệnh trầm kha, rồi có khi đi đến đổ vỡ hạnh phúc!

Phải hỏi lại lòng mình, có muốn ôm hay muốn hôn vợ mình, chồng mình, thì hãy nói một câu. Mình ơi! Anh hoặc em nhớ mình quá, đêm nay anh hay em cảm thấy nhớ mình quá! Trong lúc ái ân, hãy hỏi nhau em hoặc anh như thế nào để cùng dìu nhau lên đỉnh vu sơn!

Tuyệt vời nhất là sau cơn mỏi mệt, thì thầm bên nhau để tìm cái thương cái nhớ đem vào cơn ngủ. Sáng thức giấc, còn trong vòng tay, nhìn nhau, trao nhau những nụ hôn trên má, rồi nhắc nhở cái chuyện đêm qua.

Vội vã làm chi, để rồi trách nhau, sao quá vô tình, không có cái hạnh phúc nào hơn cái hạnh phúc mà mình đang có. Hạnh phúc là khói sương, biết giữ cho nhau là nó sẽ ở bên ta vĩnh viễn, còn không nó sẽ bay mất. Rồi giựt mình tỉnh giấc, đi tìm mãi cho đến hết cuộc đời mà chẳng thấy. Đồi cỏ bên kia, không xanh hơn nơi đồi cỏ mình đang đứng?!

Hòa đi xuống hầm, rồi một lúc trơ lên đi lại nơi gia đình anh ngồi, cả bọn cùng cười, cô em Trúc Linh Bắc kỳ nói:

- Tụi em tưởng anh đi lộn chỗ rồi chứ?

Hòa cười rồi nói giọng Bắc:

- Giời ơi! Làm gì tôi quên chỗ vợ tôi nhỉ? Chỉ có ông chồng của cô đi lộn thôi, tôi làm gì mà lộn chỗ!

Mọi người cùng cười, Tuấn bịa chuyện để nói:

- Chị Trúc Đào nói anh không dám hôn chị Phượng ngay bây giờ, anh dám không nào?! Biểu diễn cho chị ấy xem đi!

Hòa vừa cười vừa ngồi xuống bên vợ, anh nói:

- Tưởng chuyện gì, chứ chuyện đấy dễ thôi.

Bao nhiêu cặp mắt nhìn vợ chồng anh, Hòa ôm vợ và nói, mình biểu diễn đi em, để họ nói mình không dám. Phượng cảm thấy nó ngờ ngợ làm sao, má ửng hồng, Hòa kề mặt mình, đưa mũi lên má vợ mình hôn mấy cái, mấy đứa con anh nhìn ba mẹ mình và cười khúc khích.

Tuấn nói kích hai ông chồng chị em Huế, vốn ít nói và cả hai ông chồng hai cô em Bắc:

- Thấy anh Hòa chưa, bây giờ đến lượt chồng của hai chị, và chồng của hai cô em nữa chứ, cả tuần nay không có chuyện ấy, thì nay mình hôn cho đỡ ghiền!

Thủy Tiên hứ chồng mấy tiếng rồi nói:
- Anh chỉ có được việc nói khích người khác, làm răng mà họ dám!

Mọi người đang hướng mắt nhìn họ, khiến cho họ bối rối. Anh chồng cô chị Huế Bích Đào nói:

- Tôi không mắc mưu của các người đâu, tôi yêu vợ tôi là tôi yêu, đây này cố nhìn cho kỹ hỉ?

Nói xong anh ôm vợ hôn trên má, khiến nàng vừa mắc cỡ vừa hạnh phúc. Ai cũng vui cười, ai cũng thương yêu vợ mình, khiến cho họ có một cái cảm giác như mới được hôn lần đầu.

Đã bước vào ngưỡng cửa ba mươi, người vợ nào cũng nghĩ rằng mình không còn lôi cuốn chồng trong yêu thương nữa, mà thương yêu như bài vở phải trả cho cô thầy. Hãy nói với vợ mình những lời như ngày mới vừa quen.

Xã hội chủ nghĩa đã đưa lớp trẻ vào con đường biết yêu sớm, trái cấm vườn địa đàng yêu thương không đợi đến đêm tân hôn. Không có ai hiểu được chuyện trái cấm bằng người con gái trước và trong đêm tân hôn.

Đêm hoa chúc sẽ là đêm chính thức mà mình thành vợ chồng. Cùng dìu nhau lên đỉnh tuyệt vời, người con gái cảm thấy vừa mắc cỡ vừa đớn đau vừa hạnh phúc vừa mỏi mệt. Qua đêm ấy, mình mới được nhận diện cái thú yêu thương nhau như thế nào. Trời sáng, bẽn lẽn nhìn nhau sau đêm chồng vợ là một niềm hạnh phúc!

Còn như ăn trái cấm trước đêm tân hôn, là vội vã, rồi ân hận, nuối tiếc, nó như bị ám ảnh trong suốt một đời con gái. Đêm tân hôn chỉ là đêm ăn lại món ăn cũ mà mình đã từng ăn, không còn hương vị ngọt của lần đầu!

Trời đã sáng, đêm qua ai cũng thức quá khuya, mọi người có mặt ở cabin, Phong nhấp nhá cái đèn pha trong cabin theo tín hiệu SOS, lên thẳng trên boong chiếc tàu lớn như cái nhà lầu 3 tầng đậu gần đấy.

Mọi người trên sàn ghe đã thức giấc, họ ngồi im như để chờ số mệnh đến với mình. Hằng mấy chục đôi mắt hướng nhìn lên trên tàu sơn màu trắng xám.

Gần 15 phút sau, có người mặc áo sơ mi trắng ngắn tay, quần short trắng, tay cầm cái loa sắt chỉa thẳng xuống ghe, nói bằng Anh ngữ, tiếng loa vang nghe rất rõ.

- Hãy đợi chúng tôi vài mươi phút.

Phần đông người trên ghe đều nghe được, họ vui mừng, nhưng số mệnh đối với họ không biết như thế nào. Từng giây phút trôi qua, là từng giây phút lo lắng cho số phận của mình.

5, rồi đến 10 phút!

Phía sau chiếc tàu lớn có chiếc ca nô, giống như chiếc giang tốc đỉnh của hải quân Việt Nam, cũng sơn màu xám trắng chạy tới chiếc ghe mình đang lênh đênh đợi chờ. Chiếc ca nô đến, giảm bớt tốc độ rồi cập sát vào ghe, những làn sóng làm chao đảo chiếc ghe, ca nô còn lớn hơn ghe của mình.

Một người da trắng, cao lớn cũng ăn mặc giống như người khi nãy bước sang qua ghe và bắt tay với Phong, Tuấn và Hòa, còn lại là ba người đàn ông da sậm hơn mình, có lẽ là người Indo.

Ông tự giới thiệu bằng tiếng Anh:

- Tôi là John, là trưởng phòng của giàn khoan dầu. Tôi đến để giúp đỡ, cho thức ăn, nước uống, dầu chạy máy và một tấm hải đồ để đi đến một đảo nhỏ gần đây nhất, với chiếc ghe này phải đi mất một ngày đường.

Phong vừa nói vừa chỉ cái máy Yanma nhỏ gắn phía sau ghe như cái máy đuôi tôm:

- Cám ơn sự giúp đỡ của quý ông. Ghe chúng tôi không còn đủ sức đến đó được vì cái máy lớn ở dưới hầm đã hư. Mong quý ông cứu vớt, hôm qua chúng tôi suýt chết vì bão.

Ông ta xin phép xuống hầm máy, ông quay lại nói với mấy người đi theo bảo họ đem mấy cái thùng giấy lớn đem qua ghe cho. Tuấn dẫn đường đi lên phía trước ghe, Phượng và Thủy Tiên nghe nói, hai người đứng lên bắt tay chào và nói thêm bằng Anh ngữ:

- Mong quý ông giúp đỡ, trên ghe chúng tôi phần đông là con nít và đàn bà, họ đang mệt mỏi hơn 5 ngày rồi!

Thủy Tiên vừa nói vừa chỉ một số người đang ngồi trên sàn ghe nhìn ông như van xin. Trong đó có Thắng, cụt cả hai chân, đang ngồi trên miếng ván, anh gật đầu chào.

Ông ta nhìn họ rồi theo Tuấn đi xuống hầm ghe, như cảm mùi hôi và thấy một số người đang nằm la liệt. Có người Indo đi theo đến kiểm tra máy, Hoàng quay mấy vòng máy, con chú Tư cũng quay thêm mấy vòng nữa, mà máy không nổ. Ông trở lên sàn ghe, có lẽ vì những mùi ẩm khó ngửi nên trở lên và nói với Tuấn:

- Xin lỗi ông! Tôi không quyết định được. Xin ông đi theo tôi lên trên tàu lớn, nói chuyện với người cấp trên.

Phượng nghe nói thế, bèn bảo Thủy Tiên đi theo Tuấn và Phong để xin với họ, dù sao có đàn bà cũng dễ làm cho người ngoại quốc thiện cảm hơn. Nàng vội cởi bỏ lớp quần áo bụi đời đang mặc ở ngoài rồi đi theo.

Họ đi trở qua chiếc ca nô, rời chiếc ghe chạy trở lại đến tàu lớn, leo lên cái thang bằng sắt từ trên tàu vừa mới bỏ xuống cho họ leo lên boong tàu. Ông dẫn đường, đi qua 3 tầng thang nữa mới lên đến nơi tầng trên cùng, phải qua mấy dãy hành lang mới đến văn phòng thuyền trưởng.

Ông là người Mỹ, vì trong văn phòng có lá cờ Hoa Kỳ lớn trong đó, ông giới thiệu với người cấp trên và nói ý định của chúng tôi, rồi mời họ ngồi. Viên thuyền trưởng bắt tay với mọi người.

Phong cũng tự giới thiệu sơ về cấp bực cũ của mình và xin cứu giúp. Tuấn cũng thế, kể về tình trạng những người trên ghe, có một người cụt cả 2 chân và người khác cụt 1 chân. Thủy Tiên nói, là vợ Tuấn, cô giáo có hai đứa con còn nhỏ theo bố mẹ nàng ra đi hồi năm 75. Nên ở lại chờ chồng, không ngờ phải nuôi chồng đi học tập gần 7 năm, nay đào thoát, mong được đoàn tựu với con ở Canada.

Khi nghe xong, ông đang ngồi sau chiếc bàn làm việc thật to, đứng lên vui vẻ chúc mừng, ông sẽ bằng lòng cứu giúp, rồi đi đến bắt tay từng người.

Những dòng lệ vui mừng bỗng dưng tuôn trào ra khóe mắt, nước mắt đã âm thầm cám ơn lòng nhân, không những của chúng tôi mà cả những thuyền nhân Việt Nam gởi đến họ.

Ba người vừa ra ngoài boong tàu, vẫy tay cho mọi người đang ở dưới ghe biết. Chúng ta được cứu vớt, họ xuống lại ca nô, người Indo đưa họ trở lại ghe, họ cám ơn người ấy, anh ta lái ca nô trở về.

Họ xôn xao chờ đợi, rồi mở từng thùng giấy lớn ra là bánh hộp, từng hộp giấy nước uống, rồi chia nhau ăn uống và đợi chờ. Đợi, sao thấy lâu quá, con chú Tư vừa nói vừa cười:

- Có khi nào họ quên mình không há!

Mọi người chờ đợi, mới chỉ có hơn 10 mấy phút mà đã nôn nóng, tâm trạng người đợi chờ bao giờ cũng thấy một phút bằng một giờ. Chiếc ca nô lúc nãy lại xuất hiện, có thêm bốn năm người Indo đang chạy đến gần chiếc ghe, có hai người nhảy sang, nói tiếng Anh với Hòa, họ sẽ kéo chiếc ghe mình ra chỗ tàu lớn.

Mấy người ở bên kia ca nô, thẩy sợi dây thừng sang bên ghe, con chú Tư chộp lấy cột ở đầu mũi ghe, chiếc ca nô tăng thêm ga, nước cuồn cuộn tung tóe, kéo ghe đi vòng ra sau giàn khoan, đi lại gần chiếc tàu lớn, thì ra phía bên kia còn có chiếc tàu nữa, chỉ bằng một phân nửa chiếc tàu lớn, có chừng 300 người tị nạn trên đó.

Ca nô cập sát tàu nhỏ, nó giống như chiếc tàu hàng loại nhỏ, nhưng phía sau trống lớn như chiếc phà đưa khách ở bến đò Mỹ Thuận.

Ghe sát vào tàu, để cho người qua, những người được cứu vớt trên đó reo mừng, chạy đến phụ giúp, thăm hỏi từ đâu đến. Tuấn và Hòa sắp xếp cho trẻ con theo ba mẹ qua trước, mọi vật dụng trên ghe được chuyển qua hết.

Ca nô kéo chiếc ghe nhỏ bé đã từng cưu mang 45 người già, trẻ bé lớn lênh đênh hơn 6 ngày trên biển cả mênh mông, buồn vui, gian khổ có nhau. Người vui quá vui khi biết mình bước sang chiếc tàu lớn là họ tìm được Tự Do, mà trước đây chỉ có vài phút, sinh mệnh họ vẫn còn phải đối diện số mệnh! Chiếc ghe theo chiếc ca nô đi vòng qua bên kia chiếc tàu lớn.

Một số người nhìn theo nó, lòng buồn tênh, đau buồn nhất là chú Tư và các con, nó đã theo và nuôi sống gia đình chú bao năm nay. Dòng nước mắt thay lời nói cám ơn, cám ơn ngươi đã ở bên ta, sống chết có nhau, nay hay yên nghỉ đi!

Mọi người được hướng dẫn đi tắm rửa, họ trò chuyện, kể cho nhau nghe chuyến hành trình của mình với những người đi những chiếc ghe khác.

Phong và Hòa lên trên từng tàu để làm tờ tường trình, có bao nhiêu người, xuất phát đi từ đâu cho đến khi được cho lên tàu lớn. Mọi việc xong xuôi, hai người đi xuống tìm nơi nhóm người của ghe mình. Trên sàn tàu, có chừng ba trăm người được vớt với bốn chiếc ghe, xuất phát từ nhiều tỉnh thành khác nhau.

Bây giờ, mọi người đã tin rằng mình thực sự còn sống và được tự do, ai nấy vui mừng, trẻ con chạy chơi trên sàn tàu như chạy chơi trên sân chơi nhà trường. Mỗi người lớn được phát một cái aerogram, giống như cái bao thư, mở ra viết, xong rồi xếp lại như cái thư, không cần dán tem. Có lẽ lần đầu tiên mọi người được nhìn thấy, Tuấn đi thâu hồi và đem lên tầng trên có văn phòng.

Một số người đang nhìn chiếc ghe của mình, nó nhỏ xíu, đang cột bên kia chiếc tàu lớn, giống như chiếc xe hơi kéo theo chiếc xe hơi cầm tay của trẻ nít chơi. Phía ngoài kia có mấy chiếc ghe máy đuôi tôm, đang chạy vòng vòng. Hỏi mấy người tới trước mới biết họ đang câu cá. Gia đình chú Tư đứng nhìn họ cười, về cách đánh bắt cá quá cổ hủ.

Gần 5 giờ, nắng chiều cũng nhạt dần, gió và sóng cũng không mạnh lắm. Đến giờ ăn mỗi người lãnh một cái "trê" hình chữ nhật. Cá cắt ra từng miếng lớn nấu chung với nui và cà chua, đậu pớ tí boa, thêm chút ít gia vị của Tây. Giống như món ra gu của Việt Nam.

Có người ăn không quen, nên ăn không được ngon miệng. Có nhiều người nói, hồi trưa họ thấy mấy người Indo, câu được cá lớn, đem bán cho những người trên tàu, bây giờ họ nấu cho mình ăn.

Bữa cơm chiều xong, mấy trăm người trên sàn tàu, họ tụ họp nhau thành từng nhóm, theo ghe của mình, người ngồi kẻ đứng, nói cười vui vẻ. Họ làm quen, thăm hỏi quê quán ở đâu, có người tâm sự. Nếu như không gặp được nơi này và nhờ những người trên giàn khoan cứu vớt, có lẽ chiếc ghe mang biển số Kiên Giang này, với gần 100 người chúng tôi chết hết vì khát nước.

Người tổ chức, sợ chết đói chỉ mang nhiều lương thực mà quên đi khi vượt biên cần nước hơn là cần thức ăn. Họ chỉ có đem theo hơn nửa máy nước bằng cao su và 2 thùng thiếc nước uống. Khi ghe ra chừng nửa ngày, gặp cướp biển rượt bắt, chúng có 6 người, có 3 cây súng giống như súng săn bắn chim cò. Còn 3 người khác cầm búa chẻ củi, dao phay và dao găm. Chúng cặp sát ghe, 5 người nhảy qua ghe, chĩa súng, đánh mấy người đàn ông trước.

Hai tên đi xuống hầm, một lúc rồi trở lên, còn 3 tên khác ở trên, chúng vừa nói vừa ra dấu móc các túi áo quần ra, có cái gì thì bỏ vào cái hộp thiếc lớn. Còn đàn bà con gái, bị chúng mò lên toàn thân thể để kiếm vàng dấu trong người, chẳng ai dám la. Cũng may, có tên đứng trên nóc cabin bên ghe chúng thấy cái gì đó trên biển. Tên ấy la hét gọi chúng trở về ghe, rồi chạy đi mất, chúng tôi còn ngơ ngác thì người tài công cũng la lớn rằng có tàu đánh cá quốc doanh.

Ghe rồ máy chạy đi, chúng tôi chưa hoàn hồn thì phải sống trong kinh sợ sẽ bị bắt lại. Nhờ trời, tai qua, nạn khỏi là họ không rượt bắt ghe chúng tôi. Đi được 1 ngày trên ghe đã gần hết nước uống, một ngày mỗi người được nửa ly nhỏ nước. Nói như thế, chớ chỉ cần hớp một lần là hết, người trên ghe đã bắt đầu mệt, kế tiếp chỉ nằm thở thoi thóp, cặp mắt mất thần, trắng xóa. Người khá hơn, họ cầu nguyện cũng đã mệt, đành xuôi theo số mệnh.

Tội nhất là những đứa bé la khóc đòi uống nước, chúng cũng không còn đủ sức để rên nữa. Tử thần lảng vảng trên ghe, có vài người la sảng trong cơn mê, rồi im dần. Bỗng đâu vài giọt nước rơi xuống trên ghe, rồi nhiều thêm nữa, mưa ập xuống, trời giông bão, ghe nhảy theo ngọn sóng lớn như sắp nhấn chìm chiếc ghe nhỏ bé này. Người trên sàn ghe họ tỉnh dần, người tài công la lớn những người khác giúp sức để điều khiển chiếc ghe. Chừng 2 tiếng đồng hồ sau, sóng biển và gió đưa ghe gặp được giàn khoan dầu. Họ được cứu vớt, có lẽ cũng chính lúc đó là lúc chiếc ghe Tiền Giang của chú Tư, Phong, Hòa và Tuấn cùng đại gia đình họ đang gặp cơn bão biển.

Chúng tôi và một số người đứng trên sàn tàu, tay vịn lan can mà nhìn về hướng Tây Bắc. Quê hương mình ở đó, gia đình vợ con, cha mẹ, anh em, bà con, bạn bè mình còn ở đó. Có lẽ giờ này họ biết mình đã vượt biên, bỏ họ mà đi, đi âm thầm không một lời từ biệt, dòng nước mắt nhớ nhung người thân, giờ này nghìn trùng xa cách.

Lần theo ngón tay để tính nhẩm, ngày mai, ngày mốt là giỗ ông bà, cha mẹ, con không có mặt để thắp cho họ được một nén nhang. Giờ này ở quê nhà, thân họ đang thấp thỏm chờ tin, họ đang cầu nguyện cho mình được đến bến bờ một cách bình yên.

Đêm nay, trời trong không một áng mây, vầng trăng gần đầy sáng vằng vặc tỏa xuống trần gian. Không khí trong lành, mát rười rượi, giàn khoan vẫn sáng rực với hàng trăm bóng đèn. Nó là ngọn hải đăng để hàng chục, hàng trăm chiếc ghe đi tìm tự do biết để mà đến. Họ luôn mở rộng vòng tay để đón tiếp những đứa con bị hất hủi đi tìm đất hứa.

Một lời cám ơn, những người không cùng dòng máu, ngôn ngữ, nhưng họ có lòng nhân ái, sẵn sàng cứu vớt người đi tìm tự do, mà chính trên quê hương họ, với một chính quyền cai trị dân bằng sắt và máu.

Nhưng những năm gần đây, họ lại chịu nhận tiền và quà của những đứa con đã bị từ chối gởi về. Chính phủ thì lấy thuế, còn nhân viên phát quà thì kiểm soát, xem có cái gì vừa ý thì lấy bỏ vào ngăn kéo không có đáy, rồi bảo đóng thuế mới cho mang về nhà. Không một ai dám có lời khiếu nại, nếu như ai có hỏi, thì xin để thùng quà lại, đi về làm đơn, chờ cứu xét vô thời hạn.

Quê hương là gì hở mẹ?
Ai đi xa cũng nhớ nhiều

Anh Đỗ Trung Quân ơi! Bây giờ chúng tôi đã thật sự đi xa rồi! Hai câu thơ trong Bài Học Đầu Cho Con của anh, đã làm cho chúng tôi đau xót lắm, chúng tôi đã thật sự xa vòng tay mẹ rồi. Sáng mai, chúng tôi đi xa thêm một đoạn đường nữa rồi! Ngay cả ở đây, chúng tôi còn không nhìn thấy ánh đèn Sài Gòn được nữa rồi!

Sáu ngày trước, phía sau ghe của chúng tôi là ánh đèn của ngọn hải đăng Vũng Tàu. Nó mờ dần, đến lúc chúng tôi không còn thấy được nữa, chúng tôi ai nấy cũng vui mừng, reo vui, vẫy tay chào giã biệt!

Đêm nay, chúng tôi hơn ba trăm người, có người già gần sáu mươi, có người ở tuổi trung niên, có những trai gái ở tuổi đang trưởng thành, có những đứa bé mới vừa một vài tuổi hoặc mới sơ sinh năm mười ngày. Và cũng có người đàn bà đang mang thai cũng sắp sửa gần sinh, nó sẽ ra đời ở một nơi nào đó! Nơi đó không phải là Việt Nam, thì quê hương nó ở đâu hở anh nhỉ?!

Có người ngồi khóc nhớ ông bà, cha mẹ, chồng con, anh em, có khi còn ở lại nơi có chùm khế ngọt, có khi họ đã thất lạc nơi nào đó, có khi họ bị cướp biển dẫn đi?! Xin tạ tội, vĩnh biệt quê hương, chúng tôi giữ quê hương trong trái tim, chúng tôi là đàn chim Việt thiên di đi tìm đất hứa.

Chúng tôi, chiếc ghe mang biển số TG, Tiền Giang chuyên chở 45 người đi tìm tự do. Giờ đây, cùng với mấy trăm người trên sàn tàu lớn, chúng tôi theo từng gia đình, nằm trên sàn tàu, nhìn ánh trăng, có tiếng cười nói, vơi dần theo giấc ngủ

Đảo Kuku

Mặt trời vẫn còn ngủ, mà đã có nhiều người thức giấc, có lẽ họ nôn nóng chờ đợi bước đường kế tiếp. Sáng hôm nay, trên dưới ba trăm người trên tàu đang đợi di chuyển đến một thị trấn khác, có tên là Terempa. Vầng dương đỏ hồng rực rỡ từ từ nhô lên khỏi mặt biển, mang theo ánh nắng ban mai trải rộng ra như sưởi ấm lòng người vừa đào thoát khỏi chế độ đầy dẫy sự áp bức.

Từ lúc ghe chúng tôi gặp mưa bão cho đến khi được cứu vớt lên tàu lớn, chúng tôi không thấy chiếc tàu hàng nào nữa. Nước biển vẫn màu xanh dương đậm, từng cơn sóng vẫn trải dài theo gió, gợn thành những lớp sóng trắng như những dải lụa trôi lềnh bên trên biển rộng mênh mông, trời trong xanh, vài áng mây trắng lơ lửng bay.

Buổi sáng trong lành và yên bình giữa đại dương, mọi ý nghĩ lo lâu không còn nữa, chỉ chờ đợi tàu đến để đưa chúng tôi đến thị trấn nào đó mà có lẽ trong mấy trăm người chúng tôi chưa được nghe nói tới. Bên kia chiếc tàu lớn, ca nô kéo chiếc ghe của chúng tôi ra bên ngoài gần chiếc tàu lớn, rồi ép sát chiếc ghe ở giữa, ghe vỡ tan như lòng chúng tôi tan vỡ.

Đau buồn nhất vẫn là gia đình chú Tư! Những dòng nước mắt của gia đình chú cũng tuôn rơi, họ đưa tay gạt đi nhưng nó cứ mãi tuôn dòng!

Trong chúng tôi ai mà không giấu được những dòng lệ đang rươm rướm từ khóe mắt, nó đã đưa đoàn người chúng tôi đi tìm tự do. Nay chúng tôi đã tìm được quyền con người thì nó đang từ từ dìm mình xuống lòng đại dương!

Chưa đầy một tuần sống chung với nó, nó đưa chúng tôi đi, nó chống với mưa bão để cho chúng tôi được bình yên. Nay chúng tôi được yên bình trên chiếc tàu lớn gấp cả trăm lần, nó lặng lẽ ra đi trong cái bể nát rồi chìm xuống lòng biển, định cư vĩnh viễn nơi nào đó tận đáy đại dương.

Sinh mạng nó, chiếc ghe mang biển số Tiền Giang, từ đây không còn nữa, nó đã dìm xác thân nơi biển lạ, xứ người, còn có chăng là ở trong lòng chúng tôi, mỗi khi nhắc đến tên nó. Với bốn mươi lăm trái tim mang tên nó theo bước đường tị nạn. Thực tình chúng tôi không dám đưa tay vẫy chào nó, chỉ biết thầm cám ơn người bạn làm bằng cây gỗ, không có được một cảm giác gì về vui buồn, hờn giận đối với chúng tôi.

Tôi thầm nói:

Người bạn thân yêu của tôi ơi! Ngày nào chúng tôi còn sống là chúng tôi còn nhắc đến tên của bạn, vì bạn là ân nhân của chúng tôi. Sau này, con cháu chúng tôi sẽ kể rằng:

Ngày xa xưa đó, cha ông của chúng tôi ở nước Việt Nam, có bọn Việt cộng, chúng tàn ác lắm. Cha ông chúng tôi phải đào thoát ra nước ngoài bằng chiếc ghe nhỏ, chở 45 người. Chiếc ghe đó mang bảng số Tiền Giang đã đưa ông cha chúng tôi vượt thoát ra khỏi Việt Nam. Đã trải qua bao nhiêu gian khổ mới đến được giàn khoang ở Indonesia. Những người trên ấy không thể mang theo chiếc ghe đó theo được, nên họ đành để nó chìm xuống lòng đại dương mà làm nơi trú ẩn cho những loài cá khi biển bị bão tố!

Tiếng còi tàu hú từ xa vọng đến, nó chỉ là một cái chấm đen, rồi lớn dần đang hướng đến nơi chúng tôi. Ai ai cũng nhôn nhao, nó lớn dần, lớn dần, rồi đến cập sát với tàu chúng tôi. Năm bảy người đại diện cho Cao Ủy Liên Hiệp Quốc bước sang tàu, lên văn phòng thuyền trưởng để nhận chúng tôi.

Hơn nửa tiếng sau, những người trưởng nhóm ghe được phân công, gọi tên từng người trong nhóm ghe mình. Chúng tôi lần lượt bước sang bên kia chiếc tàu hàng bằng chiếc cầu làm bằng miếng ván đủ cho người đi. Hai người trong nhóm của Cao Ủy đứng hai đầu bên này và bên kia, mỗi lần có một người từ bên này đi sang tàu bên kia, họ bấm vào cái máy đếm số lớn hơn cái đồng hồ trái quýt.

Chừng 11 giờ trưa, hơn 300 người đã sang tàu lớn xong xuôi, vị thuyền trưởng và nhân viên trên tàu giàn khoan giơ tay vẫy chào từ biệt chúng tôi. Hằng trăm bàn tay, chúng tôi cũng vẫy chào giã biệt lần cuối cùng. Mỗi người trong lòng chúng tôi thầm bảo:

- *Cám ơn đời, cám ơn người đã dang rộng vòng tay nhân ái cứu vớt chúng tôi. Rồi mai đây, chúng tôi mỗi người mỗi ngã biết đến bao giờ được gặp lại các ông!*

Hồi còi biệt ly, tàu đưa chúng tôi đến các đảo có người tị nạn đang chờ đợi được đưa đến trại tị nạn. Chúng tôi được phát bánh mì ngọt, bánh cracker và nước trà hộp. Cũng gần 2 giờ chiều, tàu ghé vào một cảng nhỏ, nơi đây có cả hàng trăm người tị nạn đang chờ. Họ cũng được điểm danh, rồi lên tàu, người mang túi xách, túi đệm hoặc ôm bao nylon cũng như chúng tôi.

Tàu rời bến, rồi cũng đến một đảo khác để nhận người như chúng tôi, mỗi lần tàu ghé, chúng tôi nhìn người lên tàu xem có ai quen không. Và cứ mỗi lần ghé vào để rước người như thế, người dân địa phương họ chở từng buồng chuối, bầu bí, rau cải, từng quày dừa xiêm, dừa khô trên những chiếc xuồng giống như xuồng ba lá, nhưng đó là những chiếc xuồng độc mộc làm từ những cây lớn, dùng búa khóet bên trong trống trơn, hai đầu nhọn. Họ chở theo vợ con cùng đi, quần áo màu sặc sỡ, giống như người Chàm hay Miên ở bên mình.

Cũng gần 6 giờ chiều, tàu đến một đảo khá lớn, thành phố đã lên đèn, tàu cập bến, chúng tôi lần lượt xuống bến tàu và theo từng nhóm của ghe mình, ngồi chồm hổm theo hàng 5 để người cảnh sát Indo cầm cây can chỉ vào đầu từng người một mà đếm. Họ la hét, phải đếm đi, đếm lại khi có người nào đó chạy sang hàng khác để được gần bạn bè. Chúng tôi chợt nhớ đến ngày chúng tôi đi trình diện để đi tù cải tạo.

Xong phần nhận người, họ hướng dẫn chúng tôi đến một trại lính hải quân cũng gần đó. Dọc trên đường đi, những người dân hiếu kỳ đứng nhìn chúng tôi, đoàn người đi tìm Tự Do, già trẻ bé lớn, vai mang, tay xách theo cái gia tài của mẹ đi vào trại mà họ đã chuẩn bị cho chúng tôi.

Đàn bà trẻ con, già cả được ngủ trong trại, mỗi người được phát một chiếc chiếu nhỏ để trải trên nền xi măng. Mỗi phòng cũng lớn chứa chừng một trăm người, họ hỏi thăm nhau, ở tỉnh nào? Có bị cướp Thái Lan không? Rồi rủ nhau nằm bên để trò chuyện.

Một thế giới đàn bà, thiếu gì chuyện để nói cho nhau nghe. Chúng tôi, những người đàn ông cũng vào ra để kiếm vợ con mình nằm ở nơi nào, rồi ra phía ngoài hiên, anh em trải chiếu ra, gối đầu trên cái túi xách mà ngủ qua đêm.

Sáng hôm sau, chúng tôi được gọi đi ăn sáng, ai nấy cười nói, xếp hàng chiếc, đi ngang qua cái bàn đã để sẵn mấy trăm cái tô và muỗng. Mỗi người đi ngang qua lấy tô và muỗng, đi đến nơi phát cháo, cứ 5 người lãnh một chai xì dầu chừng nửa lít.

Muốn ngồi đâu ăn cũng được, trên những dãy ghế dài và bàn ăn, nếu như có ai muốn ăn thêm nữa thì cũng xếp hàng sau chót đợi tới phiên mình. Nhóm người ghe chúng tôi ngồi một dãy bàn trong góc. Anh em gia đình chúng tôi nhìn vợ con mình mà xót xa. Trước đó, anh em tôi đã đoán thân phận người tị nạn là như vậy đó.

Nhưng trái với ý nghĩ của chúng tôi, vợ con anh em tôi, nhìn nhau vui cười, chuyền tay nhau chai nước tương, xịt vào cháo đặc như cơm nhão, lấy muỗng múc ăn ngon lành. Hỏi ra mới biết, những nhọc nhằn, gian khổ bây giờ chưa bằng cái gian khổ tủi nhục khi xách, mang hàng chục túi đệm, giỏ nặng cả chục kg đi xe lửa ra Bắc để thăm nuôi chồng. Chúng tôi ăn xong bỏ vào một cái thùng lớn để cho họ rửa, rồi đi về trại mình.

Chúng tôi được lệnh gọi lên văn phòng trong trại, cũng từng nhóm người ghe của mình, ai cũng mang theo cả hành lý, từng người vào trong.

Họ bảo, có đem theo tiền Mỹ và vàng bạc đều phải nộp cho họ, không đươc giấu giếm, rồi ký tên vào bản kê khai. Xong rồi đi ra của khác, ai cũng méo mó, thầm chửi rủa trong lòng, ra ngoài nói với những người cùng cảnh ngộ:

- Tránh mấy thằng Việt cộng, sang đây gặp tụi nó lấy hết rồi!

Nào tránh vỏ dưa, lại gặp vỏ dừa, nhìn trước, nhìn sau, chửi rủa thậm tệ trên đường về trại. Họ quên đi, họ chửi rủa người Indo, họ đâu có biết nghe được tiếng Việt, đâu có cần nhìn trước nhìn sau?! Nhưng nếu như họ nhìn thấy, họ có thể hiểu được mình đang nói gì?

Buổi cơm trưa, cũng xếp hàng như buổi sáng, cơm ăn với thịt gà xào bông cải, có nhiều người vừa ăn vừa nói:
- Tao ăn cho mầy sập tiệm luôn, ai bảo lấy vàng của tao!

Chúng tôi lại nghĩ khác, không như họ đã nghĩ, vì mỗi người ký vào biên bản, họ giữ tiền, vàng là chỉ vì họ giữ an toàn cho mình thôi.

Xong buổi cơm trưa, một số đại diện ghe của mình, chúng tôi đến văn phòng trại để xin thử số vàng của mình để đi mua thêm thức ăn. Họ vui vẻ cho chúng tôi lại và có người hướng dẫn cho chúng tôi đi ra chợ để mua những gì chúng tôi cần.

Mỗi người đeo một cái bản nhỏ khi đi ra chợ, người hướng dẫn đi chung với chúng tôi, qua một vòng hàng rào kẽm gai vì là trại lính hải quân. Terempa là một thị trấn nhỏ, có cả trường học, nhà thương, phố xá đông đúc người đi, đường trải nhựa, có đủ loại xe hơi, xe gắn máy, xe đạp như bên mình. Người dân bản xứ nhìn chúng tôi, nhất là trẻ con còn đi theo chúng tôi vào chợ, cũng như ở bên mình, chợ có bán đủ thứ.

Bán vàng, họ trả cho chúng tôi bằng tiền Rupi để mua thịt hộp, sữa hộp, cá hộp, mì gói, nước uống trong chai nhựa, kẹo, bánh ngọt, trà, cà phê. Có cả tiệm hủ tiếu mì nữa, anh em chúng tôi mời người hướng dẫn vào ăn, họ từ chối. Nhưng với lòng thiết tha, chúng tôi nói bằng Anh ngữ: "Chúng tôi là quân nhân, bị tù, nay đào thoát, được quý ông giúp đỡ, với lòng quý mến. Xin mời ông để tỏ lòng tri ngộ".

Họ biết chúng tôi, là những người đi tìm tự do từ sau năm 75, trên báo chí, truyền thông, vì vậy mà họ mở rộng vòng tay đón nhận. Chúng tôi, người xách, kẻ ôm những bao thức ăn đem về trại. Họ xúm nhau hỏi:

- Tiền đâu mà mua?!

Chúng tôi hứa sẽ không nói gì cả! Sau buổi cơm chiều, từng nhóm người chung ghe, ngồi quanh quẩn bên nhau trò chuyện. Người thì bảo:

- Hôm nay, chúng biết tao đi vượt biên rồi!

Người thì nói:

- Gần đến ngày đi, tôi gặp công an, sợ gần chết. Nếu như nó hỏi chắc có lẽ tôi đái trong quần.

Cả bọn cùng cười rầm lên!

Có người ngồi buồn, nhớ nhà, đưa tay gạt nước mắt, buồn thảm hơn nữa, là vợ lạc chồng, con lạc mẹ lên ghe lớn khi bị công an rượt. Đứa bé ngồi ôm túi đồ mà khóc, đòi về, chúng tôi phải dỗ dành, chăm sóc và an ủi, sau này cháu lớn lên về thăm mẹ.

Sáng hôm sau nữa, chúng tôi được biết sẽ rời trại, văn phòng trại gọi những người bị lấy vàng bạc, họ trả lại, ai nấy cười vui, có người nói:

- Tui tưởng họ lấy luôn rồi chớ, tử tế quá ha!

Phái đoàn cao ủy đến thăm chúng tôi, họ chụp hình và hỏi chúng tôi:

- Ở đây có bị hà hiếp hay không?

Rồi sau đó đưa chúng tôi trở ra bến tàu, giã biệt người trong trại đã giúp đỡ chúng tôi. Những cái bắt tay từ giã làm chúng tôi quyến luyến lòng nhân ái mà đã bao năm cưu mang người Việt.

Cũng từng nhóm người cùng ghe, được điểm danh, đi ra trại trở lại bến tàu và lên tàu lớn hơn tàu đưa chúng tôi tới, cũng người túi đệm, kẻ mang túi xách, người ôm bao bị. Tiếng còi hụ lên, chúng tôi từ giã đảo này để lên đường. Họ phát bánh mì ngọt và trà hộp giấy, tàu cũng ghé lại vài đảo nữa rồi mới trực chỉ đến đảo Kuku.

Gần 4 giờ chiều, tàu chúng tôi đến đảo. Từ trên tàu nhìn vào trại, là những căn nhà 2 tầng che bằng những miếng vải sọc màu xanh trắng đỏ. Cả ngàn người xôn xao trên bãi biển cát vàng có chiếc cầu tàu bằng cây chạy dài ra đến bên ngoài biển. Văng vẳng tiếng mừng reo, vẫy tay gọi từ trong đảo vang ra.

Chiếc thang lưới bằng dây thừng được thả xuống ngang hông tàu. Lần cuối cùng, từng nhóm người được kiểm lại, theo thứ tự ghe của mình lần lượt xuống ca nô bằng thang lưới, mỗi ô vuông to bằng miếng gạch bông. Người leo xuống phải để bàn chân đạp vào từng lỗ hình vuông để xuống chiếc ca nô đang ở bên dưới. Họ đưa chúng tôi đến đầu cầu và quay trở lại tàu để rước nhóm người khác. Chúng tôi đi vào đảo trên chiếc cầu tàu, giữa tiếng reo mừng, gọi nhau khi thấy bạn bè quen.

Tiếng mừng reo, hỏi han như người từ cõi chết trở về. Có người của Cao Ủy hướng dẫn vào barrack, là một căn nhà hai tầng, ngang chừng 10m, dài chừng 15m, mái nhà lợp bằng lá, chung quanh vách làm bằng vải nylon màu xanh trắng đỏ. Nơi nằm ngủ làm bằng ván, nhà cất trên bãi cát biển. Mấy cái loa sắt kêu gọi chúng tôi đi lãnh lương thực, gồm có gạo, thịt hộp, mì gói và những bịch nylon nhỏ đựng đậu xanh, đậu nành, bột mì, đường cát, cho mỗi đầu người.

Buổi cơm chiều, chúng tôi nấu bằng những cây củi khô lượm đâu đó trên đảo. Chúng tôi ngồi quây quần chung quanh nồi cơm lớn được đặt ở giữa tấm vải bố mà chúng tôi dùng để che nắng ở trên ghe. Thịt heo hộp kho, canh mì gói, mỗi người một tô, mạnh ai nấy lo. Cơm nước xong xuôi, trời cũng gần tối, chúng tôi tắm rửa bằng những vòi nước phông tên từ trên suối chảy xuống.

Trên dưới gần 20 cái barrack, cửa hướng ra bãi biển, cả ngàn người vui chơi trên bãi cát. Trước dãy nhà là bến ghe chừng vài mươi chiếc, đủ loại lớn nhỏ, chiếc bị bể, chiếc còn nguyên. Chúng là những chiếc đi được đến đây từ lúc nào, không ai biết được, từ nhiều tỉnh thành của Việt Nam. Nước đang lớn, sóng biển đánh vào bờ làm chúng lắc lư, chiếc này đụng vào chiếc kia.

Một vài cặp gái trai, bước từ chiếc này sang chiếc kia, để tìm nơi nào đó, nhìn nắng chiều vàng còn le lói trên biển xanh, trên đảo là những đồi chen lẫn những cây dừa hoang dại.

Cũng trên tấm vải bố này mà chúng tôi đã mang theo, trải ra trên cát gần bến ghe đó, ấm trà nóng để giữa, nào bánh kẹo khi đi chúng tôi mang theo còn dư. Đại gia đình chúng tôi quây quần chung quanh nhau trò chuyện.

Vẫn gói thuốc lá Bastos xanh của nhà nước, chú Tư lấy điếu thuốc, châm lửa rít một hơi, phà ra một cụm khói trắng, chú nói:

- Có lẽ hôm nay tụi nó biết gia đình tôi đã đi vượt biển rồi! Chẳng còn gì mà chúng lấy, chỉ có mái nhà với những bàn ghế cũ.

Mặc dù chú nói thế, nhưng tôi thấy được cái đau của chú, vẫn còn quyến luyến nơi mà mình đã mấy mươi năm nương nấu. Tôi có nghe lời một bài hát, tượng đá còn có linh hồn, huống chi là con người, dù rằng đó chỉ là một mái nhà lá rách nát. Tôi lại chợt nhớ nhà thơ nào đó ý cũng nói:

Khi ta đến, đất là nơi ta ở
Khi ta đi, đất cũng có linh hồn

Một sự mâu thuẫn trong con người, chúng tôi đang mừng vui được thoát ra khỏi cái chế độ xã hội chủ nghĩa như người từ cõi chết trở về. Đem mạng sống của mình đánh đổi với số mệnh. Hôm nay, chúng tôi đã đến được bến bờ Tự Do, rồi nhớ về quê mẹ.

Nơi đó chúng tôi có những người thân, có lẽ giờ này họ đang cầu nguyện cho chúng tôi. Từng giây từng phút họ đang đợi chờ tin lành. Đêm chúng tôi ra đi, sáng sớm hôm sau mà không nghe có ai bị bắt, dù rằng ai đi chăng nữa, người ở lại cũng cảm thấy yên lòng.

Rồi từng ngày nghe ngóng, không nghe tin gì nữa là trong lòng họ bình yên. Một, hai rồi 3 tuần cảm thấy như được an toàn. Cái an toàn thật mong manh, không biết có vượt thoát chăng hay đang bị bắt ở nơi nào đó, Vũng tàu, Côn Đảo hay đã dìm xuống lòng biển đại dương. Thấp thỏm, lo âu, mà người đi biền biệt ở nơi nào đó, để người cha, người mẹ, người vợ ôm đàn con thơ trông chờ ngày đêm hay suốt cả một đời.!?

Người vợ lính trong thời loạn, cầu nguyện cho chồng mình được may nhiều rủi ít. Ngày hòa bình, đất nước hết cảnh binh đao tưởng rằng được ở bên chồng, sống với những ngày hạnh phúc.

Nào ngờ, lại một lần nữa đi nuôi chồng trong những trại tù cải tạo, có những người phải vượt Trường Sơn ra tận Bắc, ôm, mang, gánh gồng, đem thức ăn lên tận gần biên giới Tàu để thăm nuôi chồng.

Trong nhà có cái gì đều bán hết, mẹ con bữa đói bữa no, con ca hát nhạc cách mạng, để mong cha mình mau về, ngày cha đi con còn nằm trong bụng mẹ, làm sao biết được mặt cha, thế mà bé vẫn tha thiết mong được cha về. Nghe con hát mà lòng mẹ đau như cắt, rồi ngày cha được về, gia đình chưa vui vẻ được bao lâu.

Người vợ lại phải một lần nữa chắt mót từng đồng, vay mượn tiền, vàng mọi nơi để cho chồng đi vượt biên. Để rồi còn có được bao cánh chim biết bay về tìm tổ cũ, hay đã quên đi đường về?!

Thử hỏi, có niềm đau nào bằng niềm đau này?!

Người vợ nơi quê nhà trông mong từng ngày, từng tháng, từng năm. Cứ nghĩ rằng đã chết trong biển rộng mênh mông, âm thầm cúng giỗ từng năm và cam chịu làm người góa phụ. Rồi bỗng có một ngày nọ, có người quen cho biết, chồng mình đang chung sống với người tình mới. Những ngày tháng nhớ thương giết chết đời nàng, mang niềm đau về bên kia cõi đời đầy gian dối!

Tuấn không biết mình ngồi sát bên vợ con mình từ lúc nào mà không hay, khiến cho Phượng đưa tay khều vai chồng mấy cái, chỉ Tuấn, khiến cho mấy chị em hai cô Bắc và Huế giả vờ lết sát bên chồng rồi ỡm ờ gọi:

- Mình ơi! Mình ơi!

Khiến cho mọi người cùng cười, Thủy Tiên má đỏ hay hay, còn anh vẫn tỉnh bơ ôm vợ con mình vào lòng mà hôn lên má, làm cho ai cũng cười, cô em Bắc kỳ nói:

- Giời ơi! Anh tưởng chỉ có một mình anh có vợ hay sao mà khoe đấy nhỉ? Đây này!

Vừa nói vừa đưa tay chỉ từng cặp. Tuấn cũng không vừa, nói lại với giọng Bắc Hải Phòng:

- Tôi biết rồi! Lầy các anh các chị! Các anh các chị có dám nàm như tôi lào?

Lại được một trận cười nữa, Tuấn chỉ sang vợ chồng chú Tư, vẫn giữ giọng Bắc nói:

- Các anh các chị thấy không lào, chú thím, sớm hôm còn có bên nhau, huống chi các cậu giả vờ như mình là thánh sống không bằng. Tôi là phàm phu tục tử, có thương thì thương, ngại gì ai lói. Đêm qua có người lào không nhúc nhích, cục cựa, đưa tay lên cho tôi xem lào?! Có ai không?

Cô em người Huế, Trúc Đào đưa tay lên nói lớn:

- Chị đây! Em Tuấn!

Anh giả vờ nhìn nàng từ đầu tới chân rồi hỏi giọng Huế:

- Vợ chồng mi, cơm không lành, canh không ngọt răng? Hai đứa mi lại hờn giận mãi, tao không chịu nổi cái cảnh nớ rồi! Hai đứa mi liệu hồn đấy! Cứ mãi cái cảnh mèo trắng mèo đen, rồi có ngày hắn có vợ lẽ, mi đi mô đi tê mà tìm hỉ?

Anh vừa nói xong, cô em Huế chồm tới định đánh vào vai, nhưng Tuấn né sang một bên, rồi đứng lên cười, khiến nàng cũng đứng lên nhảy tới thì anh nhanh chân vọt chạy lẫn vào đám đông đang chơi trên bãi biển. Nàng chỉ còn có thể nói mấy lời hăm dọa thôi.

Hoàng hôn xuống dần trên đảo, những bóng đèn trên những cột cây cao cũng đã cháy sáng trước sân chừng hơn 20 cái barrack cất sát bên nhau trên bãi biển. Ta tưởng chừng như một đảo du lịch nào đó. Mấy cái loa sắt gắn trên các cột đèn, với tiếng hát Thanh Thúy, lời ca:

Sao anh đành bỏ em để ra đi một mìmh!?
Giữa đêm Xuân lạnh lùng
Chim xa bầy con thương tổ ấm
Huống chi người tội lắm anh ơi
Xuân năm nào có nhau, mình chung ly rượu đào
Mùi quê hương ngọt ngào
Nhưng bây giờ người đi kẻ nhớ
Đến bao giờ lòng hết bơ vơ?
Trùng dương sóng gào, đưa anh vào tương ai mờ tối
Em biết anh vì xôn xao trong giây phút kinh hoàng
Đời đâu muốn phụ phàng
Nhưng tình vẫn ngăn đôi
Khi bước chân lên tàu
Là ngàn năm ta chia phôi
Thương anh em mới biết đêm dài
Mưa hay nước mắt tuôn trào vì anh
Em xin dành trái tim đã yêu anh nồng nàn
Khắc tên anh đời đời

Mai cho dù ngàn năm sau còn nhớ
Đến câu chuyện buồn của đôi ta!

Chúng tôi nhìn nhau, tiếng hát được gọi là liêu trai. Lời bài hát đúng với tâm trạng của người ra đi. Nhạc và lời ca dìu nhau trong ca khúc Chuyện Buồn Ngày Xuân của Lam Phượng.

Rồi đến bài, Đêm Chôn Dầu Vượt Biển của Châu Đình An, cô ca sĩ nào nghe quen quen, Phượng Mai?!

Đêm nay anh gánh dầu ra biển anh chôn
Anh chôn, chôn hết cả những gì của yêu thương
Anh chôn, chôn mối tình chúng mình
Gửi lại em trăm nhớ ngàn thương
Hò ơi! Hò ới! Tạm biệt nước non
Đêm nay, đêm tối trời, anh bỏ quê hương
Ra đi trên chiếc thuyền
Hy vọng vượt trùng dương
Em đâu, đâu có ngờ đêm buồn
Bỏ lại em cay đắng thật thương
Hò ơi! Hò ới! Tạm biệt nước non
Anh phải bỏ đi thắp lên ngọn lửa hy vọng
Anh phải bỏ đi để em được sống...

Mong vượt biển Đông, lòng anh tan nát
Núi mờ mờ xa, ôi ngọn núi ở quê hương!
Đêm nay anh gánh dầu ra biển anh đi
Ra đi trên sóng cuộn, thấy gì ở quê hương
Xa xa ôi núi mờ xa dần
Một giọt nước mắt khóc phận thân
Hò ơi! Hò ới phận kẻ lưu vong
Đêm nay trên bản đồ có một thuyền ra đi
Hiên ngang trên sóng gào tự do đón chào
Xin chào tự do với nỗi niềm cay đắng
Nhìn lại bên bờ nước non mình muối mặn
Khóc nghẹn ngào
Hò ơi! Hò ới! Tạm biệt nước non

Chúng tôi nghe mà dòng nước đầm đìa trên khóe mắt, đi làm người lưu vong!

Cũng phải, gần mười năm những giọng ca vàng của những nam, nữ ca sĩ đã từng một thời lừng danh trong những thập niên, 60 và 70. Đã từng làm cảm xúc hàng triệu con tim của khán thính giả, rồi bây giờ họ đã quên dần theo thời gian. Nay được nghe lại trên cái đảo nhỏ bé này, của đất nước Indonesia. Còn những danh ca khác còn kẹt lại ở Sài Gòn cũng một đời mai một!

Thông báo, cho những người đi trên ghe nào đã đến trước để đi chuyến tàu ngày mai tới Galang.

Tuấn và mấy đứa con lớn của chú Tư, người bưng cái nồi chè đậu xanh mà cao ủy mới phát hồi chiều, người khác đem tô, muỗng. Anh cầm cái giá múc và thêm mấy cái tô nữa, đến nhóm người ghe mình, Tuấn đi cùng với 2 người bạn của anh. Họ biết nhau hồi đất nước còn chiến tranh, bạn cũ hồi thời còn trung học, sau 75 chẳng còn thấy nhau nữa.

Nếu như Tuấn không chạy trốn cô em Huế, thì họ không được gặp, họ nhìn nhau, cứ ngờ ngợ như đã quen ở đâu. Đã lâu lắm rồi, sau ngày ấy, người còn ở lại ai cũng đi tù từ trại này, sang trại tù khác. Khi được về thì phải lo kiếm công việc gì cũng được để có miếng cơm manh áo phụ với vợ con.

Nay tình cờ gặp nhau trên cái đảo nhỏ bé này với thêm người bạn tù khác nữa bị bắt đưa ra ngoài Bắc trước năm 73. Hiệp ước đình chiến, trao trả tù binh.

Toàn, người đi bằng bàn chân giả đi trước, miệng nói lớn "*nước sôi, nước sôi*" để cho người nghe mà tránh xa. Mọi người thấy vậy né tránh sang một bên cho con chú Tư để nồi chè ở giữa.

Tuấn đứng, vừa tằng hắng vừa nhìn mọi người đang ngồi trên tấm bố lớn để xem mọi gương mặt thân quen có đủ không. Có lẽ khi còn trong quân đội anh là người chỉ huy, chỉ nhìn sơ qua là anh đã thấy thiếu những ai. Rồi trong những ngày lênh đênh trên biển, rồi chuyển sang những trại tạm cư.

Anh thấy vắng Thắng, người cụt hai chân ngồi trên miếng ván đang được vợ giúp để tắm rửa gần đấy bên mấy cái vòi nước. Minh, đứa con lớn của Hòa và Phượng, biết Tuấn đang đợi Thắng, người thầy dạy sửa xe vừa tắm xong và đang được vợ lấy khăn lau khô để mặc áo vào. Minh đứng lên đi với Tuấn để bợ anh lên và đi đến tấm bố, ngồi chung với mọi người. Từ lúc lên đảo này, anh không thể ngồi trên miếng ván để dùng hai bàn tay đẩy trên cát biển được. Anh được mọi người quý mến giúp đỡ tận tình.

Tuấn đứng, giới thiệu với mọi người về hai người bạn mới và tỏ vài lời:

- Hôm nay tôi có đôi lời muốn nói, trước là để cám ơn chú thím Tư và các con chú cùng anh Phong hoa tiêu, đã đưa đại gia đình chúng tôi đến được bến bờ an toàn. Các con chú Tư có nấu nồi chè đậu xanh do cao ủy phát cho, còn tôi cũng có nêm nếm đôi chút, ngọt lạt vì đã hết đường. Không phải tôi làm biếng, mà là bị cô em họ ăn hiếp nên tôi về trễ, sẵn dịp này tôi mượn hoa cúng Phật để tỏ tấm lòng thành với quý vị bà con!
Mọi người vỗ tay, hoan nghênh vì có thêm bạn mới! Bỗng dưng hôm nay chúng tôi ngồi lại với nhau, là những người lính đủ mọi quân binh chủng và công nhân viên Việt Nam Công Hòa; hội tụ về đây chung vui vừa ăn vừa kể lại chuyện xưa.

Trung úy Bá người bạn pháo binh vừa gặp lại trên đảo đã bắn yểm trợ cho Tuấn khi hành quân 719, Lam Sơn đánh qua hạ Lào. Anh đã cho rót những quả pháo chụp để yểm trợ cho Tuấn và cũng là người sau cùng nghe anh yêu cầu, bắn xuống gần sát bên chỗ Tuấn. Trong ống liên hợp, Bá còn nghe được tiếng la xung phong của bộ đội Bắc Việt tràn ngập nơi anh phục kích chận đường rút lui của Cộng quân Bắc Việt, khi chúng bị lọt vào vòng chiến.

Cũng là lúc Toàn con của chú thím Tư bị thương ở chân, sau đó được đưa về bệnh viện Nguyễn Tri Phượng Huế, anh phải cưa một chân. Giã từ quân ngũ, còn thi thể Tuấn thì không thể nào nhận diện được, chỉ có thấy sợi dây chuyền và hai tấm thẻ bài rớt gần đấy. Tưởng rằng lần đó Thủy Tiên đã trở thành "góa phụ ngây thơ" với hai đứa con.

Nước mắt người góa phụ đang mang bầu đứa thứ hai, tuổi đời vừa mới 25, đi theo sau quan tài với đứa con gái nhỏ chưa tròn 3 tuổi. Mẹ con Thủy Tiên cùng người thân đi sau chiếc quan tài được phủ màu cờ vàng, 3 sọc đỏ.

Cố thiếu tá Minh Tuấn, với đệ Ngũ Đẳng Bảo Quốc Huân Chương kèm Anh Dũng Bội Tinh và Nhành Dương Liễu. Người con gái đã bằng lòng lấy chồng lính là đã chọn cho mình sẽ có một ngày nào đó mình sẽ trở thành quá phụ!

Nhưng không ngờ một buổi sáng nọ, cách ngày ấy đã lâu; sau hai giờ đầu Thủy Tiên cho học trò mình làm bài kiểm. Thủy Tiên đang ôm chồng bài thi đệ nhị lục cá nguyệt đi về văn phòng thì bỗng nghe tiếng giày trận của ai giống như tiếng chân chồng mình. Thủy Tiên quay lại tìm kiếm, bỗng dưng nàng thấy Tuấn trong bộ đồ lính dù, mũ đỏ. Thủy Tiên buông chồng bài thi, chạy như bay đến bên chồng, họ ôm nhau trên hành lang trường trước hàng ngàn đôi mắt của đám nữ sinh và các bạn đồng nghiệp đang nhìn họ cùng với cả trăm bài thi tung bay trong gió.

Tuấn hôn trên má vợ đầy nước mắt, và anh lấy cái "băng rôn" trắng trên tóc vợ xuống. Học trò của Thủy Tiên chạy đến bao quanh cô mình, mắt chúng cũng đỏ hoe và đầy nước mắt hạnh phúc!

Rồi bỗng dưng hôm nay, mấy anh em, được gặp lại nơi này, vừa ăn vừa kể nhau chuyện vui buồn trong tù, những lúc đi làm lao động, giúp nhau. Rồi buồn da diết cả tháng khi có người bạn ra đi không về nữa! Nào chuyện ra tù, đi tìm công ăn việc làm, gặp lại các đàn em mình, bây giờ cũng có một vài cơ sở làm gia công. Mừng vui trong ngỡ ngàng, rồi nào đến chuyện gặp lại người yêu xưa, mình phải giả như không biết, nhưng làm sao trốn được! Về nhà bị vợ ghen? Có nói sao, nàng cũng không tin.

Chiến, người bạn cùng khóa Đà Lạt với Tuấn vừa cười vừa nói:

- Có lẽ những người lính nào cũng thế, biết người yêu của mình sẽ cảm thông cái gì đó? Nên ai cũng kể hằng hà sa số cái khổ của mình cho người yêu nghe. Thậm chí lính kiểng cũng nói, chiến trường chết chóc chỉ là trong chớp mắt, chắc lần này là lần cuối. Nhưng rồi vẫn hè phởn gặp mặt người yêu đều đều, có chết chóc gì đâu?!

Mấy bà vợ nhìn chồng mình, như thầm trách, đến giờ này mới biết là mình đã bị gạt từ lâu. Chiến thấy thế nên lên tiếng kể tiếp, để cho mấy bà nghe mà đừng giận họ:

- Nhưng đến lúc chúng tôi phải chọn, giữa cái sống trong cái chết, trước những bộ đội la lết xung phong để tiến chiếm mục tiêu. Hằng lớp người ngã gục, thân người chết không toàn vẹn, máu tanh đổ lai láng trên cỏ xanh, khi mà tuổi đời chưa quá đôi mươi. Lòng chúng tôi như chùn xuống, nhìn lại bạn bè, ai còn! Ai mất? Ai đã đưa dân tộc chúng tôi tương tàn nhau suốt gần 20 năm!?

Chiến nhìn mọi người ngồi bên nhau, họ có cả vợ con, anh hỏi tiếp:

- Các anh chị đến được nơi này rồi là kể như được an toàn, không còn phải lo âu nữa, khi còn lênh đênh ngoài khơi, các chị sợ cái gì nhất?

Cô em Trúc Linh tố khổ Tuấn:

- Chúng em sợ đủ thứ, nhất là cướp biển, chưa thấy chúng, nhưng nghe ảnh hăm dọa, chúng em sợ muốn chết rồi, chứ đừng nói gặp chúng!?

Bá thấy vậy nói bênh cho anh:

- Mấy chị có chồng là lính mà còn sợ cái gì, mấy ảnh đã thủ sẵn cả chục trái lựu đạn và còn 2 cây Colt nữa, mà còn sợ chúng à! Chúng vừa tới gần thì chúng và ghe đều banh xác cho cá mập ăn rồi!

Mấy bà vợ nhìn chồng mình như hỏi ý, nhưng mấy ông chồng giả vờ như không biết. Tuấn hỏi bạn:

- *Các anh đi còn các chị ở lại?*

Bá nhanh miệng đáp:

- *Biết làm sao hơn, thứ nhất không đủ tiền, thứ hai sợ chúng gạt, thứ ba sợ công an, thứ tư sợ cướp biển!*

Hòa nãy giờ im lặng, bây giờ anh lên tiếng như xoa dịu các bạn:

- *Chúng tôi mỗi người đóng góp nhau, chứ chủ ghe không đòi hỏi, thôi thì mình vui lên, khi sang đến bên ấy sẽ tìm cách bảo lãnh; chỉ tội cho các chị ở lại, một lần nữa tiếp tục nuôi dạy các con.*

Thủy Tiên lên tiếng an ủi:

- *Không răng mô! Các anh đừng lo chi nữa, miễn là đừng thấy các cô Mỹ, mắt xanh, tóc hung, mà quên người ở quê nhà là được rồi!*

Phượng nói vào cho vui:

- *Tôi nghe anh Hòa kể chuyện, lúc ảnh đi tu nghiệp, mấy cô bên ấy khi gặp mình thường chào mình trước và dễ làm quen hơn ở bên mình. Con gái bên mình thường làm chảnh. Ở bên đó, nếu như nhìn nhau vài lần có thiện cảm, mình có thể đưa nhau đi chơi.*

Trúc Đào hỏi Phượng:

- *Mi có hỏi hắn, hắn có quen ai ở bên nớ không hỉ?*

Tuấn liền đáp thay cho Phượng:

- *Xin lỗi chị nhé! Cái chuyện đó để vợ chồng người ta thì thầm nhau nghe, đâu cần chi chị hỏi để học hỏi!*

Trúc Đào nhìn Tuấn rồi tấn công liền:

- *Ta nói với hắn, không nói với mi!*

Anh đáp:

- Tuấn đâu dám rầy chị đâu, chỉ nhắc chị, chị bảo chị Phượng hỏi như thế là xâm phạm vào quyền tự do người khác! Chị không tin hỏi chồng chị đi! Ảnh là dự thẩm mà!

Hòa thấy câu chuyện trở nên gay cấn, anh lên tiếng:

- Thôi được rồi! Tôi nói cho nghe!

Mọi người nghe thế đều xôn xao, đợi nghe anh nói, chợt Hòa hỏi:

- Mọi người ở đây thích ăn cơm hay thích ăn khoai lang tây thay cơm?

Mọi người nhìn nhau như có ý hỏi nhau, cô em Trúc Linh đáp:

- Đương nhiên thích ăn cơm!

Bỗng nhiên Tuấn chợt nói vào:

- Không à! Tụi tui đi cải tạo ăn được khoai là mừng rồi! Chúng tôi ăn toàn là cao lương, không phải, ăn bo bo thay cơm, nổi ghẻ cùng mình!?

Mọi người cùng cười, khiến cho Hòa hỏi lại:

- Nếu như mọi người thích ăn cơm, tôi xin nói là, hạt gạo vừa láng bóng vừa trắng, cho nên hạt cơm vừa lờ lợ ngọt; còn vỏ khoai tây có đốm, vì vậy da người con gái châu Âu, châu Mỹ có trắng, nhưng có đốm như tàn nhang; không như con gái xứ mình dù giàu hay nghèo vẫn trắng, mịn màng và thơm tho quyến rũ nữa! Phải không mình thương!

Vừa nói xong, Hòa nắm tay vợ âu yếm, khiến Phượng ửng hồng đôi má. Nhưng cô em Trúc Lam chẳng chịu tha, hỏi giọng Bắc:

- Sao anh biết? Anh có...

Tuấn vội nói đỡ lời cho ông anh vợ:

- Trúc Lam em à! Có những cái mình không cần phải chứng minh, khi em sang bên ấy em sẽ biết. Còn một chuyện nữa anh cũng cần phải nói cho mọi người biết về cuộc sống ở bên đó.

Không được hỏi tuổi, không được hỏi tiền lương của họ, dù là người quen. Con gái bên đó chừng 14,15 hay 16 tuổi, mình thấy chúng lớn tưởng chừng 20 tuổi, học sinh nam nữ không cần phải mặc đồng phục, ngoại trừ học trường đạo Thiên Chúa.

Trúc Đào có ý nghi ngờ, nên hỏi:

- *Răng mà mi biết rõ như rứa?*

Tuấn đáp:

- *Thực tình chị không hiểu răng? Tuấn sẽ định cư ở Canada mà!*

Người chị Bích Đào nói như để làm hòa:

- *Em của Tuấn du học ở bên nớ lâu rồi, trước 75! Có chuyện chi lạ, cậu ấy kể cho gia đình nghe! Nên anh ấy nói cho chúng mình nghe, để sau này chúng mình biết mà tránh.*

Sẵn dịp hôm nay, Tuấn muốn nói đôi lời để cảm ơn những người đã giúp đỡ gia đình anh đến nơi bình yên và nói lý do nào anh hay trêu ghẹo hai cô Trúc Đào và Trúc Linh trên đường vượt biên:

- *Hôm nay mình đã đến nơi bình yên rồi, không còn phải lo sợ chi nữa, các anh chị còn nhớ sau cơn bão mình đã mất phương hướng đi. Mình chỉ còn có con đường duy nhất là đi vào vùng biển Thái Lan. Thứ nhất là mình sẽ gặp bọn cướp biển hoặc như mình vào vùng Mã Lai thì sao? Chúng tôi không sợ chúng, vì trước khi đi chúng tôi đã chuẩn bị đủ mọi thứ rồi. Nhưng chỉ sợ rằng mình gặp người dân bản xứ ở vùng rừng núi như người dân thiểu số ở bên mình. Chúng sống từng bộ lạc, chúng sẽ không từ bỏ những gì chúng muốn. Mình không thể nào đấu với chúng như mình làm với cướp biển được, vì mình đến xứ họ, mình không thể làm như bọn cướp. Chính quyền địa phương sẽ báo cáo với Cao Ủy. Chính vì thế mà chúng tôi phải bảo các chị làm cho mình càng hôi hám và dơ dáy, càng tốt. Có như thế mình mới tránh được tai họa cho mình; mong các chị hãy bỏ qua cho!*

Trúc Linh như hiểu ý được Tuấn, nên nói:

- Anh Tuấn, em xin lỗi! Thực tình chúng em chẳng biết gì!

Trúc Đào cũng lên tiếng:

- Có đôi lúc mình cũng nghĩ sai về anh, nay đã hiểu những gì anh đã làm cho chúng tôi, thôi thì thứ lỗi cho nhau vậy!

Tuấn dỗ ngọt:

- Hồi tôi đi cải tạo, một phần cũng nhờ có các cô lo cho tôi, nên tôi mới còn sống mà trở về! Vì vậy, nếu như hôm đi mà gặp cướp biển, tôi đem các chị nạp mạng cho chúng hết!

Mọi người đang thương cảm cho anh, bỗng dưng nghe anh nói thế họ bật cười, họ không còn muốn gây sự với anh nữa. Thật tình mà nói, các ông còn được các bà vợ kể chuyện đi thăm chồng thì gặp mấy ông tài xế 35 để dành chỗ tốt gần tài xế, không cần phải chạy nhanh, lên trước để có được chỗ ngồi. Có nhiều chị em khác chen lấn mà lên cửa không được, phải nghĩ đến cách là giúp nhau. Người nhỏ con và lanh lẹ, đứng lên vai người cao để chui vào trong bằng cửa sổ xe, khi vào rồi liền dành chỗ cho những chị em lên sau. Nếu không làm bằng cách đó thì phải đứng, đợi đến lúc có người trên xe xuống dọc đường, mới có chỗ ngồi.

Còn những người đi ra Bắc thăm nuôi chồng, vừa gặp mặt là khóc, cho khi đến lúc gần hết giờ hạn định để thăm, thì nói tía lia, khi về đến nhà, những cái cần thiết không nói, ngồi mà tiếc nuối. Rồi nào phải ở lại Hà Nội để mua vé xe, cái thủ đô mà phố xá lớn không bằng khu chợ Bình Tây, chỉ có cái nhà giam của Bác, nó nớn như cái bến Nhà Rồng ở bến Bạch Đằng, Sài Gòn.

Chúng tôi nói về chuyện bộ đội Bắc Việt ngu dốt không hiểu chi về chiến tranh quy ước, nếu như phi Mỹ không tuân thủ lệnh, thì đã bỏ hàng chục ngàn tấn bom xuống Hà Nội rồi! Trong khi đó, tụi nó sơ tán ông già bà cụ, đàn bà, con nít vào rừng sâu hết rồi, chỉ còn lại bọn chúng. Sao phi công không bỏ bom xuống mẹ cái đê sông Hồng Hà vào mùa nước cao, đê vỡ thì bọn chúng đầu hàng liền. Nhân đạo làm chi để cho nó sống?

Chúng còn tự hào, chê hỏa tiễn Liên Xô giúp chúng, không bắn được máy bay B52, chúng phải sửa chữa lại, mới bắn rớt được?!

Những giặc lái Mỹ không làm những chuyện như chúng đã từng phóng hỏa tiễn vào thủ đô Sài Gòn, để tạo cho thế giới biết, chúng có mặt mọi nơi.

Những chuyện ấy, không bao giờ nghe những phần tử chống đối chính phủ làm lớn chuyện, mà trong khi ấy các thượng tọa, nhà sư trốn quân địch, ni cô Huỳnh Liên, xuống đường ngồi tuyệt thực, nhưng uống nước sâm. Bác sĩ Dương Huỳnh Hoa, sinh viên Huỳnh Tấn Mẫm, một số dân biểu, trong đó có Hồ Ngọc Nhuận báo Tin Sáng, và nhiều nhật báo khác, ngồi nhà, dịch thuật từ những tờ báo phản chiến của Mỹ.

Như trận đánh Hạ Lào, có phóng viên ngoại quốc nào theo chân cuộc hành quân vào chiến trường mà biết cuộc chiến ra làm sao? Chúng tôi đã len lỏi vào chiến trường cho tọa độ để B52 oanh tạc, những cột khói đen cao cả mấy chục thước khi trúng kho dẫn dầu. Gần cả ngàn bộ đội chết không toàn thây, thương binh rên xiết gào thét thảm thương không phải đớn đau vì thân xác, mà vì họ biết mình bị thằng bác Hồ gạt! Làm cho họ chợt nhớ đến gia đình, vợ con, cha mẹ, anh em còn ở ngoài Bắc!

Chúng tôi còn phải lo tản thương không như chúng, bỏ mặc thương binh đồng đội chúng lại chiến trường. Mục đích chúng tôi đánh sang Hạ Lào để làm cái gì? Chúng tôi tiêu diệt hằng bao nhiêu tiểu đoàn chính quy Bắc Việt, phá hủy những gì ở hậu cần tiếp vận của chúng? Chúng tôi thiệt hại bao nhiêu so với chúng?

Thế mà thông tấn xã, đài truyền hình, đài phát thanh của mình không những không ủy lại tinh thần các chiến sĩ mình mà còn cho phát bài ca mà Phạm Duy phổ nhạc từ bài thơ "Để

Trả Lời Một Câu Hỏi" của Linh Phượng, với tiếng hát Thái Thanh, Kỷ Vật Cho Em:

Em hỏi anh, em hỏi anh bao giờ trở lại?
Xin trả lời xin trả lời mai mốt anh về
Anh trở lại có thể bằng chiến thắng Pleime
Hay Đức Cơ Đồng Xoài Bình Giã
Anh trở về, anh trở về hàng cây nghiêng ngã
Anh trở về có khi là hòm gỗ cày hoa
Anh trở về trên chiếc băng ca
Trên trực thăng sơn màu tang trắng
Em hỏi anh, em hỏi anh bao giờ trở lại?
Xin trả lời xin trả lời mai mốt anh về
Anh trở về chiều hoang trốn nắng
Poncho buồn liệm kín hồn anh
Anh trở về bờ tóc em xanh
Chít khăn sô lên đầu vội vã... Em ơi!
Em hỏi anh, em hỏi anh bao giờ trở lại?
Xin trả lời xin trả lời mai mốt anh về
Anh trở lại với kỷ vật viên đạn đồng đen
Em sang sông anh cho làm kỷ niệm
Anh trở về anh trở về trên đôi nạng gỗ
Anh trở về anh trở về bại tướng cụt chân
Em ngại ngùng dạo phố mùa Xuân
Bên người yêu tật quyền chai đá

Anh trở về nhìn nhau xa lạ
Anh trở về dang dở đời em
Ta nhìn nhau ánh mắt chưa quen
Cố quên đi một lần trăn trối... Em ơi!

Người lính chúng tôi không sợ gian nguy, cái chết là giã từ cuộc chiến, nhưng đau buồn nhất là chúng tôi hy sinh một cách vô lối. Chúng tôi đã đánh đổi hạnh phúc riêng mình mà giữ từng tấc đất để cho nông dân có đất mà canh tác, vất vả lắm mới có lúa gạo nuôi sống trên 25 triệu dân. Trong đó có cả bọn chúng, chúng đã từng cho mình là trí thức, mà chúng đã nhẫn tâm, ngầm ủng hộ bọn Cộng Sản để có ngày 30 tháng 4 1975!

Chúng tôi không trách những bà mẹ quê đã từng nuôi dưỡng Cách Mạng, vì không nuôi chúng thì làm sao người dân quê chịu nỗi cảnh nữa đêm; chúng bò về, bắt họ đi mò tôm, vĩnh viễn không trở về! Năm mười ngày sau, có người phát giác, một thây người bị trói lại cả chân tay vào một tảng đá nổi lềnh bềnh trên sông!

Sau 7, 8 năm đi cải tạo về, màu cờ nửa xanh nửa đỏ chẳng còn nữa, chỉ thấy màu đỏ sao vàng, chúng tôi tự hỏi?

Nào Nguyễn Hữu Thọ, Huỳnh Tấn Phát, bà Bình, bà Đinh, và còn bao ông bà nào ở cái mặt trận Giải Phóng Miền Nam, đã từng cầm cái bô cho chúng đi...; kể cả mấy trự cho mình là nhà trí thức nịnh bợ đảng Cộng Sản?

Có lẽ giờ này họ mới thấm thía câu của Tổng Thống Nguyễn Văn Thiệu đã từng lập đi lập lại nhiều lần đến nỗi trẻ con cũng còn biết! Thế mà họ sao không biết? Nếu như biết hãy lớn tiếng nói:

Tôi xin lỗi đồng bào miền Nam, tôi đã lầm!

Nói về cuộc chiến Việt Nam, chính phủ Mỹ không hiểu cuộc nội chiến giữa hai miền. Họ muốn đưa trên dưới 500 ngàn quân đội vào chiến trường miền Nam. Họ đã giựt dây cuộc đảo chính Tổng Thống Ngô Đình Diệm, giết chết hại ông. Rồi họ đã giết 58, 209 người Mỹ chết vô lối như thế? Có phải vì quyền lợi của 1 trong 2 đảng mà họ vội vã đưa quân Mỹ vào chiến trường miền Nam. Rồi lại vội vã rút quân về, trong khi đó lại ngưng cung cấp vũ khí, đạn dược, để mang cái nhục cuốn cờ Hiệp Chủng Quốc Hoa Kỳ ra đi! Khác hẳn với người Mỹ, các vị tướng và các cấp chỉ huy của Việt Nam Cộng Hòa đã tự sát.

Họ đã nghĩ đến 3 cái nhiệm vụ mà quốc dân đã trao cho họ, mà họ chưa hoàn tất, đó là Danh Dự, Tổ Quốc và Trách Nhiệm, họ không muốn:

Nhục vì vong quốc!

Hàng ngàn, ngàn sĩ quan phải vào tù cải tạo, vợ con họ phải tảo tần nuôi chồng, dạy con. Đôi khi đưa gia đình họ vào con đường tuyệt lộ, vợ con chịu nhục nhã, sống lây lất qua ngày tháng.

Vì vậy, một số người không muốn đặt chân lên đất Mỹ, cũng có người cam phận đến Hoa Kỳ để chứng tỏ cho nhân dân Hoa Kỳ biết. Chúng tôi đến đây để góp phần, thêm nhiều viên gạch nữa để xây dựng quê hương thứ 2 cho thế hệ mai sau.

Người lính Mỹ chết trên quê hương chúng tôi, chúng tôi luôn luôn ghi nhớ trong lòng, và cũng là vì muốn đáp trả ơn nghĩa đó. Chúng tôi đến, để nói cho thế giới biết!

Tại sao chúng tôi lại là người thua cuộc!?

Sau gần 10 năm đi tù cải tạo, chúng tôi thấy rất ít người tin vào Việt Cộng sẽ đưa đời sống mọi người dân bằng nhau, không có người nghèo. Nhưng ngược lại chỉ có cán bộ cướp của nhân dân để làm của mình, rồi lại bị cán bộ Bắc vào Nam. Chúng cho bọn cách mạng ở miền Nam vào tù, đoạt lại tài sản của chúng lấy của dân. Một số ít người của chúng đã nhận thức được sự dối trá của đảng, nên tìm đường vượt biển, khi đến đảo, đổi tên họ, nhưng cũng có người biết, chúng run sợ té đái trong quần, cầu xin mọi người tha thứ. Chúng ngu, tưởng rằng sẽ bị trả thù, nhưng người đi tìm Tự Do vẫn xem chúng là đồng bào mình! Nếu như họ biết, họ đã làm những điều sai, khiến miền Nam rơi vào tay Cộng Sản Bắc Việt. Họ không muốn sống với chút ít sự ban bố của đảng để một lần nữa đưa đồng bào làm nô lệ Trung Cộng!

Từ ngày kết thúc cuộc chiếc, chúng tôi chưa bao giờ có buổi họp mặt để nói những vui buồn đời lính cho nhau nghe. Chúng tôi chỉ biết rằng người vượt biển đến được Indonesia sẽ được đưa đến trại tị nạn Galang nó lớn nhỏ làm sao? Cuộc sống nơi đó như thế nào? Đêm nay chúng tôi có dịp ngồi chung, nói cho nhau nghe những niềm ước ao đã ấp ủ trong lòng khi hết chiến tranh.

Chúng tôi đã có được sự tự do trên một đất nước khác; một điều thật buồn cười! Nó ở một quốc gia khác, ngoài quê mẹ của chúng tôi, rồi chúng tôi sẽ được đến một xứ khác, để thực hiện ước mơ đó.

Bá người bạn pháo binh, anh mong đến nơi, tìm công việc gì cũng được để bảo lãnh gia đình sớm được đoàn tựu, sau đó nữa sẽ tính sau. Còn anh bạn Chiến, trước kia đang học năm thứ 2 ngành kỹ sư canh nông, anh sẽ về miền đất ở California hay Frorida tìm việc làm, cũng để mong bảo lãnh gia đình và sau đó lập một trang trại nho nhỏ để hưởng tuổi già.

Nói về anh bạn Phong với 3 đứa con, cảnh gà trống nuôi con, anh tin, anh sẽ có việc làm, làm gì cũng được để nuôi các con nên người để không phụ lòng người vợ đã vì anh mà đã xếp áo maseur để trở lại với đời, chịu làm vợ anh. Đó là những tháng năm hạnh phúc của nhau, anh đã từng ví vợ anh là ánh sao Hôm luôn luôn ở bên gia đình anh.

Còn hai người bạn thương phế binh Thắng và Toàn trong ghe chúng tôi lo sợ không biết sống như thế nào?! Hai anh buồn lắm, lúc ra đi chỉ nghĩ đến tương lai vợ con, nhưng nay đến được đây lại lo sợ cho bản thân mình không ai mướn những người tật quyền vả lại không rành Anh ngữ.

Hòa đã nhiều lần an ủi, đừng lo ngại chuyện đó, anh đã tu nghiệp gần cả năm, năm 1971 về công binh. Anh biết có những công việc nhẹ nhàng dành cho người tật nguyền ở những công ty lớn. Còn anh, định sẽ xin làm trong những công ty xây dựng cầu đường và sẽ để cho vợ đi học lại để tìm công việc trong những phòng thí nghệm về hóa học.

Nói về gia đình chú Tư, không cần phải lo vì có con bảo lãnh sang Úc, nghe nói họ đã định cư gần thành phố lớn Darwin, hiện gia đình họ cũng đang đánh cá. Ở miền Bắc khí hậu cũng giống như ở miền Nam bên mình.

Gia đình vợ chồng hai chị em cô em Bắc và Huế sẽ tìm nơi nào có người nhiều người Việt sẽ nấu cơm tháng cho những người độc thân. Họ chỉ nấu những móm ăn như canh, món đồ xào và những món mặn như thịt kho, tôm rim cá chiên. Những món ăn để trong những hộp nhựa giữ nhiệt, khi tan sở về, họ đến nhà lấy thức ăn, về nhà có nồi cơm điện. Họ có thể mang theo đi làm, thứ 7 và Chúa Nhật hoặc ngày lễ có thêm vài món chè.

Nếu như sau này làm ăn khá, sẽ mở tiệm phở, bún bò Huế, bánh cuốn, cơm sườn, gà nướng vì đã có nhiều gia đình đi sau năm 75, bây giờ đã có tiệm ăn, họ có gởi ảnh về cho gia đình bạn bè xem.

Mọi người ai cũng đã có dự định cho mình, riêng gia đình Tuấn chỉ ngồi yên nghe họ nói với nhau về dự tính của mình. Hai chị em cô Bắc có tiệm phở đường Hiền Vương và gia đình hai chị Huế, có tiệm bún bò Huế, hủ tiếu bò kho bán ở sân nhà. Mới ngày nào là tiểu thơ, sau 75 phải lăn lóc với đời để có miếng ăn cho chồng cho con, nay đã thạo việc bán buôn, muốn làm giàu nơi xứ người.

Cô em Trúc Đào nhìn sang nơi vợ chồng Tuấn đang ngồi, rồi hỏi:

- Mọi người ở ni ai cũng có dự tính cho mình hết rồi, còn vợ chông mi đã định cái chi mô?

Tuấn đáp tỉnh bơ:

- Tôi sẽ đi học lại ngành điện tử, vì trong các anh ở đây đều có cấp bằng đầy mình, tôi chỉ biết nặng nợ kiếm cung như

Trương Vô Kỵ trong chuyện chưởng vậy!

Chỉ nghe thế, cô em Trúc Linh nhịn không được bèn hạch hỏi anh:

- Này anh Tuấn, đã bao năm chị ấy lo cho anh, bây giờ sang đến đây, anh phải lo cho chị ấy chứ! Sao kỳ thế?

Tuấn chưa kịp nói thì cô chị Trúc Đào giảng thêm mo-ral:

- Sang đến ni, anh làm răng rứa! Suy nghĩ kỹ chưa mà nói như rứa! Không nghe người ta nói mô? Thứ nhất là con nít, thứ nhì là đàn bà, thứ ba là ông bà già, thứ tư là thú vật, sau cùng là các ông. Như rứa mi phải lo cho Thủy Tiên chứ!

Tuấn muốn thử vì sao cô ấy biết chuyện đó, nên hỏi:

- Làm răng chị biết như rứa!?

Cô ta cũng không vừa, liền nói:

- Anh Hòa nói cho vợ ảnh nghe, chị Phượng nói lại cho chúng tôi nghe! Răng có đúng không!?

Tuấn đưa mắt nhìn vợ chồng ông anh vợ rồi giả vờ như không muốn xác nhận hoàn toàn đúng, nên nói có chút ít châm biếm:

- Tôi biết, tôi làm như thế là không đúng, nhưng tôi cũng không muốn phụ lòng vợ tôi; chị không nghe người ta nói. Ý của vợ là ý của... Vua sao? Tôi cũng không dám cãi lại, vì tôi sợ khi sang Canada, tôi phải ngủ ngoài phòng khách lạnh lắm. Vì không vâng lời vợ! Nghe nói mùa Đông thường thường lạnh từ âm 10 cho đến 20 độ âm, tôi sẽ bị cóng như xác chết. Đi đánh trận không chết, sang đây chết lãng nhách! Bỏ lại vợ con bơ vơ không ai nuôi dưỡng!

Mọi người nghe nói thế thì cười, duy trừ hai cô vẫn còn ấm ức, không thèm cười. Tuấn nói tiếp như để làm vừa lòng mọi người:

- Tôi hiểu, những tháng năm chúng tôi bị đi cải tạo, chúng tôi luôn nghĩ "kết cỏ ngậm vành" và sẽ sống bên nhau đến lúc "răng long tóc bạc".

Thủy Tiên lên tiếng để cho mọi người rõ về quyết định của mình:

- Các anh chị thì như rứa, còn tôi, xa cách hai đứa từ hồi chúng vừa lên sáu và lên hai tuổi. Gần mười năm nay, tôi cứ mãi ray rứt về chuyện nớ, không giây phút nào là tôi không nghĩ đến chúng. Trong những tháng năm đó, chúng đau bệnh có ai chăm sóc thân thương bằng cha với mẹ mình không?!

Lời nói như ngưng đọng bởi nghẹn ngào, khiến cho những ông cha bà mẹ cảm thấy như lòng mình bị dao động vì chuyện buồn đã xảy ra cách đây gần 10 năm, sau ngày 30 tháng 4 năm 1975. Như đã lấy lại được sự bình yên, Thủy Tiên nói tiếp:

- Những ngày đầu bố mẹ tôi và ba má anh Tuấn sang bên nớ, cũng vất vả lắm để kiếm miếng ăn, sau hai năm vừa đi làm vừa học hỏi. Ba anh Tuấn quyết định mở một tiệm ăn nhỏ. Bao nhiêu vốn liếng đem theo, ba mẹ ảnh sang lại một cái tiệm của người Tàu, ông ấy đi về Vancouver. Sau đó có bán thêm thức ăn Việt, phở, chả giò, bún thịt nướng, bún bò Huế, bánh cuốn, vì người Việt được chính phủ Canada nhận rất nhiều từ những năm sau này.

Thủy Tiên lấy ca nước trà uống vài ngụm rồi tiếp:

- Em sang đến bên nớ, sáng lo cho ảnh và mấy đứa nhỏ để bù đắp cho chúng. Cứ mỗi năm, em nhớ đến ngày sinh nhật chúng, em thao thức mãi không ngủ được. Chừng vài năm, ảnh ra trường, kiếm việc làm, em đi học lại. Mỗi sáng chừng 10 giờ, em ra tiệm làm thu ngân viên, 4 giờ chiều đi về nhà lo cho chúng. Ngọc Lan năm nay 13 tuổi rồi, còn Quốc Bảo 9 tuổi. Đứa nào cũng cao gần bằng em rồi, đây là lúc chúng cần có em để dìu bước chúng vào đời.

Nghe Thủy Tiên kể chuyện về gia đình của ba mẹ nàng ra đi từ đêm đó, bây giờ đã thay đổi cả. Đứa em út của anh Tuấn đã đi làm cho công ty IBM ở Mỹ và lập gia đình với Mai rồi, bây giờ đã là dược sĩ làm trong bệnh viện. Khi gia đình em sang bên nớ, Mai sẽ theo chồng sang Hoa Kỳ.

Cô chị Trúc Lam hỏi:

- Mai là cô bé giữ các cháu hồi lúc ở bên này phải không?

Thủy Tiên nói như để cám ơn:

- Hồi ở bên ni, bé đi học ban đêm đến lớp 12, khi sang bên nớ Mai vẫn lo cho hai đứa nhỏ như em ruột của mình, rồi đêm đi học thêm; có chú Út chỉ dẫn, rồi hai người yêu thương.

Cô em Trúc Đào vẫn chưa tha cho Tuấn, bèn hỏi:

- Vừa rồi tôi có nghe anh nói, cái chuyện chi "kết cỏ ngậm vành" là như ri?

Anh nghe hỏi, Tuấn chọc ghẹo nói:

- À! Chị không hiểu thật mô?

Trúc Đào đáp:

- Hiểu chứ! Hồi đó ta học ở trung học. Nhưng ta muốn hỏi "kết nghĩa ngậm vành" mi lấy ở mô mà nói như rứa?

Thủy Tiên nghe người chị họ hỏi, nàng ngại chồng mình làm sao nhớ được vì là chương trình lớp đệ nhất cấp. May ra chỉ có giáo sư Việt văn như nàng cũng còn chưa chắc nhớ vì là nàng dạy lớp 11 và 12, nhưng gần 10 năm nay chỉ dạy các thơ văn Liều Mạng, của Tố Hữu, rồi thơ ông Hồ ở trong tù chỉ có vài ngày thôi mà làm thơ nghe cũng văn chương lắm, dường như Bác đạo văn thì phải, câu này tôi nghe hơi quen quen, như là:

Nhất nhật tại tù, thiên thu tại ngoại

Nghe cũng nhức nhối lắm chứ, bỗng dưng nghe Chiến giới thiệu thêm về Tuấn, anh nói:

- Cái chuyện đó nhằm nhò gì được anh ta, khi còn ở quân trường Tuấn còn là một tay guitar, chơi classic, đã từng song ca với các ca sĩ như Phương Hồng Quế, Phương Dung, Mai Lệ Huyền, Thiên Trang và nhiều lắm, không nhớ hết!

Tuấn còn đang ngơ ngác trước mọi người thì Bá nhảy vào tăng cường cho bạn:

- Chuyện đó chỉ là chuyện nhỏ thôi, anh ta còn dám yêu cầu B52 xóa sổ cả tiểu đoàn cộng quân Bắc Việt, tưởng đâu đã về cõi vĩnh hằng rồi! Còn chuyện này dễ như ăn cơm sấy!

Anh không ngờ hôm nay anh bị hai anh bạn tố khổ anh, Tuấn chết đứng như Từ Hải, anh mở đầu:

- Nói về chuyện này, có nhiều tích lắm, tôi nói về chuyện "kết cỏ" trước. Ở nước Tấn, có tướng tên là Ngụy Thù, ông ta đi chinh chiến nhiều nơi. Ông có người thiếp rất đẹp, ông dặn người con: "Nếu như ta có mệnh hệ gì, thì đem thiếp của cha, chôn chung với ta". Về sau, ông bị tử thương, con ông là Ngụy Khỏa cho người thiếp của cha mình trở về quê. Sau này Ngụy Khỏa đem quân đi đánh nước Tần, gặp tướng Đỗ Hồi rất khỏe mạnh. Hai bên ngồi trên ngựa đã đánh trên mươi hiệp, thì bất chợt ngựa của Đỗ Hồi ngụy xuống, khiến cho ông té xuống và bị Ngụy Khỏa bắt sống. Ông phân vâng không hiểu tại sao ông thắng trận. Đêm về ông nằm mơ thấy một ông lão râu tóc bạc phơ mách bảo: "Tôi là cha của người thiếp mà ông đã cho về quê, mà không chôn theo thân phụ ông. Tôi đã dùng cỏ kết thành vành để dưới chân ngựa, ngựa vướng chân không đi được nên té xuống đất". Nói xong ông biến mất.

Truyện đã kể xong, ai nấy đều bất động, Thủy Tiên nhìn chồng mình và nắm tay chồng, rồi nàng nói:

- Còn chuyện "ngậm vành", tôi kể cho nghe.

Cô em họ Trúc Linh nói khích:

- Nếu như anh Tuấn chịu thua thì chị kể.

Bích Đào thấy vậy nên nói:

- Chuyện học ngày xưa, ai mà còn nhớ mô! Đã trả lại cho thầy rồi! Chẳng nhớ chi hết!

Thú thật rằng, hầu như ai cũng đã trả lại cho thầy cô, khi bước vào đời, nhưng Tuấn thường hay nói châm trò cho vui, để quên đi sự đời kể từ khi đi cải tạo, xa vợ con, nói chuyện tếu cho đời bớt quạnh hiu. Hai ông chồng của hai cô Trúc Lam, Trúc Linh thường tìm Tuấn hoặc Hòa đi theo xe lam 3 bánh chơi cho đỡ buồn. Họ biết Tuấn hay nói vòng vo tam quốc, làm cho người muốn nghe phải ngẩn ngơ, một lúc mới hiểu, vì vậy mấy cô ấm ức anh lắm.

Tuấn hỏi:

- Bây giờ có ai muốn nghe tiếp về tích "ngậm vành" không?

Lần này đến lượt Trúc Đào nói vu vơ:

- Ta mong hắn không nhớ! Ta sẽ cười chơi!

Anh cười rồi nói:

- Chị nên cúng Ông Địa một nải chuối, tôi có thể bị quên đó!

Trúc Đào nói tiếp:

- Ở ni mần răng mà có chuối?

Tuấn cười đáp:

- Ở đằng cái nhà kia có bán chuối đó.

Nàng liền nói:

- Mới vừa đến đây mà mi đã biết hết rồi! Ta không mắc lừa mi mô?

Tuấn nói vòng quanh làm Trúc Linh thúc giục:

- Anh nói đi! Ai cũng trông anh nói kìa!

Tuấn nói:

- Dưới triều vua Thái Mậu đời nhà Thương, có chư hầu triều cống cho nhà vua, trong đó có con chim Hoàng Tước đẹp lắm, được nhốt trong một cái lồng làm bằng vàng. Thức ăn nước uống đầy đủ, nhưng con chim đó buồn rầu không ăn, không nhảy nhót. Một ngày nọ, có một con chim Hoàng Tước khác bay đến, hót những tiếng nghe ai oán. Con chim trong lồng cũng hót như thế, rồi con chim ấy bay đi, từ đó chim càng ủ rũ, rồi bất chợt con chim Hoàng Tước hôm trước lại bay đến cũng hót những tiếng nghe ai oán than lắm. Con chim trong lồng lại hót nghe như thảm não, đớn đau hơn, ông vua thấy thế bèn mở cửa lồng, để cho chim bay ra. Chúng cùng nhau hót vang những tiếng vui tai, rồi bay vòng quanh bên nhà vua và bay đi mất biệt chẳng thấy nữa. Một hôm, vua đang đi dạo trong vườn thượng uyển, bỗng nghe tiếng chim hót năm nào, đôi chim ấy ngậm trên mỏ một vòng ngọc, bay đến chỗ vua đứng trao cho vua một đôi vành ngọc rất đẹp. Như để đáp cái

ơn thương cảm đến nhà vua đã cho đôi chim Hoàng Tước đó có đôi!

Anh ngưng lại, như để nhớ chuyện gì rồi tiếp:

- Bởi vậy Tú Bà muốn Thúy Kiều ở lại lầu xanh, nên nhờ tên Sở Khanh, gạt nàng bỏ trốn theo hắn.

Nên nàng nói:

Rằng tôi bèo bọt chút thân
Lạc đàn mang lấy nợ nần yến oanh
Dám nhờ cốt nhục tử sinh
Còn nhiều kết cỏ ngậm vành về sau

Tuấn vênh vênh cái mặt, khiến hai cô bạn dì tức lắm, anh chồng cô em Bắc nói như để làm hòa:

- Tại em không biết ảnh thôi! Chứ tụi anh đã biết rành về ảnh là người biết làm cho mọi người cùng vui, không có ảnh là không vui!

Cô em Trúc Đào nghe nói thế, bèn chêm vào một câu:

- Thủy Tiên! Khi mi sang bên nớ, mi nên canh chừng hắn, hắn đào hoa như rứa, mấy cô mắt xanh, tóc màu, xỏ mũi hắn dẫn đi, hắn quên đường về!

Thủy Tiên nghe nói thế, liền đáp:

- Ảnh có nói với em, em là người tình thứ 10, và cũng là người tình cuối, rất là dễ thương, nên ảnh lấy làm vợ, sống đến khi răng long tóc bạc! Ảnh không có gạt em mô!

Cô chị Bích Đào chuyển sang chuyện khác:

- Này Tuấn! Mai mốt sang đến bên nớ, có rảnh hãy viết truyện đi, văn chương cũng lưu loát lắm! Làm răng mà mi giỏi như rứa?

Anh đáp lại bằng giọng Huế:

- Có thực không hỉ! Em thì không dám nghĩ như ri, nhưng có người đã có ý viết tập truyện "Niềm Đau Vợ Người Tù Cải Tạo", như là một hồi ký chung cho những ai đã từng đi thăm

nuôi chồng trong những trại tù trên chính quê hương mình, mà chúng gọi là"Trại Cải Tạo, cải tạo cái gì? Đúng! Cải tạo rừng âm u, độc hại thành trại tù, thành đất sản xuất rau cải, nuôi heo, gà, trồng khoai sắn để nuôi chúng. Còn chúng ta được gì? Ngoài những bữa ăn không no, chúng cho heo, gà ăn còn no hơn chúng mình!

Bỗng dưng anh không nói nữa, Tuấn nhìn từng những khuôn mặt thân quen, nay không còn sáng ngời như ngày nào! Họ đã không tin những gì người Cộng Sản nói, nhưng họ phải cố tin, như là người đời tin vào một ông thầy bói nào đó để sau khi chết, họ được lên Thiên Đàng, đó là ngày gia đình được đoàn viên. Họ biết là họ đang bị gạt, nhưng phải tin để có một ngày đó; có thật? Như anh và các chiến hữu còn ở lại, nghe theo lệnh trình diện, có nghĩa là mình phải bước vào một lối đi không có ngõ thoát?

Như những tháng năm đánh trận, biết vào trận chiến đó là chết, nhưng các anh không ngại, vì các anh đang làm nhiệm vụ phải chiến thắng trận địa để mong ngày nào đó được hòa bình. Anh không ra đi như những người khác, bỏ lại người thân và quê hương?

Tuấn cố nuốt những cảm xúc về niềm đau và cay đắng đó, chỉ có những người vợ lính mới biết, nào tủi nhục, chịu đựng và nước mắt. Biến họ thành những con cò thời đại cuối thế kỷ 19, một đời chỉ biết có chồng và con. Có khi họ chết tức tửi trong tiếng thị phi của người đời!

Ai cũng yên êm lặng để nghe anh nói tiếp:

- Ngày xưa, có những đêm người vợ lính chợt thức giấc vì những tiếng bom rơi, lần tính trên đầu ngón tay, Nay đã 8, 9 tháng rồi, chưa có một lần thư gởi về thăm gia đình vì ngày đêm hành quân liên miên. Nhớ lần chót về thăm nhà, đến nay hơn 9 tháng. Bỗng dưng nước mắt họ tuông dòng trên má, rồi nhân mùa nghỉ hè, mẹ con bồng bế đi thăm, đến nơi có khi anh còn bận hành quân. Phải chờ vài ngày, tiếng bom đạn, làm mẹ con cầu nguyện cho chồng, cho cha mình được bình yên trở về!

Tuấn ngưng một chút, lắc đầu rồi tiếp:

- Ngày 30 tháng 4, các anh thấy những nữ cán binh, họ là ai? Là lính của mụ Định, tuyển chọn ở Bến Tre cho những đồng chí cấp cao thư giãn khi xa nhà. Kể cả Lê thị Hồng Gấm, Nguyễn thị Minh Khai, cũng là nạn nhân. Mụ Bình, mụ Định cũng không hơn gì!...

Tuấn đổi sang giọng Huế để ngâm châm biếm chúng:

Khách ngồi lại cùng em trong chốc nữa
Vội vàng chi, trăng sáng quá, khách ơi!
Đêm nay rằm: yến tiệc sáng trên trời
Khách không ở, lòng em cô độc quá!

Đang đến hồi hấp dẫn, bỗng cô em Bắc kỳ, Trúc Linh ngắt lời hỏi:

- Ai viết truyện ấy anh T.u. ấ.n?

Mọi người ấm ức vì chưa nghe hết bài thơ Lời Kỹ Nữ của Xuân Diệu, nên chí chóe yêu cầu anh ngâm tiếp tục, Tuấn kiếm cớ nói:

- Xin tạm dấu tên, ngày nào viết xong, xuất bản, sẽ gởi mỗi người một cuốn, dù là các anh chị đang ở mô trên thế giới này.
Cô em Huế Trúc Đào nghe anh nói thao thao bất tuyệt sinh ra nghi ngờ, cô nhắc lại chuyện cũ:

- Có thực hay không hỉ? Bây chừ mới có? Hay là mi cho ta ăn bánh bía mà đựng trong cái hộp bánh Trung Thu?!

Nhắc đến chuyện đó, Thủy Tiên nhìn chồng mình tủm tỉm cười. Đó là chuyện năm xưa, hồi đi đám cưới anh và Thủy Tiên, rước dâu vào đúng ngày rằm tháng Tám, ngày Trung Thu.

Cô bé này thích ăn bánh trung thu lắm, loại thập cẩm, gà quay, vi cá. Bên nhà trai có đãi bánh này, do lò bánh ở Gò Công làm. Nàng gọi Tuấn đến nói nhỏ, xin vài cái, mang đem về Huế.

Nhưng bánh đã hết, anh lấy bánh bía có người gọi bánh bàn, để vào hộp bánh trung thu, gói lại cẩn thận để nàng không mở ra được. Khi về đến Huế, nàng mở ra ăn, chỉ toàn là bánh bàn. Mỗi lần nghe Tuấn nói chuyện gì, nàng thường hoài nghi, không biết có nên tin vào anh nữa không!

Hồi đó, nhà trai phải đi bằng máy bay ra tận kinh thành Huế trước hai ngày để rước dâu và sẵn dịp đi dạo chơi thăm viếng hoàng cung, lăng tẩm các vì vua mà đã lâu nay nghe nói chớ chưa có dịp đi du lịch.

Nhà trai, gồm có ông bà, cha mẹ, anh chị em, bạn bè trai tài gái sắc, trên dưới gần một trăm người. Khiến cho nhà gái chạy lo bàn ghế khắp nơi, để cho khách ngồi. Dù rằng, trước ngày rước dâu nhà trai có đến thăm và nói, chỉ đến chừng 30 người đến xin làm lễ thôi. Nhưng nhà gái nói, nếu như không đến thì thôi, còn như đã ra đến nơi này rồi thì chúng tôi phải lo cho đúng lễ nghi.

Chú rể đầu đội khăn đống, áo thụng xanh, chân đi giày cùng màu có thêu hình rồng. Cô dâu đầu đội nón cụ quai thao, cũng áo rộng hồng, áo có thêu hình đôi uyên ương. Khi đưa dâu, bạn bè xin đi theo cũng khá đông, bốn năm mươi người.

Ai cũng muốn biết bên quê chàng rể, là quê của bà Từ Dũ, vợ vua Thiệu Trị, sau này là Hoàng Thái Hậu, mẹ của vua Tự Đức. Và gần đây cũng là quê của Nam Phương Hoàng Hậu, vợ vua Bảo Đại.

Bạn bè cô dâu cũng thường nói chơi vì biết phu nhân của Tổng Thống Nguyễn Văn Thiệu, người Mỹ Tho, cũng rất gần với Gò Công:

-Ê! Coi chừng con nhỏ Thủy Tiên, sau này nó là Đệ Nhất Phu Nhân, Đệ Tam Cộng Hòa nha tụi bây?!

Hãng hàng không Air Việt Nam phải dùng đến Boeing 727 để đưa họ từ phi trường Phú Bài về thẳng Gò Công, xin đáp xuống phi trường quân đội. Nhà trai rất vui vẻ đón tiếp nhà gái. Vì là danh dự cho quê làng có hai người đàn bà là Hoàng Hậu, ngoài việc đãi đằn còn đưa đi thăm lăng Hoàng Gia, dòng họ bà Từ Dũ, ngoài xã Sơn Quy. Nào đi thăm xóm trồng trái sê ri, với những vườn xanh thơm ngát hương với những chùm trái vừa chín. Một loại cây ăn trái chỉ riêng ở Gò Công mới có vị ngọt và thơm. Cũng từ con đường đó, nhà trai đưa đi biển Tân Thành cách thành phố chừng 15km.

Biển vẫn còn hoang sơ, vì là trong thời chiến, bãi cát đen bùn, không như ở Vũng Tàu, nhưng cũng chính vì thế mà có nhiều hải sản nuôi sống người dân ở đây. Nào nghêu, ốc, sò huyết, móng tay, chem chép, dòm xanh, ba khía...

Còn có một loại đặc sản nữa là con sam, vỏ nó mo, láng và cứng như cái nón sắt của lính, trên có hai đường gai và cái đuôi ngắn cứng, cũng màu xanh sậm. Lật ngửa lên, chính giữa có những đôi chân và cái miệng, còn chung quanh chứa hoàn toàn là trứng nằm trong cái vỏ cứng đó. Người ta chỉ ăn con cái thôi, không bắt con đực.

Có người bảo phải làm cho nó chết trước chừng nửa ngày, rồi để lên than hồng, trở qua, trở lại nướng từ từ cho đều, tách vỏ để lấy trứng nhỏ như hạt tiêu. Màu vàng lợt, trộn với củ cải trắng và cà rốt xắt thành cọng nhỏ.

Trộn đều với thịt ba rọi xắt mỏng, tôm lột vỏ, nêm đường muối, chanh, tỏi ớt, rau quế, vài khoanh ớt đỏ nữa. Khi ăn, nên dùng muỗng để xúc, chấm với nước mắm trong, có tương ớt, nhấp môi thêm một ít rượu nếp là quên đường về.

Sáng hôm sau, trước khi đàn gái trở về nhà, nhà trai còn đãi "bánh giá" là đặc sản ở đây, nó lớn và dẹp như cái bánh tiêu, nhưng làm bằng bột gạo khuấy cho lỏng, múc ra vá canh, cho vào đó thịt ba chỉ, tôm nhỏ bằng ngón út, gan heo, nấm rơm, giá, củ hành tây, hành lá cắt nhỏ, chút ít tiêu đâm.

Rồi nhúng cả cái vá đó vào chảo dầu hoặc mỡ đang sôi, chừng bánh gần vàng thì tự nó tách rời ra khỏi chiếc vá, đợi cho thật vàng, vớt ra để bên trên miếng lưới kẽm gác ngang qua chảo dầu cho ráo.

Đem ra để trên dĩa, cắt làm bốn miếng, gắp một miếng, chấm vào nước mắm chanh tỏi ớt đường. Cho vào miệng nhai liền, vừa nóng, vừa giòn, vừa có cảm giác đủ mọi thức ngon ngọt của thịt, gan, tôm, rau giá. Bạn có thể cuốn với xà lách, bún, rau thơm.

Ngoài ra còn có một loại bánh nghệ, cọng lớn hơn bún và dẻo, ăn với thịt heo quay. Da heo láng bóng như gương, thường thường ở nơi khác da thịt heo quay giống như bánh tráng nướng. Thịt heo quay ăn với bánh nghệ hoặc bánh hỏi, cuốn với xà lách, rau sống, chấm với nước mắm chanh đường tỏi ớt. Ăn xong là quên đường về!

Thủy tiên ở lại đây, không về Huế nữa, cô dâu đất Thần Kinh bây chừ đã nói giọng Nam, khó có ai biết được nàng là người ngoài nớ.

Tự nãy giờ nàng chỉ ngồi nghe hai người bạn mà chồng mình vừa mới gặp lại trên cái đảo Tự Do này.

Nghe họ kể những cái cực khổ, đớn đau, chết chóc, nghiệt ngã của người đi cầm súng giữ gìn an bình cho mọi người dân ở hậu phương. Còn đớn đau hơn nữa khi bị bắt, phải chịu sự nhục nhã, đày ải khi là tù binh.

Mấy chị em Thủy Tiên có cả chị em cô Huế, cô Bắc vừa nghe kể chuyện vui, rồi sang chuyện tù ngoài miền Bắc, may mà còn mạng trở về với gia đình với thân tàn ma dại. Nhưng họ chẳng bao giờ than oán. Chị em nhìn nhau, nhìn chồng mình đang ngồi kế bên, đôi mắt của họ đỏ hoe, rươm rướm nước mắt thầm trách những người chồng bị đi tù cải tạo có bao giờ kể cho mình nghe đâu. Thủy Tiên lên tiếng hỏi Hải:

- Từ lúc anh được trở về, đã có lần nào anh kể cho vợ anh nghe không?

Vẫn với nụ cười yêu đời như ngày nào, anh không trả lời ngay, nhưng lại hỏi lại Thủy Tiên:

- Xin lỗi chị, chị là vợ lính, có bao giờ anh Tuấn kể chuyện đánh trận cho chị nghe không?

Thủy Tiên nhanh miệng đáp:

- Có chớ!

Hải hiểu ý lời đáp của nàng, nên anh hỏi thêm cho rõ:

- Có phải hồi anh chị mới quen nhau không?

Vô tình, Thủy Tiên hỏi lại:

- Sao anh biết?!

Hải vừa cười vừa nói:

- Có lẽ những người lính nào cũng thế, biết người yêu của mình sẽ cảm thông cái gì đó, ai cũng kể hằng hà sa số cái khổ của mình cho người yêu nghe. Thậm chí lính kiểng cũng nói, chiến trường chết chóc chỉ là trong chớp mắt, chắc lần này là lần cuối. Nhưng rồi vẫn phè phởn gặp mặt người yêu đều đều, có chết chóc gì đâu?!

Mấy bà vợ nhìn chồng mình như thầm trách, đến giờ này mới biết là mình đã bị gạt từ lâu. Hải thấy thế nên lên tiếng kể tiếp, để mấy bà nghe:

- Nhưng đến lúc chúng tôi, thực sự sống trong cái chết, nhìn những bộ đội la lết xung phong để tiến chiếm mục tiêu. Hàng lớp người ngã gục, thân người chết không toàn vẹn, máu tanh đổ lai láng trên cỏ xanh, khi mà tuổi đời chưa quá đôi mươi. Nếu như người Mỹ viện trợ súng đạn, không cần người lính Mỹ tác chiến. Có nghĩa là chiến tranh chưa kết thúc, Hà Nội chỉ còn lại những ông bà cụ già, đàn bà, một số ít con gái và trẻ con!

Hải còn kể về chuyện, tiểu đoàn anh đã giải thoát được một cái hầm gần bên Miên, có hơn mười cô gái từ miền Bắc hoặc Tây nguyên thoát ly gia đình đi bộ đội, họ bị bọn Việt Cộng gạt, cho vào đội ngũ "Hộ Lý", có nghĩa là ngủ với bọn ủy viên chính trị cao cấp Liên Xô, Trung Quốc, các cấp chỉ huy sư đoàn, tiểu đoàn, đại đội, tiểu đội. Chúng còn bắt những cô gái, đàn bà, khi chúng gọi là giải phóng những vùng quê, chúng hiếp tập thể. Người chỉ huy trước, cuối cùng là bộ đội bác Hồ, một hành động dâm thú hơn cả thú vật, Bác như thế nào, thì cháu Bác như thế đấy mà. Sau năm 1975 mà bọn cán bộ Bắc vào Nam đã làm.

Bỗng dưng, câu chuyện trở nên buồn, Thắng người lính Biệt Động cụt hai chân, ngồi gần vợ cùng chung nhóm lên tiếng như bào chữa về chuyện người lính hay than vãn để nói gạt với người tình, cho câu chuyện vui hơn, anh lên tiếng:

- Tôi có vợ sau khi tôi bị thương nha, không có nói gạt vợ tôi nha!

Mọi người nghe rồi cười, ai cũng nhìn chị Hương, như chia sẻ niềm vui đó. Cô em Bắc kỳ Trúc Linh đứng lên, định đi đâu đó, nhưng nói trước khi đi:

- Phải rồi! Chỉ có mình chị là không bị gạt, còn chúng tôi không những đã bị gạt mà bây giờ cũng phải lo giữ mấy ổng nữa đấy.

Nàng vừa nói vừa chỉ ngay chỗ Tuấn đang ngồi cùng với vợ con anh, khiến mấy chị em cười, nàng nói thêm trước khi đi:

- Từ ngày ảnh đi cải tạo về, mấy ông chồng của chị em tôi đi đâu không biết, khiến chúng tôi đi kiếm chồng chúng tôi hoài. Mới sáng, nhìn qua nhìn lại là mấy ông chồng chị em tôi biến đâu mất đến chiều mới về. Gặng hỏi, thì mấy ổng bảo sang nhà ông Tuấn, nhờ ông ấy tìm có ai cho mướn xe Lam 3 bánh, hoặc xích lô máy gì cũng được để chạy kiếm tiền, chứ ở nhà ăn bám hoài. Ngoài việc bưng phở cho mấy thằng cán bộ thuế vụ, công an, chúng đến ăn, khi tính tiền chúng nói bỏ quên cái ví ở nhà?! Xin ghi vào sổ đi, mà chẳng bao giờ trả, bỏ cho rồi kể như cúng cô hồn các đảng Cộng Sản!

Mọi người cùng cười, cô em Bắc cũng chưa chịu đi, nói những lời đầy ám chỉ:

- Có phải vậy không nào? Anh Tuấn là người hào hoa đấy! Đi chung với ảnh là quên đường về!

Tuấn chỉ cười còn Thủy Tiên thì chọc phá thêm, bèn trả đũa cô em:

- Có thực như rứa hay chỉ là sự suy đoán như ri! Nếu như rứa thì tôi đã mất chồng rồi, biết đi mô để mà thương với nhớ hỉ?!

Cô em Bắc ngoe ngoảy đi để lại phía sau là những tiếng cười của người cùng chung ghe. Toàn, người lính cụt một chân đi chân giả, cũng là người quý mến Tuấn từ khi anh còn Trung Úy, mới về làm tiểu đoàn phó. Binh lính ai cũng thương, kể cả ông tiểu đoàn trưởng còn mến anh nữa. Bao trận chiến đã làm cho Việt cộng phải tránh né, hai ông hợp rơ nhau lắm.

Nhất là cuộc hành quân 719, Lam Sơn đánh qua hạ Lào, và cũng là lúc Toàn bị thương ở chân, khi đưa về bệnh viện Nguyễn Tri Phượng Huế, anh phải cưa một chân. Giã từ quân ngũ, còn Tuấn thì mất tích gần 3 tháng. Anh có nhiệm vụ chặn đường rút lui của tiểu đoàn Bắc Việt. Bá người bạn vừa gặp lại trên đảo, đã bắn pháo binh yểm trợ cho anh và cũng là người sau cùng nghe Tuấn bảo bắn đạn chụp xuống gần sát bên chỗ anh. Trong ống liên hợp Bá còn nghe tiếng la xung phong của bộ đội Bắc Việt tràn ngập nơi anh phục kích chặn đường rút lui, khi chúng bị lọt vào vòng chiến.

Tưởng rằng lần đó Thủy Tiên đã trở thành "góa phụ ngây thơ", không ngờ một buổi sáng sau hai giờ, môn triết đầu. Thủy Tiên đang ôm chồng bài thi đệ nhị lục cá nguyệt đi về văn phòng thì bỗng nghe tiếng giày trận của ai giống như tiếng chân chồng mình. Thủy Tiên quay lại tìm kiếm, bỗng dưng nàng thấy Tuấn trong bộ đồ lính dù, mũ đỏ. Thủy Tiên buông chồng bài thi, chạy đến bên chồng, họ ôm nhau trên hành lang trường trước hằng ngàn đôi mắt của đám nữ sinh và các bạn đồng nghiệp đang nhìn họ cùng với cả trăm bài thi tung bay trong gió.

Tuấn hôn trên má vợ đầy nước mắt, và anh lấy cái "băng rôn trắng" trên tóc vợ xuống. Học trò của Thủy Tiên chạy đến bao quanh cô mình, mắt chúng cũng đỏ hoe và đầy nước mắt hạnh phúc!

Sáng nay, hai người bạn tôi lên đường đi Galang, chúng tôi cũng ngồi trên tấm vải bố này, nhìn những thủy thủ đoàn vác những bao lương thực trên tàu đem xuống ca nô rồi vác vào kho. Chú Tư chỉ chúng tôi mà nói:

- Tụi Việt cộng, nó bắt mình đi làm nghĩa vụ lao động, mỗi năm 30 ngày, còn phải đem theo lương thực, nào đào kênh, đắp đê. Ở đây có cả ngàn người, ăn ở không, mà chẳng có ai kêu gọi giúp một tay.

Chú cười, lắc đầu nói tiếp:

- Thật lạ đời!

Loa lại gọi tên ghe, Vũng Tàu, Kiên Giang, Minh Hải, Trà Vinh, Cần Thơ, những người cùng đi chung ghe lên đường đi Galang. Từng nhóm người vai mang, tay xách hành trang của mình, chừng sáu bảy trăm người lần lượt đi ra cầu tàu, xuống ca nô leo lên thang lưới lên tàu. Cũng hơn 10 giờ sáng tàu hụ còi, lên đường đi Galang.

Còn lại chúng tôi, và chừng hơn năm trăm người trên đảo. Nắng lên cao, chúng tôi dời chỗ, trải tấm bố dưới hàng cây cao rợp bóng mát. Hoàng thì có Anh Thư, hai đứa đi đâu, hoặc làm cái gì cũng có đôi, khiến ai cũng cười. Còn Minh, năm nay cũng 18 rồi, hôm mới lên tàu ở giàn khoan thì có cô bạn người Nam, nghe nói đi cùng ba mẹ, người ở Biên Hòa.

Vợ chồng Hòa Phượng cảm thấy buồn, con cái bây giờ vừa mới lớn lên, có bạn với nhau, nhìn qua, nhìn lại chẳng thấy chúng đâu?! Chỉ còn cô gái út, Tường Vi mười bốn tuổi, cao lớn cũng gần bằng mẹ rồi. Mỗi ngày một lớn, trông giống cô út nhiều hơn giống mẹ. Thế mà đeo theo mẹ nũng nịu như hồi còn bé, Phượng cũng sợ, một ngày nào đó, đứa con gái nàng cũng xa khỏi tầm tay mình!

Chuyến đi này có hai đứa em trai của Phượng, hai đứa con trai của anh chị Bình. Đứa con trai của cô dượng Út cũng đi theo hai chị, đứa nào cũng gần 18, nghe đâu đứa nào cũng có để ý mấy cô hồi còn trên tàu lớn. Hai vợ chồng hai chị người Huế, vợ chồng hai cô em Bắc kỳ, cũng buồn, cũng nhớ nhà.

Người nhớ nhà bán phở ở đường Hiền Vương, người nhớ nhà bán bún bò ở Huế, có đứa em trai đi theo, lại nhớ cô bạn gái ở nhà, không biết chừ o có nhớ mình không? Ngày đi không có một lời từ biệt.

Anh ở mô? Sao không về thăm thôn Vĩ
Bến Ngự Bình trăng sáng quá anh ơi!
Cầu Trường Tiền một mình em qua lại
Nhớ hôm nào mình vẫn chung đôi
Tóc em dài anh bảo là suối
Nay đi học, chẳng còn ai đưa đón
Một mình về qua ngõ vắng nhà anh
Em không thấy, rồi bỗng dưng em khóc
Gọi anh hoài chỉ có tên anh thôi

Tuấn thấy Dũng một mình ngồi trên mũi ghe trên bến mấy chiếc ghe hư. Anh nhẹ nhàng bước thoang thoáng trên sàn những chiếc ghe cũ, đến kế bên mà em chẳng hay biết. Tuấn đưa tay gõ nhẹ lên vai, em giựt mình, quay lại mà nước mắt rưng rưng.

- Nhớ nhà hở em?

Hải không nói gì hết!

Tuấn ngồi xuống bên cạnh, cùng nhìn ra biển xanh, trong vịnh này sóng không lớn lắm, chỉ gợn lăn tăn, vỗ vào mạn ghe, làm những chiếc ghe lắc lư, một chút ít chao đảo.

Tuấn nói:

- Nếu như những lá thư ở trên tàu giàn khoan, họ vào đất liền gởi dùm cho mình sang Canada, thì chừng vài ba tuần sau, dì sẽ nhận được tin mình đã đến nơi được bình yên. Anh tin chắc chắn người nhà vui lắm, vì em đã đến một nơi mà có hàng triệu người muốn đến. Bao người chết trên biển cả, còn chúng mình quá may mắn, biết rằng ai đi xa mà không nhớ những người thân, nhớ phố phường.

Tuấn ngưng lại một chút, có ý đợi cho Hải thấm thiết những lời anh vừa nói, anh nói tiếp:

- Còn nhớ đến người yêu, nhớ cả nụ cười, dáng đi, nhớ những lần hò hẹn. Chỉ cần người đi nhớ họ, biên cho cô bạn một lá thư. Bảo rằng, xin lỗi, ngày đi không cho em biết vì anh sợ hải tặc, nên không gọi em đi. Nơi xứ lạ anh vẫn nhớ em, nhớ nhiều lắm, ngay cả trong giấc ngủ cũng thầm gọi đến tên em. Thế là cô ấy sẽ không giận em đâu! Hãy viết thư đi, anh sẽ tìm cách gởi về dùm cho em. Đừng buồn nữa, vào ăn cơm với anh.

Tuấn đứng lên đưa tay kéo Dũng đứng lên rồi bước qua những chiếc ghe kế, nhảy lên bãi cát, cùng đi đến nhóm ghe mình, ai cũng đang ngồi quây quần bên mâm cơm. Ai cũng ăn uống vui cười.

Những ngày trên đảo là những ngày vui nhất của chúng tôi, ăn đã có cơm cao ủy, từ sáng cho đến chiều, mỗi gia đình chúng tôi thường sinh hoạt chung. Đi vòng quanh trại, vừa ngoạn cảnh vừa lượm củi khô, dừa khô không ai hái, nó rụng xuống. Tối đến đốt bếp lửa, ngồi chung quanh kể chuyện vui buồn trong đời. Khu trại chúng tôi ở không có con muỗi nào hết, vì lúc chiều tối có người mang cái máy chạy bằng động cơ nhỏ, có gắn theo cái máy phun khói trừ muỗi.

Chú Tư kể chuyện đi buôn cá lậu, khi ghe về, có nghĩa là giấu một mớ cá tôm để đem bán cho bạn hàng giá cao, vì đánh bắt bao nhiêu đêm về phải bán với giá rẻ mạt cho nhà nước để đổi lấy dầu.

Còn các bà vợ kể chuyện đi buôn lậu, gặp mấy ông tài xế 35 để dành chỗ tốt gần tài xế, không cần phải chạy nhanh lên trước để có được chỗ ngồi. Có nhiều chị em khác chen lấn mà lên cửa không được, phải nghĩ cách là giúp nhau. Người nhỏ con và lanh lẹ, đứng lên vai người cao để chui vào bằng cửa sổ xe, khi vào trong liền dành chỗ cho những chị em lên sau. Nếu không làm bằng cách đó thì phải đứng, đợi đến lúc có người trên xe xuống dọc đường, mới có chỗ ngồi.

Còn những người đi ra Bắc thăm nuôi chồng, vừa khóc khi gặp mặt, đến lúc gần hết giờ hạn định để thăm, thì nói tía lia, khi về đến nhà, những cái cần thiết không nói, ngồi mà tiếc nuối. Rồi nào ở lại Hà Nội, cái thủ đô mà phố xá lớn không bằng cái thành phố Mỹ Tho hay Biên Hòa, chỉ có cái nhà mồ của Bác, nó nớn như cái bến Nhà Rồng ở bến Bạch Đằng, Sài Gòn thôi!

Tụi Bắc Việt không nghĩ, nếu như người Mỹ không có lòng nhân đạo, thì đã bỏ hàng chục ngàn tấn bom xuống Hà Lội. Trong khi đó, tụi ló sơ tán ông già bà cụ, đàn bà, con lít hết rồi, chỉ còn nại bọn chúng. Sao phi công không bỏ bom xuống mẹ cái đê sông Hồng Hà vào mùa nước cao, đê vỡ thì bọn chúng đầu hàng niền. Nhân đạo nàm chi để cho ló sống?

Chúng còn tự hào, chê hỏa tiễn Liên Xô giúp chúng, không bắn được máy bay B52, chúng phải sửa chữa lại, mới bắn rớt được?!

Đành rằng chiến tranh phải chết nhân mạng, nhưng tại sao để hàng chục ngàn người Mỹ chết vô lối như thế? Có phải vì quyền lợi của 1 trong 2 đảng mà họ vội vã đưa hàng trăm ngàn quân vào chiến trường miền Nam. Rồi lại vội vã rút quân về, trong khi đó lại ngưng cung cấp vũ khí, đạn dược, để mang cái nhục cuốn cờ Hiệp Chủng Quốc Hoa Kỳ ra đi, khiến cho các vị tướng: Trần Văn Hai, Lệ Nguyên Khang, Lê Văn Hưng, Phạm Văn Phú, Nguyễn Khoa Nam và các cấp chỉ huy Việt Nam Cộng Hòa phải tự sát. Rồi còn nữa, hàng ngàn, ngàn sĩ quan phải vào tù cải tạo, vợ con họ phải tảo tần nuôi chồng, dạy con. Đôi khi đưa gia đình họ vào con đường tuyệt lộ, vợ con chịu nhục nhã, sống lây lất qua ngày tháng.

Vì vậy, một số người không muốn đặt chân lên đất Mỹ, cũng có người cam phận đến Hoa Kỳ để chứng tỏ cho nhân dân ở đây biết:

Chúng tôi đến đây để góp phần, thêm nhiều viên gạch nữa để xây dựng thêm cho đất nước này thêm hùng mạnh ở thế hệ mai sau.

Người lính Mỹ chết trên quê hương chúng tôi, chúng tôi luôn luôn ghi nhớ trong lòng, và cũng là vì muốn đáp trả ơn nghĩa đó, nên chúng tôi đã có mặt ở đây!

Những người đi tìm tự do, chúng tôi đang vui chơi trên đảo, ăn uống đầy đủ, giải trí nghe nhạc trên những cái loa sắt, xem phim kiếm hiệp trên TV màu ở sân văn phòng Cao Ủy. Những ngày tháng trên đảo này thật bình yên với những rừng dừa hoang dại, có con suối từ trên đỉnh núi cao được chứa vào hồ, rồi dẫn nước xuống trại bằng những ống cho chúng tôi mặc tình uống tắm gội, lúc nào cũng được.

Ở đây không có ai bảo chúng tôi làm việc gì hết, chỉ tuân thủ vài điều, không đi vào khu rừng gần đó, không cho tắm biển một mình, phải chia người canh chừng, vì nhỡ như có ai đó mất tích hoặc chết, người chỉ huy ở đây phải chịu trách nhiệm với cao ủy. Nếu bất tuân sẽ bị hình phạt, phơi nắng trước cột cờ, thế mà có nhiều người bị vi phạm.

Những ngày ở trên đảo thần tiên này, như để bồi bổ cho chúng tôi sắp sửa bước vào cuộc sống mới.

Chúng tôi, là những người lính Việt Nam Công Hòa đủ mọi quân binh chủng, kể cả Địa phương Quân, Nghĩa Quân, Cán Bộ Xây Dụng Nông Thôn, Nữ Quân Nhân, nhân viên văn phòng hành chánh.

Chúng tôi đến được đây như để nghỉ ngơi sau bao năm trời hành quân trên các chiến trận và cũng không muốn kể cho vợ con hoặc ngay cả những người thân yêu nhất trong gia đình về những ngày hành quân. Mới thấy đó, chỉ trong một tíc tắc là người chiến hữu bên mình chết không kịp nhắn nhủ một lời nào. Chúng tôi đi trên biển máu của Cộng quân, họ chết không toàn vẹn thân thể, tuổi đời đôi khi chưa quá 18.

Chúng tôi không nỡ lòng cho họ một viên đạn ân huệ khi mà họ van xin để ra đi được nhẹ nhàng, khi biết rằng có băng bó vết thương chỉ bằng thừa. Tiếng rên la của họ như oán, như trách Đảng đã đưa họ đến con đường chết. Sinh Bắc tử Nam, chết mà người thân, cha mẹ, vợ con không bao giờ biết, bộ đội sẽ còn chết nhiều nữa, nếu như chiến tranh không kết thúc!

Chúng tôi, người trở về từ trại cải tạo, nó là địa ngục trần gian, chúng tôi may mắn còn sống sót nhờ tình thương yêu của người thân, người vợ một đời lo cho chồng con. Nay chúng tôi đến đảo Thần Tiên, chúng tôi quây quần bên nhau, kể cho nhau nghe những ngày mới quen, những lần hẹn hò. Ngày đó, chúng tôi vừa rời ghế nhà trường phải vào quân ngũ, có khi chưa tìm được ai để thương để nhớ. Khi mới vào trong quân trường, nhớ gia đình vô kể, nhớ người yêu, có khi còn dám trốn trại để về gặp mặt nàng chỉ để nói vài câu. Nói dối, để được nàng đưa má cho hôn một cái thật lâu, nuốt nó vào buồng phổi, để giữ lấy hương yêu.

Được cho hôn một lần, khi có phép cho về thì lại bịa chuyện. Có lẽ lần này là lần cuối, không biết đến khi hòa bình, còn có được dịp trở về thăm em hay không?! Rồi lại u buồn thốt ra câu:

Cổ lai chinh chiến kỹ nhân hồi!

Nàng nhìn người yêu mà nước mắt đoanh tròng, để cho anh hôn hít chỗ nào cũng được. Hôn cả những giọt lệ còn nong nóng vừa chảy trên má, không còn bị giới hạn nữa. Nhớ thương là thần dược tránh được mọi hiểm nguy nơi trận mạc:

Chỉ còn gần em một giây phút thôi
Một giây nữa thôi là xa nhau rồi
Người theo cánh chim về nơi cuối trời
Để lại thương nhớ cho kiếp đơn côi
Núi đồi lồng lộng chiều mưa nhớ ai
Biển xanh vẫn xanh người đi sao đành
Để giấc mơ hồn anh thẫn thờ
Em ơi bao giờ mới được gần nhau

Giọng ca của cô ca sĩ nào đó nghe mà đau lòng cho kẻ chinh nhân, trong lòng người cô phụ. Lam Phương, ông đã viết, có cái buồn nào bằng cái buồn của đêm cuối cùng mà mình biết rằng:

Biết chi một đêm, tha thiết chi một đêm, rồi xa nhau nghìn trùng
Lệ này cho em hay lệ này cho anh, khi mộng ước không thành
Ngày buồn còn bao lâu, hay muôn đời nuối tiếc, đêm cuối cùng bên nhau

Rồi ông lại viết tiếp, trong thời binh biến, đôi trai gái yêu nhau, người con gái mang hai cái buồn. Nếu như anh không trở lại chiến trường, em sẽ buồn chính vì em đã níu kéo anh ở lại, thì đất nước này chẳng còn ai gìn giữ quê hương? Nếu như nước mất, thì gia đình cũng chẳng còn! Còn như anh ra đi, thì mình còn có ngày gặp nhau chăng?

Biết em sẽ buồn vì thuyền tình anh không rời bến
Biết em sẽ buồn vì mình chẳng có ngày gặp nhau
Nếu ngày nào tình ta đã phai
Ngày vui của em cùng ai trên đời
Là hôm tiễn anh về nơi cuối trời
Em ơi! Bao giờ nhớ thương này nguôi?!

Hôm nay chúng tôi còn sống trở, đến được nơi Tự Do, đảo hoang vắng này, ta hãy dìu tay nhau, nắm tay đứa con nhỏ, tìm một nơi nào đó, ngồi trên thảm cỏ xanh, dưới bóng dừa hoang dại. Ngồi trong lòng nhau để nhớ lại nụ hôn đầu.

Quây quần bên nhau ở bữa cơm, sau buổi cơm trưa hoặc buổi cơm chiều, mỗi người phụ nhau một tay. Xong đâu đấy, ai cũng tìm cho gia đình mình một nơi nào đó trên đảo để được bên nhau. Mùi mẫn nhất là lúc về đêm, trong barrack chỉ còn là người lớn tuổi, già cả và con nít chạy chơi trước sân cát biển.

Cây hoang dại trên đảo cũng đủ che khuất những chuyện tình mới tìm được nhau trong chuyến vượt biên, chỉ thấy toàn là cái chết trong gang tấc, họ giúp đỡ nhau, rồi từ đó nảy sinh ra tình cảm. Còn về những cặp vợ chồng, sống trên đảo này là một dịp để tìm lại tuần trăng mật đã lâu, đã bị lãng quên trong cuộc mưu sinh hằng ngày dưới thiên đàng Cộng Sản.

Một đảo yên bình cho mọi người để chuẩn bị cho mình một tương lai mới đầy hứa hẹn tươi sáng. Một vài đêm chúng tôi đốt lửa trại trên bãi biển gần bên barrack của chúng tôi. Mọi người trên đảo ai cũng có những bịch nhỏ chừng 100gr đường, đậu xanh, đậu nành, bột mì. Chúng tôi hùn lại để nấu chè làm sữa đậu nành, chiên bánh bột hay đem rang đậu nành vừa vàng đã có mùi hấp dẫn rồi. Vừa ăn vừa nhìn ra biển, ngoài xa kia, có mấy chiếc xuồng nhỏ của dân ở đảo, họ đốt đèn "măng xông" sáng choang để câu mực, câu cá. Đến sáng họ tấp vào đảo để bán cho người tị nạn.

Các cô em gái, các bà vợ, cùng mấy đứa con ngồi nhìn mấy người đàn ông ra tay nấu nướng. Họ là những người vợ đã một thời lo cho chồng, lo cho con, mặc tình cho nỗi khổ tàn phá dung nhan. Có người nhìn lại bản thân mình thì tóc đã điểm sương, đôi tay chai mòn với bao công việc cực nhọc.

Gia đình chúng tôi ngồi chung quanh bếp lửa, 3 cục đá lớn làm thành cái bếp đang nấu ấm nước để pha trà cùng ăn bánh, ăn chè của Cao Ủy Tị Nạn.

ĐẢO PULAU GALANG

Hơn 3 tuần sau chúng tôi cũng khăn gói lên tàu đi Galang vì chiếc tàu lớn hôm trước, nay quay lại chở người tị nạn đến nữa. Họ cũng được hàng mấy trăm người chúng tôi trên đảo đón tiếp. Cũng giống như lần chúng tôi đến, sau khi thủ thủy đoàn đem lương thực vào kho, là chúng tôi vai mang, tay xách cái gia tài duy nhất của mẹ Việt Nam lên đường.

Cũng từng đoàn người đi ra cầu, xuống ca nô ra tàu đang neo ở ngoài, chúng tôi lên bằng thang lưới, theo từng nhóm ghe. Sáu bảy trăm người, vẫy tay tạm biệt người còn ở lại, tàu hụ còi lần cuối rồi rời bến!

Chúng tôi giã biệt, nhìn lại đảo, nhìn lại cái barrack ở bìa gần một dãy "phông tên" nước, rồi tự hỏi:

Có bao giờ mình sẽ trở lại để thăm cái đảo này không? Hai tiếng Kuku, có người bảo từ chữ coco là dừa, đảo dừa.

Theo như những đảo mà chúng tôi đã đến, đều có nhiều cây dừa cao lắm, đảo này không có cư dân ở. Những ngày chúng tôi ở đó, dân địa phương ở nơi khác đem bầu bí, cá, mực, rau cải đến để bán cho chúng tôi, có khi đổi lấy gạo, phần nhiều chúng tôi ăn gạo không hết. Trên đảo có một cái nhà nhỏ, bán những đồ cần thiết, như tiệm tạp hóa. Có thể đó là gia đình của những người quét dọn cho văn phòng Cao Ủy.

Trên tàu họ phát cho chúng tôi bánh ngọt, mì gói và trà hộp, hôm nay trời trong xanh, lơ lửng vài áng mây trắng, tàu đi ngang qua nhiều đảo lớn nhỏ. Đêm nay chị hằng chỉ còn là một vành khuyết nhỏ, trời đầy sao, nào sao Hôm, Bắc Đẩu.

Rồi nào sao Vua, sao Cày, dải Ngân Hà, một huyền thoại về chuyện tình Ngưu Lang Chúc Nữ. Chúng tôi mãi mê nhìn những vì sao sáng ngời thì chợt nghe Thủy Tiên hỏi chồng:

- Em đố anh, chàng Ngưu và nàng Chúc, năm nay bao nhiêu tuổi?

Mấy vợ chồng chị em Huế và Bắc, ngồi gần đấy nghe, họ cười nhau khúc khích. Nhóm người cùng ghe với chúng tôi ngồi trên sàn tàu, đều mong được nghe tôi đáp, Tường Vi cũng ngồi gần đấy nghe mẹ Phượng nói nhỏ với bố Hòa bằng giọng Huế:

- Làm răng hôm nay cô Út cao hứng hỏi Tuấn như rứa anh hỉ?

Lúc ấy Tuấn đang nhìn lên trời và tự hỏi, sao dải Ngân Hà lại quy tụ nhiều sao thế, chợt nghe vợ bất chợt hỏi. Tuấn còn đang suy nghĩ để trả lời sao cho đúng với cái ý vợ mình. Hồi đó nàng còn là cô bé hay thích hỏi những câu vớ vẩn, để cho anh không trả lời được. Anh chịu thua, nàng vừa mủm mỉm cười vừa giải nghĩa, theo cái nghĩa mà nàng tưởng tượng. Khi nói xong, nàng đưa tay lên tính, lần này là lần thứ 3 hay lần thứ 5, anh bị thua, anh phải mua cái gì đó, mà nàng thích. Không mắc tiền, nhưng đầy ý nghĩa.

Hai chị em cô Huế nghe Thủy Tiên hỏi, họ nhìn nhau cười, cô chị Bích Đào nói:

- Tuấn này! có đáp được không hỉ?

Thủy Tiên biết những gì có liên hệ đến chồng mình thì người chị họ này hay lo lắng cho anh, vì ngày trước Tuấn là sĩ quan cấp dưới của ba chị ấy. Anh cũng thường theo bố chị ấy về thăm nhà rồi sau đó mới đến thăm nàng. Nhưng từ khi Thủy Tiên theo mẹ về Sài Gòn học Văn Khoa thì anh phải ở đó. Vì vậy khi cần chuyện gì thì Tuấn thường đưa chị ấy đi, cho nên chị ấy mới có những tình cảm dành cho anh.

Nhưng không lâu, thì chị biết chuyện Tuấn đã có người yêu Thủy Tiên, là em bạn dì với mình. Và trong thời gian đó, cũng là những ngày hạnh phúc nhất của người con gái, tình yêu đầu đời?!

Nó mong manh như sương mai buổi sáng, chỉ thoáng qua một chút thôi, làm dao động trái tim người con gái ở tuổi vừa mới lớn lên, ở tuổi mười lăm, mười bảy, mười tám gì đó. Dù rằng chỉ một thoáng, nhưng nó sẽ không bao giờ phai nhạt trong ký ức, nó sẽ quên dần với thời gian, nó sẽ dìm sâu vào tim, trong một góc nào đó, nó nằm yên đợi chờ!

Rồi theo thời gian, người con gái đó lớn lên rồi phải đi lấy chồng, hạnh phúc có được yên vui hay nước mắt nhiều hơn nước mưa đi chăng nữa! Họ cũng phải sống bên chồng con. Bất chợt một ngày nào đó, có khi hàng chục năm sau, hình ảnh đó bỗng sống lại, khi tình cờ người con gái đó gặp lại hình ảnh người năm xưa, của một ai đó, hay hiện thực chính là người đó. Nó chợt sống lại rất rõ, là một sự giao động trong tâm linh, rồi biến đi trong cái hiện thực cuộc sống của mình.

Điều này thường ở những người con gái có tính trầm buồn, chớ ít có ở những cô tính tình hay vui vẻ, năng động, thông thường không biết yêu thương sớm. Nhưng khi đã yêu thì yêu thương nhanh lắm, không ai bằng! Có lần người em Trúc đào, bị mấy đứa bạn chê, là cho đến giờ này mày vẫn chưa có người bạn trai nào hết!

Cô em tức lắm, ôm hận về nhà, ấm ức trong lòng, nhân chừng hơn tuần sau Tuấn về cùng bố. Nàng nhờ anh làm người tình, chở nàng đi mua kẹo cau ở nhà cô bạn đã chê nàng. Anh dùng kế hoãn binh, nói, chờ xem dượng có nhờ làm chuyện gì không? Cô em giận hờn đi vào trong, người chị biết được, nên nàng nói với Tuấn vài lời, anh bằng lòng giúp.

Hai người lấy xe Honda dame đi, cô bé Trúc Đào bảo Tuấn chở đến nhà người bạn có tiệm bán bánh mứt đặc sản của

Huế. Cô em dặn phải làm giống như tình nhân thật đó! Anh còn do dự thì cô nàng nói. "Anh được lời mà còn không chịu", Tuấn bật cười, gật đầu làm giống như thật.

Khi đến nơi, hai người nắm tay vào tiệm để mua, nhưng không may, Trúc Đào được biết là bạn mình không có ở nhà. Tuấn chợt nghĩ, mình phải nói lời tình tứ, y như thật, để người nhà nói lại với cô bạn đó. Mua xong, chào từ biệt ra về, khi đi ra anh ôm sát ngang eo nàng và còn lấy viên kẹo cau từ trong bịt nylon đút vào miệng nàng, thì cũng vừa đúng lúc cô bạn ấy đi về trông thấy.

Họ chào nhau như có cái gì sượng sùng trong đó, cô em mừng quá và tưởng anh như người yêu thật của mình, nên lên xe, ngồi phía sau, cô ôm chặt lấy anh để trở về nhà mà còn cười khúc khích vì trả được thù.

Kể từ ngày đó, giữa anh và cô em họ Trúc Đào, đôi khi có bất đồng ý kiến, anh thường nói nhỏ với vợ là "cô ấy ghen với em, cô ấy vẫn còn thương anh". Chứ anh đâu hiểu, chính cô chị thật tình thương anh, mà anh chẳng biết. Là vợ, ai cũng có cái linh cảm, nhìn trong ánh mắt, lời nói của người con gái nào đó đã có ẩn ý gì, người vợ đều biết hết.

Sự biểu lộ tình cảm ấy, khi mấy chị em còn đi thăm nuôi mấy ông chồng còn trong trại cải tạo. Chị ấy cũng làm nhiều món ăn mà Tuấn thích đưa cho Thủy Tiên thêm phần thăm nuôi cho Tuấn, nàng giả vờ như không biết.

Nay lại được dịp đi chung, lời qua tiếng lại với anh, nàng biết chị Bích Đào vẫn còn giữ kín cái tình cảm đó, nó đã sống lại trong tim chị ấy. Những ngôn ngữ nói với nhau bên ngoài, dù rằng chị minh định thật rõ ràng, ngày hôm nay, chị là chị vợ bạn dì của anh.

Đó là hình ảnh, kỷ niệm đầu đời người con gái sẽ đem theo chuyện tình thầm kín đó chôn chặt trong lòng cho đến ngày nhắm mắt. Nhưng chị vẫn chung thủy, thương yêu chồng mình, ngay cả sự chịu hy sinh cho chồng cho con được yên bình.

Đó là một trong những ký ức đẹp nhất trong thời con gái, nó không phải là tình yêu, mà là một thoáng xuyến xao rồi vụt biến đi hay cũng có thể còn mãi ước mơ đầu đời ấy giấu tận trong tim. Ví như một nụ hồng vừa mới chớm nở, đã bị con bướm hút đi mật ngọt, nên hoa không nở được trọn vẹn, trước khi bước lên xe hoa về nhà chồng. Nói như thế, không có nghĩa là người con gái nào cũng như thế hết, mà chỉ là chỉ số bốn mươi phần trăm mà thôi.

Cô em Bắc Kỳ Trúc Linh chọc quê anh:

- Này! Anh Tuấn! Có biết không? Để em giả lời hộ dùm cho anh nhé!

Phượng cũng nói bóng nói gió, giọng Huế:

- Mi có làm sai chuyện chi rứa, mà phu nhân hỏi lạ quá hè!
Tuấn thản nhiên đưa tay, vòng qua ôm vợ và đứa con trai, rồi ngước lên nhìn trời và chỉ dải Ngân Hà, nói có vẻ như một người rành về thiên văn lắm:

- Trong vũ trụ, ngoài trái đất chúng ta đang ở, còn có rất nhiều hành tinh khác như: Kim, Mộc, Thủy, Hỏa và Thổ tinh, còn vô số nữa. Nhưng cái mà ta thấy gần nhất là mặt trời, mặt trăng, và những vì sao quan trọng, nào sao Bắc Đẩu để định hướng đi, sao Hôm sáng tỏa khi hoàng hôn xuống, sao Mai sáng sớm là có, trước khi mặt trời gần mọc để có thêm một ngày mới. Còn...

Phượng cắt ngang lời, nói:

- Tuấn à! Có biết thì nói nhanh lên, đừng vòng vo Tam Quốc nữa! Vô đề đi!

Anh thản nhiên nhìn mọi người đang muốn nghe anh đáp, Tuấn cười và nói tiếp:

- Còn riêng về Ngân Hà, nó được thành hình bởi hàng triệu triệu vì sao, lớn có, nhỏ có, sáng có mờ có. Chúng lấp lánh tạo cho ta thấy như những làn sóng nhấp nhánh trong đêm không có ánh trăng, cho nên những thi sĩ mới huyền thoại cho nó

thành một dòng sông ở trên trời. Không những thế mà còn tạo ra chàng Ngưu và nàng Chức để đi kèm với dòng sông ấy.

Cô em Huế lên tiếng:

- *Nhanh lên đi, ta nghe được mi kể ngày tháng mà họ gặp nhau chắc chiếc tàu này đi đến Galang quá!*

Tuấn biết mọi người đang chờ nghe, duy chỉ có vợ anh biết chồng mình đang kiếm chuyện để kéo dài câu chuyện, để làm cho mọi người sốt ruột. Còn mấy ông chồng của các bà thì rành cái tính anh hay thêm mắm dặm muối để lôi cuốn người nghe, cho nên chẳng ai thèm nói chi hết, nhất là những lúc chờ đợi cái gì đó. Anh chậm rãi nói tiếp:

- *Tôi xin ngưng ở đây để hỏi, có ai biết tại sao Ngọc Hoàng không đày hai người ấy xuống trần gian như những ai phạm tội trên trời không?*

Cô chị Huế, Bích Đào nói:

- *Tuấn à! Ông Trời không đày là vì để cho Tuấn kể hết câu chuyện cho nhanh đi!*

Anh cười, rồi thư thả kể tiếp:

- *Chị nói đúng đấy, nếu như đày xuống đây như bao câu chuyện khác thì đâu có mỗi năm cứ vào rằm tháng 7, chim ô thước đâu có bay về Trời để làm chiếc cầu cho hai người đi qua để gặp nhau. Kể cho nhau nghe những nhớ nhung, họ tâm sự cho đến gần sáng mới chia tay. Cả hai bịn rịn nước mắt tuôn dòng, tạo thành mưa, mưa không lớn lắm, nhưng kéo dài cho đến mấy ngày mới dứt. Mỗi người một bên, phải đợi cho đến năm sau mới được gặp lại, cho nên sau ngày đó, đầu quạ đều bị sói hết. Đầu và lông đuôi rụng bớt, vì con này cắn vào đuôi con kia và hai người đi trên đầu chúng. Cho nên có ông nhạc sĩ nào đó đã cảm hứng viết bài, "Tháng Bảy Mưa Ngâu". Cũng như từ ngàn xưa, người tình nhân thương yêu nhau chỉ biết làm thơ để nhớ nhau, chớ họ đâu có viết thư từ qua lại như mình sau này, cho nên có lời thơ:*

Quân tại Tương Giang đầu
Thiếp tại Tương Giang vĩ
Tương tư bất tương kiến
Đồng ẩm Tương Giang thủy

- Vân Hạc

Chàng ở đầu sông Tương
Thiếp ở cuối sông Tương
Chỉ nhớ nhau, mà không được gặp
Chỉ còn biết uống nước chung một dòng sông mà thôi

Tuấn còn trổ tài văn chương của mình, anh nói:

- Ở đây ai cũng biết chuyện Kim Trọng và Thúy Kiều, gặp nhau tại vườn Thúy, cả hai về tương tư nên cụ Nguyễn Du có viết 2 câu thơ lấy từ ý của bài thơ cổ Trung Quốc.

Sông Tương một giải nông sờ
Bến trông đầu nọ, bên chờ cuối kia

Cô chị Bắc Trúc Lam mủm mỉm cười nói như có vẻ vừa phục vừa trêu:

- Anh Tuấn này! Em hỏi thực anh nhé! Có phải vì anh biết nịnh đầm cho nên chị Thủy Tiên thương anh hay vì anh kể chuyện lâm ly thống thiết mà cô giáo dạy Việt Văn thương anh.
Anh chưa kịp đáp thì Phượng nói:

- Không cần phải hỏi, Tuấn có cả hai!

Luôn miệng, cô chị Trúc Lam hỏi sang Phượng:

- Còn chị, làm sao hai anh chị biết nhau.

Nàng đáp liền, không cần phải dài dòng:

- Thì duyên số thôi, cũng như bao nhiêu người ở đây.

Cô em Bắc Trúc Linh liền quay sang Hòa để tấn công:

- Giả lời như chị, ai mà không biết, em nghe nói, hồi trước ở Huế có nhiều cô đeo anh lắm cơ. Sao lại gặp chị Phượng?!

Bỗng dưng Hòa bị cô em họ này lôi ra hạch hỏi, anh vòng tay qua ôm vợ và đứa con gái út 12 tuổi, hôn con rồi hôn trên má vợ, rồi nói:

- Vợ tôi người Nam, rất dễ thương!

Cô em, hứ một tiếng rồi nói:

- Giả lời như anh, ai mà không giả được! Nhưng...

Tuấn thấy câu chuyện mỗi lúc một thêm gây cấn, bất chợt anh day qua nhìn thấy Phong, người hoa tiêu đang nằm gần đấy cũng đang nhìn lên trời nhìn sao. Tuấn ra dấu chỉ tay về bên ấy như muốn chia sẻ với anh một chuyện tình buồn. Mọi người nhìn theo bỏ dở câu chuyện, Phong nói với 2 trai 12 và gái 10 tuổi. Anh cũng đang chỉ sao Hôm, ngôi sao sáng nhất đang lấp lánh với muôn vì sao khác trên trời:

- Con có thấy ngôi sao sáng đó không, là ngôi sao của Mẹ, trời vừa tối thì ngôi sao ấy đã có rồi, và gần sáng nó lặn đi. Để rồi tối mai ngôi sao ấy lại xuất hiện nữa, cứ thế mãi, Mẹ không bỏ chúng ta đâu! Ban ngày Mẹ cũng đi làm cũng như các con đi học, bố đi làm, tối về bố con mình gặp. Mẹ cũng vậy, tối Mẹ lại xuất hiện để nhìn bố con mình đó.

Anh nói thế là có ý để bảo cho các con mình hiểu rằng, dù vợ anh có còn sống trên đời này, hay đã chết, nhưng linh hồn nàng vẫn sáng như sao Hôm, muôn đời vẫn là thế. Anh muốn chúng nó luôn luôn kính mến và giữ mãi người mẹ đẹp từ hình dáng cho đến tâm hồn. Đừng tin những gì người đời nói, họ không biết chuyện thật trong lòng nàng, bỏ đi đâu mà để lại mấy đứa con nhỏ và quên đi người chồng bị tù cải tạo!

Nhớ hồi nào, trong mỗi chúng ta, có ai biết được cuộc đời tình duyên mình như thế nào đâu? Ai cũng mơ ước khi lập gia đình với người mà mình yêu thương, sống bên nhau cho đến lúc bạc đầu. Nhưng mỗi người đều có riêng một số mệnh đã an bày?!

Thủy Tiên thấy chồng mình đang chăm chú nhìn sang gia đình Phong. Họ đang nằm trên sàn tàu và chỉ các vì sao, Thủy

Tiên cũng đang nghĩ bụng, hôm nào có dịp để an ủi Phong. Nhưng nàng rất ngại, có lẽ hãy để những đau buồn đó theo dòng thời gian mà đi vào quên lãng. Còn hơn mình đến an ủi, không khéo mình lại nhắc đến niềm đau về người vợ anh có một số mệnh quá nghiệt ngã.

Có lần Thủy Tiên nghe Tuấn kể lại, hai người thương nhau như là chuyện tình huyền thoại. Phong là sĩ quan Hải Quân, chỉ huy trưởng những chiếc giang tốc đỉnh ở Bến Tre. Là loại tàu nhỏ này chạy rất nhanh, đã một thời làm kinh hồn bạc vía với những tên du kích Việt Cộng đi tiếp tế cho bộ đội.

Một hôm về thăm gia đình, gặp người chị đã lập gia đình cũng ở gần nhà, có đứa con gái đi học mẫu giáo trường Thánh Phao Lô. Đến giờ đi rước con về, nhưng chị đang phụ với mẹ làm vài thức ăn để mừng anh về thăm nhà. Phong tình nguyện đi rước cháu gái mình, khi đến trường thì cô giáo phụ trách và cũng là maseur không cho Phong rước cháu mình.

Lần đầu gặp mặt người con gái với chiếc áo trắng của dòng tu, Phong thấy mình như đang đứng trước một thiên thần. Gương mặt thật hiền, ánh mắt long lanh nhưng có chất chứa một cái gì đau buồn lắm. Với cái khăn cũng màu trắng nó đã gói gém cả mái tóc, cùng chiếc áo nữ tu giấu đi những nét diễm kiều của người con gái, bây giờ là dì phước. Kể cả đôi giầy cũng bao bọc cả đôi chân xinh xắn. Nói tóm lại, là maseur với chiếc áo, cái khăn, đôi giầy, sợi dây chuyền dài và cây thánh giá có hình Chúa bị đóng đinh. Phong chỉ thấy gương mặt và đôi tay nhỏ bé với những ngón tay búp măng.

Maseur mời Phong vào văn phòng để sơ gọi điện thoại về nhà để xác định, anh có phải là cậu của bé Thanh Thảo hay không? Sài Gòn bao giờ cũng có mẹ Mìn chuyên đi bắt cóc trẻ con, đem đi bán để làm con nuôi hoặc đánh trẻ cho có thương tật để đi xin ăn, đem tiền về nuôi bọn lừa đảo. Chúng chẳng bao giờ từ bỏ những chuyện vô lương tâm, như súc vật, chúng bị bỏ tù như đi an dưỡng.

Cả ba vừa vào đến văn phòng thì được Mẹ bề trên cho hay mẹ của bé có gọi điện thoại đến văn phòng. Xin lỗi không đến được, có nhờ cậu Phong của bé đến rước dùm. Bao nhiêu đó cũng chưa đủ để cho maseur yên lòng, dì phước xin anh cho xem thẻ căn cước. Phong không lấy làm gì bực tức, anh còn vui cười, đưa cho sơ thẻ quân nhân và còn thầm khen sơ làm đúng nguyên tắc, dì phước ghi tên họ, địa chỉ vào sổ trực nhà trường.

Anh đứng nhìn từng cử chỉ của sơ làm, anh muốn được đứng đó thật lâu. Lâu chừng nào cũng được, nhưng thủ tục đã xong. Anh từ giã nắm tay cháu, kiếu từ ra về mà tâm trí anh như vẫn còn đang ở văn phòng với maseur. Trên đường về Phong tức tối, sao khi nãy mình không nhìn trên ngực xem cái tên của maseur. Anh nhất định ngày mai sẽ đến nhà chị để dành đưa cháu bé của mình đi học, có lẽ sẽ đưa và đón cháu Thanh Thảo cho hết mấy ngày phép của mình!

Người chị lấy làm lạ, hay em mình có để ý cô nào cũng đi rước dùm cháu mình như Phong. Tới trường để theo dõi là biết hết, nàng đứng từ xa, không thấy anh nói chuyện với ai hết. Nhưng lại nói chuyện với sơ Theresa nhiều lắm, lần đưa đi cũng như lần rước về. Nàng về hỏi gạn con mình, cậu Phong nói những gì? Thanh Thảo còn nhỏ mới 5 tuổi làm sao biết nhiều, đến ngày cuối thì thấy Phong trao ba bốn túi ny lon cho Sơ.

Hôm sau Phương Quỳnh, tên của mẹ cháu, đưa Thanh Thảo đến trường thì gặp sơ Theresa, sơ nói rất nhiều về Phong. Nàng chỉ biết cười để nhận những lời nói tốt, em mình mua những bánh kẹo cho trẻ cô nhi mà trường Thánh Phao Lô nhận nuôi. Trên đường đi đến ngân hàng, nơi Phương Quỳnh làm việc. Nàng không tìm được một lý do thích đáng nào để khiến em mình lại bỗng dưng chú ý đến trẻ cô nhi.

Bất chợt một ý nghĩ đến với nàng. Không lẽ em mình có thiện cảm với sơ Theresa?! Phương Quỳnh không dám suy nghĩ thêm nữa! Nhưng trí của nàng không để yên, một cô gái đã quyết chí chọn cho mình trở thành một dì phước. Là do tâm nguyện của cô muốn trở thành con cái Chúa, đi theo con đường khổ hạnh. Phải thương yêu mọi người, kể cả những người không yêu mến mình. Bộ áo che giấu cả thân hình người nữ, chỉ còn thấy nét mặt và đôi bàn tay.

Đó là bức tường vô hình đã minh định rằng có hai thế giới riêng biệt, đời và đạo. Maseur không phải vì chán chê đường trần hay bị trắc trở tình duyên mà vào Tu Viện để lánh xa trần tục.

Phương Quỳnh làm việc với tâm trạng không như mọi ngày, khiến các nhân viên nàng còn thấy được. Trong đó có hai cô gái Thiên Trang và Trúc Mai, rất đẹp gái, dễ thương, duyên dáng nhỏ hơn Phong ba bốn tuổi. Phương Quỳnh đã có ý để cho Phong chọn làm vợ.

Hai bên cũng đã gặp nhau khi trong ngân hàng có tiệc tùng, chồng nàng cũng cố lôi cho bằng được Phong đi. Sĩ quan Hải Quân, đẹp trai, đánh trận khó chết, nếu như có chết thì làm thủy táng. Nói chơi cho vui, đó là trường hợp đặc biệt, nếu làm vợ binh chủng này, khó mà sớm làm góa phụ. Một trong hai cô mong ngày nào đó được làm em dâu bà phó giám đốc ngân hàng Việt Nam Thương Tín.

Bỗng dưng buổi ăn trưa hôm nay, nghe bà chị chồng tương lai hỏi:

- Có khi nào hai em thấy một người đàn ông trồng cây Si với một maseur không?

Hai cô đang ăn, bỗng dưng không nhai nữa, nhìn Phương Quỳnh, không lẽ mình nghe như nhầm lẫn, một trong hai, Thiên Trang hỏi lại:

- Chị nói có người đàn ông để ý Maseur?

Phương Quỳnh nhìn hai đứa em dâu tương lai:

- Đúng!

Thiên Trang đưa tay bưng ly hớp một miếng nước cho cơn ngạc nhiên xuống, câu tiếp nàng hỏi:

- Có đẹp như tụi em hôn? Dễ thương như tụi em không?

Phương Quỳnh vừa ăn cũng phải cười, đáp:

- Không! Tụi em sexy! Làm sao mà so sánh được! May mà các em mặc áo dài đồng phục, còn cái quần trắng thì mỏng lét như tờ giấy "pô lia", để thấy rõ ràng cái mi ni trắng, may nhờ hai cái vạc áo dài màu che lại, chớ không như chẳng có mặc gì hết!

Thiên Trang thở phào một cái, nói như biện chứng cho mình:

- Chị chồng của em à! Em là con gái! Chị nhìn lại trong ngân hàng mình đi, đứa nào cũng mặc như thế. Chỉ có mấy người lập gia đình thôi, họ sợ chồng ghen, phải hông?

Phương Quỳnh vừa tức cười vì nàng nói như châm biếm mấy người đã lập gia đình, nàng nói:

- Em bao giờ cũng biện luận! Thấy không? Trúc Mai, nó ngồi im ru.

Phương Quỳnh day sang hỏi Trúc Mai:

- Em có bao giờ thấy có ai để ý maseur hay không? Như em biết đó, chiếc áo nhà dòng, chỉ có thấy cái mặt thôi!

Thiên Trang nói trước Trúc Mai:

- Chắc có lẽ gương mặt Sơ đó đẹp lắm!

Phương Quỳnh đáp:

- Không đẹp, nhưng dễ thương, dịu hiền!

Trúc Mai bây giờ mới mở miệng nói, như phân tích về sở thích người khác phái:

- Đàn ông thương ở cái dịu hiền! Còn nhí nhảnh chỉ để vui thôi!

Thiên Trang nhìn Trúc Mai, nói như trách khéo:

- Tui biết, tui hay nói nhiều!

Trúc Mai tiếp như để giải thích rằng nàng không có ý như thế:

- Mình nói, mỗi người một tính. Người vui tính dễ gây thiện cảm với mọi người, còn người ít nói, được nam giới chú ý. Chuyện vợ chồng là do Chúa đã định, vợ là một phần nốt xương của chồng. Còn theo người đời nói là duyên nợ, do ông Tơ bà Nguyệt nào đó se chỉ tơ hồng.

Phương Quỳnh và Thiên Trang vừa ăn vừa ngơ ngác nhìn Trúc Mai đang thao thao bất tuyệt nói về chuyện lứa đôi. Thiên Trang nói:

- Trúc Mai ơi là Trúc Mai! Chị ít khi nói, nhưng khi chị đã mở miệng, câu chuyện trở thành buổi thuyết trình. Em xin bái phục, bái phục!

Phương Quỳnh biết ý Trúc Mai, không nói thì thôi, nhưng khi mở miệng nói thì chắc chắn có lý do, nàng hỏi Trúc Mai:

- Em có thấy ai không?

Trúc Mai, đưa tay lấy ly nước uống rồi tiếp:

- Bạn của Ba em!

Vừa nói xong, Phương Quỳnh và Thiên Trang nhìn nhau rồi nhìn Trúc Mai như dò hỏi câu chuyện như thế nào, Phượng Quỳng nóng lòng muốn nghe, nàng thúc giục:

- Em kể nhanh cho chị nghe đi!

Nàng vừa nói dứt lời thì Thiên Trang lại hối thêm:

- Trúc Mai ơi!... Làm ơn nói nhanh lên đi, gần hết giờ ăn trưa rồi!

Vốn là người trầm lặng, Trúc Mai mở đầu câu chuyện:
- Có lẽ là chuyện tình hy hữu! Chị có còn nhớ chuyện phim. Người maseur tu trong tu viện hồi Đệ Nhị Thế Chiến không? Em không nhớ tên phim, maseur đó phải lòng một chàng trai Hoa Kỳ sang giải phóng châu Âu. Nàng bỏ tu viện đi theo người tình, Chúa giáng tai họa hạn hán xuống làng quê đó!

Phương Quỳnh đáp:

- Chị có xem phim đó!

Trúc Mai kể tiếp:

- Còn ở câu chuyện bạn của Ba em, Chúa ban ơn phước cho gia đình đó! Chuyện tình như một thiên tình sử, có máu và nước mắt. Có hạnh phúc, Chúa đã chúc phúc cho gia đình này cho đến bây giờ. Các con cái nên người.

Thiên Trang muốn nghe câu chuyện cho nhanh vì sợ trễ giờ, nói:

- Em xin chị kể cho nghe đi, sao hồi đó chị không thi vào Văn Khoa để trở thành giáo sư Việt Văn, đi làm kế toán ngân hàng cho mệt xác!

Phương Quỳnh nghe Thiên Trang nói, nàng cũng mủm mỉm cười, Trúc Mai uống thêm ngụm nước nữa, nàng kể tiếp:

- Bạn ba em tên Quan, chữ Quan không có G, là Thanh Quan, ông quan thanh liêm. Đúng như tên người, là sĩ quan rất thương binh lính mình. Ông bị thương nơi cột sống và bàn tay phải. Ông xuất viện, được giải ngũ, phải ngồi xe lăn, khi nằm hoặc ngồi dậy, phải có người đỡ ông. Ông không oán hận số mệnh nghiệt ngã đến với ông, trong 4 tháng dưỡng bệnh, gia đình tận tình giúp đỡ. Ông chưa lập gia đình, nhưng có người yêu, lúc đó ông 27 tuổi. Cô ấy là giáo sư Sử Địa, cô ấy cũng thường đến chăm sóc và an ủi.

Nhân một hôm, gia đình ông ấy có người bạn quen là bác sĩ làm trong bệnh viện mà nhân viên y tá thường là các dì phước, cho hay có một bác sĩ chuyên khoa người Pháp, vừa mới đến.

Thiên Trang nóng lòng muốn biết câu chuyện kết thúc, liền nói:

- Có phải, có một maseur trong đó thương ông ấy không?

Phương Quỳnh trách khéo Thiên trang:

- Đã ngay từ đầu, Trúc Mai nói là có câu chuyện thật rồi mà! Em cứ để cho Trúc Mai nói tiếp. Kể đi em!

Bị bà chị mắng khéo khiến cái mặt Thiên Trang bí xị, Phương Quỳnh đưa bàn tay xoa nhẹ lên tay Thiên Trang, nàng mủm mỉm cười như hết giận. Trúc Mai tiếp:

- Em cũng không nghe ba em kể câu chuyện, làm sao mà maseur ấy xếp lại chiếc áo dòng tu để gởi lại mẹ bề trên mà về làm vợ người thương binh ấy. Hai vợ chồng xem gia đình ba em như người thân, họ có 3 đứa con, 2 trai 1 gái. Con của họ đều thành đạt, bà ấy rất dịu dàng, cái đẹp chất chứa từ nội tâm cho đến hình hài. Trước khi họ làm lễ hôn phối tại nhà thờ, ông ấy đi đứng được nhờ vào cập nạng, sau gần 3 năm nhờ dì phước đó tập luyện. Em nghe kể, người tình ông ấy cũng thường lui tới thăm nom họ, và cô ấy cũng lập gia đình sau ngày ông làm lễ thành hôn. Họ chụp hình chung rất nhiều trong ngày lễ ấy!

Nghe Trúc Mai kể xong câu chuyện, Phương Quỳnh gần như muốn bủn rủn cả chân tay, còn Thiên Trang ngồi kế bên nàng lắc nhè nhẹ cái đầu, chắt lưỡi nói:

- Một thiên tình sử đẫm lệ viết bằng máu và nước mắt! Thôi mình về chị ơi!

Trúc Mai tinh ý hơn, hỏi nàng:

- Chị Quỳnh! Chị có sao không? Sao chị buồn hiu vậy?! Chị đưa chìa khóa xe, em chở chị về!

Phương Quỳnh cũng cảm thấy hình như mình có cái gì không được khỏe lắm, nên nàng đưa chìa khóa xe Honda cho Trúc Mai. Thiên Trang cũng đi phía sau nói:

- Hay là chị có bầu!

Nàng bỗng dưng nghe Thiên Trang nói, mới chợt nhớ, có lẽ cô bé này nói đúng, Phương Quỳnh cười, luôn miệng mắng khéo:

- Cái con nhỏ này! Có lẽ nói đúng đó!

Mấy chị em cười, Phương Quỳnh ngồi phía sau, Trúc Mai lái xe, Thiên Trang cũng lên xe Honda dame chạy kế bên, nói sang như nhắc khéo:

- Chị Mai ơi! Bà bầu ngồi phía sau đó!

Hạnh phúc chợt về với Phương Quỳnh, nàng chưa chắc lắm, gần đây nàng thấy trễ, nhưng bất chợt có lại. Nàng cũng mong có được đứa con trai để cho bên chồng nàng thỏa mãn cái ước mơ nối dõi tông đường! Là người chồng, ai mà không muốn gia đình có đủ gái trai. Nhưng chồng nàng, thương vợ, lần đầu nàng mang thai, nó hành hạ nàng gần cả 2 tháng mới bớt, cả một quá trình để tiến hành đến ngày sinh nở. Với 9 tháng 10 ngày, nhưng không đúng như những gì đã định. Một câu ông bà mình đã nói:

Đàn ông đi biển có đôi
Đàn bà đi biển, mồ côi một mình

Hiểu được cái niềm đau đó, ông chồng nàng rất thương yêu vợ mình, tình yêu đó dường như tăng trưởng theo ngày tháng, 5 năm vợ chồng, anh là sĩ quan tài chánh, đi phát lương cho lính. Không đối đầu trực diện với hiểm nguy như lính tác chiến, nhưng trách nhiệm vô cùng nặng nề và cũng không kém phần gian nan. Cũng đã có lần anh bị Việt Cộng chận đường bắn lén với những tên du kích, mệnh danh là Mặt Trận Giải Phóng Miền Nam.

Sài Gòn bao giờ cũng là xe cộ dập dìu, Trúc Mai chạy cẩn thận hơn, để về đến ngân hàng an toàn. Mới vừa sau giờ ăn trưa, lúc chiều tan giờ làm, cả cái ngân hàng trung ương Việt Nam Thương Tín đều biết tin. Nhân viên nữ, quá thân thì gọi bà bầu, còn người cẩn thận hơn, chỉ mỉm mỉm cười chia vui. Bây giờ Phương Quỳnh mới cảm nhận rằng, sau khi lấy chồng, chuyện người đàn bà mang thai là một niềm hãnh diện và hạnh phúc vô cùng. Nhất là lần đầu tiên, sau khi đám cưới, nàng mới cảm thấy cái niềm vui đấy không những ở nàng, mà còn thấy ở người mẹ mình. Bà đã nuôi dạy nàng từ hồi còn nhỏ nằm trong nôi, cho đến lớn. Mẹ sợ, rất sợ những bất hạnh xảy đến trong đời người con gái.

Hôm nay trên đường về nhà, nàng được hai cô em dâu tương lai chạy hai chiếc xe Honda dame kèm theo đến tận cửa. Không phải hai nhân viên này nịnh để được kiếm chát lợi nhuận, mà là Phương Quỳnh với hai đứa em này như có cái gì hợp gu lắm. Trước khi chia tay, hai cô còn căn dặn:

- Nếu như thứ Hai, bà bầu cảm thấy cần tụi em, thì cứ gọi điện thoại cho tụi em đến chở đi làm cho chắc ăn hơn. Tụi em về, chúc cuối tuần, nhõng nhẽo với ông xã!

Tình thật Phương Quỳnh cũng định về nói cho chồng biết, nhưng những lần trước chỉ cười huề vốn, ông chồng bắt nàng đền bù trừ. Nhưng vào trong nhà, chỉ có bé Thanh Thảo mừng mẹ thôi, còn chẳng thấy chiếc xe Vespa đâu cả. Nàng biết chồng đã đi phát lương gần tuần nay chưa thấy về. Đêm nào hai mẹ con đều cầu nguyện Chúa chúc phước cho chồng nàng được an toàn. Chuyện đi phát lương cho lính Địa phương Quân, Nghĩa Quân, cũng lắm gian nan, chứ đâu phải sung sướng đâu? Có lần đoàn xe bị chúng đánh trận, cả trung đội theo bảo vệ bị thương, còn chồng nàng bị viên đạn AK xuyên qua cánh tay trái. May mà không trúng xương, nếu như gặp M16 thì có lẽ thành độc thủ đại hiệp rồi.

Ngoài chuyện bầu bì, Phương Quỳnh còn mong chồng về để hỏi về chuyện, có maseur nào trở lại đời đi lấy chồng! Chỉ là cái ý nghĩ suy đoán đã làm nàng suy nghĩ nhiều, chuyện hồi trưa, đi ăn với hai em nhân viên. Trúc Mai không biết rõ chi tiết về chuyện tình của họ, không có giải đáp rõ ràng. Chỉ biết sự việc có thật, thế thôi!

Đón đen! Đón đen! Chuông cửa, người giúp việc đi lên, Phương Quỳnh đang nêm nồi canh khổ qua và món sườn rim xem có vừa ăn không. Nàng cố giữ bình tĩnh, đợi đi thử nước tiểu mới chắc ăn! Bao giờ Phương Quỳnh cũng được chồng hôn nhẹ lên má, sau khi đã bị đứa con gái nhõng nhẽo chặn ở trước cửa rồi! Vừa hôn vừa nói nho nhỏ vừa đủ hai vợ chồng nghe. Nhớ em quá!

Hạnh phúc quanh mâm cơm, một miếng cho con, một miếng cho chồng, một miếng cho vợ! Người giúp việc, tuy lớn tuổi, nhưng cũng vui lây cái hạnh phúc gia đình mà bà cũng có trước đây. Chồng bà cũng hy sinh trong trận chiến năm bà 36 tuổi đời, tảo tần nuôi con. Đứa con trai lớn của bà vào trường Thiếu Sinh Quân, năm sau ra trường, đứa con gái kế đang học năm thứ 2 Đại Học Sư Phạm, là bà con với Phương Quỳnh. Nàng năn nỉ dì giúp việc cho đỡ buồn và cũng tiện cho đứa con gái đến thăm mẹ gần hơn, không cần phải về Lái Thiêu cho xa.

Cũng hơn cả năm, từ ngày Phương Quỳnh có thêm đứa con trai, chỉ có một lần duy nhất nàng thấy mặt Phong, là ngày mừng đứa con trai được tròn 1 tuổi. Nàng trách em mọi điều, có chút ít thời giờ về thăm ba mẹ cho vui, chị có chồng ở riêng. Ba mẹ chỉ còn một mình em, nàng thúc giục lập gia đình đi, chọn một trong hai đứa nhân viên của chị. Đứa nào cũng dễ thương, hơn nữa người trong đạo, Phong chỉ cười giả lả cho qua chuyện.

Một hôm, Phương Quỳnh về sớm để đi thăm Trúc Mai bị bệnh mấy ngày nay, Thiên Trang, ác mồm bảo nàng bị bệnh Tương Tư. Trước khi đến nhà, Phương Quỳnh tạt qua chợ Bến Thành để mua vài loại trái cây, nàng chợt thấy chiếc xe Vespa vượt qua mặt, trông giống như Phong. Phía sau có chở một cô gái mặt áo bà ba trắng loại tơ Việt Nam, quần saten đen, tóc đen dài mượt gần đến eo, tung bay trong gió. Chân mang đôi giầy sandal. Phương Quỳnh lên ga để đuổi theo, đến đầu đường Lê Thánh Tôn Pasteur tất cả xe phải ngừng lại vì đèn đỏ. Nàng đã cố luồn lách lái chen lên phía trước để xem mặt cô gái, nhưng không thể đến gần hơn được. Còn chừng 5m, đành phải chịu nhìn từ phía sau tới, nàng chỉ còn nhìn được bảng số xe.

Đúng là bảng số xe chồng nàng, không lẽ Phong về mượn xe chồng nàng, lúc nào, trước đó nàng không nghe chồng mình nói gì hết. Phía sau, Phương Quỳnh nhìn tới, thấy hai người nói chuyện gì đó, rồi cùng cười. Vừa thấy đèn xanh, chiếc xe Vespa đã vọt trước, chạy tít xa rồi, nàng chẳng thể nào rượt theo. Phương Quỳnh chạy một đoạn, rẽ trái để đến nhà Trúc Mai.

Nàng là con gái út trong gia đình có 3 anh chị, chị lớn lập gia đình, hai anh kế, một người làm bên nghành truyền tin, người anh nữa đang làm kỹ thuật viên cho đài phát thanh Quân Đội.

Phương Quỳnh bấm chuông, mẹ Trúc Mai ra mở cửa, bà mừng lắm gặp lại nàng, mời vào chơi. Phương Quỳnh để túi xách nylon lên bàn, với mấy trái cam vỏ vàng của Florida, nho đen của California và hộp Ovatine của Pháp. Bà bưng tách trà từ nhà sau lên, nàng đang ngồi trên ghế salon, vội đứng lên, bà đi đến, Phương Quỳnh vội đưa hai tay để tiếp tách trà còn nóng ấm trên tay bà:

- Xin Bác để cho con được tự nhiên, con đã đến đây bao lần rồi mà.

Bà cười nói:

- Đành thế! Được cô thương mến em nó là quý lắm rồi. Tôi gọi nó, có cô đến thăm.

Vừa lúc ấy, Trúc Mai từ nhà sau đi lên, trong bộ quần áo hồng mặc ở nhà, tóc dài được bới lên, xỏ xiên qua bởi cái trâm dài bằng đồi mồi. Hai chị em gặp nhau cười nói vui đùa:

- Nghe cô nương bệnh, bản cung vội vã đến thăm đây! Luôn tiện có trái cây, Ovatine em thích, chị đem tới cho em bồi bổ.

Mẹ Trúc Mai kiếu từ ra sau để cho họ được tự nhiên, bà vừa đi ra nhà sau, Phương Quỳnh nói nho nhỏ:

- Thiên Trang nó nói em tương tư hay có bầu gì đó, nên ở nhà không đi làm, để công việc cho nó làm một mình.

Trúc Mai vừa cười vừa nói hăm dọa:

- Được rồi! Em sẽ vào cắt cái lưỡi của nó!

Hai chị em cười, Trúc Mai nói:

- Chị gọi điện thoại hỏi thăm em được rồi, cần chi phải đến, còn mua những cái mà em thích nữa.

Phương Quỳnh nghiêm giọng nói:

- Biết tính tôi rồi mà, chị chỉ có hai đứa, xem như em gái, có phải bắt chẹt tôi hay không?!

Trúc Mai ra vẻ như lỡ lời:

- Cho em xin lỗi đi, chị chồng!

Cả hai cùng cười, tiếng cười của yêu thương, của sự quý mến nhau như ruột thịt, một bên không có đứa em gái để tâm sự, một bên không có người chị để nũng nịu. Phương Quỳnh thương hai đứa em nhân viên này. Với những ngày nàng bệnh hay ở nhà nghỉ dưỡng sanh nở, dù rằng có người thay thế. Nhưng chúng luôn mong nàng trở lại để điều hành công việc. Chị em từ giã nhau, Phương Quỳnh còn căn dặn:

- Hãy nghỉ cho khỏe đi, hết bệnh đi làm!

Trúc Mai nhỏ nhẹ nói:

- Hôm nay đã đỡ nhiều, em bị cúm, sổ mũi, sợ đi làm lây cho chị và cái con nhỏ kia! Nó hay đổ thừa cho em lắm!

Họ từ giã nhau, trên đường về Phương Quỳnh cứ nhớ mãi, chiếc xe Vespa màu xanh của chồng nàng, người lái giống như Phong, phía sau là cô gái tóc dài. Với cách ăn mặc quê mùa ở cái đất Sài Gòn này! Không chừng em nàng có quen cô gái nào ở dưới Bến Tre, nơi Phong đang đóng quân. Không! Các cô gái quê bây giờ không mặc như thế đâu, họ ăn mặc theo thời trang các thành phố lớn. Có lẽ mình nên về hỏi chồng sẽ rõ câu chuyện!

Ngày tháng cũng trôi theo dòng đời, bỗng một hôm gia đình Phương Quỳnh nhận được tin Phong bị thương rất nặng, đã được đưa về Tổng Y Viện Cộng Hòa. Bà mẹ ngất liệm trong tiếng gọi tên con, ba Phong gọi điện thoại cho gia đình Phương Quỳnh hay. Ai cũng nôn nóng, nhưng phải đợi đến giờ thăm nuôi bệnh nhân, một bệnh viện dành riêng cho những người lính tác chiến, bị thương trầm trọng mới đưa về đây.

Mẹ tỉnh lại, thương gọi tên con thảm thiết, tuổi đời chưa đến 30, chưa lập gia đình, chưa có đứa con nào thừa tự. Tay bà chắp lại nguyện cầu:

- Xin Chúa ban cho chúng con được mọi sự bình an trong ơn hồng phúc của Ngài. Dù rằng có tật quyền cũng là ý Chúa. Amen!

Mãi đến 5 giờ chiều mới đến giờ thăm nuôi, vợ chồng Phương Quỳnh vào bệnh viện Cộng Hòa, đi dọc theo dãy hành lang. Hàng trăm thương bệnh binh đã thuyên giảm đi tản bộ trong khuôn viên hoặc ngồi trên những băng đá. Đủ mọi binh chủng quân lực VNCH, người vui mừng được bình phục, ngày mai ra về an dưỡng, hoặc được giải ngũ. Với bao tháng năm đã từng gìn giữa từng tấc đất cho quê hương, đem an bình cho miền Nam này!

Vợ chồng Phương Quỳnh đi vòng từng khu, mới tìm được phòng của Phong, cũng gần trên dưới 20 cái giường cho mỗi bệnh nhân. Người băng đầu, kẻ bị treo chân lên thành giường, gãy tay, băng bụng, ngực, nằm trên giường rên la. Những thân nhân đến thăm cũng nhiều, tội cho những người gia đình ở quá xa chưa kịp tới thăm, nằm chèo queo một mình. Ở đây không cần phải lo về ăn uống hoặc chăm sóc, y tá, bác sĩ trực 24 giờ. Người thân đến chỉ để an ủi thân nhân trong những ngày điều trị.

Bất chợt Phương Quỳnh nhận ra phía sau cô gái cách đây cũng hơn cả năm nay. Cũng chiếc áo bà ba màu trắng, chiếc quần saten đen với mái tóc dài buông xõa sau lưng đang ngồi trên giường đút cháo cho bệnh nhân còn nằm.

Phương Quỳnh vội vã đi, bỏ mặc ông chồng, đang xách túi xách trái cây, nào cam nho xá lỵ, nàng đi đến phía sau lưng cô gái ấy. Người nằm trên giường đang vui cười, bỗng dưng ngưng lại, khiến cô gái đó quay mặt ra sau. Chợt thấy Phương Quỳnh là mẹ của Thanh Thảo, đứa học trò mà maseur Theresa đã từng dạy ở trường mẫu giáo Thánh Phao Lô.

Phương Quỳnh ngờ ngợ là dường như có gặp cô gái này ở đâu, nàng không nhớ rõ. Họ chào nhau, Phương Quỳnh cố để nhớ, nàng đút thêm cho Phong thêm miếng cháo cuối cùng nữa cho hết cháo trong chén. Nàng nói:

- Có người nhà của anh đến thăm, em ra ngoài một chút em trở lại.

Lệ Uyên, tên cô gái, chào vợ chồng Phương Quỳnh:

- Xin phép anh chị, em đi mua một vài thứ cho anh Phong.

Đúng là giọng nói nghe như thân quen mà nàng đã từng nghe ở đâu, Lệ Uyên cúi đầu chào từ giã bước đi, Phương Quỳnh chợt nhận biết, liền hỏi em mình, Phong gật đầu, nàng vội nói với chồng:

- Anh ở đây chơi với nó, em đi có chút chuyện rồi quay lại! Vừa dứt câu, nàng vội bước theo cô gái đó, mặc kệ cho Tiến, tên chồng nàng, ở lại với Phong, anh chẳng hiểu cớ sự gì vừa xảy ra. Tiến để túi trái cây lên bàn, kế bên cái túi nylon cũng là cây trái. Tiến đùa:

- Vợ chồng anh là người mang cây trái đến sau! Người đẹp!

Dù rằng những vết thương trên thể xác vẫn còn đau, Phong cũng phải mỉm cười, một viên AK xuyên qua vai, một miếng đạn B40 lấy đi miếng thịt ngang hông bụng. Vừa mới tỉnh hồi trưa, vẫn còn phải vô máu với cái bịch màu đỏ treo tòng ten trên cái giá cao ở đầu giường. Tiến tươi cười để bắt đầu cho giờ giảng mo-ral:

- Gần 4 năm, vợ chồng tôi chờ đợi chú mầy có người nối dõi tông đường. Thời gian dài đăng đẳng, trông đợi cho chú mầy chọn một trong 2 ả tố nga, Trúc Mai, Thiên Trang mà chị em tuyển chọn, con nhà khá giả, học giỏi, cùng là con cái Chúa. Thế mà đùng, một cái, lại có mỹ nhân đút cháo! Tôi và chị của cậu thấp tha thấp thỏm, mắt mở, mắt nhắm chạy đến đây! Tìm được cậu, thì hỡi ơi! Cậu đã có người đẹp chăm sóc! Ba mẹ ở nhà khóc hết nước mắt, má xỉu tới, xỉu lui, cầu kinh cho cậu. Trong bao năm tác chiến, anh dũng bội tinh, chiến thương bội tinh 5, 7 cái, có quyền xin về bộ tư lệnh. Có lẽ cậu muốn đeo bông mai bạc, lần này chắc bị giải ngũ rồi, sống bên người đẹp, an dưỡng tuổi trung niên. Còn có gì biện minh nữa không! Tôi chỉ tội cho 2 người đẹp mà chị của cậu tuyển chọn, bây giờ đã Cuốn Theo Chiều Gió rồi! Cậu có nghe lòng mình xót xa không?!

Phong không ngờ ông anh rể tấn công mình như thế, khiến anh chẳng muốn còn phản ứng gì hết vì những vết thương từ hôm kia. Một lần nữa, anh cố nín cười để khỏi bị đau, Tiến chuyển sang cuộc điều tra:

- Cách đây cả năm, có phải cậu đến chỗ tôi làm đổi xe Honda đàn ông của cậu, để lấy Sprime của tôi chở cô này không?

Tiến không đợi Phong gật đầu hay lắc đầu gì hết, anh tiếp:
- Cậu có biết, chị của cậu nói với tôi những gì không? Sao tôi không hỏi cậu, đổi xe để làm gì? Đi đâu? Cô ấy quên cậu năm nay đã gần 30 rồi! Luật pháp Việt Nam, công dân nào đúng 18 tuổi, là đã trưởng thành, được hưởng mọi quyền lợi Tự Do, không ai có quyền vi phạm đến họ, ngay cả cha mẹ. Tôi phải dùng 3 tấc lưỡi của Tô Tần để thuyết phục chị của cậu, tức là vợ của tôi. Tôi phải...

Dù rằng còn đau, Phong cũng phải chặn lời, hỏi:

- Sao hồi đó không chịu học Luật Khoa? Học làm chi bên ấy để đi phát lương cho lính?

Tiến đổi sang chính trị, giọng nói như trách móc:

- Cũng tại ba cái thằng Việt Cộng, Hồ Chí Rận, Phạm Văn Đồng, Võ Nguyên Giáp, Lê Duẩn, Trường Chinh, cộng thêm mấy cái thằng Mao Xín Xán và bè lũ Liên Xô. Chúng xúi dại, cũng nghe theo, tấn công các thành phố năm Mậu Thân 68. Chúng chết như rạ, tội lắm, ở tuổi thanh niên, sinh Bắc tử Nam. Bọn đầu trâu mặt ngựa, mừng vui, ca hát tại Hà Nội, quân ta toàn thắng. Nào ngờ mấy ngày sau, im ru, bà rù, nước mắt người cha người mẹ, người thân âm thầm cầu kinh, tụng niệm cho các con trai mình về một nơi không có chiến tranh, hận thù! Đó là cõi vĩnh hằng!!!

Tiếng vừa cười mỉa mai vừa nói:

- Thế là anh phải xếp bút nghiên, vì lệnh Tổng Động Viên, là trai tuổi 18 đến 45 lên đường vào Quang Trung, người đi Đồng

Đế. Cậu thì hơn tôi, lặn lộn với biển cả, tụi Việt Cộng gọi cậu là Lính Thủy Đánh Bộ!

Phong nghe anh rể nói sai, làm anh cười rồi nói:

- Nói như anh là Thủy Quân Lục Chiến kìa!

Tiến biện luận là mình nói không sai:

- Cậu là Hải Quân, là lính Thủy, chiến trận vừa rồi, có phải cậu truy kích tụi nó, chúng chạy vào rừng dừa và cậu bị thương trên vườn dừa. Như vậy, đánh với chúng nó trên đất hay dưới sông.

Phong vừa cười vừa năn nỉ:

- Đúng là luật sư! Làm ơn đỡ dùm em ngồi lên dậy, em nằm nghiêng mỏi quá!

Tiến nhìn đứa em vợ vừa nói vừa đỡ sau lưng cho Phong ngồi dựa vào chiếc gối:

- Làm lính như tôi thì đâu có bị trúng đạn.

Như chợt nhớ ra điều gì anh nói tiếp:

- Có phải cậu dùng khổ nhục kế để được người đẹp săn sóc không? Hứng được bao nhiêu nước mắt, nên cho vào chai thuốc Péniciline nho nhỏ, để dành trị bệnh Tương Tư đấy. Mai mốt lành bệnh rồi thì ít khi gặp được nàng.

Phong mỉm cười, nói:

- Hèn chi! Bà chị tôi thương anh là phải!

Vừa lúc ấy Phương Quỳnh và lệ Uyên cũng đi vào, tay xách cái túi nylon nho nhỏ. Phong để ý nhìn chị mình và người yêu, như họ mến nhau lắm. Tiến bịa chuyện, anh nhìn Lệ Uyên nói:

- Phong vừa nói với tôi, cậu ấy bị thương là do Chúa định ngày giờ này cậu mới được em chăm sóc cho cậu ấy. Có người đẹp ở bên là vết thương sẽ mau lành, mai mốt nên tính đến chuyện trăm năm đi! Em dâu có thấy không? Anh chị đi đâu

cũng có đôi cả, hôn nhân là mơ ước của những người tình. Hạnh phúc đang vây quanh hai em đó!

Lệ Uyên đứng lặng nghe, Phương Quỳnh có vẻ như ngạc nhiên, hỏi chồng:

- Anh biết chuyện rồi à?!

Phong vội vã nói:

- Em không có nói gì hết! Chị không biết chồng chị gì à! Anh là Luật Sư, nhà Tâm Lý Học, nhà Tướng Số kiêm Phong Thủy, là học trò của tiên sinh Tả Ao. Là học trò chiêm tinh gia Huỳnh Liên...là...

Phương Quỳnh ngắt lời, nàng nói với Lệ Uyên:

- Em thấy chưa? Nó bị thương gần chết mà miệng lưỡi còn như thế đó! Ai cũng chết vì cái miệng của nó. Con đường thẳng, nó còn biện chứng được trở thành con đường cong mà! Em nên cẩn thận với lời lẽ của nó?!

Lệ Uyên mim mỉm cười vì lời nói chị của Phong, Phương Quỳnh vừa nói với Lệ Uyên vừa nắm tay chồng:

- Anh chị ra ngoài trước, đợi em.

Vừa nói xong, Phương Quỳnh kéo tay chồng đi, Tiến còn chần chừ nói thêm mấy câu với họ:

- Còn 15 phút nữa là hết giờ thăm nuôi đấy!

Họ nhìn nhau cười, vợ chồng Tiến đi ra khỏi phòng, họ nắm tay nhau, lần theo hành lang bệnh viện. Hầu như tiếng máy bay trực thăng hạ cánh hoặc lên, từ xa văng vẳng cả ngày lẫn đêm. Những chiếc xe cứu thương quân đội cũng vẫn ra vào cổng Tổng Y Viện. Chiến trận vẫn còn, những đóm hỏa châu nở rộ trên trời quê hương! Những chuỗi tiếng bom vang lên, vọng về làm rung chuyển thân xác mẹ Việt Nam!

Ôi! Những khổ đau này đã không làm xúc tác được nhóm người muốn tranh đoạt miền Nam bằng Ak47, B40, T54. Gạt gẫm hàng ngàn trai trẻ sinh Bắc đi giải phóng miền Nam, theo con đường mang tên con Cáo, mà thân xác bệnh hoạn khi đi qua con đường kinh hoàng này. Đã đi B thì không thể nào "Quay B" lại được, chết khô trên những chiếc võng mắc trên cây trong rừng Trường Sơn.

Thân thể sình thối, mục rữa theo quá trình để thành những bộ xương được cái võng nylon ấp ủ cho đến khi cái võng đó cũng mục rách rơi xuống đất. Tháng năm được phủ kín dưới lớp lá rừng rơi rụng. Mẹ cha chẳng biết rằng con mình đã vùi xương cốt nơi nào đó trên con đường mang tên bác Hồ, muôn vàn kín yêu!

Lệ Uyên mở cái bao nylon lấy bịch bánh mì ngọt, trong có nhân đậu xanh, nàng để trên bàn cùng với cây bàn chải và ống kem trắng chỉ hồng súc miệng Leyna, một cái ly bằng nhựa vừa nhẹ vừa rớt không bể, nào hai cái khăn lau mặt nhỏ. Nàng day qua ngồi lên giường nói:

- Bánh mì để cho anh ăn khuya, trước khi uống thuốc, có cả kem bàn chải đánh răng. Nhớ lời em dặn, anh đang uống thuốc giảm đau, thuốc làm anh xót ruột. Anh nằm xuống đi để em về, anh chị Hai đợi em ngoài cổng. Mai em vào thăm anh, nhớ lời em dặn nha!

Phong nhìn nét mặt người yêu sao dễ thương quá, không có một chút gì phấn son, nhưng má vẫn hồng, môi vẫn đỏ, đôi mắt long lanh như hạt huyền. Anh thì thầm đủ để cho nàng nghe:

- Lệ Uyên! Cho anh hôn nhẹ lên má, đi em!
Qua tai, nàng nghe như một cơn lốc xuyến xao, ánh mắt trách móc, nũng nịu nói:

- Mai mốt đi! Ở đây có nhiều người đang nhìn mình kìa!
Lệ Uyên đứng lên, hơi chồm tới phía trước, đưa hai bàn tay để sửa cái gối lại cho ngay ngắn, vô tình nàng hơi cúi đầu mình xuống gần mặt Phong. Một thoáng hương người con gái, khiến anh không bỏ lỡ dịp may ngàn năm một thuở. Anh ngẩng đầu lên hôn phớt lên đôi má màu đào, chỉ thoáng một giây va chạm khiến Lệ Uyên chới với cảm xúc như trong mơ, khiến cả mặt nàng đỏ hồng vì quá thẹn thùng.

Nụ hôn đầu trên má người trinh nữ, ánh mắt lại long lanh như cả trời Xuân. Lệ Uyên phụng phịu nói:

- Chị Hai nói, anh có nhiều tánh xấu lắm đó! Anh nghỉ đi, nên ngủ cho nhiều, chiều mai em vào thăm anh!

Vừa nói xong, nàng quay đi, nhưng cánh tay còn lại của Phong nắm lấy bàn tay nhỏ bé của nàng. Khiến cho Lệ Uyên đứng lại, anh nói như thầm cám ơn:

- Tha thứ cho anh! Hương yêu của em vẫn còn đọng trong hai buồng phổi của anh đây! Em đi về mà hương yêu ấy vẫn ở trong tim anh. Cám ơn em! Đã cho anh những giờ phút hạnh phúc và bình yên này!

Đôi mắt nàng như ẩn chứa dòng lệ yêu thương, Lệ Uyên vẫn để tay mình trong lòng bàn tay anh. Như chuyền cho nhau hơi hớm yêu thương, nàng nói:

- Mai em đến thăm anh, nhớ ăn bánh trước khi uống thuốc. Anh chị đang đợi em ngoài cổng.

Đôi bàn tay vẫn ở trong nhau, lâu lắm Phong mới khẽ buông ra, họ vẫn còn lưu luyến, bịn rịn khi nàng bước đi. Phong dõi mắt nhìn theo phía sau những bước Lệ Uyên đi. Đến cửa phòng, nàng quay lại nhìn anh đang nằm trên giường mà cánh tay còn lại không bị băng, anh vẫy vẫy như nói lời từ biệt. Người đã đi xa, khuất sau cánh cửa, nhưng lòng họ vẫn như còn ở bên nhau, hiện rõ nét mặt người mình thương.

Tiến đã gọi sẵn chiếc xe xích lô máy đậu nơi cổng, Phương Quỳnh cũng vừa thấy Lệ Uyên đang dắt chiếc xe đạp ra. Phương Quỳnh đi đến bảo nàng đưa chiếc xe đạp cho Tiến, Lệ Uyên chưa hiểu ra sao, Phương Quỳnh nói như ra lệnh vừa đưa tay đẩy nàng:

- Em lên xe xích lô máy ngồi đi, anh Tiến để chiếc xe đạp em lên phía trước.

Lệ Uyên chẳng biết chuyện gì, nhưng nàng làm theo ý Phương Quỳnh, người tài xế lái xe xích lô máy, cầm sẵn sợi dây để cột chiếc xe đạp vào hai bên móc trước xe xích lô máy. Phương Quỳnh nhỏ nhẹ nói như lời yêu cầu:

- Từ đây em về đó, đường xa lắm, gần 1 giờ em đạp xe. Trời tối, qua những đoạn đường vắng, lỡ có chuyện gì thì khổ lắm. Giờ đây, chỉ có mỗi mình em nói là Phong nó mới chịu nghe lời. Ngày mai anh Tiến bận đi phát lương lính, không đi với chị được. Ba má sẽ đến bệnh viện thăm nó, chị em mình gặp lại. Từ này về sau, em đến thăm Phong không phải đi xe đạp nữa, chị sẽ bảo taxi đến rước em và đưa em về.

Phương Quỳnh không đợi cho Lệ Uyên có bằng lòng hay không? Nàng đưa tay nắm lấy bàn tay Lệ Uyên, nói thêm như lời vỗ về:

- Nghe lời chị đi em! Em là niềm sống của Phong đó!
Lệ Uyên chỉ biết gật nhẹ đầu, mim mỉm cười. Người tài xế xích lô máy ngồi trên yên xe, đạp máy nổ, xe vọt chạy, thì Phương Quỳnh cũng lên ngồi phía sau xe Sprime, Tiến cũng chạy theo sau xe xích lô máy.

Hơn 9 giờ đêm, Sài Gòn xe cộ vẫn còn đông, tiếng còi đủ loại xe vẫn vang vang, dù rằng có lệnh cấm bóp còi quanh khu các bệnh viện. Cũng gần nửa tiếng mới đến nơi, vợ chồng Tiến đậu xe sát lề đường, đợi người tài xế xe xích lô xuống xe, gỡ dây buộc, nhấc chiếc xe đạp xuống, đạp chống dựng xe, Tiến trả tiền. Phương Quỳnh đợi Lệ Uyên xuống xe, nàng đến bên nhắc Lệ Uyên lần nữa:

- Chiều mai, chị và ba má đến đón em lúc 4 giờ chiều nhe em!

Lệ Uyên đáp như có vẻ lo lắng:

- Có ba má nữa hở chị! Em lo lắm!

Phương Quỳnh nói như trấn yên:

- Bộ muốn tránh mặt hay sao? Chị bảo đảm Ba Má thương yêu em. Chị đợi em vào, anh chị mới đi!

Lệ Uyên lấy chìa khóa mở cái cửa nhỏ, chào từ biệt vợ chồng Tiến, nàng đẩy chiếc xe đạp vào bên trong, khóa cửa lại, dẫn xe băng ngang qua cái sân rộng. Ánh sáng đèn vàng hắt hiu lờ mờ. Phương Quỳnh đứng nhìn Lệ Uyên đi khuất sau dãy hành lang, nàng quay trở lại xe chồng mình đang đợi. Chạy được một đoạn trên đường Kỳ Đồng, Tiến bất chợt hỏi vợ đang ngồi phía sau:

- Lệ Uyên từ dưới quê lên đây thăm Phong, cô ấy không có bà con hay sao mà phải ở nhờ Tu Viện, vậy em?

Nàng nghe chồng mình hỏi vậy, chứng tỏ rằng Tiến không biết chuyện gì hết. Phương Quỳnh nhắc lại chuyện, cách đây hơn cả năm, có lần nàng trách chồng về chuyện Phong đến nơi Tiến làm để đổi xe Honda lấy chiếc xe Vespa đời mới, đèn vuông gọi là Sprime, màu xanh nước biển lợt rất đẹp. Lúc ấy họ thường mua nó nhiều hơn xe Lambretta 2 bánh. Phương Quỳnh nhắc khéo, về chuyện đổi xe cả năm nay rồi như để xin lỗi chồng mình về chuyện đó:

- Có lần em hỏi anh về chuyện xe Phong bị hư gì đó, mới ghé đổi chiếc xe của anh. Cô gái ngồi phía sau mà Phong chở, đó Lệ Uyên. Anh thấy như thế nào?

Tiến chẳng cần suy nghĩ, đáp lời vợ:

- Em mà có cô em dâu như thế là chuyện khó tin. Con gái thời nay, em nhìn xem có đứa nào chịu ăn mặc nhà quê như thế đâu!

Phương Quỳnh biết chồng mình nói thật lòng, nhưng nàng lại giả vờ trách:

- Em biết anh đang trách em, bắt anh ăn mặt theo thời trang phải không nào?! Anh đi đâu chơi với em, em chọn áo quần cho anh, áo nào, cà vạt nào, mặc với complé nào? Bực mình lắm phải hôn?!

Bị vợ nói đúng ngay tim đen, Tiến lờ đi không trả lời. Thật tình mà nói, Tiến thích ăn mặc giản dị, không bị gò bó theo quy luật model. Bộ đồ lính được ủi hồ, sắc lẻm làm việc văn phòng, mà cũng phải te tua trong những ngày đi phát lương.

Về đến nhà trút bỏ nó đi là mừng rồi! Để được mặc áo montagu, quần short vừa nhẹ, thỏai mái...

Phương Quỳnh thấy chồng im ru, nàng vòng tay ôm sát vào lưng chồng, lời hỏi có hơi nũng nịu:

- Trúng rồi phải hôn?

Phương Quỳnh nói tiếp như đang kể lại một chuyện đời buồn:

- Lệ Uyên đâu có ai thân thuộc đâu, có ba mẹ nhưng phải sống trong viện mồ côi!

Tiến muốn hỏi: "*Sao cha mẹ cô ấy làm thế?!* "

Nhưng anh không hỏi, chắc rằng vợ mình sẽ nói rõ lý do. Thường thì chuyện đời không giống như một quy trình nào đó hết.

Phương Quỳnh tiếp:

- Ba mẹ Lệ Uyên đem bé vào đó hồi còn 4 tháng, nhờ nuôi dưỡng, mỗi tháng đến thăm và đóng tiền một lần. Đến lúc Lệ Uyên được 1 tuổi, vào ngày sinh nhật của Uyên, cả hai ba mẹ đến và xin gởi nàng ở lại cô nhi viện luôn, cho đến khi 2 tuổi, ba mẹ Uyên sẽ trở lại rước bé. Cho mãi gần đến lúc bé Uyên gần 2 tuổi, cô nhi viện nhận được một lá thư, ba mẹ bé xin gởi lại ở luôn trong đó. Nhờ mẹ bề trên và các sơ nuôi dạy dùm.

Cũng gần được thêm một năm nữa, viện mồ côi nhận thêm một lần thơ nữa. Lời lẽ van xin để gởi gấm bé Uyên cho đến khi trưởng thành. Thư này được gởi từ Pháp, mỗi lần như vậy có kèm theo một tấm "măn-đa". Lần nào nhận được thư, với lời lẽ cầu xin, vì công việc không thể nuôi dưỡng được bé Uyên.

Không phải vì cô nhi viện nhận tiền mà bé Uyên được ưu đãi, trường Thánh Phao Lô đều nuôi dưỡng và dạy dỗ, cho các bé học đến hết bậc Trung Học Đệ Nhất Cấp ở trong trường. Mẹ bề trên sẽ xem xét đứa nào học giỏi, cho các bé thi vào trường công lập, nếu như đậu sẽ được ra ngoài học. Có những trẻ mồ côi đã vào Đại Học, có việc làm quan trọng trong xã hội, họ lập gia đình. Nhưng luôn luôn vẫn nhớ đại gia đình, trở về thăm nom thế hệ sau, không những giúp đỡ về tài chánh mà còn nhắc lại những niềm vui trong viện mồ côi.

Họ tha thứ cái tội của những bậc cha mẹ đã tạo ra chúng, vứt bỏ chúng như vứt bỏ một đồ vật mà làm họ không thích. Dù rằng sau đó, những bậc cha mẹ đó ân hận, quay lại tìm. Nhưng trên đời này, không phải ai cũng có thể sinh nở được dễ dàng. Có người chẳng may, không sinh nở được, họ lượm về nuôi, họ vào cô nhi viện tìm một đứa vừa ý xin đem về làm dưỡng tử.

Đến năm Lệ Uyên 18 tuổi, cái sinh nhật đầu đời, không tổ chức xa hoa như những gia đình khác, hay đơn sơ như những đứa còn ba mẹ, ông bà. Một cái bánh nho nhỏ cũng như hàng trăm bé trong cô nhi viện mà Lệ Uyên trưởng thành đến năm thứ 18.

Cũng chính ngay vào ngày sinh, Lệ Uyên được vào tu viện, học đạo để trở thành Maseur Theresa. Chiếc áo của dì phước, cái khăn của dì phước trùm kín một chuỗi dài người con gái, thương nhớ ba mẹ, chịu nhiều bất hạnh trong trần đời. Đó là ý nguyện của Lệ Uyên từ lúc nàng lên 15 tuổi. Mười lăm năm suy nghĩ, 3 năm ấp ủ trong lòng, để trở thành hiện thật.

Cái tên Lệ Uyên đã chết theo dòng thời gian, bỗng nhiên gần 2 năm sau, có một người con trai đeo đuổi. Maseur Theresa phải hằng đêm cầu nguyện cho người con trai ấy quên đi cái ý nghĩ rồ dại đó. Sơ cũng đã đem chuyện nói với các sơ khác và thưa chuyện lại với mẹ bề trên. Bà đưa sơ trở lại bên cô nhi viện để chăm lo các em bên đó, phụ huynh học sinh lớp mẫu giáo không còn ai biết sơ Theresa đâu nữa!

Rồi một hôm, sơ phải đi ra ngoài để giao dùm những cái áo len đan tay cho các cửa hàng bán quần áo đắt tiền ở đường Lê Thánh Tôn mà khách đã đặt. Người phụ trách công việc này bị bệnh cảm từ mấy ngày hôm, sơ Theresa phải mặc quần áo thường cho dễ đi xe đạp, phía sau ba ga còn phải chở lên một bao áo len khá lớn đã đan xong.

Công việc này sơ cũng đã làm nhiều lần, như bao đứa em lớn làm khi còn ở trong cô nhi viện. Em nào thích, có tay nghề cao là lãnh công việc nhẹ nhàng đan áo, còn em nào thích nấu ăn thì theo học nấu ăn, làm bánh đem bỏ mối ở những tiệm bánh. Em lớn trông chừng và săn sóc các em bé khác cũng cùng cảnh ngộ như mình. Sau này, khi lớn lên sơ mới biết có làm như vậy mới có tiền để trang trải mọi chi phí. Viện mồ côi còn được tài trợ bởi những nhà hảo tâm và các cơ quan tài trợ khác ở Hoa Kỳ, Canada, Âu Châu hay của Cao Ủy Liên Hiệp Quốc.

Từ đường Hai Bà Trưng đi xuống bến Bạch Đằng, sơ rẽ mặt để về Lê Thánh Tôn, qua ngã tư Pasteur bị chiếc xe Honda đen đàn ông từ trên Lê Lợi chạy ào xuống, đụng phớt qua bánh xe trước. Sơ té nhào xuống đất, hắn bỏ chạy luôn, làm mọi xe cộ dừng lại, tạo ra cảnh kẹt xe. Tiếng còi đủ mọi loại xe inh ỏi, mọi người xúm lại, người đi đường nóng tánh, chửi rủa kẻ gây tai nạn, có người cho biết họ đã ghi bảng số xe, có người khác dựng chiếc xe đạp lên dùm.

Phong lo đỡ cô gái dậy, anh giựt mình, sao nét mặt cô gái này giống y như ai đó mà anh đã gặp ở nơi nào? Phong không nhớ rõ, anh dìu cô đứng lên, nhưng cô lại phải ngồi xuống đôi lần, nước mắt rưng rưng. Chiếc áo bà ba trắng có rướm máu ở khuỷu tay, cái quần saten đen không đủ dầy để che cho cái đầu gối đừng bị lả, rách đi một lỗ kha khá lớn, để máu chảy ra bên ngoài. Anh vội vã bế cô gái lên để đi vào ngồi trên lề đường, anh vội trở ra để dẫn chiếc xe Sprime và chiếc xe đạp vào. Nhưng có người đang làm dùm cho anh việc ấy.

Phong chợt nhớ trong cốp ngang xe có hộp đồ nghề cứu thương của anh rể, anh ấy bao giờ cũng kỹ lưỡng, nghĩ rằng khi lái xe sẽ có đụng chạm, đụng chạm là có máu chảy. Anh vội vã lấy chìa khóa mở cốp lấy cái hộp, phía bên trên hộp anh còn vẽ thêm cái dấu cộng màu đỏ lói. Phong tìm chai thuốc bột để rắc lên vết thương, anh chợt thấy chai an-côn, Phong xăn ống quần lên, làm cho cô gái không kịp lấy tay ngăn lại. Anh vừa làm vừa nói:

- Cô ráng chịu đau một chút, tôi dùng alcole để sát trùng.
Đôi bàn tay nhanh nhẹn như người y tá nơi chiến trường, có nhiều người đang xem, nói anh là bác sĩ quân y. Người tỏ vẻ mình rành hơn, nói, là bác sĩ ở bên Hải Quân. Chỉ chừng năm ba phút, Phong đã băng vết thương lại, anh bỏ chúng vào trong hộp trở lại và đỡ cô gái đứng lên. Nhưng vừa đứng lên, cô cảm thấy ở bàn chân bên kia đau nhức lắm, Phong bế cô lên để ngồi trên yên sau xe Sprime đang chống lên gần bên. Anh biết cô bị trặc mắt cá, Phong ngồi chồm hổm gỡ chiếc giầy sandal ra, dùng đôi bàn tay xoa nhẹ, rồi mạnh dần. Cô cảm thấy đau nên rút bàn chân, anh biết cô bị sai khớp xương. Một số người còn đứng chung quanh, bảo anh chở đi bệnh viện Sài Gòn gần đó, gần bùng binh chợ Bến Thành. Phong không cần hỏi ý kiến, anh nói:

- Cô ngồi đây, để tôi đẩy chiếc xe đạp đi sửa, tôi quay lại liền.
Người con gái đó không biết nói gì hơn, yên lặng nhìn xuống bàn chân đau mà rươm rướm nước mắt, mái tóc dài phủ xuống như che giấu gương mặt dịu hiền, dễ mến. Phong quay trở lại với bao vải đựng áo len, anh vừa cười vừa nói:

- Cái bao này làm cho cô trặc chân đó! Cô vịn vào vai tôi nè, tôi đẩy sụp cây chống xuống. Cô ngồi sau nhớ ôm chặt tôi đó, tôi đưa cô đến nhà thương để họ chụp quang tuyến. Như thế mới biết bàn chân cô ra sao, cũng có thể bị nứt khớp xương!

Người đứng xem chung quanh, anh có hù thêm làm cô thêm lo lắng, cô yên lặng nghe theo. Phong đạp máy xe và để bao vải vào phía trước, nơi anh để hai chân, trước khi chạy, anh còn nhắc lại, nên vịn vai anh cho chặt. Mỗi lần anh nhắc, cô gái ôm chặt thêm một chút. Xe chạy lên, đến ngã tư Pasteur Lê Lợi, Phong rẽ mặt để đến bùng binh chợ Sài Gòn, đánh một vòng để qua bên kia phía cửa sau bệnh viện. Anh gởi xe, dìu cô đi từng bước, mỗi bước làm cô gái đau đến nhăn cả nét mặt. Chừng hơn mười bước cô phải nhảy cò cò, Phong không hỏi, liền vòng tay ra phía sau lưng bế nhẹ cô gái lên, mái tóc dài phủ lấy cánh tay anh.

Hương thơm từ tóc, từ thân tỏa ra như vấn vương mùi da thịt, có lẽ là lần đầu anh có được sự hiện hữu mặt anh và mặt cô gái như gần nhau. Phong chạy nhanh lên những bậc tam cấp, chạy vào phòng cứu cấp. Người ra vô tấp nập, xe cứu thương hụ vang khi vào sân. Anh nhanh tay để cô gái nằm trên chiếc xe băng ca vừa trống, đẩy thẳng vào trong, miệng vừa bảo cô nhắm mắt lại. Ngay khi ấy gặp anh y tá, Phong năn nỉ:

- Anh ơi anh! Tôi vì công vụ, lái xe đụng phải cô gái bất tỉnh, lả đầu gối, có lẽ bể mắt cá đi không được xin anh làm ơn giúp đỡ tôi. Tôi còn phải trở về đơn vị nữa, xa lắm ở tận cù lao Bến Tre. Làm ơn, làm phước đi ông! Đi ông!

Phong sợ người y tá phát giác anh bịa chuyện, anh vừa nói thêm vừa kéo bên chân anh đã băng:

- Cô ấy vừa kêu rên!

Người y tá hỏi:

- Ai băng vậy?

Phong đáp, thêm một vài lời ai oán:

- Máu chảy nhiều lắm, tôi phải băng lại.

Người y tá nhìn anh, như thương hại:

- Được rồi thiếu úy, tôi đẩy vào trong để chụp X-ray, anh chờ ngoài này đi.

Phong vỗ vai người y tá, miệng nói lời cám ơn không dứt, cô gái nằm trên ấy cố nín cười, thầm nghĩ. Ông này nói dối có phương trình, có logic làm cho anh y tá tin lời.

Phong chạy ra ngoài, tìm điện thoại công cộng để báo cho bạn biết, anh đang bận chuyện nên đến trễ. Giờ này bạn anh đang vui vẻ bên cô dâu, ngày cưới họ hàng ăn mừng, chúc tụng cho đôi tân lang, tân giai nhân được "Trăm Năm Bền Sắc". Phong cũng dự định mua thêm món quà gì cho họ, ngoài số tiền bạn bè ở đơn vị gom góp lại, nhờ anh đại diện. Đời lính mấy khi được thư thả để về Sài Gòn hơn cả trăm cây số.

Miền Nam có 2 tỉnh mà Việt cộng thường tự hào là "Thành Đồng Vách Sắt", đó là Bến Tre và Củ Chi, cái nôi cách mạng. Người đi tập kết ra Bắc cũng nhiều, có cả trẻ con muốn được nhìn tận mặt Bác. Cán bộ nằm vùng cũng đông, du kích cũng khá. Nhưng từ khi Hải Quân có thêm những Giang Tốc Đỉnh. Bọn chúng đang tè mà nghe tiếng máy chạy, không kịp kéo quần lên thì bị bọn anh tóm gọn, chỉ trừ mấy trự kinh tài, núp dưới hầm. Chúng ăn mập thây, nếu đem cân cũng hơn 5, 3 tạ, da trắng nõn còn có thêm vài ba cô giao liên tuổi 16, 17 ủng hộ đồng chí để giải sầu.

Từ nãy giờ Phong đi cũng lâu, anh lật đật quay trở lại, anh đi vòng tìm không thấy, Phong đến văn phòng cứu cấp để hỏi, cô y tá soạn hồ sơ cho biết cô gái đó là sơ Theresa. Anh chưng hửng, hỏi lại, được người y tá tả hình dáng và cách ăn mặc. Đúng rồi! Phong còn ngẩn ngơ, chợt cô y tá thủ quỹ bảo đóng 25 đồng, tiền lệ phí chụp quang tuyến ở cổ chân.

Bây giờ, Phong mới nhớ gương mặt người con gái đó, đã gần 2 năm anh không gặp. Trước đây anh viện cớ đưa cháu gái Thanh Thảo, rồi mua nhiều bánh kẹo cho trẻ mồ côi, nhờ sơ Theresa chuyển dùm. Việc này đến tai mẹ bề trên, bà không cho nhận nữa và sơ Theresa bị khiển trách rồi chuyển trở về bên viện mồ côi để chăm sóc chúng.

Đêm đêm sơ cầu nguyện với Đức Mẹ Đồng Trinh:

- Xin cho người ấy quên con đi, một cuộc tình đầy ngang trái. Trong thời chinh chiến, người trai ấy đã đi trên các chiến trường. Mong ông ấy tìm được một người con gái như ông ấy muốn dễ dàng mà! Sao để vướng vào cái tội lỗi này?!

Đã qua rồi gần 2 năm, ngày tháng như quên lãng theo thời gian, sao bỗng dưng lại xảy ra một tai nạn này. Người con gái đó đã nhận diện được Phong, ngay từ lúc anh đỡ cô gái đứng lên. Nàng đứng không được, bao xe cộ, bị kẹt ở ngay ngã tư, tiếng động cơ, tiếng còi xe inh ỏi. Phong phải bế nàng ngồi vào lề đường để băng bó, rồi đưa nàng vào bệnh viện. Vòng tay người lính, cách chăm sóc thanh nhã, làm tim người con gái dao động.

Đúng như mẹ bề trên đã giảng dạy cho nàng, từ khi có sự việc xảy ra, mẹ bề trên muốn cho nàng phải suy ngẫm sự thử thách với thời gian, trước khi nàng được trở về tu viện. Người y tá khi nãy đẩy cô gái trở ra đang ngồi trên chiếc xe lăn, bàn chân được băng lại. Phong vội vàng đến bên để đẩy, anh chưa kịp hỏi, người y tá nói như trách móc:

- Nên cẩn thận khi lái xe, cô ấy chỉ bị trặc khớp, sửa xong rồi, tránh đi nhiều, chừng tuần sau sẽ khỏi. Đây là toa thuốc, anh ra nhà thuốc tây mua, nơi đó họ sẽ chỉ dẫn anh cho người đẹp uống thuốc. Anh phải đợi, để lấy hình quang tuyến.

Phong chỉ vâng dạ, không nói lời nào, giả vờ như không biết cô là maseur, anh hỏi thăm:

- Cô còn đau không?

Nàng nói như cám ơn:

- Thật oan cho ông quá, ông có cần đi đâu thì đi đi, tôi nhờ người gọi điện thoại về nhà để họ đến rước tôi về.

Phong biết, sơ không muốn mình giúp nữa, sợ anh biết nàng là sơ Theresa. Anh cũng định đi, nhưng lại không yên lòng. Bỗng có cô y tá đến đưa cho anh cái bao thư màu vàng lớn chừng cuốn sách, bên trong có ảnh quang tuyến. Phong cầm lấy, trao lại cho cô gái, anh vừa đẩy xe lăn vừa nói:

- Tôi có công việc cũng phải đi, tôi đẩy ra cửa sau để cô tiện việc nhờ người gọi điện thoại.

Miệng nói như thế chớ làm sao anh bỏ đi cho đành, đi vòng bên, có đường dành riêng cho xe lăn và xe băng ca. Nỗi lòng cô gái cũng khó xử, cô chợt nhớ chưa đi giao áo len, nếu thật như Phong đi, làm sao sơ làm được, còn gọi điện thoại về lại làm họ lo lắng thêm. Phong nhỏ nhẹ nói:

- Cô ngồi ở đây, đợi tôi đi lấy xe rồi tính.

Anh đi đến nơi gởi xe, đạp máy nổ, lên yên lái xe chạy đến chiếc xe lăn, Phong thắng xe, đạp chống dựng xe lên, anh đến bên cô gái, nói như phân trần:

- Chân cô đau như thế này, cô không thể nào đi một mình được, nếu như không có cặp nạn. Hay để tôi vào trong ấy xem có cặp nạn nào tôi mượn đỡ cho cô đi, khi nào hết, mình mang trả lại.

Cô gái còn do dự thì Phong đã bước lên những bậc tam cấp để đi vào trong, chừng hơn 10 phút anh trở ra, đến gần cô gái, anh nói:

- Cô lên xe đi, tôi chở cô đến nơi này họ sẽ cho mình mượn. Một bên chân bị lả đầu gối, còn bên kia bị trặc chân, đứng lên không muốn nổi mà còn đi một mình. Phong nghĩ maseur này không lượng sức mình, có lẽ giữa Đời và Đạo là 2 con đường thẳng cùng đi song song, giữa một dì phước và người lính chiến. Trên đời này có biết bao cô gái từ dễ thương, dịu hiền cho đền nhí nhảnh, đủ mọi lứa tuổi cho anh chọn. Anh chưa bao giờ nghĩ đến chuyện chọn để tìm hiểu nhau. Sao lần này, ngay cái lần đầu tiên Phong gặp, chiếc áo maseur, cái khăm trùm kín chỉ còn thấy được gương mặt hiền từ và đôi mắt vừa long lanh, vừa chất chứa một cái gì bất hạnh lắm thì phải.

Tim anh bỗng dưng rung động, nhưng chiếc áo dòng tu như một bức tường "Vạn Lý Trường Thành" đã ngăn chặn bước anh đi. Hãy đứng lại đó đi, mà đợi?! Biết đâu một ngày nào đó, bức tường rắn chắc đó sẽ có một cái cửa để cho anh vào.

- Ông ơi! Giúp dùm tôi!

Tiếng gọi của cô gái, kéo Phong về hiện tại, anh đưa đôi bàn tay nắm lấy đôi bàn tay cô gái. Má cô gái ửng hồng, anh nói để cho cô ấy bớt ngượng:

- Cô đứng đây, vịn vào chiếc xe, tôi đẩy chiếc xe lăn vào trong trả cho họ. Tôi sẽ trở ra liền.

Người người đi vô, người người đi ra, ai cũng nhìn cô gái, chiếc áo trắng bà ba, cổ tròn, chiếc quần saten láng mướt, đi đôi giày sandal màu đen, một bên chân bị băng. Mái tóc đen dài như dòng suối, như phủ gần hết gương mặt dễ thương.

Không lâu lắm đủ để cho mọi người chiêm ngưỡng, họ như tiếc nuối khi Phong trở ra, hoa đã có chủ?!

Cái chân mặt bị đau đầu gối, bàn chân trái còn đau không thể đứng được, nếu như phải ngồi lên yên sau xe Sprime, Phong hỏi:

- Cô muốn ngồi 2 bên hay 1 bên.

Từ nhỏ cho đến lớn, cô có bao giờ biết ngồi lên xe này đâu, nàng còn do dự, Phong hiểu ý:

- Cô ngồi một bên, khó ngồi lắm đó, vì cả hai chân cô bị đau. Nên ngồi 2 bên, như vậy cô sẽ không bị rớt xuống đường, cô ngồi như khi nãy, lúc tôi chở cô đến đây vậy.

Cô gái không còn cách nào để chọn, đành nói, giọng nghe như ai oán lắm:

- Tùy ông thôi! Biết làm sao hơn?!

Có nghĩa là, cô gái phải để cho Phong lòn một tay sau lưng, còn một tay kia lòn sau đôi chân. Anh bế nàng lên, để ngồi lên yên sau, anh lấy tay cầm cái chân đau để qua một bên xe, còn bên chân mặt để xuống bên kia. Hương thơm từ người con gái như vào đầy buồng phổi anh, đã hai lần anh bế cô gái. Bây giờ là lần thứ 3, mỗi lần là một cảm giác khác nhau cho cả hai. Nếu như một cô gái bình thường, chuyện này là một dịp tốt. Còn ở đây, cô gái nghĩ như là một sự phạm tội, rồi đây mình phải nói gì với mẹ bề trên?!

Có phải đây là một định mệnh không hỡi Đức Mẹ Maria, mẹ đã một lần sinh Đức Chúa Jesu bằng Đức Thánh Linh. Còn con, người đó thương con bằng tình yêu mà Đức Chúa Trời ban cho một người Nam và một người Nữ. Con biết làm sao đây?!

Tiếng máy nổ, Phong kéo bao vải để lên chỗ chân anh, Phong nói:

- Tôi chở cô đi mua thuốc và lấy cặp nạn, sau đó tôi đưa cô đến chỗ sửa xe để lấy chiếc xe đạp, còn cái bao này là bao gì?

Cô gái nghe Phong hỏi về cái bao, cô chợt nhớ nói:

- Ông ơi! Ông có thể chở tôi đi giao cái bao này trước được không ông?

hong thầm nghĩ, bây giờ maseur chịu nhờ tôi rồi có phải không? Anh hỏi:

- Giao ở đâu, cô nói địa chỉ đi, tôi chở cô đến đó.

Cô gái đáp:

- Ở gần chỗ đụng xe đó! Còn một chút nữa là đến nơi rồi!

Không ngờ lại bị người ta đụng! Lại làm phiền đến ông!

Phong giả bộ như không biết gì hết về cô gái, anh nói:

- Phải chi cô đi sớm hoặc trễ chừng 5 phút thôi, thì sẽ không có xảy ra tai nạn rồi!

Cô nói lại như phân trần:

- Làm sao tôi biết trước như vậy đâu! Người ta đụng tôi, rồi bỏ chạy luôn!

Phong nói về mình:

- Cô nói đúng! Không ai biết trước được những gì may hay rủi sẽ xảy ra cho mình. Như chúng tôi, đang hành quân, súng nổ vang trời, bạn bè vừa nói với nhau. Bỗng dưng đang nói chuyện, người bạn kế bên kêu lên ú ớ gì đó, nhìn qua thấy anh gục xuống, máu chảy ướt cả vùng đất. Anh chết không một lời trăn trối, chết trong đau thương, không thấy được ngày Hòa Bình.

Cô gái ngồi sau nói:

- Các anh là anh hùng, ngày đêm gìn giữ quê hương, cho hậu phương được yên bình. Chúng tôi luôn cầu nguyện cho các anh được nhiều ơn hồng ân trong tay Chúa!

Cô gái biết mình lỡ lời, Phong nghe nhưng lại làm lơ, Phong lái xe gần đến chỗ xe đụng, anh chạy chầm chậm, anh hỏi:

- Số mấy? Để tôi kiếm cho!

Cô gái ngồi sau nói:

- Ông tới chút nữa đi, cái tiệm bán áo bên phải, trước mặt mình đó.

Phong lái xe cho sát vào lề đường, đậu trước cửa tiệm, anh hỏi:

- Cô muốn vào trong ấy, tôi giúp cho, hay cô ở ngoài này, tôi giao dùm cho?

Cô gái còn lưỡng lự, nếu vào, phải nhờ ông ấy, đã 3 lần bồng mình rồi, chưa biết phải làm sao? Phong biết cô đang nghĩ gì, nên nói:

- Được rồi! Tôi đi vào giao dùm cho cô.

Nàng mim mỉm cười, đưa tay vào túi áo bà ba, lấy ra miếng giấy rồi nói:

- Nhờ ông đưa dùm tôi tấm giấy và cái bao này, trong ấy là những cái áo len họ đặt đan.

Phong hỏi lại, như nhắc khéo cô, không nghe nói gì đến tiền bạc:

- Còn tiền, không cần lấy phải không?

Như nhớ lại, cô nói:

- Ý quên! Đợi họ trả tiền cho mình chứ!

Phong nghe nói chữ mình, anh mỉm mỉm cười, cầm bao đồ đi vào tiệm. Có lẽ người phụ nữ chừng hơn 30 là chủ nhân, cô đang tiếp khách hàng. Phong đứng chờ, vì thế anh có thời gian xem những chiếc áo mẫu đủ màu, có cả áo ngủ và đồ lót cho phụ nữ nữa. Một hàng áo len được trưng trong tủ kiếng, từ màu xanh lợt, hồng, trắng, tím. Phải nói là đẹp, cô chủ nói chuyện với khách xong, rồi đến bên anh hỏi chuyện:

- Thưa ông! Ông cần mua chi ạ!

Phong quay lại, nở nụ cười xã giao trên môi, nói:

- Thưa bà! Tôi đến giao hàng dùm cho em tôi, cô ấy bị trặc chân, nên không vào được, nhờ tôi đưa bao này và giấy này!

Cô chủ nhân nhìn ra ngoài, cười chào với cô gái, cô chủ đưa tay nhận cái bao, nhưng Phong hỏi:

- Cũng nặng lắm, bà muốn để đâu, tôi để cho.

Người chủ nhân vừa cười vừa đi vào trong để lấy tiền đưa cho Phong, cô nói:

- Ông ga-lăng quá! Có được bao nhiêu cô rồi!

Anh nghe nói, mim mỉm cười, đáp:

- Đường tình của tôi còn lắm nhiều lận đận!

Người chủ nhân nghe anh nói, cô cười làm cho hai cô khách hàng nhìn anh, cô chủ hỏi:

- Có phải vậy không? Tôi nhìn cô gái ngồi trên xe, ngoài kia có phải thực là em của ông không?

Hai cô khách hàng nghe nói, cũng nhìn ra ngoài, nói nho nhỏ, nhưng cũng muốn cho Phong và cô chủ nghe:

- Đúng rồi! Là em họ của người ta đó!

Nói xong cả hai cùng cười, làm người chủ cười theo, cô nói:

- Em của ông, trông dễ thương lắm!

Cô khách hàng, nói với cô kia, như cố ý để cho Phong nghe:

- Mình thấy cô ấy mà mình còn thương, không biết có phải là em thật của người ta không?!

Người chủ đưa lại cho Phong tờ giấy khác và một số tiền, anh lật đật đi ra, miệng nói:

- Cám ơn bà, chào hai cô ạ!

Người chủ tiệm vội nói theo:

- Sao thiếu úy không đếm tiền lại!

Phong vừa đi vừa nói:

- Dạ! Bà đưa đủ rồi thì thôi ạ! Không cần phải đếm lại ạ!

Ra đến xe, Phong vội đưa tiền cho cô gái, anh ngồi lên trên yên trước, định đạp máy chạy đi. Nhưng Phong chợt thấy bên kia đường, gần rạp ciné Lê Lợi, có tiệm Pharmacy lớn, anh nói:

- Cô ngồi đây! Tôi sang bên kia đường mua thuốc cho cô, nếu không cô sẽ bị nhức lắm!

Không đợi cô gái trả lời, Phong băng qua bên kia đường giữa dòng xe qua lại, lúc sau anh trở ra có cầm thêm 2 cây nạn bằng gỗ, màu trăng trắng. Anh ngồi lên yên xe, đạp máy nổ, tay vô số để đi. Cũng vừa lúc ấy, hai cô khách hàng cũng ra gần đến bên anh, họ nhìn nhau nói nho nhỏ gì rồi cùng cười. Xe vọt đi theo những dòng xe trên đường, cặp nạn để phía trước, cao gần bằng vai anh, nó ngã bên phải, rồi lại ngã bên trái, khiến anh khó lái xe.

Cô gái ngồi sau, thấy vậy, vòng đôi tay ra trước, ôm vòng ngang eo của Phong. Anh định quẹo trái chạy lại nhà hàng Thanh Thế, nhưng anh nghĩ giờ này hơn 11 giờ trưa, khách hàng đông lắm. Phong rẽ mặt chạy ngang qua nhà hàng Kim Sơn, thì những hàng ghế ngoài cũng có người ngồi hết.

Cô gái ngồi sau, cứ phải vòng đôi tay vừa ôm anh để giữ cho cặp nạn đừng ngã, khi anh quẹo. Họ va chạm nhau, họ cảm thấy như cho nhau từ hơi hớm, xác thịt. Phong nói, như để phân trần rằng anh đang lái xe tìm nơi nào đó ăn uống cho gần, để cô có thể lên xuống được dễ dàng. Phong phải vòng lại phía trước bệnh viện Sài Gòn, gần bên là nhà hàng Thanh Bạch, phía trên là phòng trà Ly's.

Phong nhắc khéo:

- Cô ôm cho chặt, tôi chạy lên lề đó!

Bắt buộc, vòng tay cô gái phải ôm chặt, xe rú máy leo lên lề, Phong chạy xe thật sát cái bàn ngoài cùng, cũng là cái bàn nhỏ khách vừa ăn xong. Anh xuống và đạp chống xe lên, cầm đôi nạn để dựa vào bàn, tay đỡ cái chân không bị băng xuống trước. Cô gái còn do dự chưa muốn đi, nàng nhìn anh như có vẻ để hỏi anh, không ăn có được không? Phong nhìn vẻ mặt thiểu não của cô, anh nói như vỗ về, cắt nghĩa:

- Cô Hai à! Tôi đưa cô đi ăn, là vì ở nhà thuốc tây, họ dặn tôi, uống thuốc này sau bữa ăn. Nếu không ăn, chất thuốc sẽ làm cho cô đau bao tử.

Đáng lẽ Phong phải nói là, nó làm cho bao tử cảm thấy xót, khó chịu. Cô gái nói, nét mặt như mim mỉm cười:

- Tôi về nhà ăn cũng được vậy! Rồi uống sau?!

Anh nói tiếp, như trách:

- Cô Hai khó tánh của tôi ơi! Từ sáng đến giờ tôi chưa ăn gì hết! Tôi định bụng đi ăn đám cưới bạn tôi, tôi đói bụng lắm, nếu không ăn, tôi xỉu tại đây đó! Không ai đưa cô đi lấy xe đạp! Cô nương ơi!

Phong không đợi cô ấy nói gì thêm nữa, anh với tay lấy cặp nạn, mỗi bên tay một cây. Anh chỉ cách cho cô đi, mấy người khách đang ăn trong nhà hàng nhìn anh và cô gái. Họ xù xì, có một vài cặp, có lẽ là tình nhân, ngồi gần bàn anh, nói cái gì nho nhỏ rồi cùng cười. Dù rằng cô đi từng bước một, nhưng Phong vẫn đi phía sau, đôi tay chực chờ như để sẵn sàng đỡ cô khi nàng bị ngã. Chỉ vài ba bước, nhưng đối với người hai chân đang bị đau cũng khó lòng đi nhanh được.

Đến nơi, anh kéo cái ghế ra để cho nàng đứng sát vào bàn, Phong dặn dò, đứng đợi, chừng nào anh để chiếc ghế ở phía sau rồi hãy ngồi. Nhưng cô gái vẫn không dám ngồi xuống, Phong đưa đôi bàn tay vào hai bên hông, ôm hơi chặt, đỡ nàng từ từ ngồi xuống ghế an toàn. Anh lấy đôi nạn gỗ để sang một bên, Phong thấy đôi má nàng hây hây, như vừa thoa lên gương mặt một lớp phấn hồng. Anh kéo ghế ngồi đối diện, giờ này thực khách ra vào tấp nập.

Người phục vụ, đến đưa cho anh và cô gái mỗi người một tấm menu, cô gái cũng lật ra xem rồi gấp lại. Phong cũng liếc nhanh, nhìn cô gái hỏi:

- Cô chọn món nào chưa?

Phụng phịnh, cô gái đáp:

- Tôi đâu biết chọn món nào đâu!

Phong chợt nhớ, có lẽ cô maseur này chưa đi nhà hàng lần nào đâu. Tối ngày chỉ lẩn quẩn trong tu viện, chứ ít khi được đi ra ngoài, vả lại có đi, làm sao có thể tự tiện ngồi ăn ở ngoài được. May mà hôm nay, bị tai nạn sơ mặc áo người thường, nếu như đang mặc áo dòng tu, thì có lẽ cô cũng không dám đi với anh vào ăn nơi này.

Vừa lúc ấy, anh bồi đến, tay cầm quyển sổ để ghi món ăn, Phong nói:

- Anh cho tôi một phần tôm lột vỏ chiên bột, hai dĩa steak vừa chín, một dĩa ếch chiên bơ, xà lách, một ly cam tươi, một chai kem soda.

Người phục vụ ghi lên sổ và đọc lại, lấy lại hai tập menu, kiếu từ đi vào trong. Cô gái nói:

- Tôi ăn ít lắm, ông kêu nhiều quá, ăn làm sao hết!

Phong vừa cười vừa nói:

- Cô nương ơi! Cô ăn ít, tôi ăn nhiều lắm, người lính chúng tôi ít có dịp để về thành phố. Nơi tôi ở, bom đạn hằng giờ, bạn bè vừa cười nói, đi hành quân là mình không biết còn sống sót trở về hay không? Nếu như được việc vui chơi, thì nên ăn trước đã, để nhỡ như không được về nữa, sẽ không thành con ma đói!

Phong bất chợt gặp đôi mắt nàng long lanh như có pha một chút ít gì đó, dường như là nước mắt. Cô gái nói như xoa dịu cái buồn, cái âm thầm hy sinh của những người đang gìn giữ quê hương:

- Chiến tranh, có nghĩa là giết chết hạnh phúc con người và để lại đớn đau cho người thân, nhất là vợ con họ.

Phong nói, như để nhắn nhủ người đối diện với mình, là một maseur, làm cho tim mình xao xuyến. Cái xúc cảm đó không phải bằng hình hài, mà bằng nét dịu hiền như một thiên thần. Hơn cả năm nay rồi, từ khi anh biết mình đã yêu một dì phước, và nghe chị anh kể, từ ngày đó, chị không còn gặp sơ Theresa ở đó nữa!

Có phải vì anh mà sơ bị trừng phạt, sao hôm nay bỗng dưng lại gặp được sơ, trong bộ áo thế tục, anh đang ngồi trực diện với nàng. Định mệnh ư? Phong còn đang tìm cho mình một câu đáp, chợt cô gái nói, nàng tưởng rằng anh đang suy nghĩ về cuộc chiến đang tiếp diễn hằng ngày:

- Ông ơi! Một ngày nào đó chiến tranh sẽ chấm dứt! Hòa bình sẽ về với mọi người!

Phong nhìn cô gái, nở nụ cười:

- Cô nói đúng! Sẽ có một ngày! Nhưng không biết tôi còn sống sót đến ngày đó hay không?! Không có người yêu đưa tiễn!

Anh chợt nghĩ, có lẽ là lần gặp cuối, Phong tiếp, như tâm sự:

- Cách đây hơn một năm, tôi có thương một người, nhưng người đó là maseur!

Cô gái vừa nghe, như chợt biết dường như anh đã biết mình, là sơ Theresa, cô kìm lòng lại, như chẳng nghe. Phong hỏi cô gái và nói tiếp như mình không biết, lời lẽ như tự trách móc:

- Ngớ ngẩn quá hở cô?! Tôi thương đơn phương vì sơ đó quá dịu hiền, dễ thương. Tôi biết tôi có tội, nên tôi không dám đến tu viện đó nữa. Tôi có nghe chị tôi nói, maseur đó cũng không còn ở đó nữa. Tôi ăn năn lắm! Nếu nhỡ như tôi có hy sinh nơi chiến trường, mong sơ đó thứ tha cho tôi. Đó là ước vọng cuối cùng, để cho linh hồn tôi được thanh thản mà đi về

bên kia, một thế giới không có hận thù, chiến tranh và chết chóc!

Người hầu bàn đem cho chúng tôi một ly cam vắt, một ly đá và chai kem soda hiệu con cọp BGI. Phong với tay cầm đầu cái muỗng dài, cho những viên đá nhỏ tan đều trong màu vàng của nước cam nguyên chất, anh nói:

- Cô uống thử xem có vừa miệng không?

Người con gái còn do dự, nhưng cũng bưng ly lên để hớp một miếng, cô bẽn lẽn gật đầu. Bàn bên kia đối diện, bốn năm cô gái vừa đang ăn vừa nhìn sang bàn chúng tôi. Họ chí chóe, nhỏ to, thì thầm khi thấy tôi rót nước màu hơi vàng vàng từ trong chai kem soda ra ly. Tôi không cần nghe cũng biết các cô đang nói gì rồi! Lính không uống bia 33, hay bia lớn, hoặc rượu vang đỏ, cũng là chuyện lạ.

Họ xì xào, bàn tán bảo: Hợp gu thật! Một anh thiếu úy Hải Quân không uống rượu, một cô gái mặc áo bà ba trắng, quần saten đen, nó bóng như gương. Quê mùa giữa cái thành đô náo nhiệt. Những cô gái thời nay đi làm việc văn phòng, áo quần đúng mode, chưng diện đúng thời trang, đi phớt ngang qua, phảng phất mùi dầu thơm chính hiệu Chanel sản xuất từ Pháp. Các cô ai cũng thế, bà chị của anh ở nhà cũng vậy thôi, một chút phấn son cho đời thêm đẹp.

Bất chợt có người đàn ông ngoại quốc đến bàn chúng tôi, dường như người ấy đã đi ngang qua, rồi quay trở lại để hỏi cô gái ngồi chung với tôi:

- Bonjour! Mademoiselle!

Cô gái đáp:

- Bonjour! Monsieur!

Người ngoại quốc, nói tiếng Pháp, hỏi tiếp:

- Tôi muốn ăn phở! Cô có thể chỉ cho tôi tiệm phở, ở đâu không?

Cô gái đáp bằng tiếng Pháp:

- *Được thôi, thưa ông...*

Ngồi đối diện với tôi, cô bé có vẻ như hơi lúng túng, khi tôi nghe người ấy hỏi tiệm phở. Tôi biết chắc, cô bé chẳng biết nó ở đâu đâu, vì cô là maseur mà, tôi nói nhỏ vừa đủ nghe. *"Bảo ổng đi thẳng, đến đường Pastuer, rẽ bên trái, đi một đoạn, hỏi người đi đường bằng tiếng Việt. Tiệm phở ở đâu?"* Người ta sẽ chỉ cho.

Cô bé đưa tay chỉ thẳng về hướng Quốc Hội và dạy ông ta nói tiếng Việt. Chợt cô hỏi lại ông ta bằng Pháp ngữ, vì giọng nói của ông không giống như giọng nói của quý cha từ Pháp sang thăm tu viện:

- *Ông có phải là người Pháp?*

Người ngoại quốc đáp:

- *Tôi là người Canada, ở Montreal. Tôi nói được tiếng Anh.*

Cô bé gái nói như lời khuyên:

- *Ông nên nói tiếng Anh, người trẻ họ nói tiếng Anh nhiều hơn tiếng Pháp.*

Người ngoại quốc, nói lời cám ơn, đưa tay bắt tay với chúng tôi. Tôi đứng lên đưa tay bắt và nói bằng tiếng Anh:

- *Cô ta vừa mới bị tai nạn giao thông, nên không đứng lên một mình được. Xin lỗi ông, ông nên cẩn thận, khi băng ngang qua đường.*

Người ngoại quốc nghe vậy, liền chia buồn bằng tiếng Anh:

- *Tôi thành thật, xin chia buồn cùng cô!*

Cô gái đáp lời bằng Anh ngữ:

- *Cám ơn ông! Xin chúc ông có một bữa ăn ngon!*

Trước khi đi, người ngoại quốc lập lại với chúng tôi bằng tiếng Việt *"Tôi thích ăn phở! Xin chỉ cho tôi tiệm phở ở đâu?"*

Tiếng ông nói lơ lớ như ngòng ngọng, ông vừa đi vừa nói như để đừng quên câu tiếng Việt ấy. Nhiều người thực khách ở gần bàn chúng tôi, họ cố nín cười, khi nghe người ngoại quốc học nói tiếng Việt.

Các cô ngồi đối diện với chúng tôi, đã ăn xong, gọi người bồi bàn tính tiền, họ nhìn chúng tôi, có lẽ nhìn cô gái nhiều hơn tôi. Họ không còn xù xì, bàn tán nữa, họ để lại tiền trên bàn, rồi lần lượt đi.

Vừa lúc ấy người hầu bàn đem cho chúng tôi những món ăn mà khi nãy chúng tôi gọi. Anh ta để những món ăn lên bàn, cô gái nhìn tôi, tôi hiểu cô muốn nói cái gì rồi. Tôi lấy thêm 2 con tôm lăn bột, đem để qua dĩa thịt bò, 3 miếng đùi ếch, cũng để lên dĩa thịt bò; thêm một ít salade son, khoai lang tây chiên, cà chua xắt khoanh, cho thêm một ít mustar, sauce mayonaire, một chút tiêu xay. Tôi để trước mặt cô, nói như ra lệnh:

- Cô làm ơn ăn hết thức ăn này, may ra mới đủ bù lại máu chảy trên đường, lúc nãy cô bị thương.

Vẫn nét mặt như bùng thụng khi có điều gì không vừa ý.

Tôi nói như có vẻ như trách, để cho cô gái ăn:

- Cô ăn đi, tôi còn phải đi công chuyện khác nữa!

Vẫn nét mặt đó, nói như xin lỗi:

- Sao ông không đưa tôi đến chỗ sửa để lấy xe đạp, tôi có thể về được rồi! Xin lỗi ông nha!

Phong không nói lời nào, anh vừa cắt miếng thịt steak, dùng nĩa ghim vào, đưa lên miệng, nhai một cách ngon lành, anh nói:

- Cô nương ơi! Ăn đi! Thịt bò phải ăn nóng, cô để nó nguội, nó sẽ dai như kẹo cao su đó!

Phong vừa nói, vừa dùng dao mình, cắt miếng thịt dùm cho cô ta ra nhiều miếng nhỏ, thúc giục cô ăn. Miễn cưỡng cô phải dùng fork ghim vào để ăn.

Trong khi đó Phong đã ăn gần hết, chỉ còn lại miếng đùi ếch, anh nhìn nàng nói như thúc giục:

- Cô xem tôi đây này, thức ăn tôi nhiều gấp 2 lần của cô, miếng này là miếng sau cùng!

Anh ăn cùng với xà lách Đà Lạt, cà chua, Phong nhìn sang dĩa cô gái còn mấy miệng thịt, 2 con tôm, 2 cái đùi ếch. Phong dùng cái nĩa của mình, ghim vào thân con tôm chiên bột, anh chấm vào sauce mayonaire, đưa sang cô gái, anh nói:

- Cô đừng ăn thịt nữa, tôi ăn dùm cho, cô hãy ăn con tôm này đi.

Cô gái nhìn anh như mim mỉm cười, buộc lòng nàng phải cầm cái fork của anh mà cắn con tôm từng miếng, vừa ăn vừa nói:

- Ông là con trai, làm sao tôi ăn nhanh bằng ông được!
Phong nói như để trêu chọc:

- Tôi đâu có thúc cô ăn nhanh đâu! Cô nên cười một chút, cho đời thêm đẹp!

Phong chợt nhớ hỏi:

- Chân của cô còn đau không?

Nét mặt cô như tươi thêm vì nụ cười khi anh nhắc đến hai cái chân. Phong đứng lên, đưa tay vào túi quần trây di bên hông, lấy ra bịch thuốc, anh ngồi xuống, mở bao nylon ra, lấy một viên thuốc glifanan trị đau nhất, một viên tétracycline, một ống kem nhỏ Solar, màu hơi vàng vàng có hình mặt trời, anh nói:

- Mỗi ngày cô uống 3 lần, mỗi lần 1 viên trắng, một viên vàng. Khi cảm thấy bớt đau thì bớt viên trắng lại, còn tube kem này thoa bóp chân trặc. Chai thuốc aux ocxygene dùng để rửa vết thương, nó không làm cho cô rát, chai thuốc bột nhỏ penicilline rắc lên vết thương, để miếng vải nhỏ này lên, dùng băng keo băng lại. Bây giờ cô uống 2 viên này liền, sau bữa ăn.
Cô gái vừa ăn vừa nhìn và nghe những lời anh nói, nàng ăn hết con tôm cuối cùng, cô gái nhìn Phong, như muốn nói lời cám ơn, cô do dự nói, lời nói như bị đứt quãng:

- Cám ơn ông, xin... ông cho tôi biết, bao nhiêu tiền?...

Phong liền nói:

- 3 ngàn đồng!

Vừa nghe con số 3 ngàn, cô gái nhíu cặp chân mày, vẻ mặt hơi lo, Phong biết trong túi cô chỉ có tiền giao hàng. Cô gái ngại ngùng như muốn nói điều gì, anh vội nói thay lời cho cô:

- Cô chỉ có 2 ngàn 500 đồng phải không? Không đủ tiền?

Bỗng dưng nét mặt cô như thẹn thùng, má hơi đỏ hây hây, miệng chúm chím như muốn nói gì đó, nhưng rồi cô cũng nói được:

- Ông biết rồi, còn hỏi tôi nữa!

Phong cười:

- Nói chơi vậy thôi! Chứ chẳng có là bao!

Phong vừa đưa 2 viên thuốc cho cô gái, vừa nói:

- Cô uống thuốc đi, viên màu trắng phải uống sau bữa ăn.

Như nhớ ra chuyện gì, anh hỏi tiếp:

- Họ có băng lại vết thương cho cô không?

Cô nói lại cho anh nghe những lời khen của cô y tá khi nãy, Phong cười rồi nói:

- Người lính chúng tôi, ai ai cũng phải biết tự băng bó cho mình, cho đồng đội, trong khi chờ đợi y tá hay bác sĩ chiến trường đến.

Giọng nói như hơi nuối tiếc:

- Ba má tôi già yếu, có hai người con, chị gái đã lập gia đình, có đứa cháu ngoại gái. Ngày tháng trông đợi tôi lập gia đình để có người thừa tự. Từ ngày ba má tôi nghe chuyện tình của tôi, song thân tôi càng buồn thêm! Thôi! Hãy để cho số mệnh! Biết đâu, một ngày nào đó...

Phong bỏ dở câu nói, chuyển sang chuyện khác, hỏi cô gái:

- Họ có chích thuốc cho cô không?

Cô gái nói mà trên mặt như còn vết đau:

- Cô y tá nói là thuốc ngừa phong đòn gánh.

Anh giải thích và ra bộ:

- Người ta làm vậy để tránh cho cô về sau này không bị giựt giựt!

Cô gái cười theo khi thấy anh đưa tay, giựt giựt, Phong gọi người bồi tính tiền và xin anh một cái bao nylon nho nhỏ. Lát sau anh đem cái dĩa nhỏ ra trên ấy có miếng giấy tính tiền và đưa cho anh cái bao. Phong xem và lấy tiền để trên cái dĩa nhỏ, đưa lại cho anh hầu bàn. Phong lấy bao thuốc bỏ vào cái bao nylon lớn hơn mà anh bồi bàn vừa đưa, trao lại cho cô gái:

- Cô giữ lấy, nhớ lời tôi dặn để uống thuốc và thoa chân, chỗ nào nhức cũng thoa được. Cô ngồi đó đi, tôi đi lấy xe rồi trở lại.

Phong dẫn xe đến gần cái bàn, chống xe lên, anh đến phía sau cô gái, đưa hai bàn tay hai bên hông, anh phụ đỡ cô lên. Anh phục vụ cũng đến, kéo cái ghế ra để cho cô gái dễ đứng lên, anh cũng vói tay đưa hai cây nạn cho Phong. Mỗi bên một cây, anh vẫn vịn bên hông, trông chừng từng bước cô đi. Chừng 3 bước, là đến xe, anh không đợi hỏi, gom 2 cây nạn đưa cho anh hầu bàn cầm dùm. Phong lòn tay qua đỡ cô ngồi lên yên sau, cầm một bên chân để qua bên kia. Cô gái dường như phải cần sự giúp đỡ đó, anh đẩy xe tới, chống xe sụp, đạp máy nổ, anh ngồi lên yên trước. Phong cầm 2 cây nạn trở đầu ngược xuống để cho nó đứng vững hơn, cám ơn anh phục vụ. Phong vừa cười vừa nói với cô gái:

- Cô ôm cho chặt, tôi chạy nhanh đó!

Người con gái ôm hơi sát vào người anh, cô nói:

- Ông chạy nhanh coi chừng xảy ra tai nạn đó!

Phong giả vờ nói:

- Nếu không tôi sẽ trễ giờ.

Người con gái ngồi phía sau nói nho nhỏ như trách anh:

- Hồi nãy không chịu chở cho tôi đi lấy xe, để bây giờ bị trễ! Có sao hôn?

Phong nghe cô gái nói, anh thử lòng cô gái:

- Mình đến không đúng giờ là tại mình. Luật nhà binh, đi trễ là bị nhốt chuồng cọp.

Cô gái nghe nói, tưởng thật vòng tay ôm như chặt hơn rồi hỏi:

- Có thật hôn? Nó ăn thịt mình sao?

Phong cười, anh bịa chuyện thêm:

- Mình phải đánh với nó.

Cô hoài nghi nói:

- Có phải vậy hôn? Làm sao mình thắng nó nổi!

Phong cố nín cười, anh nói thêm:

- Cô ơi! Đó là cọp con, nó bằng chừng con heo con vậy!

Cô gái dường như khám phá ông này hay trêu ghẹo, vòng tay ôm cũng nới lỏng, Phong cảm thấy cần phải giải nghĩa cho cô hiểu:

- Chuồng cọp, trong quân đội để trị những người lính ba gai, phạm kỷ luật, đánh lộn, có khi đi trễ phép 5,7 ngày hay cả tháng. Họ bị nhốt trong một cái container bằng sắt, nếu như nắng bị nóng, mưa bị lạnh. Tùy theo tội, từ 1 ngày cho đến vài ba ngày, có thể hơn nữa.

Cô gái nói như trách móc anh:

- Hồi nãy ông không nói rõ, ông nói chuồng cọp. Phải chi ông nói, bị nhốt trong chuồng con cọp! Sao gọi là chuồng cọp, tôi tưởng chừng như là chuồng cọp trong sở thú vậy!

Cô đổi giọng như khuyên Phong:

- Ông đừng có nhốt người ta nữa nha!

Anh nghĩ, maseur này cũng khá thông minh đấy, bắt bẻ chữ chuồng cọp. Mình phải e dè khi nói chuyện:

- Cô khuyên tôi, thì đã trễ rồi, từ trước đến giờ, tôi chỉ nhốt hơn 30 người thôi!

Cô gái nói như lời khuyên:

- Phạt họ nhẹ thôi!

Phong định hỏi:

- Phạt nhẹ là như thế nào?!

Nhưng anh đã lái đến nơi sửa xe, Phong chạy sát bên lề đường, thắng lại, xuống xe và đạp chống xe lên. Anh nói với cô nên ngồi trên xe, chờ anh gọi xe xích lô máy để đưa cô và chở luôn chiếc xe đạp về.

Người sửa xe đạp đang bưng tô cơm ăn, thấy Phong tới, anh vội để tô cơm xuống, Phong liền nói:

- Anh cứ ăn đi, tôi còn phải gọi xe xích lô nữa.

Phong lấy tiền đưa cho người sửa xe, anh vội đi trở lại chiếc Sprime, anh nói với cô gái đang còn ngồi trên yên sau:

- Cô đạp nhè nhẹ bàn chân trặc xuống xe, xem bớt đau chưa?

Cô gái làm thử, đạp vài cái, đạp mạnh thêm, cô nói:
- Chân tôi đỡ đau nhiều lắm!

Cô gái nói tiếp như lời cám ơn, giọng hơi ngại ngùng:

- Ông ơi! Cám ơn ông nhiều lắm! Ông giúp tôi làm cho ông bị trễ giờ! Chuyện có quan trọng lắm không ông?!

Phong đáp như có vẻ là cần thiết lắm, anh nhìn đồng hồ, suy nghĩ rồi lại nhìn đồng hồ, anh nói:

- Cũng trễ hơn 3 tiếng rồi!

Cô gái thơ ngây, vừa hỏi vừa như tự trách:

- Tại tôi! Làm ông trễ đến 3 tiếng! Chuyện quan trọng lắm phải hôn ông?

Phong tỏ vẻ như tiếc nuối, anh nói ngắt đi từng chữ, để cho cô gái vừa hiểu ý này, nhưng nghe tiếp lại nghĩ sang ý khác:

- Chuyện trăm năm! Đám cưới,... của người bạn. Tôi phải có mặt trước đó. Nhưng giờ này đã rước dâu về rồi, họ mời tôi đến 1 giờ mới đến ăn.

Vừa nghe xong, cô gái mim mỉm cười, cô nói như trêu chọc:

- Mới nghe tôi tưởng chừng như ông đi coi mắt cô nào đó, nghe tiếp mới biết là đám cưới người bạn. Nghe tiếp nữa tưởng đâu ông bị trễ giờ, sau cùng mới hiểu là 1 giờ, ông mới dự tiệc cưới.

Cô gái nói tiếp như trách:

- Ông thấy tôi khờ, ông gạt tôi hoài!

Bỗng cô hỏi tiếp:

- Ông ơi! Cho tôi gởi lại tiền sửa xe đi! Ông!

Phong vừa nói 3 ngàn đồng, vừa đưa tay đón xe, xe đậu lại, tiếng động cơ nổ lấn át tiếng cô nói. Phong đến gần xe mình, anh đỡ cô gái xuống, dìu từng bước cô đi, anh vòng tay rồi bồng cô gái lên. Mái tóc dài buông xõa, tung bay trong cơn gió thoảng như mơn trớn trên mặt anh. Mùi hương tóc vấn vương trên má, Phong nghe cô gái nói nho nhỏ:

- Ông biết tôi không có đủ tiền mà! Xin cho tôi biết đi!

Phong giả vờ như không nghe, anh bế cô đến gần chiếc xích lô, để cô ngồi xuống băng xe, anh định trở vào để lấy xe đạp, nhưng người sửa xe dẫn dùm ra và để lên chỗ trước xe xích lô. Người lái xe xích lô máy, lấy dây cột chiếc xe đạp lại, Phong đưa tiền xe cho người xích lô máy và nói:

- Anh hỏi đường, cô ấy sẽ chỉ cho anh đi.

Phong quay qua nói lời từ biệt:

- Cô về nhớ uống thuốc đó! Nhớ đừng có ăn tôm cua, đồ biển, nếu như ăn, chỗ thịt bị lòi ra, xấu lắm! Tôi đi đây!

Người con gái gật đầu, như nhớ ra mình vừa mới ăn tôm, cô trách:

- Sao ông ép tôi ăn! Bây giờ lại bảo không ăn?
Phong đáp tỉnh bơ:

- Hồi nãy thì không sao! Tôi phải đi ngay bây giờ, không thì sẽ bị trễ!

Cô định hỏi để hoàn tiền lại cho anh. Xe xích lô máy vọt đi, cứ mỗi vòng quay bánh xe chạy, họ lại xa thêm, xa mãi cho đến bao giờ mới được hạnh ngộ? Người về tu viện với bốn bức tường cao, cao qua khỏi đầu người, có một cái cổng lớn bằng sắt và mấy cái cửa nhỏ ở chung quanh. Họ sơn màu đen, như để cách biệt giữa Đạo và Đời.

Xe chạy thẳng, rẽ trái, khuất đi theo dòng xe cộ đang chạy trên đường, Phong lên xe, đạp máy nổ, anh cũng lái xe đi dự đám cưới người bạn. Giờ này, chắc họ đã làm lễ rước dâu, tân lang và tân giai nhân đang được bà con, họ hàng, bạn bè chúc phúc. Phong chợt nhớ ra, tấm hình quang tuyến X còn nằm trong cốp xe. Lúc nãy anh quên đưa, Phong định quay xe rượt theo, nhưng lại thôi. Xem như là một kỷ niệm!

Chút nữa đây, anh trở lại chiến trường, chết sống đều ở số mệnh, chuyện tình giữa anh và maseur, từ ngày đó dường như đã quên lãng theo thời gian. Hơn cả năm nay rồi! Phong cố tránh lái xe trên con đường đi đến tu viện, không còn mơ tưởng gì nữa đến chuyện tình đó nữa. Thương yêu một dì phước là có tội, dù rằng là ý nghĩ, chớ đừng nói đến lời nói mang một chút ít gì đó để gởi gấm lòng thương yêu của mình trong ấy.

Từ ngày đó, Phong trở về đơn vị, mang theo cái bao thơ màu vàng, lớn hơn quyển vở có tấm hình quang tuyến X. Anh cất trong cái rương bằng thiếc, chung với quần áo của mình.

Anh có một đệ tử ruột đã từng sống chết có nhau. Một hôm cậu ta đem mấy bộ đồ lính đã giặt, ủi xong rồi đem cất vào trong rương của Phong. Cậu ta phát giác cái bao thư màu vàng, trên có tên và địa chỉ. Cậu ta hỏi, Phong cho biết là của người thân.

Nói là giặt và ủi, chớ cậu ấy chỉ có giặt thôi, cậu mang những đồ lính của cậu ta và Phong, sang nhà cô giáo, nhờ cô ấy ủi dùm. Cậu đã có ý với cô giáo từ lâu, nhưng vài lần nói chuyện, nhờ vã, cậu bị cô giáo hỏi thăm về Phong. Cậu nghĩ, mình mới mang lon trung sĩ, lính đánh trận, đến bao giờ mới lên được sĩ quan. Trong trí cậu lầm bầm, con gái thích hoa mai hơn cánh gà. Cậu ta tự nhủ: "Thích ai cũng được, có người ủi dùm là được rồi!"

Là lính hải quân, tàu là nhà, sống trên những chiếc giang tốc đỉnh, ngày đêm đi tuần tra trên những dòng sông, len lỏi qua những con kênh, rạch, giữa những rừng dừa xanh cao ngất. Nay đóng quân nơi này, mai di chuyển nơi khác, gắn liền với đời sống nông thôn. Giúp dân làm cái cầu nhỏ, bắc ngang bên này sang qua bên kia cho học sinh không phải đi đò. Vùng thôn quê có vườn tược sum suê đầy trái, giúp bà con nghèo sửa lại mái nhà, dù biết rằng con cháu họ là du kích, đã có lần từng bị lính giang thuyền truy sát.

Có tin báo, đêm nay có bộ đội chính quy về một thôn xa để dưỡng quân, thâu thuế, chúng có cả súng cối. Phong báo cáo và xin yểm trợ, cũng như những lần trước, anh cho lính thu mua dừa khô, dừa tươi để chở ra chợ huyện bán. Trong thời chiến, con buôn chẳng ai dám vào trong vườn để thu mua, chủ vườn phải chở đi, có khi còn bị nhà vựa dìm giá. Anh thường hay làm thế để cho anh em kiếm chút ít lời, chia chát với nhau, đời sống họ được thêm khả quan hơn.

Hơn 5 giờ chiều, đoàn giang thuyền gồm 3 chiếc ra đi, để lại tiểu đội gan lì ở lại, nằm giữ. Ba chiếc lướt đi khuất sau xóm, ra sông lớn đã có chiếc ghe cắm sào chờ sẵn, nhanh chóng sang dừa qua ghe lớn. Một chiếc ghe máy khác đến chở thêm 1 tiểu đội nữa trở lại chỗ cũ để tiếp ứng. Họ đến nơi trời đã tối, nằm im lìm trong ghe chờ đợi.

Bộ chỉ huy khai triển cuộc hành quân, tăng viện thêm 1 đại đội Địa phương Quân rãi đều trên tuyến đường chúng rút lui. Trời đêm nay loang loáng ánh trăng lưỡi liềm, chúng tiến về ấp nằm sâu trong huyện, áo bộ đội, nón cối, dép râu, AK47, B40, có cả súng cối, âm thầm đi từng nhóm. Theo như tin tình bao, có 1 ủy viên Đảng bộ đã bị thương, họ phải đưa bằng võng về đây để dưỡng thương. Có lẽ chúng đã biết tin, chiều tối hôm qua, đoàn giang thuyền đã đi, chỉ còn lại một tiểu đội. Chúng cũng khôn, luôn luôn đề phòng bất trắc, chúng đã đi hơn một trung đội rồi mà Phong chưa thấy chiếc võng nào hết. Đợi, đợi mãi, từng phút chậm chạp trôi qua, cũng hơn 15 phút, một nhóm bộ đội khác chừng 10 tên bảo vệ cái cáng võng. Té ra là hắn nằm trên ấy, có lẽ hắn nặng lắm, một đoạn là có 2 người đổi phiên. Thám sát báo cáo về, chúng đã di chuyển hoàn tất, Phong và trung úy chỉ huy trưởng ĐPQ cho khóa chặt gọng kìm, chờ đợi trung đội anh khai hỏa.

Hàng loạt trung liên, đại liên, M16 hoà lẫn tiếng AK, B40, trung liên của chúng thi nhau nổ, từng trái hỏa châu do máy bay soi sáng. Cũng hơn nửa tiếng, những bộ đội hộ tống hắn, đưa hắn quay về, vô tình hắn là người đầu tiên nhận lãnh những tràng trung liên. Trong cái ánh sáng lập lòe xuyên qua rừng dừa, chúng đã nhảy dựng lên, bỏ cái võng, chúng rút lui, từng tiếng la thét, kêu gọi nhau, để cho chúng biết thế nào là bộ đội Bắc Việt tử vong miền Nam.

Phong rời khỏi chỗ nấp, cầm 2 trái M72 nhỏ gọn nằm trong tay, anh rút nhíp, đứng vụt lên để thanh toán ổ trung liên. Chúng rớt vòng bên kia, chưa kịp nổ, anh gục ngã xuống đất, hai tiếng nổ vang. Phong chỉ còn nghe tiếng kêu gọi người lính đồng đội, gọi tên anh, văng vẳng tiếng nói đứa em trung sĩ gọi cứu thương. Thiếu úy bị nặng lắm, máu bên hông bụng ra nhiều lắm, Phong cảm thấy như lạnh lắm, áo anh bị cắt ra để hắn băng, ánh đèn pin lập lòe trong ánh mắt.

Phong được đưa ra ngoài, vùng đất trống, chiếc trực thăng đảo vòng, với những loạt đạn từ hai bên hông, nó khạt ra những tràng liên thanh trước khi nó đáp xuống, đưa anh cùng với những người thương binh khác về Tổng Y Viện Cộng Hòa. Trận chiến kết thúc, bên anh 2 tử thương tại chỗ, 3 thương binh nặng cũng được trực thăng đưa đi, nhiều thương binh khác nhẹ hơn, không đáng kể. Địch tổn thất nặng, tên Đảng Viên, linh hồn hắn đi về Bắc báo cáo, tiểu đoàn của hắn đã bị 2 lần te tua, rách như tàu lá chuối. Chúng trốn đâu đó để chờ bộ đội Bắc vào bổ sung lực lượng. Vũ khí tịch thu là súng cối, AK, B40, mấy cây K54.

Phong còn đang mê man, bên tai văng vẳng nghe tiếng nói, anh không nhận được giọng nói của người thân quen. Chập chờn nghe được tiếng người nữ, có lúc người nam, có khi họ nói chuyện với nhau. Thân thể còn đau lắm, nhất là trước ngực và hông bụng, có lúc như nhói lên. Phong biết mình còn sống, lởn vởn trong trí anh là trận chiến, những ánh sáng lóe lên rồi anh không biết gì nữa! Đôi mắt như mở không nổi, miệng anh như khô và đắng lắm, dường như có nước lạnh lạnh trên môi anh.

Đúng rồi! Nó là nước, môi anh chăm chắp để nó thấm vào miệng, từng muỗng một, rồi từng muỗng nữa đã làm cho miệng anh không còn đắng nữa. Sự hồi sinh đã làm cho Phong tỉnh dần, tỉnh dần, tai anh nghe được giọng nói dường như quen thuộc hỏi:

- Ông ấy được đưa vào đây hồi nào hở cô?

Một giọng nữ khác đáp:

- Tôi cũng không rõ, hôm qua tôi không có trực, tôi mới vừa vào được người trực hôm qua cho biết, nên lưu ý người nằm trên số giường này.

Giọng người quen hỏi tiếp:

- Có ai vào thăm ông này không cô?

Phong hiểu, giọng nói người kia là y tá, cô đáp:

- Dường như chưa thấy ai đến thăm, có lẽ thân nhân ở xa, chưa đến kịp.

Bây giờ Phong đã nhận ra giọng nói quen thuộc là maseur Theresa, anh cố nhướng đôi mắt để nhìn. Một hình ảnh mơ hồ, nhạt nhòa với dáng người quen thuộc ngày nào đó trong ký ức anh, dường như cũng chiếc áo màu trắng, mái tóc dài. Cô ngồi trên giường, rất gần để đút cho anh từng muỗng nước, cô hỏi:

- Ông có thấy và biết tôi là ai không?

Phong gật đầu, lời nói không rõ lắm:

- Cô gái bị đụng xe, tôi thấy cô không rõ lắm.

Cô gái hỏi tiếp:

- Ông có cần uống nước nữa không?

Phong gật nhẹ đầu, thực tình anh không cần uống thêm, nhưng mỗi lần cô đút muỗng nước cho anh chăm chắp môi. Cáng muỗng quá ngắn, Phong ngửi được hương thơm ngày nào từ đôi bàn tay của cô. Người con gái lo lắng, vô tình nói:

- Nãy giờ ông uống nhiều rồi, không nên uống nhiều một lần, lát nữa tôi sẽ cho ông uống nữa.

Cô gái để cái ly và cái muỗng sang cái bàn nhỏ kế bên, gần trên đầu giường. Nàng lấy múi cam đã lột sẵn, dùng dao bén cắt bên trên để bẻ ngược lại cho những ruột cam bật ra, vừa đút vào môi anh vừa nói như lo lắng điều gì, cô hỏi tiếp:

- Ông ăn tí cam, vị chua ngọt sẽ làm cho ông bớt khát. Người thân của ông sao chưa đến? Ông bất tỉnh đến 2 ngày rồi đó!

Phong căn cắn ruột múi cam, vị ngọt pha lẫn chút ít chua làm dịu cơn khát. Nhưng cũng là cái vô tình đó, hương thơm từ đôi bàn tay nó gần mũi anh hơn. Dù rằng vừa mới thực sự tỉnh giấc để biết rằng là mình còn sống, anh đã nghe giọng nói và thấy hình ảnh, dù rằng lờ mờ trong ánh mắt. Anh vẫn nhận diện được người lo cho mình là maseur, Phong không hiểu nỗi được cái huyền dịu này!

Phong nghĩ tiếp, có lẽ hai vợ chồng bà chị đưa các cháu về Nha Trang để thăm ba má chồng chị ấy. Bây giờ là mùa Hè mà, cũng có thể đi Đà Lạt hay Vũng Tàu để thăm họ hàng bên má anh rễ. Hoặc là về Vĩnh Long thăm các chú bác, chừng vài ba ngày nữa họ cũng về thôi. Hay không đến thăm cũng được, hiện giờ có maseur đến mỗi ngày là vui rồi, không cần phải uống thuốc cũng hết bệnh, nằm ở đây càng lâu càng tốt.

Cô gái không nghe trả lời, cô định hỏi lại, nhưng thấy ngại vì anh vừa mới tỉnh. Cô gái đâu biết Phong đang nghĩ gì, nàng nói:

- Hôm qua tôi có đến thăm, nhưng ông chưa có tỉnh. Hôm nay tôi có nấu cháo cá, mang đến cho ông. Ông có muốn ăn một chút không?

Phong gật nhẹ đầu, nàng múc cháo ra chén từ cái gào mên nhỏ, nhưng nó giữ được độ nóng đang bốc hơi, bỗng dưng cô gái lo lắng hỏi:

- Sao ông không mở mắt? Còn mệt lắm hả? Hôm qua bác sĩ cho biết ông bị thương nặng lắm đó!

Không phải anh còn mệt, mà vì khi anh vừa tỉnh lại sau cơn mê dài vì thuốc ngủ để làm giảm cơn đau. Cái tiếng nói và hình ảnh đầu tiên là maseur, nguyên nhân nào nàng biết, vả lại được người mình thương đang chăm sóc. Phong nhắm mắt để giữ lại cái hình ảnh đó, anh sợ khi mở mắt ra nó sẽ bay đi cái hình ảnh tuyệt diệu đó, như người ta chụp hình. Muốn những hình ảnh đó còn được nguyên vẹn để in trên giấy, người thợ hình phải làm trong phòng tối dưới ánh sáng mơ hồ màu đỏ.

Phong đã nghĩ sai, anh phải mở mắt để nhìn, trong mắt anh còn nhận diện được màu sắc, tiếng nói, cử chỉ của một cô gái thật, từ nét mặt, ánh mắt, đôi môi, mà nàng đang đút cho anh ăn từng muỗng cháo. Cháo loãng, ngòn ngọt hương vị cá lóc, được rỉa ra từng miếng, không có một cọng xương, thêm chút ít nước mắm, muối, tiêu xay, hành lá, ngò rí xanh. Là bao công sức tỉ mỉ của nàng để nấu cho anh được một chén cháo. Vẫn nét mặt dễ thương như ngày nào mà anh có dịp trò chuyện khi cô gái ngồi ăn với anh ở nhà hàng Thanh Bạch từ dạo đó khi nàng bị xe đụng. Phong đang miên man liên tưởng nhớ về ngày định mệnh đó. Hai ánh mắt bất chợt nhìn nhau, khiến đôi má nàng hồng hây hây, anh hỏi như để cho nàng đừng nghĩ anh cố tình nhìn nàng say đắm:

- Cô ơi! Sao cô biết tôi bị thương và nằm ở đây?!

Nàng nhìn Phong như dò xét, cô đáp:

- Tôi cũng không biết nữa! Trưa hôm ấy, chừng hai ba giờ gì đó, có một người lính, có thể là bạn của anh. Đến tu viện, xin phép để gặp tôi. Maseur ở đó cho biết: "Sơ Theresa đã không còn ở đây nữa! Đã đổi làm việc nơi khác rồi."

Người lính do dự, định đi, nhưng người lính nói như có việc khẩn cấp lắm:

- Thiếu úy Phong bị thương nặng lắm, chở lên bệnh viện Cộng Hòa, hai ngày nay rồi, không có thân nhân đến thăm. Tôi vừa từ bên đó đi đến đây, báo cho maseur biết, ông bị thương nặng, mê man, miệng cứ gọi tên sơ Theresa. Tôi biết được tên sơ này là vì trong rương quần áo của ông có cái bao thư màu vàng, đựng hình chụp quang tuyến X. Ngoài đề tên sơ và địa chỉ, tôi nhớ là lâu lắm, hơn cả năm nay rồi. Tôi có hỏi ổng, ổng cho biết là thân nhân ông ấy. Hôm nay tôi có lên đó thăm, các y tá cho biết, không có thân nhân đến thăm. Tôi có đến nhà ba má ông, nhưng những người chung quanh đó, họ cho biết đã đi vắng 2 ngày nay rồi. Tôi chợt nhớ tên maseur và địa chỉ, tôi tìm đến đây để cho người thân ông biết.

Phong yên lặng nghe nàng kể chuyện, cô gái đang ngồi trên giường, chính miệng cô tự nhận mình là maseur Theresa. Phong nhớ lại ngày sơ bị đụng xe, nàng vẫn giữ kín chuyện ấy với anh. Phong thấy từ cách giao tế cho đến lời nói, còn mang nặng người con gái ngoài đời hơn là maseur, khiến anh thương sơ nhiều hơn.

Cách đây hơn 2 năm, anh chỉ thấy được cái mặt dịu hiền của maseur mà lòng anh xao xuyến. Cũng chính vì mình mà sơ phải bị đổi đi nơi khác, nhưng định mệnh đã không buông tha cho cuộc tình này. Anh đã ăn năn, tự hứa sẽ quên đi sơ, nhưng tạo hóa quá lá lai, tạo cho anh gặp được sơ với cái áo bà ba, quần saten đen, cô bị tai nạn xe.

Định mệnh lại dung rủi anh, bồng bế chăm sóc nàng. Anh cảm thấy hai gương mặt, lời nói như là một, vô tình cái bao thư màu vàng đã cho Phong biết được đó là maseur Theresa. Anh không dám nói gì hết, chỉ ước ao một điều, để được sơ cầu nguyện, chuyện tình này sẽ phôi pha, quên đi theo năm tháng!

Nhưng định mệnh lại đưa cho hai người gặp nhau, dù rằng người con gái này không mặc áo dòng tu. Phong cũng không dám nói gì, hoặc có cử chỉ gì để nói được tiếng lòng của mình. Phong đành nhắm mắt, để xuôi theo giòng định mệnh!

Bỗng anh có cảm giác như có một bàn tay của ai đó đặt trên trán anh, giọng nói như lo lắng, thật dễ thương:

- Trán ông không còn nóng nữa, ông có cảm thấy sốt hôn?

Mùi hương từ bàn tay người con gái toát ra, làm át đi mùi ê-te, mùi thuốc trong bệnh viện. Phong mở mắt, đúng thật trên trán mình, nét lo âu vẫn còn hiện diện trong ánh mắt. Trên đôi môi như nở nụ cười, nàng hỏi:

- Ông có biết ông đang ăn cháo gì hôn?

Nụ cười ấy làm anh quên đi cái buồn trong lòng, Phong nói:

- Cháo cá lóc!

Cô gái cười rồi tiếp:

- Như vậy là ông hoàn toàn bình phục rồi đó! Tôi không dám cho ông cháo tôm, tôi biết ông thích tôm lăn bột chiên, ăn với xà lách son, chấm với sauce mayonaire. Sau này nó sẽ làm thịt nổi u lên, xấu lắm!

Phong chợt nhớ, hôm đó anh cho cô ăn 2 con tôm lột vỏ, lăn bột chiên, nhưng rồi sau đó, anh dặn cô bé không được ăn tôm, vì nó sẽ làm chỗ đầu gối trầy chảy máu, nó sẽ nổi thịt u lên, làm cho đầu gối không đẹp. Cô gái thụng thịu trách:

- Sao hồi nãy ông cho tôi ăn!?

Phong nói như bào chữa:

- Hôm ấy cô ăn được, nhưng bắt đầu ngày sau không được ăn đồ biển, nhất là tôm, cua, ghẹ, mực.

Câu chuyện đã xảy ra hơn cả năm, nay được nhắc lại, gợi cho họ như mới ngày hôm qua, chợt cô gái hỏi:

- Có phải ngày hôm đó ông đã nhận ra tôi không? Nên ông mới tận tình giúp đỡ?

Phong bị hỏi 2 câu một lượt, anh đáp với lòng thành thực:

- Không đúng lắm! Tôi chỉ thấy người đó đụng, rồi bỏ chạy luôn, cô còn nhớ không, cô bị té trước đầu xe tôi. Cô nằm ở giữa đường, cũng may là không có xe hơi hay xe xích lô gì hết. Tôi đỡ cô lên, cô bị trặc chận, không đứng được, buộc lòng tôi phải bế cô lên, đưa vào lề đường. Khi ấy tôi thấy gương mặt cô quen quen, nhưng tôi không nhớ là gặp ở đâu. Tôi lo băng đỡ vết thương ở đầu gối vì máu chảy ra nhiều, rồi đưa cô đi nhà thương. Trong lúc cô đi vào trong, tôi đi ra ngoài tìm điện thoại công cộng để gọi, báo cho bạn tôi. Tôi bận chuyện quan trọng, không thể đến nơi đúng giờ rước dâu.

Khi tôi quay trở lại bệnh viện, không thấy cô, tôi đến văn phòng cấp cứu hỏi, người con gái, mặc áo bà ba trắng, quần đen. Họ bảo cô còn bên trong đang chụp hình quang tuyến X. Cô nhân viên ở phòng đó bảo tôi đóng lệ phí tiền, tôi mới biết cô là sơ Theresa, tôi không tin, tôi hỏi lại là có nhầm hay không? Họ còn rầy tôi. Sao tên người thân mà không biết tên. Tôi giải thích, tôi chỉ là người giúp dùm. Cô đó còn rầy tôi. Lo nhìn người đẹp, đụng là phải? Có phải là tai nạn, hay tôi muốn đụng người ta?

Maseur nhìn Phong như dò xét, miệng mim mỉm cười, nói:

- Cô nhân viên đó nói như vậy sao!?

Phong nghe cô gái hỏi mình, anh nói:

- Điều này cô biết rõ hơn tôi mà!

Phong bị cô hỏi:

- Như vậy, sao ông không gọi tôi là Maseur khi gặp lại tôi.

Anh không đáp được, nhưng cũng nói được thực lòng của mình:

- Chẳng thà không nói còn hơn, dù biết rằng nó là sương khói!

Nói đến đấy, Phong dừng lại không nói tiếp nữa. Phong nhìn cô gái đang đút muỗng cháo cuối cho anh ăn. Cô vẫn ngồi trên giường, cạnh bên anh, cô gái nhìn qua khung cửa sổ, ngoài kia trời đã tối, ánh đèn vàng hững hờ trên những hành lang bệnh viện. Có vẻ cô muốn nói điều gì! Trong phòng, những người đến thăm nuôi, họ nói nho nhỏ như lời thì thầm. Cô gái nhìn Phong, hai ánh mắt nhìn nhau, cô gái cúi đầu xuống, nàng nói nho nhỏ:

- Tên tôi Lệ Uyên!

Phong hết sức sững sờ vừa nghe nàng nói, anh không thể tin vào tai mình, anh lập lại:

- Lệ Uyên!

Cô gái không nhìn anh mà nàng gật nhẹ đầu. Phong sợ có điều gì đã xảy ra cho nàng, anh hỏi:

- Có phải cô bị Mẹ bề trên quở phạt?!

Cô gái chỉ lắc đầu, mãi một lúc sau, nàng nói như thầm trách số phần mình:

- Kể từ ngày đó, lần gặp mặt Phong đầu tiên đến rước cháu Thanh Thảo, sau đó, anh thường xuyên tới lui. Tôi phải trở về bên cô nhi viện để cùng lo với những người phụ trách bên đó, có hơn trên dưới gần một trăm đứa, nhỏ có, lớn có. Nào dạy chúng phải yêu thương, giúp đỡ nhau, xem như anh em ruột

thịt, nào dạy học, dạy nghề đan, may vá cùng các nghề thủ công khác.

Tưởng chừng ngày tháng đó, hơn cả năm trời đã làm phai mờ chuyện của Phong, không ngờ ngày đi giao hàng, nàng bị thương và gặp lại anh. Nàng về bẩm lại Mẹ bề trên, thế là nàng phải ở lại luôn bên cô nhi viện, tiếp tục những công việc hằng ngày. Hơn cả năm nay, lại một sự việc khác xảy ra, là Phong bị thương, người lính trẻ nào đó đã đến tu viện nhắn nhủ với maseur Maria, người dì phước này trình lại mẹ bề trên về sơ Theresa.

Chắc nàng phải giã từ các trẻ cô nhi, rời tu viện để trở lại với Đời, con đường Đạo, nàng không có Phước Hạnh để được đi đến hết cuộc đời.

Những giọt nước mắt rưng rưng thành dòng rơi xuống làm ướt trước ngực chiếc áo bà ba trắng, tạo thành những dấu chấm than. Phải chăng, khi nàng rời khỏi tu viện, nàng sẽ được hạnh phúc với người lính này, đã đơn phương chờ đợi gần 3 năm.

Phong đưa tay nắm lấy đôi bàn tay nhỏ bé của Lệ Uyên, nàng để yên và nhìn anh, cái nhìn thật sâu vào trong ánh mắt anh. Lệ Uyên nói, lời buồn như điệu ru:

- Những gì ông biết, đó chỉ là hiện tại, còn chuyện trước đó là những ngày buồn tênh, một kỷ niệm tuổi thơ của tôi là trong cô nhi viện. Tôi sống trong đó từ khi tôi có 3 tháng.

Phong ngẩn ngơ, không biết có phải chăng mình đang chiêm bao, anh cố giữ bình tĩnh. Tay anh siết chặt tay nàng hơn như truyền thêm niềm tin và nghị lực cho Lệ Uyên vững bước sau một khúc quanh để bước vào một cuộc sống mới. Nàng kể tiếp:

- Tôi sinh ngày 12 tháng 5 năm 1950, tôi vào cô nhi viện tháng 8, nơi tôi chào đời trong bệnh viện Từ Dũ Sài Gòn. Đó là tờ giấy khai sinh có tên ba má tôi, họ đến cô nhi viện gởi tôi ở đấy và cứ 5 năm, ba má tôi gởi tiền về cho cô nhi viện. Họ nhờ người trong ấy nuôi dạy tôi, tôi lớn dần theo thời gian, cùng

vui chơi với những trẻ mồ côi mà cha mẹ họ đem đến cho, hoặc bỏ nơi nào đó trong đêm vắng. Đến lúc trời sáng, người ta mới phát giác, có một đứa bé mới sanh, mới chào đời 5, 3 ngày, nằm trong một cái thùng giấy. Gần bến xe, hay trong chợ, hoặc cạnh tiệm ăn, không có một miếng giấy viết vài lời gởi gấm cho ai đó, có lòng thương để nuôi dưỡng dùm.

Có một điều, sau này tôi biết rất rõ, người mẹ đó vẫn quanh quẩn đâu đó để dò la tin tức, đứa con mình đã bỏ. Nó có được ai lượm, đem về nuôi hay đem cho cô nhi viện hay trại mồ côi nào đó. Rồi người mẹ đó mới yên lòng ra đi, người mẹ đó nói vời lòng:

- Xin con tha thứ cho má! Hoàn cảnh nào đó, mẹ nuôi con không được, mới đành lòng làm như vậy!

Niềm đau đó sẽ chìm vào trong quên lãng! Còn tôi, có phước hơn các trẻ khác nhiều, năm tôi lên 15 tuổi, cũng như những lần trước, có thư từ Pháp gởi về. Cũng những lời lẽ, thăm hỏi Mẹ bề trên, thăm hỏi tôi, biết tôi bây giờ đã lớn, sinh nhật năm thứ 15. Tôi có viết thư về địa chỉ đã gởi cho tôi. Hai tháng sau, tôi được thư hồi âm, cho biết đó là địa chỉ của người Pháp, bạn của ba má tôi.

Đến năm tôi 18 tuổi, tôi cũng được nhận thư, cũng từ địa chỉ cũ, ngoài tấm manda gởi tiền, còn có thêm sợi dây chuyền, và mặt trái tim, trong đó có tấm ảnh mới nhất của ba má tôi. Đó là quà sinh nhật tôi năm thứ 18. Như vậy tôi có được 2 tấm hình của ba má tôi, một tấm hồi tôi được 3 tháng, chụp chung với họ. Một sợi dây chuyền nhỏ xíu cũng có trái tim, hồi ba má đem gởi tôi vào cô nhi viện.

Từ hồi 15 tuổi, tôi đã có ý định, sau này tôi sẽ là maseur, đến năm 18, tôi bước vào cửa tu viện. Gần 3 năm, ngoài việc học để trở thành maseur, tôi còn dạy học cho trẻ mồ côi, xem chúng như những đứa em, cùng chung một cảnh ngộ!

Ngưng một lúc, như để cơn đau lắng đọng xuống tận đáy lòng mình, Lệ Uyên căn dặn Phong:

- Cháo còn trong gào mên, nó giữ được nóng, khi nào ông muốn ăn, nhờ y tá họ múc ra chén. Ông muốn ăn nữa hôn? Nàng vẫn để tay mình trong tay Phong, Lệ Uyên nói như trách móc:

- Ông để cho tôi về!

Phong buông tay nàng ra, chợt nhớ đến chuyện, anh hỏi:

- Uyên! Uyên đến đây bằng gì?

Nàng cười, đáp ngắn, gọn:

- Bằng xe đạp!

Phong lắc đầu, như có vẻ không được yên tâm:

- Từ đây về đó, xa lắm! Uyên đi xe đạp, anh..., tôi không yên lòng chút nào hết!

Nàng vừa nói vừa đứng lên để đi về, Phong vói tay nắm lấy bàn tay nàng, Lệ Uyên nhìn bàn tay mình bị anh nắm lấy, nàng cười nói:

- Từ ngày bị xe đụng, cho đến giờ, đâu có bị nữa đâu?! Để Uyên về, người đi thăm họ về cũng gần hết rồi! Ngày mai Uyên sẽ tới, cho ông ăn cháo tôm, cua!

hong dùng dằng chưa muốn buông tay nàng ra, anh nói:

- Uyên dám nấu, anh..., tôi dám ăn!

Nàng cười, rút tay mình ra khỏi tay Phong, Lệ Uyên lấy 2 cái chén và muỗng sạch để trên bàn, để cái chén dơ vào túi nylon, cho vào cái giỏ xách đi chợ. Nàng định đi về, nhưng lại hỏi:

- Ông muốn uống nước không?

Phong lắc đầu, đáp:

- Được rồi Uyên! Về một mình, cẩn thật đó! Uyên có chuyện gì, tôi ân hận suốt đời!

Nàng nhìn Phong, như mim mỉm cười và nói:

- Uyên về, mai Uyên sẽ đến.

Nàng quay bước đi, Phong nhìn theo đến tận cửa, Lệ Uyên quay lại, họ nhìn nhau, nàng khuất sau cánh cửa, mỗi bước đi, cả hai đều cảm thấy họ càng xa, xa dần. Phong cảm thấy như mình đã phạm tội, giả như không có mình, sơ Theresa không bị đưa về cô nhi viện. Giả như không có mình, giờ này nàng con gái đó không phải bỏ công nấu ăn, đem đến cho mình, đi và về mất hơn 2 tiếng đồng hồ đạp xe.

Rồi đây, khi ra đời, Lệ Uyên phải hòa mình trong cái xã hội đầy giẫy sự gian dối, lừa đảo!

Bởi vậy, con đường mà Uyên đã chọn rất là đúng! Tại sao, biết bao cô gái ở tuổi anh. Họ ước mong có được một người bạn đời, khả dĩ có những đức tính tốt, không đòi hỏi sự tuyệt đối, để thương yêu, sống đến bạc đầu. Hai người con gái mà bà chị Phương Quỳnh đã chọn, con nhà gia giáo, có địa vị trong xã hội đang chờ anh chọn một trong hai. Đã bao lần gặp mặt, giao tiếp, Phong không có được cái cảm hứng để hòa chung bài nhạc giao hưởng trong một tình khúc nào đó.

Vừa ăn năn vừa nhớ thương người con gái, tưởng chừng như không bao giờ được. Nhiều lúc, trên chiến trường mịt mờ lửa khói, cái chết như chực chờ anh. Phong cảm thấy mình bất hiếu, anh là con một trong gia đình, theo luật pháp. Anh có quyền được miễn hay cùng lắm làm việc văn phòng, hoặc huấn luyện các tân binh. Lấy vợ, sinh con, nối dõi tông đường, sớm hôm với ba má.

Nhưng có lẽ, ảnh hưởng Chí Làm Trai của Nguyễn Công Trứ, hồi còn ở Trung Học. Phong đã chọn binh chủng Hải Quân, người lính nghe những tình khúc của Trường Sa hay mấy ông nhạc sĩ khác viết về họ. Phong và các đồng đội tự hào về binh chủng mình!

Đêm đêm, trong phòng này không được yên tịnh, với cái bệnh viện toàn là những người thương binh nặng, từ các chiến trường đưa về đây. Bác sĩ và y tá trực 24 giờ, thương binh đau nhức kêu la, chích một vài phân khối thuốc an thần.

Họ được yên giấc cho đến khi tỉnh dần, biết mình đã để lại nơi chiến trường nào đó một phần thân thể. Họ mỉm cười, an phận với cuộc đời người thương binh, trở về với gia đình.

Cứ mỗi sáng sớm, vài ba cô nữ y tá duyên dáng đến từng giường thương binh đo nhiệt độ, áp huyết. Vừa hỏi thăm bệnh tình vừa trêu chọc vài lời với anh thương binh nào đó:

- Chắc lần này được giải ngũ về với vợ con rồi!

Người thương binh bên kia mở lời dọ hỏi:

- Anh chưa có người yêu, làm gì có vợ!

Cô y tá mỉm miệng cười duyên:

- Chọn đi?

Người thương binh bên giường khác vụt hỏi:

- Thật không? Tôi chọn à!

Cô y tá bên kia đang xem hồ sơ bệnh lý nói rõ hơn:

- Cứ chọn! Nếu người ta có bồ rồi, thì chọn người khác!

Anh thương bệnh binh nằm gần Phong, cái chân bị băng bột và còn bị treo tòn ten lên khung giường cũng lên tiếng:

- Nói như vậy, chết còn sướng hơn!

Người nữ điều dưỡng, mang bảng tên trên ngực Thu Ba mỉm cười, bước đến giường Phong, hỏi vài lời về tình trạng đêm qua. Cô lấy cái ống thủy nho nhỏ bằng chiếc đũa ăn cơm, dài chừng một tấc, từ trong hộp, cô lau lại bằng miếng bông gòn trắng, đút vào miệng anh. Trong khi đó cô dùng dụng cụ để đo áp huyết, lòn miếng băng đen qua trên khuỷu cánh tay không bị băng. Cuộn miếng ấy lại, bơm hơi vào, để ống nghe vào gần đó, xả hơi, nhớ số để ghi vào hồ sơ bệnh lý. Cô lấy lại ống thủy từ miệng anh, cô cũng ghi xuống giấy, được kẹp trên tấm bảng nhỏ, nói vài lời an ủi với Phong, cô bước đến giường bên.

Công việc các cô, ngày nào cũng như thế, thay băng cho họ, chích và cho uống thuốc theo những gì bác sĩ viết trong hồ sơ.

Buồn nhiều hơn vui, có những thương bệnh binh la lối, gắt gõng vì vết thương quá nặng. Họ chấp nhận hết, im lặng, đè nén cơn giận, họ âm thầm chịu đựng những cơn thịnh nộ đó. Họ chỉ đau trong tâm linh, còn thương bệnh binh, họ đau cả thể xác vì thương tật và thân phận tật quyền! Mới ngày hôm qua, các anh còn sát cánh bên nhau diệt thù, nay nằm một chỗ. Nhưng rồi, ngày rời khỏi quân y viện, họ cũng nói với các cô điều dưỡng một lời xin lỗi, họ trao nhau nụ cười thông cảm, và có lẽ họ không còn có cơ hội trùng phùng.

Chúng tôi có bữa ăn sáng, có mấy chiếc xe đẩy nhiều tầng, mỗi tầng có những cái khay, trên đó có đựng thức ăn khác nhau cho mỗi bệnh nhân. Người phụ trách mang đến tận giường, có người giúp đỡ cho bệnh nhân, không ngồi hoặc làm không được.

Các cô y tá làm vừa xong, bác sĩ trưởng khu đến cùng với một vài bác sĩ thực tập, họ đến từng giường bệnh nhân, thăm hỏi, xem lại các vết thương có triệu chứng gì không? Dặn dò các y tá một vài điều, bác sĩ ghi trong hồ sơ bệnh lý, tăng hoặc đổi loại thuốc khác cho phù hợp với bệnh nhân.
Lại đến buổi ăn trưa, bữa cơm chiều, Phong nôn nóng, trông đợi, vẫn chưa thấy Lệ Uyên đến. Anh lại nghĩ vu vơ đến chuyện nàng bị xe đụng, Phong nhìn đồng hồ, đã bao lần rồi, dường như chỉ có cây kim nhỏ xíu màu đỏ chạy thôi. Còn hai cây kim lớn không nhúc nhích. Anh đứng lên định đi ra ngoài, nhưng cảm thấy như không được tiện lắm, thôi thì đành ngồi chờ!

Từ ngày gia đình Phong gặp nàng, Lệ Uyên đi xe taxi, xích lô máy đôi khi lại đi xe đạp. Cũng cái giỏ đi chợ màu đỏ, bên trong có cái gào mên và túi nylon với mấy loại trái cây. Hôm nay nàng đến cửa sớm hơn gần 10 phút theo giờ quy định để vào thăm. Nàng không đứng đợi, bước tới nơi người lính gác cổng, nhỏ nhẹ xin:

- Ông ơi! Anh tôi bị thương nặng lắm! Không biết hôm nay có người nhà đến thăm không? Xin ông cho tôi vào sớm vài phút đi ông! Cám ơn nhiều lắm!

Câu nói bỏ lửng, người nghe muốn hiểu sao thì hiểu. Người lính tướng mạo uy nghiêm, da sạm nắng, đầu đội nón sắt, khẩu súng M16 trên tay, nhìn cô gái, cũng chiếc áo bà ba trắng, quần saten đen, mái tóc dài buông xõa, ánh mắt như van xin. Người lính như xiêu lòng, buông hai tiếng:

- Vào đi!

Lệ Uyên cúi nhẹ đầu cám ơn, rảo bước qua cổng đi vào trong, đi dọc theo hành lang quen thuộc, bước vào cửa phòng, có tiếng người thương binh nào đó trêu:

- Người đẹp của ai tới kìa!

Không cần phải đợi người lính đó nói, Phong đã mòn mỏi nhìn ở cửa, đợi chờ bóng dáng màu áo trắng là biết ngay nàng đã đến. Anh mừng vui ra gần đến cửa để đón, họ vừa đi vừa nói chuyện, nàng nói:

- Hôm qua chị Hai nói với em, chị không đến được vì phải họp.

Phong mừng vui ra mặt nói:

- Như vậy càng tốt!

Lệ Uyên liếc nhìn trong ánh mắt triều mến. Cũng từ hôm Phương Quỳnh gặp Lệ Uyên cho đến nay. Sau ngày đó, ba má nàng đã đến tu viện bẩm với Mẹ bề trên về chuyện họ. Mẹ bề trên rất thông cảm và vui mừng vì Lệ Uyên đã tìm được một mái ấm gia đình, cũng là con cái Chúa. Lệ Uyên vẫn ở bên cô nhi viện, đợi ngày Phong xuất viện rồi họ sẽ làm hôn lễ.

Hai người trở về giường, Phong đứng kế bên nhìn người yêu mình đang lấy cái gào mên ra để trên bàn và một túi nylon nho đen, trái to gần bằng trái chanh. Nàng vừa làm xong Phong nắm tay kéo nàng ngồi lên giường. Anh ngắm từ trên đầu xuống đến chân mang đôi giầy sandal, làm nàng cúi đầu xuống, hỏi:

- Làm gì nhìn Uyên như vậy?!

Anh liền hỏi:

- Em lại đi xe đạp nữa phải không?!

Lệ Uyên ngước đầu lên nhìn anh nói:

- Đâu có! Hôm nay Uyên đi taxi mà!

Phong hỏi:

- Sao áo em thấm ướt cả mồ hôi?

Lệ Uyên bùng thụng đáp:

- Trời ở ngoài nóng lắm! Đường bị kẹt vì có đụng xe gì đó.

Trong này có máy lạnh, nên anh thấy không nóng đó thôi!
Phong nghe nói chữ đụng xe là anh liền nói:

- Em thấy chưa?! Mấy ông lái xe lớn ẩu lắm, rồi đến xe Honda, đụng chết hoài, mà họ chẳng sợ!

Như sợ nàng buồn, Phong cầm tay nói nho nhỏ:

- Đã một lần, anh thấy em bị đụng xe, anh cứ lo sợ mãi! Kể từ ngày đó, cứ mỗi lần nhớ đến em, là anh sợ em đi xe đạp bị người ta đụng!

Phong chợt nhớ đến chuyện quan trọng, nôn nóng định gặp nàng để nói. Nhưng thấy bóng dáng Lệ Uyên mệt nhọc mang thức ăn cho anh, Phong đã quên mất. Anh vẫn nắm lấy bàn tay nhỏ bé của nàng, anh nói:

- Ngày mai anh được xuất viện!

Lệ Uyên vui ra mặt, nét rạng rỡ trên gương mặt, tạo thêm nét duyên dáng, không son, không phấn, nhưng má hồng như màu đào. Đôi mắt long lanh với niềm tin ở tương lai, Phong nói tiếp như để cám ơn:

- Cũng hơn 3 tuần rồi, ngày nào em cũng đến thăm anh, lo cho anh từng chút. Sau này em đến nhà chơi, không cần phải nấu nướng cho anh. Đến phiên anh nấu cho em ăn, em sẽ thấy tài nghệ của anh.

Lệ Uyên thấy nét vui trên mặt Phong, làm nàng vui lây. Cũng như thường ngày, họ trò chuyện nhau, Lệ Uyên vừa nói, vừa lấy chén múc cháo cho anh. Nàng ngồi đối diện, lấy muỗng múc cháo lên, để muỗng xuống trộn cho đều vì thấy cháo còn quá nóng. Lệ Uyên đưa muỗng lên gần đụng môi nàng, xem cháo nguội chưa, rồi đút cho anh ăn. Hương vị cháo không như những ngày trước, thịt bò được bằm nhỏ ra, hoặc cháo cá. Sao hôm nay, Phong ăn có vị mùi tôm cua, rồi lại có cả mùi mực nữa?!

Anh yên lặng không dám hỏi, nhưng Lệ Uyên thấy được cái nét thay đổi trên gương mặt, Lệ Uyên nói:

- Anh sợ đồ biển sẽ làm vết thương ngứa và nổi u, xấu xí lắm, phải hôn?

Bị nàng nói đúng ý mình, nhưng thực sự là không hoàn toàn đúng, Phong vừa cười vừa nói:

- Anh đâu có ý đó, nó có nổi u, anh cũng đâu có sợ, anh chỉ lo là vết thương có biến chứng khác thôi!

Lệ Uyên nghe anh nói, nàng mủm mỉm cười rồi nhắc lại lời hôm trước anh nói:

- Anh nói, nếu như Uyên dám nấu tôm cua, thì anh dám ăn mà?! Hôm nay Uyên dám nấu, xem anh có dám ăn không?

Phong cười, lời nói như hàm ý là nàng trả thù vì anh cho nàng ăn tôm hôm bị đụng xe:

- Em nhớ dai quá! Anh biết trầy chảy máu, ăn chút ít chẳng có sao cả. Nên mới cho em ăn, và cũng vì sợ vết thương của em nổi u, nên anh căn dặn em đừng ăn đó thôi!

Uyên nghe anh viện dẫn lý do, nàng dư biết là lời thật. Nàng vừa đút cho Phong, nàng vừa min mỉm cười, nói:

- Thực tình anh ăn mà anh không nhận được là gì sao?

Nghe Lệ Uyên nói, khi nàng đút cho anh, Phong cố để nhận xem là gì, từ miếng mực xắt nhỏ còn dai cho đến miếng tôm hơi dai dai, miếng cua mềm mềm. Pha thêm vị những hạt cháo sanh sánh, tiêu xay, màu xanh của ngò hành. Một chút muối, đường, nước mắm, bột nêm. Chén cháo đầy, do tay nàng nấu và đang đút cho Phong ăn, ăn một hơi gần hết cháo trong chén mà chưa tìm được câu trả lời.

Lệ Uyên vừa đút cho anh ăn vừa đợi câu đáp, nàng hỏi và trả lời:

- Cua biển, mực và tôm đều là đồ chay, làm từ tàu hủ ky, bột mì và tàu hủ miếng. Những gia vị đó được chế biến riêng, người ta còn làm thịt kho tàu, thịt quay, với lớp da giòn như thịt quay thật. Còn có cá chiên, chảo giò chiên, bì cuốn, gỏi cuốn, thịt gà xé phay, đùi vịt quay, gà nấu cà ri, gà xào sả ớt, Uyên không nhớ hết được!

Phong nghe nàng nói quá rành về món ăn chay, chợt anh hỏi:

- Trong đó họ cũng ăn chay sao em?

Lệ Uyên không hiểu hết được ý của Phong, nên nói:

- Trong đó đâu có đủ tiền, ngay cả bên tu viện nữa, ngày nào cũng có những món ăn chay nhiều hơn thịt. Anh có biết không, kho một nồi thịt kho lớn lắm, chỉ có 1 phần 3 là thịt, còn lại 2 phần là tàu hủ chiên, củ cải trắng. Mỗi người chỉ được 1 miếng thịt, một miếng tàu hủ kho và vài miếng củ cải kho thôi.
Phong nghe Lệ Uyên kể, anh không dám hỏi nữa, nên nói nịnh để cho nàng quên chuyện buồn đó:

- Em nấu ngon lắm, nếu có dịp nào, em trổ tài cho chị Hai biết, chỉ được ăn cháo này là chị ấy phục tài em!

Lệ Uyên nghe Phong khen, nàng chỉ mủm mỉm cười. Chén cháo cũng vừa hết, nàng không múc tiếp chén khác như mấy hôm trước. Nàng đem để qua bên kia bàn và thuận tay lấy cái mâm bằng i-nốc hình chữ nhật, bên trong chia nhiều ngăn, mỗi ngăn là đựng món ăn riêng. Thức ăn rất nhiều chất dinh dưỡng cho cơ thể.

Vào bữa cơm chiều, những thương bệnh binh ở đây, có người thân đến thăm, họ chờ người nhà đến, có người thì không, họ cùng ăn vui vẻ, đủ thứ chuyện để nói. Một anh thương binh nằm bên kia giường, với miệng nói sang:

- Thiếu úy Phong ơi! Bị thương như ông, có người đẹp đút ăn. Tôi xin tình nguyện bị thương. Thiếu úy ơi!

Ai nấy cũng cười lớn hết, làm Lệ Uyên mắc cỡ, nàng viện cớ bào chữa:

- Các ông thấy không? Một tay bị thương còn băng, cột dây lên cổ, còn một tay làm sao bưng chén ăn được!

Lại thêm một anh thương binh đang ngồi ăn cơm, gần cuối phòng nói lớn:

- Cô trung úy ơi! Trong phòng này chỉ có một mình tôi còn "mồ côi vợ", xin cô xem có ai giới thiệu cho tôi!

Lệ Uyên không hiểu người ấy nói gì, nàng nhìn Phong như để hỏi. "Ông ấy nói gì?" Phong giải nghĩa là anh ấy còn độc thân, chưa lập gia đình. Nàng hỏi:

- Còn cái gì là, cô Trung Úy?

Phong chợt nhớ, với tay lấy cái hộp nho nhỏ như quyển sách, màu xanh dương lợt, đưa cho Lệ Uyên, bảo nàng mở ra. Bên trong là cặp lon Trung Úy, 4 cái bông mai vàng và một huy chương Chiến Thương Bội Tinh. Nàng chỉ hiểu thoang thoáng là anh lên cấp bậc, còn cái mề-đai, Phong phải giải nghĩa, nàng mới hiểu.

Đôi bàn tay nhỏ xinh xắn cầm cái hộp trên tay, Lệ Uyên nhìn anh, miệng như mim mỉm cười. Nàng để cái hộp lại trên đầu giường, thuận tay lấy cái khay đựng thức ăn, lại đút cho Phong ăn như hơn 2 tuần nay rồi. Nàng cố ép cho anh ăn những miếng thịt bò và đậu xào chung. Lần nào Phong cũng cố năn nỉ nàng ăn chung với anh, dù là một miếng thịt, một miếng cơm.

Có lẽ những ngày qua, Lệ Uyên đến thăm, chăm sóc cho Phong, tình cảm mỗi ngày như loại phân bón cho cây yêu thương, nó thấm vào đó, cây thêm xanh, một vài búp hoa đang đâm chồi. Là tình yêu! Cứ vắng nhau là nhớ, mong gặp được nhau để vui cười! Còn người chị Phương Quỳnh thì lại cố tình tìm đủ mọi thứ để vắng mặt, viện lý do này, lý do khác để cho hai người có thời giờ để nói chuyện với nhau. Dường như chỉ có đến vài lần, từ khi gặp Lệ Uyên lần đầu.

Một thoáng buồn, như phơn phớt là khói sương, Phong lo, khi ngày mai anh xuất viện, liệu Lệ Uyên có đến nhà thăm anh không?! Anh nói nhỏ:

- Cám ơn em! Đã vất vả cho em gần cả tháng nay, ngày mai em đến nhà anh nha!

Lệ Uyên do dự, Phong vội nắm lấy bàn tay, lời như năn nỉ:
- Ba má và vợ chồng chị Quỳnh hỏi về em hoài, họ sợ em bỏ anh đó!

Lệ Uyên nghe anh nói, má đỏ hồng lên, nàng nhìn xuống, nói nho nhỏ như lời ru:

- Bây giờ có muốn bỏ cũng hổng được rồi!

Phong vừa nghe, liền cúi đầu mình xuống vừa để chạm lên mái tóc, hương tóc vẫn như lần đầu khi anh bế nàng lên để lên bờ lề đường, băng bó vết thương nơi đầu gối. Mỗi lần nói chuyện, Phong nhớ đến chuyện đụng xe, anh hỏi về vết thương. Nàng cho biết có thẹo, to bằng ngón út, đã bao lần anh xin cho anh xem, nàng đáp gọn gàng:

- Hổng được đâu!

Lệ Uyên hỏi:

- Ngày mai, mấy giờ anh xuất viện? Em đến đón anh.

Phong đáp lời, như năn nỉ:

- Xin em đừng đến! Đừng buồn anh nhé! Anh Tiến, chồng chị Hai đến đón anh về nhà. Giờ nào rảnh, em đến cũng được! Như em biết mà, ngày nào anh cũng nhớ và đợi được gặp em hết! Mai đến nhà, anh nấu súp cho em ăn!

Lệ Uyên, ngước mặt nhìn Phong, hai ánh mắt nhìn nhau, nàng nghe anh nói anh sẽ nấu cho nàng ăn, miệng như cười, như lo lắng nói:

- Có một tay làm sao anh làm được! Vết thương ở hông đã lành chưa anh?

Phong cười đáp:

- Hồi sáng này, bác sĩ đã mở băng vải ra rồi, bây giờ chỉ có băng bằng băng keo vải thôi. Em muốn xem không?

Lệ Uyên gật nhè nhẹ đầu, nàng đem cái mâm hình chữ nhật, thức ăn đã ăn hết, sang để bên bàn. Nàng vén cái vạt áo màu xanh dương lợt của bệnh viện lên để xem vết thương. Một miếng băng keo vải màu da bò, băng lên miếng băng vải trắng lớn, nàng nhìn anh lo lắng hỏi:

- Anh còn đau không?

Phong đáp nhanh để nàng không nghi ngờ:

- Hết đau rồi em, vì vậy bác sĩ mới cho anh về nhà.

Lệ Uyên thấy miếng băng quá lớn, nên hỏi:

- Thật hôn đó! Uyên rờ được hôn?

Phong cảm thấy hơi lo, sợ nàng ấn mạnh vào đó, anh gật đầu liền, nhưng cũng chuẩn bị để chịu đau như các ông bác sĩ khám lại nó trước khi cho anh về. Họ thường đè mạnh xuống để xem vết thương đó có thật lành hẳn chưa, hay bên trong còn có mủ. Nhưng Lệ Uyên chỉ rờ nhẹ lên miếng băng thôi, có như vậy nàng mới thực lòng tin và hỏi:

- Anh muốn Uyên đến mấy giờ?

Phong vừa nói, như vừa có ý muốn nàng đến nhà càng sớm càng tốt:

- 10 giờ bác sĩ đến khám, làm hồ sơ xuất viện cũng chừng 11 giờ xong, 12 giờ anh Tiến đến đưa anh về nhà. Em đến nhà chừng 2 hay 3 giờ chiều cũng được.

Nàng lo lắng hỏi:

- Nhà có khách đông không anh?

Phong còn do dự không chắc có ai, anh nói trừ hao để rủi như có ai đến nữa, anh sẽ bị nói không thật lòng. Anh vừa nói vừa nhìn sắc mặt nàng:

- Vợ chồng chị Hai, có lẽ thêm một vài người bạn của chị ấy, đôi ba người ở cạnh nhà. Chắc có vậy thôi!

Phong ngưng lại như để dò lòng nàng, anh nói thêm:

- Ba má gặp mặt em vài lần, họ hỏi chị Quỳnh hoài về em đó! Ba ngồi xe lăn, ở nhà buồn, ba lăn xe qua nhà hàng xóm, đánh cờ tướng hay rủ vài ba người bạn ra quán cà phê. Còn má, ở nhà một mình, ngoài hai bữa cơm lo cho ba, má buồn, ước ao em đến chơi thường!

Lệ Uyên ngồi xuống giường, bên cạnh Phong, nàng lắng nghe anh nói về gia đình anh. Một mái ấm, có ba, có má, có anh chị em, có các cháu, họ còn có bà con, họ hàng đến thăm viếng. Cuộc đời nàng sắp sửa rẽ qua một con đường khác, sẽ có hạnh phúc như những gì đang đợi chờ nàng?! Hay phải một đời cam chịu lận đận, lao đao, như bao đôi tình nhân, khi đã thành vợ, thành chồng. Chiến tranh cứ còn mãi trùm phủ quê hương, chiến trận lại gia tăng sau trận chiến Tết Mậu Thân. Chúng hoàn toàn tan rã, nay lại bắt đầu sôi động trở lại.

Phong hỏi, làm cắt đứt dòng suy nghĩ, nàng ngước lên nhìn anh, nở nụ cười trọn vẹn. Có lẽ đây là lần đầu tiên anh được thấy nụ cười ấy ở trên môi nàng, để lộ những chiếc răng đều như hạt bắp, màu trăng trắng như ngà. Hai chiếc răng khểnh ở hai bên làm tăng thêm nét duyên dàng. Mái tóc dài đen mượt xõa xuống bờ vai trên chiếc bà ba màu trắng trinh nguyên chưa dấy bụi trần. Đôi bờ tóc như e ấp đôi má ửng hồng, có 4 cái đồng tiền, 2 sâu, 2 cạn.

Lệ Uyên cảm thấy đôi má như ửng hồng, nàng đứng lên, dọn chén muỗng trên bàn cho bao nylon, để vào giỏ xách để sửa soạn đi về. Những người thương binh không có những người thân đến thăm, họ thường chọc phá những người thân của người khác. Họ là những người tạo chuyện khôi hài, cười cho vui, cho đời thương binh thêm ý sống. Rồi mai đây, có người trở lại các chiến trường, có người được giải ngũ. Không biết bao giờ, có mấy ai được gặp lại nhau.

Dọn dẹp xong đâu đấy, Lệ Uyên mủm mỉm cười, nàng nói nho nhỏ:

- Ngày mai, chừng 4 giờ Uyên đến!

Phong do dự, còn chưa bằng lòng, anh nói như năn nỉ, mong nàng tăng giờ:

3 giờ..., hay 3 giờ... rưỡi! Được không em?

Cũng là cái cười, nhưng ít khi anh được thấy cái cười trọn vẹn, nàng nói:

- Mai là thứ 7, em phải kiểm lại bài vở chúng học trong tuần qua. Em nào học giỏi sẽ được cho đi Sở Thú vui chơi, dẫn đi ăn kem do những công ty, họ tài trợ. Tiền chi phí trong viện mồ côi, là từ những nhà mạnh thường quân, các công ty. Họ tài trợ từ tài chánh, sản phẩm của doanh nghiệp và hội Hồng Thập Tự quốc tế.

Phong nghe nàng kể những sinh hoạt của Cô Nhi Viện, anh thức tỉnh vui vẻ nói như để xin lỗi:

- Anh quên đi chuyện đó! Nếu như em không nhắc, anh cứ nài ép em hoài!

Phong lại được thấy một nụ cười nở trọn vẹn trên môi, như để thưởng cho anh về cái thông cảm cho người mình thương. Cái vui của nàng là cái vui từ những đứa trẻ bất hạnh, được ai đó đưa tay dìu dắt, nâng đỡ cho các em cô nhi. Một mảnh đời bất hạnh từ lúc chào đời, cha mẹ bỏ chúng như bỏ một đồ vật cũ, phế thải, không cần thiết cho cuộc sống. Có phải là vì sĩ diện hay hoàn cảnh cuộc đời?! Nên mới có những cô nhi viện?!

Nàng lại mim mỉm cười nói:

- Uyên về nè! Mai Uyên cố gắng đến sớm!

Phong vội vói tay xách cái giỏ, nói:

- Anh đưa em ra cổng.

Lệ Uyên nói nhỏ với Phong:

- Anh đợi Uyên một tí!

Nàng cầm một cái bao nylon, đi đến vài ba cái giường thương binh chưa có người thân đến thăm. Nàng lấy chùm nho nhỏ mà nàng đã cắt để trong bao nhỏ. Lệ Uyên cười nói với họ:

- Xin anh nhận cho, đây là chút ít lòng thành!

Người thương binh cầm lấy, nhìn nàng như tỏ lòng cảm ơn. Mấy anh thương binh khác, có thân nhân đến thăm kêu nói:

- Cô Trung Úy ơi! Cô ủy lạo thương binh như vậy không có đồng đều! Cho tôi với!

Phong và Lệ Uyên đi ra giữa tiếng kêu ca, cười nói của những người thương bệnh binh. Họ đã đem máu xương và một phần thân thể của mình để gìn giữ quê hương! Để cho người ở hậu phương được yên bình. Nhưng có được bao nhiêu người nhớ ơn họ, ngoại trừ những thân nhân họ. Có được bao nhiêu người quý mến họ? Và cũng không bao giờ nghe họ than phiền về số phận mình!

Nhưng có một điều phải nói, có những nhà làm chính trị, hay nói rõ nghĩa hơn là các Đảng phái, báo chí và một vài tôn giáo. Không những không biết ơn họ, còn lợi dụng họ để làm bức bình phong, ẩn núp để hoạt động cho Cộng Sản. Xúi dục họ biểu tình chống chính quyền, chiếm cả các công viên, đòi cấp phát đất ngay trong thành phố. Những phần tử đó là Việt Cộng nằm vùng, hoạt động cho chính quyền độc Đảng miền Bắc. Miền Nam theo chế độ Tự Do, có nhiều đảng phái, báo chí, tôn giáo tuyên bố là bênh vực quyền lợi cho dân, vì vậy người lính VNCH rất đau lòng khi nghe các ông ấy la lối, tuyên bố Vì Dân, lo cho Dân?!

Trưa hôm ấy, gia đình Phong nấu vài món ăn để mừng anh về và luôn thể để giới thiệu Lệ Uyên là bạn gái của anh.

Phương Quỳnh và Tiến, đuổi Phong lên nhà trên, để cho họ nấu nướng được dễ dàng. Họ chê anh là Độc Thủ Đại Hiệp, chẳng làm được chuyện gì.

Nhưng một hồi anh cũng được giao cho công việc là nướng 2 con cá lóc, mỗi con gần 1kg rưỡi. Dù có lớn một tí, nhưng nếu chịu khó nướng cho vàng đều thì thịt ngon tuyệt hảo, vì có nhiều thịt. Chỉ còn một tay, anh để 2 con cá đã được xỏ từ đầu xuống tới đuôi bằng một cây lụi, để chúng trên một cái giá nướng. Anh chỉ cần lấy cái bẹ lá chuối, đập dập ở một đầu, biến nó thành cậy cọ để phết lên cá một lớp mỡ hành tỏi đã xào vàng rồi.

Cá đã làm xong, lấy khăn sạch quấn chung quanh để làm cho cá ráo nước. Trước khi đem nướng phải phết lên nó nhiều lớp mỡ hành đã làm sẵn rồi mới đem nướng trên than hồng; chừng một lúc lại phết lên thêm một lớp mỡ hành tỏi nữa cho đến khi vừa ửng vàng. Cũng là lúc đem để mỗi con lên một cái dĩa hình oval lớn, lấy dao nhỏ xẻ đôi, lấy cái xương chính giữa ra, giữ lại cái đầu, rưới mỡ hành tỏi lên một lần nữa, rắc đậu phộng rang vàng, đâm nhỏ, thế là xong.

Phong làm công việc này là để giết thời gian, anh vừa làm vừa nhìn đồng hồ trông ngóng Lệ Uyên đến. Bỗng có tiếng xe Honda, rồi tiếng mở cổng, ai cũng biết là Thiên Trang hoặc là Trúc Mai. Mỗi khi một trong hai cô này đến là không cần phải bấm chuông, cứ lòn tay vào bên trong là mở khóa để vào. Vừa vào cửa thì hai đứa con của Phương Quỳnh chạy đến chào mừng, miệng hỏi hai cô có mang bánh kẹo không?

Có chứ! Hoặc nếu như quên thì nói, lần sau sẽ nhớ!

Một gái lớn, một trai là em, chúng rất dễ thương. Trong nhà, trong lớp, có cái gì cũng kể cho hai cô nghe hết. Thiên Trang mang cái bao nylon vào trước, chào hỏi ba của Phong. Ông đang ngồi trên chiếc xe lăn cùng với hai người bạn chí thân, vừa uống cà phê đá vừa nói chuyện đời. Nàng đến chắp tay để chào hỏi họ, rồi đi thẳng ra nhà sau.

Thiên Trang cũng chắp tay chào má của Phong, và nói:

- Hai đứa con mang đến vài loại trái cây biếu hai bác, dùng lấy thảo.

Nàng vừa nói xong thì Tiến đã lên tiếng:

- Còn anh thì em khỏi cần chào, có mang riêng, bánh kẹo gì không cứ đem ra là được rồi!

Cả nhà cùng cười, Tiến quay sang Phong đang đứng nướng cá gần đó, Tiến định trêu chọc. Nhưng Phong đã lên tiếng:

- Em vào đây, còn Trúc Mai đâu? Anh nghe tiếng hai em mà!

Phong nghe Tiến hỏi, anh liền nói mỉa mai:

- Đang ở đây, mà lỗ tai nghe xa ngàn dặm! Có nói lời gì thì nói đi, để tí nữa khó nói được lời từ tạ!

Phương Quỳnh đang phụ với má nàng làm nước mắm chanh đường, còn bà thì làm mắm nêm, nàng lên tiếng trách móc chồng:

- Anh làm ơn đừng có trêu chọc chúng nữa mà! À! Bộ hai đứa em có hẹn nên cùng đến một lúc vậy?

Thiên Trang đáp:

- Đứa em của em, nó mượn xe, nên em gọi điện thoại, nhờ Trúc Mai đến chở dùm, chị ấy bị hai đứa nhỏ ở ngoài sân bắt cóc rồi!

Vừa nhắc, Trúc Mai cũng vừa từ nhà trên đi xuống, nàng cũng chắp tay thưa má của Phương Quỳnh, nàng chào hỏi vợ chồng Tiến. Phong vẫn còn đứng nướng cá, anh liền nói:

- Hôm nay, anh biết em và Thiên Trang đến, anh nướng món cá lóc cho tụi em ăn.

Câu nói của anh như để nhắn nhủ để xin lỗi những tình cảm của hai cô, đã bao năm chờ đợi. Hay nói đúng hơn, đã bao lần Phong cũng đã tỏ thái độ về tình cảm, anh xem như là hai đứa em gái. Có nhiều lần, Phong đi chơi riêng với Thiên Trang hoặc Trúc Mai, anh đã nói rõ cho họ biết, và họ cũng đã biết điều đó. Có vài lần, Phong dàn dựng một chuyện tình cờ, để giới thiệu riêng hai cô với vài người bạn anh. Họ là những người tốt mà anh từng quen biết, rồi đến Tiến hoặc Phương Quỳnh cũng làm mai mối cho hai cô, thế mà mãi đến bây giờ hai nàng vẫn chưa chọn ai hết.

Hai cô ù ơ, dí dầu mãi, Phương Quỳnh xem hai cô như là em ruột của mình, nàng đã bao lần cảnh cáo: Tuổi Xuân người con gái có hạn định, kén chọn từ tuổi 18 cho đến 23, đừng có để:

Hết duyên, đi sớm, về trưa một mình!

Hai cô nghe, rồi cười, Thiên Trang tin vào duyên số, ông Tơ bà Nguyệt nào đó, se duyên cho nàng. Đến lúc đó sẽ có một chàng Hoàng Tử nào đó đến cầu hôn, không cần phải lo lắng gì hết!

Còn Trúc Mai thì yêu đời hơn, ví mình như đóa hoa khoe sắc thắm, rồi cũng có một lúc, ong hay bướm bay đến hút mật, chúng sẽ mang đến cho hoa ấy vô số phấn nhụy đực. Tự nhiên hoa sẽ kết trái, nàng sẽ có chồng. Cuộc đời này là cả một thế giới huyền diệu, mặc tình vui chơi, yêu đời. Đừng mang cái Sinh, Bệnh, Lão, Tử ra để xem Đời như là Bể Khổ của Trần Gian.

Trúc Mai nghe Phong nói với Thiên Trang, nàng giả vờ trách móc:

- Anh chỉ biết lo cho nó! Còn em chắc anh quên rồi!

Phong bị bắt bẻ, nhưng vẫn còn biện minh được, anh lập lại câu nói lúc nãy:

- Anh biết em và Thiên Trang đến, anh nướng cá cho tụi em ăn. Chữ em ở đây, có nghĩa là có cả Trúc Mai, phải không nào?!
Phong vừa nói xong là Tiến lên tiếng trêu chọc:

- Hai cô có muốn nói gì thì nói lẹ lên, để chút nữa khó nói lên lời!

Phương Quỳnh như trách khéo chồng:

- Anh lo rửa rau mau đi, cứ trêu tụi nhỏ hoài!

Không khí đang vui, bỗng dưng như nặng nề, Tiến biết mình vô tình làm cho họ không còn tự nhiên như những lần hai cô tới đây, họ cười nói vui vẻ. Thiên Trang nói như là mình đã biết trước chuyện:

- Em biết lâu rồi chứ bộ! Chị Quỳnh đã kể chuyện ấy cho tụi em nghe hết rồi! Nhưng dù sao, em vẫn xem anh Phong là anh của tụi em vậy! Có chuyện gì em réo ảnh đó! Nói người ta đừng có ghen! Tụi em đến trước mà!

Cả nhà cùng cười, mẹ của Phong là người khổ tâm nhất, không biết nói gì với mấy đứa nhỏ đây?! Hôm nay nghe Thiên Trang nói vậy, bà cũng yên lòng phần nào. Con gái bây giờ là vậy đó! Ngày xưa, bà lấy chồng, bà chẳng biết gì hết! Mai mối có người đến coi mắt. Cha mẹ đặt đâu, con ngồi đấy! Ba của Phong đến làm rể năm ba lần, để cho hai người có dịp làm quen. Bà run gần chết, khi ba của Phong hỏi chuyện. Đến ngày Vu-Quy, đêm trước đó bà lại bàn thờ tổ tiên, rồi đến cha mẹ, nước mắt bà tuôn dòng. Sáng mai về làm dâu nhà người, bến đục hay trong, tùy vào số mệnh!

Trúc Mai đến bên Phong đang nướng cá, mùi thơm của cá hòa chung với mùi mỡ hành tỏi, khi những giọt mỡ rơi xuống than hồng, nó làm khói bốc lên khiến ai cũng thèm! Nàng đưa cho Phong cái hộp nhỏ đã gói bên ngoài lớp giấy màu vàng, Thiên Trang cố tình nói lớn để cho mọi người nghe:

- Em có cái này tặng anh, em mua nó đã từ lâu lắm rồi, định có ngày trao cho anh. Nhưng hôm nay Mai đưa cho anh trước, em nghĩ có nó, anh sẽ may mắn như tên Mai của em.

Mọi người nhìn vào cái hộp nhỏ, chừng bằng cuốn sổ tay bỏ túi, màu vàng, có cột chỉ đỏ. Phong đưa tay lấy, Trúc Mai đứng xoay dùm 2 cái lụi cá để cho không bị khét. Thiên Trang thấy vậy cũng chạy đến xem, Phong chỉ có một tay làm sao mở giấy ra xem; nên Trúc Mai nhờ Thiên Trang xoay dùm 2 cây lụi cá, nàng cằn nhằn nói:

- Xui ghê! Định tới xem, lại bị hai người đì, khôn thấy mồ!

Cả nhà nhìn dáng bộ dùng dằng, mặt mày bí xị của Thiên Trang mà cười. Còn Trúc Mai dịu dàng nói với Phong:

- Đưa đây Mai mở cho!

Phong trao cái hộp lại cho Trúc Mai, nàng đưa tay cầm và kéo sợ dây đỏ của cái nơ, nó tuột ra theo thành sợi dây, nàng gỡ lớp giấy vàng, là một cái hộp màu xanh dương đậm. Trúc Mai trao lại cái hộp cho Phong, còn Trúc Mai mở dùm cái nắp ra, 4 cái bông mai vàng nằm trên nền nhung đỏ. Anh nhìn nàng và đưa cho mọi người xem, ai cũng vui cười, Tiến nhìn vợ, Phương Quỳnh nhìn chồng, họ thầm hỏi, anh nói hay em nói cho Trúc Mai biết về chuyện Phong được lên lon. Chuyện đó chỉ có vợ chồng nàng vừa biết hồi trưa này, khi Tiến đến rước Phong về nhà.

Câu chuyện chỉ mới xảy ra cách đây chưa đầy, 4 tiếng đồng hồ, không lẽ Lệ Uyên đi nói với Trúc Mai. Cả hai người còn chưa biết mặt nhau mà, Phương Quỳnh chợt nhớ khi nãy, Trúc Mai nói, đã mua lâu lắm rồi, Phương Quỳnh hỏi lại:

- Em mua hồi nào? Sao không tặng cho Phong?

Trúc Mai nói như trách móc:

- Em mua hồi Noel năm rồi! Đợi mãi có thấy ảnh về đâu mà đưa!

Chỉ một câu nói, không mang từ ngữ văn chương bóng bẩy, nhưng nó chứa một ý nghĩa sâu thẳm làm đau buốt lòng người nghe. Phong đứng bên Trúc Mai, anh nhìn thật sâu vào mắt nàng, anh hiểu được lòng nàng. Nhưng tình cảm chỉ là anh em, Phong cũng đau lòng lắm, biết nói gì đây thì bỗng dưng Tiến nói lớn:

- Thiên Trang! Em coi chừng cá khét! Không coi cá vàng hết chưa mà nhìn cái hộp làm gì?

Thiên Trang dẫy nẩy nói:

- Em đang coi này, khói bay cay cả mắt em nè!

Phong cầm tay Trúc Mai, nói như lời vỗ về, như trách rằng định mệnh không trói buộc chúng mình. Sau này em sẽ có một người thương em, lo cho em nhiều hơn anh:

- Mai nè! Cám ơn em, em đưa cho anh đúng lúc, hôm qua anh được người đại diện của Bộ Tư Lệnh Hải Quân đến bệnh viện gắn lon cho anh.

Trúc Mai nghe được, nàng cười, nụ cười như chia sẻ với Phong về niềm hãnh diện đó. Sẵn tiện Phong đưa cho Thiên Trang xem cập lon mà Trúc Mai mới vừa tặng. Thiên Trang vừa xem vừa trách Trúc Mai:

- Chị đi mua mà không rủ em đi nữa!

Trúc Mai nói:

- Mai mua lâu lắm rồi! Lần nào rủ Trang đi, chỉ được một lúc là Trang chạy đi vào mấy tiệm bán mỹ phẩm, Mai đi kiếm Trang khắp nơi.

Thiên trang nói như giận hờn:

- Như vậy chị không rủ Trang đi phải không?

Dường như trách cứ xong cho đỡ hờn, nàng hỏi tiếp:

- Cái hộp này để ở đâu đây? Em để dùm cho. Mai mốt em mua cho ảnh 6 cái bông mai cho chị coi!

Cả nhà được dịp cười, Phương Quỳnh nói:

- Cô nương ơi! Người ta lên cấp, mới được mang lên bâu áo hoặc trên vai, chớ đâu có muốn mang mấy cái thì mua đâu!

Trúc Mai nói:

- Đưa đây Mai đem cất cho ảnh.

Thiên Trang đưa cái hộp nhỏ lại choTrúc Mai, nàng cầm lấy đi thẳng lên nhà trước, chỉ còn lại Thiên Trang, nàng hỏi Phương Quỳnh:

- Chị Quỳnh có gì làm không? Cho em làm phụ với!

Phương Quỳnh chưa kịp nói, Tiến lên tiếng nhờ liền:

- Anh chỉ chờ em hỏi câu đó đó! Còn một mớ rau thơm, em rửa dùm anh.

Thiên Trang lên tiếng như để anh thông cảm:

- Em và chị Trúc Mai mới đi làm móng tay, nước sơn còn ướt, em rửa rau thì nó tróc hết!

Phương Quỳnh lên tiếng khen và luôn thể nhờ luôn:

- À! Thì ra hai cô đi chưng diện, có để ý anh nào chưa?

Thiên Trang vừa cười vừa nói như phân bì:

- Ngày nào như ngày nấy, áo dài đồng phục, còn mấy ông lớn bà to, nay veston màu này, mai veston màu khác, hay muốn mặc gì cũng được. Chỉ có tụi em, thứ 7 hay Chúa Nhật mới được diện! À chị ơi! Hôm nay ở ngoài chợ Sài Gòn Kiến Vàng nhiều lắm! Các sinh viên ở Đà Lạt về cũng nhiều lắm!...

Nàng định nói nữa, nhưng bị Tiến hỏi ngang:

- Cô Trang ơi! Quan trọng là, có ai để ý đến cô chưa? Sinh viên sĩ quan Thủ Đức mà cô gọi là Kiến Vàng!

Thiên Trang đính chánh:

- Em đâu có biết! Tụi bạn em nó nói, em nói theo!

Có lẽ lời nói vô tư của nàng khiến Tiến ân hận, anh chọc:

- Kiến Vàng nhiều, nhưng có chọn được ai chưa? Nếu như chưa?! Để từ từ anh tìm cho!

Phương Quỳnh gọi Thiên Trang để nhờ nàng lau dùm dĩa chén, Phương Quỳnh chợt nhớ đến Quang, người phó trưởng phòng ở chi nhánh Sài Gòn Tín Dụng cũng gần bên, thường hỏi Phương Quỳnh về Thiên Trang khi đi ăn trưa, thiếu vắng mặt nàng.

Thiên Trang có gặp nhiều lần, nhưng nàng chê anh chàng ít nói, hơi lớn tuổi, Trúc Mai thấy thế thường hay trêu chọc. Nếu như không chịu, nàng phỏng tay trên thì đừng ân hận đó! Thiên Trang thách đố nàng, có lần vào tiệm ăn, Trúc Mai thấy Quang ngồi bên kia với mấy người bạn. Nàng đi ngay lại bàn, bọn họ kéo ghế mời nàng ngồi chung, nàng ăn uống cười vui, nói hộ dùm về Thiên Trang hay mắc cỡ, vì vậy nên làm lơ. Trúc Mai còn hỏi để lấy số điện thoại ở văn phòng, ở nhà, hứa sẽ làm mai Thiên Trang cho Quang.

Họ ăn uống xong, từ giã Trúc Mai, nàng bưng ly nước trở về bàn mình, Trúc Mai nói với Phương Quỳnh, để chọc tức Thiên Trang:

- Hôm nay mình được mời ăn mà ảnh còn cho mình số điện thoại nữa! Con người gì mà dễ thương ghê! Ai có muốn số điện thoại này, bao tôi một chầu kem!

Trúc Mai vừa nói vừa cầm tờ giấy nho nhỏ được xé ra từ cuốn sổ tay, nàng quơ qua quơ lại trước mặt Thiên Trang. Khiến Phương Quỳnh vừa ăn vừa cười, Thiên Trang bùng thụng nói lẩy:

- Không ai thèm đâu!

Trúc Mai tiếp tục trêu:

- Người ta không thèm, thì tui cất vào ví tay của tôi. Nếu như mai kia mốt nọ, có ai đó cần đến, tui nói, mất rồi, hay nếu như tui có rảnh, thì gọi điện thoại rủ người ta đi chơi!

Trúc Mai nói chơi cho vui, chứ nàng với tay lấy cái bóp nhỏ của Thiên Trang, xếp nhỏ miếng giấy lại, để nó vào. Trong khi đó Phương Quỳnh vừa ăn vừa nhìn theo hai bàn tay của Trúc Mai, nàng vừa làm chầm chậm vừa liếc mắt nhìn Thiên Trang. Nàng giả vờ như không để ý gì hết, Trúc Mai để nó lại chỗ cũ. Như Quỳnh thấy vậy bèn hỏi Thiên Trang:

- Làm gì hôm nay buồn vậy?

Trúc Mai đáp thế cho Thiên Trang:

- Tình trong như đã, mặt ngoài còn e!

Thiên Trang nghe Trúc Mai dùng câu thơ của Nguyễn Du, nàng nhịn cười không được, bèn hỏi:

- Chị bán em cho hắn bao nhiêu tiền?!

Trúc Mai đáp một cách chọc quê:

- Rẻ thôi! Chỉ có đĩa cơm tấm gà nướng và ly cam tươi thôi! Ăn ít no dai, mình không bán Thiên Trang như Tú Bà bán Thúy Kiều cho Mã Giám Sinh đâu!

Phương Quỳnh nghe hai đứa nói với nhau làm nàng cười khúc khích, nàng hỏi Trúc Mai:

- Em định làm sao nữa?!

Trúc Mai như đã tính trước rồi, nên nói:

- Trường kỳ kháng chiến mà chị! Chừng nào người ta cảm thấy nóng lòng cho người ấy, thì tự động người ta năn nỉ em thôi!

Thiên Trang hỏi:

- Làm sao chị nhớ số điện thoại?

Trúc Mai vênh vênh cái mặt lên nói:

- Em nên nhớ, chị là trưởng phòng kế toán, con số nào, chị muốn nhớ là chị nhớ, không quên được đâu em! Trước mặt chị còn có các số điện thoại của Sài Gòn Tín Dụng, Tín Nghĩa Ngân Hàng, Đông Phương Ngân Hàng vân vân và vân vân!

Mấy chị em ăn xong, Phương Quỳnh gọi người tính tiền, cả ba chị em cười nói vui vẻ. Họ ra cửa, lên xe Honda trở về ngân hàng. Có hôm, Trúc Mai mang gỏi cuốn do mẹ cuốn, để vào hộp cho nàng mang theo đi làm. Rồi đến Phương Quỳnh, tiện tay nàng xào mì nhiều thêm để đem theo cho mấy chị em ăn trưa hay Thiên Trang cũng do mẹ làm cho bì bún thịt nướng. Đến giờ ăn trưa, ba chị em không đi ra nhà hàng, ngồi trong văn phòng cùng ăn. Mãi cho đến hôm nay, chị em vẫn xem nhau như thân thuộc. Mới đó mà đã 5 năm, họ coi Phương Quỳnh như người chị cả, chia sót cho nhau những niềm vui buồn trong cuộc sống.

Hôm nay họ có ngày vui, mừng cho Phong vừa thoát chết, vết thương cũng đang bình phục dần. Phong nướng cá cũng vừa xong, anh cào than nóng ra hết, vẫn để 2 con cá trên bếp, giữ cho nóng. Tiến cũng đã rửa rau xong, Phương Quỳnh và má của nàng cũng làm nước chấm xong. Thiên Trang lau chén dĩa, chồng lên nhau theo từng loại, Trúc Mai đi cất cái hộp quà cũng vừa trở xuống, nàng hỏi Phương Quỳnh:

- Chị có gì cho em làm với!

Bỗng chuông cửa reo, Phương Quỳnh nói:

- Em mở cổng dùm chị.

Trúc Mai nhìn Phong, có ý nhắc, có lẽ Lệ Uyên đến, Phong hiểu ý nói:

- Mai ra mở dùm anh đi! Anh phải bỏ bớt than đỏ vào hũ, nếu để nhiều nó làm cá khô hết, ăn không ngon.

Trúc Mai còn do dự, thì Tiến lên tiếng:

- Mai đi đi! Đón khách dùm Phong đi!

Trúc Mai chạy đến chỗ Thiên Trang đang đứng, nàng kéo tay lôi Thiên Trang đi, Phương Quỳnh nhìn điệu bộ hai đứa, nàng cười. Má của Phương Quỳnh, bà nhìn hai đứa chạy đi ra cửa, bà nói:

- Má thấy hai đứa nó, má ái ngại quá!

Phương Quỳnh nói:

- Con đã kể chuyện cho hai đứa nghe rồi, chúng hiểu hoàn cảnh của Lệ Uyên. Bây giờ chúng còn nói, mình có đến 4 chị em, ngày cưới, hai đứa sẽ làm phù dâu. Chúng còn hăm dọa, ông Phong nhà mình đèo bồng cô nào thì hai đứa đến xé xác con trai của má đó!

Tiến đứng kế bên, nghe vợ nói, anh chắc lưỡi, lắc đầu, rồi nói vói với Phong, như tiếc nuối chuyện gì:

- Anh em mình chết chắc rồi Phong ơi! Bây giờ có đến 4 con sư tử cái rồi! Ở đâu nhiều thế?!

Phương Quỳnh nói với chồng:

- Không những 4 mà còn có đến 6 nữa!

Tiến thở phào như tiếc rẻ, anh đi lại bên má vợ, nói như để than thân mình và cũng để nhắn nhủ Phong:

- Vợ con hiền lắm má ơi! Không biết vợ con nói làm sao mà hai cô nữ quân nhân trong văn phòng con, cũng bán đứng con nữa má ơi! Có người độc thân bấy lâu nay, đi ngang về dọc, không chịu, nay lại tự mình ký tên chịu...

Vừa lúc ấy, Trúc Mai và Thiên Trang, vừa đưa Lệ Uyên đến nhà sau, hai nàng xách dùm Lệ Uyên hai cái giỏ đi chợ. Họ tươi cười nói chuyện nhau, khiến Tiến, Phương Quỳnh và má nàng nhìn nhau.

Cũng như bao người con gái khác khi đến nhà ai, họ đều chắp tay để chào hỏi người lớn tuổi. Không những các cậu trai cũng phải làm thế, cung kính người lớn, điều này đã được cha mẹ dạy từ khi hãy còn bé. Tiến không tin vào mắt mình, người vừa vào là Lệ Uyên, hôm nay anh không còn thấy nàng mặc áo bà ba trắng, quần đen nữa. Chiếc áo sơ mi tay dài bình thường màu hột gà lợt, chiếc quần tây cùng màu, nhưng đậm hơn một chút. Mái tóc dài hằng ngày, nay được bới cao, gọn gàng, dáng vóc như cao hơn hai người bạn mới một chút.

Tiến lên tiếng:

- Uyên không cần phải chắp tay thưa anh, quan trọng có mang cái gì cho anh không?!

Lệ Uyên cười và nói:

- Em có mang ít bánh tới biếu cho hai bác và anh chị cùng cả nhà. Riêng anh, lần sau em nhớ sẽ mang cho anh riêng!

Phong cũng vừa làm xong, anh đến bên Lệ Uyên, anh hỏi:

- Em làm bánh gì?

Lệ Uyên vừa lấy ra vừa nhờ hai người bạn mới giúp dùm, nàng đáp:

- Mứt trái cây!

Phong hỏi lại:

- Mứt trái cây là bánh gì hở em?!

Tiến đứng bên vợ, cũng gần má vợ, tỏ ra như mình rành lắm, anh nói với vợ, hơi lớn tiếng để mọi người chú ý:

- Em coi! Lớn như vậy, ăn đã mòn răng, năm nào cũng gần đến Tết, người ta làm mứt, đủ loại trái cây. Ăn hoài mà không biết!

Phương Quỳnh chưa hiểu rõ ý của Lệ Uyên, thì Thiên Trang mở từng hộp ra và nói lớn:

- À! Mứt dâu tây, đẹp quá! Mứt trái vải, có cả nhãn nữa!

Trúc Mai cũng phụ họa thêm, hai tay nàng cầm 2 cái hộp đựng mứt trái cây lại cho má Phong và vợ chồng Phương Quỳnh xem:

- Trái mận, trái xoài, chôm chôm, măng cụt, có cả trái khóm nữa, nhỏ xíu dễ thương quá!

Phong cũng cầm một cái hộp cũng khá lớn, đựng đủ loại mứt trái cây, đứng bên Lệ Uyên, anh hỏi:

- Bên trong những trái cây này là gì em?

Nàng đáp như lời giải nghĩa:

- Bên trong những loại trái cây, làm bằng nước cốt thật của nó, pha với rau câu hoặc hột sen, đậu xanh. Còn những loại trái cây lớn, như dừa xiêm, măng cụt, trái thơm, chuối, ổi, mận. Em cắt những trái cây lớn ra thành hình nhỏ, bọc lại bằng rau câu cho giống trái thật.

Lệ Uyên vừa nói, tay vừa lấy mỗi loại trái cây ra, để trên dĩa, sắp xếp rất đẹp. Nàng bưng một dĩa đến mời má của Phong và vợ chồng Phương Quỳnh. Tiến bị quê về mứt trái cây khi nãy, nên không nói nữa. Một dĩa mời hai người bạn mới và Phong, còn một dĩa nàng đem lên nhà trên mời ba của Phong và khách ngồi chơi với ông. Lệ Uyên vừa trở xuống thì Trúc Mai nói:

- Làm cái này chắc cực lắm phải không Uyên?!

Nàng cười, cái cười trọn vẹn cho người bạn mới quen, má lún đồng tiền để lộ một ít vừa thấy hai cái răng khểnh. Làm tăng thêm cái duyên người con gái, nét mặt dễ thương:

- Cũng không cực lắm chị! Em có một đám em gần 20 đứa trên 15 tuổi, ở cô nhi viện, chúng em rất thương yêu nhau. Chúng giúp em là từ chiều hôm qua, để cho thật nguội, mới để vào tủ lạnh.

Hai người bạn mới, thấy dường như Lệ Uyên không muốn dấu cái tuổi ấu thơ của mình. Nàng nói say mê về những kỷ niệm ở trong ấy khiến cho Thiên Trang, Trúc Mai và Phương Quỳnh phải e dè khi nói chuyện với nàng. Tiến nhìn Phong, ý như cũng không dám nói gì có liên quan về trẻ mồ côi nữa.

Phương Quỳnh ăn thử trái dâu tây, mùi dâu từ lớp vỏ bằng rau câu, bên trong là hạt sen đã qua một quá trình nấu, tán, nhuyễn cho chút ít nước cốt dâu tây xay, bên trong có một ít dâu tây thật. Nàng vừa ăn vừa thưởng thức sự hòa tan của dâu, của hạt sen, của vị ngọt đường. Phương Quỳnh chỉ biết nói:

- Ngon thật, chị có ăn loại mứt người ta làm ở lớp ngoài cũng như em, ở trong là đậu xanh hoặc hạt sen. Người ta không có công, đâu làm như em vậy! Dạy chị đi!

Mỗi một người ăn một loại mứt khác nhau, ai cũng khen cả, má của Phong nói:

- Con đến chơi là được rồi! Làm chi cho cực khổ!

Thiên Trang vừa ăn vừa nói:

- Mai mốt chị dạy em nha!

Trúc Mai cũng nói, như ám chỉ Thiên Trang:

- Uyên nè! Khi em dạy Trang thì nên rủ mình với, Mai sẽ đem theo một cái hộp và một cái thùng rác!

Lệ Uyên chưa hiểu, nàng nhìn Trúc Mai, cả nhà đều cười khúc khích, còn mặt của Thiên Trang xụ xuống, Lệ Uyên định hỏi Trúc mai, thì Thiên Trang nói:

- Chỉ chê em! Nếu như em làm hư, Mai sẽ bỏ vào thùng rác, còn làm được thì chỉ để vào hộp! Thùng rác thì lớn, còn cái hộp nhỏ hơn.

Bây giờ Lệ Uyên mới hiểu, nàng cười, nói như để dỗ dành Thiên Trang:

- Chị Mai chỉ nói chơi cho vui thôi, Uyên còn nhớ, dì Hai, là người biết làm đủ thứ mứt, bánh. Dì dạy Uyên, mình cũng làm không đẹp, mình ăn, không đến nỗi phải bỏ đi đâu!

Trúc Mai nghe Lệ Uyên nói lời an ủi, Trúc Mai bưng cái dĩa đến Thiên Trang đang lau đũa. Trên dĩa chỉ còn có một trái mứt ổi, nàng lấy cây ghim nhỏ, ghim vào mứt, đưa lên gần miệng Thiên Trang, nàng nói như năn nỉ:

- Thôi đừng giận mà! Ăn đi cưng! Trái cuối cùng, nếu như không ăn thì đừng hối tiếc! Mai để vào miệng thì khó lấy ra được đó!

Trúc Mai biết ý, nên làm bộ định đưa vào miệng mình, nhanh như chớp, Thiên Trang vừa cúi đầu xuống, vừa hả miệng ngậm trái mứt ổi. Vừa nhai vừa cười vừa nói:

- Trang đâu có ngu mà giận!

Mọi người trong gia đình cười rộ lên, cùng phụ nhau đem thức ăn, mấy dĩa rau thơm, xà lách, dưa leo, khế, chuối chát xắt miếng dài, nhỏ, cùng để chung một dĩa. Nào bún, nước mắm, mắm nêm, chén đũa, đem lên nhà trên, dọn lên bàn dài hình chữ nhật, đặt bên trái phòng khách. Tiến đến đẩy chiếc xe lăn mà ba vợ đang ngồi và mời hai người khách sang bên bàn ăn. Anh để ba vợ ngồi trên đầu bàn cùng với hai người khách, họ là bạn thân nhau trong xóm. Má của Phương Quỳnh ngồi kế bên ba nàng, kế đến Phương Quỳnh và hai đứa con, rồi đến Tiến, kế tiếp là Phong, Lệ Uyên, Trúc Mai, Thiên Trang.

Họ ngồi gần nhau để giúp anh chàng độc thủ đại hiệp ăn những cuốn gỏi cá được dễ dàng. Cái tay bị thương nay cũng bớt nhiều lắm, phục hồi hơn 70 phần trăm rồi, chưa dám làm nhiều, thỉnh thoảng cũng phải để vào cái băng treo vào cổ cho bớt đau.

Hai con cá lóc được tách ra làm đôi theo chiều dài, nước ngọt của cá tươm ra, rưới lên thêm mỡ hành. Mỗi dĩa hình ô-val lớn có một con, Tiến tách ra từng miếng, bỏ cái xương giữa. Họ cầu nguyện:

Chúa kính yêu của chúng con
Hôm nay chúng con cảm ơn Chúa, đã gìn giữ cho gia đình của chúng con có được một ngày vui và Chúa đã ban cho chúng con thức ăn.
Nhân danh Cha và Con và Thánh Thần
Amen!

Không những ở đạo Thiên Chúa, Tin Lành mà còn mọi người dân đã từ xa xưa, lâu lắm rồi, người đi biển, nông dân. Ai cũng cầu nguyện để cám ơn ông Trời, đã làm cho mưa thuận gió hòa, biển ít khi bão tố. Người dân ít bị Thiên Tai, cày cấy được dễ dàng, có cơm gạo để ăn, có cá tôm cua, chăn nuôi được thuận hòa! Dường như bây giờ còn ít người giữ được điều đó nữa! Ngoại trừ những người có đạo.

Họ vui mừng khi Phong thoát được tử thần! Gia đình này vẫn còn anh, miền Nam còn một người lính. Hai tháng sau, Phong và Lệ Uyên làm đám cưới trong nhà thờ tu viện, Thiên Trang và Trúc Mai làm phù dâu. Bạn bè đơn vị anh có người đại diện về dự lễ cưới. Sau đó chẳng được bao lâu Phong được chuyển về Nha Trang, làm huấn luyện viên trường Hải Quân. Lệ Uyên theo chồng, họ sống trong cư xá Hải Quân.

Ít lâu sau, hai cô cũng lên xe hoa làm dâu nhà người, chồng của Thiên Trang là Quang, bây giờ làm trưởng phòng điều hành nhân viên ngân hàng Sài Gòn Tín Dụng. Nàng theo chồng về bên ấy. Còn Trúc Mai, nhân một chuyến đi ra Nha Trang, nàng tháp tùng với đại gia đình Tiến-Phương Quỳnh. Họ ra thăm vợ chồng Phong và Lệ Uyên vừa mới có con. Nàng sinh đôi, một lần 2 đứa bé trai, sau hơn 2 năm không có tin tức về chuyện nối dõi tông đường.

Từ ngày cặp vợ chồng này ra Nha Trang, Lệ Uyên muốn đi làm thêm cái gì đó. Chứ tối ngày cứ giao du mấy bà vợ sĩ quan trong cư xá, hết chuyện ông này, bà nọ, rồi rủ nhau đánh ghen. Cơ may đến với nàng, một trường Trung Học tư thục thiếu giáo sư dạy sinh ngữ Pháp và Anh văn. Nàng không được đào tạo ở trường Đại Học, nhưng khả năng nói, viết về 2 ngôn ngữ này rất là lưu loát. Nàng học Pháp văn từ nhỏ trong Tu Viện, còn Anh văn học ở Hội Việt Mỹ, có chứng chỉ thông dịch viên.

Từ ngày vợ chồng Phong về Nha Trang, thỉnh thoảng gia đình Phương Quỳnh ra chơi, họ gặp nhau rất là vui. Hai đứa con trai, giống Phong như đúc khi anh còn nhỏ. Ông bà nội cưng nàng dâu hết chỗ nói, khoe khoang với bà con, hàng xóm, họ còn đi thăm Hòn Chồng, Hải Học Viện, tắm biển, nằm hóng mát dưới rặng thùy dương. Nghe chúng rì rào hòa âm với gió biển từ ngoài xa thổi vào.

Trúc Mai gặp được anh chàng phi công trực thăng, là bạn của Phong từ hồi Trung Học. Họ gặp nhau rất tình cờ trên bãi biển, khi Phong vào quán Bar để trả tiền, họ nhìn nhau, nhận diện giống ai quen quen. Anh cũng từ Sài Gòn về thăm gia đình ba má, anh em còn ở ngoài này. Chưa đầy 4 tháng sau là họ cưới nhau, Trúc Mai cũng không còn làm chung với Phương Quỳnh nữa. Nàng về làm việc cho chi nhánh ngân hàng ở Biên Hòa, gần tổ uyên ương đôi vợ chồng mới cưới này.

Ngày 30 tháng 4 năm 1975, một định mệnh đau thương đến với miền Nam. Những đoàn người chạy nạn từ miền Trung xuôi về Nam để lánh nạn Cộng Sản Bắc Việt. Nhưng có một số người lại chạy ngược ra Trung, trong số đó có Lệ Uyên đi ra Nha Trang để tìm chồng.

Nhân lúc trước đó, chiến cuộc miền Nam gia tăng Lệ Uyên đang mang thai, Phong đưa 2 đứa con trai và nàng về Sài Gòn để sanh nở trong này cho tiện. Lệ Uyên sinh được bé gái được hơn 5 tháng, nàng biết tin trên truyền hình và radio cuộc chiến đang biến động. Nàng xin phép ba má Phong ra ngoài đó, nhưng gia đình không cho, Lệ Uyên thừa lúc ba chồng sang chơi bên nhà người bạn gần bên. Má chồng vừa xuống nhà sau, thì Lệ Uyên bảo đứa con trai lớn đưa thư cho bà nội, còn đứa em ở lại trong phòng giữ em gái mình. Nàng đã dự định trốn đi vài ngày, nên mang theo vài bộ quần áo, tiền bạc bỏ trong cái túi xách nhỏ từ mấy ngày trước. Lệ Uyên nhìn các con và hôn chúng lần nữa rồi lặng lẽ xuống lầu, đi thẳng lên nhà trên, mở cửa đi ra, khép hờ cánh cửa lại.

Nàng đi qua sân trước, mở cửa cổng, khép lại, đi ra đường lớn, đón xe ra bến xe. Mẹ chồng Lệ Uyên, đọc những dòng chữ trong thư, bà chết điếng, một lúc lâu, bà gọi điện thoại báo cho Phương Quỳnh biết. Nàng định lấy xe Honda đi ra bến xe để tìm, nhưng bây giờ hầu như mọi việc trong ngân hàng chỉ còn có một mình nàng giải quyết. Hơn cả 2 tuần nay Tổng Giám Đốc đã đi đâu rồi?! Nếu như nàng tìm gặp, chưa chắc Lệ Uyên chịu trở về. Phương Quỳnh lấy lại bình tĩnh, cầu nguyện, thôi thì theo ý Chúa!

Sáng sớm hôm nay, cũng như hơn nửa tháng nay, người dân Sài Gòn không còn xếp hàng chờ đợi trước cửa hầu hết các ngân hàng nữa. Họ chen lấn nhau, cố tranh vào bên trong để lấy tiền và vàng mà người dân gởi cho ngân hàng.

Sài Gòn hỗn loạn, những phần tử xấu đập phá các nhà không có chủ để lấy đồ, trên đài phát thanh Sài Gòn phát tin Tổng Thống Dương Văn Minh đầu hàng. Người Sài Gòn chết đứng khi nghe tin này được liên tục phát trên đài phát thanh. Quân giải phóng miền Nam đang treo cờ trên cột cờ dinh Độc Lập.

Dân chúng ăn mừng vì Hòa Bình đã thực sự đến với Việt Năm. Rất nhiều người hiểu được thế nào là hiểm họa của Cộng Sản, họ tìm đường về miền biển để dùng ghe ra khơi, trốn thoát khỏi Việt Nam.

Mới vừa sáng sớm ngày 2 tháng 5 Phong đã tìm về đến nhà trong bộ quần áo sơ mi quần tây, dép cao su, cũng như bao người lính khác. Không phải họ sợ cái chết, mà chính người dân Việt Nam Cộng Hòa, đã bảo họ phải thay áo quần để tránh cái trả thù của cộng quân Bắt Việt.

Khi anh về đến nhà, mới biết vợ anh đã gởi lại 3 đứa con cho ba má anh, Lệ Uyên trở ra Nha Trang để tìm anh hôm sáng 29 tháng 4. Nghe xong, Phong buông mình ngồi phịch trên ghế, rồi anh chạy nhanh lên lầu để lấy cái túi xách và vài ba bộ đồ, đi trở ngược ra Nha Trang tìm vợ. Anh thấy hai đứa con trai đang nằm trên giường với má anh cùng với đứa con gái hơn 5 tháng.

Má của Phong thức giấc, bà tưởng là Lệ Uyên, nhìn thấy Phong, bà liền hỏi:

- Vợ con đâu?

Phong như người mất hồn đáp:

- Con không gặp!

Phong ôm bà nói trong nghẹn ngào:

- Con xin má coi chừng dùng chúng, con đi ngay ra ngoài ấy để tìm vợ con ra sao?

Vừa nói xong, Phong cởi bỏ bộ đồ đang mặc, anh thay bộ quần áo khác, anh kéo học tủ ở đầu giường để tìm cái hộp, lấy tiền thì thấy cái thư nàng nhờ má Phong chăm sóc các con, Lệ Uyên viết:

Kính thưa Ba Má và Anh chị Hai,
Từ ngày con làm vợ anh Phong, con có quá nhiều hạnh phúc, không những từ chồng con mà có cả Ba Má và Anh Chị Hai. Cả nhà thương con như con ruột của Ba Má.
Con cũng thế, xem Ba Má như người sinh con ra và nuôi dưỡng con. Hôm nay con phải bỏ trốn để tìm chồng con, cách đây 2 đêm con thấy anh Phong kêu gọi con, tình thế bắt buộc, anh ấy phải bỏ lại vợ con. Vì vậy con phải ra Nha Trang để tìm ảnh.
Con sẽ trở về, nằm cúi xuống trên giường để cho Ba Má đánh con về tội không vâng lời. Con mong Ba Má, anh chị Hai chăm sóc dùm các con của con.

Kính thư,
Lệ Uyên

Phong nhìn các con đang ngủ, lòng tê tái, anh hôn lén các con trong giấc ngủ, Phong ôm mẹ nói lời hỏi thăm vợ chồng Phương Quỳnh và gởi gắm bà chăm sóc các con. Phong vói tay xách cái túi rồi chạy nhanh xuống lầu, chào ba rồi đi thẳng ra cửa để trở về Nha Trang tìm Lệ Uyên.

Trên mọi con đường, họ rầm rộ mừng vui, Phong phải trở lại Nha Trang, bằng đủ mọi phương tiện, xe đò, xe lam, chạy bộ. Đói khát thì ăn bánh mì thịt, hủ tiếu, bánh Tét, không những mua bỏ vào túi xách, nếu như gặp lại được vợ để cho nàng ăn. Mắt thì dáo dác tìm kiếm vợ, thấy người nào có hình dáng giống như vợ mình là phải dùng mọi cách để nhìn tận mặt. Xem có phải hay không, cứ như thế cho đến Nha Trang. Phong trở lại Trung Tâm Huấn Luyện và cư xá Hải Quân. Một quang cảnh tiêu xơ, chẳng còn ai ở trong đó, bọn lính bộ đội đã có vài chục tên. Trời cũng đã tối, phố đã lên đèn, anh đi lững thững trên đường, đôi chân đưa anh về những nơi quen thuộc. Thành phố cũng chẳng như xưa, những cửa hàng lớn đóng cửa, bỏ đi. Họ gặp được anh, họ mừng lắm, hỏi thăm đủ chuyện, anh cũng dò hỏi lại họ về chuyện vợ anh trở ra đây tìm kiếm anh. Lệ Uyên cũng như anh, có đến nhiều chỗ quen để biết tin tức về anh, thế là Phong cũng đỡ lo phần nào, rằng vợ anh ra được đến đây.

Cũng hơn cả tuần, Phong đi mọi nơi, chỉ còn biết quay trở về nhà xem sao?! Mọi điện thoại dân sự không còn gọi nhau được nữa. Phong từ giã bạn bè, họ hứa, nếu như có tin tức gì sẽ gởi thư bằng xe đò đưa khách là nhanh nhất. Cho anh lơ xe tiền, nhờ mang đến địa chỉ, trao tận tay là chắc ăn nhất. Đi về cũng phải chen lấn nhau để được lên xe, chưa chắc sẽ có chỗ ngồi, có khi phải đứng gần cả tiếng đồng hồ, mới có người xuống. Nếu như được hên, ngay chỗ mình đứng, có người xuống xe, thì mình được ngồi, còn như ở chỗ xa thì đành đứng đợi. Câu chuyện lịch sự, nhường cho người già và đàn bà, trẻ con chắc ít khi có.

Sài Gòn - Nha Trang chừng 300km, mà đi từ sáng cho đến chiều tối mới về đến, cái mơ ước khi anh đi là sẽ tìm được vợ, còn khi về, mong sẽ thấy mặt vợ khi anh mở cửa nhà. Phong về đến nơi, cánh cửa cổng chỉ khép hờ, chiếc xe Vespa Sprime của người anh rể dựng trong sân, Phong đẩy cửa bước vào. Mọi người mừng nhau, như thầm hỏi anh về Lệ Uyên, anh uể oải ngồi xuống ghế, kể mọi chuyện cho gia đình nghe. Vợ chồng Phương Quỳnh, chỉ còn biết tìm lời an ủi để anh bình tĩnh trở lại mà lo cho ba đứa con.

Thế rồi Phong cũng tự mình lấy lại được sự quân bình, chăm sóc các con, rồi anh cũng phải đi trình diện học tập cải tạo. Tiến, Phong bị đưa vào trại như bao người sĩ quan khác, một năm, 2 năm, 3 năm, rồi cho đến ngày anh ra tù là gần 5 năm trời! Hai đứa con trai sinh đôi nay đã gần 8 tuổi, còn đứa con gái lúc đó năm sáu tháng gì đó, nay đã biết nói rành rẽ. Gương mặt, điệu bộ giống mẹ như đúc. Chỉ có vài giây phút còn ngỡ ngàng, sau đó bé gái gọi ba ngọt sớt, vang cả nhà, các con là niềm vui để anh sống. Gần 6 năm rồi, vợ anh không biết sống chết nơi nào?!

Chồng thì đi học cải tạo, 4 tháng sau, chúng viện cớ lấy nhà nàng để cho nhân viên ở. Phương Quỳnh phải đem con cái dọn về ở chung với ba má. Phương Quỳnh làm việc với MTGPMN gần một năm để dạy cho chúng biết như thế nào để điều khiển một ngân hàng.

Nàng đã đoán biết trước sự việc khi chồng chưa đi cải tạo, vợ chồng anh đã đem một ít áo quần, một ít đồ dùng mắc tiền về bên nhà ba má. Cho nên đến khi chúng lấy cớ mượn nhà, chúng chỉ cho nàng và các con đem theo một số quần áo, còn tất cả đồ vật trong nhà đều để lại.

Nhớ lại hồi trước Tết 1975, nàng đã định đem gia đình Đài Loan, nhưng Tiến là quân nhân không thể đi được. Số Trời đã định, bây giờ chỉ có một mình Phương Quỳnh đi thu mua những hàng hóa từ nước ngoài gởi về cho thân nhân, rồi sang tay, nàng phải dạy dỗ con và 3 đứa cháu nhỏ. Chồng còn trong tù cải tạo, ba má Phương Quỳnh lần lượt ra đi, đám tang âm thầm, lặng lẽ với những người bạn thân. Năm sau, nàng bán luôn căn nhà của ba má, ở đường Trần Quý Cáp, cho một cán bộ. Căn nhà đó, nàng đã có bao kỷ niệm tuổi thơ và thời còn con gái. Phương Quỳnh dọn về trong con hẻm đường Nguyễn Tri Phượng. Gần 4 năm cải tạo, Tiến được về, Phong cũng được về, gia đình anh em đoàn tựu. Còn Lệ Uyên không biết sống chết ra sao?!

Hôm đi, Phong có rủ gia đình Tiến, nhưng họ sợ, nếu rủi như lỡ bị bắt hết, lấy ai thăm nuôi?! Vả lại có tin đồn rằng Việt Cộng đang mặc cả với Mỹ về việc để tù nhân học tập cải tạo sang Hoa Kỳ. Không biết nguồn tin ấy có thật hay không, nhưng cũng làm cho người tù cải tạo trở về có thêm một chút hy vọng. Vì vậy Tiến và Phương Quỳnh không muốn đi, và nếu nhỡ như Phong bị bắt thì còn có người lo cho cha con anh.

Thế là Phong và 3 đứa con của anh ra đi chung với đại gia đình của Tuấn. Cũng nhờ Trời, chuyến đi được bình an, cái thư aerogramme trên giàn khoan không biết có đến được gia đình vợ chồng Phương Quỳnh hay không?! Cái đó còn hỏi lại nhà nước xã hội chủ nghĩa Việt Nam?!

Trời về khuya, chuyến tàu đưa chúng tôi đến Galang, ai ai cũng say giấc nồng. Người thì gối đầu lên cái túi xách để ngủ, người thì ôm nó vào lòng, rồi cũng có hai ba người cột chúng vào tay mình bằng một sợi dây. Vì đó là hành trang cuối cùng của người đi tìm vùng đất mới!

Tàu vẫn lướt sóng trong đêm, không ai biết cái đảo đó nằm ở đâu, là một trong hàng chục ngàn đảo lớn nhỏ của đất nước Nam Dương, với lá cờ nửa trắng nửa đỏ mà chúng tôi thấy treo trên cột cờ trước văn phòng Cao Ủy Liên Hiệp Quốc ở đảo Kuku.

Ánh bình minh đã đánh thức giấc chúng tôi, ai cũng súc miệng qua loa bằng cái chai nước đem theo để uống. Tôi chợt nhớ những lần hành quân, đồng bào chạy đi lánh nạn, cũng như chúng tôi bây giờ, màn trời chiếu đất, chúng tôi còn được đỡ lòng bằng những ổ bánh mì ngọt, mì gói, người xách, kẻ mang hoặc ôm cái tài sản duy nhất của mình khi rời khỏi quê hương.

Đến trưa, tàu đi ngang qua mấy cái đảo rồi bỗng dưng hụ còi, chúng tôi biết gần đến nơi, những đảo ở đây thường là núi nhiều hơn đồng bằng. Tàu đi vòng qua phía bên kia, chúng tôi thấy cái đảo lớn, có cái cầu lớn để tàu đậu và phía trong nữa là những căn trại mái bằng tôn.

Tàu cập vào cầu, trên đảo có bốn năm người đang đợi, và vài ba người đang đi xuống tàu, họ gặp nhau, bắt tay cười nói vang vang bằng tiếng Anh. Chừng hơn mười phút, chúng tôi theo nhóm ghe của mình, đi qua người đang dùng cái đồng hồ để đếm số người xuống tàu, và đi theo người hướng dẫn để vào trại, ngồi chồm hổm theo hàng 5 người. Ở đây chúng tôi được người của hội thánh Tin Lành, phát cho chúng tôi một túi nhỏ mì gói.

Số người trên tàu chừng sáu, bảy trăm người đã xuống hết, từng nhóm người cùng ghe đi lên xe vận tải cỡ nhỏ ngồi hai bên hàng băng dài, xe đưa chúng tôi về trại, đường cũng khá dài chừng ba cây số. Đường trải nhựa, hai bên là rừng cây, thỉnh thoảng có vài ba căn nhà mái lợp tôn, vách ván.

Trời nắng nóng như miền Trung ở bên mình, chúng tôi vui sướng nhìn nhau qua ánh mắt. Vừa vào gần trại thì đã thấy đồng bào ra chào đón ở hai bên đường, tiếng kêu gọi khi nhìn thấy người quen, họ chạy theo sau xe, có hàng trăm người. Xe ngừng lại, chúng tôi xuống xe, họ chạy đến tìm gặp được người quen, ôm nhau la hét như gặp nhau từ cõi chết trở về. Tiếng mừng reo vang cả mọi nơi khi chiếc xe nào đó đến. Chúng tôi theo người hướng dẫn để vào trại, họ chào mừng nhau như khi chúng tôi tái chiếm lại những thành phố Huế, An Lộc.

Nhóm người ghe chúng tôi được người hướng dẫn đưa vào barrack 72, zone 3. Ở đây họ còn lại chừng hơn mười người. Barrack trưởng hướng dẫn chúng tôi về cuộc sống mới; barrack lợp bằng tôn, dài chừng hơn 25m, ngang 15m, chia làm 4 cửa, nền bằng xi măng, có chia làm 4 sạp để ngủ.

Phía bên kia chừng 5m, là dãy nhà bếp và nhà vệ sinh, cũng lợp tôn chừng 10m, ngang 5m, chung quanh vách cũng bằng ván, có vài cái bàn và vài cái băng ngồi, có năm ba cái thùng phi để hứng nước mưa.

Chúng tôi vừa nghỉ khỏe thì mấy cái loa sắt gọi chúng tôi, cử đại diện đi đến phòng An Sinh Xã Hội, để lãnh đồ cá nhân. Gồm có: mền, mùng, chiếu, khăn tắm, sô xách nước, ca uống nước, bàn chải súc miệng và kem đánh răng cho mỗi người. Một bộ nồi nêu xoong chảo, bếp dầu lửa để nấu ăn, cho 5 người. Cũng mấy cái loa sắt gọi chúng tôi đi lãnh thực phẩm, cũng gần barrack chúng tôi, gồm có gạo, mì gói, trứng gà, bột, đường, đậu xanh, đậu nành, dầu ăn, cá khô.

Chúng tôi được những người còn lại chỉ cho chúng tôi ra suối tắm rửa, nấu ăn bằng nước trong thùng phi, vì mấy ngày trước trời mưa lớn lắm. Chiều hôm ấy, nhóm người ghe chúng tôi, đã có bữa ăn, khô chiên, với nồi canh mì, thì mấy cái loa sắt phát thanh tin tức buổi chiều cho đồng bào nghe những tin tức cho ngày mai. Nào đi đến văn phòng Cao Ủy, văn phòng ICM, nào lãnh thư bảo đảm, nào gặp phái đoàn để phỏng vấn, có cả tin tức đài BBC.

Người người đi tìm bạn quen hay thân nhân vẫn còn tấp nập, nghe nói, họ từ Galang 2 đi ra ngoài này. Tối hôm đó chúng tôi ăn chè đậu xanh, vui chơi đến giờ giới nghiêm, 11 giờ khuya, mấy cái loa sắt hụ lên một hồi còi, đó cũng là để giữ gìn an ninh cho mọi người sống trong trại.

Mỗi người một chiếc chiếu, một cái mùng, nằm san sát nhau trên tấm sạp, có lẽ đã biết bao người đến rồi lại đi, những tấm ván gỗ trở thành bóng láng.

Sáng hôm sau, chừng 6 giờ sáng, một hồi còi hụ lên để báo chúng tôi biết là đã hết và cũng vừa lúc mọi người thức giấc. Chú thím Tư và mấy người con lớn chú đã ngồi ngoài dãy nhà ăn, pha sẵn bình trà và cà phê, chờ chúng tôi. Hỏi thăm nhau sức khỏe, buổi sáng, cháo trắng nấu đặc ăn với nước mắm kho quẹt, thêm tí muối và tiêu. Chỉ một muỗng nhỏ thôi, mùi thơm của cháo, vị mặn của muối và nước mắm, vị cay nồng của tiêu, chẳng bao lâu nồi cháo lớn đã hết.

Mấy cái loa sắt trong trại, phát thanh nhắc lại những tin tức chiều hôm qua. Chúng tôi được barrack trưởng chia cho 3 cái thùng phi để đựng nước. Những người trai trong thời bình, buông súng về phụ giúp vợ con, nào đi lấy nước từ trong cái tank sắt lớn cũng gần đấy, mỗi đầu người chỉ được một sô.

Hôm nay mấy đứa con lớn tự nguyện xách nước. Các bà đi mua thêm kim chỉ về để kết lại mấy cái mùng nhỏ thành cái mùng lớn, chúng tôi cũng đi theo để cho biết, người đi chợ để mua thêm thức ăn.

Phía trước là con đường nhựa, chúng tôi xuống dốc, là những barrack san sát hai bên đường. Đi một đoạn là những dãy sạp bán tạp hóa, nào cá thịt hộp, mì gói, trứng gà, thuốc lá, thuốc cảm, bánh hộp, đủ thứ hết, cái gì cũng có.

Có một cửa hàng lớn, của người Indo, cũng bán đủ thứ, còn có quần áo may sẵn, giày, vải quần áo, bánh mì, sữa, thịt cá hộp. Có mấy cái rạp nhỏ xem video TV, các phim kiếm hiệp, xã hội, hành động của Hong Kong, Mỹ.

Nào quán cà phê có giàn âm thanh lớn, với những bài ca trước năm 75, có mấy dãy đèn màu. Có cả hủ tiếu, cháo, xôi, bánh mì thịt, bánh bao, nói tóm lại cái gì cũng có, sạp bán thịt, cá, rau muống rau thơm, cải, bầu bí. Galang có cả tiệm may, tiệm vàng, đồng hồ, giống như một thị xã người Việt. Họ là những người bị phái đoàn từ chối, có mang theo chút ít vàng, tiền đô, buôn bán chờ ngày phái đoàn tái phỏng vấn.

Phía bên kia là ban đại diện do cựu quân nhân đảm nhiệm, phòng thông tin, đi lên nữa, bên phải là phòng Xã Hội, nơi mà người tị nạn đến lãnh đồ. Lên nữa là văn phòng Cao Ủy, và cũng là nơi để các phái đoàn đến để phỏng vấn, khi mình ghi danh để đi Mỹ, Canada, Úc, Pháp. Còn Na Uy, Đan mạch, Thụy Điển, Phần Lan, nhận những người khuyết tật và đông con.

Vòng tay họ luôn luôn rộng mở, mừng đón những người tị nạn, không bỏ ai cả, lòng nhân không bờ bến, thương yêu những người không cùng màu da, không cùng ngôn ngữ. Còn bên kia quê nhà, họ muốn giữ chúng mình lại để chửi bới, miệt thị, đày ải, bần cùng hóa người dân. Tới được Galang là đến cửa ngõ của Tự Do.

Vài hôm sau chúng tôi được gọi đến văn phòng Cao Ủy để khai lý lịch để sau đó mình xin đi định cư. Hôm nay nhóm người ghe của chúng tôi đi chụp hình phổi ở văn phòng ICM. Cũng con đường phía trước barrack chúng tôi, đi ra rẽ trái, đi xuống dốc quẹo mặt, đi một quãng, bên trái là văn phòng. Đi một đoạn nữa là khu dành cho minor, các em không có thân nhân đi theo, dưới 18 tuổi, ở đây có người trông nom, từ ăn uống, giặt giũ, và cho đi học.

Đi nữa, trên đồi là chùa, do người tị nạn lập nên, rồi đến khu chợ, cũng bán đủ thứ quần áo, giày dép, cũng giống như khu chợ gần chỗ chúng tôi ở. Đi xa nữa là bệnh viện, nằm trên khu đất rộng rãi, bưu điện nằm trong đó.

Nếu đi xa hơn nữa là đường ra bến tàu, là nơi chúng tôi đã đến. Ngoài ấy có một nhà máy cưa cây thành những tấm ván, nếu như ai muốn ra đó làm để kiếm tiền cũng được.
Dường như ở đây, người Indo làm chủ, họ thuê người Việt, cách cư xử cũng tốt, dùng ngôn ngữ Anh văn để giao dịch.
Phía trước barrack của chúng tôi, bên kia đường là một cái sân lớn để chơi bóng chuyền, có thể đá banh. Phía góc sân là một dãy băng cây ngồi để xem TV màu cũng khá lớn, giống như ở quê nhà, lúc mới có truyền hình, trong làng quê có TV công cộng cho dân chúng xem. Galang 1 có 4 zone, mỗi khu có một cái TV để cho người tị nạn xem, từ 6 giờ chiều cho đến 11 giờ, cũng là giờ giới nghiêm.

Cũng trong khu này, có những lớp phổ thông dạy chương trình tiếng Việt, đủ mọi trình độ, khối World Relief, giảng dạy bằng Anh ngữ với lớp học nghề. Còn có phòng lab để nghe và luyện giọng tiếng Anh, cho mọi trình độ. Học ESL do thầy giáo người Indo.

Một văn phòng báo nguyệt san Tự Do magazine, phát hành báo bằng Anh Việt, cũng do người tị nạn làm chủ bút và nhận bài viết của đồng bào. Những tuần đầu chúng tôi vừa tới đây, thấy mỗi sáng Chúa Nhật, dường như ai cũng đi ra bãi biển Galang.

Người từ Galang 2 đi ra ngoài này để đi biển. Họ đem theo thức ăn nước uống, đi từng đoàn, già trẻ bé lớn nói cười vui vẻ, có lẽ họ không nghĩ nơi đây là nơi tạm trú, dừng chân để sau này mình sẽ đi định cư ở một quốc gia nào đó. Một làng Việt Nam thanh bình, không có đói khát, bắt bớ, đày ải đi làm lao động mà phải tự đem theo thức ăn, nước uống.

Họ vui cười đi học, về có cơm Cao Ủy, có nơi giải trí, xem TV, xem chiếu phim màn ảnh rộng như rạp ciné, có quán cà phê nghe nhạc, có bia, nước ngọt lon, có đủ thứ.

Ở đây, người tị nạn nhận tiền từ thân nhân, bạn bè ở Mỹ, Úc, Canada, Pháp gởi đến đảo, có người đến đây đã ở vài ba năm, vì đã bị phái đoàn từ chối. Phần đông họ là người dân quê chân chất, hoặc là Anh văn kém, họ chỉ cần học tủ chừng 30 câu tiếng Anh, là phái đoàn nhận rồi.

Không hiểu tại sao họ lại bị thế, mới đầu họ buồn lắm, nhưng rồi 6 tháng sau, được cho tái phỏng vấn, nhưng không biết sao lại có một số người bị từ chối. Cũng buồn cho số phận hẩm hiu của mình! Người ta gọi họ là Long Stayer hay Long Tai Dài!? Có lẽ đợi lâu quá thành "người tai dài hay tay dài" chăng?

Cứ vài tuần, lại có người đi định cư, nhóm người đi cùng ghe họ đã đi hết rồi. Thôi thì vừa đi học vừa đi làm công để kiếm tiền phòng thân, đợi ngày đóng cửa đảo rồi họ cũng sẽ được đi. Đi quốc gia nào cũng được, nơi đất khách quê người, sẽ tìm được công việc, để rồi sau này có cơ may khá giả, mà "vinh quy bái tổ về làng".

Mỗi người đều có một số mệnh, khi được phái đoàn phỏng vấn, cái câu quan trọng là lý do ra đi. Ai mà không biết nói vì bị áp bức, đưa đi làm lao động, nếu như có tiền thì bị tịch thu nhà, ép đưa đi vùng kinh tế mới. Thế mà bị từ chối, thế mới đau chứ!?

Nhóm người trong ghe của chúng tôi, Thủy Tiên, chị Phượng làm thiện nguyện dạy học ở khối trường phổ thông, còn hai chị em cô Huế, cô Bắc kỳ, đi học thêm Anh văn ở World Releif. Mấy đứa nhỏ học thêm tiếng Việt và Anh văn, bọn đàn ông chúng tôi đi làm cho phòng An Sinh Xã hội để giúp đỡ đồng bào. Phong và 3 đứa con ghi danh, chờ phái đoàn Mỹ phỏng vấn. Trong nhóm nhân viên phái đoàn Hoa Kỳ có người hay từ chối người tị nạn, có lẽ họ thiếu cái gì đó, khiến người ta có thành kiến, đặt tên ông là Ba Gà Đá?!

Gia đình chú Tư, ghi danh đi Úc, vì có con và anh chị em ở bên đó. Người ta cũng không tha, đặt tên cô phái đoàn Úc là Hai Gà Đá. Anh chị sui tương lai của Hòa Phượng là quân nhân, đã ghi danh đi Hoa Kỳ. Thầy dạy Hoàng sửa xe Honda và một số anh chị em khác được phái đoàn Mỹ nhận, vì họ là thương phế binh.

Chưa gì hai đứa, Hoàng và Anh Thư khóc bù lu bù loa vì không đi cùng một quốc gia. Chúng khóc làm cho người lớn đau lòng, nước mắt chúng đã làm cho cha mẹ phải suy nghĩ lại con đường mình sẽ đi.

Anh chị Hòa Phượng không muốn đi Mỹ, cha mẹ, anh em ở Canada. Ở đây, người tị nạn không có quyền lựa chọn đi quốc gia nào mà mình muốn. Thực ra, gia đình anh Hòa đi Mỹ dễ dàng thôi, với gần 5 năm cải tạo. Trong phái đoàn Canada, có ông David, người hơi lùn, đeo kính cận, cũng thường hay từ chối những người tị nạn không đủ lắm về lý do ra đi. Nên khi được phỏng vấn ai cũng hồi hộp cả.

Hầu như những quân nhân không muốn đi Hoa Kỳ vì người đồng minh đó đã bán rẻ cả miền Nam cho Tàu và cộng sản Bắc Việt rồi. Hồi thời còn ông Nixon, Kisinger đã đưa dân miền Nam vào bước đường cùng, không đạn dược. Cả vũ khí cũng thua Việt Cộng, Liên xô, Trung quốc viện trợ AK, T54, mãi đến năm Mậu Thân 68 mình mới có R15, 16.

Tháng Giêng 1973, hiệp ước đình chiến ra đời để quân đội Mỹ rút quân, cũng là lúc chính phủ Mỹ viện trợ nhỏ giọt cho quân lực Việt Nam Cộng Hòa. Với hàng chục ngàn tấn đạn dược đang chở tới Việt Nam được lệnh quay tàu về, không cung cấp cho miền Nam nữa.

Phần đông chúng tôi miễn cưỡng phải chấp nhận đi Hoa Kỳ là vì muốn chứng minh cho những người phản chiến chống chiến tranh Việt Nam biết:

Miền Nam chúng tôi là những con người hào hùng, có những vị tướng, những vị chỉ huy cấp dưới đã thề đánh cho đến viên đạn cuối cùng rồi tự sát chết chung với cộng quân Bắc Việt, không buông súng đầu hàng trong ngày biến cố lịch sử đó.

Chúng tôi định cư ở Hoa kỳ, cũng muốn để đóng góp thêm nữa một cộng đồng mới, và mong sau này những nhân tài trẻ gốc Việt. Ở thế hệ chúng, thầm nói cảm ơn với hàng chục ngàn gia đình quân nhân Mỹ đã chết trên chiến trường Việt Nam, vì họ muốn chúng tôi Tự Do.

Sáng nay, cũng như mọi ngày, cứ 5 giờ chiều là nhóm ghe chúng tôi tụ họp về để ăn cơm. Đại gia đình chúng tôi quá đông, cũng phải nhờ tấm vải nylon lớn của chú Tư mà trải ra trên nền xi măng trong nhà bếp. Ai không bận việc, về sớm nấu cơm, người này rửa rau muống, người kia chiên cá trích, nó nhỏ bằng hai hoặc ba ngón tay, chỉ móc ruột bỏ đi, rửa sạch để cả vải chiên. Ăn với nước mắm ớt chanh đường, có thêm rau muống xào hoặc nồi canh bầu, canh mướp của bạn bè đã đến trước, họ trồng đem cho bạn bè mới đến. Là cả một một quê hương Việt Nam là đây, hoặc cá khô của Cao Ủy chiên giòn làm ai ai cũng nhớ nhà.

Nếu như người tị nạn vừa mới đến đảo Galang I, nhất là người không có nhiều tiền. Nhưng ở đây có một món ăn đầy đủ chất dinh dưỡng, chỉ chịu khó đi hành quân ban đêm là có cả thùng thiếc. Con cóc, từ lớn bằng cái chén ăn cơm, cho đến bằng cái trứng gà. Ngày chúng tôi vừa đến, khi chiều tối chúng đã xuất hiện từng nhóm, đi kiếm ăn trên khắp cả đường đi. Qua đêm sau, chỉ cần vài ba ngàn bạc Rupia, tiền Indonesia, ra siêu thị là mua được cái đèn pin, 2 hoặc 3 pin. Chúng tôi 5 người, âm thầm mở cuộc hành quân, nương theo những con đường ra suối. Ánh đèn quét qua, quét lại trên những đám cỏ, chúng đeo từng cặp, chúng tôi chỉ lượm những anh kinh tài, to lớn, còn du kích không bắt. Chẳng bao lâu, 2 cái sô xách nước đã đầy, chúng tôi là người từng đi cải tạo, cùng nghĩ:

"Phải chi hồi ấy, chúng tao gặp được chúng bây, thì đâu có gầy gò như bọ xương cách trí?!"

Dưới ánh đen dầu, nồi cháo gạo rang, đậu xanh cũng đã gần chín, do hai người thương binh đảm trách. Chúng tôi âm thầm, chặt đầu mổ bụng, lột da những anh bí thư tỉnh to lớn trước. Chặt từ cái eo, chia làm hai, cặp đùi để xào sả ớt, còn phần kia bằm nhỏ, xào tỏi ớt, củ hành, cho vào nồi cháo, quậy quậy cho đều, nêm đường muối bột ngọt, tiêu hành lá, chút ít gừng.

Lệnh tập hợp được thông báo, mấy bà vợ như Phượng, Thủy Tiên, hai chị em người Huế, Bắc kỳ, còn đang ngồi chung trên sạp kể chuyện quê hương. Giờ này họ đang làm gì, rồi nhớ nhà, nhớ người thân, nước mắt nhiều hơn tháng 7 mưa ngâu. Thêm mấy lần gọi nữa, họ ra trình diện, thì cháo đã múc ra chén nhỏ. Mùi cháo thơm phức là ăn, các bà các cô không cần biết nó có từ đâu?

Ai cũng vài ba chén, chú Tư bắt đầu khơi chuyện:

"Cháo ếch thật là ngon, chưa bao giờ tôi được ăn ngon miệng như hôm nay! Ngày mai mình đã có ếch xào sả ớt!"

Sau câu nói của chú Tư, hai chị em Phượng và Thủy Tiên nhìn nhau mim mỉm cười dưới ánh sáng lập lòe của đèn dầu, hòa thêm cái sáng hiu hắt của ánh đèn từ những cây cột đèn soi sáng cho cái đảo này.

Sáng hôm sau, cô em Bắc, Trúc Linh và cô em Huế, Trúc Đào đi tìm cái sô để cho chồng mình đi lấy nước ở cái tank lớn gần bên barrack. Họ đi vòng ra nhà bếp, thấy hai cái sô của mình nằm ở đây. Phía trên có đậy miếng giấy carton lớn, trên nữa có dằn mấy cục đá, Trúc Linh dỡ ra, thấy đầy cả sô chúng đang nhảy tưng tưng, miệng la ơi ới:

- Ối Giời ơi! Ếch ở đâu mà nhiều thế?!

Cô em người Huế, Trúc Đào có ý hơn, nhìn lại, nói:

- Không mô! Con cóc, không phải con ếch!

Cô em Trúc Linh, nói như muốn khóc:

- Thế là đêm qua em ăn cóc nhỉ?!

Trúc Đào cười nói, như giảng nghĩa:

- Không răng mô! Mần chi mà chị sợ rứa. Thịt cóc có nhiều dinh dưỡng, không bị phong như ếch, người suy dinh dưỡng, còn phải kiếm nó mà ăn hè!

Vợ chồng chú Tư, cũng nói như thế, khiến Trúc Linh bớt sợ, nàng hỏi:

- Có như thế, sao ở bên mình người ta không ăn?!

Chú Tư nói như giải nghĩa cho Trúc Linh hiểu:

- Thịt cóc không dai hơn, nó nhỏ hơn ếch, không ngon hơn ếch, nên ít người ăn. Tìm bắt nó khó khăn hơn, nó ít hơn ếch.

Hai tay Tuấn vừa xách hai sô nước, đổ vào thùng phi, anh nói:

- Anh đã lấy nước dùm hai em rồi, không cần phải đi lấy nước.

Tuấn đến gần hai cô, anh đưa tay lên rờ trán Trúc Linh, nói:

- Đêm qua em ngủ có yên giấc không?

Trúc Linh vừa đáp vừa nhìn chồng đang đi ra, như có ý muốn hỏi chồng mình:

- Em đâu có biết, em có thường thức giấc không anh?

Chồng nàng nói như trêu chọc vợ:

- Một giấc cho đến sáng luôn, từ lúc còi hụ giới nghiêm, cho đến lúc còi hụ buổi sáng cũng không biết luôn!

Trúc Linh hỏi gặng lại chồng:

- Em hay anh? Ngủ luôn cho đến sáng?

Trong lúc đó,Thủy Tiên dẫn đứa con trai ra để súc miệng rửa mặt, nàng nói như giải nghĩa:

- Chồng em nói như ri mà em cũng không hiểu mô?! Có nghĩa là hai đứa cùng ôm nhau ngủ! Nếu như đứa ni ngủ, mà đứa nớ không ngủ. Có bao giờ đứa còn thức để cho mi ngủ yên hỉ?! Hỏi như ri mà cũng hỏi?!

Những người có mặt ở đấy, ai ai cũng cười! Chồng cô em Trúc Đào vui vẻ đề nghị, giọng Huế nói:

- Chúng mình ai ai cũng có một cái mùng lớn chung cho cả gia đình, nhưng chưa ai có một khu gia đình riêng biệt. Mình phải có tấm ri đô để tạo cho gia đình có thêm sự ấm áp! Tôi nói như ri có được không hỉ?!

Hòa đang đứng gần bên vợ, anh nói với Phượng:

- Nói như hắn là phải đi mua vải để... À! Anh hiểu ý hắn rồi! Hắn định dùng mền của anh em sắp đi định cư cho, lấy một tấm để là căn phòng hạnh phúc của hắn?! Ý nghĩ hay hỉ?!

Phượng nghe chồng mình nói, nàng vừa cười vừa nói, có ý châm chọc:

- Gần 2 tháng nay, lấy trời làm mùng, lấy đất làm giường. Nay có chút ít gia tài của bạn bè để lại, biết tận dụng nó để hưởng nhàn!

Thủy Tiên nghe chị dâu nói, nàng nói thêm, như lời cảnh cáo cho các bà vợ:
- Hắn nói như ri cũng hay! Bây giờ mình có cả mùng, mền, gối, nệm. Có cả ri-đô, để làm phòng riêng, là hạnh phúc hay một viễn ảnh đen tối hỉ?!

Cô em Bắc hỏi:

- Chị nói cái chi đen tối?

Mọi người cũng đang sửa soạn ăn sáng, mỗi người một chén xôi đậu xanh, có dừa khô nạo, có đậu phộng rang đâm nhỏ, có cả muối mè mà chú thím Tư đã dậy sớm để nấu, trước hồi còi hụ. Họ nhìn Thủy Tiên như để hỏi nàng, Phượng thấy vậy, nên nói, giọng Nam:

- Có như vậy mà cũng không biết Thủy Tiên nói gì à!

Nàng nói tiếp cho rõ nghĩa hơn:

- Rồi đây sẽ có 1, 2, 3 trong đại gia đình chúng ta có thêm một đứa bé mang nơi sản xuất Made in Galang Refuge camp, Indonesia. Mà không phải là Made in USA hay Canada, Australia!

Từng cặp vợ chồng cười ngã nghiêng ngã ngửa, khiến mấy đứa con, chúng nhìn cha mẹ chúng cười. Chúng chẳng hiểu gì! Ngơ ngáo nhìn nhau!

Gần hai tuần sau, chúng tôi đang ăn cơm chiều ngon lành, chợt nghe có tên gia đình Phong. Phát ra trong cái loa sắt gắn trên nóc barrack, gọi gia đình Phong ngày mai đến văn phòng Cao Ủy Galang I, để bổ túc hồ sơ. Chúng tôi cũng lấy làm lạ, nhìn anh đang ăn cơm. Nếu như là bổ túc hồ sơ, thì bổ túc với các phái đoàn mình ghi danh. Sao lại bổ túc hồ sơ với văn phòng Cao Ủy. Có lẽ cô nào đó ở văn phòng thông tin đọc lộn hoặc họ viết sai.

Bữa cơm xong, mấy đứa nhỏ phụ dọn dẹp, rửa chén, chúng tôi có được ấm trà bằng nhôm cũng của chú Tư, theo chân chủ cho đi vượt biên. Trà của Indo cũng như trà Việt Nam, phần đông do người Hoa pha chế, có một điều lạ, họ giống như người Hoa. Nhưng hỏi họ có phải là người Hoa, họ xác định họ là người Indo, nếu như thật là dân bản xứ thì có nét giống người Ấn hơn.

Có được bình trà nóng giúp chúng tôi thư giãn hơn nhiều, nói gì nói, chúng tôi thường nhắc đến bạn bè còn ở lại quê nhà. Màn đêm buông xuống, cũng là cái lành lạnh về trên đảo, những ngọn đèn đường trên con đường nhựa duy nhất đã cháy sáng.

Người người đi thư viện, hay đến phòng lab. Hay đi xem TV công cộng, hoặc đến rạp chiếu video hay đi xem ciné màn ảnh rộng, hoặc đến quán cà phê nghe nhạc trước và sau 75, khi họ sang đến Hoa Kỳ đã sáng tác. Với những ca khúc nhớ về Sài Gòn, lo cho cha đi tù cải tạo, nhớ mẹ, nhớ vợ, nhớ chị, nhớ em, nhớ người tình còn ở lại. Nhớ nơi hẹn hò, nhớ con đường phố cũ, nhớ những mùa mưa nắng.

Ở đây còn có khu chợ đêm bán cháo gà, hủ tiếu, xôi, bánh mì thịt, bánh bao, giò cháo quảy, bánh tiêu, bánh bò. Nó giống như một góc phố chợ, một thị trấn nhỏ của Việt Nam trên một hòn đảo hoang của nước Indonesia.

Sáng hôm sau, chúng tôi ăn sáng với cháo trắng nấu đặc với khô kho mặn ngọt, thêm chút tiêu ớt cay cay. Phong cùng hai bé trai sinh đôi trên 12 tuổi và một gái gần 10 tuổi. Tôi cùng với anh Hòa đi theo Phong để ủng hộ tin thần, đến văn phòng Cao Ủy, chúng tôi trở lại văn phòng An Sinh Xã Hội. Chúng tôi lo kiếm mùng mền, xoong chảo, bếp dầu lửa và đồ dùng cá nhân, cho 682 người. Ngày mai, tàu đưa họ đến Galang, giống như lần chúng tôi đã đến trước cả tháng nay.

Cũng gần đến trưa, Phong ghé vào văn phòng chúng tôi, cho biết bổ túc thêm hình ảnh của mấy đứa con hồi còn nhỏ. Phong cho biết không có mang theo, chỉ có duy nhất 2 tấm ảnh, ngày cưới của hai người và ảnh vợ chồng chụp chung với các con trước 75. Vì vậy nhân viên Cao Ủy chụp cho anh một tấm cùng với mấy đứa nhỏ.

Ngay cả Phong và chúng tôi cũng lấy làm lạ về chuyện bổ túc hồ sơ của anh, Tuấn nghĩ: Sao họ phải làm thế? Anh buộc miệng nói:

- Anh và các cháu có tin vui đó!

Tuấn định nói thêm, nhưng lại ngưng không nói tiếp, khiến anh Hòa và Phong nhìn Tuấn. Thực tình từ buổi chiều qua, khi nghe gọi gia đình Phong đi bổ túc hồ sơ ở văn phòng

Cao Ủy Tị Nạn. Là tự nó có một cái gì đó liên hệ đến gia đình anh, Tuấn không dám bàn luận. Mong sáng hôm nay, người ở văn phòng Cao Ủy bảo Phong cần bổ túc thêm cái gì. Bây giờ được anh cho biết chỉ bổ túc mấy tấm ảnh trước năm 75.

Tuấn nghe nói thế, anh không đáp lại lời hỏi của Phong, anh chuyển sang chuyện khác:

- Từ từ đi, tôi sẽ nói, bây giờ mình đi về! Công việc của tôi đã hoàn tất. Mình về, ghé ngang chợ mua xương heo về nấu hủ tiếu.

Phong nghi ngờ, nhìn Tuấn và Hòa hỏi:

- Có chuyện gì mà hôm nay xài sang vậy ta?

Hòa lắc đầu, còn Tuấn thì tỉnh bơ đáp:

- Cũng phải đổi món chớ, mình đã chế biến khô thành: khô bằm xào sả ớt, khô chưng gừng, khô chiên cho chút ít đường vào. Mình đã chế khô thành cá chà bông rồi mà! Hôm nay, phải đổi món chớ!

Phong nhìn Tuấn và Hòa, rồi hỏi nhỏ vừa đủ nghe:

- Bán vàng hả?

Tuấn trừng mắt, nhìn Phong vừa cười vừa hỏi lại:

- Vàng đâu mà bán?!

Tuấn nói thêm:
- Hôm qua mình vào Galang 2, qua zone Mỹ thăm người bạn sắp sửa định cư. Tình cờ gặp người bạn thân, nó lôi vào quán cà phê hỏi thăm bạn bè còn lại. Tâm sự xong, khi đi về nó nhét vào túi áo mình 50 đô, rồi bỏ chạy, còn nói vọng lại:

- Chừng nào có tiền trả lại!

Hai người nhìn Tuấn, rồi họ nhìn nhau, như không còn lý do gì để hỏi, Tuấn nói tiếp:

- Hắn ta biến mất trong nhóm người đi chợ. Thôi! Mình đi!

Cả 3 người đi, Phong quay lại dặn dò mấy đứa đàn em:

- Trước khi các em về, nhớ khóa cửa cẩn thận.

Sau tiếng Dạ, có em nói:

- Ai mà dám vào đây mà ăn cắp!

Có em nói:

- Ở zone tao ở có nhà tù đấy.

Em khác nói:

- Vậy sao? Nhốt ai vậy?

Có đứa vọt miệng nói như đay nghiến:

- Có phải mấy thằng Việt cộng không? Nhốt cho nó chết cha nó luôn!

- Không!

- Sao mầy biết?

Em kia trả lời:

- Nhốt mấy ông say rượu, người ăn cắp tiền trong barrack, đánh lộn.

Em nọ lại nói:

- Đã qua đến đây rồi mà cũng không bỏ? Trả họ về Việt Nam cho sống với Việt Cộng, để đi làm lao động mút mùa Lệ Thủy đi!

Dọc đường, Phong nói như tiếc tiền cho buổi ăn ngon này, nên nói:

- Giờ này họ đã dọn sạp rồi ông ơi!

Anh hiểu ý bạn, muốn nói gì rồi, Tuấn nói:

- Lúc sáng đi làm, tôi có ghé vào dặn họ đợi tôi đến lấy.

Thực vây, hàng bán thịt chỉ còn có nửa con gà nằm trên cái thớt lớn, cô chủ thấy Tuấn cùng mấy người bạn đến. Người chủ vói tay lấy cái bịt nylon lớn ở trong cái thùng nước đá đưa cho Tuấn. Cô nói như nài ép anh mua thêm nửa con gà, cô bán rẻ cho để cô đi về. Tuấn bằng lòng, cô nhanh nhẹn lấy cái bao nylon khác, cho gà vào, anh trả tiền, cô chủ cám ơn. Cả 3 cùng đi về, họ đi mua thêm mấy bịch hủ tiếu khô, hành lá, giá, ngò rí, củ hành tây, củ cải trắng.

Buổi chiều hôm ấy, nhóm người chiếc tàu TG được ăn một bữa ăn để nhớ về quê hương, nhớ những quán ăn, tiệm hủ tiếu mì lớn nhỏ. Nhớ những chiếc xe hủ tiếu mì, hoành thánh, chiếm cứ một góc đường nào đó của khu phố mình ở, của những chiếc xe mì gõ, có người cầm cái cây gõ trên ống tre, nghe lốc cốc khắp hang cùng ngõ hẻm của Sài Gòn, Chợ Lớn, Tân Định, Lăng Ông Bà Chiểu, Gò Vấp. Hoặc con đường Đồng Khánh có những hiệu mì vịt tiềm ở La Kay. Họ mở cửa từ sáng cho đến khuya, không những họ bán cả cà phê, trà đá, lại có những chiếc xe hoặc tiệm bán thanh bổ lượng của khu phố Tàu.

Quê hương chúng tôi đã một thời rực sáng với những ánh đèn màu của các vũ trường, Maxim, Queen Bee, Art Enciel v.v... Hay ciné Rex, Eden, Đại Nam, Khải Hoàn, Thanh Bình, Diên Hồng, Hưng Đạo, Quốc Thanh, Nguyễn Văn Hảo, Đại Đồng, Long Vân, Văn Hoa, Kinh Thành, Cao Đồng Hưng... Còn bây giờ là buồn tênh, cột đèn đường cái có đèn, cái tắt câm như cuộc sống người dân, "Lao Động vinh quang". Lời của bác Hồ và Đảng dạy!?

Bữa ăn hủ tiếu hơn 2 tuần trước đã đi vào quên lãng, sáng nay thứ 7, cả đảo Galang làm vệ sinh quanh barrack mình. Họ chia nhóm người này nhổ cỏ, đổ rác, mọi người cùng làm chừng 30 phút là xong. Thế mà từ 9 giờ sáng còi hụ để mọi người bắt đầu, họ chia nhau làm, vừa bứt từng cọng cỏ, vừa lấy cái cuốc móc bùn để lên trên bờ mương cho nước từ những đường mương chảy cho thông. Người cảnh sát Indo và nhân viên bệnh viện cùng nhân viên người Việt văn phòng Galang đi kiểm soát. Mãi tới 11 giờ, tiếng còi hụ chấm dứt.

Thế là xong, buổi sáng thứ 7, làm lao động ở trại tị nạn. Sau đó chia nhau nấu ăn, bữa cơm hôm nay phong phú lắm. Chúng tôi đi làm thiện nguyện, cứ trưa thứ 6 là mỗi người có phần, một hộp cá mòi hay hộp thịt kho tàu hoặc hộp thịt heo patê. Khui hộp thịt kho tàu, cho thêm nước mắm, đường, cho hột gà luộc vào, thêm tàu hủ chiên, thế là có nồi thịt kho.

Một chảo rau muống xào, chúng tôi đi cắt ở những cái vũng rau của người bạn đã định cư để lại cho chúng tôi. Không những còn có giàn mướp, giàn bầu, là gia tài của bạn bè để lại. Nếu như chúng tôi đi định cư thì sẽ để lại cho những người bạn đến sau, không như những người khác họ bán lại cho người khác. Tình chiến hữu vẫn còn nồng cháy ở các trại tị nạn, của hương quả để lại cho anh em. Có khi đi định cư rồi, viết thư về còn kèm theo vài chục đô để trong bao thư gởi cho những bạn bè mồ côi, không thân nhân cấp dưỡng.

Mọi người đang ăn uống ngon lành, bỗng chiếc xe jeep của Cao Ủy trưởng chạy đến đậu trước barrack của chúng tôi. Mọi người ăn uống, trò chuyện, chẳng ai quan tâm về chuyện đó. Ở nước Indonesia, tay lái xe hơi nằm ở bên mặt, cũng như một số quốc gia khác như Luân Đôn, Hong Kong, Singapore, Ấn Độ.

Cửa xe jeep mở, bà Cao Ủy trưởng bước xuống xe, nói chuyện với người còn ngồi bên trong. Bà vừa nói vừa chỉ tay vào barrack của chúng tôi, Hòa vừa ăn vừa nói:

- Dường như bà Cao Ủy trưởng nói gì về barrack mình.

Tuấn nhìn ra xe, vừa lúc đó cánh cửa bên kia cũng mở, một người đàn bà gốc châu Á, tóc uốn lọn cũng xuống xe, cả hai mặc áo thun, quần tây cùng đi thẳng vào cửa barrack. Một lúc sau, người barrack trưởng dẫn họ đi ra cửa bên hông và đến chỗ chúng tôi đang ngồi trên tấm nylon để ăn cơm. Buộc lòng chúng tôi phải đứng lên để tiếp khách, bà Cao Ủy trưởng bắt tay Hòa rồi lần lượt đến Phượng, Thủy Tiên, Bích Đào, Trúc Đào, Trúc Lam, Trúc Linh. Họ chào hỏi với nhau bằng Anh ngữ. Người phụ nữ châu Á cũng làm thế, đến khi bắt tay với Phong, bà không buông bàn tay anh ra, khiến anh lúng túng, chợt bà hỏi tiếng Việt:

- Phong! Là anh phải không? Không nhận ra em à!

Tất cả mọi người có mặt không tin vào những gì mà bà nói, bà cắn chặt đôi môi để không bật thành tiếng khóc, đôi dòng nước mắt tuôn trào ra khóe mắt. Phong nhận diện ra tiếng nói, anh gật đầu, rồi đứng chết trân, anh đưa thêm bàn tay nữa nắm chặt bàn tay nhỏ bé của cô ta. Mọi người cùng nhìn nhau, như họ hiểu được điều gì trong hội ngộ, nó bất chợt đến sau gần 10 năm họ tìm nhau.

Tội nhất là ba đứa con, 2 trai 1 gái ở tuổi lên 10, là mười năm chúng sống không có mẹ. Cũng may có vợ chồng Phương Quỳnh đùm bọc yêu thương, người cô đã chia sẻ tâm tình người mẹ cho các cháu mình. Có lẽ chúng đã hiểu, nên nước mắt chúng cũng giàn giụa như ba mẹ chúng, chúng không biết đây là hiện thực hay trong giấc chiêm bao?! Mà trong thời bé thơ chúng đã bao lần thấy mẹ về chăm sóc cho chúng, thật hạnh phúc vô cùng, đến khi chợt giấc, nước mắt hạnh phúc vẫn còn đầm đìa trong khóe mắt. Chúng kể cho nhau nghe, mà tiếc nuối sao giấc mơ không dài thêm nữa, chúng mong hôm sau mẹ sẽ trở về trong giấc mơ.

Nhưng hôm nay là hiện thực, là người mẹ thực sự đang ôm chúng vào lòng, người mẹ không giống như người mẹ trong mơ mà chúng đã từng thấy. Lệ Uyên vẫn còn bàng hoàng trong giây phút đoàn viên, giống như những cuộc trùng phùng trong mơ. Nàng ôm chúng, hai đứa con trai, bây giờ cao đến vai nàng, và đứa con gái chẳng khác nào như mình còn bé ngày xưa.

Mà mới đây, chưa đầy 5 phút, ba đứa trẻ không biết mẹ mình là ai, chỉ biết mặt mẹ mình qua tấm hình duy nhất chụp chung ngày ăn đầy tháng bé gái Hương Lan, mẹ bế bé Lan vào lòng còn hai người anh trai mới lên 2 tuổi. Tấm hình mà Phong luôn giữ trong bóp, Phong giữ gìn như một vật quý.

Mọi người vui cười bằng nước mắt quên đi bữa cơm đang ăn dở, ai ai cũng tưởng là mơ, bà Cao Ủy trưởng từ giã ra về. Bà nói với vợ chồng Phong, bà sẽ trở lại, rồi bà từ giã ra về và nhờ chúng tôi ra xe đem những thùng giấy carton vào.

Một cảnh đoàn tựu còn trong ngỡ ngàng, Lệ Uyên ôm mấy đứa con vào lòng, nàng vuốt tóc đứa con gái. Lệ Uyên kể rằng, nàng đã làm đủ mọi cách để trở về Việt Nam, theo chân hội Hồng Thập Tự Quốc Tế trở về năm 1980. Gia đình Phương Quỳnh không còn ở chỗ cũ, với tư cách nhân viên, nàng không thể đi tự do mọi nơi. Nàng trở lại tu viện trước đó nàng đã từng ở, cùng với hai người bạn Pháp để trao tiền cho mẹ bề trên. Nàng được biết ba mẹ nàng còn sống, là Đảng viên của Việt Cộng, cấp bậc khá lớn, nên tu viện không bị giải thể như bao tu viện khác.

Khi gặp mặt lại ba mẹ, Lệ Uyên cố đè nén cảm xúc, nàng không ôm ba mẹ mình trong vòng tay, nàng biết mình làm như thế là bất hiếu, chỉ lẳng lặng cám ơn ba mẹ đã nhờ viện mồ côi nuôi dưỡng. Trước khi lên phi cơ, Lệ Uyên mới ôm họ vào lòng và trao tấm giấy, nàng ghi mọi chi tiết, nhờ ba mẹ tìm dùm chồng con nàng đã thất lạc hồi từ ngày 30 tháng 4 năm 1975.

Máy bay cất cánh, Lệ Uyên mang theo niềm hy vọng là ba mẹ nàng có thể tìm ra gia đình bên chồng. Lúc đó, nàng theo đoàn người ra đi trong ngày đau buồn chỉ là việc ngẫu nhiên, chớ không có dự định trước. Nàng xuống bến ghe để tìm Phong, vì có người bạn nói Phong đã đi cùng bộ chỉ huy rồi. Đoàn người ào ào xô đẩy nàng xuống những ghe đánh cá lớn, khiến Lệ Uyên không thể trở lên được.

Ra đi với vài bộ quần áo, một số ít tiền, ghe ra biển mênh mông, cập vào tàu chiến Hoa Kỳ, những chiếc trực thăng chở đầy người, lượn đi lượn lại để tìm chỗ đáp, có chiếc rơi xuống biển. Một vài nơi súng nổ, có người nói họ bắn với nhau để dành chỗ lên hạm đội, có người leo lên không được, trợt chân rơi xuống biển. Người chết cũng nhiều, Lệ Uyên lên được hàng không mẫu hạm Mỹ, nàng đi tìm chồng, hàng ngàn ngàn người, làm sao mà kiếm.

Tàu đến đảo Guam, đã có lều dành cho người tị nạn, có Cao Ủy Liên Hiệp Quốc đặc trách tị nạn, có hội Hồng Thập Tự, họ cần thiện nguyện viên. Lệ Uyên gia nhập vào để tìm kiếm người thân thất lạc. Rồi đảo Guam đóng cửa, đưa nhóm người tị nạn cuối cùng đi định cư trên các tiểu bang ở Hoa kỳ. Nàng trở thành nhân viên thực thụ về vấn đề tị nạn, Lệ Uyên đi tất cả các trại tị nạn, từ Pulau Bidong ở Mã Lai, rồi đến Thái Lan, Galang của Indonesia, Hồng kông. Bước chân nàng đi khắp nơi để tìm chồng với tuổi đời 25, không biết mỏi mệt.

Đêm đêm nàng cầu nguyện, gần 10 năm, nay được ơn trên ban cho giờ phút sum họp trên đảo Pulau Galang. Chúng tôi cảm thấy phải rút lui, để vợ chồng cùng các con tâm sự, nhóm người tàu TG đi chợ để đãi gia đình Phong món ăn, bún bò Huế, đại gia đình Tuấn Thủy Tiên, Hòa Phượng ra tay nấu.

Ở cái đảo bé nhỏ hoang vu, có một làng Việt Nam, muốn nấu ăn món chi cũng có. Từ giò heo, thịt bò, nước mắm, đến bún khô, rau thơm giá, ớt hành tỏi sả, mắm ruốc, mắm nêm. Ăn để nhớ quê hương, nhớ về xứ Huế mộng mơ, nhớ chợ Đông Ba, núi Ngự, Phú Vân Lâu. Nhớ nữ sinh Đồng Khánh với chiếc áo dài, ngày hai buổi qua lại cầu Trường Tiền, nhớ nam sinh trường Quốc Học, áo trắng quần tây xanh.

Nhớ những đêm trăng, nằm trên thuyền nghe tiếng hò mái đẩy trên dòng sông Hương. Sao mà buồn quá?! Nhớ những ngày mưa ngập lụt thôn làng mỗi năm, nhớ những nồi cơm Hến người dân quê. Nhớ lũy tre làng, đàn cò trắng an bình thẫn thờ bay, nhớ năm Mậu Thân, Việt Cộng tàn sát, nhớ từng hố người chôn tập thể, nhớ mùa Hè Đỏ Lửa 72. Nhớ hàng vạn người bỏ nước ra đi, tìm tự do trên đất khách. Nhớ dân miền Nam sống trong chế độ ngục tù, nhớ những chiến hữu còn bị đày ải trong những trại cải tạo!

Bữa ăn để mừng người bạn tìm được gia đình, sau gần 10 năm họ tìm kiếm, Phong được phái đoàn Mỹ phỏng vấn đặc biệt. Sáng sớm hôm sau, có chuyến đi định cư, bà Cao Ủy trưởng lái xe đưa gia đình Phong từ dãy nhà dành riêng cho phái đoàn để ra bến tàu. Bà ghé tạt vào barrack chúng tôi để vợ chồng Phong và mấy đứa con nói lời từ biệt. Chúng tôi chia tay trong bịn rịn, không biết bao giờ mới gặp lại, Lệ Uyên có đưa cho chúng tôi mấy tấm visit card có ghi rõ số điện thoại nơi làm của nàng ở New York, Lệ Uyên vui cười nói:

- *Khi các anh chị đến Hoa Kỳ, nhớ gọi cho vợ chồng chúng tôi, là vài ngày sau, chúng tôi đến thăm liền!*

Họ trở ra xe để đi ra bến tàu, chúng tôi chỉ tiễn gia đình anh ra đến chỗ xe đậu trước cửa, lòng bỗng dưng buồn, rồi mai sau nhóm người của chúng tôi cũng thế. Mỗi người đi một quốc gia, biết bao giờ gặp lại được! Chiếc xe mất dạng khi quẹo bên mặt, đoàn người đi định cư cũng như bạn bè đưa tiễn, họ vui cười, trao đổi những ngày vui buồn có nhau khi đi vượt biển hoặc sống chung nhau trên đảo. Mai mốt chúng tôi cũng ra đi như thế, đau buồn nhất là người đi định cư sau cùng, của chiếc ghe Tiền Giang!

Từ ngày gia đình Phong đi định cư, gần tháng sau nhóm người ghe chúng tôi bắt đầu phân tán. Toàn người thương binh cụt một chân, con lớn của chú Tư, không thể đi chung với gia đình được, vì Toàn cụt bàn chân. Phái đoàn Úc không nhận người tật quyền, dù rằng là viện trực hệ. Hơn nữa Toàn là cựu quân nhân, bắt buộc phái đoàn Mỹ phải nhận, hoặc các quốc gia khác, như: Thụy Điển, Na Uy, Đan Mạch có nhiệm vụ nhận những người có khuyết tật. Vì thế gia đình này rất buồn vì sang đến đây mà phải mỗi người đi một nơi. Bao giờ chú thím Tư mới được gặp lại các cháu nội!

Còn gia đình Thắng, thầy dạy Hoàng con anh Hòa sửa xe, cụt cả 2 chân được phái đoàn Mỹ nhận cùng với gia đình Toàn. Hai gia đình chị em Huế, Bích Đào Trúc Đào, hai em Bắc Trúc Lam Trúc Linh cũng ghi danh phái đoàn Mỹ. Sau cuộc phỏng vấn họ được nhận, vì chồng các cô là nhân viên chính Phủ VNCH, nên họ đang chờ đợi di chuyển vào Galang 2 để học Anh văn.

Còn lại đại gia đình chúng tôi, anh Hòa chị Phượng họ cũng chưa quyết định dứt khoát, để cùng vợ chồng chúng tôi đi Canada. Niềm lo lắng của vợ tôi, Thủy Tiên càng ngày càng suy tư nhiều hơn. Gần 10 năm còn gì, ngày mà vợ tôi quyết định ở lại để hai đứa con chúng tôi đi, Ngọc Lan gần tròn 6 tuổi, đứa con trai Quốc Bảo chưa đến 2 tuổi. Những hình ảnh cũ gần mười năm, ngày nào bây giờ nó sống lại như mới ngày hôm qua.

Bách, người anh kế của Thủy Tiên bế Ngọc Lan trên tay, ông ngoại bồng bé Bảo, cả hai đứa khóc, đưa tay gạt nước mắt, còn tay kia vẫy chào mẹ. Đoàn người ùa nhau lên ghe, vội vã rồ máy ra đi.

Thủy Tiên chết điếng trong lòng rồi cũng hối hả chạy trở về nhà, mong gặp được chồng, để trở lại tìm chuyến ghe sau ra đi. Nhưng định mệnh kéo dài gần mười năm. Hôm nay đến được nơi đây, là kể như ngày đoàn tựu với gia đình, cha mẹ và các con, chỉ còn là thời gian, năm ba tháng nữa, sẽ được đoàn tựu.

Gần đến ngày hết hạn để ghi danh, anh Hòa quyết định không định ở Canada, chỉ một lý do, Hoàng đứa con trai lớn của anh ấy và Anh Thư, không được định cư cùng một nơi.

Chúng cứ quấn quýt bên nhau, đôi lúc bắt gặp đôi mắt chúng đầm đìa nước mắt. Dù rằng hai quốc gia chỉ ngăn cách một đường biên giới, người ở thành phố nào trên đất Mỹ, chỉ cần lâu nhất là năm giờ bay là đã ở bên nhau rồi.

Chúng còn trẻ, con đường tiến đến sự nghiệp là phải học cho đến nơi đến chốn. Hoàng theo con đường bố, đã học được hơn một năm ở trường Kiến Trúc, là cả sự cố gắng không ngừng cho những đứa con xấu số, đã trót mang trong lý lịch là con của Ngụy?!

Vợ chồng Tuấn và Thủy Tiên, nhất là nàng, đã hiểu được niềm đau của anh mình, nàng không nói gì hết. Riêng Thủy Tiên và Phượng cũng biết thế nào là mối tình đầu của người con gái khi bước vào ngưỡng cửa yêu thương.

Anh Thư rất dễ thương, Hoàng biết trân quý người con gái này, họ quen nhau bằng chuyện tình nghèo. Nghèo đến nỗi không có tiền mua một cái ruột xe mới, nó đã vá đến năm bảy lần rồi. Khi đi học lại phải ghé lại chỗ Hoàng để bơm thêm hơi vào, khi về cũng phải ghé vào. Lúc không có Hoàng thì Anh

Thư tự làm lấy, rồi hai đứa như chờ đợi đến giờ đó để gặp nhau. Có khi bận việc nhà, đi học bằng xe đạp không kịp, bé nhờ người bạn gái cùng xóm chở giúp với chiếc xe Honda dame cũ kỹ. Chiếc xe này cũng đã đến chỗ Hoàng, bé sửa dùm rất nhiều lần, cha cũng đi học tập được thả về hơn hai năm. Thế là gia đình Hòa Phượng, chọn định cư ở Mỹ, thứ nhất không chia rẽ tình hai đứa nhỏ. Thứ hai là khi đã có nơi ăn chốn ở đàng hoàng, anh chọn tiểu bang nào có nắng ấm như Sài Gòn mà về đấy ở. Mùa Đông Canada quá lạnh, bố mẹ anh em sang bên gia đình anh ở cho vui.

Nghe anh mình nói, nàng cũng yên lòng, rồi chợt nghĩ đến cái buổi trùng phùng khi đến Canada để gặp lại con mình, bấy lâu nay chúng phải sống không có tình thương của bố mẹ. Dù rằng bên chúng có ông bà nội ngoại, cô cậu chú, đã lo cho chúng đủ mọi thứ. Nhưng trong thời gian quá dài, trong tâm trí chúng còn nhớ được gì về cha mẹ mình, thời gian có làm phai mờ trong tiềm thức chúng chăng?!

Khi còn ở bên nhà, sau hơn 4 năm, mới nhận được những dòng chữ đứa con gái viết về cảm nghĩ của con:

Con biết mạ ở lại là để gặp bố, rồi sẽ đi sau để gặp con và em, nhưng con đợi mãi mà không thấy. Ông bà có nói cho con biết, người ta không cho bố mạ đi, bố đi tù cải tạo ở miền Bắc.

Rồi theo thời gian sau, con lại viết:

Năm nay con cao thêm, đến vai bà ngoại, ông bà nội nói với con, mỗi ngày con lớn, con giống hai cô con, là em của bố đấy, mạ còn nhớ không?
Còn ông bà ngoại, thấy con mỗi ngày một lớn, lại nói con, con giống mẹ hồi còn nhỏ, nhất là tính tình!
Ai cũng bảo con, mới có 13 tuổi mà cao như người lớn, đến khi lớn thì cao lắm đó. Con gái mà cao quá không tốt đâu! Có nghĩa là sao hở mẹ? Con cao chỉ có hơn 1m 60 thôi! Có lần con hỏi mấy đứa bạn Canada, nó nhún vai, lắc đầu nói, I dont know. Thôi thì con đợi mạ sang, mạ nói cho con biết?!

Nàng cảm thấy vui vui như có một cái kỳ diệu nào đó, nó làm cho họ phải nhớ nhau và muốn phải gặp cho bằng được để nói với nhau những lời thương mến.

Những gì con muốn biết, cũng giống như nàng ở vào tuổi mới lớn, cứ mỗi lần vào Sài Gòn thăm ông bà nội hay về ngoại chơi cũng bị bà quở, nàng cao, sau này khó lấy chồng?!

Cái chuyện đó không thành vấn đề cho những cô gái như nàng hoặc cao hơn tí xíu, chẳng có sao hết. Mình sẽ chọn những người cao hơn mình, thời buổi bây giờ có yêu thương mới có cưới xin, đâu còn cái cảnh cha mẹ đặt đâu, con ngồi đó nữa rồi!

Ngày di chuyển vào Galang 2 đã đến, sáng sớm từ con đường dốc cao ở trước barrack 72. Chúng tôi cũng như những người khác, được phái đoàn nhận hoặc chưa nhận cũng phải gom góp những tài sản của mình đem ra trước con đường nhựa duy nhất.

Hồi mới đến, người tị nạn chỉ vỏn vẹn có cái túi xách hay cái bao bố đựng gạo hoặc cái bao nylon. Chỉ sau vài tháng, hầu như ai nấy cũng có cả một gia tài của bạn bè đã đi định cư để lại. Họ có thêm mùng mền, rương trấp, nồi niêu xoong chảo, cùng nhau khiêng, mang đem ra trước barrack để chờ xe chở vào Galang 2. Những hình ảnh này gợi lại cho chúng tôi, về những người dân đi lánh nạn ở những thành phố bị Việt Cộng tổng tấn công. Nay người dân nghe tin chúng tôi tái chiếm, họ ùn ùn bồng bế, đeo mang gia tài khi đi lánh nạn, nay yên bình họ trở về nhà.

Thường thì ngày di chuyển vào Galang 2, theo từng khu Zone khác ngày, nhưng hôm nay vào khu Mỹ và khu chờ đợi cùng chung ngày. Từng chiếc xe đến đậu theo dọc con đường mà người tị nạn đã đem những gia tài của họ để sẵn ngoài ấy, chờ lên xe. Buổi sáng hôm nay, chỉ có những người di chuyển vào Zone Mỹ, để học Anh Văn. Còn sau 12 giờ trưa, mới đưa những người được các phái đoàn khác nhận hoặc chưa nhận vì giấy tờ hồ sơ không đem theo đủ. Họ phải nhờ thân nhân ở Việt Nam gởi qua các nước khác, rồi mới chuyển về Galang, lý do Indonesia chưa bang giao với Cộng Sản Việt Nam. Như hôm nay, gia đình Thủy Tiên, gia đình chú thím Tư vào Zone A và B để chờ ngày đi định cư. Vợ chồng, con cái chú Tư, lên xe đi vào đó sống thêm một khoảng thời gian từ 4, 5 tháng hay lâu hơn nữa mới đi định cư. Họ chia tay với những người bạn vừa vào barrack ở chừng vài ba tuần. Mới chừng ấy ngày mà đã quyến luyến khi chia tay!

Galang 2 cũng có chợ, trường học, nhà thương, giống như Galang 1. Nhưng barrack thì hai tầng, chia nhiều phòng nhỏ, cho bốn năm người ở chung. Tầng trên để ở, tầng dưới nấu ăn và nhà tắm, nếu như có đất trống, họ trồng thêm giàn bầu, mướp, rau thơm gần barrack mình ở.

Đó là những người bị phái đoàn từ chối, có người ở đến ba, bốn, năm, còn trẻ thì vừa đi học vừa đi làm, hoặc người có nghề thì đóng cái bảng quảng cáo nhỏ ở khắp nơi, có tên mình, số barrack, số phòng. Như làm móng tay, uốn, cắt tóc, cũng có người bói quẻ chỉ tay và cũng có vài ba chị em làm nghề khác?!

Trong Galang 2 còn có một cái miếu Ba Cô linh lắm, cho nên ai muốn chuyện gì đó mau thành sự thật, thường đến miếu Ba Cô mà cầu. Vật lễ đơn sơn, hoặc nhang khói cho các cô bớt phần lạnh lẽo. Theo người trước kể lại cho người tới sau nghe. Rằng, các cô bị phái đoàn từ chối nhiều lần hay bị gạt vì tình hoặc có thai. Người bạn trai đi định cư rồi không bảo lãnh, nên các cô tự tử, treo cổ hay uống thuốc, để kết liễu cuộc đời?!

Ở đây có 4 zone, chia thành ABCD, mỗi zone như một xóm nhà ở bên mình, người đi cùng ghe, đã đi định cư hết rồi, chỉ còn lại bạn bè cùng phòng, vừa mới tới, rồi họ cũng lần lượt đi nữa. Họ tìm nhau những người đồng cảnh ngộ, xin đổi phòng cùng ở chung như một gia đình.

Có người họ sống như vợ chồng, có một vài đứa con, đi làm thuê, hoặc biết nghề may, họ nhận may cho những người trên đảo, đồ bộ, áo sơ mi, quần tây, như một tiệm may. Mặc cho thế sự, con lớn lên đi học mẫu giáo, rồi chương trình phổ thông, Anh ngữ.

Đợi khi nào đóng cửa trại, cũng sẽ có quốc gia nào đó nhận, cứ vài năm có phái đoàn Na Uy, Đan Mạch, Thụy Điển đến nhận những người ở ba bốn năm.

Nhóm người trong ghe tôi chưa có ai đi định cư hết, những gia đình đi Mỹ thì sau khi Tết mới mãn khóa để đi định cư. Còn gia đình chúng tôi và hai đứa con trai của anh Bình đi theo, cũng chưa biết chừng nào đi.

Mới đây mà đã gần đến ngày Noel rồi, những người theo đạo Tin Lành hay Thiên Chúa. Họ đến các thánh đường để trang hoàng nhà thờ với những đèn đủ màu nho nhỏ, đỏ xanh vàng tím, chớp tắt, đèn ngôi sao tỏa sáng. Nào có cả cây thông cao, với những chùm hoa tuyết treo lủng lẳng.

Trước sân lớn nhà thờ Galang 2, có Chiếc Ghe Vượt Biên lớn bằng xi măng, trên ghe có người mẹ bồng con, để tưởng nhớ đến người vượt biển đã chết. Đêm Giáng sinh, hàng chục ngàn người trên đảo, đều đến nhà thờ mừng Chúa giáng sinh. Người có Đạo hoặc người ngoại Đạo nô nức vui chơi, trong không khí thanh bình. Họ đến để cầu nguyện cho thân nhân của mình còn đang ở lại nơi quê nhà được bình yên.

Đêm Noel ở đây làm ta chợt nhớ đến Đêm Giáng Sinh ở Sài Gòn, mọi người hầu như không mấy ai ở nhà. Họ cũng đến các nhà thờ: Vương Cung Thánh Đường, Huyện Sĩ, Cha Tam, Dòng Chúa Cứu Thế, Tân Định, Ba Chuông. Còn đạo Tin Lành thì họ đến nhà thờ Nguyễn Tri Phượng, Trần Hưng Đạo, còn nhiều nhà thờ khác nữa, để mừng Chúa Giáng Sinh.

Từng đoàn người từ Galang I vào Galang II, hoặc ngược lại, có người cầm đuốc soi sáng đêm tối khi đi ngang qua nghĩa trang hay còn được gọi là Galang III. Đêm nay không có còi hụ giờ giới nghiêm, tiệc tùng no say. Nếu như có tiền thì là gà, thịt, còn như không thì đã có sẵn đồ ăn của Cao Ủy, mì gói với hột gà chiên ốp la. Nhà hát xem video chật ních người xem, quán cà phê nhạc, với bài hát về Chúa sinh ra đời, Hai Vì Sao

Sáng, Tà Áo Noel hoặc nhạc Chút Quà Cho Quê Hương, với giọng ca Việt Dũng. Có bài hát gì tôi không nhớ tên, nhưng nhớ ý là đường từ Sài Gòn Hà Nội dài hơn đường Sài Gòn Paris hay Cali. Cũng như tiếng hát của ai đó với bài Vĩnh Biệt Sài Gòn, nghe sao như uống từng giọt đắng cà phê đang tan dần trong tim, nó nhức nhối làm sao?!

Gần một tháng sau Noel và Tết Tây, các phái đoàn mới bắt đầu làm việc trở lại, nhưng người đi định cư vẫn ra đi. Nhìn qua nhìn lại đến Tết Việt Nam, cái Tết này mới quan trọng với gần 4, 5 chục ngàn người Việt xa xứ. Họ đã bắt đầu nhắc đến ngày 23 âm lịch đưa ông Táo về Trời. Hôm nay là 25 Tết, tính theo bên Việt Nam, có lẽ người Hoa có mặt khắp mọi nơi, nên hai khu chợ ở Galang đều có bán cả pháo, bánh mứt, thèo lèo lấy từ đảo lớn Tanjung Pinang ở gần đấy. Có cả bánh tét, bánh chưng, mứt cà, mứt gừng do người mình ở đảo làm, bán cho những người trên đảo.

Xa nhà, nhớ ông bà cha mẹ, vợ con, có người đi cả gia đình, nhưng bị phát giác, tài công ghe bỏ chạy, rồi bỏ lại người thân, khi sang đây, bơ vơ một mình. Tết thấy người vui mà lòng đau như cắt, đêm Xuân nhớ nhà!

Chương trình ca nhạc mừng Xuân được phòng thông tin phát thanh thêm giờ. Những bài nhạc xuân, như:

Ly Rượu Mừng Xuân
Xuân Họp mặt
Xuân Này Con Không Về
Cánh Thiệp Đầu Xuân
Đám Cưới Đầu Xuân v.v...

Mỗi lời ca của các ca sĩ Sài Gòn làm lòng người xa quê nhìn nhau mà rướm nước mắt, nhớ một thuở nào còn ở bên đó có ông bà, cha mẹ, anh em, vợ chồng con cái.

Năm nay, đặc biệt ở Galang 1 có tổ chức chương trình ca nhạc ngoài trời và có hội chợ, đủ trò chơi. Thảy vòng vào chai sirop, phóng tên lên vòng số quay, bầu cua cá cọp, bông vụ, kêu lô tô.

Có cả sân khấu ngoài trời, có cờ vàng ba sọc đỏ bay phất phơ trong gió Xuân. Ca nhạc đêm nay do những ca sĩ tài tử, họ hát quá hay như ca sĩ chuyên nghiệp. Với giàn nhạc, guitar solo, bass, harmonia, tiếng sáo cũng khá điêu luyện như Nguyễn Đình Nghĩa. Một giàn trống đủ loại, ánh sáng màu, lúc đỏ, lúc xanh lúc vàng.

Cả chục ngàn người ngồi xem ở cái sân lớn bóng chuyền trước barrack 72 tôi ở lúc trước.

Mở đầu hợp ca bài hát: Ly Rượu Mừng, đơn ca: Cánh Thiệp Đầu Xuân, Tâm Sự Ngày Xuân, Đêm Nguyện Cầu... Rồi đến những bài hát sau 1975 được sáng tác ở hải ngoại của Việt Dũng, Nguyệt Ánh, Nam Lộc: Vĩnh Biệt Sài Gòn, Một Chút Quà Cho Quê Hương, Mưa Sài Gòn Còn Buồn Không Em, Cái Cò, Anh Vẫn Mơ Một Ngày Về, Đêm Chôn Dầu Vượt Biển...

Đêm văn nghệ cho đến 12 giờ đêm, giờ giao thừa, một phong pháo dài chừng 3 thước, được đốt lên. Tiếng pháo nổ vang, với gần 30 ngàn người Việt đón mừng Xuân trên đảo Galang, Indonesia. Một thị trấn Việt Nam, Tự Do trên đất người!

Galang cũng có hai cái chùa, người tị nạn đến đây cũng thường đi chùa, nhất là vào dịp Tết. Ngoài sân có cả những cây mai vàng đua nhau nở, hoa mai được làm bằng giấy, rồi kết trên những cây thật. Ở xa ai mà biết được mai giả hay thật?! Vào những ngày lễ lớn, Galang không có giới nghiêm, bạn bè đến chơi, muốn ở lại ngủ qua đêm trong barrack cũng được.

Cả tuần nay, trời nắng ráo, ai cũng mong rằng ngày Tết năm nay sẽ đẹp trời. Dường như người tị nạn trên đảo này ai cũng hân hoan chuẩn bị đón Xuân trên đất người. Trái cây tươi cũng có đủ thứ, ngay cả bom, nho, đu đủ, xoài, chuối mãng cầu, dưa hấu, còn có những cành mai giả nữa. Ai có tiền của thân nhân từ Mỹ, Úc, Canada hay các quốc gia khác gởi đến thì mua bia lon Heineken, nước ngọt 7 up, cho gia đình, bạn bè cùng vui.

Nhóm người cùng ghe, chúng tôi tụ họp lại ở bên khu tôi ở, vì bên này nó giống như xóm giềng, họ có một thứ tình cảm khác hơn bên zone Mỹ.

Chiều 30 Tết, ở một hoang đảo không xa quê mình bao nhiêu, có một làng Việt Nam, họ là những người đào thoát nơi chôn nhau cắt rún, quy tụ về đây. Một hòn đảo không phải là của đất nước mình, nhưng nó có Tự Do và Tình Người.

Đêm nay không có giới nghiêm, người có tiền thì áo quần bảnh bao, người không tiền thì áo quần của kẻ đi để lại cho người sau, hoặc áo quần của Cao Ủy, do lòng nhân ái, họ gởi biếu cho những người nghèo trên thế giới. Có những áo quần hàng hiệu, còn mới lắm dù họ đã mặc rồi, mùi thơm từ áo quần, như để nhắn nhủ, là một chút ít lòng thành cho những người nghèo khổ.

Zone B chúng tôi ở, giống như khu Bàn Cờ, Tôn Đản, Khánh Hội, Phú Nhuận, Phú Thọ, Lăng Cha Cả, là những xóm có người dân nghèo nhiều, có tình chòm xóm.

Vào ngày Tết, người lớn, trẻ con, áo quần chỉnh tề đi Chùa, Nhà Thờ, hái lộc đầu năm. Dân ở Galang nào, đi ở đấy cho gần, nhưng có người đi ra ngoài ấy, hay vô trong này để thăm bạn bè và vui Xuân, chờ đón giao thừa.

Nơi nào cũng đông, nhà thờ hay chùa đều có cây mai lớn, cây thật, nhưng hoa giả, nếu như chụp hình ai mà biết được?! Mấy ngày này, mấy ông phó nhòm hốt bạc, một vài tấm hình cho những ngày mới đến, gặp được người quen. Hay vợ chồng vừa mới có, hoặc có thêm một đứa con, cũng nhờ mấy ảnh, chụp cho một tấm ảnh để làm kỷ niệm. Rủ nhau chụp chung ảnh đi chùa, nhà thờ, tiễn người đi, một hình ảnh có nhau hôm nay, ngày mai mỗi người một nẻo, buồn ơi là buồn! Những cái loa sắt cho mỗi zone, nhân viên phòng thông tin đọc lời chúc xuân, hát nhạc Cánh Thiệp Đầu Xuân, Đám Cưới Đầu Xuân, nhạc về Xuân. Ánh đèn đêm xuân sáng trưng khắp cả đảo, ai cũng chờ đón giao thừa. Lòng người xao xuyến, 12 giờ khuya, chuông nhà thờ đổ, chùa cũng cúng giao thừa.

Hàng mấy chục ngàn người trên đảo, hướng mắt về quê hương.

Pháo nổ trong loa phát thanh, pháo nổ trên khắp đảo, bằng cách gõ vào những thùng không dầu ăn của Cao Ủy phát, pháo nổ bằng tiếng đập vào soong, chảo, nồi, thùng phi. Cái gì đánh ra tiếng kêu to, là người tị nạn dùng đến để thay tiếng pháo. Nếu như ai có tiền thì đốt pháo thật. Lời chúc mừng của ông chủ tịch đảo gởi lời chúc đầu năm đến người đồng hương.

Giờ này ở quê tôi, đồng bào tôi cũng đang đón giao thừa, nguyện cầu cho Đảng thay đổi đường lối như những năm gần đây. Nguyện cầu cho những ai, đêm nay ra đi, lìa bỏ quê hương được an bình như chúng tôi, người con xa xứ được yên bình nơi xứ người!

Chúng tôi ngồi chung nhau trên tấm vải bố như ngày nào, đón giao thừa. Một nồi thịt kho, dưa hành câu đối đỏ, mì gói xào giòn, cháo gà, cari gà ăn với bánh mì. Nào chả giò chiên, bún xào, heo rừng ướp gia vị, xì dầu, thêm tiêu đâm, phơi khô rồi đem nướng.

Ở nơi này chúng tôi còn đón giao thừa với nồi nấu bánh chưng, bánh tét bên bếp lửa hồng với bạn bè, trai gái. Làm chúng tôi chợt nhớ bài Xuân Này Con Không Về:

Ôi nhớ Xuân nào thuở trời yên vui
Nghe pháo giao thừa rộn ràng nơi nơi
Mái tranh nghèo ngồi bên bếp hồng
Trông bánh chưng ngồi chờ trời sáng
Đỏ hây hây những đôi má đào
- Trịnh Lâm Ngân

Còn trên quê hương mình, giờ này họ ra sao? Cảnh nghèo đói còn nhiều lắm, chỉ có cán bộ hả hê, quà cáp chất đầy nhà. Người về từ vùng kinh tế mới, tìm về căn nhà xưa, nay đã có người ở, là cán bộ, ăn uống no say vui cười.

Nhìn chúng vui say mà đau lòng, người có nhà, nay phải ngủ chui rúc trong công viên, mai mốt ở dưới mái hiên nhà người, hoặc dưới gầm cầu. Nơi nào cũng có người ở, tiếng khóc nhiều hơn tiếng cười, có người bị đuổi ra khỏi nhà, chồng vợ con cái tá túc trong ngôi miếu nhỏ bỏ hoang, chị sinh con không kịp đưa vào bệnh viện.

Phải gọi là bệnh viện, chớ đừng gọi nơi đó là nhà thương nữa, như người dân quê họ thường gọi, vì nơi đó không còn có tình thương. Có tiền mới vào đó được, không có tiền thì chết, chẳng ai ngó đến?!

Cũng may, còn có ông Trời thương, người không thân thuộc cũng thương, cũng đùm bọc nhau, chia cơm, sẻ áo cho nhau. Người có tiền, là có tội, chúng cho là tư sản mại bản.

Sáng mùng 1 Tết, anh em đại gia đình người cùng ghe chúng tôi lì xì những cháu nhỏ với cái bao nhỏ đo đỏ rồi đi ra bãi biển, mang theo thức ăn còn đêm qua. Chúng tôi trở ra Galang 1, ngang qua barrack 72, nằm ngoài cùng bên trái đường đi.

Mới ngày nào, nhóm người chúng tôi ở đó, nay đã có người khác ở rồi, trên nóc mái tôn, có cái trụ cây đóng vào vách, trên ấy có cái loa sắt. Nay nó vẫn còn đó, và chắc nó sẽ còn ở đó mãi. Chung quanh cũng còn mấy cái thùng phi đựng nước mưa, cái cửa lớn ra vào vẫn mở.

Căn nhà bếp, với cái bàn không biết ai đã đóng nó, bằng những miếng ván vụn, họ đem về đóng thành cái bàn ăn ấy, mấy cái băng cũng còn. Có năm ba người đang ngồi ăn sáng, họ nhìn chúng tôi đang đi ngoài đường để ra biển. Cũng như chúng tôi hồi mới tới, cũng ngồi nơi đó mà nhìn người ta đi chơi!

Đường ra biển không có tráng nhựa, chỉ có trải đá nhỏ, chừng hai ba cây số. Nắng ban mai ấm, có mùi gió biển. Cha cõng đứa con nhỏ trên lưng, bà vợ mang theo thức ăn, khi đi mệt thì kiếm nơi nào có cây lớn, ngồi dưới bóng mát mà nghỉ. Có lẽ hôm nay người ở Galang đi biển nhiều hơn mọi lần, từng nhóm, từng đoàn như chúng tôi, chuyện trò, cười giỡn, trẻ em thi nhau chạy đua. Thấy hai đứa Hoàng và Anh Thư, cùng mấy đứa lớn chia nhau xách thức ăn, nước uống thay cho cha mẹ, chúng cũng thi nhau ai đi cho nhanh, tiếng cười khanh khách.

Anh chị Hòa quyết định đi Mỹ là phải, làm cha mẹ, ai mà muốn chia lìa đôi lứa, giữa hai quốc gia chẳng có xa xôi là bao. Nhưng những nhớ nhung làm cho chúng học hành không được tốt, có thể khi đi định cư không cùng chung một thành phố hoặc khác tiểu bang. Nhưng hai gia đình có thể về chung một trong hai nơi.

Ngày ra đi, chúng tôi định sẽ đoàn tựu với bố mẹ, nhưng bây giờ anh chị vì thương con, nên đổi ý. Ai cũng thế, nước mắt con cái làm tan lòng nát dạ người làm cha mẹ.

Vợ chồng anh, chọn thế cũng tốt, vì cha mẹ càng ngày càng yếu, mùa Đông ở bên Canada, nghe nói âm từ -5 đến -10 độ C, là ấm đó, chứ thường thường là âm -20, có nơi xuống đến -30 hay hơn nữa. Nghe nói, ở bên ấy thấy trời đang nắng chang chang, đừng tưởng rằng là ấm, nó đang ở âm -10 hay -15 độ, lạnh khủng khiếp; muốn đi ra ngoài cũng phải mặc áo coat, nặng cả mấy kg. Sau này bố mạ sang bên vợ chồng anh ấy ở trong những tháng mùa Đông. Nếu được về Cali thì tốt, còn bằng không, thì khi sang đến Mỹ rồi di dời về đấy. Đâu có chuyện, xin phép như ở Việt Nam Dân Chủ Cộng Hòa?!

Chẳng mấy chốc chúng tôi đến biển, cát ở đây sậm hơn không như Vũng Tàu, nó có pha bùn, nên có nghêu, sò, chem chép. Hôm nay nước biển đang ròng, cho nên có nhiều người đi tìm chúng. Phía sau bãi còn là rừng, cho nên ở chợ có bán những thú rừng mà một số người lén làm bẫy để bắt chúng, nào kỳ đà, thỏ, gà, rắn cũng khá lớn.

Người Indonesia theo đạo Hồi, nhưng không cấm dân tị nạn ăn thịt heo, heo rừng bán giá rẻ hơn nhiều so với thịt heo nuôi. Mới đầu ăn, cảm thấy có mùi cỏ, nhưng về sau ngon lắm, thịt không có nhiều mỡ.

Hồi sáng này, khi ngang qua chợ, chúng tôi ghé vào thì thấy họ đang xẻ con cá đuối cũng to, chúng tôi mua mấy ký, nhờ họ rửa sạch và chặt nhỏ, vài gói cà ri, vài trái củ hành tây, một ít ớt. Chúng tôi ướp tại chỗ, giờ này cũng gần trưa, đàn ông chúng tôi thi nhau nấu nướng, để các bà trông con.

Người đi kiếm cây khô làm củi, ba cục đá làm lò, nhóm lửa xong, để cái chảo lên, cho dầu ăn vào, đập tỏi bỏ vào với sả, vừa vàng tới, thì cho cá đuối vào xào cho săn, thêm gia vị, cà ri, ớt, đường, tiêu, cho thêm ít nước vào, đợi gần cạn, cho củ hành tây xắt thành múi, rau cần, đậu phộng rang đâm vừa bể, cho vào chảo, xào cho đều.

Ngoài ra còn một món ăn nữa, nếu là dân ở Galang, không ăn cá trít thì không phải là dân tị nạn. Là loại cá mòi còn nhỏ, chừng bằng hai ngón tay, giá rẻ hơn các loại cá khác. Lấy kéo cắt vi ở hai bên và phía trên, dùng dao nhỏ rạch một chút dưới bụng, nặn ruột ra, rửa sạch để cho ráo.

Cho dầu ăn hơi nhiều vào chảo, dầu sôi, để chừng năm ba con vào, dầu ăn sùi bọt và dịu dần, đợi vàng vớt ra. Chấm với nước mắm chanh đường ớt tỏi, ăn khi còn nóng với cơm hoặc để nguyên con, cuốn với bánh tráng, bún, rau thơm đủ loại, dưa leo, khế sống. Mỗi người chừng năm bảy cuốn, ăn cho đã đi, mai mốt rời đảo, sẽ không bao giờ được ăn nữa!

Cá đuối xào lăn vừa chín tới, mùi cá hòa lẫn cùng hương vị, làm mọi người nhớ đến cái ăn dân dã khi còn ở quê hương. Thịt cá vừa ngọt vừa cay, mặn nồng với cái nhớ quê nhà. Thức ăn vừa nấu xong, chúng tôi gọi nhau, ngồi chung quanh, ăn với bún, vợ chồng con cái, mạnh nhà ai nấy lo. Trẻ con có phần riêng, bánh mì, cá mòi hộp sauce cà, ba tê gan, hột gà chiên, chả hấp, đó cũng là thức ăn của Cao Ủy cho những thiện nguyện viên mỗi tuần, qua tay mấy bà thì trở thành món ăn ngon. Còn đứa nào ăn cay được, thì ăn, nước uống có si rô, 7up, trà đá, cà phê đá.

Xong buổi ăn trưa, chúng tôi từng cặp, ngồi nhìn ra biển, biển vẫn xanh như mọi nơi. Nhìn ra xa một chút, nước xanh sậm, tiếng sóng ào ào, tạo thành từng dải dài trắng xóa. Hàng ngàn người nam nữ, trẻ con vô tư chạy đùa trên bãi, chúng đắp cát, làm thành những lâu đài, chúng cười khanh khách một cách hồn nhiên.

Thật xa ngoài kia, năm ba chiếc ghe đi qua, có lúc đi lại. Phía sau chúng tôi là rừng cây, cho chúng tôi bóng mát, tiếng chim gọi bạn ríu rít trên cành.

Hai vợ chồng cô em Bắc kỳ đứng lên đi trở lại phía sau rừng, cả bọn chúng tôi biết họ sẽ đi đâu, vợ chồng chúng tôi nhìn nhau cười, Tuấn lên tiếng hỏi:

- Ở đây có ai muốn đi không? Đi nhiều người mấy con rắn nó sợ, chứ không thì...nó...

Cô ấy nghe nói thế, cô nhìn tôi, trợn mắt chỉ vào Tuấn nói:

- Này nhé! Vợ chồng tôi đi Mỹ rồi, mai mốt xem anh còn có nói tôi được không nhỉ?

Vừa nói vừa đưa hai bàn tay lên, hai ngón cái để vào hai bên má, còn mấy ngón tay kia cử động, tỏ vẻ chọc quê anh. Làm mọi người cười vang và nói:

- Nào! Có ai đi không?

Vừa nói xong, các bà cùng chạy theo, làm mấy ông chồng cũng phải đi theo để hộ vệ. Cô ấy sẵn dịp nói thêm:

- Thấy chửa! Vợ anh cũng đi đấy!

Nói đến chuyện này, làm anh chợt nhớ đến hai câu thơ trong chuyện Kiều, mà có lần anh nghe từ người bạn hỏi chúng tôi khi còn ở trong quân trường, đi ra ngoài chơi. Đà Lạt là thành phố có nhiều đồi núi, chúng tôi bốn người, đi ra phố, ăn uống xong xuôi, chúng tôi thích đi bách bộ trở về trường, vừa đi vừa nói chuyện trên mây dưới gió cho vui.

Thỉnh thoảng dừng chân bên đường, ngồi tán dóc. Bỗng dưng từ trong bụi rậm cỏ lau cao bằng đầu người, cũng khá xa chỗ chúng tôi ngồi, có ba cô gái đứng lên đi ra về hướng chúng tôi. Phản ứng tự nhiên, chúng tôi giữ thế tự vệ, tưởng rằng nữ du kích rình bắt. Nhìn xem có súng hay không, ba cái nón lá che khuất mặt, lầm lủi đi ra gần nơi chúng tôi, rồi ra đường nhựa, đi luôn lên chợ.

Một trong bốn đứa bạn chúng tôi hỏi:

- Tao hỏi bọn mầy, ba cô gái đó làm gì trong bụi rậm đi ra? Đứa nào đáp trúng, tuần sau, trở ra chợ, tao bao chúng mầy ăn phở!

Người bạn khác, nhanh miệng nói:

- Nói, là phải giữ lời đó! Chuyện của con nít. Nghe tao nói đây:

Xè xè nắm đất bên đường
Rầu rầu ngọn cỏ, nửa vàng nửa xanh

Vừa nghe xong, chúng tôi bật cười khanh khách, không ngờ người bạn của chúng tôi là thi sĩ, tôi lắc đầu rồi nói:

- Cụ Nguyễn Du, nghe ngươi lấy thư của ổng, nói tầm bậy! Ổng bẻ cổ ngươi đó! Đứa khác, lại bịa chuyện thêm. Tao hỏi tụi bây:

- Tại sao Kiều phải vào lầu xanh?

Người bạn khác nói:

- Là vì mộ Đạm Tiên lạn, nàng không thấy, nên làm cái chuyện đó trên mộ. Đạm Tiên giận quá, nên đêm hiện về báo mộng, nguyền rủa Kiều phải qua cầu Đoạn Trường. Cho nên Thúy Vân và Vương Quang được miễn tội phong trần?!

Tôi vừa cười, vừa lắc đầu nói:

- Hậu sinh như chúng mầy là khả thúi!

Sau ngày mãn khóa, chúng tôi mỗi người mỗi nơi. Một đứa về Biệt Động Quân, một đứa ở Thủy Quân Lục Chiến, còn đứa nữa đi về binh đoàn Thiết Kỵ.

Mới đầu còn có thư đi, thư về, nhưng về sau chiến trường càng ngày càng khốc liệt, chúng tôi ít khi được tin nhau. Cũng có vài lần chúng tôi gặp nhau trên ống liên hợp truyền tin, để yểm trợ cho nhau trên chiến trường Khe Sanh, Plemer, La

Vang và nhiều trận chiến khác nữa. Hồi vào trại cải tạo, mới biết nó đã ra đi gần ngày tàn cuộc chiến.

Trời Galang cũng gần 4 giờ chiều, những làn sóng biển gọi nhau vào gần sát bãi, người ta cũng về bớt. Chúng tôi ra về, bỗng đâu mùi hoa sim rừng thoang thoáng, tôi liền rẽ vào trong rừng cây bên đường. Lần theo hương sim, gần đấy một vùng cây sim, hoa đang nở rực, tôi gọi lớn:

- Cứu tôi! Cứu tôi!

Đoàn người chạy vào nơi tiếng tôi gọi, người tôi thấy trước nhất là vợ tôi Thủy Tiên, họ vào đông đủ, thấy tôi cầm một chùm cây có hoa tím.

Cô em Huế giận dữ nói:

- Tưởng hắn bị chuyện chi rứa, hắn còn sống mà la Cứu! Cứu! Tưởng hắn chết!

Tuấn nói:

- Tôi xin lỗi! Chỉ còn có kêu gọi như thế, để mọi người vào để thấy hoa sim. Xin đừng có la, tặng cho chị một cành hoa sim đây, để đền ơn lo lắng cho em.

Trúc Đào không thể nào cưỡng được trước cái đẹp của hoa sim, vừa cười vừa đưa tay lấy. Mỗi người có một cành hoa sim, riêng Thủy Tiên, anh cày cho nàng một chùm hoa sim trên búi tóc. Ai cũng vui cười, chợt cô em Bắc kỳ Trúc Linh la lên vì thấy mấy con ong bu lên đầu mình. Tuấn nhanh tay bẻ nhanh cành cây nhỏ đuổi chúng đi. Anh nhìn theo chúng bay, thì ra trên cây gần bên, có một tổ ong cũng khá to.

Tuấn chỉ và nói:

- Mọi người tránh ra xa đi, để tôi thanh toán chúng mới được, nó làm em gái tôi sợ!

Cô em Bắc kỳ nở cái lỗ mũi, cảm động quá nói:

- Thôi bỏ đi anh ơi! Nó chưa có chích em!

Tuấn cười nhìn vợ, rồi giả vờ nói tiếp:

- Đâu có được! Anh phải lấy tổ ong này cho em uống mật, ong rừng ngon lắm đó!

Thật ra Thủy Tiên biết chồng mình mượn ý để lấy cho nàng và sau nữa để cho mọi người biết hương vị mật nguyên chất của ong rừng.

Mấy ông chồng thì hưởng ứng, còn mấy bà vợ thì không chịu, nhưng cũng nghe theo, họ chạy ra ngoài xa. Bé Huy xin ở lại với bố, nhưng Thủy Tiên không cho, Tuấn hỏi vợ có đem theo chai dầu xanh không?

Người chị Huế Bích Đào nghe hỏi, bèn đưa chai dầu cho Tuấn. Anh mở nắp chai và chấm mọi nơi trên mặt, chân tay, rồi trả lại cho nàng. Mấy ông đi tìm những cây lau, cỏ khô và quấn lại thành con cúi, Tuấn bật quẹt đốt cháy, khói tỏa ra khá nhiều.

Anh leo nhanh lên cây, và chuyền ra cành, anh quơ qua, quơ lại cho khói bay rồi đưa gần tổ, ong bị khói bay ào ào ra khỏi tổ. Tuấn liệng cây cúi cho Hòa đứng bên dưới, hai ông chồng chị em cô Huế và Bắc, cõng lên nhau đưa cái thau lên cao để hứng tổ ong. Tuấn cầm cây dao phay, chém vào cái cành nhỏ, nơi tổ ong tòn teng phía ngoài cành. Tổ ong rớt xuống cái thau hứng phía dưới, mọi người reo mừng, rồi bưng nó chạy ra ngoài và chạy đi thật xa, họ sợ ong đuổi theo.

Chúng tôi lấy dao nhỏ, cắt cho mỗi người một miếng, cắn ăn, nhai cả tổ và ong con, ngọt lịm, khi hết ngọt chỉ còn lại là sáp ong. Một niềm vui khó quên trong những ngày ở đây.

Về đến trại thì được tin bạn bè cho biết, vợ người bạn trong hội cựu quân nhân đã nằm trong bệnh viện gần nửa tháng nay, bỗng nhiên trở nặng. Vợ chồng tôi và vợ chồng anh Hòa liền vào bệnh viện để thăm.

Căn bệnh ngặt nghèo, ung thư gan. Khi còn ở Việt Nam, chồng đi tù cải tạo, lệnh kêu gọi tập họp, hành trang mang theo, kể cả đồ dùng cá nhân và lương thực chỉ có 30 ngày thôi.

Nhưng người đi biền biệt, chẳng biết ở đâu, ngày tháng năm, cứ mãi chất chồng. Sau mới biết đưa ra Bắc, đi tù cải tạo ngoài ấy. Vợ chồng chẳng còn có ai là ruột thịt, để chia cơm, nhường áo giúp đỡ cho chị.

Gần 8 năm ở Lào Kay, một mình chị bươn chãi, làm đủ mọi thứ, từ buôn gánh, bán bưng. Rồi cầm căn nhà cho người khác, để có tiền chuyển sang nghề buôn lậu đường, cà phê, bột ngọt, thuốc lá từ biên giới Miên đem về Sài Gòn bỏ mối cho người khác. Có được chút ít lời, làm thức ăn khô, đem ra Bắc thăm chồng.

Đứa con gái lúc đó mới có 6 tuổi, nhờ bà con lối xóm trông chừng, trong gần 8 năm trời xuôi ngược, mua đồ từ Bắc đem về Nam bán, và ngược lại mua hàng hóa ở Sài Gòn đem ra Hà Nội bán cho mối lái ngoài ấy.

Cũng may, nhờ chị biết cách đút lót, chia chát cho thuế vụ, nên cũng được lời mà lo cho chồng con. Nhưng đời không thương chị, tiếng thị phi về chị cũng nhiều, chị bất cần, miễn một lòng thương yêu chồng là đủ.

Từ một cô giáo trường Lê Thị Ngọc Hân ở Mỹ Tho, bị cán bộ quản lý làm khó dễ, chị bỏ trường, bước vào con đường gian khổ để nuôi chồng, dạy con.

Nay chị vương mang một căn bệnh không có thuốc chữa trị, nằm để đợi chờ giờ ra đi. Bạn bè vào thăm, chỉ biết thương tiếc, chị ốm lắm, nằm thoi thóp, đôi khi chị tỉnh, nhìn chồng, nhìn đứa con gái lớn 14 tuổi, đứa con trai lên 4 mà nước mắt đoanh tròn, chạy dài xuống má.

Hơn 9 giờ đêm đó, chị ngất lên mấy tiếng rồi ra đi, về cõi vĩnh hằng, người chồng và hai đứa con khóc òa, theo sau là tiếng gọi. Mẹ ơi! Mẹ ơi!!!

Chị thật sự ra đi, giằng co với thần chết để được nhìn chồng và hai đứa con, con gái lớn ôm thân xác mẹ mà kêu khóc thảm thiết, đứa con trai chỉ biết khóc theo ba và chị hòa với tiếng gọi mẹ lần cuối cùng.

Cánh hoa hồng trắng dành cho em, em vĩnh viễn mất vòng tay mẹ ấm áp, vỗ về ru em ngủ khi cha còn ở trong ngục tù cải tạo. Một đời mẹ lo cho chồng cho con, không một tiếng kêu than, mặc cho người đời bêu xấu. Thương con, chung thủy với chồng là đức tính người phụ nữ Việt Nam.

Vợ tôi và mấy chị khác ra về, riêng chúng tôi ở lại với người bạn, chúng tôi thay phiên nhau trông chừng. Đêm nay, ánh đèn bệnh viện như mờ ảo, Galang 2 lại có thêm một người nữa vừa ra đi. Bác sĩ người Indo và Việt Nam cũng là người tị nạn, làm thủ tục giấy tờ về cái chết của chị để gởi lên văn phòng Cao Ủy. Sáng hôm sau, ở trại mộc gởi đến cho một cái áo quan để lịm thân xác chị.

Có chiếc xe hơi, thường ngày dùng để đưa rước nhân viên, nay đến để đưa quan tài chị và gia đình, cùng bạn bè ra nghĩa trang. Trời hôm nay không có nắng ấm, dường như đang có giông tố tới, trời ở đây mưa nắng bất thường. Gió thổi càng mạnh thêm, những trái gòn khô khắp rừng hoang đã nứt ra từ lâu, nay gặp gió giông, nó bay tứ tung tạo thành như những chùm bông tuyết trắng xóa bay tỏa khắp vùng trời Galang.

Một lúc sau trời bớt giông, nhưng những bông tuyết vẫn còn bay, chúng tôi lên xe đưa chị đến nơi an nghỉ cuối cùng. Cũng con đường nhựa duy nhất này, gia đình chị đã bao lần ra vào, để tìm người thân, bạn bè. Chị ước mơ cũng như bao nhiêu người khác, đã đến đây, rồi cũng có ngày mình sẽ rời cái đảo nhỏ này để đi định cư.

Gia đình chị đang học khóa Anh Văn, rồi sẽ đi định cư ở Hoa Kỳ, như bao nhiêu gia đình khác. Họ cũng như chúng tôi may phước hơn chị nhiều, đi định cư có đầy đủ vợ chồng con cái. Còn riêng gia đình chị, chồng và hai đứa con ra đi, còn chị vĩnh viễn nằm lại nơi này. Chị cũng có bạn bè cùng cảnh ngộ nằm đây, những người không may trên bước đường tìm Tự Do.

Trời không thương chị, để cho chị được đi cùng với chồng con sang bên ấy, mảnh đất lạ, nhưng có Tự Do, có nhân bản, có quyền sống yên vui bên chồng con. Một niềm đau xé tận đến tâm can. Định mệnh quá khắc nghiệt, cướp đi chị, để chồng và hai đứa con thơ dại, sống trong cô đơn.

Bao kỷ niệm buồn vui, một đời làm vợ lính, đã một thời sống thương yêu trong một mái ấm gia đình. Có tiếng cười hạnh phúc, có tiếng cười thủy tinh sáng ngời của con trẻ.

Đây là một, trong những niềm đau của những người có chồng là lính, trong những ngày đất nước còn chiến tranh. Hằng đêm, chợt thức giấc, nghe tiếng súng vọng về, người vợ chỉ còn biết nguyện cầu, để chồng mình được bình yên. Đã chấp nhận lấy chồng lính, là coi như đã chấp nhận một đời làm góa bụa, vành khăn tang như chực chờ để quấn lên đầu nàng. Có khi chỉ được vài ngày, hương ái ân còn đọng trên môi trên má của người tình, người vợ trẻ! Mà có lần tôi nghe bài ca Góa Phụ Ngây Thơ:

Em nhẩm tính qua lòng tay tháp bút
Là cách xa biền biệt tháng năm trôi
Tuổi trẻ ơi! Sao quá nhiều nước mắt?
Chiến tranh ơi! Bóng tương lai, mịt mùn
Đơn xin cưới, một tờ đơn xin cưới
Anh! Anh thảo rồi! Sao lại anh xé? Anh ơi!
Bởi không muốn thấy người yêu nhỏ bé
Một sớm nào thành góa phụ ngây thơ
Nên đơn cưới, một tờ đơn xin cưới
Anh viết rồi! Anh lại xé em ơi!
- Trần Thiện Thanh

Những tưởng, hết chiến tranh, họ sẽ được sống bên nhau, nào ngờ chồng lại vào tù cải tạo, ít nhất là vài ba năm. Người vợ phải bươn chải để nuôi chồng nuôi con, còn có khi phải nhắm mắt bước chân vào tội lỗi, giết chết cả lương tri, để mong sao cho chồng con được ấm no!

Huyệt vừa mới đào xong, quan tài vùi sâu dưới lòng đất khách, một nấm mộ, một tấm bia gỗ, tên chị, ngày năm sinh, năm chị mất, 41 tuổi. Vắn số, một cuộc đời đầy cơ cực dưới một thể chế đảng Cộng Sản lãnh đạo, dân làm chủ, cán bộ là đầy tớ của nhân dân?!

Hai tuần sau, gia đình chúng tôi làm thủ tục ở văn phòng ICM để rời đảo đi Canada, gia đình chú Tư cùng đi một lượt, nhưng đến Úc. Gia đình anh Hòa Phượng, hai gia đình chị em Huế và Bắc, cùng con cháu, bạn bè đi chung ghe TG đưa chúng tôi ra bến tàu. Cả đêm qua, dường như chúng tôi không ngủ, ngồi tâm tình và bàn về những người định cư ở Hoa Kỳ, họ không được cùng ở chung một tiểu bang.

Ai cũng muốn được ở chung một thành phố để sớm hôm có nhau, họ đã quên đi vợ chồng Phong. Anh đã hai lần gởi về cho chúng tôi 2 cái money order, Lệ Uyên căn dặn, nếu đến Mỹ hãy phone hoặc thư về địa chỉ mới của hai vợ chồng. Bất chợt Tuấn nhớ, nói với mọi người, giọng anh cả:

- Chuyện thế ni mà không giải quyết được thì các ông, các bà làm sao làm được chuyện đại sự. Tôi nói như ri, không phải tôi tự cao, mà vì mình sống với các con cháu ông Hồ gần 10 năm. Gần mực thì đen, gần đèn thì sáng. Chừng năm ấy, mình chẳng biết dùng đến điện thoại. Khi các anh chị sang Mỹ, dù sống ở đâu, phone đến vợ chồng Phong, Lệ Uyên sẽ sắp xếp cho các anh. Nhớ! Đừng có sống gần biên giới Canada, nó cũng lạnh lẽo, snow quanh năm. Chọn California, Florida, New Nerxico, Texas cho ấm, để vợ chồng tôi còn qua vui chơi!

Tuấn vừa nói xong, mọi người chợt nhớ vợ chồng Phong dặn đi dặn lại nhiều lần, họ vui vẻ khen anh. Phượng nói như đưa Tuấn lên mây, để móc ngoéo cô em chồng:

- Chồng của Thủy Tiên bao giờ cũng Thông Minh Nhất Nam Tử, như vậy mới Tề Gia Trị Quốc Bình Thiên Hạ được!

Thủy Tiên ngồi bên chồng, định phóng tên lửa vào Phượng, nhưng nhớ lại những ngày ở bên nhau cũng gần 10 năm rồi, chị em vui buồn, hoạn nạn có nhau. Nay mai không còn ở bên nhau nữa, hãy yêu thương, nhường nhịn, rồi đây không biết đến bao giờ mới được gặp lại nhau vả lại Phượng cũng là vợ của anh mình, nên Thủy Tiên giả lả cười trừ cùng chung vui với mọi người.

Ngày tiễn biệt đến, đêm rồi họ chẳng được ngủ bình yên như ngày thường. Người đi như người ở lại, đều thức dậy thật sớm trước khi còi hụ hết giờ giới nghiêm. Chúng tôi cũng cái túi xách ngày đi vượt biên, với mấy bộ quần áo còn mới mang theo, nay chúng tôi và 2 đứa cháu mua thêm giày ở Galang.

Chúng tôi vừa đi vừa dặn dò nhau đủ mọi chuyện từ Galang 2 ra tận bến tàu. Khi đi ngang barrack 72, chúng tôi nhìn nó lần cuối. Nước mắt ngày tiễn đưa buồn lắm, hai gia đình cô chị em Huế và hai gia đình cô em Bắc khóc nhiều nhất. Ngày thường ưa sinh sự với Tuấn, nhưng hôm nay, mấy cô ôm anh khóc nhiều nhất khi nói lời từ giã. Phượng và Thủy Tiên quyến luyến mãi không muốn rời nhau, em chồng chị dâu, có quá nhiều buồn vui, nhất là cùng đi ra Bắc thăm nuôi chồng trong tù cải tạo.

Người cầm cái loa sắt gọi tên người đi định cư, gọi đến tên vợ chồng tôi, bé Huy và hai đứa con trai lớn của vợ chồng anh Bình xuống ghe lớn đưa khách, có băng nệm ngồi giống như xe đò.

Tiếng máy rụ lớn hơn, từng chiếc tàu khách từ từ rời bến Galang, nước mắt tiễn anh, tiễn em, tiễn người tình đi, người tình còn ở lại, có người bảo, Galang tình xù?!

Không! Galang có một thời để cho chúng tôi nhớ, để chúng tôi thương, mưa nắng bất thường, nhưng Galang cho chúng tôi tá túc, là nơi để chúng tôi đi định cư ở một quốc gia khác.

Đến bao giờ người tị nạn trở về đây để thăm Galang, tuy là một đảo hoang, nhưng người Indonesia cho chúng tôi một làng Việt Nam, nơi mà hàng trăm ngàn người Việt được đến đây và đi. Bao giờ trở lại thăm nơi này!?

Đảo Galang chỉ cách Singapore chừng 3 giờ đi tàu ghe. Dọc theo đường đi, chúng tôi thấy vài mươi hòn đảo nhỏ, có người ở với mái tôn sơ sài, vài ba chiếc xuồng nho nhỏ, bỏ lưới giăng câu. Người đi định cư được phát bánh mì ngọt và chai nước uống, chừng hơn 3 giờ chiều đoàn tàu đến bến cầu tàu. Ngoài kia là bến cảng, hàng mấy chục chiếc tàu hàng chất đầy những container đủ màu như những chiếc tàu hàng mà chúng tôi gặp trên bước đường vượt biển.

Chúng tôi lần lượt lên cầu tàu bằng xi măng, làm tôi chợt nhớ đến bến Bạch Đằng Sài Gòn. Mọi người được hướng dẫn làm thủ tục nhập cảnh và ra bus đưa về trại. Ai nấy cũng vui mừng vì được thấy lại thành phố, xe hơi đủ loại lớn nhỏ chạy trên đường phố, thỉnh thoảng chạy qua đồng ruộng. Tay lái xe hơi nằm bên phải, trái luật với Việt Nam, chừng nửa giờ sau, 3 chiếc xe đến cổng trại tị nạn.

Chúng tôi vào trong, nhận phòng tạm trú, họ phát mì gói, mọi người lo tắm rửa, gia đình tôi và chú Tư đi vòng trong trại kiếm gì ăn. Nơi đây có tiệm ăn, chúng tôi ăn cơm xá xiếu, canh cải, và gọi điện thoại cho gia đình chúng tôi ở Canada. Bên ấy mới 6 giờ sáng, giọng nói của ba tôi, gần 10 năm không gặp, tôi nghe giọng ông nghẹn ngào, rồi tiếng mẹ tôi như khóc. Hỏi thăm con dâu xứ Huế, tôi trao ống nghe cho Thủy Tiên, cả hai khóc nhiều hơn nói chuyện, khiến bé Quốc Huy ngơ ngác nhìn mẹ.

Tôi cũng gọi điện thoại dùm cho chú Tư, nói chuyện với con chú ở Úc, ở đây chúng tôi trả tiền tính theo đô la Mỹ. Gia đình tôi và chú Tư đón xe bus ở trước cửa trại đi ra phố để mua vài món quà lưu niệm để tặng cho gia đình ở Canada. Thủy Tiên chọn vài cái kẹp tóc cho con gái Ngọc Lan, cho con trai sợi dây nịch và vài món quà cho hai gia đình.

Trước khi về trại, chúng tôi đi ăn mì vịt tìm, khẩu vị không ngon bằng mì Lakay ở Chợ Lớn, và cái gì cũng quá mắc hơn Sài Gòn. Chúng tôi đi vài nơi rồi đón xe bus trở về trại trước 11 đêm.

Thành phố Singapore là đây, mà chúng tôi đã từng ước ao đến, họ giống như người Hoa ở Cholon, thành phố sạch sẽ và đẹp với muôn ánh đèn màu, nhà hàng và vũ trường sang trọng. Nơi mà hồi ở Galang 1, cứ mỗi đêm đi học về, hoặc tối thứ 7, Chúa Nhật ra TV công cộng ngồi xem phim kiếm hiệp nhiều tập. Nhìn thấy phi cơ lên xuống mà mơ ước, có ngày mình cũng sẽ đến đó.

Chiều hôm sau, chúng tôi kiếm lại giấy tờ đựng trong cái túi bằng platic trắng có in chữ ICM màu xanh dương và có hai cái quai để cầm. Chúng tôi được gọi lên xe bus, thế là gia đình chú Tư và tôi đi khác xe. Vẫy tay chào từ biệt mà không nói được lời từ biệt lần cuối. Họ đưa chúng tôi ra phi trường để làm thủ tục, gia đình tôi có 5 người, Quốc Huy sợ bị lạc, nên nắm tay ba mẹ. Hai đứa con của anh Bình đứa 15 và 17 tuổi cũng đi theo phía sau vợ chồng tôi.

Lần đi định cư Canada này chúng tôi có chừng hơn 50 người, họ ngồi chờ trên những dãy chiếc ghế màu xanh dương đợi người hướng dẫn đến để đưa lên phi cơ. Hai nhân viên đến gọi tên và phát vé máy bay, sau đó đưa chúng tôi đi một vòng và vào phi cơ. Những nữ nhân viên hàng không Canada mặc đồng phục màu măng cụt, vui cười đón chào chúng tôi, đưa đến chỗ ngồi.

Năm người gia đình chúng tôi được ngồi chung một dãy ghế nệm giữa máy bay, bé Quốc Huy đi theo, thấy cái gì cũng hỏi ba mẹ. Chừng hai mươi phút sau, người nữ tiếp viên hàng không đứng phía trước chỉ dẫn chúng tôi thắt giây an toàn và chỉ cho chúng tôi cách đeo phao để thoát hiểm nhỡ khi bị nạn. Năm phút sau, máy ra đường bay để cất cánh lúc 10 giờ 30 phút tối giờ Singapore. Tiếng động cơ máy bay rú lên, phi cơ vụt đi cất cánh lên cao giữa muôn màu ánh sáng thành phố về đêm.

Chúng tôi ra đi, để lại phía dưới kia là trại tị nạn Galang, nơi đó cũng vào khoảng giờ này, anh em, bạn bè, đồng bào chúng tôi cũng sửa soạn đi ngủ, để sau này cũng sẽ lên đường đi định cư ở đất nước thứ 3.

Phi cơ sẽ đến phi trường Dubai, nghỉ 1 tiếng để xuống và rước thêm khách rồi đến thủ đô London của Anh Quốc, chúng tôi chuyển sang Boeing 747 để đến phi trường Toronto lúc 2 giờ 30 phút chiều. Nơi đó đại gia đình, ba mẹ, anh em và đứa con gái 13 tuổi, đứa con trai 9 tuổi đang đợi chúng tôi. Ngày chúng đi chỉ có 4 tuổi và 2 tuổi, sau gần 10 năm chúng tôi đợi chờ ngày đoàn viên!

Viết xong vào cuối Thu 2009

Vài lời giới thiệu về Canada

Canada có diện tích lớn hơn Việt Nam trên 30 lần, dân số chừng 25 triệu dân. Nằm phía trên bắc Mỹ Châu, phần trên cùng là Bắc bán cầu, có cùng biên giới bên phía Tây Bắc với tiểu bang Alaska.

Canada có 12 tỉnh bang, có 2 tỉnh bang đông người Hoa và người Việt nhất là thành phố Vancouver tỉng bang British Comlubis và Toronto tỉnh bang Ontario. Mỗi tỉnh bang, lớn hơn chừng 4, 5 lần Việt Nam. Người Việt chừng khoảng 250 ngàn đến 300 ngàn người, những người trí thức thường định cư ở thành phố Montreal, của tỉnh bang Quebec. Họ nói cả 2 ngôn ngữ Anh và Pháp, với thành phố như ở Paris.

Nếu đi từ thành phố Vancouver, phía Đông, sang thành phố St. John New Founland phía Tây, mất chừng 5 giờ bay, cách nhau 4 giờ. Nếu như ở Vancouver 12 giờ trưa thì ở thành phố St. John là 4 giờ chiều. Cũng như giờ ở hai nơi, Little Saigon California và New York.

Canada mưa thuận gió hòa, bát ngát với những cánh đồng lúa mì vàng ngút ngàn, bắp, khoai lan tây, ca rốt và các loại trái cây apple, pear, peach, cherry, đậu nành. Họ trồng trọt với những máy móc thay người. Nhất là củ nhân sâm.

Còn về hải sản, nhất là cá Hồi (salmon), đến mùa sinh, chúng quay về nơi chúng sinh ra để sinh sản. Còn lobster, sò nghêu óc hến, cua, cá, tôm, mực, ghẹ...

Canada có đủ loại quặng mỏ, kể cả vàng, kim cương, còn cả dầu nằm trong cát, phần ở phía Bắc bán cầu.

Người dân bản xứ được chính phủ ưu đãi mọi thứ. Canada là tên gọi của dân bản xứ, hình lá phong màu đỏ và nền trắng biểu tượng của xứ nầy.

Canada có rõ rệt 4 mùa, mùa Xuân ở đây vẫn còn những trận tuyết cuối mùa, đôi khi lên cả tấc vào cuối tháng 2 dương lịch. Nhưng cũng mau tan, nhường cho mùa Hạ. Trời nắng ấm từ 15 độ dương lên đến 30 hoặc có một vài ngày lên cao hơn.

Trời sang Thu lành lạnh, lá rừng phong bắt đầu chốm đổi sang màu vàng, cho đến tháng 12, chỉ còn có vài chiếc lá vàng cuối cùng rơi, trơ lại những cành khô. Mùa Thu ở đây, mỗi cây mang một mầu sắc khác nhau. Cây lá vàng xen lẫn cây lá đỏ, tím khắp núi đồi, chỉ còn lại những cây thông xanh.

Vào mùa Đông, ở những vùng quê, người ta lấy nước từ những cây maple, cách lấy cũng như ta lấy nhựa cao su. Nhưng cây Phong ở đây cao hơn 10 m và to, nước nhựa trong và ngọt. Qua quá trình người ta nấu tại rừng Phong, theo bí quyết gia truyền, cho ta những chai sirop nguyên chất, không có đường mà vẫn ngọt.

Cứ mỗi năm gần giữa tháng 3, các nhà trường thường tổ chức cho học sinh tiểu học đi thăm ở vùng quê, trong số ấy có các cháu của chúng tôi, để cho chúng thấy cuộc sinh hoạt ở đó.

Biên giới Canada và Mỹ, có nhiều nơi chỉ cách nhau một cái hồ không lớn lắm. Mùa Đông lạnh chừng âm 15, nó cũng có thể trở thành nước đá, mình có thể đi trên đó và đục một cái lỗ chừng 20 cm để câu cá.

Đứng bên nầy bờ hồ Nigara fall, Canada, nhìn sang bên kia là phần đất nước Hoa Kỳ, The United State of America. Nơi đó có bạn bè và hằng triệu đồng bào của chúng tôi!

Xin đón đọc:

Người Đàn Ca Trên Bến Đò Mỹ Thuận

Sau cái ngày 30 tháng 4 năm 1975 đó, những thương phế binh Việt Nam Cộng Hòa, đang nằm trong các bệnh viện ở miền Nam bị bộ đội Bắc Việt tống cổ ra khỏi mọi bệnh viện.

Nhất là ở Tổng Y Viện Cộng Hòa, dù rằng họ đang bị đầy thương tích, họ dìu nhau từng nhóm. Người còn đi được, hiên ngang cõng người cụt cả hai chân trước họng súng AK của Cộng Sản.

Họ cố gắng, nhưng vẫn bị ngã xuống vì họ đã kiệt sức với vết thương đang chảy máu! Họ lết đến đâu, máu bê bết đến đấy!

Họ đi về đâu?! Có ai cho họ tá túc đêm nay không?!

Đã qua rồi hơn 40 năm! Vết thương ấy chưa kéo lành da? Khi ta thấy những chiến hữu mình cầm vài mươi tấm vé số đi bán dạo trên đường phố. Hoặc người cụt chân ngồi lê lết bên vệ đường để cố vá những cái ruột xe quá mục!

Hay có người ngồi trên chiếc xe lăn tự chế, dùng cái kèn hơi, bóp tè tý te bán kẹo kéo, anh lăn theo bao nẽo đường thôn xóm. Người bạn già cột chùm bong bóng đủ màu: xanh trắng đỏ vàng tím, trên cái cây, đi bán dạo trong những ngõ hẽm. Anh bạn trung niên, đạp chiếc xe với một chân, rao bán cà rem cây tự mình làm.

Anh bạn kia đi khập khễnh, có cây guitar bể một vài nơi, anh ca những bài tình ca nghe mùi mẫn. Có lần anh ca bài Anh Không Chết Đâu Anh, Người Ở Lại Charly bị trưởng công an bến đò nhốt anh 1 ngày để cảnh cáo?

Qúy đọc giả sẽ theo chân từng mỗi chiến hữu, mỗi hoàn cảnh trên mọi miền Nam đất nước. Những lúc gặp nhau, họ ngồi chung mâm nhâm nhi chút ít nước mắt quê hương, kể cho nhau nghe những ngày đêm hành quân trên khắp mỗi miền đất nước. Họ vẫn còn là Huynh Đệ Chi Binh như ngày nào!

Người bạn đồng minh bội ước, bán rẻ mạng sống chúng ta và ngay cả binh lính Hoa Kỳ chết hơn oan ức trên quê hương ta!?

Theo tài liêu thì có: 58.000 người chết và hơn 305.000 người bị thương (trong đó 153.000 bị thương nặng hoặc tàn phế).

Thượng Đế hỡi!

Đất nước con bao giờ thanh bình!?

Người viết truyện

Vương Thụy – Sơn Dzũng

Sách Người Việt Xuất Bản

STT	Tựa Sách	Tác Giả	Giá Bán ($ USD)
1	100 Năm Cải Lương Việt Nam Quyển 1	Ngành Mai	$ 21.00
2	100 Năm Cải Lương Việt Nam Quyển 2	Ngành Mai	$ 21.00
3	42 Năm Làm Ăn Tại Mỹ Và Trung Quốc	Alan Phan	$ 17.00
4	600 Chuyện Cười	Trà Lũ	$ 20.00
5	Ẩn Dụ Cuộc Phiêu Lưu Của Chữ	Trần Hữu Thục	$ 17.00
6	Bể Dâu - Quyển 1	Nam Dao	$ 28.00
7	Bể Dâu - Quyển 2	Nam Dao	$ 28.00
8	Bên Thắng Cuộc	Huy Đức	$ 22.00
9	Bên Thắng Cuộc I - Giải Phóng	Huy Đức	$ 22.00
10	Bèo Giạt	Ngọc Cường	$ 17.00
11	Bí Mật Việt Nam Qua Hồ Sơ Wikileak I	Nhiều tác giả	$ 15.00
12	Bí Mật Việt Nam Qua Hồ Sơ Wikileak II	Nhiều tác giả	$ 15.00
13	Bụi Và Rác	Nguyễn Xuân Hoàng	$ 22.00
14	Chết Dưới Tay Trung Quốc	Peter Navarro	$ 25.00
15	Chuyển Hóa Tâm	Chân Huyền	$ 14.00
16	Cửu Long Cạn Dòng, Biển Đông Dậy Sóng	Ngô Thế Vinh	$ 28.00

17	Đất Trời	Nam Dao	$ 25.00
18	Đèn Cù 1	Trần Đĩnh	$ 25.00
19	Đèn Cù 2	Trần Đĩnh	$ 25.00
20	Đi Lấy Chồng Xa	Huy Phương	$ 20.00
21	Đỗ Ngọc Yến Giữa Bạn Bè	Nhiều tác giả	$ 20.00
22	Doanh Nhân Việt Trong Thế Trận Toàn Cầu	Alan Phan	$ 27.00
23	Đối Mặt - Đi Trên Con Đường Dân Chủ	Vi Đức Hồi	$ 25.00
24	Dòng Đời	Hoàng Vinh	$ 16.00
25	Đứng Vững Ngàn Năm	Ngô Nhân Dụng	$ 25.00
26	Escape Through Jungle Of A Female Pharmacy Student	Tô Bạch Tuyết	$ 15.00
27	Giáp Chiến Cộng Sản	Phạm Thành	$ 22.00
28	Gió Lửa	Nam Dao	$ 28.00
29	Gửi Người Yêu Và Tin	Nguyễn Thị Từ Huy	$ 20.00
30	Hải Ngoại Thương Ca	Jason Nguyễn	$ 20.00
31	Hành Trình Cộng Đồng Việt Trên Đất Mỹ	Nhiều tác giả	$ 28.00
32	Hành Trình Từ Trường Làng Đến Đại Học Quốc Tế RMIT	Nguyễn Xuân Thu	$ 19.00
33	Hãy Ngẩng Mặt	Nguyễn Đắc Kiên	$ 20.00
34	Hình Bóng Con Tàu 1	Nguyễn Chí Kham	$ 19.00

35	Hình Bóng Con Tàu 2	Nguyễn Chí Kham	$ 20.00
36	Hội & Ngộ	Trịnh Hội	$ 20.00
37	Hồi Ký Võ Long Triều Tập 2	Võ Long Triều	$ 25.00
38	Khả Thể	Thơ Thơ	$ 16.00
39	Khai Sáng Kỷ Nguyên Thứ Hai	Tập Hợp Đa Nguyên Dân Chủ	$ 12.00
40	Khói Trắng Thiên Đường	Đào Hiếu	$ 20.00
41	Khuất Rồi Mấy Bóng Chim Di	Phạm Quốc Bảo	$ 20.00
42	Kinh Doanh Ngoại Hối	Đặng Hào Quang	$ 20.00
43	Ký Ức Sơ Sài	Nguyễn Anh Khiêm	$ 17.00
44	Lục Bát Thơ Hoài Khanh	Hoài Khanh	$ 14.00
45	Mấy Vấn Bề Phê Bình Và Lý Thuyết Văn Học	Nguyễn Hưng Quốc	$ 28.00
46	Miền Nam Quê Hương Tôi	Võ Long Triều	$ 20.00
47	Ngôn Ngữ Và Quyền Lực	Nguyễn Văn Hoàng	$ 19.00
48	Người Đi Trên Mây	Nguyễn Xuân Hoàng	$ 22.00
49	Nguyên Khí	Hoàng Minh Tường	$ 25.00
50	Nguyễn Xuân Hoàng Trong Và Ngoài Văn Chương	Nguyễn Xuân Hoàng	$ 25.00

51	Nhìn Xuống Cuộc Đời	Huy Phương	$ 20.00
52	Nhục Vinh	Phạm Quốc Bảo	$ 20.00
53	Những Lá Thư Tình Lính Trong Thời Binh Biến	Vương Thụy - Sơn Dzũng	$ 15.00
54	Những Người Muôn Năm Cũ	Huy Phương	$ 16.00
55	Những Vết Thương Không Thể Lành	Cánh Cò	$ 25.00
56	Niềm Đau Vợ Người Tù Cải Tạo	Vương Thụy - Sơn Dzũng	$ 25.00
57	Nữ Sinh Viên Hà Nội Vượt Tuyến Qua Rừng	Tô Bạch Tuyết	$ 15.00
58	Nước Mỹ Lạnh Lùng	Huy Phương	$ 16.00
59	Phác Thảo Toàn Cảnh Sinh Hoạt 20 Năm Văn Học Nghệ Thuật Miền Nam	Du Tử Lê	$ 32.00
60	Phản Tỉnh Phản Biện	Nguyễn Hưng Quốc	$ 20.00
61	Phương Pháp Dạy Tiếng Việt Như Một Ngôn Ngữ Thứ Hai	Nguyễn Hưng Quốc	$ 28.00
62	Quan Hệ Ngoại Giao Giữa Việt Nam Cộng Hòa Và Cambodge Trong Giai Đoạn 1954 - 1970	Trương Đình Bạch Hồng	$ 15.00
63	Quân Vương	Phan Huy Chiêm	$ 17.00
64	Sài Gòn Bị Đổi Tên	Vương Thụy - Sơn Dzũng	$ 15.00
65	Sống Bình Thản Với Bệnh Nan Y	Chân Huyền	$ 12.00
66	Sống Hạnh Phúc, Chết Bình An	Chân Huyền	$ 14.00

67	Tâm Tình Một Nẻo Quê Chung	Phạm Quốc Bảo	$ 17.00
68	Tâm Tư Tổng Thống Thiệu	Nguyễn Tiến Hưng	$ 28.00
69	Tháp Kền Kền	Hoàng Long	$ 16.00
70	Thơ Lê Văn Tài	Nguyễn Hưng Quốc	$ 22.00
71	Thời Đại Của Tôi 1	Vũ Quốc Thúc	$ 25.00
72	Thời Đại Của Tôi 2	Vũ Quốc Thúc	$ 28.00
73	Thư Võ Phiến	Nguyễn Hưng Quốc	$ 20.00
74	Thung Lũng Tử Thần	Vũ Ánh	$ 20.00
75	Tiểu Thuyết Nguyễn Đình Toàn 1	Nguyễn Đình Toàn	$ 25.00
76	Tiểu Thuyết Nguyễn Đình Toàn 2	Nguyễn Đình Toàn	$ 28.00
77	Tình Sử Cải Lương Cuộc Đời Thanh Nga	Ngành Mai	$ 25.00
78	Trạm Người Quá Bước	Lê Giang Trần	$ 10.00
79	Trần Đức Thảo - Những Lời Trăng Trối	Thụy Vũ - Phan Ngọc Khuê	$ 25.00
80	Trên Tất Cả Đỉnh Cao Là Lặng Im	Phạm Công Thiện	$ 20.00
81	Trong Những Thoáng Chốc	Vĩnh Hảo	$ 25.00
82	Trong Ngõ Ngách Sử Việt	Võ Hương An	$ 20.00
83	Tự Do Trong Lưu Đày	Chân Huyền	$ 18.00

84	Tuyển Tập Thơ Du Tử Lê	Du Tử Lê	$ 28.00
85	Tuyển Tập Tiểu Tử	Tiểu Tử	$ 15.00
86	Ước Mơ Của Thủy	Lê Việt Kỳ Nhi	$ 12.00
87	Ước Mơ Nếu Có Xanh Màu Ngọc	Nhược Thu	$ 14.00
88	Văn Học Miền Nam Tổng Quan	Võ Phiến	$ 17.00
89	Văn Học Việt Nam Dưới Chế Độ Cộng Sản	Nguyễn Hưng Quốc	$ 21.00
90	Văn Học Việt Nam Tại Úc; Chính Trị Và Thi Pháp Của Lưu Vong	Nguyễn Hưng Quốc	$ 20.00
91	Viết Về Bạn Bè	Bùi Ngọc Tấn	$ 20.00
92	Võ Long Triều Hồi Ký - Tập 1	Võ Long Triều	$ 20.00
93	Võ Phiến, Một Đời Trăn Trở	Nguyễn Hưng Quốc	$ 20.00
94	Vượt Qua Gian Khổ	Nguyễn Công Trứ	$ 18.00

Quý độc giả có thể order mua sách qua trang mạng www.nguoivietshop.com, **www.Amazon.com** hoặc liên lạc về tòa soạn Nhật Báo Người Việt. Các đại lý nếu muốn order sách bán với giá đặc biệt, xin liên lạc với chúng tôi.

14771 Moran St, Westminster, Ca 92683
Điện Thoại: 714-892-9414 Ext 145.

Email: nvshop.cares@nguoi-viet.com

Made in the USA
Monee, IL
31 January 2024

51990161R00350